ప్రాచీన భారత దేశ చరిత్ర

రచయిత :

గాండ్ల రామయ్య, M.A. (History).,

శ్రీ పద్మావతి పబ్లికేషన్స్,

హైదరాబాదు

(శ్రీ భారతి పబ్లికేషన్స్)

Sri Padmavathi Publications

Ancient Indian History

1st Edition 2004 - **Sri Bharathi Publication**, Kurnool

2nd Revised Edition 2005 - **Sri Padmavathi Publications**

Editor
©**GANDLA RAMAIAH**

DTP by : Mr. RAMAIAH

Printed at : **Print Crafts**
Kachiguda, Hyderabad.

Published by
Sri Padmavathi Publications
Ramkote, Hyderabad - 500 001.

ముందుమాట

    సివిల్ సర్వీస్ (ప్రిలిమ్స్, మెయిన్స్, గ్రూప్ - I, గ్రూప్ - II మరియు జూనియర్ లెక్చరర్స్ వంటి వివిధ పోటీ పరీక్షలకు ఈ పుస్తకము ఎంతగానో ఉపకరిస్తుంది. తెలుగు మీడియం చదివి సివిల్ సర్వీసు, గ్రూప్ పరీక్షలు వ్రాసే అభ్యర్థులు పడే కష్టములు ఇక ముందు మరెప్పుడు పడకుండా ఉండాలనే లక్ష్యముతో ఈ పుస్తకాన్ని వ్రాయడం జరిగింది.

ఇట్లు,
రచయిత

GANDLA. RAMAIAH M.A., History
H.No. 1-227 C, Madam Choultry,
One Town, Kurnool. ✆ : 08518-240798

GANDLA RAMAIAH M.A. History,
H.No. 2-22-C Madam Chinipiri,
Old Town Kurnool. c/o 08518-240796

విషయ సూచిక.

పూర్వ చారిత్రక యుగము - 1-23
మానవుని ఆవిర్భావము, శిలాయుగము, లోహయుగము, భారత సంస్కృతికి వివిధ జాతులు చేసిన కృషి, ద్రావిడులు

2. సింధు నాగరికత - 24-57

3. ఆర్యసంస్కృతి - 58-109
వైదిక వాఙ్మయము, ఋగ్వేద కాలము నాటి ఆర్యుల సంస్కృతి, ఋగ్వేదానాంతర కాలము నాటి ఆర్యుల సంస్కృతి.

4) క్రీ.పూ. 6 వ శతాబ్దము నాటి పరిస్థితులు - 110-216
క్రీపూ. 6 వ శతాబ్దములో మన దేశము నందు ప్రబలిన ఆధ్యాత్మిక అశాంతికి గల కాలణములు , జైన మతము, బౌద్ధ మతము క్రీ.పూ. 6 వ శతాబ్ది నాటి రాజకీయ సాంఘీక, మత పరిస్థితులు, మగధ

5. మౌర్య సామ్రాజ్యం - 217-286

6. మౌర్యనంతర యుగం - 287-354
శుంగ, కణ్వ, ఛేది, బాక్ట్రియన్, శకులు, కుషాణులు, గాంధార, మధుర కళాభ్యుదయము, సంఘం, బ్రాహ్మణ మత పునరుద్ధరణ, భాగవత మతము, శాత వాహనులు, వాకాటకులు, మధ్య, పశ్చిమ ఆసియాలతో సంబంధాలు.

7. గుప్తుల యుగం - 355-410

8. గుప్తానంతర యుగం - 411-418
హుణులు, పుష్యభూతి వంశము (హర్షుడు)

1. పూర్వ చారిత్రక యుగం

భూ విజ్ఞాన శాస్త్రజ్ఞులు చతుర్థ మహాయుగాన్ని (Quaternary Age) ప్లీస్టోసీన్ (Plestrocene) హోలోసిన్ (Holecene) అనే రెండు యుగాలుగా విభజించారు. మానవుడు ప్లీస్టోసీన్ యుగంలో జన్మించాడు కాబట్టి ప్రాక్ చరిత్ర ఈ యుగంలోనే ప్రారంభమైందని చెప్పవచ్చు. ప్లీస్టోసీన్ యుగము క్రీ . పూ. 8300 సం. ల కాలం వరకు వ్యాపించి ఉంది. క్రీ . పూ. 8300 సం. ల నుండి ఇప్పటి వరకు ఉన్న కాలాన్ని హోలోసీన్ యుగము అంటారు. ప్లీస్టోసీన్ యుగాన్ని హిమ యుగమని కూడా అంటారు. ప్రాచీన శిలాయుగం ప్లీస్టోసీన్ యుగంలోనే ప్రారంభమైనది.

ప్రపంచ చరిత్రను చూపించినచో ఆఫ్రికాలో దాదాపు 35 లక్షల ఏళ్ల క్రితమే తొలి మానవుడు అవతరించడానికి అధారాలున్నాయి. అయితే భారత దేశంలో మాత్రము 5 లక్షల సం. ల క్రిందట మానవ సంచారం జరిగినట్లు శివాలిక్ పర్వతాలలో వున్న ఆధారాలను బట్టి శాస్త్రవేత్తలు భావించిరి.

చరిత్ర – అర్థము, పుట్టుక, నిర్వచనములు:– చరిత్ర, మనిషి సాధించిన ప్రగతికి అద్దం పట్టే ఒక స్మృతి పథం. అనాదిగా మనిషి పరిణామ క్రమాన్ని చిత్రీకరించిన ఒక రికార్డు హిస్టరీ అనే ఆంగ్ల పదము "హిస్టోరియా" అనే గ్రీక్ పదము నుండి పుట్టింది, 'హిస్టరీ అంటే పరిశోధన, పరిశీలన, విచారణ అని అర్థము. చరిత్ర పితామహుడు 'హెరిడోటస్' (క్రీ.పూ. 484-406) గ్రీకు దేశానికి చెందిన వాడు. ఇతడు పర్షియా-గ్రీకు యుద్ధాలను గురించి, భారతీయ-పర్షియాల సంబంధమును గురించి, అలెగ్జాండర్ దండయాత్రలను గురించి భారత దేశములోని సమకాలీన పరిస్థితులను గురించి, ఇరాన్ రాజైన డేరియస్ ద్వారా తెలిసికొన్న విషయాలన్ని హిస్టరీస్ అనే గ్రంథములో వ్రాసినారు.

మానవుడు ఈ పుడమి పై జన్మించిన నాటి నుండి జరుగుచున్న వివిధ సాంఘీక, ఆర్థిక, రాజకీయ, మత, సాంస్కృతిక పరిస్థితులను గురించి వివరించునదే చరిత్ర.

వివిధ చరిత్రకారులు పేర్కొన్న నిర్వచనాలు :

(1) మానవుని స్వేచ్ఛకై జరిగిన పోరాటమే చరిత్ర → (లార్డ్ ఆక్టన్)

(2) ఒక సమాజంగా నివసించే మానవుల కథే చరిత్ర → (రినే)

(3) ఒక నిర్ధుష్టమైన భౌగోళిక పరిసరాలలో పరిమితమైన సాంఘీక జీవనాన్ని ప్రతిభింబించేది చరిత్ర. → (ఎ.ఎల్. రౌస్)

(4) ఎన్నో అబద్దాల నుండి కాస్త వాస్తవమనిపించే దానిని ఎన్నుకోవడమే చరిత్ర → (జాన్ రూసో)

(5) హిస్టరీ ఆఫ్ సైన్స్ → (చ్యూరీ)

(6) కొందరి గొప్ప వారి జీవితాలను వివరించేది చరిత్ర. → (కార్లైయ్)

(7) గతములో జరిగిన ప్రతిఘటన చరిత్రలో భాగమే చరిత్ర → (హెన్రీ జాన్సన్)

(8) గతం, వర్తమానాలకు మద్య నిరంతరం సాగే సంభాషణయే చరిత్ర → (ఇ.హెచ్. కార్)

(9) ఇంతవరకు జరిగిన చరిత్ర అంతా భిన్న వర్గాల ఘర్షణయే → (కారల్ మార్బ్)

(10) మార్పు లేని ఏక రూపమైన గతం గురించిన వృత్తాంతామే చరిత్ర → (అరిస్టాటిల్)

(11) నైతిక విలువలను వివరించే వృత్తాంతాలే చరిత్ర → (లేకీ)

(12) తాత్విక జ్ఞానాన్ని ఉదాహరణ సహితంగా వివరించేదే చరిత్ర → (డాయోనీషస్)

(13) చరిత్ర వివేకాన్ని, విజ్ఞానాన్ని ఇస్తుంది, కానీ సూత్రాన్ని, సిద్ధాంతాలను ఇవ్వదు. → (ఎడ్మండ్ బర్క్)

(14) చరిత్ర ఒక శాస్త్రం → (బ్యూరీ)

(15) వివిధ నాగరికతల పుట్టుకను, వికాసాన్ని, పతనాన్ని తెలుపునదే చరిత్ర → (ఆర్నాల్డ్ టాయ్న్‌బీ)

మన పూర్వీకులకు జిజ్ఞాస చరిత్ర యందు చరిత్ర రచనపై నిర్లక్షభావము కల్గి ఉండుటచే మన ప్రాచీన భారత దేశ చరిత్రను గురించి విపులముగా వ్రాయబడిన గ్రంథములు కరువయ్యెను. అందుచేతనే మహమ్మద్ ఘజనీ వెంట వచ్చిన అల్బెరూనీ అనే చరిత్ర కారుడు హిందువులు చారిత్రక విషయముల యందు తగిన శ్రద్ధ చూపరని ఎవరు రాజ్య పాలకులైనా వారు చారిత్రక అంశాలను/ విషయాలను నిర్లక్ష్యం చేయుదురు అని విమర్శించగా, ఎ,బి. కిత్ అనే సంస్కృత పండితుడు మన సంస్కృతి వాఙ్మయము నందు ప్రతిభ కల్గిన రచయితలు ఉన్నను నిశిత దృష్టి కల్గిన చరిత్రకారుడు ఏ ఒక్కరు కాని లేరు అని విమర్శించగా, చరిత్ర రచనల పట్ల విముఖత మన సంస్కృతి లోపమని

ఆర్.సి. మజుందార్ నుడివెను. చరిత్ర కాలమును మూడు యుగాలుగా విభజించారు. అవి.

1. పూర్వ చారిత్రక యుగము (ప్రి–హిస్టరిక్ ఏజ్) 2. మధ్య చారత్రక యుగము (ప్రొటో హిస్టరిక్ ఏజ్) 3. చారిత్రక యుగము (హిస్టరిక్ ఏజ్)

♦ 1. <u>పూర్వ చారిత్ర్యక యుగము:–</u> లిఖిత పూర్వక ఆధారములు లేని మానవ చరిత్ర కాలమును పూర్వ చారిత్ర్యక యుగము అంటారు.

క్రీ. పూ. 2500 వరకు ఉన్న కాలాన్ని పూర్వ చారిత్రక యుగ కాలముగా నిర్ణయించారు.

♦ 2. <u>మధ్య చారిత్ర్యక యుగము:–</u> లిఖిత పూర్వక ఆధారములు ఉండి అవిచదువ లేక పోయినచో దానిని ప్రోటో హిస్టరీ యుగమని అంటారు. ఉదా:– సింధూ నాగరికత దీనిని <u>హెచ్.డి. సంకాలియా</u> ప్రతిపాదించాడు. క్రీ.పూ. 2500 నుండి 1500 వరకు మధ్య నున్న కాలాన్ని మధ్య చారిత్రక యుగము అని నిర్ణయించిరి.

♦ 3. <u>చారిత్రక యుగము:–</u> లిఖిత పూర్వక అధారములు గల

మానవ చరిత్ర కాలమును చారిత్రక యుగము అని అంటారు. క్రీ. పూ. 1500 నుండి నేటి వరకు ఉన్న కాలాన్ని చారిత్ర్యక యుగకాలముగా నిర్ణయించారు.

<u>శిలాయుగము:-</u> మొదటి నుండి మానవుడు నాగరికుడు కాడు. ఆ నాగరికతను అలవరుచు కొనడానికి అనేక వేల సంవత్సరములు పట్టినది. క్రమేణా తినుటకు ఆహారము, నివసించుటకు ఇల్లు కలిగి, కట్టుకొనుటకు వస్త్రము తయారు చేసికొని, స్థిర నివాసము ఏర్పాటు చేసుకోగలిగెను. అనాటి నుండియె నాగరికత లక్షణములను అలవర్చుకొని మానవుడు నాగరికుడయ్యెను. ఈ పరిణామమునకు మొదటి మెట్టు శిలాయుగము, ఈ శిలాయుగమును మూడు రకాలుగా విభజించవచ్చును.

<u>1. ప్రాచీన శిలాయుగము (లేదా) ప్లీస్టోసీన్ (లేదా) పేలియోలిథక్ యుగం (లేదా) మంచు యుగం :-</u>

<u>(30,000 బి.సి. నుండి 20,000 బి.సి. వరకు) :-</u> ఈ ప్రాచీన శిలా యుగం ప్లీస్టోసీస్ యుగంలో (మంచు యుగం) ప్రారంభమయినది, ఈ కాలములో మానవుడు ఆహారం కోసం ఒక చోట నుంచి మరొక చోటికి వెళ్లేవాడు, ఆహార సేకరణే అతని ప్రధాన వృత్తి. ఆహార సంపాదనకు, ఆత్మరక్షణకు, రాతి పనిముట్లను వాడేవాడు, ఈ యుగములోని మానవుడు రాతి పనిముట్లను తయారు చేయాటానికి సులభంగా పగిలే రాళ్లను ఎన్నుకొన్నాడు. ఉదాహరణకు <u>ఆర్చిడయిన్ రాళ్లు</u> అంటారు. వీరు జంతువుల మాంసాన్ని చీల్చడానికి దాగలి పద్ధతి (Anvil Technique) రాతి సుత్తి (Stone Hammer) స్థూపాకార సుత్తిలను వాడిరి. ఇవి మొరటుగా ఉండేవి. రాతి పనిముట్లు చేయుటకు ఉపయోగించిన రాళ్లు కార్ట్జైట్, బసాల్ట్‌లు, వీరు ఈ రాళ్ళన్లు ముడి పదార్థాలుగా వాడినారు. ఈ యుగం చివరి దశలో మానవుడు క్రమేపి తను వాడే పనిముట్లను రాళ్లకు బదులుగా ఎముకల నుండి, జంతువుల కొమ్ముల నుండి, దంతాల నుండి చేసుకోవడం ప్రారంభించాడు. ఈ యుగపు మానవుడు కొయ్యను కూడ ఉపయోగించినట్లు గుంతకల్లు త్రవ్వాకాలలో బయల్పడిన కొయ్య దువ్వెనల వలన తెలియుచున్నది. ఈ యుగపు మానవుడు బొమ్మలు గీయుట నేర్చుకొన్నాడు.

దీనికి సంబంధించిన రుజువులు మధ్య ప్రదేశ్ లోని " భీమ్‌బెట్కా" యందు కలవు. అంతేకాక ఫ్రాన్స్, స్పెయిన్, ఇటలీ దేశములందు కూడ లభించాయి. శరీర ఆకృతిని బట్టి, భాషను బట్టి ఈ యుగానికి చెందిన మానవుడు నిగ్రోటో జాతికి చెందుతాడు. ఈ ప్రాచీన శిలాయుగాన్ని ఆచార్య Will Durrant ఈ విధముగా నుడివినాడు. "ప్రాచీన శిలా యుగమును నిశితముగా పరికించి చూచిన, అన్ని మహత్తర పరిశోధనలు అన్వేషణలు ఈ భూమిపై అంతకు ముందెన్నడూ జరగలేదను ఆశ్చర్యము కలుగకమానదు".

ప్రాచీన శిలాయుగంలో బయల్పడిన ప్రదేశాలు:-

<u>1.సోహర్ నది లోయ (1,00,000బి.సి.) :-</u> ఈ ప్రదేశము ఇప్పటి పాకిస్థాన్‌లో ఉన్న సోర్ (సోహర్) నదీ తీరంలో కలదు. ఇక్కడ ప్రాచీన శిలాయుగానికి చెందిన ఆధారాలు లభ్యమయినాయి.

<u>2. చోటా నాగపూర్ (1,00,000 బి.సి.) :-</u> అత్యంత ప్రాచీనమైన పాతరాతియుగం నాటి పనిముట్లు ఒరిస్సాలో లభించాయి. ఇవి క్రీ . పూ. 1,00,000 సం. రాల కాలము నాటివని తెలియుచున్నది.

<u>3. బేతంచెర్ల (25,000 బి.సి. -10,000 బి.సి.) :-</u> ఆంధ్ర ప్రదేశ్ లోని కర్నూలు జిల్లాలోని బేతంచెర్ల యందు <u>రాబర్ట్ బ్రూస్ ఫుట్</u> పరిశోధన చేశాడు. బేతంచెర్ల వద్ద బిల్ల సర్గం గుహలలో జరిపిన త్రవ్వకాలలో ఎముకలతో చేసిన పనిముట్లు, జంతువుల అవశేషాలు లభ్యమైనాయి.

<u>4. బెలాన్ లోయ (10,000 బి.సి.):-</u>ఉత్తర ప్రదేశ్ లోని మీర్జాపుర్ జిల్లాలోని బెలాన్ లోయలో లభించిన అవశేషాలు - గొర్రెలను, మేకలను పశువులను వీళ్లు మచ్చిక చేసుకోని ఉన్నట్లు ఆధారాలున్నాయి.

<u>5. భీంబెట్కా (10,000 బి.సి.);-</u> మధ్య ప్రదేశ్‌లో భోపాల్‌కు 40 కి.మీ. దూరం ఉన్న భీంబెట్కాలో ప్రాచీన శిలాయుగ మానవులు వేసిన బొమ్మలు కనిపించాయి. ప్రాచీన శిలాయుగం నాటి మలి దశలోని గుహలు ఇచ్చట కలవు.

మధ్య శిలాయుగం (Microlithic) :- (10,000 బి.సి. - 8,000 బి.సి.):- పాత రాతి యుగం, కొత్త రాతి యుగాల మధ్య ఉన్న సంధి కాలాన్ని మధ్య రాతి యుగం అంటారు. ఈ యుగమున మానవుని కళా నైపుణ్యము, ఆలోచన శక్తి అభివృద్ధి చెందెను. కొత్త పనిముట్లను తయారు చేయటం ప్రారంభించెను. ఈ పనిముట్లు 2.5 సెం.మీ పొడవు మాత్రమే ఉండేవి. కాబట్టి వీటిని సూక్ష్మ శిలా పరికరాలు అన్నారు. అందుకే ఈ పరిశ్రమను పెచ్చుల పరిశ్రమ అని పేరు వచ్చింది. అందువల్ల ఈ యుగాన్ని సూక్ష్మ శిలాయుగము అని అంటారు. వీరు గీచిన గీతల (బొమ్మల) నుంచి లిపి జన్మించినది. ఈ యుగం లోనే మానవుడు నిప్పును కనుగొన్నాడు. సంచార జీవితాన్ని వదిలి తెగలు తెగలుగా ఒక చోట స్థిర నివాసము ఏర్పరచుకోవడం ప్రారంభినాడు. సంఘజీవిగా మారి సాంఘికాచారాలను పాటించాడు. మత విశ్వాసాలు జనించినాయి. వీరు సూర్యుడు, నక్షత్రములను ఆరాధించెడి వారు. వీరి జీవన సరళిలో చెట్లకు, జంతువులకుఎక్కువ ప్రాముఖ్యముండుట వలన వారు దానిని తమ ఆరాధన చిహ్నాములుగా ఎంచుకొని ఆరాధించేవారు. వీటినే 'టోలిమ్స్' (Tolems) అంటారు. వీరు శక్తి లాంటి మాతృ దేవతలను ముఖ్యముగా ఆరాధించినట్లు నాటి అంత్యక్రియల సంప్రదాయములను బట్టి తెలియుచున్నది. మట్టి నుండి ఆహారము లభించును గనుక వీరు మట్టితోనే దేవతా విగ్రహములు చేసేడివారు. ఈ విగ్రహములు దండలుగా తమ మెడలో ధరించెడివారు. ఇట్లు ధరించిన వారిలో శక్తి అవహించునని వారి నమ్మకము. ఈ కాలములోని మానవులు కుక్కలను మచ్చిక చేసుకొని వేటకు ఉపయోగించుకున్నారు. ఈ కాలములో మానవుడు వేట మీద, పశుపాలన మీదా జీవించాడు, గొర్రెలను, మేకలను మొదలైన జంతువులను కూడ మచ్చిక చేసుకున్నాడు. ఈ యుగపు మానవులు

హెవెంట్ జాతికి చెందగా నిర్మాతలు వచ్చి మెటిక్‌కు చెందుతారని చరిత్రకారుల భావన.

మధ్య శిలాయుగం సంస్కృతి వర్ధిల్లిన ప్రదేశాలు:-

1. భీమ్‌బెట్కా:- మధ్యప్రదేశ్‌లోని 'భీమ్‌బెట్కా' చిత్రకళకు అత్యుత్తమ ఉదాహరణ.

2. అదాంఘర్:- మధ్యప్రదేశ్‌లోని అదాంఘర్ యందు జంతువులను మచ్చిక చేసుకొన్న ఆధారాలు కనిపిస్తాయి.

3. బగోర్:- రాజస్థాన్‌లోని బగోర్ లోని మానవులు ఉపయోగించిన చిన్న పరికరాలు లభ్యమైనాయి. జంతువులను మచ్చిక చేసుకున్న ఆధారాలు లభించాయి. ఇది పెద్ద స్థావరం.

4. లంఘ్నాజ్:- గుజరాత్ రాష్ట్రంలో లంఘ్నాజ్‌లో మానవుని అస్థి పంజరాలు, లేళ్లు, దున్నల ఎముకలు లభ్యమయినాయి.

5. బీర్భార్‌పూర్:- బీహార్ లో ఉన్న దామోదర్ లోయలోని బీర్భార్ పూర్‌లో మధ్య శిలాయుగం నాటి పనిముట్లు లభించాయి.

6. బెలాన్‌లోయ:- ఉత్తర ప్రదేశ్ లోని బెలాన్ లోయలో పాతరాతి యుగం, మధ్యరాతి యుగం, కొత్త రాతి యుగం - ఈ మూడు యుగములకు చెందిన అంశాలు ఒకే వరుసలో లభించాయి. కొల్దిహవా ఆహార ధాన్యాల ఉనికిని తెలుపుచున్నది.

కొత్త రాతి యుగము (Neolithic Age) (క్రీ.పూ. 6,000 - క్రీ.పూ. 1,000):- ప్రపంచ చరిత్రను పరిశీలించినచో ఇతర దేశాలలో క్రీ . పూ. 7,000 ప్రాంతములోనే కొత్త రాతి యుగము ప్రారంభమైనది. కాని భారత దేశములోనే ఈ విషయానికి వస్తే క్రీ . పూ. 4000 ప్రాంతములోనే కొత్త రాతి యుగము ప్రారంభమయినది. ఈ యుగపు మానవుడు ఆహారమును అన్వేషించు దశ నుండి ఆహారము ఉత్పత్తి చేయగల స్థితి అందుకొనెను. వ్యవసాయము ముఖ్యవృత్తిగా స్వీకరించాడు. ఈ పరిణామమునే గొర్డన్ చైల్డు ఆర్థిక పరమైన విప్లవంగా అభివర్ణించాడు. నది పరివాహిక ప్రాంతాలలో స్థిర జీవితాన్ని గడుపుతూ భూమిని సాగు చేసి గోధుమ, బార్లీ పంటలను పండించినాడు. కుక్క, మేక, గొర్రె మొదలగు జంతువులను మచ్చిక చేసుకున్నాడు. రాతి పనిముట్లను ఎక్కువ నాణ్యత కలిగి వుండేవి. ఈ యుగపు మానవులు

దీర్ఘచతురస్రాకారపు ఇండ్లు నిర్మించుకొన్నారు. ఇండ్ల నిర్మాణానికి వీరు ఎండిన ఇటుకలు వాడినారు. వీరి కాలములో కుమ్మరి చక్రమును కనుగొన్నారు. ఎరుపు నలుపు బుడిద రంగు కలిగిన కుండలను వీరు వాడినారు. వీటిపై చక్కని నగీషిలు చెక్కిన్నారు. వస్తు మార్పిడి ద్వారా అమ్మకము, కొనుగోలు జరిగెను. ఈ యుగంలోనే శవాలను పూడ్చి పెట్టు పద్ధతి అమలులోకి వచ్చింది. చనిపోయిన వారికి అన్ని సౌకర్యాలను సమకూర్చాలని విశ్వసించారు. చనిపోయిన వారి చితాభస్మాన్ని ఉంచుకోవడానికి చితాభస్మపాత్రలు ఇండ్లలోదాచుకొనేవారు. సేలం, హైదరాబాద్, మస్కి, మైసూర్ మొదలైన ప్రాంతాలలో కొత్త రాతి యుగం మానవులు వాడిన చితాభస్మ పాత్రలు దొరికాయి. దక్షిణ భారత దేశంలో నవీన శిలాయుగం మానవులు మరణించిన వారికి పెద్ద బండలతో సమాధులు నిర్మించేవారు. వీటినే రాక్షస గుళ్లు అంటారు. ఈ యుగపు మానవులు ప్రోటో – ఆస్ట్రలాయిడ్ జాతికి చెందుతారని చారిత్రకారుల అభిప్రాయము.

కొత్త (నవీన) శిలాయుగ సంస్కృతి వర్ధిల్లిన ప్రదేశాలు:-

1. మెహర్‌ఘర్(7,000 బి.సి.):- కొత్త రాతి యుగానికి చెందిన అతి ప్రాచీనమైనది మెహర్‌ఘర్. ఇది నేటి పాకిస్థాన్ లోని బెలుచిస్థాన్ రాష్ట్రంలోని మెహంజదారోకు 150 మైళ్ళ దూరంలో మెహర్‌ఘర్ కలదు. మెహర్‌ఘర్‌లో జీవించిన ఈ కొత్త రాతి యుగం ప్రజలు మరింత నాగరికులు. వీరు గోధుమల్ని, పత్తినీ పండించారు. ఇటుకలతో కట్టిన ఇళ్లలో జీవించారు. స్థిర వ్యవసాయం చేశారు.

2. అలహాబాద్, మీర్జాపూర్ (6,000 బి.సి.):- ఉత్తర ప్రదేశ్‌లోని మీర్జాపూర్, అలహాబాద్ జిల్లాలోని వింధ్య పర్వతాల ఉత్తర ప్రాంతంలో కూడా ఈ యుగపు పనిముట్లు లభ్యమైనాయి. క్రీ . పూ. 6వ సహస్రాబ్దంలో వరిసాగు ఉండేదని అలహాబాద్ కొత్త రాతి యుగం కేంద్రాలు నిరూపిస్తున్నాయి.

3. బూర్జహం (2,400 బి.సి.):- బూర్జహం శ్రీనగర్‌కు 16 కి.మీ. దూరంలో ఉంది. బూర్జహం అంటే పుట్టిన చోటు అని అర్థం. ఇక్కడి ఒక సరస్సు తీరంలో కొత్త రాతి యుగంనకు చెందిన మానవుడు గుంటల్లో నివసించారు. బూర్జహంలోనివసించే ప్రజలు నైపుణ్యం తక్కువగా ఉన్న గరుకైన బూడిద రంగు

పాత్రల్ని ఉపయోగించేవారు అక్కడ యజమాని చనిపోతే అతని పెంపుడు కుక్క కూడ అతనితో పాతి పెట్టేవారు. ఈ అలవాటు లేదా ఆచారం భారత దేశంలో ఎక్కడ కనిపించలేదు. పచ్చి ఇటుకలను వాడినారు.

4. చోటానాగపూర్:- ఒరిస్సాలోని చోటా నాగపూర్ కొండ ప్రాంతాల్లో కోత్త రాతి యుగం గొడ్డళ్లు, పిడికత్తులు, ఉలులూ మొదలైన పనిముట్లు లభించాయి.

దక్షిణ భారత దేశం లోని కొత్త రాతి యుగ ప్రదేశాలు (2,000 బి.సి.-1,000 బి.సి.) :- దక్షిణ భారత దేశంలోని కొత్త రాతి యుగాల కేంద్రాలు క్రీ . పూ. 2000 నుండి 1000 సం. ల మధ్య కాలానికి చెందినవి. ఈ యుగపు మానవులు పశుపాలకులు. వీరు జంతువులను మచ్చిక చేసుకున్నారు. పశువుల దొడ్లు ఏర్పాటు చేసుకొని వాటి చుట్టురా నివాసం ఏర్పరచుకునెవారు. రుతువులను బట్టి వీరి నివాస స్థానాలు మారుతుండేవి. వీరు నివాసాన్ని మార్చేటప్పుడు పాత నివాసాన్ని పూర్తిగా తగల బెట్టెసేవారు. ఇలాంటి బుడిద కుప్పలు, నివాస స్థానాలు కర్ణాటక లోని మస్కి బ్రహ్మగిరి, హల్లూరు, కొడిగల్లు, సంగన గల్లు, టి. నర్సాపూర్, తక్కంకొట, ఉట్నూరు మొదలైన చోట్ల ఈ యుగపు ప్రదేశాలు బయట పడ్డాయి. హల్లూరు అనే ప్రదేశంలో గుర్రం ఎముకలు లభ్యమైనాయి..

లోహ యుగం (Chalcolithic Age) (బి.సి. 4000):- క్రీ .పూ. 4000 సం. రాల కాలం క్రిందట ప్రారంభమైన లోహ యుగంలో మొదటి 1000 సం. రాల కాలాన్ని రాగి యుగమని, తర్వాత వెయ్యి సంవత్సరాల కాలాన్ని కంచు యుగమని [Tin+Coppet=Bronge] , చివరి వెయ్యి సంవత్సరాల కాలాన్ని ఇనుప యుగమని వ్యవహరిస్తారు. కంచు యుగాంతము, ఇనుప యుగారంభము మధ్యలో ఉన్న కాలాన్ని చీకటి దశ (dark period) అంటారు. ఈ యుగంలో పట్టణం విప్లవము జనించినది. రాగి పనిముట్లు తోపాటు కొంత కాలం రాతి పరికరాలు కూడా వాడుకలో కొనసాగినవి. (జార్వీ సంస్కృతి రాగి-శిలాయుగమునకు చెందినది.) ఇది సింధూ నాగరికత కంటే ముందున్నది. కాని దక్షిణ భారత దేశంలో రాతి పరికరాల నుండి ఇనుము వాడుకలోనికి వచ్చింది. అంటే తామ్ర శిలాయుగం దక్షిణాదిలో లేదు. దక్షిణ భారతదేశంలో

బేనహల్లి ఇనుపయుగానికి చెందిన పెద్ద స్థావరం.

క్రీ.పూ. 4000 సం. - 3000 సం.	-	రాగి యుగం,
క్రీ.పూ. 3000 సం. - 2000 సం.	-	కంచు యగం
క్రీ.పూ. 2000 సం. - 1000 సం.	-	చీకటి దశ
క్రీ.పూ. 1000 సం.	-	ఇనుప యుగం

తామ్ర శిలాయుగ సంస్కృతి వర్ధిల్లిన ప్రధాన ప్రదేశాలు :-

1. రాజస్థాన్ లోని అజర్:- అజర్‌కు పురాతన పేరు తంబావతి. అంటే రాగి ఉన్న చోటు అని అర్థం. అజర్ నాగరికత కాలాన్ని 2100-బి.సి. 1500 బి.సి మధ్య కాలముగా నిర్ణయించారు. రాజస్థాన్‌లోని బనస్ నది లోయలో అజర్, గిలుంద అనే ప్రాంతాలు గలవు. అజర్‌లో నివసించిన ప్రజలు బల్ల పరుపుగా ఉన్న గొడ్డళ్లు, కత్తులూ, గాజులు, అసంఖ్యాకంగా రేకులూ లభించాయి. ఇవన్నీ కూడ రాతితో చేసినవే. అజర్‌లో నివసించిన ప్రజలు రాతితో కట్టిన ఇళ్లలో నివసించారు.

2. రాజస్థాన్‌లోని గిలుంద్:- గిలుంద్‌లోని రాగి-రాతి యుగ ప్రజలు ఇండ్లను మట్టి, కాల్చిన ఇటుకలతో కట్టుకున్నారు.

3. మహరాష్ట్ర తామ్ర - శిలా ప్రదేశాలు:- మహరాష్ట్రలోని అహమద్ నగర్ జిల్లాలోని జోర్వే, నెవానా, దైమాబాద్; పుణే జిల్లాలోని చందోలి, సోన్‌గాన్, ఇనాంగాన్ తవ్వకాల్లో బయల్పడినాయి. ఇవి రాగి-రాతి యుగానికి చెందిన స్థలాలే, క్రీ. పూ. 1400-700 కాలానికి చెందిన జోర్వే సంస్కృతి విదర్భలోని అన్ని ప్రాంతాలనూ, కొంకణ తీరాన్ని మినహాయించి మిగిలిన మహరాష్ట్ర ప్రాంతం అంతా విస్తరించింది. జోర్వేలో ఎరుపు మట్టి పాత్రలపై నలుపు రంగు వేసిన పాత్రలు లభించాయి. పాత్రలపై తొలిసారిగా చిత్రరచన చేసిన వారు వీరేనని తెలుస్తుంది. జోర్వేలో, చందోలిలో బల్ల పరుపుగా ఉన్న రాగి గొడ్డళ్లు లభించాయి. చందోలిలో రాగి, ఉలూ లభ్యమైనాయి. మహరాష్ట్ర పశ్చిమ భాగంలోని చందోలి, నెవానాలలో కొందరు చిన్న పిల్లల్ని రాగి ప్రధాన లోహంగా ఉన్న

నెక్లెస్‌తో పాటు ఖననం చేసేవారు. మహారాష్ట్రలో మరణించిన వారిని ఉత్తర, దక్షిణాలుగా ఖననం చేసేవారు. దక్షిణ భారత దేశంలో తూర్పు, పడమరలుగా ఖననం చేశారు. మహారాష్ట్రలో పెద్ద సంఖ్యలో ఖననం చేసిన చిన్న పిల్లల శవాలను గమనిస్తే నాడు శిశు మరణాలు ఎక్కువగా ఉండేవని అర్థమవుతుంది.

4. మహారాష్ట్రలోని దైమాబాద్:- ఇంతవరకూ బయట పడ్డ 200 జోర్వే సంస్కృతి స్థానాల్లో అన్నింటి కంటే పెద్దది గోదావరి లోయలోని దైమాబాద్. దీని విస్తీర్ణం దాదాపు 20 హెక్టార్లు. ఇందులో దాదాపు నాలుగు వేల మంది ప్రజలు నివసించగలరు. దీనికి చుట్టురా మట్టితో కట్టిన కోట గోడ, రాళ్ళలతో కట్టిన బురుజులు ఉండేవి. అధిక సంఖ్యలో రాగి వస్తువులు లభించడం చేత దైమాబాద్ ప్రసిద్ధి చెందినది. ఈ వస్తువులలో కొన్నింటి మీద హరప్పా సంస్కృతి ప్రభావం కనిపిస్తుంది. ఉదా:- వృషభం పై దాడి చేస్తున్న పులిబొమ్మ గల ఎట్టి పాత్ర తామ్రశిలాయుగానికి చెందినది దైమాబాద్‌లో ఉంది.

5. మహారాష్ట్రలోని ఇనాంగాన్:- ఇనాంగాన్ రాగి-రాతియుగానికి చెందిన పెద్ద కేంద్రం. ఇనాంగాన్‌లో పెద్ద ఇండ్లు, పొయ్యిలు బయల్పడినాయి. ఇండ్లు గుండ్రని ఆకారంలో ఉండేవి. 1300-1000 బి.సి. కాలానికి చెందిన ఐదు గదులున్న ఇల్లు ఇచ్చట బయల్పడినది. అందులో నాలుగు గదులు దీర్ఘచతురస్త్రాకారంలోను, ఒక గది వర్తులాకారంలోను ఉన్నాయి. ఇది బహుశా గ్రామ పెద్ద ఇల్లు కావచ్చు. ఈ ఇల్లు గ్రామం మధ్యలో కలదు. ఈ భవనానికి పక్కనే ధాన్యాగారం కలదు. ధాన్య రూపంలో వచ్చిన శిస్తును భద్ర పరచటానికి ఈ ధాన్యాగారమును ఉపయోగించి ఉండవచ్చు. ఇనాంగాన్‌లో చేతి వృత్తుల వారు పడమటి దిక్కులో దూరంగా నివసించే వారు. ఇక్కడనే అమ్మతల్లిని పోలిన విగ్రహం లభించినది దీన్ని బట్టి వీరు అమ్మతల్లిని పూజించేవారు అని తెలుస్తోంది. ఇనాంగన్ లో 100 కంటే ఎక్కువ ఇండ్లు, ఎక్కువ సంఖ్యలో సమాధులు బయల్పడినాయి. ఇనాంగన్‌లో ఒక వయస్సు వచ్చిన వ్యక్తితో పాటు కొన్ని వస్తువులను కూడా బయల్పడినాయి. ఇనాంగన్ అనే గ్రామం చుట్టురా కోటగోడ, కందకము కూడా ఉన్నాయి.

6. మధ్య ప్రదేశ్‌లోని మాళ్వా:- మాళ్వాలో మగ్గం కండెలు లభించాయి. ఇక్కడ అంబోతు విగ్రహం లభ్యమైనది. ఇది వారి మత చిహ్నాం అయి ఉండవచ్చు.

7. మధ్య ప్రదేశ్‌లోని కాయత:- కాయత యందు హరప్పా నాగరికతకు ముందు, వెనుకా, సమకలికముగా ఉండిన రాగి-రాతి యుగం నాగరికతలు బయల్పడాయి. ఉదాహరణకు:- క్రీ. పూ. 2000 -1800 కాలానికి చెందిన కాయత సంస్కృతిని తీసుకోవచ్చు. ఇందులో హరప్పా లక్షణాలు కూడా కనిపిస్తున్నాయి.

8. మధ్య ప్రదేశ్‌లోని గుంగేరియ:- గుంగేరియ యందు రాగి-రాతి యుగమునకు చెందిన పనిముట్లు లభించాయి.

9.గంగా-యమున:- గంగా యమున మైదానంలో వ్యవసాయాన్ని చేతి వృత్తులను తెలిసిన ప్రజలు, రాగి-రాతి యుగ ప్రజలే. జేగురు రంగు మట్టి పాత్రలు లభించిన స్థలాల్లో ఎక్కువ భాగం గంగాయమున మైదానమే.

పశ్చిమ ఉత్తర ప్రదేశ్‌లో కూడా జేగురు రంగు పాత్రలు లభించాయి. మట్టి నిర్మాణాలు, కాల్చిన ఇటుకలు లభించాయి. జేగురు రంగు మట్టి పాత్రలు లభించిన యుగాన్ని క్రీ. పూ. 2000-1500 సంవత్సరాలుగా నిర్ణయించవచ్చును.

10.రాజస్థాన్‌లోని గణేశ్వర్ :- రాజస్థాన్‌లోని ఖేత్రి రాగి గనుల ప్రాంతంలో ఉన్న గణేశ్వర్ గురించి ప్రత్యేకంగా తెలుసుకోవాలి. ఈ ప్రాంతంలో బాణాలు, ఉలులూ, చేపలు పట్టుగాలాలు, కత్తులు ఉన్నాయి. వీటిలో కొన్నింటి ఆకారం సింధూ ప్రాంతంలో దొరికిన వస్తువులను పోలి వున్నాయి. సింధూ ప్రాంతంలో లభ్యమైన మట్టి ఫలకము లాంటిది కూడ ఇక్కడ లభించినది. రాగి-రాతి యుగానికి ప్రాతినిధ్యం వహించే చిన్నరాతి పరికరాలు కూడ ఇక్కడ లభించినాయి. ఇక్కడ O.C.P.పాత్రలు లభించాయి. ఇవి ప్రధానముగా కూజా ఆకారములో ఉన్న నల్ల రంగు వేసిన మట్టి పాత్రలు లభించాయి. గణేశ్వర్‌లో లభ్యమైన వస్తువులు క్రీ. పూ. 2800- 2200 మధ్య కాలానికి చెందినవిగా భావించారు. గణేశ్వర్ ప్రజలు వ్యవసాయం మీద వేట మిద ఆధారపడి జీవించారు. వీరి ప్రధాన వృత్తి రాగి వస్తువులను తయారు చేయుట.

సువర్ణరేఖ నదీ తీరములోని ఘట్ శిల (జార్ఖండ్), మయూర్ భంజ్ (ఒరిస్సా):- మానవ జాతి ఆఫ్రికాలో పుట్టిందని, ఆ తరువాత ప్రపంచములో వ్యాపించిందనేది కొందరి శాస్త్రవేత్తల ప్రతిపాదన. ఆ ప్రాంతంలో జరిపిన తవ్వకాల్లో లక్షల ఏళ్ళ క్రితం నాటి అవశేషాలు, పనుముట్లు లభించుటమే. వీరి ప్రతిపాదనకు ప్రధాన హేతువు. ప్రపంచంలో ఇతర ప్రాంతాల్లో ఇటువంటి ఆధారాలు ఇప్పటి దాకా లభించలేదు. జార్ఖండ్‌లో లభించిన తాజా అధారాల వల్ల ఈ ప్రతి పాదన రూపురేఖలే మారిపోయే అవకాశం ఉంది.

ఇప్పటి దాకా తూర్పు ఆఫ్రికాలోని అల్డోవోయ్ జార్జి ప్రాంతంలో మాత్రమే పూర్వ రాతి యుగానికి (20 లక్షల నుంచి 12 లక్షల ఏళ్ళ క్రితం) చెందిన పనిముట్లు దొరికాయి. ప్రపంచంలోని వివిధ ప్రాంతాల్లోను ఇప్పటి దాకా దొరికిన పనిముట్లు మధ్య, నవీన రాతి యుగాల నాటివి. ఇప్పుడు సువర్ణ రేఖ నదీ తీరంలో దొరికిన పనిముట్లన్నీ మాత్రం గతంలో దొరికిన వాటన్నింటికన్నా పురాతనమైనవి

కావటం విశేషం.

పురాతన రాతి యుగం నుంచి రాతియుగం నుంచి లోహ యుగం వరకు అన్ని దశలకు సంబంధించిన పనిముట్లు ఇటీవల సువర్ణ రేఖ నది తీరంలోని ఘట్ శిలా (జార్ఖండ్), మయూర్ భంజ్ (ఒరిస్సా) ప్రాంతాల్లో దొరకడం ప్రపంచంలోనే ఇది తొలిసారి.

లభించిన పనిముట్లు:-

పురాతన రాతి యుగానికి చెందిన పనిముట్లు:- క్వార్ట్జ్, జాస్పర్, శాండ్ స్టోన్, మొదలైనవి.

ఆధునిక యుగానికి చెందిన పనిముట్లు:- గొడ్డళ్ళు, జాస్పర్, క్వార్ట్జ్ రాళ్ళతో చేసిన బాణాలు మరియు కొన్ని రాగి పనిముట్లు కూడా లభించినాయి.

భారత సంస్కృతికి వివిధ జాతులు చేసిన కృషి :- ప్రపంచంలో ఉన్న జాతులన్ని భారతదేశంలో కనిపిస్తాయి. భారత దేశపు స్థలాకృతి కారణాంశాల వల్ల, ఇక్కడికి వచ్చిన జాతులన్ని దేశంలోనే ఇమిడిపోయినాయి. అతి పురాతన జాతుల

నుంచి కొత్తగా ఏర్పడిన జాతుల వరకు అన్ని ఉన్నాయి.

అనాది నుండి భారత దేశమునకు అనేక జాతుల వారు రావడం, స్థిరపడటము, ఒక్కొక్క జాతి విశిష్ట నాగరికత లక్షణములు కలిగి జీవించుట జరిగింది. కనుకనే డాక్టర్. విన్సెంట్ స్మిత్ చరిత్రకారుడు భారత దేశము వివిధ జాతులు చోద్యమైన ప్రదర్శనశాల అని వర్ణించెను, అట్టి జాతులలో ద్రావిడులు, ఆర్యులు ముఖ్యులు. భారతీయ నాగరికతలోని ముఖ్యాంశములన్నియు ఆర్యుల నుండి సంక్రమించినవేనని నిన్న మొన్నటి వరకు భావించితిమి కాని ఆధునిక పరిశోధనలు అనంతరము భారతీయ నాగరికతకు లేక సంస్కృతికి అర్యుల కంటే ఆర్యేతర జాతులు ఎక్కువగా దోహదము చేసేనని తెలియుచున్నది. కావున భారతీయ సంస్కృతి ఆర్య సంస్కృతి కాదు, సముచితముగా చెప్పవలెనన్న తరతరాలుగా వివిధ జాతుల సంస్కృతుల సమన్వయ సమగ్రరూపమే భారతీయ నాగరికత, భారత సంస్కృతి ఈ జాతుల మిశ్రమమే భారత జాతి.

<u>జాతుల విభాగములు:-</u> సామాన్యముగా మానవుని భౌతిక లక్షణములు అనగా తల, ముక్కు, నోరు, దేహ వర్ణము మొదలగు లక్షణములను బట్టి జాతులు నిర్ణయించుట ఆచారము. మొట్టమొదటి సారిగా సర్ హర్బర్ట్ రైజ్‌లీ (Sir Herbert Risely), R.P.చందా, B.S గుహ మొదలగు వారు ఈ శారీరక లక్షణముల అధారముగా భారతీయులను పలుజాతులుగా విభజించిరి. ఉదా:- సర్ హర్బర్ట్ రైజ్‌లి భారతీయులను అరు జాతులుగా విభజాంచారు. అవి ఏమనగా:

1. ఇండో - ఆర్యన్ జాతి - తూర్పు పంజాబ్, రాజస్థాన్, కాశ్మీర్
2. ద్రావిడజాతి - తమిళనాడు, ఆంధ్రప్రదేశ్, మధ్య ప్రదేశ్
3. మంగోలాయిడ్ జాతి - హిమలయ పర్వత ప్రాంతము, నేపాల్, అస్సామ్, భూటాన్, సిక్కిమ్
4. ఆర్య - ద్రావిడ జాతి - ఉత్తర ప్రదేశ్, రాజస్థాన్, బీహార్
5. మంగోల్ - ద్రావిడ జాతి - బెంగాల్

6. సిథో - ద్రావిడ జాతి - మద్యప్రదేశ్‌లోని పర్వత ప్రాంతము, సౌరాష్ట్ర, కూర్గు ప్రాంతము.

సర్ హర్బర్ట్ రైజలీ అభిప్రాయము ప్రకారము నీగ్రో జాతి వారు భారత దేశంలో లేరు.

బి.యస్ గుహ కూడా భారతీయులను 6 జాతులుగా విభజించినాడు. అవి ఏమనగా

1) నీగ్రిటో

2) ప్రోటో-అస్ట్రోలాయిడ్‌లు

3) మంగోలాయిడ్‌లు

4) మెడిటెరినియన్‌లు

5) పశ్చిమ బ్రాకిసిఫర్ లేక ఆల్ఫైన్

6) నార్డిక్‌లు.

కాని నేడు శారీరక లక్షణములను బట్టి జాతుల శాస్త్రీయము గాదని ఎక్కువ మంది చరిత్రకారుల అభిప్రాయము, అందు వలన ప్రాచీన కాలము నుండి జాతి సమ్మిశ్రణము జరుగుచూయున్నది. అదియునుగాక భౌగొళిక పరిస్థితులు ఆర్థిక పరిస్థితులు సైతము శరీర లక్షణములను నిర్ణయించుటలో ప్రముఖ పాత్ర వహించును. పైగా ఏనాడు మానవుడు సంచార జీవనము వదిలి సిర్థనివాసమేర్పరచుకొనెనో అనాటి నుండి మానవుడు కొన్ని సాంఘిక నియమములకు, అచార వ్యవహారములకు ఒక ప్రత్యేక మానసిక దృకృథమునకు అలవాటుపడి, భాషను సృష్టించుకొని ఒకరినొకరు అర్థము చేసుకొని జీవనము సాగించిరి. కనుక జాతిని నిర్ణయించుటలో భాష ఎక్కువ ప్రాధాన్యము కల్గియున్నది. భాష, జాతి ఒకటి కాదు. పలు జాతులవారు ఒకే భాషకు చెందినవారై యుండవచ్చును. కనుక భాష ఆధారముగా చేసుకొని శాస్త్రజ్ఞులు భారత జాతులను నాల్గు ప్రత్యేక భాష కుటుంబములుగా విభజించిరి.

అవి ఏమనగా

(1) ఆస్ట్రిక్

(2) టిబెట్ - చైనీస్

(3) ద్రవిడియన్

(4) ఇండో యూరోపియన్ (ఆర్యన్).

ఇట్టి పరిస్థితిలో భారతీయ సంస్కృతి ఏ జాతిలో ఎంత పాత్ర వహించెనో నిర్దిష్టముగా చెప్పుట కష్టము. భారతీయ సంస్కృతికి ప్రముఖముగా దోహదము చేసిన జాతులను ఈ క్రింది విధముగా వర్గీకరించిరి.

(1) నీగ్రిటో జాతి.

(2) ప్రోటో ఆస్ట్రోలాయిడ్ లేదా పూర్వ ద్రావిడ జాతి [Proto-Australoid or pre-Dravidian]

(3) ద్రవిడియన్‌లు:

(4) ఇండో ఆర్యన్ (ఆర్యులు)

(5) మంగోలాయిడ్‌లు.

<u>(1) నీగ్రిటో జాతి:-</u> మన దేశమున మొదట నివసించిన అది మానవులు నీగ్రిటో జాతి వారు. వీరు ఆఫ్రికా నుండి అరేబియా, ఇరాన్, బెలూచిస్థాన్‌ల మీదుగా భారత దేశానికి వచ్చిరని శాస్త్రవేత్తల అభిప్రాయము. వీరు పాత రాతియుగ మానవులు, అనాగరికులు. అందువలన వీరు భారతీయసంస్కృతికి ఎట్టి సేవ చేయలేదు. వీరు ఆస్ట్రియన్ భాషను గాని లేక ద్రావిడ భాషను గాని ఉపయోగించిరని భావించుచున్నారు.

వీరు నల్లగును, పొట్టిగను, ఉన్ని వంటి తల జుట్టుతోను, చదునైన ముక్కును, బొద్దు పెదవులు కల్గియుందురు. ప్రస్తుతము అంగామీ నాగ జాతులు(అస్సాం), రాజమహల్ కొండ జాతులు (తూర్పు బీహార్), ఏనాదులు(ఆంధ్ర), ఎరంబ (తమిళనాడు), ఇరులలు, కదిరులు(వైనాడ్), పాలయిన్‌లు (కొచ్చిన్-తిరువాన్కూరు) నీగ్రిటో సంతతి వారు.

2. ప్రోటో - ఆస్ట్రోలాయిడ్:- వీరు నీగ్రిటోల తర్వాత ఆస్ట్రోలాయిడ్ జాతి వారు మన దేశమునకు వచ్చిరి. వీరి స్వస్థలము పశ్చిమ ఆసియా (పాలస్తీనా). వీరినే కోలెరియన్‌లు అని కూడా పిలుతురు. కోలేరియన్, ముండారి, కుర్కు అనేవి వీరి భాషలు, వీరు నీగ్రిటోల కంటే బాగుగా నాగరికులు. వీరు నవీన శిలాయుగ నిర్మాతలని చరిత్రకారుల అభిప్రాయము. భారతీయ సంస్కృతికి వీరు చేసిన కృషి అపారమైనది. వీరు నల్లటి లేదా గోధుమ రంగు శరీరచ్ఛాయ, పొడుగాటి తల, చదునైన ముక్కు కెరటాల జుట్టు కల్గి ఉంటారు. భారత దేశం లోని చాలా కొండ జాతుల్లో ముఖ్యంగా మధ్య దక్షిణ ప్రాంతాలలో ప్రోటో - ఆస్ట్రోలాయిడ్ జాతి వారి లక్షణాలు కనిపిస్తాయి. భారత దేశపు ప్రోటో-ఆస్ట్రోలాయిడ్ జాతికి చెందినవారికి, సిలోన్ లోని వెడ్డా (Veddah) మెలనీసియన్, జాతి తెగల నుంచి చాలా దగ్గర సామ్యమున్నది. కాని వెడ్డాలు,మెలనీసియన్‌లు, భారతదేశం నుంచి ఆదేశాలకు వలస వెళ్ళిన వారో కాదో అన్న విషయం ఇంకా నిర్ధారణ కాలేదు. ప్రస్తుతము మధ్య దేశముననున్న సంతతాల్, ముండారీలు, లర్కాకోలులు, అసురులు, కొరవలు, ఆంధ్ర దేశములోనూ ఒరిస్సాలోనూ ఉన్న శబరులు (సవరులు), గదబులు ఈ జాతి కిందికి వస్తారు. వారే గాక భీల్, మెరువ మొదలగు వారు కూడా ఈ జాతికి చెందుతారు. మన దేశంలో వ్యవసాయము ప్రారంభించినది వారే. నేడు సంస్కృత భాషలో ఉన్న పెక్కు ధాన్యముల పేర్లు అనగా నారికేళ (కొబ్బరి), శ్యామ(బియ్యం), కదలి (అరటి) మొదలైనవి ఆస్ట్రలాయిడ్ భాషలోనివని భాషా శాస్త్రవేత్తల అభిప్రాయం. ఇట్టి ఆస్ట్రిక్ భాషకు చెందిన పదములు ఒక వందకు పైగా సంస్కృత భాషయందు కలవని కెటిల్ పండితుని అభిప్రాయము. వీరితోనే ఆర్యులు నిషాదులని పిలిచిరి. విగ్రహారాధన, లింగారాధన, పునర్జన్మ, ఇంద్ర జాలము ప్రపంచము అండము నుండి ఉద్భవించినదని మొదలగు విశ్వాసములు. వీరితోనే ప్రారంభమయ్యెను.

3. ద్రవిడియన్‌లు (ద్రావిడులు):- మన దేశమున నిజమైన నాగరికత ద్రావిడులతోనే ప్రారంభమైనది. శరీర లక్షణములను బట్టి మెడిటేరినియన్ జాతులలోని వారే ద్రవిడియన్‌లు అని చరిత్రకారుల భావన. మెడిటెరియన్ లో

మూడు తెగలను గుర్తించవచ్చు.

(ఎ) పాలీ మెడిటెరియన్ రకము

(బి) మెడిటెరియన్ రకము.

(సి) సెమిటిక్ రకము.

<u>(ఎ) పాలీమెడిటెరినియన్ రకము:-</u> వీరి ముఖ్య లక్షణము గోధుమ రంగు దేహచ్ఛాయ, పొడుగాటి తల, సన్నని ముఖము, వెడల్పయిన ముక్కు, మధ్య రకము పొడవు, వీరు ఆంధ్రప్రదేశ్, తమిళనాడు రాష్ట్రాలలో కనిపిస్తారు.

<u>(బి) మెడిటెరినియన్ రకము:-</u> ఈ తెగవారు సింధూ నాగరికతకు మూల కారకులు, కాని ఆర్యుల దండయాత్ర తరువాత దక్షిణ భారత దేశంలోని వివిధ ప్రాంతాలకు వలస వెళ్ళినారు. ప్రస్తుతము ఈ తెగవారు ఉత్తరప్రదేశ్, తూర్పు పంజాబ్, కాశ్మీరము, మహారాష్ట్ర మొదలైన ప్రాంతాలలో నివసిస్తున్నారు. మహారాష్ట్ర బ్రాహ్మణులు ఈ తెగకు చక్కని ఉదాహరణ.

గృహనిర్మాణము, జంతువుల మచ్చిక, నదీ రవాణా, నగర నిర్మాణము మొదలైన ఈ తెగకు చెందిన వారి ద్వారా సంక్రమించిన విషయాలు. వీరి ముఖ్య లక్షణాలు: గోధుమ రంగు శరీరము, సన్నని ముక్కు, ముఖము, శరీరము మీద ఇతర భాగములపై వెంట్రుకలు పెరుగుదల, విశాల నేత్రాలు.

<u>సెమిటిగ్ రకము:-</u> వీరి పూర్వీకులు ఆసియా మైనర్ ప్రాంతం నుంచి వచ్చినారు. వీరికి, మధ్యధరా రకము వారికి నాసికాకృతిలోను భేదముంది. వీరి నాసిక పొడవుగా కుంభాకారంగా ఉంటుంది. పంజాబ్, పశ్చిమ ఉత్తరప్రదేశ్, రాజస్థాన్ ప్రాంతాలలో ఈ తెగకు చెందిన వారు కనిపిస్తారు.

ఈ జాతుల ఆదిమ నివాస స్థలాన్ని గురించి చరిత్రకారులలో ఏకాభిప్రాయము లేదు. దక్షిణ భారత దేశమే వీరి జన్మ స్థలమనీ క్రమముగా ఉత్తర పథానికి అక్కడి నుండి పశ్చిమ ఆసియా ప్రాంతాలకు వలవ వెళ్లి తమ నాగరికతా సంస్కృతులను విస్తరింపజేసినారనీ హిరాన్ అనే చరిత్ర కారుని అభిప్రాయం. మరికొందరి పరిశోధనలను బట్టి వీరు మధ్యదరా సముద్ర ప్రాంతీయులే. ఆ ప్రాంతాల నుంచి పశ్చిమ ఆసియా వాయువ్య సరిహద్దుల

గుండా భారత దేశంలో ప్రవేశించారు. వీరిలో మరొక శాఖవారు సముద్రం మీదుగా దక్షిణ భారత దేశం చేరారు. వాయువ్య సరిహద్దుల ద్వారా వచ్చినారు అనడానికి బెలుచిస్థాన్‌లో నేటికి ఉన్న "బ్రాహుయి" అనే ద్రావిడ భాష నిదర్శనంగా వీరు ఉదహరిస్తారు. వీరు ప్రొటో ఆస్ట్రోలాయిడ్‌లను ఓడించి భారతీయ సంస్కృతికి పునాదులు వేసినారు. వీరు ఆర్యుల రాకకు ముందే మన దేశంలో విజృంభించిన వారిలో వీరు ముఖ్యులు. ద్రావిడ అనే పదము భాషా పరమైనదే కాని, జాతి పరమైనది కాదు. నేడు దక్షిణ భారత దేశములోని తెలుగు, తమిళం, కన్నడం మళయాల అనే ద్రావిడ భాషలు సుమారుగా 450 ద్రావిడ భాషా పదములు సంస్కృత భాష యందు కలవని కెటిల్ పండితుని అభిప్రాయము. ఈ భాషలు మాట్లాడే వారిని మధ్యధరా జాతులని అంటారు. ద్రావిడ సంస్కృతులలోని విశిష్ట లక్షణములన్ని మన దేశమున మాయని ముద్రలుగా నిలిచినవి. వీరి ముఖ్య దైవం శివుడు. భారత దేశంలో దేవాలయాల నిర్మాణానికి (కో -దేవుడు - ఇల్ - ఇల్లు (గుడి) పునాదులు వేసినారు. పత్రపుష్పాలు, పసుపు, కుంకుమలు, మొదలైనవి ద్రావిడ సంస్కృతి విశిష్ట లక్షణములు బలిసిన ఎద్దులతో పోరాడుట వీరి ముఖ్య వినోదం. ఇట్టి విశిష్టలక్షణములు కల్గిన ద్రావిడ సంస్కృతి ఆర్యులచే ఓటమి చెంది కాలక్రమముగా ఆర్య-ద్రావిడ సంస్కృతుల సమ్మేళనమునకు దోహదము చేసి భారతీయు సంస్కృతికి పునాదులు వేసిరి.

4. ఇండో ఆర్యన్ (ఆర్యులు):- మన దేశ జాతులన్నింటిలోను ముఖ్యమైన జాతి ఆర్యులు. వీరు నార్డిక్ జాతికి చెందిన వారు. తెల్లని శరీరము, ఆజానుబాహువు విగ్రహము, నీలి నేత్రములు, పొడవైన తల, సన్నని ముక్కు మొదలైన భౌతిక లక్షణాలతో ఉండేవారు. కాలగతిన శిరోజాలు నలుపుగాను , నేత్రాలు గోధుమ రంగుగాను మారాయి. ఆర్యులు క్రీ .పూ. 2500 సం. రాల ప్రాంతంలో ఆసియామైనర్ నుండి మెసపటోమియా మీదుగా పర్షియాలో ప్రవేశించి అచ్చటి నుండి హిందుకుష్ పర్వతాలు దాటి మొదట సప్త సింధు ప్రాంతాన్ని తదుపరి గంగా మైదానాన్ని ఆక్రమించి భారత దేశములో స్థిరపడిరి. వీరి భాష సంస్కృతము, వీరు యుద్ధ ప్రియులు, సాహసికులు, మహాయోధులు కనుకనే వీరు ద్రావిడులను ఓడించి వారి ప్రాంతాలను ఆక్రమించిరి. ఆర్యులు (నార్డిక్)

ఛాయలు నేడు సింధూ నది, దాని ఉప నదుల ప్రాంతాలలో హిందుకుష్ పర్వతాలకు (దక్షిణంగా) ఎక్కువగాను, పంజాబులోను, రాజస్థాన్‌లోను, గంగా మైదానమునకు ఉత్తరమున ఉన్న ప్రాంతాలలోని అగ్రవర్ణాలలో స్వల్పంగాను, మహరాష్ట్రలోని చిత్పవన్ బ్రాహ్మణులలో ఆర్యజాతి ఛాయలు కనపడుతాయి. ప్రస్తుతం చరిత్ర కారులు ఆర్యులను జాతిపరంగా గాక భాషా పరంగా గుర్తిస్తున్నారు.

గ్రామీణ జీవితము, పితృ క్రమానుగత కుటుంబ వ్యవస్థ, ప్రకృతి శక్తుల ఆరాధన, రాజరిక వ్యవస్థ వీరి నాగరికత లక్షణములు. వీరు జయించిన జాతులతో సఖ్యము నెరిపి, సాంస్కృతిక సమన్వయము ద్వారా భారతీయ నాగరికతకు మరియు సంస్కృతికి కారణభూతులైనారు.

<u>5. మంగోలాయిడ్‌లు:-</u> ప్రాచీన కాలమలో మన దేశానికి వచ్చి స్థిరపడిన విదేశీయ జాతులలో వీరు కడపటి వారు. భారత దేశంలోని మంగోలాయిడ్ జాతి వారిలో మూడు తెగలను గుర్తించవచ్చు.

<u>(ఎ). దీర్ఘశిరస్సు గల వారి తెగ:-</u> నాగ జాతి వారు ఈ తెగకు చెందిన వారు.

<u>(బి). వెడల్పయిన శిరస్సు గల వారి తెగ:-</u> ఈ తెగకు చెందిన వారు చిట్టగాంగ్ అడవి ప్రాంతాలలో నివసిస్తున్నారు. ఛక్మాలు, మఘులు వీరికి ఉదాహరణలు. వీరు నల్లని దేహచ్ఛాయతోను, వాలు కన్నులతోను ఉంటారు. కంటి రెప్పలలోని మడత స్పష్టంగా కనిపిస్తుంది. చిన్నచిన్న కెరటాలతో పొడగాటి వెంట్రుకలతో ఉంటారు.

<u>(సి). టిబెటన్ - మంగోలియిడ్:-</u> సిక్కిం, భూటాన్ వాసులు ఈ తెగకు చెందుతారు. వీరి శిరస్సు వెడల్పుగా వుంటుంది. శరీరచ్ఛాయ, పసుపు వర్ణము, శరీరం మీద, ముఖం మీద వెంట్రుకలు తక్కువగా ఉంటాయి.

ఆర్యులు వాయువ్య ప్రాంతమున బలముగా స్థిరపడిన తరువాత, వీరు చాలా కాలానికి కష్టసాధ్యమైన కనుమల ద్వారా వీరు మన దేశంలో ప్రవేశించిరి. మంగోలాయిడ్‌లు పచ్చని శరీరచ్ఛాయ, చిన్న కళ్లు, ఉబ్బెత్తుగ నుండు బుగ్గలు వీరి భౌతిక లక్షణములు. భారతీయ సంస్కృతిపై మంగోలాయిడ్‌ల ప్రభావము చాలా పరిమితముగా ఉంది. పాలు, టీ, వరి, కాగితము, సోపాన వ్యవసాయము

మొదలైన వాటి ఉపయోగము మనము మంగోలాయిడ్ జాతివారి నుంచి నేర్చుకొన్నదే. కావున భారతీయ సంస్కృతికి చేసిన సేవ శూన్యమని చెప్పవచ్చును. నేడు బెంగాల్, అస్సాం, త్రిపుర, సిక్కిం, భూటాన్ ప్రాంతములందు నివశించు ఆటవిక జాతులలో ఎక్కువ భాగము ఈ జాతికి చెందిన వారె. వీరు నేటికి తమ అనాగరిక లక్షణాలు ఆచారాలను మానలేదు.

ద్రావిడులు

మన భారత దేశములో నిజమైన నాగరికత ద్రావిడులతోనే ప్రారంభమైనది. వీరు అస్ట్రలాయిడ్‌లను ఓడించి భారతీయ సంస్కృతికి పునాదులు వేసినారు. వీరు ఆర్యుల రాకకు ముందే భారత దేశములో విజృంభించిన వారిలో వీరు ముఖ్యులు. శరీర ఆకృతిని బట్టి వీరు మెడిటేరియన్ జాతికి చెందిన వారు. కావున ద్రావిడ అనే పదము భాషాపరమైనదే కాని, జాతిపరమైనది కాదు. ఈ భాషలు మాట్లాడేవారిని మధ్యధరా జాతులు అంటారు. పొడవైన తల, కోలముఖం చామనఛాయ, వీరి భౌతిక లక్షణాలు. ప్రస్తుతము దక్షిణ భారత దేశ ప్రజలు అంటే తమిళం, తెలుగు, కన్నడ, మళయలం భాషలు మాట్లాడే ప్రజలలో ఎక్కువ భాగం మధ్యధరా జాతీయులు లేదా ద్రావిడులే.

ఈ జాతి ఆదిమ నివాస స్థలాన్ని గురించి చరిత్ర కారులలో ఏకాభిప్రాయం లేదు. దక్షిణ భారతదేశమే వీరి జన్మ స్థలమనీ క్రమముగా ఉత్తరపథానికి అక్కడ నుండి పశ్చిమ ఆసియా ప్రాంతాలకు వలస వెళ్లి తమ నాగరికతా సంస్కృతులను విస్తరింపజేసినారని హిరాన్ అనే చరిత్రకారుని అభిప్రాయం. మరికొందరి పరిశోధనలను బట్టి వీరు మధ్యధరా సముద్ర ప్రాంతీయులే, ఆ ప్రాంతాల నుంచి పశ్చిమ ఆసియా వాయువ్య సరిహద్దుల గుండా భారతదేశంలో ప్రవేశించారు. వీరిలో మరొక శాఖవారు సముద్రము మీదుగా దక్షిణ భారత దేశం చేరారు. వాయువ్య సరిహద్దుల ద్వారా వచ్చినారు అనడానికి బెలుచిస్థాన్‌లో నేటికి ఉన్న 'బ్రాహుయి' అనే ద్రావిడ భాష నిదర్శనముగా వీరు ఉదహరిస్తారు.

వీరు నిగ్రిటో, ప్రొటో-ఆస్ట్రోలాయిడ్‌లను ఓడించి భారతీయ

సంస్కృతికి పునాది వేసినారు. వీరిని (ద్రావిడులు) ఆర్యులు ఓడించడంతో అక్కడ ఉండుటకు ఇష్టం లేక ద్రావిడులు దక్షిణ భారత దేశానికి వలన వచ్చి స్థిరపడిఉండవచ్చునని చరిత్రకారుల భావన.

వీరి రాజ్యములో రాజరికము వంశపరం పర్యము వారి కుటుంబానికి తల్లి పెద్ద, స్రీలకు సమాజంలో గౌరవస్థానము ఉండేను. వీరు తెగలుగా నివశించినారు. వీరి సంఘం నందు ప్రభువులు, వర్తకులు, వ్యవసాయదారులు కలరు. వీరికి వర్ణవ్యవస్థ తెలియదు. వీరు వాస్తు విద్యలలో బహునేర్పరులు. సంగమ యుగానికి చెందిన ప్రాచీన తమిళ సారస్వతం నాటి తమిళులు గొప్ప నగరాలు, నౌకశ్రయాలు, నిర్మించుకొన్నారని వర్ణిస్తుంది. వీరు రాగి, కంచుతో తయారు చేసిన పాత్రలు వినియోగించారు. వీరికి తగరం, సీసం, ఇనుము, తుత్తు నాగము మొదలైనవి. తెలియవు. వీరు ఆయుధములలో కత్తి, ఈటే, బాణములను ఉపయోగించిరి, వీరి ముఖ్య పరిశ్రమలు చేనేత, కుండల తయారీ మొదలైనవి. వీరి శిల్పకళ మట్టి పాత్రలపై ఉన్నది. వీరు ఈజిప్టు బాబిలోనియా, రోమ్, పర్షియా మొదలైన విదేశాలతో వాణిజ్య వ్యాపారం సాగించినారు. వీరు నూలు వస్త్రాలు, కలప, చందనము మొదలైనవాటిని ఎగుమతి చేసిరి. పశ్చిమ తీరం లోని ముసిరి(ముజిరిన్). తూర్పు తీరంలోని కావేరిపట్టణం వీరి ముఖ్య రేవు పట్టణాలు. 'మణిమేఖలై' అనేది ప్రాచీన తమిళ గ్రంథం. మేఖల అంటే ఒడ్డాణం. ఇలంగో అడిగళ రచించిన 'శిల్పదికారం' అనే మరొక ప్రాచీన తమిళ కావ్యానికి ఒక పతివ్రత కాల అందె కథా వస్తువు. ఈ గ్రంథంలో సెంగుట్టవాన్ దిగ్విజయయాత్రలు వర్ణించబడాయి.

మన దేశంలో విగ్రహారాధన, శివలింగారాధన వీరితోనే ప్రారంభమైనది. వీరి ముఖ్య దైవం శివుడు. వీరు శక్తిని, సుబ్రహ్మణ్య (ముగన్), పిళ్ళార్(విఘ్నేశ్వరుడు)లను కూడా పూజించేవారు. వీరు తమ దేవతలకు కోయిలలు (కో - దేవుడు - ఇల్ - ఇల్లు - (గుడి)) నిర్మించేవారు. భారత దేశములో దేవాలయ నిర్మాణానికి పునాదులు వేసినది వీరే. వీరు పుజలలో పత్ర పుష్పాలు, పసుపు, కుంకుమలు, ధూపదీపాలు, గీత వాద్యాలు ఉపయోగించేవారు. దేవునికి నైవేద్యం పెట్టిన తరువాత భుజించేవారు. వీరి ఆలయాలలో దేవదాసీలు

ఉండేవారు. వీరి ముఖ్య వినోదం బలసిన ఎద్దులతో పోరాడుట.

క్రీ. పూ. 6 వ శతాబ్దం వరకూ ద్రావిడులు ఆర్యుల ప్రభావానికిలోను గాక తమ ప్రత్యేకతను నిలుపుకొనిరి. కాని కాల క్రమక్రమంగా ఆర్య సంస్కృతి దక్షిణా పథానికి వ్యాపించడముతో ఆర్య – ద్రావిడ సంస్కృతుల సమ్మేళనమునకు దోహదము చేసి భారతీయ సంస్కృతికి పునాదులు వేసిరి.

౨. సింధూ నాగరికత

క్రీ. శ. 1921 సంవత్సరము వరకు భారతీయ నాగరకత, సంస్కృతి ఆర్యుల రాకతోనే ప్రారంభమైనదని అనేక మంది చరిత్రకారులు విశ్వసించెడివారు. కానీ క్రీ.శ 1921లో పురావస్తు శాఖ డైరెక్టరు ' సర్ జాన్ మార్షల్ ' నేతృత్వములో జరిగిన త్రవ్వకాలలో సింధూ నది ప్రాంతమున మొహంజదారో (సింధూ రాష్ట్రంలోని లార్ఖానా జిల్లాలో హరప్పా (పంజాబ్ ప్రాంత రాష్ట్రంలోని మాంట్ గోమరీ జిల్లాలో) వద్ద జరిపిన త్రవ్వకాముల ఫలితముగా ఆర్యుల రాకకు పూర్వమే భారతీయులకు ఒక విశిష్ట నాగరికత యున్నదని తెలిసింది.

సింధూ నాగరికతను మొట్ట మొదట కనుగొన్నది:

(1) ఈ నాగరికతను మొట్ట మొదట చార్లెస్ మోర్సన్ క్రీ.శ. 1820 లో హరప్పా మట్టి దిబ్బల్లో గుర్తించారు. (2) క్రీ. శ. 1856 లో జేమ్స్, బర్టన్ అను ఇరువురు సోదరులు కరాచి నుండి లాహోర్‌కు రైలు మార్గం వేయునప్పుడు జరిపిన త్రవ్వకములలో ఈ సింధూ నాగరికత బయల్పడినది.

ఈ నాగరికతకు ఉన్న పేర్లు:

1) ఈ నాగరికత సింధూ నది, దాని పరి వాహక ప్రదేశము లందు బయల్పడుటచే 'సింధూ నాగరికత' అని పిలుస్తారు.

2) ఇంకా ఈ నాగరికత సింధూ నదిని దాటి మహరాష్ట్ర వరకు వ్యాపించుట వలన దీన్ని అందరూ " మూల భారతీయ నాగరికత" అని అంటారు.

3) ఈ నాగరికత మొట్ట మొదట హరప్పాలో కనుగోనడం వల్ల ఈ నాగరికతను " హరప్పా నాగరికత " అని సర్ జాన్ మార్షల్ అన్నాడు.

4) ఈ నాగరికత మొహంజదారో, హరప్పాలలో విరాజిల్లుట వలన దీనిని " మొహంజదారో హరప్పా నాగరికత " అని మరి కొందరు పిలిచిరి.

5) కానీ ఇటీవల కాలంలో జరిగిన త్రవ్వకాలలో గుజరాత్‌లోని కాళిభంగన్, లోథాల్, సుర్కటోడా, రంగాపూర్, ఉత్తర పంజాబ్‌లోని రూపార్, పశ్చిమ

పంజాబ్‌లోని హరప్పా, రోనవా, సింధూ ప్రాంతములోని చన్హుదారో, మొహంజదారో, ఉత్తర ప్రదేశ్‌లోని ఆలంగీపూర్, వద్ద సింధూ నాగరికత అవశేషములు బయల్పడుటచే ఈ నాగరికతను సింధూ నాగరికత అని పిలుచుట కంటే " ప్రాచీన భారతీయ నాగరికత " అని వ్యవహరించుట సమంజసమని కె. ఎ. దీక్షిత్ అభిప్రాయము.

★ ఈ నాగరికత కాంస్య యుగానికి చెందినది.

సింధూ నాగరికత ఆవిర్భావం:- సింధూ నాగరికతకు సంబంధించి ఇంత వరకు లభ్యమైన ఆధారాలు అసంపూర్ణం కావడం వలన సింధూ నాగరికత ఆవిర్భావాన్ని గూర్చిన వివరాలకు ఖచ్చితత్వం లేదు. ఈ నాగరికత ఆవిర్భావము గూర్చి వివిధ అభిప్రాయాలను తెలియజేశారు.

విదేశీ ఆవిర్భావం:- (1) మెసపటోమియాలోని, సుమేరియన్లు: సింధూ నాగరికత మెసపటోమియాలోని సుమేరియన్ల్‌కు ఋణపడి వున్నదని మార్టిమమ్ వీలర్ అభిప్రాయం. మొసపటోమియా ప్రాంతంలో సుమేరియన్‌ల సంబంధాలను గూర్చి సుమేరియన్ గ్రంథాలు వెల్లడించాయి. సింధూ ప్రాంతాన్ని అత్యంత ప్రాచీన కాలంలో మెలూహ అని వ్యవహరించే వారని కొందరి అభిప్రాయం. హరప్పాలో ఏ రకమైన దాన్యాలు పండించిరో, ఏ రకమైన జంతువులను మచ్చిక చేసుకొన్నారో, సుమేరియన్లు కూడా అవే పంటల్నీ, అవే జంతువులను మచ్చిక చేశారు. ఇంకా గిబగమేష్, ఎంకీడు, టెర్రాకోట్ సిల్స్, పూసల తయారీ మొదలగు వాటిలో హరప్పా నాగరికతకు, మెసపటోమియ నాగరికతకు దగ్గర సంబంధాలు కనిపిస్తాయి. సుమేరియలోని వృత్తి పని వాళ్ళు ఒకే గది ఉన్న ఇండ్లలో నివసించేవారు. ఇదే లక్షణము సింధూ నాగరికతలో కనిపిస్తుంది. సింధూ ప్రజలు వస్త్రాల మూట మెసపటోమియలోని 'ఉమ్మా' అనే ప్రాంతంలో లభించినది. మెసమటోమియన్లు మనిషి మరణించిన తర్వాత కూడా జీవితం కలదని నమ్మిరి. కావున సమాధులలో ఆహారము, వస్తువులను ఉంచేవారు. మరణించిన వారిని ఇంటి పరటిలోని స్థలము నందు భూస్థాపితం చేసేవారు. ఇదే సంప్రదాయం సింధూ ప్రజలు కూడా పాటించారు. అయితే పై వాటి ఆధారంగా సింధూ

నాగరికతకు, సుమేరియన్‌ల నాగరికత ఆధారం అని చెప్పుట సరికాదు. ఎందుకంటే

(1) సింధు నాగరికతలోని గ్రిడ్ విధానము సుమేరియన్‌లలో కన్పించదు.

(2) సుమేరియన్‌లు ఇనుము వాడకం చేసిరి. అయితే సింధూ ప్రజలు ఇనుము వాడలేదు.

(3) మెసపటోమియన్‌లు సుమేరియన్‌ల మాదిరిగా పెద్ద పెద్ద దేవాలయములు (జిగ్గురత్) పెద్ద పెద్ద విగ్రహములు సింధు ప్రజలు చేయలేదు.

(4) మెసపటోమియన్‌లు సుదీర్ఘమైన శాసనాలు వ్రాశారు, అయితే ఇది సింధూ ప్రజలు చేయలేదు.

(5) మెసపటోమియన్‌లు ఎండిన ఇటుకలతో భవనాలను నిర్మించిరి. కాని సింధూ ప్రజలు కాల్చిన ఇటుకలను ఉపయోగించారు.

(6) సుమేరియన్‌లు క్యూనిఫారమ్ లిపిని వినియోగించారు.

(7) మెసపటోమియన్‌లకు స్టియోలైట్ అనే మెత్తని రాయిని ఉపయోగించలేదు. కాని సింధూ ప్రజలు స్టియోలైట్ రాయిని ఉపయోగించారు.

(8) మెసపటోమియా ప్రజల మత విశ్వాసాలలో భాగమైన ఈస్టర్ దేవతను పూజించే సాంప్రదాయం, సింధూ ప్రజలు అమ్మతల్లి దేవతను పూజించే సాంప్రదాయాన్ని పోలి ఉంది.

కాని సింధూ ప్రజలు బొమ్మల లిపిని వినియోగించిరి. సింధూ ప్రజలు సుమేరియన్‌ల నుండి నాగరికతను గ్రహించి ఉంటే మరి లిపి విషయంలో ఇట్టి బేధము ఉండేదికాదు. కాబట్టి సింధూ ప్రజల నాగరికత సుమేరియన్‌ల నుండి గ్రహించలేదని చెప్పవచ్చు. వీటి ఆధారంగా మెసపటోమియన్‌ల నుండి సింధూ నాగరికత ఆవిర్భావం చెందినదని చెప్పుట సమంజసము కాదు.

ఈజిప్టు:- (1) సింధూ ప్రజల వలే ఈజిప్టులు కూడా దశాంశ పద్ధతిని అనుసరించారు.

(2) వీరు కూడా సింధూ ప్రజల మాదిరిగా మరణించిన వారితో పాటు

ఆహారం, వస్తువులు చెక్క పెట్టెలో వుంచి భూస్థాపితము చేసేవారు. అయితే వీటి ఆధారంగానే ఈజిప్టుల నుండి సింధూ నాగరికత ఉద్భవించినదని చెప్పుట సరికాదు. ఎందుకంటే

(1) వీరు పంట కాల్వలను త్రవ్వి, క్రీ. పూ. 3000 నాటికే ఎద్దులకు నాగలి కట్టి వ్యవసాయం చేశారు.

(2) ఈజిప్టులు నిర్మించిన పిరమిడ్‌లు సింధూ నాగరికత యందు కన్పించవు.

(3) ఈజిప్టులోని మస్తబా వంటి సమాధులు (మస్తబా అనగా అరబ్బీ భాషలో బెంచి బల్ల అని అర్థము) ఇటువంటివి సింధూ నాగరికత యందు కనిపించవు.

(4) వీరు గుర్రములను వినియోగించారు. కాని సింధూ ప్రజలకు గుర్రముల యొక్క వినియోగము తెలియదు.

స్వదేశీ ఆవిర్భావము:- సింధూ నాగరికత ఆవిర్భావానికి ఏ విధమైన విదేశీ నాగరికత కారణం కాదని. పూర్వపు సంస్కృతులు, నాగరికతలు కాల క్రమేణా పరిణతి చెంది సింధూ నాగరికతగా ఏర్పడినది అని రేమాండ్ ఆల్చిన్, డి. పి. ఛటోపాధ్యాయుల అభిప్రాయము." భారత్, పాకిస్తాన్‌లలో నాగరికతల ఆవిర్భావం" అనే గ్రంథంలో ప్రముఖ చరిత్ర కారుడైన రేమాండ్ ఆల్చిన్ "సింధూ నాగరికత అకస్మాత్తుగా ఆవిర్భవించిన నాగరికత కాదు, కొన్ని శతాబ్దాలుగా క్రమానుగతాభివృద్ధికి హేతుబద్ధమైన ముగింపు" అని అభిప్రాయ పడ్డారు. అమ్రి, కాలిబంగన్, లోథల్, సోది ప్రాంతాలను పరిశీలించినచో సింధూ నాగరికత పరిణామ క్రమము అని అర్థమౌతుంది.

అమ్రి :- అమ్రి అనేది మొహంజదారోకు దక్షిణంగా 160కి.మి. దూరంలో, సింధూ నదికి దిగువన, కుడివైపున కలదు. దీన్ని మొట్ట మొదట 1929 సంవత్సరము డా. ఆర్.సి. మజుందార్ త్రవ్వకాల్లో కనుగొన్నాడు. పూర్వ హరప్పా నుండి పరిపక్వ హరప్పా సంస్కృతి వరకు జరిగినటు వంటి మార్పునకు చక్కటి ఆధారము అమ్రి. అమ్రి ప్రజలు తొలి బెలూచిస్తాన్ సంస్కృతిని తమ జీవన శైలిలో అట్లే కొనసాగిస్తూ వచ్చారు. క్రీ. పూ. 6000 సంవత్సరమున వున్నటువంటి

బెలుచిస్తాన్ సంస్కృతి 2000 సంవత్సరము తరువాత అంటే 4000 బి.సి. లో మెహర్‌ఘర్‌లోని వారు. వీరి సంస్కృతిని కొనసాగించుట ఎంతో ఆశ్చర్యాన్ని కలిగించే విషయం. సింధూ నాగరిక పరిణాయము వాస్తవంగా కొన్ని వేల సంవత్సరముల పాటు దిగువ సింధూ లోయలోని కోట్‌దీజీలోని అమ్రి సంస్కృతికి స్వరూపంగా జరిగినది అని చెప్పుటకు ఆధారాలు కలవు. 4 దశలలో సింధూ నాగరికతా సంస్కృతి అమ్రిలో స్పష్టంగా కనబడుచున్నది. పూర్వ హరప్పా, తొలి హరప్పా (ఈ దశలో మార్పు జరిగింది) పరిపక్వ హరప్పా మరియు తుది హరప్పా సంస్కృతి.

అమ్రి ప్రజలకు లోహ సంబంధమైన జ్ఞానం కలదు. వీరు చేర్ట్ బ్లేడ్స్‌ను ఉపయోగించిరి. బీకర్ అనిపిలిచే ఒక ప్రత్యేకమైన కుమ్మరి పని తనాన్ని హరప్పా నాగరికతకు చెందిన మట్టి పాత్రల ఆకృతి, అలంకరణలతో పోల్చవచ్చును. కొన్ని మట్టి పాత్రలపై జంతువుల చిత్రాలను కూడా చిత్రించడం జరిగింది. వీరు వివిధ పరిమాణాలలో దీర్ఘ చతురస్రాకారంగా ఉన్న ఇండ్లను కూడా కట్టుకున్నారు.

అయితే అమ్రి సంస్కృతి నుండి హరప్పా సంస్కృతి ఆవిర్భవించినది అన్న ఫ్రెంచి పురావస్తు శాస్త్రవేత్త "కసల్" అభిప్రాయము సరి అయిదని చెప్పుట కష్టం, ఎందుకంటే అమ్రి సంస్కృతి నాటి మట్టి పాత్రలు హరప్పా పట్టణాలలోని కోటల క్రిందన లభ్యమయ్యాయి, పైగా మొహంజదారోలోని త్రవ్వకాల ద్వారా బయల్పడిన మట్టి పాత్రలు అంతేకాక అమ్రి ప్రజలకు నగర నిర్మాణ రచన, లిపి వంటి వాటి గురించి ఏలాంటి విజ్ఞానం లేదు, కానీ హరప్పా ప్రజలకు తెలియును. వాణిజ్యానికి సంబంధించిన లేక ఉపకరించే ముద్రికలు, తూనికలు అమ్రి ప్రజలకు తెలియదు, కానీ హరప్పా ప్రజలకు వీటిని ఉపయోగించుట తెలియును.

క్రీ.పూ. **4000** సం. లలో అమ్రి ప్రజల ముఖ్య లక్షణాలు సింధు ప్రజలలో కలవు. కావున సింధు నాగరికతను మెసపటోమియా నుండి గాని, ఇరాన్ (పర్షియా) నుండి గాని, ఈజిప్టు నుండి గాని గ్రహించలేదు.

మెహర్‌ఘర్ : నవీన శిలా యుగానికి చెందిన అతి ప్రాచీన ప్రాంతము మెహర్‌ఘర్.

ఇది నేటి పాకిస్తాన్‌లోని బెలూచిస్తాన్ రాష్ట్రంలోని మెహంజదారోకు 150 కి.మీ. దూరంలో వాయువ్యాన బోలాన్ కనుమల పాదాల వద్ద కలదు. ఇది పరిపాలన పరంగా బెలూచిస్తాన్‌కు చెందినప్పటికి, సింధూ నదీ వ్యవస్థలో భాగంగానే చెప్పవచ్చు. భారత ఉపఖండంలో మొట్ట మొదటగా వ్యవసాయం (జరిగిన) చేశారనడానికి ఆధారాలు మెహర్‌ఘర్‌లో లభ్యమైనాయి.

సింధూ నాగరికత నిర్మాతలు : - ఈ నాగరిక పూర్వ పరంపరలను గురించి తెలిసికొనుటకు ప్రధాన ఆధారములు (తవ్వకాల యందు లభ్యమైనవి)

1. మానవ అవశేషాలు,
2. శిధిల భవనములు,
3. ముద్రికలు,
4. మట్టి పాత్రలు,
5. ఆయుధాలు.

లిపి వున్నది కానీ దానిని ఇంతవరకు చదవ లేక పోయారు. సింధూ నాగరికత నిర్మాతల గురించి చరిత్ర కారుల యందు ఏకాభిప్రాయము లేదు. సింధూ నాగరికతా త్రవ్వకాల యందు లభ్యమైన మానవుల ఎముకలను బట్టి జాతులను నిర్ణయించే శాస్త్ర ఆధారము ప్రకారము పరిశోధనలు జరుపగా ఈ నగర వాసులు ఈ నాగరికతను ఏ ఒక్క జాతి వారు రూపొందించినది కాదని తెలిసింది. ఈ నాగరికత కాలంలో భిన్న మానవ జాతులు వుండేవి. అవి నిగ్రిటో, ప్రోటో-ఆస్ట్రోలాయిడ్, మెడిటేరియన్, ఆల్పొనాయిడ్ జాతులకు చెందిన వారు ఉండిరి. వీరిలో ఎక్కువ, భాగము మెడిటేరియన్‌కు చెందిన వారు. సుమేరియా, సింధూ త్రవ్వకాలలో లభించిన నగర శిధిలములకు సామీప్య యుండుట చేతను, సింధూ నాగరికత సుమేరియన్, ఈజిప్షయన్ నాగరికతలకు సమకాలీన మగుటచే సుమేరియా మెసపటోమియా ప్రాంత వాసులు భారత దేశమునకు వలస వచ్చి ఈ నాగరికత స్థాపనకు కారకులయ్యారని పాదర్ హిరాస్ అభిప్రాయము.

భౌగోళిక వ్యాప్తి :- హరప్పా సంస్కృతి సమకాలీన నాగరికతల కంటే ఎక్కువ భౌగోళిక వ్యాప్తిని కలిగి ఉంది. ఇది 12,99,600 చ.కి.మి వైశాల్యములో విస్తరించి ఉన్నది.

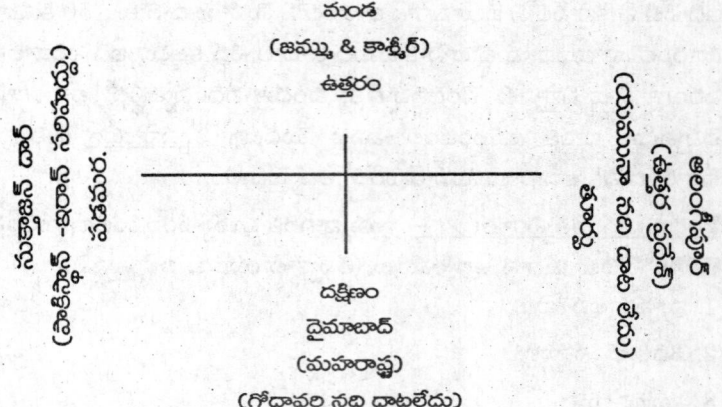

మండ
(జమ్ము & కాశ్మీర్)
ఉత్తరం

సుత్కాజన్ డోర్
(పాకిస్థాన్ -ఇరాన్ సరిహద్దు.)
పడమర.

ఆలంగీర్పూర్
(ఉత్తర ప్రదేశ్)
(యమునా నది దాటలేదు)
తూర్పు

దక్షిణం
దైమాబాద్
(మహారాష్ట్ర)
(గోదావరి నది దాటలేదు)

<u>సింధూ నాగరికతా కాలం</u> :- సింధూ ప్రజల కాల నిర్ణయంలో కూడా చరిత్ర కారులలో భిన్నాభిప్రాయాలు కలవు.

(1) సర్ జాన్ మార్షల్ (క్రీ. పూ. 3250 - 1750 సం॥లు) ;
(2) మార్టియమ్ వీలర్ (క్రీ. పూ. 2500 - 1750 సం॥లు) ;
(3) డి. పి. అగర్వాల్ C^{14} ప్రకారం (క్రీ. పూ. 2300 - 1750 సం॥లు) ; (4) డాక్టర్. మాకే (క్రీ. పూ. 2800 - 2200 సం॥లు) ;
(5) పిచి (క్రీ. పూ. 2800 - 2500 సం॥లు)
(6) మరికొందరు (క్రీ. పూ. 2250 - 1750 సం॥లు) ;

★ సింధూ నాగరికత <u>పరిపక్వ</u> / <u>ఉన్నత దశ</u> (Mature/stage phase) క్రీ. పూ. <u>2200 - 2000</u> సంవత్సరము మధ్య కొనసాగినదని చెప్పవచ్చు. ఈ నాగరిక సుమారు 1000 సంవత్సరము విరాజిల్లినట్లు తెలియుచున్నది.

సింధూ నాగరికత - రచయితలు మరియు గ్రంథాలు.

	గ్రంథాలు	గ్రంథ కర్తలు
1.	సింధూ నాగరికత సమాప్తం. (End of the Indian Civilisation)	సర్ జాన్ మార్షల్.
2.	మొహంజదారో, సింధూ నాగరికత	సర్ జాన్ మార్షల్.
3.	The Indian Civilisation	మార్టిమమ్ వీలర్.
4.	చరిత్ర పూర్వ భారత దేశము (ప్రీ- హిస్టారిక్ ఇండియా)	హెచ్. డి. సంకాలియా.
5.	భారత్, పాకిస్తాన్‌లలో నాగరికతల ఆవిర్భావం	రేమాండ్ ఆల్చిన్.
6.	చరిత్ర పూర్వ భారత దేశము	స్టువర్ట్ పిగాట్.
7.	లోథల్, సింధూ నాగరికత	యస్. ఆర్. రావు.
8.	ప్రాచీన భారత దేశం మూలాలు	వాల్టర్ ఫేర్ సర్వీస్.

సింధూ నాగరికత లక్షణములు :-

1) ప్రణాళికాబద్ధమైన పట్టణ నిర్మాణం:-

సింధూ నాగరికత పట్టణ నాగరికత, ఇందులోని భవనాలు ప్రధానంగా 4 రకాలు. 1. కోటలు, 2. పెద్ద భవనాలు, 3. పౌర నిర్మాణాలు, 4. నివాసగృహాలు

హరప్పా, మొహంజదారో నగరాల్లో కోటలుండేవి. వీటిలో పాలక వర్గం వారు నివశించేవారు. పాలక వర్గం వారి భవనాలకు విశేష రక్షణ కల్పిస్తూ గోడలు నిర్మించారు. కోటలను ఇటుకలతో ఎత్తైన ప్రదేశాలలో నిర్మించారు. ఈ కోటలో పరిపాలనకు సంబంధించిన వివిధ భవనాలున్నాయి. కోటకు దిగువన ఉన్న ఇళ్ళలో సాధారణ ప్రజానీకం ఉండేది. వీరు ఉత్తర, దక్షిణ దిశలలో తమ వీదులను నిర్మించారు. ఉప వీదులను తూర్పు, పడమరలుగా నిర్మించారు. సింధూ నాగరికత శిథిలాల్లో బయల్పడిన తూర్పు-దక్షిణ వీదులను కలిపే కుడలిని "ఆక్స్‌ఫర్డ్ సర్కస్" అని అంటారు.

నగరాల్లోని ఇల్లు రకరకాల సైజులలో నిర్మితమైనవి. దీర్ఘ చతురస్రాకారపు ఆవరణ చుట్టు గదులు ఉన్నట్లు కొన్ని రెండు అంతస్థులు

మరికొన్ని అంతకన్నా ఎక్కువ అంతస్థులతో నిర్మించారు. ధనికులు పెద్ద పెద్ద భవనాలు నిర్మించుకోగా, సామాన్యులు ఆర్థిక స్థోమతను, అవసరాలను బట్టి రెండు గదులున్న ఇళ్ళను నిర్మించుకున్నారు. ఇళ్ళ గోడలకు రంగులు వగైరా హంగులన్ని ఉన్నాయి. ఇళ్ళు ఒక పథకం ప్రకారం కట్టడం ఈ నాగరికతలోని ప్రత్యేకత. ఇలాంటి పథకాన్ని 'గ్రిడ్ సిస్టం' అని అంటారు. వీదుల వెంట దీపాలున్నట్లు త్రవ్వకాల వల్ల తెలియచున్నది. అయితే పౌరులందరు ఇటు వంటి సౌకర్యాలు వుండే ఇళ్ళలో నివశించలేదు. ధాన్యపు గిడ్డంగుల్లో, బట్టీలలో పనిచేసే కూలీలు ఒంటి గదులున్న ఇండ్లలో నివశించేవారు.

ఇండ్ల నుండి మురుగు నీరు మట్టి గొట్టాల ద్వారా వీదికి మధ్య భూగర్భంలో ఇటుకలతో (వీటి మధ్య జిప్సమ్, సున్నం వినియోగించారు) కట్టిన మురుగు నీటి కాల్వలోనికి ప్రవహించే ఏర్పాటు వుంది. ప్రధాన మురుగు నీటి కాల్వలు 30 సెం. మీ.లలోతు, 22.5 సెం.మీల వెడల్పు కల్గి ఉండేవి. మురుగు నీటి కాల్వలపై ఇటుకల లేదా రాళ్ళను కప్పి ఉంచారు. ఈ కాల్వలను శుభ్రం చేయుటకు అక్కడక్కడ మనిషి దూరే విధముగా రంధ్రాలు 'మాన్ హోల్స్' ఉన్నాయి.

★ "సింధూ మరియు క్రీట్ నాగరికతలు యందు మాత్రమే మురుగు నీటి కాల్వలను నిర్మించినట్లు కన్పించును"

ప్రజాహిత నిర్మాణములు:- (i) స్నాన వాటిక :- ప్రజాహిత నిర్మాణములందు సింధూ ప్రజల యొక్క వాస్తు నిర్మాణ నైపుణ్యమునకు మొహంజదారోలో బయల్పడిన అపూర్వ స్నాన ఘట్టం అతి ప్రధానమైనది. ఈ స్నాన వాటిక నగరం మధ్యలో నిర్మించబడినది. దీని పొడవు 11.88 మీ, వెడల్పు 7.01మీ, లోతు 2.43 మీ, దీని మొత్తం వైశాల్యం 11,440 చ.మీ. స్నాన వాటిక అడుగు భాగాన్ని కాల్చిన ఇటుకలతో నిర్మించారు. ఈ స్నాన వాటికకు ఇరువైపులా దుస్తులు మార్చుకొనుటకు గదులు కూడా కలవు. ఈ స్నాన వాటిక మధ్య ఒక చిన్న ఈత కొలను ఉన్నది. దీనిని బట్టి వీరు ఈత ప్రియులని, ఈత పోటీలను నిర్వహించి ఉండవచ్చునని తెలియుచున్నది. స్నాన వాటికకు ప్రక్కల ఉన్న గదిలోని బావిలో నుంచి స్నాన వాటిక లోనికి నీరు రావడం, మరియు ఆ నీరు బయటకు పోవడం వంటి ఏర్పాటు కలదు. ఈ స్నాన వాటికను మతపరమైన

ఉత్సవాలకు , జాతరలకు, పండుగల వంటి సందర్భాలకు వాడి వుండవచ్చును.

(ii) ధాన్యాగారము:- మొహంజదారోలోని అత్యంత పెద్ద భవనం ధాన్యాగారము. ఇది స్నాన వాటికకు పశ్చిమ దిశలో కలదు. దీని పొడవు 45.71 మీ, వెడల్పు 15.23 మీ. మొహంజదారోలో ఈ ధాన్యాగారము కోట లోపల కలదు. అయితే హరప్పాలో కోట బయట కలదు. హరప్పాలో 6 ధాన్యాగారములు బయల్పడినవి. వీటి కొలతలు 15.23 X 6.09 మీటర్లు. ఇవి నది తీరానికి సమీపంలో కలవు. ధాన్యం పడవల ద్వారా నగరం చేరేవి. ఒడ్డుకు దగ్గరగా నున్న గిడ్డంగులకి వెంటనే ధాన్యాన్ని తరలించేవారు.

ఈ ఆరు ధాన్యాగారములను కలిపి మొత్తం నేల వైశాల్యం 838.1025 చ.మీ. ఉంటుంది. ఇది దాదాపుగా మొహంజదారోలోని పెద్ద ధాన్యాగారానికి సమానంగా ఉంటుంది.

హరప్పాలో ధాన్యాగారములకు దక్షిణంగా గుండ్రంగా ఇటుకలతో కట్టిన కళ్ళాలున్నాయి. గోధుమ, బార్లీ ఈ ఇటుకల మధ్య ఉన్న సంధులలో లభించడం చేత ఇవి తప్పక కళ్ళా లేనని భావించవచ్చును. వీటి సమీపంలో ధాన్యానికి పొట్టు తీయడం మొదలైన పనులు చేయడానికి ఉపయోగించిన రాయి, కఱ్ఱ పరికరాలు కూడా లభించాయి. అంతే కాకుండా ఈ పనులు చేయడానికి కావలసిన మనుషులు నివసించుటకు ఒక గది లేక రెండు గదులున్న ఇళ్ళు బయల్పడినాయి.

(iii) సభా మండపము **(Public Hall) :-** నగర ప్రజల సమిష్టి ప్రయోజనముల కొరకు ప్రత్యేక సభా భవనము నిర్మించారు. ఈ సభా మండపమును పెద్ద పెద్ద స్థంభాలతో, దూలాలతో నిర్మించబడినవి, ఈ సభా మండపము చతురస్త్రాకారము కలిగి ఎటూ చూసినా 40 అడుగులు ఉంటుంది. దీనిని వీరు పౌర, మత, సాంఘిక, వ్యాపార సంబంధమైన పనులకు ఉపయోగించి ఉండవచ్చు.

సాంఘిక వ్యవస్థ:- నివాస గృహ నిర్మాణ విధానంలోని వ్యత్యాసాన్ని ప్రాతిపదికగా తీసుకొని సామాజిక నిర్మాణ స్వభావాన్ని నిర్ణయిస్తే సంపన్నులు, పేద ప్రజలు,

అనే రెండు వర్గాలతో సామాజిక నిర్మాణం ఉన్నట్లు కనిపిస్తుంది. నగరం మధ్య భాగంలో ఉన్న భవనాలలో పాలకులు, మత గురువులు, వర్తకులు, ఉన్నత శ్రేణులకు చెందిన వారు ఉండేవారు. చిన్న గదులలో జీవించే పేద ప్రజలు నగరానికి బయట ఉండేవారు. జనాభాలో అత్యధిక భాగం వివిధ చేతి వృత్తుల వారు ఉండేవారు. సామాజిక వ్యవస్థ యందు వ్యాపారులు ప్రముఖమైన పాత్ర వహించారు.

<u>సాంఘిక, ఆర్థిక పరిస్థితులు :-</u> సింధు ప్రజలు పట్టణ వాసులైనను, వారు గ్రామములందు నివసించేవారు. వీరి వృత్తులను ప్రధానంగా 4 రకాలుగా చెప్పవచ్చును. అవి

(1) వ్యవసాయం (2) వ్యాపార వాణిజ్యం
(3) పశుపోషణ (4) చేతి వృత్తులు.

<u>వ్యవసాయము:-</u> సింధు నాగరికత లిపి చదువలేక పోవుట వలన వీరి ఆర్థిక విధానాన్ని గురించి చెప్పుట కష్టం, కానీ త్రవ్వకాల యందు లభ్యమైన ఆధారాలను బట్టి వీరి ఆర్థిక విధానాన్ని అంచనా వేయవచ్చును. సింధూ నాగరికత లాంటి విస్తృతమైన నాగరికత కొనసాగాలంటే అవసరమైన మిగులును ఉత్పత్తి చేయడానికి సుస్థిరమైన వ్యవసాయ వ్యవస్థ ఉండి తీరాలి. అయితే సింధూ నాగరికతలో నగరాలు బయల్పడ్డాయి. అంటే ఈ నగరాల పరిసర ప్రాంతాలలో ఉన్న గ్రామాలలో వ్యవసాయము ద్వారా ధాన్యోత్పత్తి జరిగినదని అర్థము. అయితే కీర్తాల్ పర్వతానికి సింధూ నదికి మధ్య ప్రాంతంలో అనాటి పల్లెల పునాదులు తప్ప గ్రామాల ఆధారాలు పురావస్తు త్రవ్వకాలలో మరి ఎక్కడా కూడా బయల్పడలేదు. నదీ తీరాల వెంబడి పంట పొలాలు బారులు తీరి ఉండేవి. సింధూ నదీ వరదల ద్వారా కొట్టుకొచ్చె ఒండ్రు మట్టి ఉన్న భూములు కాబట్టి సాగు చేయుట సులభమైనది. వరదలకి ముందు భూమిలో విత్తనాలు చల్లేవారు. [November మాసంలో గోధుమ, బార్లీ మొదలైన విత్తనాలు చల్లి April లో పంటలను రాతి కొడవళ్ళతో కోసేవారు.] వరద రాగానే పంటభూములకు నీరు అందేది, వ్యవసాయం కోసం <u>'గబర్ బంద్'</u> (డామ్)లును నిర్మించారు. అనాడు

కాలువల ద్వారా నీటి పారుదల చేసుకునే క్లిష్టమైన అవసరం వారికి కలుగలేదు. వీరు గ్రామ అవసరాలకు మించి ధాన్యం పండించేవారు. మిగులు ధాన్యాన్ని పట్టణాలకు సరఫరా చేసేవారు.

కాలిభంగన్ వద్ద హరప్పా నాగరికత అవశేషాలలో ఉన్న నాగలి చారల ఆనవాళ్లని బట్టి వారు పొలాలను నాగలితో దున్నే వారని తెలియుచున్నది. బంక మట్టి నాగలి బనవాలి యందు లభ్యమైనది. సింధూ నాగరికత ప్రజలు బహుశా కర్ర నాగలి ఉపయోగించి ఉండవచ్చు, కానీ ఈ నాగలి మనుషులు లాగేవారా? ఎద్దులు లాగేవా? అనే విషయం మనకు తెలియదు.

<u>పంటలు:-</u> సింధూ నాగరికతా ప్రజలు గోధుమ, బార్లీ, వరి, నువ్వులు (హరప్పా) అరటి, ఖర్జూరము (చన్హుదారో) (వీరికి ఇష్టమైన ఫలం.) మొదలైన వాటిని పండించేవారు. పాలు, చేపలు కూడా వీరు తీసుకొనే వారు. బార్లీ బనవాలి యందు పెద్ద మొత్తంలో బయల్పడినవి. అవాలు కూడా బనవాలి యందు లభించాయి. లోథాల్‌లో క్రీ .పూ. 1800 సం. లోనే వరిని పండించారు. వరి పండించినట్లు రంగాపూర్ యందు కూడా ఆధారాలు లభ్యమైనవి. ప్రపంచంలో మొట్టమొదటి సారిగా <u>వరిని, ప్రత్తిని</u> పండించినది కూడా ఈ సింధూ నాగరికత ప్రజలే. (సింధూ నదీ ప్రాంతంలో మొట్ట మొదట ప్రత్తిని పండించినది వీరే కావున గ్రీకులు దీన్ని <u>సిందన్</u> అనే వాళ్లు) సింధూ ప్రజలకు చెరకు పంట గురించి తెలియదు.

<u>జంతువులు:-</u> ఎద్దు, గేద, మేక, కుక్క, పిలుల్ని, ఒంటె, ఖడ్గ మృగము, ఏనుగు, జింక, పులి, వానరం, ఉడుత, పావురం, నెమలి, మొదలగున్నవి వీరికి తెలుసు. (పులి - బనవాలి). ముద్రికలపై కనిపించని జంతువు సింహం, మొహంజదారోలో గుర్రం యొక్క ఉనికి తెలిపే అస్పష్టమైన ఆధారాలు లభ్యమైనాయి. లోథాల్‌లో ఎర్ర మట్టి బొమ్మలలో మాత్రమే లభించాయి. ఐతే సుర్కోటోడాలో 2000 బి.సి. కి చెందిన గుర్రం అవశేషాలు లభించాయి. కానీ ఈ అవశేషాలు గుర్రానివేనా! అన్నది సందేహస్పదమైనది. ఏదిఏమైన సింధూ నాగరికత కాలంలో గుర్రం ఉపయోగంలో లేదన్న విషయం మాత్రం స్పష్టమైనది. వీరి కాలములో పూజించ బడిన జంతువు మూపురం వున్న ఎద్దు. సర్పాలను, పావురములను

కూడా వీరు పూజించేవారు.

<u>దుస్తులు:-</u> వీరు నూలు, ఉన్నితో తయారు చేసిన వస్త్రములు ధరించెడి వారు. వీరి కాలములోని ప్రజలు స్త్రీ, పురుష భేధం లేకుండా అంతరీయం, ఉత్తరీయం ధరించేవారు. మొహంజదారోలో పత్తితో నేసిన బట్ట లభించినది. నూలు వడకడానికి కండెల్ని కూడా వీరు వినియోగించారు. సామాన్య ప్రజలు నడుం క్రింది భాగం దాకా దుస్తులు ధరించి, నడుంపై భాగమంతా అర్ధ దిగంబరంగా ఉండేవారు. ఆభరణాలు సంపన్నులు రత్నాలు, వెండి నగలు ధరించగా, పేద ప్రజలు మట్టి, రాగి, పూసలతో దంతాలతో చేసిన ఆభరణాలు ధరించేవారు.

<u>అలంకార పోషణ:-</u> స్త్రీ, పురుషులు ఇరువురు శిరోజాలను పెంచుకొనే వారు, కానీ కొందరు పురుషులు జుట్టు, మీసం తీసి కేవలం గడ్డం మాత్రమే పెంచేవారు. మగవారి క్షౌర సామాగ్రి కూడా త్రవ్వకాలలో లభించినవి. స్త్రీలు సాధారణంగా తమ శిరోజాలను జడలుగా అల్లుకొనెడి వారు. ఉన్నత వర్గాల స్త్రీలు కొందరు విసన కఱ్ఱ ఆకారంలో శిరోజాలంకరణ చేసుకునేవారు. 'అలంకార ప్రియత్వములో సింధూ నాగరికత కాలం నాటి స్త్రీలు నేటి స్త్రీలకు ఏ మాత్రము తీసిపోరు' అని ఆర్.సి.ముజందార్ పేర్కొనెను. కంచు అద్దాలు, దంతపు దువ్వెనలు చన్హుదారో యందు మట్టి గాజులు, పౌడరు, కాటుక మొదలగున్నవి. వినియోగించారు. ముఖ్యంగా హరప్పాలో మట్టి, శిల, దంతం, లోహలతో తయారు చేసిన ముస్తాబు బరిణెలు లభించాయి. పెదవుల రంగు చన్హుదారోలో లభించినవి.

<u>వినోదములు:-</u> చదరంగము (లోథల్) నృత్యము, వేట, జూదము, సంగీతము, ఎద్దుల పందెములు మొదలగున్నవి. పెద్దల వినోదములు పిల్లలకు గిలుకలు, కొన్ని రకాల జంతువులు, అన్ని వైపుల అవయవాలను కదిలించు బొమ్మలు కూడా ఉన్నాయి.

<u>ఆయుధములు:-</u> వీరు రాగి, కంచుతో తయారు చేసిన గొడ్డలి, కత్తి, బల్లెము, విల్లంబులు మొదలైన యుద్ధ పరికరములు వాడినారు. అయితే ఇనుము గురించి వీరికి తెలియదు. రక్షణాయుధములైన కవచము, డాలు, మొదలైనవి వీరికి తెలియవు. సింధు ప్రజలు సహజంగా శాంతి స్వభావులు త్రవ్వకాల్లో లభ్యమైన

వస్తువులలో ఆయుధములు బాగా తక్కువ సంఖ్యలో ఉండటం దీనికి నిదర్శనము.

<u>వర్తకము :-</u> సింధు నాగరికత కాలం నాటి ప్రజలు వ్యవసాయము నందే గాక, వాణిజ్య వర్తకము లందు కూడా కడు నేర్పరులు. వీరు దేశీయ, విదేశీయ వ్యాపారమును సాగించిరి. వీరు ఆఫ్ఘనిస్తాన్, బెలూచిస్థాన్, పర్షియా, మధ్య ఆసియా, మెసపటోమియా, ఈజిప్టు, దక్షిణ భారతదేశం మొదలైన దేశీయ, విదేశీయములతో వ్యాపారం సాగించిరి. సింధూ ప్రజలు ఎగుమతి చేయు వస్తువులను మూటలుగా గట్టికగా కట్టి వ్యాపారస్తులు ముద్ర వేసేవారు. ఈ ముద్రలలో జంతువుల బొమ్మలు అర్థంకాని కొన్ని వాక్యాలు కనిపిస్తాయి. ఈ ముద్రికలకు యాంత్రిక స్వభావం ఆపాదించడం వల్ల ఈ ముద్రలు వేసిన మూటలను విప్పటానికి భయపడతారు. ఆ విధంగా సరుకులు, వస్తువులు భద్రంగా ఉండేవి. ఈ ముద్రలపై చిత్రించిన జంతువులన్ని దాదాపుగా మగ జంతువులు మరియు దేవుళ్లు కూడా మగ దేవుళ్ళు గానే కనబడతారు. దీనిని బట్టి వర్తకుల మతం పురుష ప్రధానమైనదని చెప్పవచ్చు.

<u>సింధు ప్రజల ఎగుమతులు :-</u>

1. వస్త్రములు, కుమ్మరి వస్తువులు,
2. రాగి, ముత్యపు చిప్పలు, పూసలు, దంతపు వస్తువులు
3. గోధుమ, బార్లీ, ఉల్లిపాయలు, దేవదారు చెక్క
4. టెర్రకోట వస్తువులు,
5. నెమళ్ళు, కోతులు మొదలైనవి వీరి ఎగుమతులు.

<u>సింధు ప్రజల దిగుమతులు:-</u>

(1)	బంగారం	-	మైసూర్, కర్నాటక
(2)	రాగి	-	రాజస్థాన్‌లోని ఖేత్రి,
		-	దక్షిణ భారత దేశం,
		-	బెలూచిస్థాన్,
			అరేబియా.

(3)	తగరం	-	బీహార్
(4)	వెండి	-	ఆఫ్ఘనిస్థాన్
			ఇరాన్
(5)	సీసం	-	తూర్పు సింధు ప్రాంతం
			దక్షిణ సింధు ప్రాంతం
(6)	నీలాలు	-	ఇరాన్
(7)	అగేట్	-	పశ్చిమ భారత దేశం
(8)	కార్నీలియన్	-	పశ్చిమ భారత దేశం
(9)	టర్క్వాయిన్	-	పశ్చిమ భారత దేశం
(10)	లాపిస్‌లజూలి (రంగుల రాయి)	-	బాద్షాఖాన్ , ఆఫ్ఘనిస్థాన్
(11)	ప్రత్యేక జాతి రత్నం	-	మహరాష్ట్ర
(12)	ఎథుథైస్ట్	-	మహరాష్ట్ర
(13)	గుర్రపు తట్టు	-	మధ్య ఆసియా
(14)	జెడ్‌రాళ్లు	-	మధ్య ఆసియా
(15)	సామాన్య అలబాస్టర్	-	పశ్చిమ దేశాలలోని ప్రాంతాలు

ఇవేగాక చర్ట్, జాస్పర్, చాల్సిడోని, మొదలైన విలువైన రాళ్ళను కూడా సింధు ప్రజలు దిగుమతి చేసుకొనిరి.

<u>మెసపటొమియాతో వర్తక సంబంధాలు:-</u> మెలుహ ప్రాంతంతో సుమేరియన్లు వర్తక సంబంధాలు కల్గి ఉన్నారని సుమేరియన్ గ్రంథాలు వెల్లడించాయి. సింధు ప్రాంతాన్ని అత్యంత ప్రాచీన కాలంలో మెలుహా అని వ్యవహరించేవారు. మెసపటోమియాలోని ఉర్, కిష్, ఉమ్మా, టెల్, అర్, ప్రాంతాలలో సింధూ ప్రజల కాలము నాటి ముద్రికలు, వస్త్రములు, వస్తువులు లభ్యమైనాయి.

★ సింధు ప్రజల వస్త్రముల మూట ఉమ్మ అనే చోట లభ్యమైనవి.

★ ఉమ్మ అనే ప్రాంతములో సింధు కాలానికి చెందిన 16 ముద్రికలను

Dr. C.J. Gadd కనుగొన్నారు.

★ దీనిని బట్టి సింధు ప్రజలకు మెసపటొమియాన్లకు విదేశీ వ్యాపారం భాగా జరుగుచుండేనని తెలియుచున్నది.

★ హరప్పా, మెసపటోమియాల మధ్య 2 వర్తక కేంద్రాలు కలవు అవి (1). డిల్మున్ (ప్రస్తుతము దీనిని బహ్రైన్ అని వ్యవహరిస్తున్నారు) (2) మకన్

<u>తూనికలు – కొలతలు :-</u> సింధు ప్రజలు వ్యాపార లావాదేవీల కోసం కొలతల్ని తూనికల్ని తయారు చేయడంలో <u>'స్టియొటైట్'</u> అనే మెత్తని రాయిని ఉపయోగించేవారు. తూనికల కోసం వీరు 16 గాని లేదా దాని గుణకాలను (16, 64, 160, 320) ఉపయోగించారు. దశాంశ పద్ధతిలో కొలతల్ని ఉపయోగించినట్లు లభించిన ఆధారాల వలన తెలియుచున్నది. కొలతల గుర్తులున్న బద్దలు కూడా లభ్యమైనాయి. వీటిలో ఒకటి కంచుతో కూడా చేశారు. వీరి కాలంలో నాణెముల చెలామణి లేదు, కావున వీరు వస్తు మార్పిడి పద్ధతిలో వర్తకములు చేశారు.

<u>రాజకీయ పరిస్థితులు:-</u> సింధు నాగరికత కాలం నాటి రాజకీయ పరిస్థితులు తెలుసుకోవడానికి తగిన ఆధారాలు లేవు. ఇంత ఉన్నతమైన పట్టణ అవసరాలను తీర్చే క్రమంలో పట్టణ పరిశుభ్రతకై (మరుగు నీటి కాల్వల) నిర్మాణమును పరిశీలించినచో ఒక మంచి పటిష్టవంతమైన పరిపాలనా యంత్రాంగం వుండటం మూలానే ఇట్టి విశిష్టమైన నాగరికత ఏర్పడినది. బహుశ ఈ పరిపాలనా యంత్రాంగం రాజకీయ వ్యవస్థ అయి వుండటానికే అవకాశం ఉంది. అయితే దానికి సంబంధించిన ఆధారాలు ఏవీ లభించలేదు. <u>ఉదా:</u> సింధూ నాగరికతలో రాజులకు రాజ వంశాలకు గాని సంబంధించిన చిహ్నాలు ఏవి లభించలేదు.

సింధు నాగరికత లోని దుర్గములు, దానికి సమీపంలో ఉన్న పౌర నివాస గృహములు, లోథాల్‌లో బయల్పడిన నౌకాశ్రయము. మొదలైన అంశముల వలన ఆనాడు సమర్ధవంతమైన రాజకీయ వ్యవస్థ అమలు నందు గలదని తెలియుచున్నది. ఈ నగరములను సమర్ధవంతమైన పురపాలక సంఘాలు పాలించి

ఉండవచ్చునని 'దీక్షిత్ అభిప్రాయం'.

మొహంజదారోలో విశాలమైన ప్రవేశ ద్వారం ఉన్న దీర్ఘ చతురస్రాకార భవనం ఒకటుంది. దీనికి ఒక ముఖ ద్వారము ఉన్నను మరల ఆ భవనపు గోడలను ఆనుకొని పైకి వచ్చుటకు రెండు వైపుల మెట్లుకలవు. ఇందులో పాలకులు నివశించి ఉండవచ్చు. దీని యందు చిన్న చిన్న నిల్వగదులు, సేవకులు వుండుటకు గదులు కలవు. ఇది 60 మీ. పొడువు, 35 మీ. వెడల్పు 6.6 మీ. ఎత్తు కలదు. దానికున్న రెండు అంతస్థులు ఒక ఎతైన వేదిక వద్దకు దారి తీస్తున్నాయి. ఆ వేదికపైన అరుదైన ఒక శిల్పాకృతి ప్రతిష్టించబడి ఉంది. ఇది బహుశ ఒక దేవాలయం అయి ఉండవచ్చునని 'మార్టిమర్ వీలర్' అభిప్రాయం. దీనిని బట్టి, సింధూ నాగరికత మత ప్రవక్తలచే పరిపాలించబడనదని 'పిగాట్' అభిప్రాయం అట్లే సింధూ నగరాలను పుజారులు పాలించే వారని డి.డి.కోశాంభి అభిప్రాయం.

ఈజిప్టు, మెసపటోమియయంలలో లాగా హరప్పా పాంత్రాంలో దేవాలయాలు బయల్పడలేదు. స్నాన వాటిక తప్ప ఇతర మత సంబంధమైన నిర్మాణము లేదు. స్నాన వాటికను కూడా వీరు పవిత్ర స్నానాలకు మాత్రమే ఉపయోగించి ఉండవచ్చు. కావున మెసపటోమియాలో లాగా హరప్పా ప్రాంతములో మతాధిపతులు, పుజారులు పాలించారని భావించుట సమంజసం కాదు.

<u>మత పరిస్థితులు:-</u> అనేక విశ్వాసాలతో ఆచారాలలో సాంప్రదాయాలతో కూడిన మతము సింధూ ప్రజలకు ఉన్నట్లు 'మార్టిమమ్ వీలరొ' అభిప్రాయం: త్రవ్వకాలలో లభించిన కట్టడాలు, రాతి ముద్రికలు, లోహవిగ్రహాలు, మృణ్మయ విగ్రహాలు, పాత్రలు, మొదలైన వాటి ద్వారా వీరి మత విశ్వాసాలు మనకు తెలుస్తున్నాయి. ముద్రణలోని బొమ్మల ఆధారంగా సింధూ ప్రజలు తమ ప్రధాన దేవతగా అమ్మ తల్లిని పూజించిరి. <u>అశ్వర్థ వృక్ష</u> <u>(రావిచెట్టు)</u> కొమ్మల మధ్య వ్యక్తిని నిల్పి ఆమెకు (అమ్మ తల్లి) భక్తుడు బలి ఇవ్వడానికి మేకను తెస్తున్నప్పట్టి ఆ దృశ్యాన్ని చిత్రించిన ఒక మట్టి పలక హరప్పాలో లభించినది. ఎర్ర మట్టితో చేసిన ఒక విగ్రహంలో ఒకటి గర్భంలోనిపిండం నుంచి ఒక మొక్క ఆవిర్భవిస్తున్నట్లు చిత్రించారు. దీనిని బట్టి వీరు భూదేవతను పూజించారని తెలియుచున్నది. అలాగె కొమ్మలాంటి త్రిశూలాన్ని చేతపట్టుకొన్న దేవత జుట్టు వీరబోసుకొని ఉన్నట్లు, పూర్తిగా నగ్నంగా

చెట్లకొమ్మల మధ్య నిలుచున్నట్లు ప్రతిమ కూడా లభించినది. దీనిని బట్టి ఆనాడు శక్తి పూజచేస్తున్నారని తెలియుచున్నది. ఒక రాతి ముద్రణలో మగదేవత లభించినది. ఈ దేవత యందు కొమ్ములున్న 3 తలలు వున్నాయి. ఇతడు పద్మాసనం వేసుకొని కూర్చున్నాడు. ఈ దేవుని చుట్టుగా ఒక పులి, ఒక ఏనుగు ఒక ఖడ్గ మృగం ఉన్నాయి. ఇతని సింహాసనం క్రింద ఒక బర్రె ఉన్నది. ఇతని పాదాలవద్ద రెండు జింకలు వున్నాయి. ఈ బొమ్మను సర్ జాన్ మార్షల్ పశుపతి (లేక శివుడు) అని అన్నాడు, శివుని పూజతో పాటు లింగపూజ కూడా ఉన్నట్లు తెలియుచున్నది. రాతితో చేసిన స్త్రీ పురిష జననేంద్రీయాలు లభించాయి. బహుశ ఇవి పూజకొరకు ఉద్దేశించి వుండవచ్చు. ఇవే కాక అనేక జంతువులను కూడా పూజించారు. ఉదాహరణకు మూపురం వున్న ఎద్దు, అంతేకాక వీరు పావురం, సర్పాలు కూడా పూజించారు. నేటి సమాజములో ఉన్న నాగదేవతల్లి పూజించే సాంప్రదాయం సింధూ నాగరికతకు చెందిన గుమ్లా అనే పట్టణంలో (ఆఫ్ఘనిస్థాన్) కనుకొనబడింది. వీరు "స్వస్థిక్" గుర్తు (卐) పవిత్రంగా భావించారు, వీరు రావి, వేపచెట్టు (అశ్వర్థ వృక్షం) ను పూజించారు. వీరు పవిత్రమైన స్నానాలు చేసేవారని మొహంజదోరాలోని స్నానవాటిక వల్ల తెలియుచున్నది. అగ్ని పూజ చేసినట్లు లోథల్, కాలిభంగన్ లోని ఆధారాల వల్ల తెలియుచున్నది.

మొహంజదారోలో ప్రత్యేకమైన స్మశాన వాటిక ఏదీ కనిపించలేదు. వీరు మరణించిన వారి తలను ఉత్తరం వైపు పెట్టి మృత దేహంతో పాటు సమాదులలో ముత్యాలు, కుండలు, అద్దాలు మొదలైనవి సామాగ్రితో ఇంటి ఆవరణంలోనే పూడ్చి పెట్టే వారు మరికొందరు దహనం చేసి మిగిలిన అస్తికలను మృణ్మయ పాత్రల యందు ఉంచి భూస్థాపితం చేసేవారు.

కళా నైపుణ్యము:- సింధూ కాలము నాటి ప్రజలు రాగి, తగరం, కంచును తయారు చేశారు. వీటితో అనేక వస్తువులు, ఆయుధాలు, విగ్రహాలు తయారు చేశారు. మొహంజదారోలో 11 రాతి విగ్రహాలు, హరప్పా యందు 2 రాతి విగ్రహాలు లభించాయి. ప్రపంచ ప్రఖ్యాతిగాంచిన నగ్న నృత్య కాంస్య విగ్రహం (4.5 అడుగులు) మొహంజదారోలో లభించినది. హరప్పాలో ఎరువు రాతితో చెక్కబడిన నగ్నంగా వున్న పురుషుని చాతి విగ్రహం లభ్యమైనది. దీనినే యక్షుని విగ్రహంగా

భావిస్తున్నారు, రాతి విగ్రహాలను తయారుచేయడంలో సింధు ప్రజల ఇంకా నేర్పును సాంధించలేదని దీని ద్వారా తెలియు చున్నది. లోథల్, చన్హుదారోలో పూసల తయారీ కేంద్రమును కనుగొన్నారు. బంగారు, రాగి, దంతాలు, ఎముకలతో ఆభరణాలు చేయుట వీరికి తెలుసు. కెంపుల తయారి వీరి సాంకేతిక అభివృద్ధికి చక్కటి నిదర్శనము.

వీరు కాల్చిన ఇటుకలను తయారు చేయుట నేర్చుకొని అనేక ఇండ్లను, కోటలను నిర్మించుకొనిరి. ఇప్పుడు 'ఇంగ్లీషు బాండ్' అని పిలిచె తాపీ పనిని (పెద్ద ఇటుకల తయారి) ప్రవేశ పెట్టినది వీరే. మొహంజదారో శిథిలాలలో విశేషంగా దొరికిన వస్తువు-ముద్రికలు ఇవి మట్టితోనూ (టెర్రాకోట్) రాతితోనూ (స్టియోలైట్ అనే మెత్తని రాయితో) చేయబడిన దీర్ఘ చతురస్రాకారపు ముద్రికలపైన ఒంటి కొమ్ము ఎద్దు ఒంటె, ఖడ్గమృగం, గొర్రె, ఏనుగు ఓడ బొమ్మలు మొ.. చిత్రించారు. ముద్రికల మీద సంక్షిప్తమైన శాసనాల వంటివి కూడా ఉన్నాయి. టెర్రాకోట్ చిత్రాలపై (ముద్రికలపై) కనిపించని జంతువులు సింహం, ఆవు అధికంగా కన్పించే జంతువు మూపురం వున్న ఎద్దు. ఈ ముద్రికలు 1సెం.మీ. నుండి 5 సెం.మీ. ఎత్తు గలవి.

మృణ్మయ పాత్రలు:- సింధూ ప్రజలు ఎరువు, బూడిద/నలుపు రంగు వేసిన పాత్రలను వాడినారు. అయితే తెలుపు, పసుపు రంగును బహు తక్కువగా వాడినారు. ఎరుపు మట్టి పాత్రలపై నల్ల రంగుతో అనేక చిత్రాలను (బొమ్మలు) వీరి చిత్రించారు.

ఉదా:- వృత్తాలు, సరళరేఖలు, రావిపత్రాలు, నెమళ్ళు జింక, చేపలు మొదలైనవి ఈ మట్టి పాత్రలపై కనిపిస్తాయి. అయితే మనిషి బొమ్మలు చాలా అరుదుగా కనిపిస్తాయి.

ఉదా:- H సిమెట్టరీతో దొరికిన కుండ పెంకు పై రెండు ఖడ్గ మృగాలు, వేటాడు చున్న మనిషి దృశ్యం దీని యందు కలదు.

లోథాల్‌లో దొరికిన కూజపైన (Jar) రెండు పక్షులు రెండు చేపలను పట్టుకొని కూర్చున్నట్లు, చెట్టు క్రింద మరొక నల్లని, గుబురైన తోక కల్గిన జంతువు

(నక్కగా భావిస్తున్నది) వున్న దృశ్యం కలదు. దీనిని ఎస్. ఆర్. రావు పంచతంత్రం కాకి - నక్క కథతో పోల్చినాడు.

సింధు నాగరికత - పతనము

విశిష్ట లక్షణములు గల ఈ నాగరికత ఎట్లా అంతరించిందో అనే విషయం పై చరిత్ర కారులకు ఏకాభిప్రాయం లేదు.

చరిత్రకారులు సింధు నాగరికతపతనమునకు కారణమైన తమ అభిప్రాయాలు

1. మార్టిమర్ వీలర్ ఆర్యుల దండయాత్ర వల్ల సింధూ నాగరికత అకస్మాత్తుగా వినాశనం అయినదిని ఇతని అభిప్రాయము. సింధు నాగరికత వాసులపై ఆయుధ దాడి జరిగినదని, వారు సామూహికంగా హత్యకు గురయ్యారని మొహంజందారో నగరంలో లభ్యమైన మానవ అస్థి పంజరాల ఆధారంగా చెప్పినాడు.

2. జార్జ్ ఎఫ్. డేల్స్ పర్యావరణంలో కలిగిన మార్పుల ఫలితంగా సింధు నాగరికత క్షీణించినదని ఇతని అభిప్రాయము.

3. గొర్డన్ చైల్డ్ సింధూ నాగరికత ప్రధానంగా తన సమాజంలోని అంతర్గత క్షీణత వల్ల పతనం చెందింది. ఈ క్షీణత అనాగరికుల దండయాత్రల వలన మరింత త్వరితం అయినదని ఇతని అభిప్రాయం.

4. డి.డి.కోశాంబి వాతావరణంలో వచ్చిన మార్పుల వల్ల సింధు నది తన ప్రవాహ మార్గాన్ని మార్చుకోవడం వల్ల ఈ సింధు నాగరికత అంతరించినదని ఇతని అభిప్రాయం..

5. సువర్ట్ పిగాట్ సింధు ప్రజలు సాంప్రదాయక ప్రభుత్వం, ప్రగతి నిరోధకంగా తయారైన కారణంగా ఈ నాగరికత స్వభావ సిద్ధంగానే క్షీణించినదని ఇతని అభిప్రాయం.

6. ఫేయిర్ సర్వీసు సింధు నాగరికత అరణ్యాలు అంతరించడం, వనరులు అడుగంటి పోవడం, పర్యావరణంలో వచ్చిన మార్పుల కారణంగా నాశనమైనది.

7. లుంబ్రిక్, రాబర్ట్ రైక్స్ ప్రకృతి వైపరిత్యాలే నాగరికత పతనానికి దారి తీశాయని చెప్పినాడు.

1) ఆర్యుల దండ యాత్ర:- ఋగ్వేదంలో ఉన్న వివిధ అంశాల ఆధారంగా క్షీణ దశలో ఉన్న సింధు నాగరికతను అప్పుడే భారతదేశానికి వలన వచ్చిన ఆర్యులు ధ్వంసం చేశారని కొందరి చరిత్రకారుల అభిప్రాయం. ఆర్యుల మొదటి సాహిత్య గ్రంథమైన ఋగ్వేదంలో చెప్పిన రావి నది ఒడ్డున 'హరియుప్రియమే' హరప్పా అయి ఉంటుందని డి.డి. కోశాంభి అభిప్రాయం. ఈ 'హరియుప్రియం' అనే పట్టణమును ఇంద్రుడు నాశనం చేశాడు. కావున ఇంద్రున్ని పురందరుడు అనే బిరుదుతో వర్ణించారు. (పురందరుడు : పురం నగరం నాశనం చేసినవాడు). దివోదాసుని విజయము కొరకై తొంబది కోటలను ఇంద్రడు నిర్మూలించినట్లు ఋగ్వేదము వలన తెలియుచున్నది. అంతే గాక నార్శిణే అనే పట్టణాన్ని అగ్ని దేవుడు దహనం చేశాడు అని ఋగ్వేదంలో ఉంది. ఇలా దహనం ఆయిన పట్టణం మొహంజదారో అయి ఉండాలి. ఎందుకంటే మొహంజదారో శిధిలాల పై పొరలు ఆపట్టణం దహనం ఆయినట్లు చిహ్నాలను బట్టి ఈ విధంగా అర్ధం చేసుకోవచ్చునని 'డి.డి. కోశాంభి' అభిప్రాయం.

"రొధాంసి కృత్రమాణి" అంటే కృత్రమమైన అడ్డుకట్టలను తొలగించిన వానిగా ఇంద్రుని స్తుతించడం ఋగ్వేదం యందు కలదు. అంతే గాక ఇంద్రుని అప్సుజిత్ (apso-Jit) అంటే నీటిని జయించిన వాడుగా పేర్కొన్నది. ఇంద్రుడు వృత్త (Vritha) అనే జల రాక్షసుని సంహరించాడని ఋగ్వేదం నందు కలదు. సింధు ప్రజలు నదులకు ఆనకట్టలు వేసి వ్యవసాయం అభివృద్ధి చేసి ఆర్థికంగా వృద్ధి చెందారు. కానీ అలాంటి ఆనకట్టలను ఆర్యులు నాశనం చేయగా సింధు ప్రజలు ఆధారమైన వ్యవసాయం నాశనమై సింధు నాగరికత అంతరించినది అనుటకు పైన వివరించిన ఆధారాలు ఋజువు చేస్తున్నాయి.

2) ప్రకృతి వైపరిత్యాలు:- సింధు నాగరికత అంతరించుటకు సింధూ నదికి వరదలు ప్రధాన కారణమై ఉండవచ్చు. మొహంజదారో 7 సార్లు వరదలకు గురైన ప్రతి సారి ఈ నగరం వరద ముంపునకు గురైన శిధిలాల పై తిరిగి నిర్మించబడినది. ఈ వరద నుండి రక్షించుకొనుటకు 10 మీటర్లు ఎత్తు, 20

మీటర్ల వెడల్పు వున్న రాతి ఆనకట్టను వీరు నిర్మించారు. దీన్ని బట్టి సింధు ప్రజలు ప్రకృతి వైపరిత్యాలకు వ్యతిరేకంగా నాటి ప్రజలు నిరంతరం పోరాడినారని అనుటకు ఈ ఆనకట్ట ఒక చక్కని నిదర్శనం. వరదల మూలంగా ఈ నాగరికత అంతరించి వుండవచ్చును.

సింధు ప్రజలు పెరుగుతున్న జనాభాకు అనుగుణంగా అక్కడ వ్యవసాయ ఉత్పత్తులను పెంచలేక పోయారు. దీనికి కారణం వీరు పంట కాల్వలను ఏర్పాటు చేసుకోలేదు. నాగళ్ళను ఉపయోగించలేదు. అందువల్ల ఈ నాగరికత అంతరించినదని కొందరి అభిప్రాయం. కాలిభంగన్, బనవాలి వద్ద ఉన్న ఘగ్గర్, సరస్వతి నదులు వాతావరణ ప్రభావం వల్ల ప్రవాహ దిశల్లో మార్పుల వల్ల ఎండిపోవడం చేత ఈ నగరాలన్ని నశించి ఉండవచ్చు లేదా భుకంపం వల్ల కూడా ఈ నాగరికత అంతరించి ఉండవచ్చు.

<u>3) మార్పుకు ఇష్ట పడని తత్వం:-</u> సింధూ నాగరికత కాలమును పరిశీలించినచో సింధు ప్రజలు వర్తక వాణిజ్యాలకే వీరు పరిమితమైనారు.. మొహంజదారోలో బయల్పడిన <u>7 పొరలు</u> ఒకదాని తర్వాత మరొకటి ఎలాంటి ఎదుగూ, బాదుగూ లేకుండా ఉన్నాయి. ఈజిప్ట, సుమేరియున్లు వర్తక సంబంధాలు ఉన్నప్పటికి వీరు (సింధు ప్రజలు) సాంకేతిక పనిముట్లను, బలమైన ఆయుధములను వినియోగించలేదు. <u>ఉదా :</u> ఇనుము లోహనికి సంబంధించిన విజ్ఞానాన్ని తెలుసుకోవడానికి వీరు ఆసక్తి చూపకపోవడం. దీనిని బట్టి వీరు మార్పుకు ఇష్టపడని తత్వాన్ని తెలుపుచున్నది.

హరప్పా చివరి దశలో 1500 బి.సి. సం..లో ఆర్యులు వచ్చారు. వీరు యుద్ధ ప్రియులు కావడంతో సింధు ప్రజలపై దాడి చేశారు. అందువల్ల సింధు నాగరికత అకస్మాత్తుగా అంతరించి ఉండవచ్చు. ఎందుకనగా ఈ నాగరికత ఆకస్మిక పతనానికి మద్దత్తు ఇస్తున్న పురావస్తు ఆధారం హరప్పా పట్టణంలోని <u>H - Shape</u> సమాధి ఇది హరప్పా నాగరికత మలిదశకు చెందినదై వుండాలి. బహుశా ఇది ఆర్యులదై ఉండవచ్చు. మొహంజదారో యందు లభించిన మానవ కపాలాల గుట్ట కూడా హరప్పా మలిదశకు చెందినదే ఉండవచ్చు. కొత్త రకమైన గోడ్డళ్ళు, బాకులు, చాకులు ముఖ్యంగా మధ్యలో ఎత్తుగా ఉన్నవి. ఇవి

మొహంజదారోలోని పై పొరల్లో లభించాయి. హరప్పా చివరి దశకు చెందిన సమాధుల్లో కొత్త వారి జాడలు వున్నాయి.

బెలూచిస్థాన్ లోని హరప్పా నాగరికత కేంద్రాలలోను, పంజాబ్‌లోను, హర్యానాలోను బూడిద రంగు పాత్రలు లభించాయి. ఇవి వైదిక ప్రజలతో సంబంధం ఉందని తెలుపుచున్నాయి. పై వాటి ఆధారముల వలన ఆర్యులు, సింధు ప్రజలపై దాడి చేశారని చెప్పవచ్చు.

1.హరప్పా (1921) :- సింధూ నాగరికతలో మొట్టమొదటి బయల్పడిన నగరం హరప్పా. దీనిని 1921 సంవత్సరంలో ఆర్.డి. దయారామ్ సాహ్ని త్రవ్వకాలలో నిర్వహించాడు. అటు తరువాత 1934 వరకు ఎమ్. ఎస్. వాట్స్, మార్టిమర్ వీలర్ మొదలగు వారు త్రవ్వకాలలో చేశారు. హరప్పా నగరం పాకిస్థాన్ లోని పశ్చిమ పంజాబ్ యందలి మాంట్ గోమరి జిల్లా యందు ఒక గ్రామం. ఇది రావి నదికి ఎడమ గట్టున కలదు. ఆర్యుల కాలంలో వ్రాసిన ఋగ్వేద గ్రంథంలో పేర్కొన్న హరియుప్రియం నగరం ఇదేనని చరిత్రకారుల అభిప్రాయం. మొహంజదారో కన్న హరప్పా పెద్ద నగరం ఈ రెండు నగరాల మధ్య దూరం 350 మైళ్ళు. హరప్పా యందు ఆరు రకాల ధాన్యాగారాలు కలవు ఇవి కోట బయట ఉన్నాయి. హరప్పా యందు ఎరుపు రాయితో చెక్కబడిన నగ్నంగా ఉన్న పురుషుని ఛాతిభాగం లభ్యమైనది. దీనినే యక్షుని విగ్రహంగా కూడా భావిస్తున్నారు. మరి యొక్క నర్తకి బొమ్మ లభించినది. నర్తిస్తున్న నటరాజుని విగ్రహం పోలిన గుర్తులు లభ్యమైనది కూడా హరప్పా లోనే స్త్రీల మర్మాంగాలను పోలిన గుర్తులు గల రాళ్ళు హరప్పా యందు లభ్యమైనవి. హరప్పా యందు గడ్డంతో కూడిన మత భోదకుడు లేక రాజు ప్రాచీన గ్రీక్ శిల్పాల విశిష్టతను గుర్తుకు తెస్తుంది. చెక్కలతో చేసిన శవ పేటిక హరప్పాలోనే లభించినది. హరప్పా నగరంలో కుమ్మరి చక్రం బయల్పడింది. హరప్పా ప్రజలపై ఆర్యులు దండయాత్ర చేశారు అని చెప్పుటకు ఒక చక్కని పురావస్తు ఆధారం 'H - సమాధి' స్థలం. ఇది హరప్పా నాగరికత మలి దశకాలానికి చెందినదై ఉండాలి.

2. మొహంజదారో (1922 - 31) :- మొహంజదారోను 1922 - 31 సం. మధ్య రేఖిల్ దాస్ బెనర్జీ త్రవ్వకాలు నిర్వహించారు. ఇది నేటి పాకిస్తాన్‌లోని

సింధు రాష్ట్రంలోని లార్ఖానా జిల్లాలో సింధూ నదికి కుడి గట్టున ఉన్నది. మొహంజదారొ అనగా సింధ్ భాషలో అర్థం మృతదేహాల మట్టి దిబ్బ, రేఖల్ దాస్ బెనర్జీ ఈ ప్రాంతంలో త్రవ్వకాలు జరుపుతున్నప్పుడు 30 అస్థి పంజరాలున్న సమాధులు బయల్పడినాయి. కనుకనే ఆంగ్లంలో ఈ ప్రాంతాన్ని "మౌంట్ ఆఫ్ డెడ్" అంటున్నారు. మొహంజదారోలో త్రవ్వకాలలో సింధు నాగరికత వేద కాలానికి చెందినది అని తెలిసింది. వరుస వరసకు 500 సంవత్సరముల కాల వ్యవధి కలదు. 7వ అంతస్థు క్రీ.శ. 1వ శతాబ్దానికి చెందినదని తెలియుచున్నది. సింధు నాగరికతలోని అన్ని కట్టడముల కంటే పెద్దది ఈ మొహంజదారోలోని ధాన్యాగారం. ఈ ధాన్యాగారం కోట లోపల కలదు. మొహంజదారోలో చెప్పుకోగల మరొక ముఖ్య నిర్మాణము స్నానవాటిక. అటు తరువాత అసెంబ్లీ హాలు మొదలైనవి. మొహంజోదారో యందలి జనాభా 35,000 - 41,000 ఉండవచ్చునని భావిస్తున్నారు. ఈ నగరం నందు 11 రాతి విగ్రహములు లభ్యమైనాయి. ప్రపంచ ప్రఖ్యాతి చెందిన నగ్న నర్తకి (4-5 అడుగులు) కాంస్య విగ్రహం ఈ నగరంలోనే లభించినవి. మట్టి తాయత్తు, ఓడ బొమ్మ చిత్రించిన ముద్ర మొహంజదారోలో లభించినాయి. దేవాలయాల వలే ఉన్న కట్టడము లభించినది కూడా ఈ మొహంజదారోలోనే. ఈ నగరంలోనే గుర్రమునకు సంబంధించి అస్పష్టమైన ఆధారాలు లభించాయి. నేసిన గుడ్డ ముక్క కూడా ఈ నగరంలో లభ్యమైనవి. మంగోలియన్ డ్రెస్ కల పుర్రె లభించినది కూడా. ఈ మొహంజదారోలోనే.

3. చన్హుదారో(1931-35):- మొహంజదారోకు దక్షిణంగా 130 కి.మీ. దూరంలో చన్హుదారో కలదు. దీనిని 1931 -35 సం.లో ఆర్.సి. మజుందార్, మాకేలు త్రవ్వకాలు జరిపినారు. చన్హుదారో నేటి పాకిస్థాన్‌లోని సింధు రాష్ట్రంలో, సింధు నదికి ఎడమ గట్టున గలదు. చన్హుదారో యొక్క అతి ముఖ్య లక్షణం ఏమనగా ఇందులో కోట లేదు. ఈ నగరంలో నివసించిన వారిలో అత్యధికులు కళాకారులని తెలిసింది. ఎముకలతో, పూసలతో చక్కటి ఆభరణాలు మరియు ముద్రలు తయారు చేసే వృత్తి కళాకారులు ఇక్కడ ఉండేవారు. పూసలు తయారు చేసేవారి ఆధారాలు ఇచ్చట కలవు. కుక్క, పిల్లిని తరుముతున్నట్లుగా ఉన్న

పచ్చి ఇటుకలు ఇచ్చట లభించాయి. సిరాబుడ్డి, పెదవులకు రాసుకునే రంగు ఈ నగరంలోనే లభ్యమైనాయి.

4. లోథాల్(1954):- 1957 సంవత్సరంలో యస్.ఆర్.రావు, వాట్స్ లోథాల్ యందు త్రవ్వకాలు నిర్వహించారు. (కాంబే జలసంధికి దగ్గరగా). లోథాల్ గుజరాత్ రాష్ట్రంలోని అహేమ్మదాబాద్ జిల్లాలోని బోగ్‌వార్ నది తీరాన కలదు. సింధు నాగరికత వెలపల బయల్పడ్డ హరప్పా నాగరికత స్థావరాలు స్వాతంత్ర్యానంతరం త్రవ్వకాలలో కనుగొన్నారు. లోథాల్ అనగా సింధ్ భాషాలో మృతుల దిబ్బ అని అర్థం. లోథాల్ నందు దుర్గం చుట్టు ఇటుకలతో నిర్మించిన కోట గోడ కలదు. దిగువ నగరం చుట్టు కూడా కోట గోడ నిర్మించారు. సింధు నాగరికతలోని పట్టణాల్లో ముఖద్వారాలు వెనుక వైపుకి ఉండేవి. కాని లోథల్ యందు ముఖ ద్వారాలు రోడ్డు వైపుకి కలవు. లోథల్ నిర్మాణ పరంగా మిని హరప్పా, మిని మొహంజోదారోగా పిలువబడుచున్నది. కాల్చిన ఇటుకలతో నిర్మించబడిన నౌకాశ్రయ భవనం (డాక్ యార్డు). దీని పొడవు 216 మీటర్లు, వెడల్పు 37 మీటర్లు కలదు. నాలుగు పెద్ద రంధ్రాలతో కూడిన రాళ్లు లభించాయి. బహుశా వీటిని లంగరు వేయుటకు ఉపయోగించి ఉండ వచ్చును. దేశీయ, విదేశీ వ్యాపారంనకు ప్రముఖ వాణిజ్య కేంద్రం లోథాల్ రేవు. వరి పండించినట్లు ఆధారాలు ఈ నగరంలోనే లభించాయి. చదరంగం ఆటకు, పూసల తయారీ చేసే వారికి గల ఆధారాలు, త్రాసు లభించిన ఆధారాలు, అగ్ని పూజ సంబంధిత ఆధారాలు ఈ లోథాల్ నగరమునందే కలవు. సతీ సహగమన ఆచారాన్ని సూచించే (ఒక శవ పేటికలో ఆడ, మగ ఇద్దరి (కళేబరాలు)ఆధారాలు లోథాల్ యందు లభ్యమైనాయి. పంచతంత్రంలోని నక్క కథ లాంటి కథ ఒక జార్ మీద చెక్కినారు. ఇది లోథాల్‌లో లభించినది. అంతే కాక ఈ నగరం నందు పర్షియన్ గల్ఫ్ ముద్రలు లభించాయి.

5. కాళి భంగన్ (1953 - 61) :- 1953 సం. లో డా. ఎ. ఘోష్, 1960 - 61 సం. లో బి.కె. థాపర్, బి.బి. లాల్ కాళిభంగన్‌లో త్రవ్వకాలు చేశారు. ఈ నగరం రాజస్థాన్ రాష్ట్రంలోని గంగా నగర్ జిల్లా యందు ఘగ్గర్ నది ఒడ్డున కలదు దీనిని స్వాతంత్ర్యానంతరం

కనుగొన్నారు. కాళి భంగన్ అనగా 'నల్ల గాజులు' అని అర్థం. ఇది క్రీపూ. 3252-3002 నాగరికత కాలమునకు చెందినదిగా భావిస్తారు. హరప్పా, మొహంజోదారోల తరువాత పరిమాణంలో పెద్దది. కాళిభంగన్. పూర్వ హరప్పా మరియు హరప్పా నుంచి పరిపక్వ హరప్పాకు మార్పు చెందినటు వంటి పరిస్థితులకు ప్రత్యక్ష సాక్షిగా కాళిభంగన్ నిలుస్తుంది. ఈ నగరం ఉత్తర, దక్షిణ అక్షాంశాలతో 750 అడుగుల పొడవుతో దీర్ఘచతురస్రాకారముగ నిర్మించబడినది. ఈ నగరంలోని ఇళ్ళు ఎండిన ఇటుకలతో నిర్మించారు. మురుగు నీటి కాల్వల నిర్మాణానికి మాత్రము వీరు కాల్చిన ఇటుకలను వాడినారు. ఇటుకల పొడవు 30, వెడల్పు 10, ఎత్తు 20 ఉండే విధంగా తయారు చేశారు, కాళిభంగన్ నిర్మాణానికి ఉపయోగించిన ఇటుకలు మాత్రం నగిషీతో కూడుకున్నవిగా గుర్తించినారు, చక్రంతో తయారు చేసిన మట్టి కుండలు (మృణ్మయ పాత్రలు) ఎంతో అద్భుతమైన అలంకరణతో తయారు చేయబడినవి. ఈ నగరంలో ఆరు రకాల కుండలు గుర్తించారు, వీరి కుండల తయారీసమకాలీన కాలానికి విభిన్న రీతిలో ఉండేవి. సింధు ప్రజలు భూమిని నాగలితో దున్నినట్లు కాళిభంగన్‌లో లభ్యమైన ఆధారాల వలన తెలియుచున్నది. కాళిభంగన్‌లో అగ్నిపూజ (ఫైర్ వర్షిప్) చేసినట్లు ఆధారాలున్నాయి. ఒంటె ఎముకలు కాళి భంగన్‌లో లభించాయి. అంతేకాక పంచతంత్రంలోని నక్కలాంటి కథ ఒక జార్ మీద చెక్కినట్లు కాళి భంగన్‌లో లభ్యమైనాయి.

6. బనవాలి (1973 -74):- 1973 -74 సం.. లో ఆర్.యస్. బిస్త్ బనవాలి యందు త్రవ్వకాలు జరిపినాడు. బనవాలి హర్యానా రాష్ట్రంలోని హిస్సార్ జిల్లాలోని సరస్వతి నది ఒడ్డున ఉన్నది. అయితే ఈ సరస్వతి నది నేడు కనిపించుట లేదు. (ఋగ్వేద వర్ణితమైన సరస్వతి నది మూలాల గురించి అనేక వాదనలు, వివాదాలు ఉన్నాయి. రిమోట్ సెన్సింగ్ పద్ధతులు అందుబాటులో లేని రోజుల్లో ఈ నది ఊహత్మకంగానే ఉండిపోయింది. చరిత్ర సంస్కృతుల ఆధారముగా ఇది హర్యానా, పంజాబ్ ప్రాంతాలలోని శివాలిక్ పర్వతాలలో జన్మించినది అని అనేకులు విశ్లేశించారు. బనవాలి యందు హరప్పా సంస్కృతి అవశేషాలే గాక, హరప్పా పూర్వ సంస్కృతి అవశేషాలు సైతం లభ్యమైనాయి.

సింధు నాగరికతా నగరాలలో రహదారులు గ్రిడ్ విధానాన్ని పాటిస్తూ ఉన్నాయి. అయితే ఇలా కాకుండా అస్తవ్యస్తంగా ఉన్న రహదారులు కనిపించే ఒకే ఒక ప్రాంతం బనవాలి. బనవాలి యందు కోట, కందకము, ఉన్నాయి. ఈ నగరము నందు బంకమట్టి నాగలి, పులిబొమ్మ ఉన్న సిల్, బార్లి, ఆవాలు, ఆయుధాలు, సీళ్లు, పూసలు, చక్కటి కుండలు లభ్యమైనాయి.

7. సుర్క టోడా(1964):- 1964 సం..లో జగపతి జోషి త్రవ్వకాలు జరిపినారు. సుర్కోటోదా గుజరాత్‌లోని సౌరాష్ట్ర కచ్ జిల్లాలో కలది. సుర్కోటాడా ప్రి - హరప్పన్, ప్రోటో - హరప్పన్‌కు చెందినదిగా గుర్తించవచ్చును. ఇక్కడ గుర్రాల ఎముకలు లభ్యమైనాయి. ఈ నగరం యొక్క రక్షణ కుడ్యం రాతి గోడలతో నిర్మించారు. పెద్ద బండరాయి కప్పిన సమాధి త్రవ్వకాలలో బయల్పడింది. కుండ పెంకులతో ఉన్న సమాధి లభించనది. క్షీణ దశలో ఉన్న సింధు నాగరికత అవశేషాలు ఇక్కడ ప్రధానంగా లభించాయి.

8. రోపార్ లేదా రూపర్ (1953-56):- 1955-56 సం..లో వై. డి శర్మ త్రవ్వకాలు జరిపినాడు. ఇది పశ్చిమ పంజాబు రాష్ట్రంలోని సట్లెజ్ నది తీరాన కలదు. ఇది సట్లెజ్ నది నౌకయానానికి అనువుగా ఉన్న కీలకమైన ప్రాంతంలో ఉంది. బహుశా ఉత్తర ప్రాంతాల నుండి కొన్ని వస్తువులను తెచ్చుకోవడానికి ఇది ఒక విధమైన వ్యాపార కేంద్రంగా ఉపయోగపడి ఉంటుంది. ఇచ్చట హరప్పా అనంతర సంస్కృతి అవశేషాలు లభ్యమైనాయి.

9. అలంగీపూర్ (1958):- ఉత్తర ప్రదేశ్‌లోని మీరట్‌కు 30 కి. మీ. దూరంలో యమునా నది ఒడ్డున ఉన్న అలంగీపూర్ నందు 1958 సం..లోతవ్వకాలు జరిపినారు. ఇది హరప్పా నాగరికత చివరి దశకు ప్రతి బింబంగా కలదు. ఇక్కడ సీల్స్ లభ్యము కాలేదు. హరప్పా తుది దశలో అలంగీపూర్‌లో ప్రత్తి పండించారు. ఈ విషయాన్ని హరప్పా పాత్రల మీదున్న ప్రత్తి బట్టల ముద్రల్ని చూసి గ్రహించవచ్చు.

10. రంగపూర్ (1931):- యం.యస్. వాట్స్ 1931 సం. లోరంగపూర్ నందు త్రవ్వకాలు జరిపినాడు. ఇది గుజరాత్ రాష్ట్రంలోని అహమ్మదాబాద్ జిల్లాలో ఉంది. దీనిని స్వాతంత్ర్యానంతరం కనుగొన్నారు. వరిని పండించినట్లు

రంగపూర్ లో ఆధారాలున్నాయి. ఇక్కడ హరప్పా పూర్వ సంస్కృతి విలసిల్లినట్లు లభించిన ఆధారాల వలన తెలియుచున్నది.

<u>11. సుక్తజన్‌దార్ (1927-1962):-</u> ఇది పాకిస్థాన్ - ఇరాన్ సరిహద్దులోని బెలూచిస్థాన్ రాష్ట్రంలో కలదు. 1927 సం. లో సర్ ఆరెల్. స్టెయిన్ మొదటి సారిగా కను గొన్నాడు. అటు తర్వాత 1962 లో జార్జ్ డేల్స్ కూడా ఇచ్చట త్రవ్వకాలు చేశాడు. ఇక్కడ రాళ్ళతో కట్టిన ఒక పెద్ద కోట గోడ ఉంది. ఇచ్చట చితాభస్మం దాచిన పాత్రలు, రాగితో గొడ్డల్లు ఇచ్చట లభ్యమైనాయి. ఈ ప్రాంతానికి బాబిలోనియాతో వాణిజ్య సంబంధాలుండేవి.

<u>12.కోట్ దీజి (1935 - 1955) :-</u> 1935 సం.లో గురే తొలిసారిగా త్రవ్వకాలు చేశాడు. తరువాత 1955 సం.లో ఫజల్ అహ్మద్ ఖాన్ త్రవ్వకాలు జరిపాడు. కోట్ దీజి సింధు రాష్ట్రం లోని నైర్పూర్‌కు 25 కి. మీ. దూరంలో సింధునదికి ఎడమ గట్టున కలదు. ఇచ్చట సింధు నాగరికతకు పూర్వమే వెలసిన నాగరికత అవశేషాలు లభించాయి. రాతి యుగం నాగరికత చివరి దశలో ఇక్కడ ప్రజలు స్థిర నివాసం ఏర్పాటు చేసుకొని ఉండవచ్చు. ఇది ప్రి - హరప్పన్, హరప్పన్, ప్రోటో - హరప్పన్ కు చెందినదని తెలియుచున్నది.

<u>13. దైమబాద్ :-</u> ఇది <u>మహరాష్ట్రలో</u> ఉంది. ఇక్కడ రాగితో తయారైన రథం, ఖడ్గమృగం బొమ్మలు లభ్యమైనవి. దక్షిణ భారతదేశానికి అతి సమీపంగా ఉన్న హరప్పా నాగరికత ప్రదేశం ఇదే.

<u>14. దోల వీరా :-</u> ఇది ఆర్.ఎస్. బిస్ట్ 1990-91 లో కనుగొనబడింది. ఇది గుజరాత్ రాష్ట్రంలోని <u>కచ్</u> ప్రాంతంలో ఉంది. ఇది భారత దేశంలో బయల్పడ్డ అతి పెద్ద సింధునాగరికత ప్రాంతం. సింధు నాగరికత నగరాలలో కేవలం దొలవీరా పట్టణం మాత్రమే మూడు విభాగాలుగా విభజితమై ఉంది. సింధూ నగర నిర్మాణంలో ఎగువ పట్టణం, దిగువ పట్టణం సాధారణ లక్షణం. అయితే <u>ఎగువ, మధ్య, దిగువ</u> పేరుట మూడు రకాల పట్టణ విభజన జరిగిన ఒకే ఒక సింధూ నాగరికత ప్రాంతం దోలవీరా.

సరస్వతి నది :-

వైదిక సంస్కృతలో సరస్వతి నదికి విశిష్ట స్థానాన్ని ఇచ్చారు. ప్రపంచంలోని కొద్ది నదులకు మాత్రమే ఆ స్థాయికి చెందిన చరిత్ర ఉందని పరిశోధకులు అంగీకరించారు. ఋగ్వేద వర్ణితమైన సరస్వతి నది క్రీ.పూ. 1800 సం.లో తన పరివాహక ప్రదేశంలో ఐదు తెగల ప్రగతికి దోహదం చేసిందని చరిత్ర చెప్తోంది. ఈ సరస్వతి నదికి 'విష్ణుగంగ' అని మరొక పేరు కూడా ఉందని తెలుస్తోంది. గంగ, యమున, సరస్వతుల కలయికను ఘనమైన త్రివేణి సంగమంగా అభివర్ణిస్తారు. సరస్వతి నది కల్పిత ప్రవాహాన్ని, ఆ అంతర్వాహిని కేవలము ధార్మిక భావనకే పరిమితమని భావిస్తూవచ్చారు. అయితే శాస్త్రీయ పరిశోధనలు సరస్వతి నది పరిఢవిల్లిన జాడల్ని రూఢి చేశాయి. 1972 సం.లో అమెరికా 'లాండ్ శాట్' తీసిన ఛాయ చిత్రాల వలన సరస్వతి నది ఒకప్పుడు ఉండినదని తెలిసింది. భారత అంతరిక్ష పరిశోధన సంస్థ తాను ప్రయోగించిన ఐ.ఆర్.ఎస్. ఉపగ్రహాల ద్వారా అత్యంత కీలక సమాచారాన్ని అందించినది. అహ్మదాబాద్‌లోని భారత అంతరిక్ష పరిశోధన సంస్థకు చెందిన పి.ఎస్. ఠక్కర్ సరస్వతి నది పుట్టుక గురించి విశేషమైన ఉపగ్రహ సమాచారాన్ని కూలంకుషంగా సేకరించారు. వివిధ ధర్మాలనూ, సంస్కృతులనూ, ఆరాధన పద్ధతులనూ, వాటికి సంబంధించిన గ్రంధాలను లోతుగా అధ్యయనము చేశాడు. ముఖ్యముగా జైన ధర్మానికి చెందిన గ్రంధాలు తన పరిశోధనలో కీలకమైన ఆధారాన్ని అందించాయని పి.ఎస్. ఠక్కర్ పేర్కొన్నారు. వేదకాలం నాటి ఈ నది టిబెట్ లోని 'ధులింగ్ మఠ్' వద్ద జన్మించి, ఉత్తర ప్రదేశ్‌లో ప్రవహించి, అరేబియా సముద్రంలో కలిసిందని వివరించారు. 12వ శతాబ్ది వరకూ సరస్వతి నది ప్రవహించిందనడానికి బలమైన ఆధారాలను పి.ఎస్.ఠక్కర్ చూపించారు.

సరస్వతి నది ఎక్కడ పుట్టింది? ఎలా ప్రవహించింది?

సరస్వతి నది జన్మస్థానానికి సంబంధించిన పేరు విషయంలో కూడా చాలాకాలం పాటు వివాదాలు కొనసాగాయి. సరస్వతి నది ఆదిబద్రి వద్ద జన్మించిందనడంలో వివాదం లేదు కానీ అదే పేరుతో మూడు ప్రాంతాలున్నాయి.

ఒకటి టిబెట్‌లోని ధులింగ్ మర్ కాగా, రెండోది పంజాబ్ - హర్యానాల్లోని శివాలిక్ పర్వతాల్లో ఉంది. మూడోది ఆదిబద్రి పస్తుత ఉత్తరాంచల్ రాష్ట్రంలోని కేదార్ నాథ్‌కు ఆగ్నేయంగా గఢ్వాల్ పర్వత ప్రాంతంలో ఉంది. అందువల్ల ఒక పేరు కలిగిన మూడు ప్రాంతాల్లో సరస్వతి నది ఎక్కడ జన్మించిందీ కచ్చితంగా చెప్పడంలో ఏకాభిప్రాయం కొరవడింది.

"సరస్వతి జన్మించిన 'ఆదిబద్రి' టిబెట్ లోని ధులింగ్ మర్‌కు చెందిన ప్రాంతమనడానికి ఆధారాలున్నాయి. అంటూ తాను సాగించిన పరిశోధనకు బలాన్నిచ్చే ఆధారాలను పి.ఎస్. ఠక్కర్ వివరించారు. ఇతడు జైన గ్రంధాల్లోని అనేక ఉదాహరణలను చూపించడంతో పాటు ఉపగ్రహ ఛాయచిత్రంలో లుప్తమైపోయిన ఒకనాటి ప్రవాహం జాడల్ని ఆయన విశ్లేషించారు. హిమాలయాల్లోని మానస సరోవర్ దాపుల నుంచి దక్షిణంగా పల్లం వైపు ప్రవహించి మనా కనుమల వద్ద మలుపు తిరిగిన గుర్తుల్ని శాస్త్రీయ ఆధారాలతో వివరించారాయన. ఇక్కడే సట్లజ్ నదితో సరస్వతి నది కలిసిందని, రుగ్వేదంలో ప్రస్తావితమైన వినాశన తీర్థం మనా కనుమలకు ఉత్తరంగా ఉందనీ, అది ప్రస్తుత భౌగోళిక స్థితిలో టిబెట్ ప్రాంతానికి చెందిందని పి.ఎస్.ఠక్కర్ వివరించారు. వినాశన తీర్థం వద్ద దేవతల ప్రీత్యర్థం యజ్ఞయాగాదులు నిర్వహించారని రుగ్వేదం వర్ణిస్తోంది. మనా కనుమల నుంచి మలుపు తిరిగి దక్షిణం వైపున సాగిన సరస్వతి నది తోవలో అలకనందను కలిసింది. ఈ సంగమ తీర్థం 'కేశవ్ ప్రయాగ్' పేరుతో ప్రసిద్ధి చెందింది. ఈ ప్రాంతం ప్రస్తుతం ఉత్తరాంచల్‌లోని మనా గ్రామానికి మూడు కిలోమీటర్ల దూరంలో ఉంది. ఈ సంగమ తీర్థం లోనే వేదవ్యాసుడి ఆశ్రమం ఉండేదని, అక్కడే శ్రీ మద్భాగవత రచన సాగిందంటారు. ఈ ఆశ్రమానికి చేరువలోనే సరస్వతి నదికి ఉత్తరం గట్టున సరస్వతి నగర్ ఉందని ధార్మికుల విశ్వాసం. మనా గ్రామానికి 23 కిలో మీటర్ల దూరంలో ఉందని భావిస్తూ వచ్చిన సరస్వతీ నగర్‌కు శాస్త్రీయ ఆధారాలు లభించకపోవడంతో దాని ఉనికి కూడా కల్పితమేనని చరిత్రకారులు భావించారు. భద్రత కారణాల వల్ల మనా గ్రామాన్ని దాటి వేళ్ళేందుకు అనుమతి లేదు. ఎంతో ఎత్తులో ఉండే ఈ ప్రాంతం ఎప్పుడూ మంచుతో నిండి ఉంటుంది. ఇక్కడి నుండి సరస్వతీ నది హరిద్వార్ వైపుగా

ప్రవహించడాన్ని పి.ఎస్. ఠక్కర్ గుర్తించారు. అక్కడి నుండి తూర్పుదిశగా బిజ్నోర్, నిహ్‌తార్, నూర్‌పూర్, శంభాల్, సాహస్‌సాన్, పశార్‌పూర్‌ల మీదుగా ఫతేగడ్ వద్ద బదయూన్‌కు చేరుకుని పశ్చిమం వైపు మళ్ళిందని తెలుసుకున్నారు.

గుజరాత్ దిశగా... బదయూన్ నుండి ప్రస్తుతం యమున, చంబల్ నదుల మధ్యనున్న డెల్టాలో ప్రవహించి, దోల్‌పూర్, భరత్‌పూర్, నాద్‌బి, జైపూర్‌ల మీదుగా రాజస్థాన్‌లోని సాంభర్ సరస్సుకు చేరుకొందని పి.ఎస్. ఠక్కర్ వివరించారు. సాంభర్ నుండి జోధ్‌పూర్, పాలిల మధ్య ప్రస్తుతం రోహద్ - కెరాలా రైల్వే సెక్షన్‌లో ప్రవహించిందనీ, ఈ ప్రాంతంలో నిర్వహించిన తవ్వకాల్లో శక్తి ఆరాధనకు సంబంధించిన అవశేషాలు లభించాయాని పి.ఎస్. ఠక్కర్ తన పరిశొధనలో పేర్కొన్నారు. ఉపగ్రహ ఛాయాచిత్రాలు ఈ ప్రాంతంలో పన్నెండు నుండి ఇరవయొక్క కిలోమీటర్ల విస్తీర్ణంలో నది ప్రవాహం ఇంకిపోయిన జాడల్ని గుర్తించారు. బాలోత్రాకు దక్షిణాన ఉన్న పర్వతశ్రేణి సరస్వతీ నదిని ఐదు పాయలుగా విభజించిన ఛాయల్ని కూడా ఉపగ్రహ ఛాయచిత్రం గుర్తించింది. హరిణి, కపిల, సరస్వతి, నియాంకు, ప్రజ్‌యాని పేర్లతో ఈ ఐదు పాయలు ప్రస్తుతం గుజరాత్ ప్రాంతంలో ప్రవహించి, ఆ రాష్ట్రంలోని అమ్రేలి జిల్లాలో బాబరావద్ద తిరిగి ఏకం అయ్యాయి. బాబదా నుండి ప్రస్థానాన్ని ఆరంభించిన సరస్వతీనది సోమనాథ్ వద్ద సాగరంలో కలిసిందని పి.ఎస్. ఠక్కర్ భావిస్తున్నారు. గుజరాత్‌లోని రాన్ ఆఫ్ కచ్ ప్రాంతానికి చెందిన బనాస్ కాంత జిల్లాలో నదాబేట్ అనే ప్రాంతం ఉంది. ఈ పదానికినది మధ్య దీవి అని అర్థం. ఇక్కడ నదీశ్వరీ మాత ఆలయం కూడా ఉంది. ఇది సరస్వతి నది పరివాహక ప్రాంతమనడానికి ఈ ఆలయం ఉదాహరణమని పి.ఎస్. ఠక్కర్ అంటున్నారు. ఎడారిలో అదృశ్యమైపొయిన సరస్వతి ఖాదిర్ వన్ ప్రత్యక్షమైందన్న పౌరాణిక కథలను ఉటంకిస్తూ ప్రస్తుతం ధోలవీర ఉన్న వాడుకలో ఉండడాన్ని పరిశీలిస్తే ఈ ప్రాంతాల్లో సరస్వతి నది ప్రవహించిందనడానికి ఆధారం కనిపిస్తుందని ఆయన విశ్లేషించారు.

రాన్ ఆఫ్ కచ్ ప్రాంతానికి చెందిన బనాస్ కాంత జిల్లా ఇప్పుడు పూర్తిగా ఎడారి ప్రాంతంగా మారి పోయింది. ఇక్కడి వన్, థారాడ్, సంతాల్ పూర్ తాలూకాల్లో విరివిరిగా లభించే జైన ధర్మానికి చెందిన సాహిత్యల్నిలోతుగా

పరిశీలించినన పి.ఎస్. ఠక్కర్ ఆ గ్రంథాలలో సరస్వతి నదికి సంబంధించిన ఆధారాల్ని అందించారు. అప్పటి చిత్రకారులు చిత్రించిన వర్ణచిత్రాల్లో సైతం ఈ నది ప్రముఖంగా చోటు చేసుకొందని పేర్కొన్నారు. సోలంకీ వంశానికి చెందిన సిద్ధరాజ్ జయసింహుడనే రాజు సరస్వతీనదీలో పడవ నుండి ధారాడ్ విచ్చేస్తున్నప్పుడు ఆ ఊరి ప్రముఖులు రాజుకు స్వాగతం చెప్తున్న వర్ణ చిత్రాల్ని పి.ఎస్. ఠక్కర్ తన పరిశోధనలో జత చేశాడు. మేరుతుంగాచార్యుడు రచించిన ప్రబంధా చింతామణి గ్రంథంలో సిద్ధ రాజ్ సింహుడి నది ప్రయాణానికి సంబంధించిన చిత్ర భాగాల్ని పి.ఎస్. ఠక్కర్ పొందుపరిచాడు. సరస్వతీనదీ జాడల్ని గుర్తించిన గుజరాత్ ప్రాంతాల్లో ఎక్కడికక్కడ జైన ధర్మ గ్రంధాల్లోంచి బలమైన ఆధారాల్ని ఆయన అందిస్తూవచ్చారు.

పైన ఉదాహరించిన కారణాల ఆధారంగా కారణాల ఆధారంగా సరస్వతీ నదీ టిబెట్‌లోనే జన్మించిదని. పంజబ్ హర్యానా శివాలిక్ ఆ నదికి జన్మ ఇవ్వలేదని ఠక్కర్ అభిప్రాయం.

ఘగ్గర్ నది: హక్ర యొక్క గమనము (ఉనికి) చోలిస్తాన్ ఎడారి మధ్య ప్రాంతమైన బహావల్ పూర్ మధ్య ఉంది. కనుక చోలిస్తాన్ ఎడారి, హక్ర లోతట్టు ప్రాంతానికి యొక్క గమనం సింధూ నదితో కలసి లేదా దాని సామీప్యానికి చేరి 'రాన్ ఆఫ్ కచ్' ప్రాంతంలోనికి ప్రవహించినది. భారతదేశంలో ఈ భాగాన్ని (నదీ భాగాన్ని) ఘగ్గర్ గా వ్యవహరిస్తారు. మరియు దీనిని ప్రాచీన సాహిత్యంలో సరస్వతీ నదితో గుర్తించారు. ప్రస్తుతం ఘగర్ నదీ వ్యవస్థ అంతర్ధనమైపోయినది.

సింధూ నాగరికత - వారసత్వ లక్షణాలు

ఎ.ఎల్. భాష్యం అనే చరిత్ర కారుని అభిప్రాయం ప్రకారం సింధూ నాగరికతలోని సింధూ నగరాలు నశించాయి కానీ సింధూ నాగరికత కాలం నాటి సంస్కృతి నశించలేదని, నేటికి కొనసాగుచున్నదని పేర్కొన్నాడు. అవి ఏవనగా

1) సింధూ ప్రజలు పూజించిన అమ్మతల్లి (శక్తి), నేటికి ప్రతి గ్రామములోను కూడా పూజించబడుట. ఉదా: ఎల్లమ్మ, సుంకులమ్మ.

2) సింధూ ప్రజలు ప్రకృతిని ఆరాదించారు. ఉదా:. నేడు తులసి చెట్టును పూజించుట.

3) శక్తి ప్రసన్నతకు జంతు బలులు ఇవ్వడం ఆనాటి నుండి నేటి వరకు ఆచారంలో నుండుట.

4) వీరు చేసిన లింగ పూజ (యోని పూజ కూడా)నేటికి శివునిగా ఆరాధించుట.

5) స్వస్తిక్ గుర్తు నేటికి కూడా పవిత్రమైన చిహ్నంగా ఉపయోగించుట.

6) మరణించిన వారి తలను ఉత్తరం వైపు పెట్టెవారు. అంతేకాకుండా దహన సంస్కారము చేసిన తరువాత మిగిలిన అస్తికలు
మృణ్మయ పాత్రలలో వుంచి, భూస్థాపితం చేసేవాడు.

7) లోథల్, చన్హుదారోలో బయల్పడిన పూసల తయారీ కేంద్రం ఉండేదని తెలుస్తుంది. ఈ పూసల తయారీ & వాడకం నేటికి ఆభరణాల
యందు ఉపయోగించడం జరుగుచున్నది..

8) వీరికాలంలో కాల్చిన ఇటుకలను తయారు చేయు సాంకేతిక పద్దతి నేటికి కూడా వినియోగించుచున్నారు.

9) మురికి కాలువల నిర్మాణం విధానం నేటికి కూడా ఉన్నది.

10) పెదవులకు రంగు వేయుట (లిప్ స్టిక్) నేటికి ఆచారంలో నుండుట.

11) మట్టి పాత్రల పైన రంగు వేయుట నేటికిని కొనసాగుచున్నది.

12) ఆ కాలం నాటి దశాంశ పద్ధతి, కొలతలు నేటికి భారతీయులు కొనసాగించడం.

13) జంతువులను మచ్చిక చేసుకోవడం నేటికి ఆచరణలో కలదు.

14) ప్రత్తి, గోధుమ, వరి వంటి పంటలు నేటికి అమలులో నుండుట.

57

3. ఆర్య సంస్కృతి

ఆర్యుల రాకతో మన దేశ చరిత్రలో చారిత్రక యుగము ప్రారంభమయ్యెను. ఆర్య నాగరికత తెలుసుకొనుటకు విశేష వాఙ్మయమున్నను వారి తొలి చరిత్ర అంధకారములో మునిగి యున్నది. అందులోను వారి జన్మభూమి ఏది? అనునది చరిత్రకారులలో వివిధ అభిప్రాయములను వాదోపవాదములకు దారి తీసి, నేటికిని అపరిష్కృతముగా మిగిలిపోయినది. ఆర్యులు స్వదేశీయులా? విదేశీయులా?

అసలు ఆర్యులు స్వదేశీయులా? విదేశీయులా? అనునది మొదటి సమస్య.

<u>స్వదేశీయులు:-</u> కొంతమంది భారతీయ చరిత్రకారులు అందులోను ముఖ్యముగా ఎ.పి. దాస్ ఆర్యులు స్వదేశీయులని, సప్త సింధూ నది ప్రాంతము (సింధూ, జీలం, చినాబ్, రావి, సట్లజ్, బియాస్, సరస్వతి నదులు) వారి ఆదిమ నివాస స్థానమని పేర్కొనెను. ముల్తాన్‌లో దేవిక నది ప్రాంతమని డి.యస్. త్రివేది, కాశ్మీర్‌తో పాటు హిమాలయ ప్రాంతమని ఎల్.డి. కళా వాదించారు. క్రింది వాదను ఆధారముగా వారు తమ సిద్ధాంతాన్ని నిరూపించుకున్నారు.

1. ఋగ్వేద మందలి భౌగోళిక పరిజ్ఞానము సప్త సింధూ ప్రాంతమునకే పరిమితమైనది. దీని ఆధారముగా ఆర్యులు స్వదేశీయులని చెప్పవచ్చు.

2. ఆర్యులు మన దేశమునకు దండెత్తి రాలేదని, ఆర్యులు దాసదాస్యుల వైరము కేవలము మతపరమైనది.

3. సంస్కృతానికి, ఇతర ఇండో-యూరోపియన్ భాషలకు మధ్య భాషా పరమైన సంబంధాలు ఆర్యులు భారతదేశమునకు వలస వచ్చారనే విషయాన్ని రుజువు చేయవు. దీనికి వ్యతిరేకమైన విధానము చోటు చేసుకొని ఉండవచ్చు. అనగా ఆర్యులు భారత దేశం నుండి ఇతర ప్రాంతాలకు వలసపోయి ఉండవచ్చు.

అయితే పైన పేర్కొన్న సిద్ధాంతాన్ని అనేక మంది చరిత్రకారులు తీవ్రముగా వ్యతిరేకించి ఆర్యులు విదేశీయులని వీరు వాదించారు.

1. ఋగ్వేద మందలి ఆర్యులు భౌగోళిక పరిజ్ఞానము సప్త సింధు ప్రాంతానికే పరిమితమైనది. వారు నిజముగా స్వదేశీయులైన ఉత్తర భారత దేశమున ప్రవహించు పెక్కు నదులు అనగా గోగ్రా, గండక్, నర్మద, బ్రహ్మపుత్ర మున్నగు నదుల ప్రసక్తి ఋగ్వేదమందు ఏల కానరాదు? అనగా వీరు భారతదేశమునకు కొత్తవారని తెలియుచున్నది.

2.ఆర్యులు భారత దేశానికి వలస వచ్చిన తర్వాత కొన్ని శతాబ్దములకు ఋగ్వేదము వ్రాసి ఉండవచ్చు అందువల్ల వీరు సహజముగానే తమ జన్మస్థానానికి సంబంధించిన జ్ఞాపకములు మరుగున పడిపోయి ఉండవచ్చు.

3. ఋగ్వేదమున దాసదాస్యుల నిర్మూలనను గోరుతూ, ఆర్యులు తమ ఇష్టదేవుడైన ఇంద్రుని ప్రార్థించుట వలన వారు భారత దేశమునకు దండెత్తి వచ్చిన విదేశీయులని తెలియుచున్నది. వారు స్వదేశీయులైన వారు స్థిరపడుటకు దాసదస్యులతో యుద్ధము చేయవలసిన పనిలేదు.

4. క్రీ. శ. 16వ శతాబ్దములో భాషాశాస్త్రాలకు ఉన్న సంబంధాలను, భాషశాస్త్రమునకు పితామహుడైన ఫిలిప్పోశాసెట్టి (ఇటలీ దేశస్థుడు) ప్రాచీన ఐరోపా భాషలైన గ్రీక్, లాటిన్, గోతిక్ (టుటోనిక్ లేదా జర్మనిక్), సెలిటిక్(ఇంగ్లీష్), పర్షియన్ భాషలతో సంస్కృత భాషకు గల స్వరూపాన్ని (సంబంధాన్ని) గూర్చి పరిశోధించి, ఈ భాషలు మాట్లాడే పూర్వీకులు అందరు ఒకే ప్రాంతములోనే చాలా కాలము నివశించి ఉండి ఉండవచ్చునని పేర్కొన్నాడు. ఫిలిప్పోశాసెట్టి పేర్కొన్న పోలికలు క్రింది విధముగా ఉన్నవి.

<u>ఉదాహరణకు:-</u>

భాషలు	తల్లి పేర్లు	తండ్రి పేర్లు
సంస్కృతం	మాతృ	పితృ
పర్షియన్	మతర్	పితర్
గ్రీకు	మెతర్	పాతర్
లాటిన్	మతర్	ఫ్రాతర్

జర్మన్	మత్తర్	వాతర్
ఇంగ్లీష్	మదర్	ఫాదర్

క్రీ.శ.1786 సం..లో విలియం జోన్స్ అభిప్రాయము ప్రకారము ఈ భాషల మధ్య పోలికలు మనకు తెలియని ఒక మాతృ భాషనుండి పుట్టి ఉండవచ్చునని పేర్కొన్నాడు. అ మాతృభాష వ్యవహారాలను ప్రస్తుతం ఇండో యూరోపియన్‌లని, వారివారసుల భాషలను 'ఇండో-యూరోపియన్' భాషలనీ పేర్కొనడం జరిగింది. ఆ తర్వాత ప్రఖ్యాత జర్మన్ చరిత్రకారుడు మూక్స్ ముల్లర్ ఈ భాషలను అర్య భాషలని వ్యవహరించినాడు. అయితే ఇక్కడ ఆర్యన్ అర్థము భాషే కానీ జాతి కాదని పేర్కొన్నాడు. అయితే మరో జర్మన్ చరిత్రకారుడైన డెంకా అర్యక్ అనే పదము కేవలం భాషనే సూచిస్తూ ఉందా లేదా జాతినే సుచిస్తూ ఉందా లేదా రెండింటిని సూచిస్తూ ఉందా అనే ముగింపు లేని వివాదానికి తుది పలుకులు జాతితో భాషను ఏకం చేశాడు.

5. భారత దేశమే ఆర్యుల జన్మస్థానమని అంగీకరించినట్లయితే వేదా సాహిత్యాన్ని వారు భారత దేశము నుంచి బయటి ప్రపంచంలోకి కూడా తమతో తీసుకొని పోవాలి కాదా? అయితే అలాంటి సాక్ష్యాధారమేది మనకు లభించలేదు.

6. రుగ్వేదంలోని సంస్కృత భాషకు ఇరాన్‌ల పవిత్ర గ్రంథమైన జెండ్ అవెస్థా (పాత పర్షియన్) లోని భాషకు చాలా సన్నిహిత సంబంధము కలదు. ఉదాహరణకు:-

పోలికలు	మత్తుపానియాలు	దేవతలు
ఇరాన్ (పర్షియన్)	హోమ	అహుర్ మజ్దీ
ఇండియా (ఆర్యులవ్రాసిన వేదములు)	సోమ	అహర్ మర్దా

ఈ భాషలు రెండు ఇండో-ఇరానియన్ అనబడే సంస్కృతి నుంచి ఉత్పన్నమైనట్లు తోస్తుంది. అందువల్ల రుగ్వేదము వ్రాసిన ఆర్యులు విదేశీయులు

అనుటకు ఆధారం ఉంది.

7. ఆసియా మైనర్ లోని కపడోషియా వద్ద లభ్యమైన భోగజ్ కొయి (క్రీ.పూ.1400) శాసనములలో ఆర్యదేవతలైన ఇంద్రుడు, అగ్ని, వరుణుడు, రుద్ర, మిత్ర, నసత్యస్ (అశ్విని సోదరులు) పేర్కొన బడుటచే ఆర్యులు విదేశీయులని తెలియుచున్నది. అంతేగాక హిటైట్ అనేది ఆర్యుల ప్రాచీన భాష ఈ హిటైట్ అనేది ఆర్యుల ప్రాచీన భాష. ఈ హిటైట్ నాగరికత అసియామైనర్‌లో కపడోషియాలో అభివృద్ధి చెందినది, క్రీ.పూ. 1950 వ సంవత్సరములో హిటైట్ ప్రజలు కపడోషియను జయించారని చెబుతారు. కావున ఆర్యుల జన్మ స్థలము కపడోషియా కాదు. కాబట్టి ఆర్యులు విదేశీయులని తెలుస్తోంది.

ఇట్లు పెక్కుమంది చరిత్రకారులు అనగా మాక్సముల్లర్, కీత్, రోడ్స్, లాసెన్, మోర్గన్ మొదలగు వారు ఆర్యులు విదేశీయులని స్పష్టము చేసిరి. వీరు విదేశీయులని ఈ చరిత్రకారులందరూ ఏకాభిప్రాయమును వ్యక్త పరిచినను, మరల ఆర్యుల జన్మభూమిని గురించి భిన్నభిప్రాయాలు వ్యక్తపరిచారు. మాక్సముల్లర్ అభిప్రాయమును కిత్, రోడ్స్, లాసెన్ మొదలగు వారు ఆర్యులు జన్మస్థలము 'మధ్య ఆసియాగా' పేర్కొనగా, మోర్గన్ చరిత్రకారుడు సైబీరియా వాసులని, బాలగంగాధర తిలక్ ఆర్యుల జన్మస్థలము (ఆర్కిటక్ హోమ్ ఆఫ్ ది ఆర్యన్స్") ఆర్కిటికే వాసులని, టిబెట్ వాసులని పార్జిటర్, స్వామిదయనంద సరస్వతి పేర్కొనగా, రష్యాలోని చరిత్రకారుడైన షోకొర్ని, రష్యా లోని ఓల్గా తీరవాసులని, గైల్స్, మొదలగు వారు హంగేరివాసులని పేర్కొనిరి.

ఆర్యులు స్వదేశీయుల, విదేశీయుల అని తెలుసుకొనుటకు చరిత్రకారుల పురావస్తు ఆధారములపై ఆధారపడియున్నారు. కాని దురదృష్టవశాత్తూ సరియైన పురావస్తు ఆధారములు లభించలేదు. ఈ మధ్యకాలములో హస్తినాపురము, అత్రంజఖేర (ఉత్తర్‌ప్రదేశ్ పడమటి ప్రాంతము) లోను, హర్యానా రాష్ట్రంలోని భగవాన్‌పురాలో వేదకాలానికి సంబంధించిన పెయింటెడ్ గ్రెవేయర్ సంస్కృతి బయల్పడినది. ఇక్కడ 13 గదులు కల్గిన మట్టితో నిర్మించిన ఇంటి అవశేషాలు లభ్యమయినాయి. దాదాపుగా ఆకాలమునకు చెందినదిగ భావింపదగినది బీహర్‌లోని రాజ్‌గిరి యందలి ప్రాచీన దుర్గము. మగధ రాజ్యమునకు రాజధానిగా

పేరొందిన ఆ దుర్గములో క్రీ.పూ. 7వ శతాబ్దం తరువాతది మాత్రము కాదని స్పష్టముగా చెప్పవచ్చును. ఆ కోట చుట్టు కొలత దాదాపు 40 కి,మీ. బాగుగ మలచబడిన మొరటుగ ఉన్న పెద్దబండలను గోడలవలె అమర్చుట వలన ఆ కోట రూపొందినది. అచ్చుటచ్చుట, కోట గోడలో చతురస్రాకారపు పునాదులపై నిర్మితములగు బురుజులు కలవు. వాస్తుశిల్ప దృష్టిలో అందు రమ్యత తక్కువయే అయినను ధృడత్వము ఔన్నత్యమును అందు చక్కగా తావు కల్పించుకొనగల్గినది. ఆర్యనాగరికత వ్యాపించిన తర్వాత నిర్మితములగు రాతికోటలలో తెలియవచ్చినంత వరకు, ఆ కోటయే తొలుతటిది. ఇక ఆనాటి మట్టి కోటలలో నేటికిని నిలిచి, ప్రజలమనన్నను, పరిశోధకుల దృష్టిని ఆకర్షింపగల్గినది కౌశాంబి యందలి కోట. యమున తీరమున ఉన్న అలహాబాదునకు 48 కి.మి. దూరమున ఈ దుర్గము ఉన్నది. క్రీ.పూ. 600 కు పూర్వపుదిగ భావింప అధారములు గల ఈ కోట యొక్క చుట్టు కొలత 6.5 కి.మీ. ; ఎత్తు 12 మీ.కు ఎచ్చుటను తగ్గని రీతిలో ఉన్నది. ఈ మట్టి కోటకు వెలుపల కాల్చిన ఇటుకలతో కట్టిన కలుజు(రివెట్‌మెంట్) జోడింపబడినది. ఈ కోటపై భాగము అచటచట శిథిలమైయున్నది. కౌశాంబి యందలి దుర్గమునకు సమకాలికములుగ భావింపదగినవి అహిచ్ఛత్రము నందును, ఉజ్జయిని యందును కానవచ్చిన దుర్గములు.

ఆహిచ్ఛత్రము ప్రాచీన కాలమున ఉత్తర పాంచాలమునకు రాజధానిగా ఉండెడిది. ఈ నగరపు అవశేషములు ఉత్తర ప్రదేశ్‌లోని రామ్‌నగర్ సమీపమున కననగుచున్నవి. ఇప్పటికిని ఆశ్చర్యము గొలుపు రీతిగా, చాల ఎత్తుగా నిలిచియుండగల్గిన ఈ మట్టి కోట చుట్టు కొలత

5.5 కి.మీ; బురుజులు కూడ మట్టితోడనే నిర్మింపబడినను వానిపై భాగపు గోడలు మాత్రము కాల్చిన ఇటుకలతో కట్టబడినవి. పై కౌశాంబి, అహిచ్చితము మొదలగు కోటల అవశేషములను గురించి ఇంకను గాఢమగు పరిశీలన జరుగవలసియున్నది. అట్టి పరిశీలన వలన మాత్రమే వైదిక కాలపు వాస్తుశిల్పమును గురించిన కొన్ని ప్రామాణిక విషయములు తెలియరాగలవు.

ఇక ఆ కాలపు 'హర్మ్యము' అనువాని నిర్మాణరీతి సవివరముగా

తెలియవచ్చుట లేదు. ఋగ్వేదమున ఒక చోట 'కమలముల సరస్సువలె చక్కగా అలంకృతమై దేవభవనము వలె చిత్రముగ ఉండు గృహము' అను వర్ణన కలదు. ఇట్టి గృహపు విన్యాసము, రూపురేఖ మొదలగు వివరములు మాత్రము తెలియవచ్చుట లేదు. కాని కొన్ని సామాన్య గృహముల వర్ణన మాత్రము అచ్చుటచ్చుట కనబడుచున్నది. అందుకొన్ని అతి విశాలముగా ఉండెడివనియు వానిలో నివాసమునకు, శయనమునకు, గార్హపత్యాగ్నికి వేర్వేరు గదులు ఉండేవనియు తెలియవచ్చుచున్నది. 'ధనధాని' అను పేర ఒక గది కొన్ని గృహముల యందు ఉండెడిదని తైత్తిరీయ అరణ్యకమున తెలుపబడినది. బహుశా అది కొట్టుడు ఇల్లు కావచ్చును. గృహమున ఒక భాగము పత్నినాం సదనమే' అని వ్యవహరింపబడెదినదని అధర్వవేదమున కలదు. స్త్రీల కొరకు ప్రత్యేకముగా ఇట్టిగది ఇంటిలో ఉండెడిదని ఇందువలన విదితము అవుచున్నది. లూధియానాలోని దాధేరి, జలందర్‌లోని కట్‌పాలన్ నగరాలను (వేదములలో చివరిది) అధర్వణ వేద కాలము నాటి ఆర్యులకు సంబంధించిన ప్రాంతాలుగా గుర్తించారు.

<u>ఆర్యుల జన్మభూమి:-</u>

<u>1. మధ్య ఆసియా ప్రాంతము:-</u> రోడ్స్-లాసెన్, మాక్స్ ముల్లర్, కిత్ మొదలగు చరిత్రకారులు మధ్య ఆసియా ఆర్యుల జన్మభూమి అని క్రింది కారణములను పేర్కొనిరి.

ఎ. ఆసియా భాషయైన సంస్కృతము యూరోపియన్ భాషలకంటే ప్రాచీనమైనది.

బి. ఆసియా భాషలకు ఆర్యుల మాతృభాషకు పెద్ద వ్యత్యాసములు లేవు. కాని ఆర్యుల మాతృ భాషలు యూరోపియన్ భాషలకు పెక్కువ్యత్యాసములు కలవు. దీనిని బట్టి ఆసియా భాషలు మాట్లడు ప్రజలు ఆర్యుల పరిసర ప్రాంతములలో నివసించినట్లు చెప్పవచ్చు. కనుక మధ్య ఆసియా లోని ఏదో ఒక ప్రాంతము ఆర్యులు జన్మభూమియై యుండవచ్చును.

సి. ఐరోపా వాసులు ఆర్యులు జన్మభూమి చాలా దూరముగా వలస వెళ్ళి స్థిరపడుట వలననే వారి భాషలకు ఆర్యుల మాతృభాషకు పెక్కు వ్యత్యాసములున్నవి. దూరం

ఎక్కువయ్యే కొద్ది భాషలో మార్పు ఎక్కువ ఉంటుంది. కాబట్టి ఆర్యుల మాతృభాష మాట్లాడువారు తొలుత మధ్య ఆసియా నుంచి వచ్చి ఉంటారు.

డి. పైగా జాతుల వలస తూర్పు నుండి పశ్చిమమునకే గాని పశ్చిమము నుండి తూర్పునకు గాదు. పైన పేర్కొన్న సిద్ధాంతము కూడా అనేక విమర్శలకు గురి అయినది అవి ఏమనగా.

ఎ. ఈ సిద్ధాంతము కేవలము సంస్కృత భాష మూలముపై ఆధారపడి యున్నది. ఈ మూలమును పెక్కు చరిత్రకారులు అంగీకరించుట లేదు.

బి. జాతుల గమనము ఎల్లప్పుడు తూర్పునుండి పశ్చిమమునకు అనునది కేవలము. ఊహాజనితమైనదేగాని దానికి ఎట్టి శాస్త్రీయ నిబంధనలు లేవు.

సి. మధ్య ఆసియా ఆర్యుల జన్మభూమి అని చెప్పిన చరిత్రకారులలో అసలు ఆర్యుల జన్మస్థలిని గూర్చి భిన్నాభిప్రాయములు గలవు. ఉదాహరణకు రోడ్స్ పర్షియాయని, లాసెన్ పామీరు యని, మాక్స్‌ముల్లర్ మెసపటోమియాయని వేరువేరుగా చెప్పిరి. ఇప్పుడు ఈ సిద్ధాంతము కూడ అంత ఆమోదయోగ్యముగా లేదు.

<u>2. ఆర్కిటిక్ ప్రాంతము:-</u> ఆర్కిటిక్ తీరము ('ఉష' అనే ప్రాంతము) ఆర్యుల జన్మస్థలమని బాలగంగాధర తిలక్ (ఆర్కిటిక్ హోమ్ ఆఫ్ ది ఆర్యన్స్) పేర్కొనాడు. కాని నేడు ఈ సిద్ధాంతము కూడ మరుగున పడినది. ఎందువలన అనగా ఆర్యులకు శీతల ప్రాంతాలతో పరిచయము ఉన్నంత మాత్రమున వీరు ఆర్కిటిక్ ప్రాంతమునకు చెందుతారని అనుట సమంజసముకాదు.

<u>3. ఐరోపా దేశము:-</u> కొంత మంది చరిత్రకారులు ఐరోపా ఖండము ఆర్యుల జన్మభూమి యని తలంచిరి. దీని ఆధారముగా వీరు చెప్పునది ఏమనగా.

ఎ. ఇండో-యురోపియన్ భాషలలో సంస్కృత భాషకు ఆర్యుల మాతృ భాష కంటే లిథూనియన్ భాషకు అత్యంత సాన్నిహిత్యము కలదు.

బి. ఇండో-యురోపియన్ భాషలలోని పెక్కు భాషలు పరిమిత ప్రదేశము ఐరోపా ఖండము నందే మాట్లాడుదురు. కాని ఆసియాలో ఈ భాషలు మాట్లాడు వారు స్వల్పము.

సి. పైగా ఐరోపాలోని ప్రాంతము ఆర్యులచే జయింపబడినట్లు ఎచటను కానరాదు.
డి. కపడోసియాలోని బోగజ్ కోయి శాసనము ఆర్యుల ఆసియా వలసకు నిదర్శనములు.

వీని ఆధారముగా ఐరోపా ఖండము ఆర్యుల జన్మభూమి అని చెప్పిన వీరు మరల వీరిలో ఐరోపాలోని ఏప్రాంతము ఆర్యుల జన్మభూమి అను వివాదము తలెత్తెను, అందుచే కొందరు జర్మనీయని. మరికొందరు దక్షిణ రష్యాయని, స్కాండినేవియాయని, బాల్టిక్ తీరమని భిన్నాభిప్రాయములు వెలుబుచ్చిరి.

4. యూరప్ లోని జర్మనీ ప్రాంతము:-

ఆర్యుల జన్మస్థలము జర్మనీ అని కొంతమంది చరిత్రకారుల అభిప్రాయము. జర్మనీ నుండి ఆర్యులు ఇతర ప్రాంతములకు విస్తరించినరని పెంకా, జి. కొస్సినా, హెచ్. హెర్త్ మొదలగు చరిత్రకారుల అభిప్రాయము అయితే జర్మనీ భాష, గ్రీకు భాష కంటే ప్రాచీనము కాదని నిరుపించడము వలన ప్రాచీన భాషా శాస్త్రవేత్తలు ఈ సిద్ధాంతము అర్ధరహితమని విమర్శించిరి.

5. హంగేరి మైదానము:- గైల్స్, బ్యాన్‌డెన్ స్టీన్ మొదలగు చరిత్రకారులు ఇండో-యూరోపియన్ భాషలకు సమానమైన శబ్దములు పరిశీలించి, ఆర్యులు మొదట హంగేరి నుండి ఆసియామైనర్, మెసపటోమియాల మీదుగ పర్షియాలో ప్రవేశించి, అచ్చట కొంతకాలము ఉండి, తదుపరి హిందుకుష్ పర్వతశ్రేణులు దాటి భారత దేశములో ప్రవేశించి, స్థానికులైన దాసదాస్యుల (అనార్యుల) నోడించి, మొదట సప్త సింధు ప్రాంతమును ఆక్రమించిరి. తదుపరి క్రమేణా గంగా మైదానము ఆక్రమించి భారతదేశములో స్థిరపడిరి.

గైల్స్, బ్యాన్‌డెన్‌స్టీన్ పండితులు ఇండో-యూరోపియన్ భాషలలోని సమానమైన శబ్దములను పరిశీలించిరి. వీరి పరిశోధనలలో తేలినది ఏమనగా (ఎ.) ఇండో-యూరోపియన్ భాషలన్నింటిలోను బీచ్ వృక్షము గురించి విపులముగా పేర్కొనబడెను. అందువలన అసలు ఆర్యులు ఈ బీచ్ చెట్టు విస్తారముగా పెరుగు ప్రాంతమున అనగా హంగేరి ప్రాంతమున నివసించి యుండవచ్చును. నేటికిని క్రీమియా ప్రాంతము బీచ్ చెట్లకు ప్రసిద్ది. (బి.) ఇండో-యూరోపియన్ భాషలోని

పదజాలమును బట్టి ఆర్యులకు ఆవు, ఎద్దు, గుఱ్ఱము, గొఱ్ఱె, కుక్క మొదలగు జంతువులు తెలుసుకొని ఒంటె, గాడిద, పెద్దపులి, ఏనుగు తెలియవు. అందువల్లనే ఆర్యులు మనదేశమునకు వచ్చినప్పుడు ఏనుగు, ఒంటె, గాడిద, జంతువులను చూసినట్లు ఋగ్వేదము చాటుచున్నది.

6. దక్షిణ రష్యా (యూరేషియా):- ఆర్యుల జన్మస్థానము దక్షిణ రష్యా (లేదా యూరేషియా) అని నెహ్రింగ్ అనే చరిత్రకారుని అభిప్రాయము. ఈ సిద్ధాంతాన్ని ష్రాడర్, గోర్డన్ చైల్డ్, బి.కె.ఘోష్ మొదలగు చరిత్రకారులు ఈ సిద్ధాంతము బలపరిచిరి. హిటైట్ అనేది ఆర్యుల అతి ప్రాచీన భాష. ఈ హిటైట్ ప్రజలు క్రీ.పూ.1950 సం..లో కపడోషియాను జయించినారు. కావున కపడోషియాను ఆర్యుల జన్మస్థలముగా పరిగణించరాదు. అలాంటప్పుడు ఈ హిటైట్ ప్రజలు ఎక్కడినుండి వచ్చారు? వీరు కపడోషియాను జయించినారు. కావున వీరు దాని పరిసర ప్రాంతాల నుండి మాత్రమే వచ్చి వుండాలి. ఈ హిటైట్ క్రీ.పూ. 1950 సం.లో కపడోషియాకు వలసపోయి ఆ ప్రాంతమును జయించగా, ఇండో-ఇరానియన్‌లు క్రీ.పూ 2000 సం..లో పామీర్‌కు వలస వచ్చిరి. దీనివల్ల మనకు విధితమవుతున్నది. ఏమనగా ఆర్యుల జన్మస్థానము కపడోషియా, పామీర్‌ల మధ్య ఏ ప్రాంతమైన అయి ఉండవచ్చునని తెలుస్తొంది. కావున ఆ ప్రాంతము మధ్య రష్యా అయి ఉండవచ్చునని వీరి అభిప్రాయము.

ఆర్యులు ఈ మధ్య రష్యా లేదా యూరేషియా ప్రాంతము నుండి ఆసియా, యూరప్ దేశాలకు వలసపోయి ఉంటారని వీరి అభిప్రాయము. ఈ వలస అనేది జట్లు,జట్లుగా అప్పుడప్పుడు జరిగి ఉండవచ్చు. ఆర్య భాషావ్యవహార్తలో హిటైట్, ఇండో ఆర్యులు, ఇరానియన్‌లు, కస్సైట్‌లు, మిటాన్నిలు, గ్రీకులు ప్రధానమైనవారు. హిటైట్ క్రీ.పూ. 1950 సంవత్సరములో కపడోషియాకు వలస పోగా క్రీ.పూ 2000 ప్రాంతములో ఇండో- ఇరానియన్స్ పామీలకూ; ఆక్సస్‌లోయలకు, జక్సార్టెకు వలస వచ్చారు. అప్పుడు ఇరానియన్‌లు ఇరాన్‌కు వెళ్ళారు. ఇండో -ఆర్యులు భారతదేశము లోకి క్రీ.పూ 1500 సం.లో ప్రవేశించిరి. కాని క్రీ. పూ. 2000 కంటె ముందు మాత్రము కాదు. క్రీ.పూ. 1760 సం.లో కస్సైట్‌లు బాబిలోనియాను ఆక్రమించుకోగా, క్రీ.పూ. 1500

ప్రాంతములో మిటాన్నీలు ఉత్తర మెసపటోమియాకు వలసపోయిరి. చివరగా గ్రీకు ఆర్యులు క్రీ.పూ. 1600 ప్రాంతములో గ్రీక్‌నకు వలస వెళ్లారు.

వైదిక వాఙ్మయం

వేదము అనే పదము సంస్కృత భాషలోని 'విద్' అన్న పదము నుండి జనించినది. విద్ అనగా తెలుసుకొనుట అని అర్థము. మరొక మాటలో చెప్పవలెనన్న వేదము అనగా జ్ఞానము అని అర్థము వేదములు (సంహితములు) నాలుగు అవి 1. ఋగ్వేదము 2. యజుర్వేదము 3. సామవేదము. 4. అధర్వణ వేదము. ఈ వేదములను ఏ ఒక్కరు రచించలేదు. అందుకే వీటిని అపౌరుషేయాలు అంటారు. ఈ వేదాలను ఆంగ్లంలోనికి అనువాదం చేయుటకు కారణమైన వారు మాక్స్‌ముల్లర్. వేద సాహిత్యాన్ని రెండుదశలుగా విభజించారు. అవి ఏమనగా 1. శృతి 2. స్మృతి

<u>1. శృతి:</u> నాలుగు వేదములు, బ్రహ్మణాలు, ఉపనిషత్తులు, అరణ్యకాలు.

<u>2. స్మృతి (Memori to keep in mind) :-</u> వేదాంగాలు, సూత్రాలు, ఉపవేదాలు, రామాయణము, భారతము, భగవగ్గీత మొదలగునవి..

<u>1.ఋగ్వేదము:-</u> వేదములలో అతి ప్రాచీనమైనది ఋగ్వేదము. దీన్ని 1500 బి.సి - 1000 బి.సి కాలములో రచించబడినది. ప్రపంచములో ఆదిగ్రంథమనదగినది ఋగ్వేదము. ఈ గ్రంథంలో 1,028 లేదా 1,017 ఋక్కులు (మంత్రములు) కలవు. ఇది 10 మండలాలుగా విభజించబడినవి. వీటిని భరద్వాజుడు, విశ్వామిత్రుడు, వశిష్ఠుడు, వామదేవుడు, అత్రి, గిత సమద అనే రుషులు రచించినట్లు తెలుస్తున్నది. ఈ గ్రంథములోని ఋక్కులను దేవతల సంతృప్తి కొరకు ఆర్యులు పఠించెవారు. ఆర్యులు తొలి జీవన విధాన వైఖరిని గురించి తెలిసికొనుటకు ఋగ్వేదము ప్రధాన ఆధారము అని చెప్పవచ్చును. ఋగ్వేదము నందు 21 ఉపనిషత్తులు కలవు. ఋగ్వేదమునకు రెండు బ్రహ్మణాలుకూడా ఉన్నాయి. అవి ఏమనగా 1. ఐతరేయ బ్రాహ్మణం 2. కౌశితికి బ్రాహ్మణం.

<u>1. ఐతరేయ బ్రాహ్మణం:-</u> ఐతరేయ బ్రాహ్మణాన్ని సంప్రదాయాంగా

మహీదశ ఐతరేయుడు రూపొందించినట్లు భావించబడుతున్నది. వీటిలో సోమరసంతో కూడుకున్న యజ్ఞక్రతువుల నిర్వహణకు సంబంధించిన అంశాలు రాజులను పట్టాభిషిక్తులను చేసే సమయంలో నిర్వహించవలసిన సంప్రదాయాలు కూలంకుషంగా వివరించడం జరిగింది.

<u>2.కౌశితికి బ్రాహ్మణం:-</u> కౌశితికి బ్రాహ్మణం కూడ యజ్ఞ యాగాదుల నిర్వహణకు సంబంధించిన అంశాలున్నాయి.

<u>ఉపనిషత్తులు:-</u> ఋగ్వేదమునకు సంబందించి రెండు ఉపనిషత్తులు కూడ కలవు. అవి ఏమనగా 1. ఐతరేయ <u>ఉపనిషత్తు</u>. 2. కౌశితికి <u>ఉపనిషత్తు</u>. వీటి ద్వారా తొలి వేదకాలము నాటి పరిస్థితులను అర్థము చేసుకొనుటకు తోడ్పడుతున్నాయి.

<u>ఋగ్వేదములోని 10 మండలాలు:-</u>

1. కణ్వ;

2. గ్రితసమద ;

3. విశ్వమిత్ర (గాయిత్రి మంత్రము. దీన్ని సూర్య దేవత, సావిత్రి, గౌరవార్థం పఠించేవారు.);

4. వామదేవ ;

5. అత్రి ;

6. భరద్వాజుడు

7. వశిష్ఠుడు ;

8. అంగ్రాస కన్వా (Angrasa Kanva);

9. కణ్వ సోమ (114 పద్యాలు సోమదేవుని గూర్చి కలవు.;

10.కణ్వ పురుషసూక్త (ఇందులో విశ్వ పుట్టుక, నాలుగు వర్ణాలు ఇందులో కలవు. మొట్టమొదటి '<u>శూద్ర</u>' అనే పదము ఇందులో కనిపిస్తుంది.)

ఋగ్వేదము 1, 10వమండలములు ఋగ్వేద అనంతర కాలములో కొత్తగా చేర్చబడినాయి. 10వ మండలములో <u>విశ్వము</u> ఆవిర్భావము, <u>వర్ణవ్యవస్థ</u>

గురించి ప్రస్తావించారు. దీని ప్రకారమై సృష్టికర్త నుదుట నుండి బ్రాహ్మణులు, భుజస్కంధాలనుండి క్షత్రియులు, తొడల నుండి వైశ్యులు, పాదాల నుండి శూద్రులు ఉద్భవించారని చెప్పుచున్నవి. కాని వర్ణాంతర వివాహాలు, వర్ణాంతర భోజనము, నిషేదించబడలేదు. ఋగ్వే కాలములో మొట్టమొదట శూద్ర అనే పదము ఈ పురుష సూక్తంలోనే కనిపిస్తుంది.

ఋగ్వేదములో పేర్కొన్నబడిన పదములు:-

1. ఓం -1028 ;

2. జన - 275 ;

3. గౌవ్ -176 ;

4. విస్ - 171 ;

5. గణ - 46 ;

6. బ్రాహ్మణ - 14 ;

7. క్షత్రియ - 9 ;

8. శూద్ర - 1 ;

9. గంగా - 1,

10. సభా - 8 ;

11. సమితి - 9 ;

12. విధాత - 122 ;

13. యమున - 3 ;

14. సముద్ర - 1

యజుర్వేదము:- యజ్ఞవల్క్యుడు తన గురువైన వ్యాసుని అగ్రహమునకు గురయ్యేను. అప్పటికే యజ్ఞవల్క్యుడు నేర్చుకొన యజుర్వేదము తన గురువునకు తిరిగి ఇచ్చుటకై యజుర్వేదము వెళ్ళ గ్రక్కి, వేద నిధియగు సూర్యభగవానుని శరణువేడినాడు. అదే సమయంలో వేదాభిమానులగు మహాఋషులు తిత్తిరి పక్షి రూపంలో వచ్చి యజ్ఞవల్క్యుడు వెళ్ళగ్రక్కిన యజుర్వేదమును భుజించి వెళ్ళిరి.

ఆ తర్వాత యజ్ఞవల్క్యునికి భక్తి శ్రద్ధలకు సూర్య దేవుడు సంతసించి వాజి రూపంలో వచ్చి యజుర్వేదమును బోదించెను. వేదవ్యాసునికి సంబంధించిన యజుర్వేదమును కృష్ణ యజుర్వేదమని, యజ్ఞవల్క్యునికి సంబంధించిన యజుర్వేదమును శుక్ల యజుర్వేదమని అంటారు. యజుర్వేదమునందు వేద వ్యాసునికి సంబంధించిన శాఖకు తైతీరియమని పేరు వచ్చినది. యజ్ఞవల్క్యునుని సంబంధించిన శాఖకు వాజసనేయి అని పేరు వచ్చినది. కృష్ణ యజుర్వేదము, శుక్ల యజుర్వేదము కంటే ప్రాచీనమైనది. ఈ యజుర్వేదము క్రతువులు నిర్వహించు విధానమును తెలుపుచున్నది.

1. కృష్ణ యజుర్వేదము (నల్లని) :- ఇది పద్యరూపంలో వ్రాయబడినవి ఈ యజుర్వేదములో 7 ఖండాలు, 44 ప్రశ్నలు, 650 అనువాకాలు, 2,198 ఖండికలు ఉన్నాయి. ప్రతిఖండికలోను 50 పదాలు ఉన్నాయి.

2. శుక్ల యజుర్వేదము (తెల్లని):- ఇది గద్య రూపంలో వ్రాయబడింది. ఈ యజుర్వేదములో 4 అధ్యాయాలు, 303 అనువాకాలు, 1975 ఖండికలు ఉన్నాయి.

3. సామ వేదము:- సోమయజ్ఞములో ఉద్గాతరుడు ఈ సామవేదమును పాడినట్లు తెలుస్తున్నది. ఇది భారతీయ సంగీతానికి ప్రముఖ ఆధారము. ఇందులో రమారమి 1603 సూక్తులు గలవు. దీన్ని రెండు పుస్తకాలుగా విభజించడమైనది. వీటిని అర్చికాస్ అని పిలుస్తారు. ఇందులోని అత్యధిక పద్యాలు ఋగ్వేదములోనివే గైకొనబడినవి. అందువల్ల ఇది అంత ప్రధానమైనది కాదు. దీని లోని మంత్రాలు ఎక్కువగా సోమదేవుని గురించి చెప్పబడినాయి. అగ్నిని, ఇంద్రుని గురించి ఉపదేసించినవి స్వల్పముగా కలవు. వీటిలోని పద్యాలను, అర్యులు మృదు మధురమైన స్వరములతో యజ్ఞయాగాదులు నిర్వహించు సమయంలో వల్లె వేసెడివారు.

4. అధర్వణ వేదము:- ఇందులో 711 ఋక్కులు గలవు. ఇది ఇరవై మండలములుగా విభజించబడినది. అధర్వణ వేదము రెండు భాగాలుగా విభజించబడనది అవి ఏమనగా. 1. సౌనకీయ 2. పైపలాద

అధర్వణ వేదములో భూత, ప్రేత, పిశాచములను పారద్రోలుటకు సంబంధించిన మంత్రతంత్రములు గలవు. అధర్వణ వేదముపై ఆర్యేతర మత విశ్వాసముల ప్రభావము అధికమని పండితుల అభిప్రాయం. ఇది మంత్ర, వైద్య శాస్త్రములకు మార్గ దర్శకము. జ్యోతిశాస్త్ర అభివృద్ధికి సూచకము. వ్యవసాయ కార్యకలాపాలకు సంబంధించిన విషయాలు వేదములలో ఉన్నాయి. గోత్ర సంప్రదాయము గురించి మొదటిసారిగా ఈ వేదములో చెప్పబడినది. ఈ ఆధర్వణ వేదములో సభ, సమితులు ప్రజాపతి కవలలైన ఆడపిల్లలుగా వర్ణించబడినాయి. యుద్ధము వ్యక్తుల అలోచనలలో ప్రారంభము అవుతుందని ఈ వేదమలలో చెప్పబడినది. ఆధర్వణ వేదంలోని సంహితలు ఆ కాలములోని రాజును 'విషానత్త' అని వ్యవహరించే వారని తెలియుచున్నది. విషానత్త అంటే రైతులను భక్షించేవాడు అని అర్థము. రైతులందరూ రాజునకు పన్ను చెల్లించవలసి ఉండటం వలన ఈ భావము ప్రాచుర్యంలోకి వచ్చింది.

బ్రాహ్మణాలు:- యజ్ఞయాగాది క్రియలకు, మంత్రములను సమన్వయింప చేయు వ్యాఖ్యాన రూపమైన గ్రంథము బ్రాహ్మణము అనబడును. బ్రాహ్మణము అనగా యజ్ఞ నిర్వహణ విధానము తెలియజేయును. బ్రాహ్మణములో మతానికి యజ్ఞము కేంద్ర స్థానమైనది. బ్రాహ్మణములలో ఋగ్వేదమునకు చెందిన ఐతరేయ బ్రాహ్మణము, కౌశితి బ్రాహ్మణము; యజుర్వేదములో తైత్తిరీయ బ్రాహ్మణము, శతవధ బ్రాహ్మణము; సామవేదములో జైమిని బ్రాహ్మణము, తాండ్యమహబ్రాహ్మణము, ఛాందోగ్య బ్రాహ్మణములు: అధర్వణ వేదము నందు గోవధ బ్రాహ్మణము ముఖ్యమైనవి. నారాయణ శబ్దము, విష్ణు సంబంధముగాకున్నను, మొదటిసారి శతపథబ్రాహ్మణమున పేర్కొనబడెను. శతపథ బ్రాహ్మణము వడ్డి వ్యాపారము, ఉపనయనము గురించి పేర్కొంటుంది. ఉపనయన సంస్కారము శూద్రులకు లేదు. బ్రాహ్మణులకు, క్షత్రియ, వైశ్యులకు మాత్రమే ఉపనయన సంస్కారముంటుంది. కావున వీరిని 'ద్విజులు' అంటారు. భూమి దున్నేటప్పుడు పాటించవలసిన ఆచార వ్యవహారాలను గురించి ఈ శతపథ బ్రాహ్మణములో ఉన్నది ప్రప్రథమముగా రాజ్యాధికారము (లేదా) రాచరిక వ్యవస్థ గురించిన ప్రస్థావన ఐతరేయ బ్రాహ్మణములో కలదు. ఐతరేయ బ్రాహ్మణులను

అనుసరించి, అసురులతో పోరాటమున దేవతలకు సహాయము చేసిన విష్ణువు అసురులనుండి భూమిని తిరిగి దేవతల కొరకై సంపాదించి ఇచ్చుటకు విష్ణువు వామనుడై అవతరించినాడని పేర్కొనుచున్నది.

<u>అరణ్యకాలు:-</u> ఇవి ఆటవిక పుస్తకములు అనగా బ్రాహ్మణములలోని కర్మకాండములతో కర్మకాండలతో విసుగు చెంది ఆర్యులు అరణ్యములకు వెళ్లి యజ్ఞములు నిష్ప్రయోజనమును నిరసించిరి. యజ్ఞముల కంటే తపస్సు ఫలప్రదమని అరణ్యకములు బోధించును. అరణ్యకములు ఇవి తపోమార్గమును అవలభించి ఎట్లు మోక్షము పొందవచ్చునో అనే విషయము తెలుపుచున్నాయి. ఈ అరణ్యకాలలో ఐతరేయ, తైత్తీరియ అరణ్యకములు ముఖ్యమైనవి. ఇవి కర్మ, ఆత్మ, పరమాత్మ మొదలగు ఆధ్యాత్మిక విషయములను, భక్తి, జ్ఞాన, వైరాగ్య మార్గములను గురించిన చర్చలను తెలియజేయును.

<u>ఉపనిషత్తులు:-</u> వేదము యందు చివరి భాగము ఈ ఉపనిషత్తులు. ఉపనిషత్తులందు పొందుపరచిన సారాంశమును 'వేదాంతము' అని అంటారు. ఉపనిషత్ యొక్క అర్థము ఏమనగా ఉప అనగా సమీపములో, 'ని' అనగా నిష్ఠతో శ్రవణము చేసిన వారికి అజ్ఞానమును శిధిలము చేసి 'షత్' అనగా పరమాత్మ ప్రాప్తిని చేకూర్చుట, ఈ కారణములను బట్టి ఉపనిషత్ అని పేరు వచ్చింది. ఉపనిషత్‌లు మానవులచేత వ్రాయబడినవి కావు అనగా అపౌరుషేయములు. ఒక్కొక్క వేదమునకు అనేక ఉపనిషత్తులు కలవు.

ఉదాహరణకు

(1) ఋగ్వేదము	–	21
(2) యజుర్వేదము	–	109
(3) సామవేదము	–	1000
(4) ఆధర్వణ వేదము	–	50
మొత్తం ఉపనిషత్తులు		1,180

మొత్తము ఉపనిషత్తులు 1,180 కలవు. కాని కాలపు మార్పు చేత ఉపనిషత్తులు క్రమేణా తరుగుతూ వచ్చి108కి దిగినవి. మిగిలినవి కనిపించకున్నవి. వీటిలో ఇప్పుడు ప్రస్తుతము ఆచరణలో ఉన్నవి కేవలం పది మాత్రమే.

అవి ఏమనగా.

1. ఈశావాస్యోపనిషత్ (బి.సి. 700)

2. కేనోపనిషత్ (బి.సి. 500-400)

3. కఠోపనిషత్ (బి.సి. 500-400)

4. ప్రశ్నోపనిషత్ (బి.సి. 500-400)

5. ముండకోపనిషత్ (బి.సి. 500-400)

6. మాండుక్యోపనిషత్ (బి.సి. 500-400)

7. తైత్తిరీయోపనిషత్ (బి.సి. 600-500)

8. ఐతరేయోపనిషత్ (బి.సి. 600-500)

9. ఛాందోగ్యపనిషత్ (బి.సి. 700)

10.బృహదారణ్యక ఉపనిషత్ (బి.సి.700)

<u>బృహదారణ్యకోపనిషత్తు అన్ని ఉపనిషత్తుల కంటే ప్రాచీమైనదని</u> చరిత్రకారుల అభిప్రాయము.

<u>వేదోపనిషత్తులే సనాతన మతములు:-</u> అసలు ఉపనిషత్తుల నుండే భూగోళిక, జ్యోతిష్య, అర్థ శాస్త్రములను, స్కంధ, శివ, మొదలగు 18 పురాణములు, తాంత్రిక మాంత్రిక, భక్తి, జ్ఞాన,కర్మ యోగములు మొదలైనవి మహాఋషులచే లోకమునకు అందింపబడినవి. ఈ ఉపనిషత్తులను గార్గి, మైత్రేయి వంటి స్త్రీలు కూడ రచించినారు.

<u>యజ్ఞ, యాగములపై ఉపనిషత్తుల నిరసన:-</u> రాజసూయయాగం ఇది చక్రవర్తి తన సర్వోన్నత అధికారము నిరూపించుకోవడానికి చేసేవాడు. ఈ యాగంలో 24 వేల ఆవులను దానము చేయాలన్న నియమము వుండేది. అంతేగాక ఈ యాగంలో ఏదో ఒక సాకుతో 'నరమేధ' జరగాలి. తమకు ఇష్టంలేని చిన్న

73

రాజును రెచ్చగొట్టి తగాదా సృష్టించి అతనిని చంపేవారు. ఉదాహరణకు: ధర్మరాజు చేసిన రాజసూయ యాగంలో శిశుపాలుని (ఛేదిరాజు) విధముగానే వధించారు. అశ్వమేధ యాగం పొరుగు రాజుల మీద తన అధిపత్యం నిరూపిస్తుందని చేసేవారు. ఈ యాగములో 600 ఆవులను బలి ఇచ్చేవారు. వాజపేయ యాగం స్వీయ ప్రజలపై ఆధిపత్యము నిరూపిస్తుందని చేసేవారు. రానురాను వీటి పట్ల ముఖ్యముగా మేధావుల్లో నిరసన భావములు తలెత్తింది. తత్ఫలితంగా ఉపనిషత్తులు ఆవిర్భవించడానికి ప్రధాన కారణము అయినది. ఉపనిషత్తుల యందు కర్మ, ఆత్మ, పరమాత్మ మొదలైన ఆధ్యాత్మిక విషయములను గురించి చర్చలు, భక్తి, జ్ఞాన వైరాగ్యమార్గములను గురించిన చర్చలు కన్పించును.

చతువర్ణవ్యవస్థను గురించిన ప్రస్థావన బృహదారణ్యక ఉపనిషత్తులలో కలదు. తమసోమజ్యోతిర్గమయి అన్న శ్లోకము బృహదారణ్యక ఉపనిషత్తులోనిది. ట్రాన్స్‌మైగ్రేషన్ ఆఫ్ సోల్ గురించిన ప్రస్తావన బృహదారణ్యక ఉపనిషత్తుయందు కలదు. సత్యమేవజయతే అను వాక్యము మండకోపనిషత్‌లోనిది.

మొగల్ కాలములోని దారాషికో 1657 సం..లో ఈ ఉపనిషత్‌లను పర్షియ భాషలోనికి అనువదించాడు. ఈ అనువాదమే 1801 సం..లో లాటిన్ లోనికి అనువదించారు. అప్పుడే ఐరోపా తత్వవేత్తలకు మొట్టమొదటిసారిగా ఉపనిషత్తులతో పరిచయం కల్గినది. స్కోపెన్ హాయర్ అనే జర్మన్ వేదాంతి " ఈ ప్రపంచంలో ఉపనిషత్తులను మించిన ఉత్తమ గ్రంథ పఠనము వేరే లేదనియు, జనన మరణములకది పరమార్థమని లేక దుఃఖోపదశమని" నుడివెను.

వేదములు	బ్రాహ్మణాలు	ఉపనిషత్తులు
1. ఋగ్వేదము	ఐతరేయ బ్రాహ్మణము	ఐతరేయ ఉపనిషత్తు
	కౌశితికి బ్రాహ్మణము	కౌశితికిఉపనిషత్తు.
2. యజుర్వేమము	(కృష్ణ) తైత్తిరీయ బ్రాహ్మణము	తైత్తిరీయ, కథ, శ్వేతశ్వతర,
	(శుక్ల) శతపథ బ్రాహ్మణము	బృహదారణ్యక, ఈశ

3. సామవేదము జైమిని, తాండ్యమహ, ఛాందోగ్య ఛాందోగ్య,కేన.

4. అథర్వణ వేదము గోపథ బ్రాహ్మణము ప్రశ్న, ముండక , మాండుక్య.

<u>వేదాంగములు:-</u> సూత్ర వాఙ్మయమునకు వేదములకు అత్యంత సన్నిహిత సంబంధములుండుటచే వాటిని వేదాంగములు అనియు పిలిచిరి. వేదములను క్రమ పద్ధతిలో చదివి అర్థము చేసుకొనుటకు వైదిక క్రతువులను సక్రమముగా నిర్వహించుటకు ఇవితోడ్పడును.

ఇవి సూత్రముల రూపములో గలవు. వేదాంగములు 6 రకములు. అవి. 1. శిక్ష, 2. కల్ప, 3. నిరుక్త, 4. వ్యాకరణ, 5. జ్యోతిష్య, 6. చంధస్సు

<u>1. శిక్ష (ఉచ్ఛారణ) :-</u> <u>పాణిని</u> శిక్షా శాస్త్రమును రచించెను. ఇవి వేదము <u>ఉచ్ఛరింపవలసిన</u> పద్ధతిని బోధించును. వేదములో స్వరము మిక్కిలి ముఖ్యము. స్వరము గూర్చిన విశేషములన్నియు ఈ శాస్త్రములో చక్కగా వివరించబడినవి.

<u>2. వ్యాకరణము(గ్రామర్):-</u> వ్యాకరణ శాస్త్రమును కూడా సూత్రరూపమున <u>పాణినియే</u> రచించెను. ఇందు 8 అధ్యాయములు కలవు. ఈ మహ శాస్త్రమును మహేశ్వరుని అనుగ్రహముతో ఆయన రచించెనని చెప్పుదురు. దోషరహితమైన పద ప్రయోగమునకు సంబంధించిన నియమములన్నియు ఈ శాస్త్రములో విశీదికరించబడినవి పాణి వ్యాకరణ సూత్రములే ఆధునిక భాషా శాస్త్రమునకు మూలము భాషా శాస్త్రవేత్తలు చెప్పుదురు. <u>వేదములను</u> <u>అర్థవంతముగా</u> <u>అధ్యయనము</u> చేయటం తెలుపును.

<u>3. చంధస్సు (గణ విభజన):-</u> <u>పింగళుడు 'ఛందో విచితి'</u> అనబడు 8 అధ్యాయముల ఛందశాస్త్రము రచించెను. వేద మంత్రములకు సంబంధించిన ఛందుస్సులే గాక లౌకిక ఛందస్సులు కూడా ఇచ్చట వివరించబడినవి. వేదాలలో రకరకాల ఛందస్సులు వాడినారు. వాటి ప్రాధాన్యము ఇందులో వివరించబడినవి. ముఖ్యముగా సామవేదము పఠనములో గొప్ప శ్రావ్యత వినిపిస్తుంది. అలాంటి శ్రావ్యతను సరియైన పదాల ఎంపిక సరియైన ఛందస్సుల ఎంపిక ద్వారా సాధించడము జరుగుతుంది.

4. నిరుక్తము:- నిరుక్త శాస్త్రమునకు కర్త యాస్కుడు. వేద మంత్రములలోని పదముల యొక్క వ్యుత్పత్తి ఇందు బోధింపబడినది. వేదార్థమును గ్రహించుటకు ఈ శాస్త్రము మిక్కిలి ఉపయోగపడు చున్నది. పదములన్నియు ధాతువుల నుండి పుట్టినవని యాస్కుని అభిప్రాయము.

5. జ్యోతిష్యము (ఖగోళ శాస్త్రము):- వేదములు యజ్ఞములు చేయవలనని బోధించుచున్నది. నియత కాలములందే ఆ యజ్ఞములను చేయవలెను. ఆ కాలనియమమును బోధించు శాస్త్రమును జ్యోతిష్యము అందురు. లగధుడు, గర్గుడు మున్నగువారు ఈ శాస్త్రం గ్రంథములను రచించిరి. ఈ గ్రంథము నందు ఖగోళ సంబంధిత విషయాలు, కాలము, సూర్యచంద్రుల, నక్షత్రాల స్థితిగతులు, గణనలకు వీలుగా గణిత సూత్రాలను కూడా తెలియజేస్తుంది.

6. కల్పము(క్రతువులు):- సూత్ర రూపమున ఉన్న కల్పశాస్త్రము యజ్ఞయాగాదుల విధానములను అందలి బేధములను వివరించుచున్నది. అశ్వలాయనుడు, సాంఖ్యాయనుడు మున్నగువారు ఈ శాస్త్రమును వ్రాసిరి.

ధర్మశాస్త్రములు:- వేదముల తర్వాత ధర్మశాస్త్రములు ప్రమాణములు, సూత్రగ్రంథములన్నియు, స్మృతి గ్రంథములన్నియు, ఇవి రెండువిధములు. సూత్ర గ్రంథములు సూత్రరూపముననను, స్మృతి గ్రంథములు ఛందోబద్ధముగను రచించబడినవి.

సమాజములో వివిధ వర్గముల వారు పాటించవలసిన ఆచార వ్యవహారములను ధర్మశాస్త్రములు తెలియజేయును. వేదములోని విషయములే ధర్మశాస్త్రములలో విశదీకరింపబడినవి. ధర్మసూత్రములు చాలా వరకు వేదాంగములలో ఒకటియగు కల్పసూత్రములలో చేరును. ఈ కల్పసూత్రములు నాలుగు భాగములుగా విభజించబడినవి. అవి ఏమనగా. (ఎ) శ్రౌతసూత్రములు:- కర్మకాండకు సంబంధించిన సూత్రములు లేక నియమావళి. (బి) గృహసూత్రములు:- గృహమునకు సంబంధించిన క్రతువుల నియమావళి. (సి) ధర్మ సూత్రములు:- సంఘము నందు ప్రజలు అనుసరించు నియమావళి. (డి) సుళ్వ సూత్రములు:- గృహనిర్మాణమునకు సంబంధించిన నియమావళి మరియు

వేదకాలములో యజ్ఞ వేదిక నిర్మాణము వంటి అంశాలతోపాటు కర్మ నిర్వహణ గురించి తెలియజేస్తాయి. హిందుమేధోజనితమైన జ్యామితి, రేఖాగణితము, అంకగణితభావాలతో, సూత్రాలతో పరిపూర్ణమైనది సుళ్వ సూత్రములు.

<u>ఉప వేదములు :-</u>

ఆయుర్వేదము	వైద్యానికి సంబంధించినది.	ఋగ్వేదము.
ధనుర్వేదము	యుద్ధకళకు సంబంధించినది.	యజుర్వేదము.
గాంధర్వవేదము	సంగీతానికి సంబంధించినది.	సామవేదము.
సాంకేతిక కళలు	కళలకు, సాహిత్యానికి సంబంధించినది.	అధర్వణ వేదము.

<u>షడ్దర్శనాలు:-</u> మరణానంతరము శరీరము వీడిన జీవుడు ఏమగును? మోక్ష స్వరూప మెట్టిది? జీవుడు లోకాంతరములకు పయనించు మార్గమేది? ఇటువంటి పెక్కు ప్రశ్నలకు తత్వశాస్త్రము సమాధానము చెప్పుచున్నది. ఈ సమాధానములు కూడ ఒక రీతిన గాక పలురీతిలుగా తత్వజ్ఞులచే ప్రతి పాదించబడినవి. ఇందుకు సంబంధించిన దర్శనములు భారతదేశములో పెక్కు గలవు. వాటిలో ఆరు దర్శనములు అతి ముఖ్యమైనవి.

1. సాంఖ్య

2. యోగము

3. వైశేషికము

4. న్యాయము.

5. పూర్వమీమాంస.

6. ఉత్తర మీమాంస. - ఈ ఆరును ఆస్తిక దర్శనములు. వీనినే షడ్దర్శనములందురు.

<u>1. సాంఖ్యము:- సాంఖ్యాదర్శనము కపిలమహర్షిచే రూపొందించబడినది.</u> ప్రకృతి లేక మూలప్రకృతి. విశ్వసృష్టికి కారణమని సాంఖ్యాదర్శనము చెప్పుచున్నది. <u>ప్రకృతి, సత్త్వము, రజస్సు,</u> తపము అను మూడు గుణములతో కూడియున్నది., సాంఖ్యాదర్శనము రెండు సత్యాలను నమ్ముతుంది. అవి ఏమనగా (1) ప్రకృతి,

(2) పురుషుడు. ప్రకృతి, పురుష సంయోగమున బుద్ధివుండాలి జనించును. పురుషుడు బుద్ధి చేయు చేష్టలను తనవిగా భావించుకొని సంసారములో బంధింపబడును. ప్రకృతి, పురుషుడు పరస్పర బేధమును గ్రహించి ప్రకృతి నుండి విడివడుటయే మోక్షము. ఈ సాంఖ్య దర్శనము ఆత్మ పదార్థాన్ని నమ్ముతుంది. పదార్థము అంటే జీవులు లేక భూతాలు. ఇది దేవుని ఉనికిని నిరాకరించును. కపిలుడు బుద్ధుని వలే యజ్ఞములను, ప్రార్థనములను, వైదిక కర్మలను నిరసించెను.

2. యోగము:- యజ్ఞవల్క్యస్మృతి ననుసరించి యోగ తత్వము మూలస్థాపకుడు హిరణ్యగర్భుడు, కాని యోగ సూత్రకర్త పతంజలి అనుటకు ఇతి ప్రతిబంధకము కాదని మాధవుడు వ్రాసినాడు. ఎందుకనగా పతంజలి తన గ్రంథమునకు 'అను శాసన'మని పేరిడినారు. 'అను' శబ్దము వలన తన గ్రంథము ఒక పూర్వ శాస్త్రము అనుసరించి రచించబడినదే కాని ఇదియే ప్రథమ శాస్త్రము కాదని తెల్పును. వ్యాకరణ శాస్త్ర కర్తయైనపతంజలి క్రీ.పూ. 2 వ శతాబ్ది మధ్యమ కాలమునకు చెందునని చెప్పుదురు పతాంజలి యోగ దర్శనము నందు మనస్సును నిగ్రహించుటకు తగిన ఉపాయాలు బోధించబడినవి. యమము, నియమము, ఆసనము, ప్రాణాయామము, ప్రత్యాహారము, ధ్యానము, ధారణ, సమాధి అను పది రకములైన అభ్యాసములచే మానవుడు ప్రకృతి, పురుష భేదము వివేకము పొందిముక్తుడగునవి ఈ యోగ దర్శనము వెల్లడించుచున్నది.

3. న్యాయ దర్శనము:- న్యాయదర్శనము రచించినది అక్షపాద గౌతమ మహర్షి. జ్ఞాన సాధన సామాగ్రిని విపులముగా వర్ణించి సర్వము సంశయాత్మకముగా సంశయవాదమును న్యాయశాస్త్రము కఠినముగా నిరసించును. హేతునిశ్చితమైన వస్తుజ్ఞానము యొక్కరీతులను విధులను న్యాయ శాస్త్రము నిర్ణయించినది. బ్రహ్మానందసాధనకు పరిశుద్ధమైన అలోచన, తర్కిక యోచన అవసరము అంటుంది. ఈ సిద్ధాంతము ప్రధానముగా తర్క శాస్త్రమునకు ప్రాధాన్యత ఇస్తుంది.

4.వైశేషిక:- విశేషనామము నుండి వైశేషిక అను పదము పుట్టినది. కణభోజి లేక కణభక్షకుడని ప్రసిద్ధి చెందిన కణాదుని అసలు పేరు కశ్యపుడని తెలుస్తున్నది. కణాదుడు వాత్స్యాయనునినంతర కాలమునకు చెందిన వాడు. ఇతని కాలము క్రీ.పూ. 4వ శతాబ్దముగా చెప్పవచ్చును. కణాదుని వైశేశిక సూత్రాలే వైశేశిక దర్శనమునకు మొట్టమొదటి శాస్త్రరూపమునిచ్చెను. దీనినే ఔలూక్య దర్శనము అంటారు. ప్రతేక్షనుభవమును పరిశీలించుటే వైశేషిక శాస్త్ర ప్రధాన ఉద్దేశ్యము. వైశేషిక ప్రపంచము అణుకల్పితమను విషయమును నిశ్చయించును. ప్రతిపదార్థమునకు తన సొంత స్వభావము ఉంటుందని ఈ సిద్ధాంతము చెబుతుంది. కణాదుని సూత్రములు బహిరంగముగా ఈశ్వరుని స్మరించుట లేదు. ఇతని (కణాదుని) రచనలు పది గ్రంథములుగా ఉన్నది. అవి ఏమనగా.

1. ద్రవ్యగుణకర్మ సామాన్య విశేషములను.

2. వివిధ ద్రవ్యములను గూర్చియు.

3. ఆత్మమాస సేంద్రియములను అనుమాన స్వరూపమును గూర్చి.

4. అణుకల్పిత ప్రపంచ స్వరూప విషయము.

5. కర్మభేద స్వభావముల చర్చ.

6. ధర్మ శాస్త్ర విషయ స్వరూపం గూర్చి.

7. గుణజీవాను మాన సమస్యలను.

8,9,10. కేవల తార్కిక విషయమును.

న్యాయ, వైశేషికముల మధ్య సంబంధము:- ఈ రెండు ఒకే దర్శనములలోని రెండు భాగములని చాలా కాలము తలంపబడెను. పెక్కు న్యాయ సూత్రములు వైశేషిక సూత్రముల భావమును కల్గియున్నది. ఈ రెండు సమాంతర దర్శనములని చెప్పబడెను. ఏట్లనగా రెండింటికి ఈశ్వరుని యందు అణుకల్పిత జగత్తు నందును సమాన విశ్వాసము ఉండుటయే. రెండును వీటిని గురించి సమాన వాదములనే చేయును. దర్శనములు అతి ప్రాచీన కాలము నందే సంయోగము చెందినవి అనుట నిజమే కాని. ఒకటి తారిక్కరంగమునకు

(న్యాయ); ఇంకొకటి భౌతిక రంగమునకు (వైశేషిక) అధిక ప్రాముఖ్యమిచ్చిన బేధము మాత్రము లేకపోలేదు.

5. పూర్వమీమాంస:- పూర్వమీమాంస దర్శన కర్త జైమిని మహర్షి. జైమిని వేదముల ప్రతి అంశమును సమర్థింప ప్రయత్నించెను. ఇతనిచే రచించబడిన 'దేవతాకాండ' (లేదా) సంకర్షణ కాండ పూర్వమీమాంసకు చెందినది. ఎందుకనగా ఇది వేద ప్రోక్తమైన ఉపాసనము గూర్చి ప్రసంగిచును. ఈ మీమాంస వేదములలో తెల్పబడిన యజ్ఞయాగాధ కర్మలకు ప్రాముఖ్యత ఇచ్చును. యజ్ఞయాగాది కర్మలు చేయువారు స్వర్గాది ఫలములను అనుభవించుదురు. కర్మఫలాలు నిచ్చువాడు భగవంతుడను సిద్ధాంతమును పూర్వమీమాంస అంగీకరించదు.

6. ఉత్తర మీమాంస:- వేదముయొక్క పూర్వభాగముపై అధారపడియున్నది. పూర్వమీమాంసా దర్శనము కాగా ఉత్తర భాగము ఆధారము గావించుకొని వెలువడినది ఉత్తరమీమాంసా. దీనినే వేదాంత దర్శనమనియు, బ్రహ్మ సూత్రములనియు వ్యవహరింతురు. ఇది వేదముల యొక్క చివరి భాగములైన ఉపనిషత్తుల నుండి ఉద్భవించినది. ఇది ఆరు దర్శనములలోను ప్రముఖ స్థానము ఆక్రమించుకొన్నది. ఈ దర్శనము జీవాత్మకు, పరమాత్మకు గల సంబంధమును ప్రతిపాందించును. ఈ మీమాంసకు మూలగ్రంథము బాదరాయణుడు వ్రాసిన బ్రహ్మసూత్రాలు. బ్రహ్మసూత్రములను వ్యాసమహర్షి రచించెను. పెక్కుమంది ఆచార్యులు . ఈ సూత్రాలను పెక్కు రీతులలో వ్యాఖ్యానించిరి. కావున సిద్ధాంతములలో అనేక భిన్నభిప్రాయములు వ్యక్తములైనాయి. అందుచే హిందుమతము నందే అనేక శాఖ బేధము లేర్పడినవి. పై బేధములలో అద్వైత్వము, విశిష్టాద్వైతము, ద్వైత్వము అను మూడును ముఖ్యముగా పేర్కొదగినవి.

ఇతిహసములు:- మహభారతము, రామాయణములను ఇతిహసములు అంటారు. మహభారతమును వ్యాసమహర్షి సంస్కృతంలో వ్రాయగా, రామాయణమును వాల్మీకి మహర్షి సంస్కృతములో వ్రాసినాడు. ఈ రెండు ఇతిహసాల్లోని సంఘటనలు క్రీ.పూ. 1500-600 మధ్య కాలానికి చెందినవి కావచ్చు. మహభారతము నందు 18 పర్వములు, లక్ష పద్యములు కలవు.

మహాభారతమునే పంచమ వేదము అని అంటారు. పహాభారతము ద్వాపరయుగమునకు చెందినది. రామాయణము త్రేతాయుగమునకు చెందినది. రామాయణమునందు ఉండవచ్చునని రోమిల్లాథాపర్ అభిప్రాయం.

మహాభారతము రెండు ఆర్య తెగల మధ్య సంఘర్షణను చిత్రిస్తే, దక్షిణాపథంలోకి ఆర్యుల విస్తరణ రామాయణమునకు కథావస్తువు. మహాభారతంలో శ్రీ కృష్ణుడు రామాయణంలో శ్రీరాముడు భారత ప్రజల ఆరాధ్యదైవములగుట గొప్ప విశేషము. ఈ రెండు ఇతిహాసములను వి.ఎ. స్మిత్ ఈ విధముగా పేర్కొన్నాడు. "హోమర్ రచనలు గ్రీసు దేశమునకు ఎలాంటివో, మహాభారతము, రామయణం భారతదేశమునకు అలాంటివి" అని చెప్పినాడు.

రాజకీయ పరిస్థితి:- ఉత్తర భారతము నుండి ఆర్యులు దక్షిణ భారతమునకు వలస వచ్చినారు. దక్షిణ భారత దేశమున ఆర్య విస్తరణకు ప్రముఖ కారకుడు అగస్త్యుడు. గోదావరి తీరంలో ములక, అశ్మక రాజ్యాలను ఇక్ష్వాక రాజకుమారులు స్థాపించారని విష్ణుపురాణము తెలుపుచున్నది. మూలక రాజధాని ప్రతిష్టానం, అశ్మక రాజధాని బోధన్, విశాలసామ్రాజ్యస్థాపనే నాటి రాజుల ముఖ్య ఉద్దేశ్యము. కనుక ఇతిహాస యుగములో చిన్న రాజ్యాల ఈ వ్యవస్థ అంతమై విశాలమైన సామ్రాజ్యములు ఏర్పడినాయి. రాజు దండయాత్రల అనంతరము రాజసూయ, అశ్వమేధయాగములు చేసినట్లు ఇతిహాసములు వేర్కొనుచున్నవి. ఉదాహరణకు శ్రీరాముడు అశ్వమేధయాగము, ధర్మరాజు రాజసూయ యాగము చేసిరి. రాజరికము వంశపారంపర్యమే అయినప్పటికి అసమర్థులను, అంగవైకల్యమై ఉన్నవారిని ప్రజలు తొలగించిన సందర్భాలు లేక పోలేదు. ప్రజాసంక్షేమమే లక్ష్యంగా ధర్మబద్దులై పాలించడం రాజులకు అదర్శంగా నిర్దేశించబడింది. అయినప్పటికి రాజులు నిరంకుశపాలన చేసిన సందర్భాలు లేకపోలేదు. సామ్రాజ్యకాంక్షతో ఆచార సంప్రదాయములను ధర్మసూత్రములను ఉల్లంఘించిన సందర్భాలు కుడా ఉన్నాయి. ఉదాహరణకు పాండురాజు కుమారులకు అన్యాయము చేసి దృతరాష్ట్ర పుత్రులు ఉన్నత పదవులను పొందుట.

సాంఘీక వ్యవస్థ:- ఇతిహాస యుగంలో వర్ణ వ్యవస్థ దృఢపడింది. ఈ కాలములో క్షత్రియులు బ్రాహ్మణాలను మించిన అగ్రస్థానము పొందవలెనన్న

ఆసక్తి కనిపిస్తుంది. కాని బ్రాహ్మణాలకు సమాజంలో ప్రత్యేక గౌరవ మర్యాదలు లభించాయి. వీరి కాలంలో స్త్రీలకు గౌరవ స్థానం లేదు. ఉదాహరణకు ద్రౌపది వస్త్రాపహరణము. వీరికాలములో బహుభార్యతత్వము, బహుభర్తృత్వము ఉన్నది. ఉదాహరణకు ద్రౌపది ఐదుగురు భర్తలు ఉండుట, ఐదుగురు భర్తలు, వీరి కాలంలో సతీసహగమనము ఆచారము అమలు నందు ఉండేను. ఉదాహరణకు పాండురాజు మరణానంతరము అతని భార్యసతిసహగమనము చేసుకున్నది.

అర్థిక వ్యవస్థ:- పశుపోషణ, వ్యవసాయము ప్రజల ముఖ్య వృత్తులు. నూలు, సిల్కు, ఉన్ని బట్టల పరిశ్రమలతో పాటు అద్దకపు పరిశ్రమలు కూడా ఉండేను.

ఇతిహాసయుగములో దేవతల స్థానములు :- వం వా బా ర తే వు వేదమతమును అనుసరించి, దానిని విశేషముగా వికసింపజేసినది. పూర్వధర్మమును జోడించి నూతన దేవతల ప్రవేశమునకు అనుకూలము నోనర్చినది. ఇంద్రుడు దుర్బలుడయ్యెను. సూర్య కుటుంబ దేవతయైన విష్ణువు గుణములు శక్తులు అగ్ని, సూర్యులకు సంక్రమించినవి. వాయు, వరుణులు తమ గౌరవ స్థానములను కొల్పోయిరి, ప్రజాపతి యధాస్థానము అలంకరించెను. విష్ణువు, శివుడు ప్రాముఖ్యము పొందక పూర్వము సుప్రసిద్ధుడై యుండెను. ప్రధమ బౌద్ధ పాళీ సారస్వతముమ ఇట్టి దశయున్నది. రెండవ ఘట్టములో త్రిమూర్తి భావన ఉదయించినది. బ్రహ్మ, విష్ణువు,శివుడు, పరమేశ్వరులు భిన్న రూపములై ఉండిరి. స్పష్టములైన భేద లక్షణములు తెలియకున్నను విష్ణువు, శివుడు ఇరువురు దేవత శ్రేష్ఠులైరి. మూడవ దశలో ఇతిహాసవీరుడగు శ్రీ కృష్ణుడని విష్ణువులో ఐక్యము అయినాడు. కృష్ణతత్వము ప్రకృతి వస్త్వారాధన యందలి మూఢ విశ్వాసములను, కర్మకలాపములను అణగద్రొక్కింది. కృష్ణుణి కాళియ శిరోనాట్యమునకు అర్థము కృష్ణుడు నాగపూజను నిరసించుటయే. శ్రీ కృష్ణుని వలన ఇంద్రుని పరాభవము వైదిక సంప్రదాయమునకు పరాజయము, విష్ణుతత్వమునకు విజయము.

భగవద్గీత (క్రీ.పూ. 900) :- మహాభారతమున అన్నింటి కంటే ముఖ్యమైన ఘట్టము భగవద్గీత, భీష్మపర్వములోని 25వ అధ్యాయనము మొదలు 42వ అధ్యాయనము వరకు 18 అధ్యాయములు భగవద్గీతగా రూపొందినవి. ఇందు 700 శ్లోకములు కలవు. ఒక మహాగ్రంథములోని అంతర్భాగమై యుండియు గీత స్వతంత్ర గ్రంథము వలె సాటిలేని మేటి కీర్తినొందినది.

కురుక్షేత్ర యుద్ధరంగమున అర్జునుని బంధువులైన తనవారినే చంపవలసి వచ్చినందులకు బాధపడుచుండగా విషాదము నొందును. పరమకృపతో బంధువులను చంపనొల్లక విల్లమ్ములను దిగవిడిచి రథముపై చతికిలబడును. క్షత్రియ ధర్మమును మరచి కర్తవ్యవిముఖుడైన అర్జునుని మరల కర్తవ్యమునకు పురికొల్పుటకై శ్రీకృష్ణుడు అతనికి ఈ గీత శాస్త్రమును బోధించెను.

ఉపనిషత్తుల సారమే గీతయని చెప్పుదురు. కర్మయోగము, భక్తి యోగము, జ్ఞాన యోగము అను మూడు యోగములు గీతలో చక్కగా బోధింపబడినది. ఫలాపేక్ష వదలి కర్మలోనర్చుటే నిష్కాను కర్మయోగమని గీత చెప్పుచున్నది. భగవద్గీత చతువర్ణవ్యవస్థను ఆమోదించినది.

పురుషార్థములు:- పురుషార్థములు ఆహారము, నిద్ర మొదలగు విషయములలో మానవులకు ఇతర ప్రాణులకును బేధము లేదు. వివేక మొక్కటే ఇతర జంతువుల నుండి మానవులను వేరు చేయుచున్నది. వివేకము లేని మనుజుడు ద్విపాదపాశుడే.

మానవుడు తాను ఈ లోకములో ఏల జన్మించెను? ఈ జీవితమున ఏమి సాధింపవలెను? అని తప్పక ఆలోచింపవలెను. అట్లా ఆలోచించుటయే పూర్వము మన పెద్దలు మానవుడు పురుషార్థములను సాధింపవలేనని చెప్పిరి.

ధర్మము, అర్థము, కామము, మోక్షము అనునవియే చతుర్విధ పురుషార్థములు, వీటిలో 4వ దైన మోక్షము ముఖ్యమైనది.

1.ధర్మము:- ధర్మము మొదటి పురుషార్థము, ప్రతి వ్యక్తి తన జీవితములో పాటించవలన కొన్ని ధర్మములు కలవు. అవి పాటింపనిచో లోక వ్యవస్థ తారుమారగును. అధర్మము వ్యాపించిన ప్రదేశములో జీవితము సుఖముగా వుండదు. "ధర్మోరక్షితి రక్షితః" – ధర్మమును మనము కాపాడినచో ఆది మనలను

కాపాడును. సత్యమును పాటించుట, పెద్దలను గౌరవించుట, పరోపకారమొనర్చుట మొదలగు ధర్మములు ఎన్నో కలవు. వీటిని పాటింపకుండుట అధర్మమునకు హేతుడై పాపము నొందును. - రామాయణము, భారతము మొదలగు గ్రంథములలో: శ్రీరాముడు, ధర్మరాజు మొదలగువారు ధర్మాత్ములుగా వర్ణించబడినది. వారివలె ధర్మములను పాటించవలెనని ఆ గ్రంథములు మనకు బోధించుచున్నవి.

2. అర్థము:- అర్థమనగా ధనమని అర్థము. ఇది ద్వితీయ పురుషార్థము. జనమంతయు ధనముపై ఆధారపడియున్నది. ధనము లేనిచో ఎట్టి కార్యము సాధింపలేము. అట్లని అధర్మమార్గములో ధనార్జనకు ప్రయత్నింపరాదు. అట్లొనర్చుట పాపకారణమగును. ఆర్జించిన ధనమును సద్వినియోగ మొనర్చుకొనవలెను. ధర్మకార్యములకై, ధనమును వెచ్చింప వలయును, కాళిదాసు రఘు వంశము రాజులను వర్ణించుచూ 'త్యాగాయ సంభృతార్థానాం' అని చెప్పెను. అనగా వారు త్యాగము చేయుటకే ధనము నార్జించుచుండిరని ధనముసద్వి నియోగము చేయక కూడబెట్టు లోభి అధార్మికుడై పాపము మూటగట్టుకొనును.

3. కామము:- కామము అనగా కోరిక అని అర్థము. జీవితములో ప్రతి వానికి ఎన్నో కోరికలు ఉండును. వీనిని తీర్చుకొనుట కూడ పురుషార్థమే. కాని ఆ కోరికలు ధర్మవిరుద్ధములై యుండరాదు. ధనము నార్జించుటలో ఎట్లు ధర్మమును వీడువరాదో, అదే విధముగా కామమును సాధించుటలో కూడ ధర్మము అతిక్రమించరాదు.

4. మోక్షము:- మోక్షమనగా విడుదల అని అర్థము. అనాది కాలము నుండి జీవుడు అవిద్యలో మునిగి సంసార బంధములో దగుల్కొని యున్నాడు. మాటి మాటికి చావు పుట్టుకలకు లోనగుచు మితలేని దుఃఖము అనుభవించుచున్నాడు. ఈ దుస్థితి నుండి తప్పించుకొని శాశ్వతమైన ఆనంద స్థితి అందుకొనుటయే మోక్షము. ఇందుకు తగిన సాధనలు. శాస్త్రములలో వివరించబడియున్నవి. శరీరము నుండి విడివడిన ముక్త జీవుడు ఆచార్య మార్గము ద్వారా ఇంద్ర సూర్యాది లోకములను దాటి వైకుంఠమున ప్రవేశించునని విశిష్టాద్వైతులు చెప్పుదురు. అచ్చట ముక్తాతుడు పరమాత్మలో యోగము పొంది శాశ్వత ఆనందమును

అనుభవించును. అట్టి వాడు తిరిగి కర్మలోకములకు రాడు. ఆ మోక్ష స్థితిలోని ఆనందము అట్టిదని మాటలతో చెప్పుటకు వీలు లేదు.

వర్ణాశ్రమములు:- ధర్మము, అర్థము, కామము అను పురుషార్థములు మూడును నాల్గవదగు మోక్షమునకు సాధనములుగా నుండవలెనని తెలిసికొంటిమి. పై మూడింటికి 'త్రివర్గ' మని పేరు వాటిలో ధర్మము మిక్కిలి ముఖ్యమైనది. మానవుని జీవితము ధర్మబద్ధమైనప్పుడే శ్రేయస్సును సమకూర్చును. హిందు శాస్త్రములో వర్ణ ధర్మము, ఆశ్రమ ధర్మమని ధర్మము రెండు విధములుగా విభజించబడినది.

1. వర్ణధర్మములు:- సమాజమును పూర్వులు బ్రాహ్మణులు, క్షత్రియులు, వైశ్యులు, శూద్రులు అని నాల్గు రకములుగా విభజించిరి. ఈ విభాగమే చతుర్వర్ణ్యము అనబడుచున్నది. జనుల యొక్క గుణములను బట్టియు, వారు చేయు కర్మను బట్టియు ఈ వర్ణ విభాగము జరిగినది. చాతుర్వర్ణ్యం మాయా సృష్టం గుణం విభాగశః" అను గీతావచనము ఈ విషయమును స్పష్టము చేయుచున్నది.

1. ఇంద్రియ నిగ్రహము, తపస్సు, ఓర్పు, ఋజుత్వము, జ్ఞానము. ఆస్తికత్వము – ఇవి బ్రాహ్మణునికి స్వభావ సిద్ధమైన కర్మలు.

2. శౌర్యము, ధైర్యము, తేజము, కార్యసామర్థ్యము, యుద్ధమున స్థిరత్వము, ధానము, అధికారము – క్షత్రియ స్వభావిక కర్మలు.

3. వ్యవసాయము, వ్యాపారము, పశుపాలన – వైశ్యునికి స్వభావ సిద్ధములు.

4. సేవా రూపమైన కర్మయే స్వభావముగా గలవాడు శూద్రుడు.

ప్రజలు వారివారి స్వభావము సిద్ధములైన కర్మలను చక్కగా నెరవేర్చినచో సమాజము అన్ని విధముల ఉన్నత స్థితిలో ఉండునని తలచి పై విధముగా సహజముగా విభజించుట జరిగినది.

2. ఆశ్రమ ధర్మములు:- మానవుని జీవితమందలి నాలుగు దశలను నాలుగు ఆశ్రమములుగా ప్రాచీనులు విభజించిరి.

వాటికి

1. బ్రహ్మచర్యాశ్రమము.
2. గృహస్థాశ్రమము.
3. వానప్రస్థాశ్రమము.
4. సన్న్యాసాశ్రమము. అని పేర్లు పెట్టిరి.

జీవుడు దేవుని సన్నిధికి సాగించు జీవితయాత్రలో ఈ నాలుగు ఆశ్రమ ధర్మములను నాలుగు మజిలీలుగా భావించవచ్చును.

<u>1. బ్రహ్మచర్యాశ్రమము:-</u> ఏడు లేక ఎనిమిది వయస్సు వచ్చుటలో మానవునకు బ్రహ్మచర్యాశ్రమము ప్రారంభమగును. బ్రహ్మచారి గురుకులమున చేరి విద్య అభ్యసించుచు కాలము గడుపవలెను. ఇంద్రియములను, మనస్సులను నిగ్రహించుకొని నియమబద్ధమైన జీవితము కల్గి యుండవలెను. మితాహారము, మితభాషణము పాటింపవలెనని, మద్యమాంసాది పదార్థములు ఉపయోగింపరాదు. వివేకము కల్గి ప్రవర్తింపవలెను. కామక్రోధాదులకు లోనుగారాదు. సంధ్యావందనము, దేవపూజ మొదలైన కృత్యములు నిత్యము ఆచరింపవలెను. పూర్వకాలమున వేదాధ్యయనమే ముఖ్యమైన విద్యగా నుండెడిది. దాని అనుబంధముగా వేదాంగములు, పురాణములు, ధర్మశాస్త్రములు మున్నగున్నవి కూడ బ్రహ్మచారులు అభ్యసించుచుండిరి. విద్యాభ్యాస కాలమున గురువులే విద్యార్థులను పోషించుచుండిరి. విద్యార్థులు భక్తి శ్రద్ధలతో గురువులకు సేవ చేయుచుండిరి.

<u>2. గృహస్థాశ్రమము:-</u> విద్యాభ్యాసము పూర్తి యైన పిమ్మట బ్రహ్మచారి పెద్దల అనుమతితో తగిన వధువును వివాహమాడి గృహస్థాశ్రమమున ప్రవేశించును. దంపతులు ఇద్దరు గృహస్థ ధర్మమును పాటించుచు జీవనయాత్ర సాగింపవలెను. గృహస్థ జీవితము కేవలము సుఖబోగములను అనుభవించుటకు గాక సమాజసేవ మున్నగు పవిత్ర ధర్మములను ఆచరించుటకై ఉద్దేశింపబడిదని భావించవలెను.

గృహస్థుడు ముఖ్యముగా పంచమహాయజ్ఞములను నిత్యము ఆచరింపవలెనని శాస్త్రములు చెప్పుచున్నాయి. బ్రహ్మ యజ్ఞము, పితృ యజ్ఞము, దేవ యజ్ఞము, భూత యజ్ఞము, మనుష్య యజ్ఞము - అనునవి పంచ మహాయజ్ఞములు అనబడును.

బ్రహ్మయజ్ఞమనగా వేదములను పఠించుట, పితృ యజ్ఞమనగా పితృ దేవతలకు శ్రద్ధాది కర్మలోనరించుట, దేవ యజ్ఞమనగా దేవతలను పూజించుట, భూత యజ్ఞమనగా జంతువులు, పక్షులు, చీమలు మొదలగు ప్రాణులకు ఆహారము ఇచ్చుట, మనుష్య యజ్ఞమనగా అతిధులకు, అభాగ్యులకు ఆతిథ్యము ఇచ్చుట. ఈ కార్యములలో గృహస్థునికి భార్య తోడ్పాటు ఎంతో అవసరమైనది. ఈ యజ్ఞములు గృహస్థుని త్యాగమును సంఘసేవను వ్యక్తము చేయుచున్నవి. సన్యాసి, బ్రహ్మచారి మున్నగు ఇతర ఆశ్రమస్థులు కూడ అహారమునకై గృహస్థునే ఆశ్రయించవలసి యున్నది. కావున గృహస్థాశ్రమము మిక్కిలి శ్రేష్టమైనదని చెప్పబడినది.

<u>3. వానప్రస్థాశ్రమము:-</u> వయస్సు గడిచిన తరువాత గృహస్థుడు కుటుంబ భారమును కుమారునకు అప్పగించి అరణ్యమునకు వెళ్ళి తపోమయ జీవితమును గడుపవలెను. దీనినే వానస్రస్థాశ్రమము అందురు. ఈ వానస్రస్థాశ్రమము నందు మానవుడు మనో నిగ్రహము కల్గి ఆత్మ దర్శనమునకై ప్రయత్నింపవలెను.

<u>4. సన్యాసాశ్రమము:-</u> నాలుగవదైన సన్యాసాశ్రమము మిక్కిలి పవిత్రమైనది. ఇది సర్వత్యాగమునకు చిహ్నము, సన్యాసికి ఏ విధమైన భోగభిలాషగాని, స్వార్థ చింతగాని ఉండరాదు. భిన్నత్వముతో ఆతడు జీవితమును గడుపవలెను. సర్వత్ర అతడు పరమాత్మనే దర్శింపవలెను. తీవ్ర వైరాగ్యము గల బ్రహ్మచార్యాశ్రమము నుండియే వేరుగా సన్నాసము స్వీకరించుటయు గలదు. హిందువుల సన్యాసుల పట్ల మిక్కిలి పూజ భావము కల్గి యుందురు.

ఈ విధముగా హిందు సంప్రదాయములో చతురాశ్రమములు ఎంతో ప్రాముఖ్యము వహించినవి. ఈ ఆశ్రమములో ఉన్నను ఫలాసక్తి లేకుండా తన ధర్మమును చక్కగా నిర్వర్తించువాడు తప్పక ముక్తిని పొందునని శాస్త్రములు

నిర్దేశించుచున్నవి. హృదయ శుద్ధి, తీవ్రవైరాగ్యము భగలద్భక్తి ఇవియే మోక్షసాధనము అధిష్ఠించుటకు సోపానములు.

<u>ఋగ్వేద కాలము నాటి ఆర్యుల నాగరికత (1500 బి.సి. - 1000 బి.సి.)</u>

<u>1.సాంఘీక వ్యవస్థ :-</u>

<u>ఎ. కుటుంబ వ్యవస్థ :-</u> వైదిక ఆర్యులు ప్రధానముగా గ్రామములందు నివసించిరి. కర్రతో, వెదురు బొంగులతో <u>పచ్చి ఇటుకలతో</u> వారు మట్టి ఇండ్లను నిర్మించుకొనిరి ఉమ్మడి కుటుంబము నాటి సామాజిక సాంప్రదాయము. కుటుంబమునకు తండ్రి పెద్ద. కుటుంబ పెద్దను <u>కలపగా</u> పేర్కొన్నారు. పితృస్వామ్య సమాజం కాబట్టి మళ్లీ మళ్లీ కొడుకుతే పుట్టాలని అందరూ ఆశించేవారు. మరి ముఖ్యముగా యుద్ధాల్లో పోరాడటం కోసం ధైర్యశీయులులైన కొడుకుల్ని ఇవ్వమని దేవుళ్ళని కొరుకొవడం ఎదురయే విషయమే కాని, కూతుర్ని ఇవ్వమని కొరటం ఎక్కడా కనిపించదు. ఒక వేళ మగ సంతానం లేక పోతే కుటుంబ ఆర్థిపాస్తులు కుమార్తె పుత్రునికి చెందుతాయి. వేదకాలంలో కుమారైను దుహిత్రి అని పేర్కొనిరి <u>దుహిత్రి</u> అనగా పాలను పితికేది అని అర్థం. సర్వ సాధారణముగా ఏకపత్నీత్వము నాటి ఆచారము. బహుభార్యత్వము కేవలం రాజులందు గలదు. బహు భర్తత్వము ఆచారణలో ఉన్నట్లు కనిపించదు.

<u>బి. సమాజంలో స్త్రీ స్థానము :-</u> గృహిణి, సంఘ సభ్యురాలిగా సభ, సమితి, విధాత లందు సభ్యురాలిగా స్త్రీకి సంఘునందు గౌరవస్థానము కలదు. వారి కాలములో స్త్రీలు వేద మంత్రాలను రచించడం, వ్యాఖ్యానించటం వాటిపై విశేష పరిజ్ఞానము సంపాదించినారు ఉదాహరణకు :- ఋగ్వేదము 8వ మండలం 91 సూక్తంలో 1 నుండి7 వరకు గల వేద మంత్రాలను రచించిన స్త్రీ <u>అపాలా.</u> ఐదవ మండలం రెండవ అనువాక్యం ఋక్కుల మంత్ర దృష్ట - <u>విశ్వవీరా.</u> ఋగ్వేదంలో 10వ మండలంలోని 85 సూక్తును రచించిన ఋషిక కాగల్గిన కీర్తి బ్రాహ్మవాదిని సూర్యాకు లభించినది. <u>రోమ పాదమ మహర్షి</u> భార్య ఋగ్వేదంలోని ప్రధమ మండలములో 126వ సూక్తము యొక్క ఏడు మంత్రములను రచించినది. వీరే గాక <u>లోహముద్ర ఘోషు</u> మొదలైన స్త్రీలు కూడా ఋగ్వేదములోని

సూక్తాములను రచించినారు. పై ఉదాహరణను అనుసరించి వారీ కాలంలో స్త్రీలు ఉన్నతమైన విద్యను అభ్యసించుటకు అవకాశము ఉండేనని చెప్పవచ్చును. బాల్య వివాహములు సతీసహగమనము, పరదా పద్దతి ఆనాడు లేవు, వితంతు వివాహములు నిషేధించిబడలేదు. వీరి కాలంలో భర్త మరణించిన స్త్రీ, భర్త సోదరునితో కలసి జీవించేవారు, దీనిని 'నియోగ' అని పేర్కొన్నారు. భర్తను ఎన్నుకొనుటలో స్త్రీలకు పూర్తి స్వాతంత్రము కలదు. భర్తతో పాటు భార్య కూడా సంఘం నందు జరుగు అనేక మతపరమైన క్రతువులందు, స్వేచ్ఛగా పాల్గోనేవారు.

సి. వర్ణవ్యవస్థ :- వర్ణవ్యవస్థ లేక కులవ్యవస్థ లేదు. కాని సంఘం నందు (1) ఆర్యులు (2) ఆర్యేతరులు లేక దాసులు అనే రెండు తరగతులు లేక జాతులు ఉండేవి. ఋగ్వేదంలోని 10వ మండల మైన పురుష సూక్తములో సృష్టికర్త నుదుట నుండి బ్రాహ్మణులు, భుజస్కంధముల నుండి క్షత్రియులు, తోడల నుండి వైశ్యులు, పాదాలనుండి శూద్రులు ఉద్భవించారని చెప్పుచున్నది. కాని ఈ పురుషసూక్తం మొదట ఋగ్వేదకాలంలో లేదని ఆతర్వాతి కాలంలో ఇది ఋగ్వేదానికి చేర్చబడినదని చరిత్రకారుల అభిప్రాయం. అందుచే వీరి కాలమున వర్ణ లేక కులవ్యవస్థ బాగుగా అభివృద్ధి చెందలేదని కేవలము వృత్తులు అనగా పురోహితులు (బ్రాహ్మణులు), యుద్ధము చేయువారు క్షత్రియులు, రైతులు లేక వ్యాపారి వైశ్యులు, (జనాభా అధిక సంఖ్యాకులు), సేద్యపుబానిస శూద్రుడు అని విభజన జరిగినది. కాని. ఋగ్వేదము ఒక రుషి రధాన్ని తయారు చేసినట్లు చెప్పుకున్నాడు. అంటే వీరి కాలములో ఇంకా మేధావులకు, కష్ట జీవులకు మధ్య విభజన లేదన్నమాట అంటే ఋగ్వేదకాలంలో సహజంగానే శారీరక శ్రమ ఎంతో గౌరవించ బడేది అని తెలుస్తుంది. అంతేగాక వీరి ఇలంలో వర్ణాంతర వివాహములు, వర్ణాంతర భోజనం నిషేధింపబడలేదు.

డి. ఆహారపద్ధతులు :- వరి, గోధుమలు (తండూలం, శాలి, వృహి), గోధుమలు, భార్లీ (యవలు) నువ్వులు (తిల) మొదలైన పంటలు పండిచేవారు. వారు, పాలు, నెయ్యి, తేనే, మాంసము, చేపలు వారి ముఖ్య అహరము సోమ, సుర అనే మత్తుపానీయములను సేవించేవారు.

ఇ. దుస్తువులు, ఆభరణములు :- నూలు, ఉన్నితో తయారైన వస్త్రములను

ధరించెడివారు. శుక్ర వస్త్రములంటే ఆర్యులకు ఎక్కువ మక్కువ ఉన్నట్లు తెలుస్తుంది. తలపాగ ధరించడం వాడకలో ఉంది. పురుషులు జుట్టును, గడ్డము, మీసములను, పొడవుగా పెంచెవారు. ఓపశ అనేది స్త్రీల శిరోజాలంకరణ భూషణమై ఉండవచ్చు. వీరు మొత్తం జుట్టును కట్టిన జడను కపర్థ అనేవారు.

ఎఫ్. వినోదములు :-

1. ఆర్యుల అభిమానమైన క్రీడ రథపందేములు.

2. చందరంగము, గుర్రపుపందేములు, వేట మొదలగునవి.

3. అంగీరస సవ్యరుషి నృత్యాన్ని పేర్కొన్నాడు.

4. సంగీతంలో గాత్రం, వాద్యాలు రెండూ ఉండేవి.

ఆర్థిక వ్యవస్థ:-

(ఎ) వ్యవసాయము :- పశుపోషణ తమ ప్రధాన వృత్తిగా కలిగి సంచార జీవితము గడుపుతూ భారత దేశానికి వచ్చిన రుగ్వేదము నాటి ఆర్యులు వ్యవసాయాన్ని ప్రధాన వృత్తిగా స్వీకరించి స్థిరనివాసాలను ఏర్పరచుకొవడం ప్రారంభించారు. అందువల్ల ఆర్యుల ఆర్థికవ్యవస్థ వ్యవసాయం మీద ప్రధానముగా ఆధారపడియున్నది. వేదకాలము నాటి నాగరికత గ్రామీణ జీవితం, వ్యవసాయం అనే రెండు స్తంభాల మీద నిర్మించబడినది. ఋగ్వేదములో నగర అనేపదము ఎక్కడా కనిపించదు "పుర" అనేది ప్రస్తావించబడినప్పటికి అవి పట్టణాలను సూచించదనీ, కోటలను మాత్రమే సూచిస్తాయని ఆర్. సి. మంజుదార్ అభిప్రాయం. అందువల్ల ఋగ్వేదకాలము నాటి నాగరికత పూర్తిగా గ్రామీణ నాగరికత అని చెప్పుటే సమంజసమైనది. వీరికాలంలో రైతాంగం విస్ అనే ప్రత్యేక బృందముగా ఏర్పడినది. వ్యవసాయదారులను, 'కృషి', చర్సనీ అని పిలిచేవారు. రైతులు దున్నుకునే భూములను వారే యజమానులు. వారిని 'క్షేత్రపతి' అనేవారు. అలాగని ఆర్యుల కాలములోని రైతుల నంత స్వతంత్రులని అనడానికి వీలులేదు. ఈ స్వతంత్ర రైతులు కేవలం ఉన్నత వర్గాలకు చెందిన వారై ఉండేవారు. పలుకుబడి ఉన్న (పురోహితులకు) ఆర్యులు తమ పశుపాలనకు, వ్యవసాయానికి దాసదాసీల సేవను ఉపయోగించుకునేవారు. కాని సామాన్యులైన ఆర్యులు తమ

వ్యవసాయాన్ని, పశుపాలనను తామే చూసుకునేవారు. ఒక వేళ ఒక ఆర్యుడు తాత్కలికముగా బానిసగా ఉన్న ఒప్పందము పూర్తి అయ్యాకా తన స్వేచ్ఛను తిరిగి పొందే అవకాశాన్ని కలిగి ఉండెను. ఇటువంటి వారిని అహితకులు అనేవారు. జనాభాలో అత్యధికులు దాస్యులు వారు స్వతంత్ర రైతుల పెత్తనము కింద్ర పని చేసేవారు. కాని కొంతమంది చారిత్రకారుల అభిప్రాయం ప్రకారము కేవలం ఇంటి పనులు చేసే బానిసలు మాత్రమే ఉండేవారు. కాని ఈ బానిసలను వ్యవసాయం లాంటి ఉత్పత్తి రంగములలో ఉపయోగించ లేదన్నది మాత్రము స్పష్టము అవుతున్నది. పశువులను గ్రాసంకోసం తీసుక వెళ్ళు వ్యక్తిని వారు "గొప"అని పిలిచేడివారు. గ్రహిష్టి అనగా పశువులు కోసం వెతకడం అనే అర్థం కలదు. వీరికాలములో భూమిని రెండు రకములగా విభజించినారు. అని ఏమనగా క్షేత్రం, అరణ్యం (ఉర్వర), క్షేత్రములో వరి, బార్లీ (యవ), గోధుమలు, పండించేవారు. అరణ్యాలలో పశువులను మేపుకొనేవారు. ఋగ్వేదకాలములోని రైతులు భూమిని కరలలో చేసిన నాగలితో దున్నేవారు. కర్రను కర్రుగా ఉపయోగించారు. ఋగ్వేదంలోని సిరా, లాంగుల, హల అనే పదములకు నాగలి అనే అర్థం కలదు. వీరు సీతని నాగలి దేవతగా కీర్తించిరి వీరు తుర్పు పోయుటకు సుర్ప అనే జల్లెడను టిటే అని పిలిచేవారు. వ్యవసాయ పనుల్లో ఇనుము వాడకము 1000 బి.సి. నుండి ప్రారంభమైనది. వీరు ఇనుము (సంస్కృతం శ్వాదు, అతిః) గాంధార నుండి తీసుకొనేవారు. వారీ కాలములో వాడిన అయస్ అనే పదానికి అర్ధం ఇనుము అని కొందరు, మరికొందరు రాగి అని అర్థము కలదని పేర్కొనుచున్నారు, గోభిర్యవం సచర్కృషత్" అంటే వ్యవసాయానికి నీటి పారుదల కాలువలు ఉండేనని తెలుస్తుంది.

ఇతరవృత్తులు :- వ్యవసాయం పశుపోషణతో పాటు కొన్ని ఇతర వృత్తులు కూడా ఉన్నాయి. కంసాలులు, వడ్రంగులు, కుమ్మరివారు, సాలీలు, పడవలు తయారు చేయువారు, పచ్చి ఇటుకలను తయారు చేయువారు చర్మమును చదును చేయువారు కూడా కలరు. వీరు గాక ఇంకనూ పురోహితుడు కలదు. ఇతడు వైద్యము చేయుట భుత, ప్రేతములను తరిమికొట్టెడివారు. అందుచే ఆతనికి సంఘము నందు గౌరవస్థానముకలదు. రధాలకు యుద్ధ సమయములలోను,

రాజకియ వ్యవస్థలోను ఉన్న ప్రాముఖ్యత వలన వీటిని తయారు చేసేవారు. సాంఘీకముగా మంచి దశలో ఉండేవారు. వీరిని రథకారులు అని వ్యవహరించేవారు.

వీరి కాలములో దాన పురోహితులు, ఆర్యపురోహితులు ఒకటై ఒక బలమైన బ్రాహ్మణ వర్ణముగా ఏర్పడినట్లు కనిపిస్తుంది. బ్రాహ్మణులంతా ఆర్యులే అయితే వారికి గణంలో అందరికి సమానంగా సంపదలు మీద హక్కు ఉంటుంది. కాని ఋగ్వేదంలో చాల మంది పురోహితులు తమ పేదరికాన్ని గురించి పేర్కొన్నారు. ఉదాహరణకు :- వామదేవుడు తిండి దొరకని స్థితిలో భార్య దుర్భరవ్యవస్థను చుడలేక కుక్క ప్రేగులు వండుకుని తిన్నట్లు ఉన్నది. కావున దీనిబట్టి నాటి సామన్య ప్రజలు అనుభవించిన ఆర్థిక దుస్థితి విధితమవుచున్నది.

<u>వర్తక వ్యాపారము :</u> నాడు ఒక ప్రాంతము నుండి వేరొక ప్రాంతమునకు వర్తక వ్యాపార సంబంధములు గలవు. సరకులను, గుర్రములపై, రథములపై, ఎద్దు బండ్లపై ఇతర ప్రాంతములకు చేరవేయుచుండిరి. నాటి వాణిజ్యము ఫణి అనే అనార్యజాతి చేతిలో ఉండేను. <u>ఫణి</u> జాతి వారు వడ్డీ వ్యాపారము చేసేవారు. నాటి సాహిత్యము వీరిపట్ల వ్యతిరేకత చూపినది. బాబిలోనియా, పశ్చిమ ఆసియా దేశములలో ఋగ్వేద ప్రజలకు వర్తక వ్యాపార సంబంధములు ఉన్నట్లు తెలియుచున్నది. వస్తు మార్పిడి ద్వారా వ్యాపారము జరిగెడిది. కాని కొంతమంది చరిత్రకారులు నిష్కము అనే బంగారు నాణేము చెలామణిలో నుండేదని భావిస్తున్నారు.

వీరు కాలములో అగ్నిదేవుడు 'పథికృతి' అంటే మార్గాలను ఏర్పరిచేవాడుగా వర్ణించడాన్ని బట్టిదట్టమైన అడవులను దగ్ధం చేసి రహదారులను ఏర్పరచే వాడని తెలుస్తోంది. ఋగ్వేదం యందు సముద్ర అనే పదం కనిపించిన విదేశాలలో సముద్రాంతర వ్యాపారము ఋగ్వేద కాలములోని ఆర్యులకు తెలియదని చాలమంది చరిత్రకారులు అభిప్రాయపడుచున్నారు. సముద్రం అనేది కేవలము నదిని మాత్రమే కాని సముద్రాన్ని సూచించదని వీరి వాదన. దీన్ని బట్టి ఋగ్వేద కాలములోని వర్తక, వాణిజ్య వ్యాపారముల విషయములో చరిత్రకారులకు ఏకభిప్రాయము లేదు.

రాజకీయ పరిస్థితులు :-

ఆర్యులవలస:- ఋగ్వేదకాలపు నాటికి ఆర్యులు మనదేశము నున్న ఆర్యేతరులను ఓడించిరి, వాయువ్యమున ఆఫ్ఘనిస్థాన్ నుండి తూర్పున ఎగువ గంగానది వరకు విస్తరించిరి. దీనిని చరిత్రకారులు సప్త సింధు ప్రాంతమనిరి సప్త సింధు అనగా.

	నదులు	-	సంస్కృతం	గ్రీక్
1)	సింధు	-	సింధ్.	
2)	చినాబ్	-	అసిక్ని	అకెసిన్స్
3)	జీలము	-	విత్తస	హైడాస్పస్
4)	సట్లజ్	-	సతుద్రి	జెరాద్రస్
5)	బియాస్	-	విపస	హైపసిస్
6)	రావి	-	పరుస్ని	హైద్రటోస్
7)	సరస్వతి	-	దృషద్ వతి [Mother of Rivers] [Sapahthi Sindhumatha]	

ఆర్యులు గంగా నదికి ప్రాముఖ్యత ఎక్కువ ఇవ్వలేదు.

గణ రాజ్యము :- ఆర్యులు ఒకే జాతికి చెందిన వారైన వారిలో అనేక తెగలున్నాయి. ఈ తెగల్లో భరత్, మత్స్య (రాజస్థాన్), తుర్వస, పుర, ధ్రుహ మొదలైన తెగలు ఒక్కొక్క ప్రాంతమును ఆక్రమించి పరిపాలించాయి. ఈ తెగలలో నిరంతర పోరాటములు అధిపత్యము కోరకు కొనసాగుచుండెను. భరత తెగ రాజు దివోదాసు ఇతడు యదు, పురు తెగలతోయుద్ధములు చేసినాడు. ఇతని మనుమడు సుదాముడు (త్రిస్సు) దశరాజ యుద్ధమున యదు, తుర్వస, పురు మొదలైన పది తెగలను చెందిన రాజులను సుదాముడు ఓడించి భరతుల అధిపత్యాన్ని స్థాపించాడు. ఈ దశరాజ గణ యుద్దాం పురుష్ణీ నది తీరములో

(రావి) జరిగినది. ఈ యుద్ధములో భరత వంశ రాజు వైపు విశ్వమిత్రుడు ఉండేను. భరతుల వల్ల భారతదేశానికి ఈ పేరు వచ్చింది. ఋగ్వేద కాలములలో ఐదుగురు రాజులు కనబడుతారు. (మనువు, పురూరవుడు, నహృషుడు, యమాతి, మాందాత) కాని వీరు ఏ ప్రాంతపు రాజులో తెలియదు. ఆర్యులు సప్త సింధూలో ప్రవేసించిన తర్వాత అంటే ఎంతకాలానికి వీరు రాజులయ్యారో వీరి తరువాత ఎన్ని తరాలకు దివోదాసు, సుదాముడు రాజులయ్యారో తెలుసు కొవడానికి సరి అయిన ఆధారాలు మనకులేవు.

ఆర్యుల రాజ్యమునకు పునాది కుటుంబము. కొన్ని కుటుంబములు కలసి గ్రామములుగ కొన్ని గ్రామములు కలసి విస్‌లుగను, కొన్ని విస్‌లు జనపదముగా (జాతిగా) రూపొందెను. ఇట్టిజనపద లేక కొన్ని తెగల రాజ్యమే ఋగ్వేదకాలము నాటి ఆర్య రాజ్యము, రుగ్వేద కాలపు రాజ్యము గిరిజన రాజ్యమే కాని (వితాత) ప్రాదేశిక రాజ్యంకాదు.

<u>రాజరికము :-</u> సర్వ సాధారణముగా ఈ తెగలలో రాజరికము వంశ పారంపర్యము, రాజును 'రాజన్' అని పిలుతురు. కొన్ని తెగలలో రాజును ఎన్నుకొను సాంప్రదాయము కలదు. అట్టు ఎన్నుకొబడిన రాజును 'గణపతి' అంటారు. ఇది కాక ప్రజాస్వామ్యము శిష్టుల రాజ్యము మొదలగు ప్రభుత్వములు కూడా అన్యగణములందు కలవు.

కాని కొంత మంది చరిత్రకారులు పై అభిప్రాయాలను అంగీకరించలేదు. వీరి ప్రకారం గణానికి పెద్ద ఉండేవాడు. ఇతన్ని రాజన్, సామ్రాట్, స్వరాట్, శాన, ఈశాన, భూపతి, ఏలి అనేవారు. ఋగ్వేదములో కాలములో ఆహార ఉత్పత్తి గాని స్థిర వ్యవసాయముగాని లేవు కాబట్టి రాజులు, రాజ్యాలు లేవు. అంటే ఇక్కడ రాజు కంటే గణముఖ్యుడని (అర్థము) కొందరి చరిత్రకారుల అభిప్రాయము.

<u>రాజు - ప్రధాన విధులు :-</u>రాజ్యమునకు సర్వాధికారి రాజు, ప్రజలను అంతరంగిక, బాహ్య శత్రువుల నుండి సంరక్షించి, వారి ఆస్తిపాస్థులను కాపాడుట, పురోహితుల సమావేశము చేసి ప్రజాసంక్షేమము కొరకు క్రతువులను నిర్వహించుట రాజు ప్రధాన విధులు, ఇందుకు ప్రతిఫలముగా గణ సభ్యులు రాజుకు "బలిపన్ను" అనే దానిని చెల్లించేవారు. ఈ బలిపన్ను ప్రజలు

ధాన్యరూపములోగాని, ఆవుల రూపంలోగాని చెల్లించెవారు.

ప్రధాన రాజ్యాధికారులు :- రాజ్య నిర్వహణలో రాజులకు సలహనొసంగి సహయపడుటకు వురోహితులు, సేనాని, గ్రామిణి అనే రాజ్యద్యోగులు కలరు. న్యాయ, ధర్మ విషయములలో రాజుకు తగిన సలహాల నొసంగుచు ప్రజ్యా శ్రేయస్సు కొరకై ప్రార్థనలు సల్పుట పురోహితుని విధి. చివరకు యుద్ధాలలో కుడా పురోహితుడు రాజు వెంట ఉండటం వలన పురోహితుడు తోలివేదకాలం నాటి సాంఘీక, రాజకీయ వ్యవస్థలో ప్రాముఖ్యతను సంతరించుకున్నాడు. రుగ్వేద కాలంలో గొప్ప పాత్రను నిర్వహించిన ఇద్దరు పురోహితులు వశిష్టుడు, విశ్వామిత్రుడు, వారు అనేక కార్యకలాపాలకు నాయకులను ప్రొత్సహించి, వారి విజయలను కీర్తించి, ప్రతి ఫలంగా గోవులనూ, స్త్రీ బానిసలనూ పెద్ద సంఖ్యలో వీరు గ్రహించారు. ఈ స్త్రీ బానిసలు ఇంటిపనులు చేయటానికి వినియోగించారు. అంతేగాని వీరిని వ్యవసాయం లాంటి ఉత్పత్తి రంగాలలో వినియోగించలేదని స్పష్టమవుచున్నది పురోహితుని తరువాత ప్రధానాధికారి సర్వసేనులకు అధిపతియైన 'సేనాని'. సైన్యములో ప్రధానముగా రధాలు, పదాతి దళాలు ఉండేవి. ఆర్యులు యుద్దాలలో శత్రువుల కోటలను ద్వంసము చేయటం కోసం పుర్ చరిష్మణ్ అనే యంత్రాన్ని వాడినట్లు ఋగ్వేదము వల్ల తెలుస్తున్నది. అంతేగాక శరీరమునకు కవచాన్ని, శిరస్రావమును, డాలును ఉపయోగించారు. గుర్రపు స్వారిలో ఆర్యులు బహునేర్పరులని తెలియుచున్నది. ఐతే ఈ ఋగ్వేద కాలంలో రాజు శాశ్వతమైన సైన్యాన్ని పొషించేవాడు కాదు. ఇందుకు కారణము ఆర్యులు ఒక ప్రాంతం నుండి మరొక ప్రాంతానికి వలస పొతున్న దశలో ఉండటం చేత స్థిర సైన్యము సాధ్యపడలేదు. సేన్యాధిపతి తర్వాత గ్రామములలో "గ్రామిణి" (రాజకర్త) రాజుకు ప్రతినిధిగా, పాలనా భాధ్యతలను చేపట్టినాడు. వీరి కాలములో గూఢాచారులు కూడా ఉండిరి. వీరిని స్పాస్‌గా పేర్కొనిరి.

ప్రజాసభలు :-

వేద కాలములో భారతదేశంలో కల అనేక రాజకీయ వ్యవస్థలలో సభ, సమతి, గణ, విధాత అనే ప్రజాసభలు కలవు. వాటిని గురించి రుగ్వేదం, అధర్వణ వేదాలలో తరచుగా ప్రస్తావించబడింది. మిగిలిన రెండు వేదాలలో ఈ వ్యవస్థ

గురించిన ప్రస్తావన లేదు. దీనిని బట్టి వేదాల అనంతర కాలములో ఈ వ్యవస్థ అంతరించిదని భావించాలి.

1.సమితి :- అధర్వణ వేదం ప్రకారం సమితి రాజును తన విధుల అధికారులు వినియోగంలో సలహాలను ఇచ్చేమండలి. ఈ విధముగా రాజుతో సన్నిహితముగా ముడిపడిన సమితికి ఆ కాలములో ఎంతో ప్రతిష్ట ప్రాధాన్యత ఉండేవని ఆధర్వణ వేదము తెలుపుచున్నది. అధర్వణ వేదంలోని ఒక శ్లోకములో సమితి తప్పుగా ప్రవర్తించిన రాజును శిక్షించేదని పేర్కొనబడింది. ఋగ్వేదం సమితిని గురించి 9 సార్లు ప్రస్తావించినది.

బంధోపాధ్యాయ అనే చరిత్రకారుని అభిప్రాయం ప్రకారం సమితికి ఈ క్రింది లక్షణాలు కలవు అవి. 1. సమితి సమాజంలోని మొత్తం వ్యక్తుల సమావేశం వంటిది.

2. అది రాజ్యంలో శాసనసభల వ్యవహరించింది. 3. సమితికి రాజ కుటుంబ సభ్యులతో సన్నిహిత సంబంధం ఉంది. 4. సమితి రాజు పదవి స్వీకారం, యుద్ధము, ప్రకృతి వైపరిత్యాలు వంటి కీలక సమయాలలో సమవేశమయ్యేది.

బంధోపాధ్యాయ అభిప్రాయం ప్రకారం సమితి చాలా శక్తి వంతమైన వ్యవస్థ రాజు అనేక రాజ్య వ్యవహారాలలో సమితితో సంప్రదించేవాడు. సమితి యిచ్చిన సలహాలను పాటించే వారు. ఈ సమితి సలహాలు, సహకారముతోనే రాజు తన విధులను నిర్వర్తించేవాడు. రాజు సామర్థ్యం, విజయం సమితి సహకారం పైనే ఆధారపడ్డాయి. సమితి రాజు పట్ల సంఘర్షణ పూరిత ధోరణి అవలంభిస్తే ఆ రాజు జీవితం దుర్భరమయ్యేదని బంధోపాధ్యాయ పేర్కొన్నాడు అయితే సమితి సమావేశాలకు రాజు అధ్యక్షత వహించేవాడ? లేదా చెప్పేందుకు ఖచ్చితమైన సాక్ష్యాధారాలు లేవు.

జైస్వాల్ అనే మరో చరిత్ర పరిశోధకుడు సమితి గురించి ఈ విధముగా విరించాడు. సమితి రాజ్యాంలోని మొత్తం ప్రజలతో కూడిన జాతీయ శాసన సభ వంటిది. రాజు లేదా రాజన్‌ను తిరిగి ఎన్నుకోవడం సమితి విధులలో ఒకటి, సమితి సమావేశాలలో ప్రజలందరూ పాల్గొనేవారు. సమితి సమావేశాలలో రాజు

తప్పక పాల్గొనాలనే నిబంధన ఉండేది. సమితి సమావేశాలలో పాల్గొనని రాజును అధర్మపరుడుగా పరిగణించబడేవారు. సమితి, రాజకీయ కార్యకలాపాలతో పాటు కొన్ని రాజకీయేతర కార్యకలాపాలను కూడా నిర్వహించేది. జైస్వాల్ అభిప్రాయం ప్రకారం సమితి అధికారానికి లోబడి సభ అనేమరో వ్యవస్థ పని చేసేది. సభ, సమితికి స్థాయి సంఘం వంటిది. సమితి, సభలు శాసన సభ ఎగువ, దిగువ సభల వంటివని కూడా జైస్వాల్ పేర్కొన్నారు.

2. సభ :- కొందరి చరిత్రకారుల అభిప్రాయము ప్రకారం సభ గ్రామస్థుల మండలికాగా, సమితి మొత్తం దేశానికి సంబంధించిన మండలి. ఇది బహుశ ప్రముఖులతో కూడిన పెద్దల సభ., సభ గ్రామాల్లో నిర్వహించబడే ఏరకమైన సభావేశానికైనా వర్తిస్తుంది.

ఉదాహరణకు:- మత, సాంస్కృతిక సమావేశాలను సభగా పరిగణించ వచ్చును. గ్రామాలలో వివిధ సమస్యలను చర్చించటానికి, గ్రామస్థులు ఏర్పరిచే సమావేశాన్ని కూడా సభగా గుర్తించవచ్చును. ఋగ్వేదంలో సభను గురించిన ప్రస్తావన ఎనిమిది సార్లు వచ్చినది.

బందోపాధ్యాయ వంటి చరిత్రకారుల అభిప్రాయం ప్రకారము ఆకాలములో సభలు రాజుపై రాజ్యాంగబద్ధమైన నియంత్రణగా పని చేశాయి. ఈ విధంగా అవి రాజకీయ సంఘలుగా వ్యవహరించాయి. అయితే బందోపాధ్యాయ అభిప్రాయం ప్రకారం రాజులతో సన్నిహిత సంబంధము కల కులీన కుటుంబాల వ్యక్తుల సమావేశాలనే సభలుగా పరిగణించాల్సి ఉంటుదనీ, వాటికి గ్రామ సభలతో లేదా వర్తకుల సంఘలతో ఎటువంటి సంబంధం లేదని పేర్కొన్నాడు. ఏమైనప్పటికి ఆకాలంలో సభ అనే వ్యవస్థ మరుతున్న రాజకీయ పరిస్థితులకు అనుగుణముగా అవతరించింది. ఆకాలంలో రాజకీయ వ్యవస్థలో రాజు కీలక పాత్రదారి కావడంతో ఆయనకు తన విధి నిర్వహణలలో సలహాలను ఇచ్చేందుకు సభనే వ్యవస్థ ఏర్పడింది.

3. విధాత :- ఋగ్వేదములో విధాతను గురించిన ప్రస్తావన 122 సార్లు వచ్చినది. స్త్రీ పురుషులు సమానముగా ఉన్న ఋగ్వేద సభ విధాత. ఈ విధాత సభ ముఖ్యమైన వీధి యుద్ధంలో లభ్యమైన సంపద అందరికి పంచుట. రాజ్యానికి

సంబంధించిన అంశాలు చర్చించబడినాయి ఈ విధాత సభ మలి వేదాకాలము వచ్చేటప్పటికి అదృశ్యము అవటం గమనించ వలసిన విషయము.

4. గణ :- గణ తంత్ర రాజ్యవ్యవస్థలో రాజును ఎన్నుకొనుటకు ఒక గణ సభ ఉండేను. ఈ గణ సభ రాజ్యాధినేతను ఎన్నుకొనుటయేగాక తరుచుగా సమావేశమై రాజ్యసనుస్యలను చర్చించి నిర్ణయములు తీసుకొనేది. గణ రాజ్యాధిపతిని రాజన్ అనేవారు. ఋగ్వేదములో గణ ప్రస్తావన 46 సార్లు వచ్చినది.

న్యాయపాలన వ్యవస్థ :- రాజ్యమున కంతటికి అత్యున్నత న్యాయధీశుడు రాజు న్యాయపాలనలో రాజునకు ముఖ్యసలహదారుడు పురోహితుడు దొంగతనము, దారిదోపిడి, పశువులను దొంగలించుట నాటిసాధారణ నేరాలు. (అతిధిని 'గోఘున' అని పిలిచేవారు. దీనికి గోవులను చంపేవాడని అర్థం). నేరస్థులను దివ్య పరిక్షల ద్వారా విచారించెడివారు. వీటితో బాటు నేరస్థులను దేశమునుండి బహిష్కరించుట, అంగ విచ్ఛేదము గావించుట మొదలగు శిక్షల గలవు. వీరికాలంలో ఒక మనిషిని వేరోక మనిషిని చంపిన, హతుని కుటుంబానికి 100 ఆవులను ఫరిహరంగా ఇచేవాడు.

మతవ్యవస్థ :- ఆర్యులు ప్రకృతి శక్తులకు దైవాత్వము ఆపాదించి ఆరాధించినారు. వారిముఖ్య దేవతలు ఇంద్రుడు, అగ్ని, వాయువు, వరుణుడు, సూర్యుడు, చంద్రుడు మొ.. వారు వీరందరూ. పురుష దేవతలే. ఆర్యులు ఈ రకమైన దేవతలతో పాటు పితృదేవతలను కూడా ఆరాధించేవారు. మృతిచెందిన పూర్వికులే పితృ లేదా పితరులు, ఆర్యులు పిత స్వామ్య సమాజంలో ఉన్నందునే యీ ఆరాధన ఉద్భవించింది. దేవతలకు బలులు ఇచ్చినట్లుగానే పితృదేవతలకు పిండాలు సమర్పించేవారు. వీరి కాలంలో అతిధి, పృధ్వి అను స్త్రీ దేవతలు కూడా ఉండిరి. పైన పేర్కొన్న దేవతల అందరిలో ఎక్కువ ప్రాధాన్యత గల దేవుడు ఇంద్రుడు ఇతడు తన వజ్రాయుదములో క్షిణదశలో ఉన్న హరప్పా నాగరికత వాసులను నిర్మూలించినాడు. ఇతన్ని ఆర్యులు ఋగ్వేదములో పురందరునిగా వర్ణించినాను. ఇంద్రుని గుర్చి ఋగ్వేదంలో 250 శ్లోకములు కలవు వరుణుడు వానదేవుడు. ఇతడు నీటికి మరోరూపం. ఇతన్ని ఆర్యులు ఉన్నత నైతిక ప్రమాణలకు సంబంధించిన దేవుని కూడ కోలిచినారు. వేదకాలములో

అగ్నిదేవునికి ద్వీతియ స్థానము ఉండేవి. ఇతడు ప్రజలకు, దేవతలకూమధ్య ఐక రకమైన రాయబారిగా వ్యవహరించెవాడు. వృక్షా దేవుడు సోముడు, మత్తు పానీయల (సోమరసం) సోమదేవుని మీద ఉంది. ఈ మత్తు పానీయాన్ని మొక్కల నుంచి తయారు చేసే విధానాన్ని వర్ణించే మంత్రాలు ఋగ్వేదము నందు కలవు. అధితి, ఉషాష్, పృధ్వీ (భూదేవత) మొదలైన స్త్రీ దేవతలలో అధితి దైవులందరికి తల్లి (ఈమే సూర్యుని తల్లి). ఉషాష్ దేవతను గురించి ఋగ్వేదంలో 21 శ్లోకాలు ఉన్నాయి.

ప్రకృతి దేవతల దయా దాక్షిణ్యములపై ఆధారపడినదని ఋగ్వేద ఆర్యులు విశ్వసించిరి. అందుచే వారు దేవతలను సంతృప్తులను చేసి వశ పరచుకొనుటకు యజ్ఞయాగాది క్రతువులను నిర్వహించి అందు పాలు, పెరుగు, వెన్న, నేయ్యి, తేనె, సోమ అనే మత్తు పానీయములను భక్తి పూర్వకముగా అగ్ని దేవునకు నైవేద్యముగా సమర్పించుచుండిరి. అంతేగాక జంతువులను కూడా క్రతువుల సమయములందు దేవతలకు బలియిచ్చెడివారు. దేవతలను అర్పించే బలులను ఇళ్ళ వద్దనో లేక ప్రత్యేకముగ నిర్మించిన యజ్ఞవేదికల మీదనో సమర్పించేవారు. ఇందుకు కారణం ఈ వీరి కాలములో దేవతా విగ్రహములు గాని, దేవాలయములు గాని లేవు కావున పైన పేర్కొన్న ప్రదేశాలలో జంతువులను బలి ఇచ్చేవారు. వీరు యజ్ఞమును సాముదాయకమైన ఆరాధనగా పరిగణించిరి. యజ్ఞము క్రమేణ దేవతారాధన కంటే అధిక ప్రాముఖ్యమును సంతరించుకొనెను భగవంతుని కంటే యజ్ఞము గొప్పది అనే భావము ధృడమైనది. యజ్ఞమే సర్వ ప్రపంచాన్ని నియంత్రణ చేయగలదని విశ్వసించారు. భగవంతుని చేతులందు మానవుని భవిషత్తు లేదని సుఖములను పొందుటకు భగవంతుని ప్రార్ధింపనవసరము లేదనే భావనకు ఆర్యులు లోనైరి. యజ్ఞము ద్వారా ఏ ప్రకృతి శక్తి నైనా వశపరచుకొని తమ కార్యసాధన చేసుకొవచ్చుననే ధృడ విశ్వాసము అలవరచుకొనిరి. ప్రకృతి ఆరాధకులుగా ప్రారంభమైన ఆర్యులు ప్రకృతినే శాసించగలమనే ఆత్మ విశ్వాసమునకు లోనైరి. ప్రారంభములో దేవతలంత సమానులని ఆర్యులు భావించిరి. కాని క్రమముగా సర్వశక్తి వంతుడైన ఒకే ఒక దైవము ప్రజాశక్తి అనే భావననాకు వచ్చిరి.

★ ఆర్యులు మరణించిన వారిని పూడ్చిపెట్టుట, దహనము చేయుట మొదలగు ఆచారములను పాటించేవారు.

వేదకాలములో స్త్రీ దేవతలు		
1.	ఉషస్	ఉదయం పూట సంచరించు దేవత
2.	అధితి	దేవతలను తల్లి (సూర్యనికి తల్లి)
3.	రాత్రి	రాత్రి దేవత
4.	పృద్వి	భూదేవత
5.	అరణ్యాని	అడవి దేవత
6.	దిషన	వృక్ష దేవత
7.	పరమాది	సంతాన దేవత
8.	ఇలా	కొరికలు తీర్చుదేవత
9.	అప్సర	జలదేవత (గాంధర్వ భార్యలు ఉదా:- ఊర్వశి)

వేదకాలములోని ఇతర దేవతలు		
1.	వాయు	పవన దేవత
2.	వాస్త్రి	అగ్ని దేవత
3.	అర్యమహః	ఒడంబడికకు రక్షణ కల్పించుదేవత
4.	ద్రాయిస్	స్వర్గదేవత (సూర్యునికి తండ్రి)
5.	సావిత్రి	కాంతి దేవత గ్రాయితి మంత్రంలో సంబంధము కల్గియున్నది.
6.	పుషస్	వివాహల దేవుడు
7.	డేమిగాడ్స్	విశ్వదేవత (అర్ధ దేవత), త్రీసన్యస్.

<u>ఋగ్వేదానంతర కాలము, నాటి ఆర్యుల సంస్కృతి (1000 బి.సి. – 600 బి.సి.)</u>

:- ఋగ్వేదానంతరము నాటి ఆర్యుల సంస్కృతికి ముఖ్యధారములు (ఎ) యజుర్వేదము, సామ వేదము, అధర్వణ వేదము (బి) బ్రహ్మణములు,

అరణ్యకములు (సి.) ఉపనిషత్తులు మొదలైనవి రచించినారు. వీటి ఆధారముగా నాటి ఆర్యుల జీవన విధానములను (నాగరికత) తెలుసు కొవచ్చును.

భౌగోళిక వ్యాప్తి :- సప్త సింధు ప్రాంతము నుండి క్రమముగా ఆర్యులు ఋగ్వేదానంతర కాలము నాటికి ఇంచు మించుగా ఉత్తర భారతదేశము అంతటా అంతే హిమాలయముల నుండి వింధ్య పర్వతాల వరకు విస్తరించారు. ఆర్యుల సంస్కృతికి వింధ్య పర్వతాలకు దక్షిణముగా అగస్త్యుడు తెచ్చినాడు.

ఆర్యులలోని ప్రధాన తెగలైన భరతులు, పురులు కలపి 'కురు' అన్న తెగగా మారారు. మొదట వీరు గంగా మైదానము శివార్లలో నివశించేవారు. త్వరలోనే 'కురు' తెగవారు గంగా సింధూ మైదానంలోని ఉత్తర భాగంలో ఉన్న ఢీల్లీని, కురుక్షేత్రనూ అక్రమించుకున్నారు. వీరు పాంచాల ప్రజలతో చేతులు కలిపారు. పాంచాల దేశం ఈ నాటి బరేలి, ఫరూకాబాద్, బాదున్ జిల్లాతో కుడుకుని ఉండేది. అలా కురు - పాంచాలా తెగల ఆధిపత్యం ఢీల్లీ, గంగా - యమునా వరకు వ్యాపించింది. వీరు మీరట్ జిల్లాలో ఉన్న హస్తినాపూర్‌లో రాజధానిని ఏర్పాటు చేసుకున్నారు. "మహభారతం" ప్రధానాంశమైన కురుక్షేత్ర సంగ్రామానికి కురుతెగ వారి చరిత్ర ముఖ్యము. ఈ యుద్ధము కౌరవులకు, పాండవులకు మధ్య (వీరు ఇద్దరూ కురు తెగకు చెందినవారే) ఈ యుద్ధము క్రీ.పూ. 950 సం. లో జరిగినట్లుగా భావించబడుతూ ఉంది. దీని ఫలితంగా కురు వంశం తుడిచి పెట్టుకుపొయింది.

సాంఘీక పరిస్థితులు :- సాంఘీక వ్యవస్థలో గణనీయమైన మర్పు వర్ణ లేక కుల వ్యవస్థ స్థూలముగా ఒక రూపమును సంతరించుకొనుట. వృత్తులను బట్టి వర్ణములు ఏర్పడెను. నాటి వర్ణములలో.

1. బ్రాహ్మణులు

2. క్షత్రియులు

3. శూద్రులు

4. పంచములు

ఈ వర్ణజులలో అగ్రకులములవారు బ్రాహ్మణులు, క్షత్రియులు, మలి వేద కాలమునకు చెందిన గ్రంధాల్లో బ్రాహ్మచర్యం, గృహస్థాశ్రమము (గార్హస్థ్యం), వానప్రస్థాశ్రయము అనేడి మూడు ఆశ్రమము ధర్మములు మాత్రమే పేర్కొనబడ్డాయి. నాలుగవ ఆశ్రమం సన్యాసము ఉండేది కానీ ఎక్కువ ప్రసిద్ధముగా ఉండేది కాదు. వేదకాలము తర్వాత కూడా అన్ని వర్ణాలకు చెందిన ప్రజలు గృహస్థాశ్రమధర్మాన్ని ఎక్కువగా పాటించారు. బ్రాహ్మణులు దేవతారాధన చేయుట, విధ్యాబోధన గావించుట ప్రధాన విధులుగ,నిర్వర్తించుచుందిరి. బ్రహ్మణులు తమ జీవన భృతిని రాజు నుంచే పొందేవాడు. దేశ, విదేశీ యాత్రల నుండి దేశాన్ని రక్షించి, ప్రజలను శాంతి భద్రతలను కలుగజేయుట క్షత్రియుల ధర్మము, ఋగ్వేదకాలానికి చెందిన విశ్‌లు యజుర్వేద కాలానికి వైశ్యులుగా మారారు. వైశ్యులు మొదట వ్యవసాయము చేసేవారు. అటు తర్వాత వ్యాపార, వాణిజ్యములను చేపట్టడం ప్రారంభించారు. వీరి కాలంలో పన్నులు చెల్లించే ప్రజలు వైశ్యులుగా మాత్రమే. బ్రాహ్మణులకు, క్షత్రియులకు వైశ్యులు లోంగి ఉండలని శతపధ, ఐతరేయ బ్రాహ్మణములు పేర్కొనుచున్నాయి. రాజు వారిని (వైశ్యులను) కొట్టవచ్చు, అణగదొక్కవచ్చును, వైశ్యులు కాల క్రమేణ వర్తక వ్యాపారము చేయుట వలన శూద్రులు వ్యవసాయమును వృత్తిగా స్వీకరించిరి. బ్రాహ్మణులకు,క్షత్రియులకు, వైశ్యులకు, రధకారులకు ఉపనయన సంస్కారము ఉంటుంది. కాబట్టి వీరిని "ద్విజులు" అంటారు. ద్విజులు అనగా రెండుసార్లు జన్మించిన వారని అర్థము. నాల్గవ వర్ణమైన శూద్రులు "ఉపనయనం" నకు అర్హత లేదు. కాని రాజు పటాభిషేకానికి చెందిన సామాజిక కార్యక్రమాల్లో శూద్రులు పాల్గొన్నట్లు ఆధారాలున్నాయి. కాబట్టి మలి వేదయగంలో వర్ణతార బేధాలు మరి ఎక్కువఉండేవి కావని పై దాన్ని బట్టి విధితమవుచున్నది. వీరు గాక ఆర్యులచే పరాజితులైన అనార్య ఆదిమ జాతులు (నిషాదులు) పంచములై చర్మకారవృత్తి అవలంభించి గ్రామములకు వెలువల నివసించెడివారు. ఈ వృత్తులే తదుపరి వంశ పారంపర్యమైనవి.

<u>కుటుంబ వ్యవస్థ</u> :- మలి వేదకాలములో కుటుంబ పెద్ద అయిన తండ్రి ప్రాబల్యం పెరిగినది. క్రమశిక్షణ నీతి, ప్రేమ, వినయ విధేయతలు మొదలైన గుణాలు ఉత్తమ శీల లక్షణాలు ఉమ్మడి కుటుంబములో ఉండేవి. అతని (తండ్రి)

క్రూరత్వాన్ని తెలియజేసే ఉదాహరణలు కూడా కలవు కుటుంబ పెద్ద ఐన తండ్రి తన కొడుకును కూడా వారసుడు కాదని తిరస్కరించవచ్చు.

స్త్రీల స్థానం :- ఈ కాలములోని స్త్రీలు సభ, సమితి మొదలగు వాటిలో సభ్యత్వము లేదు. క్షత్రియ స్త్రీలలో తప్ప మిగిలిన వర్ణములలోని స్త్రీలకు భర్తను ఎన్నుకొనుటలో స్వాతంత్ర్యము లేదు. వరుడు తన కన్నా తక్కువ వర్గం లోని స్త్రీని వివాహమాడటాన్ని "అనులోమ వివాహం" అని అంటారు. ఇది నాటి సమాజం అంగీకరించినది. వరుడు తన కన్నా ఎక్కువ వర్గంలొని స్త్రీని వివాహమాడటాన్ని "ప్రతిలోమ వివాహము" అన్నారు. కాని దీన్ని నాటి సమాజం అంగీకరించలేదు. స్త్రీకి ఆస్థిహక్కులేదు. భర్తకు అణువుగా, విదేయురాలైన స్త్రీని ఆదర్శ గృహిణిగా పరిగణించుచుండిరి. బహు భార్యత్వము పెచ్చు పెరిగినది. స్త్రీ, పురుషుల ఇద్దరిలో ఎవరికి ఇష్టం లేక పోయిన విడిపోవచ్చును. విడిపోవు సమయంలో ఇరువురికి కల్గిన సంతానం పై తల్లికి హక్కుఉంటుంది. ఆడ శిశువులు జన్మించుటను దుఃఖభరితముగా భావించేవారు. స్త్రీ వైద్య విద్యలను అభ్యసించడానికి అర్హులాలు కాదను నిర్భందాలు అమలులోని వచ్చినాయి. కాని వైద్యవిద్య కాకుండా లలితకళలను, తర్కం, వేద శాస్త్రలను అభ్యసించేవారు. ఉదా:- గార్గి, మైత్రేయి. వీరికాలంలో బాల్యవివాహములు, వరకట్నములు, సతీసహగమనములు అమలులోనికి వచ్చినాయి.

సాంఘిక వ్యవస్థలో వచ్చిన మరికొన్ని మార్పులు :- వీరి కాలములో మాంసము భుజిచుట సొమ, సుర అనే మత్తు పానీయములు సేవించుట పాప కార్యములుగా భావించి నారు వాద్య, సంగీత, వినోదములందు నాటకమునకు అభినయమునకు ప్రాథాన్యత పెరిగినది వీరి కాలంలోనే వేదాంగాలు, బ్రాహ్మణాలు, అరణ్యకాలు, ఉపనిషత్తులు మొదలైనవి రూపోందించుటయే గాక ప్రజలకు వ్రాయుట కూడా తెలిసి ఉండ వచ్చును.

ఆర్థిక పరిస్థితులు :-

వ్యవసాయం :- మొత్తం మీద మలి వేదయుగంలో ప్రజల భౌతిక జీవనంలో గొప్ప అభివృద్ధి జరిగింది. పశుపాలనా, సంచార జీవితము లాంటి పద్దతులు

పాతవై పోయాయి. వ్యవసాయం ప్రధాన జీవనాధరమైంది. వ్యవసాయ కార్యకలాపాల విషయాలను శతపథ బ్రాహ్మణములో వివరించబడినాయి. వీరి కాలంలో చాలా రకములైన దాన్యములు పండించినట్లు తెలియుచున్నది. బార్లీ (యవ) వరి, గోధుమలు పండించినారు. హస్తినాపూర్‌లో వరిని పండించిన ఆధారాలు లభించాయి. వీరు పోడు వ్యవసాయ పద్ధతిని అనుసరించారు. వీరి కాలములో భూమి వ్యక్తిగత ఆస్తిగా రుసము ధరించినట్లు తెలుస్తోంది. ఈ కాలము నాటి ఆర్యులకు స్వంత అస్థి లేదా సమిష్టి ఆస్థిగల సమాజం లేదు. భూమిని, పశువులను సమిష్టి ఆస్థిగా కలిగి ఉండేవారు. గణ సమాజంలో ఆర్యులకు లోబడిన ఆర్యేతరులు (శూద్రులు) సమిష్టి దాసులుగా ఉండేవారు. ఈ గణవ్యవస్థ పూర్తిగా నశించే వరకు ఈ రకమైన సమిష్టి వివాదము కోనసాగినది. అంతే గాక ఈ కాలములో మరోక విశేషం కూడా కనిపిస్తుంది. వైశ్య-శూద్రుల నుంచి దోచుకున్న సంపదను పండించుకొనుటలో బ్రాహ్మణులులకు క్షత్రియులకు మధ్య వైరం ఏర్పడి సంఘర్షించు కొనుచుండిరి.

<u>వ్యవసాయములో ఇనుము ప్రవేశం</u> :- వ్యవసాయం ప్రధాన జీవనాధానమైనది. క్రీ.పూ. 1000 నుంచి వ్యవసాయపనుల్లో ఇనుము వాడకము రావడము వలన వీరు సాధించిన ప్రగతి చెప్పుకోదగినది. వేదములో ఇనుమును 'శ్యామ, కృష్ణ అయాస్ అని పేర్కొన్నారు. పురావస్తు, వాజ్మయ ఆధారాలతో మలివేదకాలములో ఇనుము ప్రవేశకాల విషయములను బందొపాధ్యాయ తన "ఎకనమిక్ లైఫ్ అండ్ ప్రోగ్రస్ ఎషియంట్ ఇండియా" అనే గ్రంధములో వివరించాడు. ఆర్.ఎస్. శర్మక్లాస్ షార్మేషన్ అండ్ ఇట్స్ మెటిరియల్ బేసిస్ ఇనది అప్పర్ గాంజిటెక్ బేసిన్" అనే గ్రంధములో పురావస్తు, వాజ్మయా ఆధారాలతో మలివేదకాలములో ఇనుము ప్రవేశము గురించి వివరించాడు. ఉదుంబర, ఖాధిర వంటి గట్టి కలపతో చేసిన నాగలను, మలివేదకాలములో వదలి వేసి, వీటికి బదులుగా ఇనుముతో చేసిన నాగలిని ఉపయోగించారు. ఇందుకు నిదర్శనముగా జశేరాలో ఇనుముతో చేసిన నాగలి బయల్పడినది. వీరు నాగలిని <u>'సీత' దేవతగా</u> భావించినారు.

<u>వర్తక వాణిజ్యాలు</u> :- వీరు కాలములో వర్తక వాణిజ్యములందు గణనీయమైన అభివృద్ధి సాధించినారు. వర్తక వ్యాపారములు 'ఫణిజులు' అనే ప్రత్యేక వర్గము

వారు చెపట్టి దాని ప్రగతికి కృషిచేసిరి. వీరు దేశీయ, విదేశీయ వ్యాపారము కొనసాగించిరి బాబిలోనియతో విదేశీ వ్యాపారము చేశారు. వర్తకములో వస్తుమార్పిడి తగ్గి నిష్కము, శతమానము, కార్షాపణము అనే బంగారు నాణ్యములు వాడుక లోనికి వచ్చినాయి. డబ్బును వడ్డికి తీసుకోవడం ఆచారములోకి వచ్చినట్లు శతపద బ్రాహ్మణం వలన విదితమవుచున్నది.

ఇతరవృత్తులు :- వీరి కాలంలో వృత్తి పని వారి సంఖ్య ఋగ్వేదకాలము కంటే మూడింతలయ్యెను. వృత్తులందు స్థిరత్వము, నైపుణ్యం చోటు చేసుకొనెను. స్త్రీలు బట్టలు నేయడం, మేదరులు, చర్మకారవృత్తి, వడ్రంగి వృత్తి బాగా అభివృద్ధి చెందెను. వారు నగలు, అద్దములు కూడ తయారు చేసేవారు. కుమ్మరులకు నాలుగు రకాలైన మట్టి పాత్రలను తయారుచేసేవారు. అని ఏమనగా. 1) నలుపూ - ఎరుపు పాత్రలు 2) నల్లని చిత్రాలువున్న పాత్రలు 3) బూడిదరంగు పాత్రలు 4) ఎర్రరంగు పాత్రలు

వీటిలో ఎర్రరంగు పాత్రలను అన్నాటికంటే ఎక్కువగా ఉపయోగించారు. కాని ఈ కాలానికి చెందిన ప్రత్యేక పాత్రలు రంగు చేసిన బూడిదరంగూ పాత్రలు. వాటిలో సాసర్ల వంటి గిన్నెలు, ఇతర పాత్రలు ఉన్నాయి. వీరి కాలములోనే బానిసలను వ్యవసాయము, పరిశ్రమలలో ఉపయోగించుట ప్రారంభమయ్యేను.

రాజకీయ వ్యవస్థ :-

సువిశాల సామ్రాజ్యములు :- అధిపత్యము కొరకు ఆర్యజాతుల మధ్యజరిగిన పరస్పర యుద్ధములందు కొన్ని చిన్న చిన్న, బలహీనమైన జాతులు లేక తెగలు నశించగా, మరికొన్ని జాతులు శక్తి వంతమై తమ ప్రాబల్యమును పెంపొందించుకొని, విశాల సామ్రాజ్యములు స్థాపించుకొనిరి. అట్టి శక్తివంతమైన, బలీయమైన విశాల సామ్రాజ్యములలో కురు (ఢీల్లీ) పాంచాల, కాశీ, కొసల, విదేహ మొదలగు షోడశ మహ జనపదములు ముఖ్యమైనవి.

రాజ్యాధిపత్యము పెరుగుట :- విశాల రాజ్యనిర్మాణముతో బాటు రాజుల అధికారములు కూడ ఎక్కువయ్యేను. వారు తమ సార్వభౌమాధిపత్యమును చాటుటకు రాజసూయ, అశ్వమేదా, వాజపేయా మొదలగు యాగములు నిర్వహించిరి. రాజసూయ యాగాన్ని రాజ సర్వోన్నత అధికారాన్ని

సంక్రమింపజేస్తుందని చేశారు. ఆశ్వమేధయాగము - తమ గుర్రం ఆటంకం లేకుండా తిరిగినంత మేర తమ రాజ్యంగా భావించేవారు. ఇది పొరుగు రాజుల మీద తన అధిపత్యాన్ని నిరూపిస్తుంది. వాజపేయయాగం - ఇందులో జరిగే పందెంలో రాజు గారి రథం అతని బంధువుల రథాల్ని జయించాలి. ఈ యాగము ముఖ్య ఉద్ధేశ్యము ఏమనగా స్వీయ ప్రజల మీద ఆధిపత్యం ప్రదర్శిస్తుందని చేశారు. వీరి కాలంలోనే సర్వధికారియైన రాజు నిరంకుశముగా ప్రవర్తించుటకు ప్రయత్నించినాడు. వీరి కాలములోని రాజుకు ఏకరాట్, సామ్రాట్, సార్వభౌమ, మహరాజాధిరాజ మొదలగు బిరుదులు ధరించుట సంప్రదాయమైంది. ఐతరేయ బ్రాహ్మణంలోని "రాజ్యానాం రాజపుత్ర" అనే పధమునకు వారసత్వము అని అర్ధము కలదు. దీనిని బట్టి నాడు రాజరికము వంశపారం పర్యము రాజరికం అతని పెద్ద కొడుక్కు దక్కేది. కాని అన్ని సందర్భాలలో ఈ అధికార మార్పిడి సున్నితముగానే జరగలేదు. ఉదాహరణకు:- ధర్మరాజు పెద్ద నాన్న కుమరుడైన దుర్యోధనుడు రాజ్యాధికారాన్ని గుంజుకునట్లుగా "మహభారతం" చెబుతుంది. రాజ్యముకొరకు చివరకు పాండవులు, కౌరవులు యుద్ధం చేయవలసి వచ్చినది. కాని కొన్ని సందర్భములో రాజును ఎన్నుకొను సాంప్రదాయమును కూడా పాటించుచుండిరి.

రాజ్యరక్షణ, ప్రజారక్షణ యజ్ఞయాగాది క్రతువులు చేయుట మొదలైనవి రాజు ప్రధానవిధులు, ఇందుకు ప్రతి ఫలముగా రాజుకు ప్రజలు బలి, శుల్క భాగ, మొదలైన పన్నులు చెల్లించేవారు. రాజుధర్మపాలన చేయలని శతపథ బ్రహ్మణము తెలుపుచున్నది.

<u>రాజ్యాధికారముపై గల అంక్షలు</u> :- రాజు సర్వాధికారియైనను అతని అధికారము పై కొన్ని అంక్షలు గలవు. ప్రజా సంస్థ సభ, సమితి రాజుపై కొంత అధికారమును కల్గియున్నవి. ఈ సభలు ప్రజాపతి (సృష్టికర్త) కవల పిల్లలని అధ్వరణవేదము పేర్కొన్నది. వీరి కాలంలో బ్రాహ్మణులు రాజు పై ఎక్కువగా అధికారములు చెలాయించిరి. ఇష్ట ప్రకారము పాలించుటకు రాజుకు ఆస్కారము లేదు. రాజు పట్టాభిషేక సమయమున బ్రాహ్మణలను పాదాభివందన చేసి, వారిని సర్వత్రా కాపాడ గలనని ప్రమాణము చేయవలెను. బ్రాహ్మణాధిపత్యము ఈ

కాలంలో కొంత పెరుగుటచే తరచుగా రాజుకు బ్రాహ్మణులకు తగాదాలు జరుగుచుండెను.

<u>పాలనా యంత్రాంగము</u> :- రాజ్యమున ముఖ్యపాలధికారి రాజుయైనను సువిశాల రాజ్యమైనందున పరిపాలనా యంత్రాగము నిర్వహణ సాఫీగా జరుపుట కష్టసాధ్యమయ్యను. రాజునకు పరిపాలనా వ్యవస్థలో తోడ్పడుటకు ఉద్యోగులసంఖ్య ఋగ్వేదకాలము కంటె బాగుగా పెరిగెను. పాలనా నిర్వహణలో సేవాని, పురోహితులేగాక, సుమంత (రథచోధకుడు), సంగ్రహిత (కోశాధికారి), సచివ (మంత్రి), బాగధుషు (శిస్తువసూలు చేయు అధికారి), సంధివిగ్రహ (విదేశీవ్యవహారాలు) మొదలగు ఉద్యోగుల పేర్లు మలివేదవాఙ్మయము తెలుపుచున్నది. అంతేగాక 'ద్వాదశ రత్నిన్'లను నాటి మలి వేద వాఙ్మయములు తెలుపుచున్నాయి. ద్వాదశరత్నిన్ రాజు తర్వాత అధికారం అనుభవించుటలో మొదటి వ్యక్తి అయి ఉండవచ్చును.

<u>రాష్ట్ర పాలన</u> :- సువిశాల సామ్రాజ్యములో పాలనా సౌలభ్యము కొరకై రాజ్యమునుకొన్ని భాగములుగ విభజంచిరి. మొట్టమొదటి సారిగా 'రాష్ట్రం' అన్నపదం ఈ కాలములో ఉపయోగించబడినది. ప్రతి రాష్ట్రము పాలనాధికారి గలడు. స్థపతి లేదా శతపతి నాటి రాష్ట్రధికారులని తెలియుచున్నది. ఋగ్వేద కాలములో వలె గ్రామిణి గ్రామపాలనాధికారి అయ్యెను అతనికి పాలనా విధానములో సహయం చేయుటకు 'అధికృత' అనే మరోక ఉద్యోగి ఉండెను.

<u>న్యాయపాలస</u> :- రాజు రాజ్యానికంతటికి సర్వోన్నతమైన ప్రధాన న్యాయమూర్తి. కొన్ని సమయములలో రాజు తన న్యాయధికారమును

రాజస్యుడు అనే ఉద్యోగి అమలు చేసేవాడు. గ్రామములయందు జరుగు నేరములకు గ్రామిణి అనే ఉద్యోగి విచారము చేసి తీర్పు చెప్పుచుండెను. రాజద్రోహమునకు మరణశిక్ష ఉండేను. ఒక మనిషి వేరొక మనిషిని చంపిన మనిషి, హతుని కుటుంబానికి నూరు ఆవులను పరిహరంగా ఇవ్వాలి.

<u>సైనిక వ్యవస్థ</u>:- మలి వేద కాలములో కూడా రాజుకు స్థిరమైన సైన్యం ఉండేది కాదు. తెగలలోని ప్రజలలో సైనిక పటాలాలను ఏర్పాటు చేసుకునేవరు. యుద్ధంలో విజయాన్ని కొరుతూ రాజు ప్రజలతో కలిసి ఒకే కంచంలో భోజనం

చేయాలని ఒక ఆచారం ఉండెను.

మత విధానము:- ఋగ్వేదములోని దేవతలైన ఇంద్రుడు, అగ్ని దేవతల ప్రాధాన్యత మలివేదకాలములో తగ్గినది. ఋగ్వేదము నాటి చిన్న దేవతలైన ప్రజాపతి, పశుపతి (రుద్రుడు)లకు మలివేద కాలములో ప్రాధాన్యత ఇచ్చినారు. ఈ మలివేద కాలములోనే ప్రజాపతి సృష్టికర్తగా భావించి పూజించారు. రుగ్వేద కాలములో చిన్నపాటి సూర్యదేవునిగా ఆరాధించబడిన వరుణునికి బదులుగా విష్ణువుకు మలివేదకాలములో ఎక్కువ ప్రాధాన్యత ఇచ్చారు. ఇతను విశ్వాన్ని రక్షించేవానిగా గౌరవించడం జరిగింది. ఆ తర్వాత కృష్ణుడిని విష్ణువు అవతారంగా భావించడం జరిగింది. ఈ పేరు మీదే వైష్ణవతత్వం కూడా పుట్టింది. రుగ్వేద కాలములో తుఫాను దేవుడుగా పూజించబడిన రుద్రుడు మలివేదకాలానికి రుద్రున్ని శివునిగా ఆరాధించబడినాడు. ఆ తర్వాత ఇదే శైవతత్వంగా రూపుదిద్దుకుంది.

బ్రాహ్మణులు, క్షత్రియులు ఒక వర్గముగా, వైశ్యులు, శూద్రులు మరోక వర్గముగా సమాజంలో విభజించబడినారు. ఆ తర్వాత సామాజిక విభజనతోపాటు దేవతలలో కూడా విభజన జరిగింది. పుషాస్ శూద్రులకు దేవుడయ్యాడు. వీరి కాలములోనే విగ్రహారాధన అమలులోకి వచ్చింది. ఈ కాలములోనే వ్యక్తిగతంగా యజ్ఞాలు చేయడం ప్రారంభించారు. యజ్ఞము చేస్తున్న వ్యక్తిని యజమానుడు అనేవారు. వీరి కాలంలోనే యజ్ఞయాగాదులు, క్రతువులు, కర్మకాండలు, వీపరీతంగా పెరిగాయి. (వీరు చేయుచున్న జంతుబలుల వల్ల వాటి శరీర నిర్మాణమును గూర్చి అవగాహన కలుగుటకు దోహదం చేసింది.) ఈ యజ్ఞయాగాది క్రతువులు అధిక వ్యయ ప్రయాసలతో కూడియుండుటచే సామాన్య ప్రజలకు అవి అందుబాటులో లేక వారి యందు ఆధ్యాత్మిక అశాంతి ప్రబలుటకు, సంఘంలో బ్రాహ్మణుల ఆదిపత్యమునకు దారి తీసింది. అశ్వమేధ యాగం చేసినచో నాలుగు దిక్కులలోను పూరోహితునికి భూదానం చేయాలని శతపథ బ్రాహ్మణం చెబుతుంది. అధర్వణ వేదకాలానికి బ్రాహ్మణుల ఆధికృత సమాజంలో ఊహకందని స్థాయికి పెరిగినది. వేదాంగముల కాలము నాటి బ్రాహ్మణుల స్థాయి తారాస్థాయికి చేరిందనటానికి శతపథ బ్రాహ్మణంలో రుషిగోత్రజుడైన బ్రాహ్మణుడే, నిజానికి దేవతలందరి కన్నా అధికుడనే దాకా వెళ్ళిందంటే.

బ్రాహ్మణుల స్థాయి ఎంత తారాస్థాయికి చేరినదో ఊహించవచ్చు.

క్రీ.పూ. 600 ప్రాంతములో - అంటే వేదయుగం చివరి దశలో - పాంచాల, విదేశ రాజ్యాలలో పురోహితుల ఆధిపత్యానికి, యజ్ఞయాగాదులకూ వ్యతిరేకంగా తీవ్రమైన ప్రతిస్పందన వచ్చింది. ఈ దశలోనే ఉపనిషత్తుల సంకలనము జరిగినది.

కర్మ, పునర్జన్మ,సంసారము, ఆత్మ, పరమాత్మ, మొదలగు హిందు ధర్మసూత్రములు ఈ కాలములొ స్థిరత్వాన్ని, ప్రజామోదమును పొందెను. ఆత్మ సర్వవ్యాపకమని, ఆత్మ జ్ఞానమే మోక్షదాయకమని గ్రహించిరి. ఆత్మ శాశ్వతమైనదని దానికి మరణము లేదనే సిద్ధాంతము ప్రబలమయ్యెను. సుఖ దుఖ:ములకు మానవుని కర్మయే కారణమని తలంచిరి. ఆత్మ, పరమాత్మతో లీనమవుటనే మోక్షమని విశ్వసించిరి. ఈ కాలములో జాతి, మత, కుల తారతమ్యములు కృతిమములని మానవులంతా సమానులని, భగవంతుని దృష్టిలో అందురు ఒక్కటేననే భావము ప్రతి వారి మనుస్సులందు అంకురించెను. ఈ భావమే సమానత్వమునకు నాందియని చెప్పచ్చును.

ఇట్లు ఆర్యులు, భారతీయులు ఆధ్యాత్మిక చింతనకు నిరూపమాణమైన సేవ చేసిరి. అందుచేతనే వి.ఎ. స్మిత్ పండితుడు “ఆర్యకాలము నాటి వేద భావములు నేటికి భారతదేశములో బలీయమైన శక్తులు “ అని స్తుతించెను.

4. క్రీ. పూ. 6వ శతాబ్ధము నాటి పరిస్థితులు

క్రీ. పూ. 6.వ శతాబ్ధిలో మనదేశమునందు ప్రబలిన ఆధ్యాత్మిక అశాంతికి గల కారణములు :

క్రీ. పూ. 6. వ శతాబ్దము ప్రపంచ చరిత్రలో ప్రత్యేక ప్రాధాన్యతను పొందినది ఈ శతాబ్దిలో తలెత్తిన మత పరమైన అశాంతిని రూపుమాపుటకు కొందరు మత ప్రవక్తలు గణనీయమైన కృషి చేసిరి. వీరు తరతారాలుగ వచ్చు మూఢ విశ్వాసములపై, ఆచార సాంప్రధాయములపై ధ్వజమెత్తి పురాతన వ్యవస్థను త్రోసిపుచ్చి మలి వ్యవస్థలో కొత్త సిద్ధాంతములు లేక నూతన భావములను, సృష్టించి, ఆధ్యాత్మిక సంచలనము గావించిరి. ఈ ఆధ్యాత్మిక వ్యవస్థలో భారతదేశము కూడా భాగస్వామియైంది. ఇట్లు మత విధానములో నూతన సాంప్రదాయములు ప్రవేశ పెట్టి ప్రఖ్యాతి గాంచిన వారు గ్రీస్ దేశములో సోక్రటిస్ విప్లవాత్మక ప్రబోధాలను ప్రచారము చేశాడు. పర్షియాలో జోరాస్టర్ సత్యానికే తుది విజయం లభించినది ప్రభోదిస్తున్నది. చైనాలో కన్‌ఫ్యూషియస్ నైతిక విలువలకు ప్రాధాన్యత ఇచ్చినాడు. విశ్వవ్యాప్తమైన ఈ ఆధ్యాత్మిక సంచలనములో భారతదేశం సైతం భాగస్వామి అయింది. క్రీ. పూ. 6.వ శతాబ్దములో అనేక మంది మతాచార్యులు ఆవిర్భవించారు. క్రీ.పూ. 6.వ శతాబ్దములో 62 కొత్త మతాలు ఉండేవని పాళి గ్రంధాలు తెలుపుచున్నాయి. కాని జైన గ్రంధాలు ఆసంఖ్యను 363గా పేర్కొంటున్నాయి. ఈ 6.వ శతాబ్దములో ఏర్పడిన కొత్తమతాలకు ఉదాహరణ :- అజిత కేశకంబలిన్ ఉచ్ఛరవాదము, ఫకుద కాత్యాయన వైశేషిక వాదము, గోసల అజీవక మతం, మహవీరుడు, జైనమతము, గౌతమ బుద్ధుడు బౌద్ధమతము మొదలగు మతాలు క్రీ. పూ. 6వ శతాబ్దములో అవిర్భవించాయి. పైన పేర్కొన్న మతాలలో ప్రధానముగా జైన, బౌద్ధ మతములు మాత్రమే మంచి ప్రజాదరణ పొంది నాటిదని సాంఘీక, రాజకీయ, మత, సాంస్కృతిక పరిస్థితులను ప్రభావితము చేసినాయి.

క్రీ. పూ. 6 వ శతాబ్ధిలో తలెత్తిన అశాంతికి కారణములు:-

1. జాతి సంఘర్షణలు:- "అర్య, అనార్య జాతులు మధ్య ఉత్పన్నమైన జాతి పరమైన వైరమే ఆధ్యాత్మిన అశాంతికి ప్రధాన కారణమని చరిత్రకారుల అభిప్రాయము. వీరి అభిప్రాయము ప్రకారము ఆర్యేతర ప్రాంతముల నుండి మహవీరుడు, గౌతమ బుద్దుడు ఉద్భవించి, క్రొత్త మతములకు స్థాపించి. వీరు గణ తంత్ర రాజ్య వ్యవస్థలోని క్షత్రియ వంశములను చెందిన వారు, మహవీరుడు 'లిచ్ఛవీ' వంశమునకు, గౌతమ బుద్ధుడు శాక్య వంశమునకు చెందినవాడు. ఈ రెండు వంశములు అనార్య సంతతికి చెందినవి (టిబెట్ - మంగోలియన్) కాని ఆర్యులు నార్డిక్ జాతికి చెందిన వారు. అందుచే ఆర్యేతర జాతులు, ఆర్య జాతులపై జరిపిన తిరుగుబాటు ఫలితముగా ఆవిర్భవించిన మతములే క్రీ.పూ 6 వ శతాబ్ధిలో జనించిన జైన, బౌద్ధ మతములని చరిత్రకారులు నుడివిరి.

విమర్శ:- కాని పై సిద్ధాంతము సత్య దూరము ఎందువలన అనగా.

1. గౌతమ బుద్ధుడు, మహవీరుడు ఇరువురు సంసార జీవతమును త్యజించిన తదుపరియే జ్ఞానోదయము పొంది నూతన భావములను ప్రచారము చేశారు. అంతేగాని ఆర్యమతముపై ద్వేషముతో వారు నూతన మతములను స్థాపించలేదు. వారు ఏనాడూ జాతి పరమైన ద్వేషాన్ని ప్రదర్శించలేదని తెలియుచున్నది. అంతేగాక వీరు ఆర్యమతమందలి కర్మ, పునర్జన్మ సిద్ధాంతములను ఆమోదించిరి. 2. ప్రజలు మరచి నిర్లక్ష్యమొనర్చిన ఉపనిషత్ భావములే. బౌద్ధ ధర్మ రూపమున వికసించి అభ్యున్నతి చెందనవి. బుద్ధుడు ఒక నూతన ధర్మ ప్రవక్త అని తలంపలేదు. పూర్వ ధర్మమునే అతడు పునరుద్ధరణ మొనర్చ ప్రయత్నించెను.

2. రాజకీయ స్పర్ధలు:- క్రీ.పూ. 6వ శతాబ్దిలో తలఎత్తిన రాజకీయ అశాంతికి అగ్రవర్ణస్థులైన బ్రాహ్మణ, క్షత్రియ వర్ణముల మధ్య ఆధిపత్యము కొరకు తలఎత్తిన విభేదములే కారణమని మరి కొందరు చరిత్రకారులు నుడివిరి. అది ఎట్లనగా ప్రజాస్వామ్య వ్యవస్థను పాటించు శాక్య, లిచ్ఛవీ వంశీయులు రాజరిక సాంప్రదాయమును అనుసరించు ఆర్యులను బద్ద శత్రువులుగా తలంచి తిరుగుబాటు చేసిరని ఈ అభిప్రాయకుల భావన. కాని ఈ అభిప్రాయంలో

వాస్తవికత లోపించినదని చెప్పవచ్చును. ఎట్లనగా మన దేశములో ఇలాంటి రాజకీయ విభేదాలు అరుదు. అంతేగాక ఆర్యులు అనుసరించిన రాజకీయ వ్యవస్థలో కొన్ని ప్రజ్యాసామ్య సూత్రములు గౌరవించబడి, ఆచరించబడుచుండెను. ఉదా:- ఆర్యుల రాజు కొన్ని సమయములందు ఎన్నుకొనబడుట, సభ, సమితి అనే ప్రజా సంస్థలు ప్రాబల్యమును పొందియుండుట.

<u>సామాజిక కారణములు:-</u> సామాజిక వ్యవస్థలో తలఎత్తిన వర్గ లేక కులవైషమ్యాలే ఈ ఆధ్యాత్మిక అశాంతికి ప్రధాన కారణము. ఋగ్వేద కాలము నుండే బ్రాహ్మణుల క్షత్రియుల మధ్య ఆధిపత్యము కొరకు పెనుగులాట కొనసాగుచుండేను. ఇట్టి వైషమ్యముల మూలముగానే క్షత్రియులు బ్రాహ్మణుల వద్ద నుండి రాజ్యాధికారాన్ని కైవసము చేసుకొనిన తర్వాత ఆధ్యాత్మిక విషయములలో కూడ వారి అధికారమును అంతమొందిపసాగిరి.

నాడు పౌరులకు, ద్విజుల హెుదాల్లోని పౌరులకు మధ్య వ్యత్యాసాలు ప్రారంభమయ్యాయి. బ్రాహ్మణునులను నాగలి పట్టు కోవడానికి, శారీరక శ్రమకు అనుమతించే వారుకాదు. ఒక వ్యక్తి శారీరక శ్రమకు ఎంత దూరమైతే అంత పరిశుద్ధుడు అన్న భావం ఉండెను. అయితే మరోవైపు ద్విజుల వర్గంలో స్థానం ఉన్న వైశ్యులు రైతులు లాగా (గృహపతులు), పశుపాలకులుగ, వ్యాపారులుగ పనిచేస్తూవచ్చారు. నిజానికి పన్ను కట్టేవారు ప్రధానముగా వైశ్యులే. శతపథ బ్రాహ్మణము వడ్డీకి డబ్బు ఇవ్వటాన్ని అసహించుకొన్నది. నాడు వైశ్యులు డబ్బును వడ్డికి ఇచ్చేవారు. ఇట్టి పరిస్థితులలో వడ్డికీ డబ్బు అప్పుగా ఇవ్వడము బౌద్ధమతము విమర్శించలేదు. అంతేగాక యజ్ఞయాగాదులు క్రతువులలో జంతువులను బలి ఇవ్వటాన్ని వీరు నిరసించినారు. ఇంకా చతువర్ణ వ్యవస్థలో చివరిస్థానంలో ఉన్న శూద్రులకు ఉపనయనం చేసుకోవడానికి అర్హతలేదు. శూద్రులు వేద పఠనము చేయరాదు. వీరితో పాటి స్త్రీలకు కూడా వేద పఠనమునకు అర్హత లేదు. అంతేగాక సివిల్, క్రిమినల్ చట్టాలకు వర్ణం ప్రాతిపదికగా మారిపోయింది. వర్ణం ఎంత ఉన్నతమైనదైతే అంత పవిత్రమైందిగా భావించబడింది. అనేక రకాలైన నియమ నిబంధనలూ శూద్రులకే విధించ బడ్డాయి. పౌరసత్వం, మత హక్కులు, న్యాయాంగ పరమైన హక్కులు లేకుండా చేశారు. శూద్రులు చేసే నేరాలను

శిక్షలు చాలా తీవ్రముగానూ ఉండేవి. కాని పెద్ద నేరములు చేసిన పై వర్ణాల వారికి శిక్షలు చాల తేలికైనవి ఉండేవి. అంతేగాక పైన పేర్కొన్న మూడు వర్ణాల వారికి శూద్రులు సేవలు చేయాలి, పై కారణముల మూలముగా సాధారణ ప్రజలు పాత జీవిత విధానానికి తిరోగమించాలని భావించారు. కొత్త జీవిత విధానము (పద్ధతి), ఆర్థిక అసమానత్వాన్ని సృష్టించిన ఆస్థిని పరిత్యజించే సన్యాస జీవితము వైపు వెళ్లాలనుకున్నారు. ఇట్టి సమయంలో జైన, బౌద్ధమతాలు రెండు కూడా విలాసాలను త్యజించుటయేగాక సరళమైన జీవితాన్ని ప్రతిపాదించినాయి. సాధారణ ప్రజానికమునకు ఈ రెండు మతాలు మార్గదర్శకములైనాయి. జైన, బౌద్ధమతాలు రెండు ఉపనిషత్‌లోని కొన్ని మౌలిక సూత్రాలను గ్రహించి ప్రవర్తన సూత్రాలను చేర్చి బుద్ధుడు, వర్ధమాన మహావీరుడు వైదిక మత నిరసనోద్యమాన్ని, గౌతమ బుద్ధుడి బోధనలు భారతీయ సనాతన ధర్మాన్ని అనుసరించి రూపొందినవి. వర్ధమానమహావీరుడు, గౌతమ బుద్ధుడు వ్యతిరేకించినది ఏమనగా వర్ణవ్యవస్థ, కర్మకాండ, యజ్ఞయాగములు, పశువధ మొదలైనవి. వర్ధమానుని, బుద్ధుని ప్రకారము "జన్మము చేత గాక శీలము చేత ఎవ్వడైనను బ్రాహ్మణుడుగాని నీచకులాజుండు గాని అగును". అని పేర్కొనిరి. అంతేగాక రక్తపాతముతో కూడిన పశువధ యజ్ఞయాగములలో ఇంకనూ నడచుచున్న రాజులలోనే జైన, బౌద్ధమతములు సర్వజీవదయా ప్రకటనము ఇచ్చి ఉత్కృష్ట ఫలితమును సాధించినవి. వైదిక కర్మకలాపమున సర్వజీవదయా ప్రకటనము ఇచ్చి ఉత్కృష్ట ఫలితమును సాధించినవి. వైదిక కర్మకలాపమున వీరు చూడిన ప్రతిఘటనము వలన వీరి సిద్ధాంతములు జనసామాన్యమునకు రుచించినవి. కావున దీన్ని బట్టి వీరు తలపెట్టినది వైదిక మత సంస్కరణోద్యమే కాని వైదిక ధర్మ నిర్మూలనోద్యము కాదు అని గ్రహించాలి.

<u>ఆర్థిక పరిస్థితులు :-</u> వ్యవసాయ రంగంలో ఇనుము వాడకము వచ్చుట వలన ఎద్దుల్ని ఉపయోగించ వలసి వచ్చినది. కాని పశువుల్ని విచక్షణారహితముగా యజ్ఞాలలో బలియిచ్చే ఆచారం కొత్త వ్యవసాయ విధానానికి అడ్డుగా నిలిచింది. కొత్త వ్యవసాయ విధానము స్థిరంగా ఉండాలంటే ఈ బలుల్ని అపక తప్పని పరిస్థితి ఏర్పడినది. వ్యవసాయ అభివృద్ధితో పాటు క్రీ. పూ. 600-300 సం॥

మధ్య ఉత్తర, ఈ శాన్య భారతదేశములో అనేక పట్టణాలు (ద్వితీయ పట్టణీకరణ) అభివృద్ధి చెందసాగినవి. సింధూ నాగరికతలో మొట్టమొదటి సారిగా పట్టణ నాగరికత ఉండెను. అటు తర్వాత క్రీ. పూ. 6వ శతాబ్దములో ద్వితీయ పట్టణీకరణ అభవృద్ధి గాంచినది. ఉదా॥ కు. వారికి అలహబాద్ దగ్గర ఉన్న కౌశాంబి, కుశీనగరం (ఉత్తర్ ప్రదేశ్ లో దిమోరియా జిల్లా) బెనారస్, వైశాలి (బీహర్), రాజగృహం (బీగర్), వంటి పట్టణాలు ఏర్పడుట వలన వర్తకులు, వృత్తి పని చేయు వారు విద్దాంక నాణేములను వినియోగించారు. వీటి వాడకంతో వ్యాపారము అభివృద్ధి చెంది వైశ్యులు ఆర్థికముగా మరింత మెరుగైనారు. వైదిక మతం లోని జంతు బలిని వ్యతిరేకించారు, ఇట్టి కారణముల వలన వైశ్యులు కొత్తగా ఆవిర్భవించిన జైన, భౌద్ధమతములను బలపరుచుట ప్రారంభించారు.

<u>మతపరిస్థితులు:-</u> సత్యనాధ్ అయ్యర్ పండితుడు చెప్పినట్లు ఈ ఆధ్యాత్మిక అశాంతికి మూల కారణము మత సంబంధమైనదే గాని జాతి లేక సాంఘీక పరమైనది కాదు, క్రీ.పూ. 6వ శతాబ్దిలో నూతన మతములు ఆవిర్భవమునకు ముఖ్యకారణము వైదిక మతములో తలెత్తిన లోపములే కారణమని చెప్పవచ్చును. ఈ శతాబ్ది నాటికి వైదిక మతము తన ప్రాధాన్యతను కోల్పోయెను, నాటి .వైదిక మతము అర్ధరహితమైన కర్మకాండ, ఆచారములతో కూడు కొనెను. ఈ కర్మకాండలు నిర్వహించుటకు బ్రాహ్మణులు మాత్రమే అర్హులనెడి భావము సర్వత్రా వ్యాపించి ఉండెను. అంతేగాక పాలన విషయములో కూడా వారు భాగస్వాములయ్యారు. క్షత్రియ యువరాజులకు రాజగురువులుగా ఉండి అధికారాన్ని చేజిక్కించుకున్నారు. అంటే బ్రాహ్మణులు మతవిషయాలలోనే కాకుండా లౌకిక విషయాలలో (రాజకీయ) కూడా అనేక హక్కులు , అధికారములు కలిగి యుండిరి. ఉదాహరణకు పరిషత్ అనే సభలో బ్రాహ్మణులకు మాత్రమే స్థానం ఉండేది. యజ్ఞముల పేరున జరుగు జంతు బలులు, ఆపంబరములు హెచ్చుపెరిగినాయి. యజ్ఞయగాది క్రతువులను చేయుట అధికధన ప్రయసలతో కూడి యుండుటచే సామన్య మానవునకి అవి అందుబాటులో లేవు. ఇట్లు సామాన్న మానవునకు మోక్ష మార్గం దూరమగుటతో వారిలో అసంతృప్తి చెలరేగెను. ఆధునిక భారతదేశ చరిత్రలో పారిశ్రమిక విప్లవమును అనేక మంది

ప్రజలు వ్యతిరేకించిరి. వీరు యంత్రాలు రాక పూర్వము ఉండిన జీవితానికి తిరిగి వెళ్ళాలన్న కోరిక ఏ విధముగా కల్గినదో అదే విధముగా క్రీ..పూ. 6వ. శతాబ్దములో సాధారణ ప్రజలు ఇనుప యుగం రాక పూర్వం ఉండిన జీవితానికి వెళ్ళాలని కోరుకున్నారు.

అజీవక మతము:- ఈ మత స్థాపకుడు గోశాల క్రీ.పూ5,4,3 శతాబ్దలలో అజీవకులకు గొప్ప ప్రజాదరణ ఉండేను. వీరు బ్రాహ్మణుల మతమునకు వ్యతిరేకముగా ప్రచారం చేశారు. వీరు సంపూర్ణ పూర్వ నిర్ణయ వాదాన్ని విశ్వసించారు. దీని ప్రకారం మానవుని ప్రతి చర్య విధి నిర్ణయమేనని అజీవకులు నమ్మె చేసేవారు. అజీవక మాతాన్ని అనుసరించిన వారంత శూద్రులని వాయు పురాణము వలన తెలియుచున్నది.

లోకాయుతులు:- లోకాయుతులు లేక చార్వాకుల మత స్థాపకుడు అజికేశ కంబలిన్. సంపూర్ణ భౌతిక వాదాన్ని ప్రబోధించాడు. వీరినే శూన్యవాదులని కూడ పిలుస్తారు. క్రీ.పూ. 6వశతాబ్దములో జైన, బౌద్ధమతములు పుట్టడానికి ముందే భారతదేశములో వీరు వైదిక మతానికి వ్యతిరేకముగా తిరుగుబాటు చేశారు. వీరు దేవతలను విశ్వసించలేదు. మనిషి జీవించినన్నాళ్లు సుఖంగా బతకాలన్నదే వీరి వాదం. స్వర్గం, ఆత్మ, విముక్తి వీరు దేనిని నమ్మనందు వలన, బ్రాహ్మణులు, క్షత్రియులు ఏకమై వీరిపై దుష్ప్రచారాన్ని చేసిరి. అయితే తర్వాత, జైన, బౌద్ధ మతములు అవతరించడానికి చర్వాకులు పూనాదిని నిర్మించిరి.

తత్వవేత్త దేవి ప్రసాద్ చటోపాధ్యాయ లోకాయత్ అనే పేరుతో వ్రాసిన గ్రంధంలో ఈ భౌతిక వాదులకు సంబంధించిన వివరాలు లభిస్తాయి.

వైశేషికమతము:- ఈ మత స్థాపకుడు ఫకుత కాత్సయనుడు. భూమ, నీరు, గాలి, వెలుతురులను ఎలా నాశనం చెయ్యలేమో, విచారాన్ని, సంతోషాన్ని జీవితాన్ని కూడా నాశనము చేయలేమని ఈయన బోధించాడు.

ఇటువంటి పరిస్థితులలో ఉపనిషత్తులు నాటి మానవులలో భావ సంచలనమును కల్గించెను. ఉపనిషత్తులు యజ్ఞయగాది క్రతువులను త్రోసిపూచ్చి ఆత్మ, పరమాత్మను చేరుటయే మోక్షమని బోధించెను. మోక్షమును పొందుటకు

యజ్ఞయాగాది, కర్మకాండములను నిర్వహించ అవసరము లేదని భక్తి, జ్ఞాన, వైరాగ్య మార్గములు మోక్ష సాధనకు మార్గములని, వీటిని ఆచరించుటకు కుల వ్యవస్థ అడ్డురాదని నుడివెను. తత్పలితముగ సామాన్య మానవునకు అందుబాటులో నందు మోక్ష మార్గము అందించుటకు ప్రయత్నములు జరిగెను. అటువంటి ప్రయత్నములలోని అంతర్భాగమే క్రీ.పూ. 6వశ,,లో నూతన మతముల (జైన, బౌద్ధ) పుట్టుటకు దోహదమెనర్చెను. ఆచార్య డి.సి. సర్కార్ పండితుని మాటలలో చెప్పవలె నన్న "బ్రాహ్మణుల అధికార దర్ప, క్రతువులను అక్షేపించి గౌతమ బుద్ధుడు తిరుగుబాటు జెండాను ఎగురవేసి, భారతీయ జీవన విదానములో ఆలోచన సరళిలో నూతన బరవడిని ప్రవేశ పెట్టినాడు". తత్ఫలితమే కులవ్యవస్థను ఖండించి సాంఘీక సమానత్వమును స్థాపించుట.

<u>జైన మతము</u>

సింధూ నాగరికత ప్రజల వృషభాన్ని ఆరాధించేవారు. ఈ చిహ్నము జైన మత తీర్థంకరుడైన ఋషభనాధునిదై ఉండవచ్చును. హారప్ప యందు లభ్యమైన ఎరుపు రాయితో చెక్కబడిన నగ్నంగా ఉన్న పురుష ప్రతిమ జైన సంప్రదాయాన్ని అనుసరించి తయారై ఉండవచ్చు. జైనుల పవిత్రమైన చిహ్నమైన స్వస్తిక్‌ను కూడా సింధు ప్రజలు ఆరాధించినారు. పై లక్షణముల ఆధారముగా సింధు ప్రజలు జైన సంప్రదాయములను అనుసరించి ఉండవచ్చునని రాధాకుమార్ ముఖర్జీ అభిప్రాయ పడినాడు. ఋగ్వేద, అధర్వణ వేదాలలోను ఇతిహాసములలో, విష్ణుపురాణము, భాగవత పురాణముల యందు ఋషభనాధుని <u>నారాయణుని అవతారముగా</u> పేర్కొన్నాయి. భాగవత పురాణము ప్రకారం అరిష్టనేమి కృష్ణ బలరాములకు ఆప్త బంధువు అని తెలిస్తోంది. ఈ అంశాలన్నింటిని పరిశీలిస్తే జైనమతం వేదములకంటే ప్రాచీనమైనదని తెలియుచున్నది. కాని జైన మతం స్థావన ఎప్పుడు ఎలాస్థాపించ బడిందో మనకు స్పష్టముగా తెలియదు. దిన్ని బట్టి <u>బౌద్ధ మతం కంటే జైన మతం చాలా ప్రాచీనమైనదని</u> తెలియుచున్నది.

<u>తీర్థంకరులు</u> :– జైన మతములో 24 మంది తీర్థకరులున్నారు.

	<u>తీర్థంకరుని</u>	<u>చిహ్నం</u>
1.	ఋషభదేవ (ఆదినాధుడు)	ఎద్దు
2.	అజితనాధ	ఏనుగు
3.	సంభవనాధ	గుర్రం
4.	అభినందన	కోతి
5.	సుమతినాధ	క్రౌంచపక్షి
6.	పద్మప్రభు	ఎర్రకమలం
7.	సుపార్శ్వనాధ	స్వస్తిక్ గుర్తు
8.	చంద్రప్రభు	చంద్రుడు

9.	పుష్పదంత	మకరం
10.	సీతలనాథ	శ్రీవత్సగుర్తు
11.	శ్రేయాంసనాథ	ఖడ్గమృగం
12.	వాసుపూజ్య	గేద
13.	విమల నాథ	వరాహం
14.	అనంత నాథ	బైరి పక్షి
15.	ధర్మ నాథ	పిడుగు
16.	శాంతి నాథ	దుప్పి
17.	కుంతనాథ	మేక
18.	అర నాథ	చేప
19.	మల్ల నాథ	కుండ
20.	మునీసువీర నాథ	తాబేలు
21.	నేమి నాథ	నీళికమలం
22.	అరిష్టనేమి	శంఖం
23.	పార్శ్వ నాథ	పాము
24.	వర్ధమాన మహావీరుడు	సింహం

వర్ధమాన మహావీరుని తర్వాత జైన మతాన్ని ప్రచారము చేసిన గురువు సుదార్మడు. పైన పేర్కొన్న 24 మంది తీరర్థకరులు క్షత్రియులని జైన అనుశ్రుతి వల్ల తెలుస్తున్నది. తీర్ధంకరులంటే జీవ ప్రవాహన్ని దాటడానికి వారధి నిర్మించినవారు "అని అర్ధం లేదా మార్గమును చూపువారని అర్ధము కలదు. ఈ తీర్ధంకరులనే అరిహంతులు లేదా జీనులు అని కూడా పిలుస్తారు.

ఋుషభనాథుడు:- ఋుషభనాథుడినే ఆదినాథుడని కూడా వ్యవహరిస్తారు. ఇతనికి భరతుడు, బహుబలి అనే కుమారులు ఉండిరి.

భరతుడు:- భరతుని పేరు వల్లనే భారత దేశం అనే పేరు వచ్చినదని చరిత్రకారులు

భావిస్తున్నారు.

బహుబలి:- బహుబలికి మరో పేరు గోమఠ ఇతడు పోదన లేక పౌదన్యపురం రాజధానిగా ఒక రాజ్యం స్థాపించుకొని పాలించినాడు. బౌద్ధ వాఙ్మయం ప్రకారం అస్సక ఆంధ్ర జన పదానికి పోదన రాజధాని నేటి నిజామాబాద్ జిల్లాలోని బోధన్ నగరమే పౌదన్యపురంగా భావిస్తున్నారు. బహుబలి తన సోదరుడైన భరతునితో రాజ్యం కొరకు యుద్దము చేసి భరతుని ఓడించాడు. కాని ఈ యుద్ధము చేసినందుకు బహుబలి పశ్చాత్తాపం చెందితుదకు బహుబలి తన రాజ్యమును తన సోదరునికే అప్పగించి అడవులకు వెళ్ళిపోయాడు. అక్కడ తపస్సు చేసి మోక్షాన్ని పొంది ఉండవచ్చునని చరిత్రకారులు భావిస్తున్నారు. బోధన్‌లో గోమతేశ్వరుని విగ్రహమును చుసిన రాచమల్లి గంగరాజు యొక్క మంత్రి చావుందరాయుడు క్రీ. శ. 981 సంవత్సరములో బహుబలికి జ్ఞాపికగా కర్ణాటకలోని శ్రావణ బెళగోళ యందు ఏకశిల పై అతని (బహుబలి) విగ్రహన్ని చెక్కించాడు. ఈ విగ్రహం ఎత్తు 18 మీటర్లు ఉంది.

పార్శ్వనాధుడు:- తొలి జైన మత బోధనలు 23వ తీర్థంకరుడైన పార్శ్వనాధుని పేరుతో ఉన్నాయి. ఇతడు కాశీరాజైన అశ్వసేనుడు, రాణి వామలకు జన్మించెను. ఇతడు బెంగాల్‌కు చెందినవాడు. ఇతడు 30 సంవత్సరాల వయస్సు వరకు గృహస్థుడుగా సంసార జీవితమును అనుభవించి, తదుపరి ఇహలోక సుఖములను త్యజించి 84 దినములు తపస్సు చేసి, జ్ఞాని అయ్యెను. పార్శ్వనాధుడు జ్ఞానొదయము పోందిన తదుపరి కొన్ని సిద్ధాంతములను ప్రతిపాదించినాడు. అవి ఏమనగా

1. అహింస :- ఆలోచనల ద్వారా కాని, మాటల ద్వారా కాని, చేతల ద్వారా కాని జీవహింస చేయరాదు.

2. సత్యం:- ఎల్లప్పుడు సత్యమే పలకాలి. అసత్యము పలుకరాదు.

3. అపరిగ్రహం:- దోంగతనము చేయరాదు.

4. ఆస్తేయం:- ఆస్తి ఉండరాదు.

ఇతడు వందన సంవత్సరాలు జీవించి బెంగాలులో (వంగదేశమున) నిర్యాణం పొందినాడు. ఇతడు నిర్యాణం పొందే నాటికి జైన మతము ఒక చక్కని సంస్థగా రూపొందినిది. అందుచేతనే పార్శ్వనాథడే చారిత్రకంగా జైనమత స్థాపకుడు అయినాడు. ఇతడు అనుసరించిన మతము నిర్గ్రంథ మతముగా ప్రసిద్ధి గాంచినది. 'కాయోత్సర్గం' అనే ప్రక్రియ ద్వారా శరీరం నుండి బంధాలన్ని తొలగే సూత్రాన్ని ప్రచారము చేయు జైనులను నిర్గంధుల అనే పేరుతో వ్యవహరిస్తారు.

వర్ధమాన మహావీరుడు (క్రి. పూ. 540-468):-

వర్ధమాన మహావీరుని తల్లిదండ్రులు పార్శ్వనాథుని నిర్గ్రంథ మతంలో చేరినారు. అందుచేత సహజంగానే వర్ధమాన మహావీరుడు (యువకునిగా ఉన్నప్పుడే) జైన మత సిద్ధాంతములచే ప్రభావితుడయ్యాడు.

వర్ధమాన మహావీరుడు వైశాలి నగరానికి దగ్గరలో ఉన్న కుంద గ్రామంలో జ్ఞాత్రిక క్షత్రియ శాఖలో క్రీ. పూ. 540 సంవత్సరములో జన్మించాడు. ఇప్పుడు కుంద గ్రామము అనేది ఉత్తర బీహర్‌లో వైశాలీ జిల్లాలోని బిసర్ అన్న గ్రామముగా పిలువబడుచున్నది. వర్ధమానున్ని తండ్రి పేరు సిద్దార్థుడు, తల్లి పేరు త్రిశాల. ఈమే లిచ్ఛవీ రాజైన చేతకుని చెల్లెలు అగును. వర్ధమానుడు మక్కల గోశాలుని వద్ద శిష్యరికము చేశాడు. వర్ధమానుని అన్న నందివర్ధనుడు తండ్రి మరణానంతరము చక్రవర్తి అయ్యాడు. మొదట వర్ధమాన మహావీరుడు గృహస్థాశ్రమాన్ని గడిపాడు. వర్ధమానుడు 'యశోద' అనే రాకుమారిని వివాహము చేసుకున్నాడు. తదుపరి వీరికి "అణోజ్ఞ" (ప్రియదర్శిని) అనే కుమార్తె జన్మించెను. వర్ధమానుడు తన కుమార్తెను జామాలికిచ్చి (మేనల్లుడు) వివాహము చేశాడు. వర్ధమానుడు తన తల్లిదండ్రుల మరణానంతరము తన అన్న అయిన నందివర్ధనుని అనుమతితో తన 30వ ఏట సన్యాసించాడు. సత్యన్వేషణలో 12 సంవత్సరములు కఠినమైన తపస్సు చేసి రుజుపాలిక నదీ తీరాన జ్వంభిక గ్రామ సమీపంలో సాల వృక్షము క్రింద 'జిను' డయ్యెను. ధైర్యసాహసములతో తపస్సు సాగించుటచే వర్ధమానుడిని మహవీరుడని, మహజ్ఞానియైనందు వల్ల కేవలి సమస్త బంధములను

త్రెంచుకొనుటచే, "నిగ్రంధుడనియు" ప్రజలు అతన్ని శ్లాఘించిరి. ఇతనికి నాయపుత్ర, దేహిదిన్న అనే బిరుదులు కలవు. జినుని బోధనలే "జైనము" అయింది. దీనిని అనుసరించిన వారిని జైనులని పిలుచబడిరి. మహవీరుడు పార్శ్వనాథుడు బోధించిన నాలుగు సూత్రములకు "బ్రహ్మచర్యము" అనే" ఐదవ సూత్రమును చేర్చి పంచవ్రతములు రూపొందించెను. మహవీరునకు గంధరులనే తొమ్మిది మంది శిష్యులు ఉండేవారు. వారిలో ప్రథముడు జామాలి. వర్థమాన మహవీరుడు తన మత ప్రచారము 30 సంవత్సరాలు పాటు చేసినాడు. ఇతడు తన మత ప్రచార నిమిత్తం కోసల, మిథిల, మగధ, చంప మొదలైన రాజ్యాలకు వెళ్ళాడు. ఇతడు క్రీ. పూ 468 అక్టోబర్ 15వ తేదిన తన 72వ ఏట పాట్నా జిల్లాలోని రాజ్‌గిరి దగ్గర సద్మ సరస్సు తీరంలో పావాపురిలో హస్తిపాలుడనే రాజగృహంలో నిర్యాణం పొందినాడు.

జైన మత సిద్ధాంతములు :-

1. వర్థమాన మహవీరుడు వేదాల అధిక్యాన్ని, వైదిక కర్మకాండను, బ్రాహ్మణుల ఆధిక్యతను తిరస్కరించాడు. పవిత్రమైన జీవనం గడుపూతూ సన్యాసిగా కఠోర తపస్సు చేసి నిర్యాణం పొందవచ్చునని మహవీరుడు బోధించినాడు.

2. తన మతంలో అందరికి ప్రవేశము ఉందని, జాతి, మత, కుల, వర్ణ, లింగబేధము లేదని చెప్పాడు. కానీ పర్థమాన మహవీరుడు కులవ్యవస్థ సిద్దాంతమును తిరస్కరించలేదు. వర్థమాన మహవీరుని అభిప్రాయం ప్రకారం మానవులు ఉన్నత కులంలోనో, హీనకులములోనో వారు గత జన్మలో చేసిన పాప పుణ్యాల ఆధారముగా జన్మిస్తారు. వర్థమానుడు చండారులల్లో కూడా మానవత విలువల్ని చూశాడు. ఇతని అభిప్రాయం ప్రకారం పవిత్రమైన, శ్రేష్ఠమైన జీవితాన్ని గడిపి, తక్కువ వర్ణాలకు చెందిన వారుకూడా ప్రాపంచిక బంధాల నుంచి విముక్తిని సాధించవచ్చును.

3. వర్థమానుడు భగవంతుడే ఈ ప్రపంచాన్ని సృష్టించాడని విశ్వసించలేదు. మానవుడు విముక్తి కొరకు భగవంతుని అనుగ్రహం పైన లేదా మరే ఇతర వ్యక్తి పై ఆధారపడి ఉండకూడదని, తన భవిష్యత్తునకు తనే కర్తయని వర్థమాన మహవీరుడు బోధించాడు. భగవంతుడు లేదు కాని ఆత్మ ఉంది.

4. సమానత సిద్ధాంతానికి చాలా ప్రాముఖ్యత ఇచ్చినాడు. అన్ని జీవులను సమానంగా చూడాలని వర్ధమాన మహవీరుడు బోధించాడు. ఈ ప్రపంచం చేతన, అచేతన(ప్రతి జడపదార్థమునకు) జీవులతో ఉంది. కావున పశుపక్ష్యాదులను హింసించరాదు. అహింసయే పరమ పవిత్ర ధర్మముగా పాటించవలే. అందుచేతనే జైనులు ముక్కు మీద గుడ్డ ఉంచుకొని గాలి పీలుస్తారు. రాత్రులందు దీపాలను వెలిగించరు. నడుచునప్పుడు నేలను ఊడ్చుకొని నడుస్తారు. నీటిని వడపోసుకొని త్రాగుతారు. ఈ నియమములు పాటించుటకు ప్రధాన కారణము సూక్ష్మజీవులు చనిపోవునని తలంచుటయే.

5. హిందు కర్మ సిద్ధాంతమును, పునర్జున్మ సిద్ధాంతాన్ని వర్ధమాన మహావీరుడు ఆమోదించెను. గత జన్మలో చేసిన పాప పుణ్యములు, ఈ జన్మలోని సుఖ దుః ఖములను, ఈ జన్మలో చేయు పాపపుణ్యములు పునర్జన్మను నిర్ణయించును. పునర్జన్మ లేకుండుటే మోక్షము కర్మను సారముగ మానవుడు పునర్జన్మను పొందును. పునర్జన్మ నుండి విముక్తి పొందవలెనన్న కర్మను అంతము చేయాలి. కర్మ అనేది కామ, క్రోధమోహలు, మొదలగు వాటి నుండి ఉద్భవిస్తుంది. ఈ కర్మను అంతము చేయవలెనన్న ఆత్మను కర్మ నుండి విముక్తి చేయాలి. దీనిని సాధించుటకు ప్రాపంచిక బంధములను త్రెంచుకొని కఠోర నియమములను తపసున్ను చేయాలి.

6. జైన మతము యుద్ధమును, వ్యవసాయాన్ని నిషేధించింది. ఈ రెండింటిలోను జీవుల్ని చంపటం ఉందని వీరి విశ్వాసం. దీని పర్యవసానముగా జైనులు వ్యాపారానికి పరిమితమై పోయారు.

<u>త్రిరత్నములు</u>:- మోక్షమనగా పూర్వ బంధనాల నుండి విముక్తి (Freedom of Karma of Post lives) త్రిరత్నములను ఆచరించుట ద్వారా మోక్షము పోంద వచ్చునని వర్ధమాన మహవీరుడు నుడివెను. త్రిరత్నములు ఏవనగా 1. సరియైన ప్రవర్తన. (Right Action). 2. సరియైన విశ్వాసము. (Right faith) దీనినే త్రికరణ శుద్ధి అని అంటారు. 3. సరియైన జ్ఞానము. (Right knowledge). వీటిని ఆచరించుట వలన పూర్వపు కర్మ బంధముల నుండి విముక్తి లభించును. దుఃఖము ఏ మాత్రము లేని అనంత సుఖమైన మోక్షమును

పోందుట ప్రతి వ్యక్తి ఆదర్శము. మెక్షమునే సిద్దశిల లేదా కైవల్యావస్థ అని అంటారు.

సల్లేఖన వ్రతము:- శరీరము ఎంత కష్టపెడితే ఆత్మ అంత పునీతము కాగలదని ఆత్మను శరీర బంధముల నుండి విముక్తి చేసిన మోక్షము లభించగలదని జైనుల విశ్వాసము. అందుచేతనే జైనులు 'సల్లేఖన వ్రతము' ను అనుసరించిరి. "శరీరమును ఉపవాసముల చేత శుష్కింపజేసి, ప్రాణత్యాగము చేయుట వలన మోక్షము లభించును. దీనినే సల్లేఖవ్రతము అని పిలుస్తారు. సల్లేఖనము ద్వారా పూర్వజన్మ కర్మ నశించును. చంద్రగుప్తమౌర్యుడు, రాష్ట్రకూట రాజైన నాల్గవ ఇంద్రుడు సల్లేఖన వ్రతమును చేశారు.

జైన పరిషత్తులు:-

మొదటి జైన పరిషత్తు :- జైనుల తోలి సమావేశము పాటలీ పుత్రములోని వల్లభి నగరములో క్రీ. పూ. 300 సంవత్సరములో జరిగింది. ఈ సమావేశ ఫలితమే 12 అంగాల క్రొడికరణ, వీటి పై వ్యాఖ్యానాలు కూడా వచ్చాయి. వీటిని 'నిర్యుక్తులు' అని అంటారు. క్రీ. పూ. 4వ శతాబ్ధం చివరి కాలంలో మగధలో భయంకరమైన కరువు ఏర్పడినది. ఈ సమయంలో భద్రబహు నాయకత్వములో కొంత మంది జైనులు దక్షిణ మైసూరు ప్రాంతానికి తరలి వెళ్ళారు. (భద్రబహు కల్పి సూత్రములను అర్థమాగధి భాషలో వ్రాసినాడు.) కాని చాలా మంది జైనులు స్థూలభద్ర నాయకత్వములో అక్కడే ఉండిపోయారు. ఇతని నాయకత్వములో (స్థూలభద్ర) పాటలీ పుత్రంలో జైన పరిషత్ సమావేశమయినది. ఈ సమావేశములో కొన్ని ముఖ్యమైన నిర్ణయములు తీసుకొన్నారు. భద్రబహు సల్లేఖన వ్రతము చేసి తనువు చాలించాడు. అంతటితో జైనులు తమ సిద్ధాంతాలను 'సంగీతి' ద్వారా క్రోడీకరించి భద్రపరచుకోవాలనే ఆసక్తి కల్గినది. బహుశా బౌద్ద సంగీతులు జరుగుతూ ఉండుట చేత జైనులు కూడా ఉత్సహంతో సంగీతి ద్వారా తమ సిద్ధాంతములను భద్రపరచుకోన్నారు. జైనుల్లోని ఈ ఉత్సహన్ని లేదా ఉద్యమాన్ని 'శ్రావస్తి ఉద్యమం' అని వర్ణిస్తారు. భద్రబహుని మరణానంతరము అతని అనుచరులు మైసూరు నుండి మగధకు

తిరిగి వచ్చిరి. స్థూలభద్ర అనుచరులకు, భద్రబహు అనుచరులకు వస్త్రాదారణ విషయములో అభిపాయ భేదాలు ఏర్పడినాయి. దీనితో మగధలో ఉన్న స్థూల భద్ర అనుచరులు తెల్లని దుస్తులను (శ్వేతాంబర) ధరించగా, భద్రబహు అనుచరులు నగ్నం (దిగంబర)గా ఉండి పోయిరి. ఈ విబేధాలు క్రమముగా బలపడి క్రీ. శ. 83 నాటికి జైన సంఘం రెండు శాఖలుగా విడిపోయినది. కౌశి గీతముల మత్తైక్యవర్ణన మొనర్చిన 'ఉత్తరాధ్యయన' గ్రంథము ఈ విషమును పేర్కొన్నది.

రెండవ జైన పరిషత్తు (క్రీ. పూ. 512) :- కాలము గడిచిన కొద్ది శ్వేతాంబరుల శాఖ బలహీనమౌతూ వచ్చింది. కనుక గుజరాత్‌లోని వల్లభిలో క్రీ. పూ 512లో రెండవ జైన పరిషత్ సమావేశమైనది. ఈ పరిషత్తుకు దేవర్ధి క్షమ శ్రమణ అధ్యక్షత వహించాడు. "గంధర్వ" అనే పవిత్ర గ్రంథాలను సేకరించి, తిరిగి వాటిని ఒక క్రమ పద్ధతిలో అర్థమాగధి భాషలో వ్రాయాలనే ఉద్ధేశ్యంతో ఈ సమావేశం జరిగింది. కాని కొన్ని శతాబ్దాలు గడిచిన తర్వాత జైన మతం చీలిపోయింది. శ్వేతంబరులలో ఒక శాఖ వారు విగ్రహారాధనను పూర్తిగా త్యజించి, పవిత్ర గ్రంథాలను మాత్రమే పూజించారు. వీరిని తెరపంధీ అంటారు. దిగంబరులలో సమైయాలు అనే శాఖ ఏర్పడినది.

జైన మత గ్రంధాలు :- జైన మత గ్రంధమును అర్ధ మాగధి, ప్రాకృత, భాషల్లో వ్రాసినారు. వీటిని పన్నెండు అంగాలు, పన్నెండు ఉపాంగములు, పది ప్రకీర్ణాలు, ఆరు చేద సూత్రలు, నాలుగు మూలసూత్రాలు నంది సూత్ర, అనుయోగ ద్వారా నాలుగు వివిధ రకాలైన గ్రంథాలుగా విభజించారు. జైన సాహిత్యమును ద్వాదశాంగములు అంటారు.

క్రీ. పూ. 5వ శతాబ్దములో జరిగిన జైన పరిషత్‌లో, జైన మత గ్రంథాలను పై విధముగా పేర్కోన్నారు. పన్నెండు అంగాలు, జైన బిక్షువులు ఉపాసించవలసిన విధానాలను, జైన మత తత్వాన్ని, మత జ్ఞానాన్ని, కథలను, జైన గురువులను స్వర్గనరకాల విపరణను తెలియజేస్తాయి. కల్ప సూత్రాలు చేద సూత్రాలకు అనుబంధాలు. చేది సూత్రాలను భద్రబహు రచించినట్లు తెలుస్తోంది. ఇవి చాలా ప్రాచుర్యాన్ని సంతరించుకొన్న గ్రంథాలు. వీటిని మూడు విభాగాలుగా

చేశారు. మొదటి విభాగము మహవీరుని జీవితాన్ని, జైనుల చరిత్రను తెలుపుతున్నాయి. రెండు, మూడు విభాగములు జైన పాఠశాలల పట్టికను, వాటిలోని గురువులను, మత ప్రచారకుల వివరణను తెలియజేస్తున్నాయి.

'ఆగమాలు' గా వ్యవహరించిబడే జైన సూత్రాలలో ప్రధానమైనవి ఉత్తరాధ్యయన సూత్రం, ఆచారాంగ సూత్రం, భేద సూత్రము, భాగవతీ సూత్రము మొదలైనవి. 'కాలికాలు' 'ఉత్కాలికాలు' అనే గ్రంథాలు జైన మతానికి చెందినది. క్రీ. శ. కారంభములో జైనాచార్యుడైన కొండకుందాచార్యుడు (క్రీ. పూ. 50- క్రీ. శ. 50) కొనకొండ్ల (Anantapur) లో ఆశ్రయము నిర్మించుకొని అనేక సిద్ధాంత గ్రంధాలను రచించినాడు. వాటిలో <u>'సమయసార'</u> అనే గ్రంథం శ్వేతాంబర, దిగంబర శాఖల వారికి ఆదరణీయమైనది. గుప్తుల కాలంలోని సిద్ద దివాకరుడు న్యాయవర్త, సమ్మతి తర్క సూత్ర గ్రంథాలు రచించాడు.

<u>కళలు:-</u> జైన మతము తన సిద్ధాంతాల వ్యాప్తి కై కళలను కూడా ఉపయోగించింది. శిల్ప కళ, చిత్ర కళ, చిత్రలేఖనం, మొదలైనవి జైనమత సౌందర్యాన్ని చాటి చెప్పుతున్నాయి. క్రీ. శ. తొలి శతాబ్ధములో బౌద్ధుల మాదిరిగానే జైనులు కూడా తమ మతాచార్యుల గౌరవానికి గుర్తుగా విగ్రహములను, స్తూపములను నిర్మించినారు.

<u>విగ్రహారాధనలు</u> :- 1. మగధ రాజైన మహాపద్మ నందుడు కళింగ దండయాత్రలో జైన విగ్రహన్ని పాటలీ పుత్రానికి తీసుకొని వచ్చినాడు. తర్వాతి కాలములో మొదటి శతాబ్ధములో ఖారవేలుడు మగధను పాలించుచున్న పుష్యమిత్ర శుంగుని ఓడించి తిరిగి ఆజైన విగ్రహములను కళింగ దేశమునకు తెచ్చాడని హథిగుంఫా శాసనము స్పష్టంగా తెలుపుచున్నది. దీన్ని బట్టి నందుల కాలములోనే జైన విగ్రహలు ఉన్నవని తెలియుచున్నది.

2. బోధన్‌లో గోమతేశ్వరుని విగ్రహము చూసిన రాచమల్ల గంగరాజు గారి మంత్రి చావుంద రాయుడు క్రీ. శ. 981 సంవత్సరములో బహుబలికి జ్ఞాపికగా కర్ణాటకలోని శ్రావణ బెళగోళ యందు ఏకశిల పై బహుబలి విగ్రహన్ని చెక్కించాడు.

ఉదయగిరి-ఖందగిరి గుహలు :- భువనేశ్వర్‌కు ఐదు కిలోమీటర్ల దూరములో ఉన్న పర్వత పంక్తులల్లో ఎత్తుగా కనిపించే గిరిశిఖరాల్ని ఖందగిరి, ఉదయగిరి శిఖరాలు అనేక సంవత్సరాల పాటు జైన మత ప్రచార కేంద్రాలుగా విరాజిల్లడం విశేషం. ఉదయగిరి కొండల్లో 44 గుహలు ఉండగా 19 గుహలు ఖందగిరి నందు గలవు. స్వర్గపురి, మంచపురి, పాము తలను పోలిన సర్పగుంఫా, గర్జించే పులిగా ఉన్న బాగ గుంఫా మొదలైన గుహలకు నిలయము ఉదయగిరి కాగా, తత్వ, అనంత గుహలు, బ్రాహ్మీలిపిలో చెక్కిన ఖారవేలుని కాలము నాటి శాసనాలు - ఖందగిరిలోను లభ్యమయ్యాయి.

జైనుల మధ్య నెలకొనిన అనైక్యతను రూపుమాపుటకు ఖారవేలుడు కుమారగిరి పై జైన పరిషత్తును ఏర్పాటు గావించెను. పూర్వకాలములో సుమారు 123 అడుగుల ఎత్తున ఉన్న ఖందగిరిని 'కూమార ప్రభాత' అని, పిలిచేవారు. అయితే ప్రస్తుతము స్కందుడు (కుమారస్వామి) పేరేనని, అప్పట్లో దీన్ని స్కందగిరిగా పిలిచేవారు. కాలక్రమములో అది కాస్తా ఖందగిరిగా రూపాంతరం చెంది ఉండవచ్చునని కొందిరి అభిప్రాయం. 110 అడుగుల ఎత్తున్న ఉదయగిరిని 'కుమారి ప్రభాత' అని పుర్వకాలములో పిలిచేవారు. అయితే దీన్ని ప్రస్తుతం ఉదయగిరిగా పిలుస్తునారు. సుర్యుడు ఉదయించే తూర్పు దిక్కున ఉండటం వల్ల దీనికి ఉదయగిరి అనే పేరు వచ్చినది. ఉదయగిరికి కుమారి గిరి పర్వతమనే పేరు ఉన్నట్లు ఉద్యోతకేసరి శాసనాల ఆధారముగా జయస్వాల్, బారువా మొదలైన చరిత్రకారులు నిరూపించారు. అనేక మంది జైన గురువులు ఈ గుహల్లోనే బసచేసే వారనడానికి అనేక చరిత్రక ఆధారాలు అక్కడ లభ్యమయ్యాయి. పార్శ్వనాధుని జీవిత చరిత్ర ఉదయగిరి కొండ మీద ఒక గుహలో చెక్కబడినది.

ఎల్లోరా గుహలు :- ఎల్లోరా యందు జైన మతానికి చెందిన 5 గుహలున్నాయి.

దేవాలయములు :- దక్షిణ కర్ణాకలోని మూడవ బిద్రిలో (వెయ్యి స్తంభాల గుడి) జైన సంస్కృతి వైభవానికి పెట్టని కొటలాంటి 'జైన బసాది' అద్భుత నిర్మాణ శైలికి ఆనవాళ్ళు, ఇక్కడ భాషాలో బసాది అంటే గుడి అని అర్థం. నల్ల రాతితో నిర్మితమైన రెండంతస్తుల వెయ్యి స్తంభాల గుడి శిల్ప సౌందార్యానికి ఆటపట్టు. జైన ధర్మ ప్రతీకగా నిలిచే ఈ సుందరి నిర్మాణం మూడ బిద్రికే తలమానికం.

రెండంతస్తులున్న ఈ మహత్తర ఆలయంలో జైన మహావీరుని జీవిత దృశ్యాల్ని శిల్పాలుగా మలచారు.

<u>గురు బసాది</u>:- క్రీ. శ. 8వ శతాబ్దములో శ్రావణ బెళగొళకు చెందిన ఒక జైనమునికి మూడ బిద్రి లో పార్శ్వనాధుని నిలువెత్తు విగ్రహం దోరికిందంటారు. ఈ విగ్రహం ప్రతిష్టించిన గుడిని స్థానికులు గురుబసాది (గురు దేవుల ఆలయం) అని నేటికి వ్యవహరిస్తారు. జైనుల ఆగమ శాస్త్రానికి సంబంధించిన పురాతన గ్రంథాలు ఈ గుడిలో ఉన్నాయి. వీటిని 'నిధావళాల'ని అంటారు. ఈ గ్రంథాలు కన్నడ లిపిలో లిఖితమై ఉన్నాయి. అలాగే నవరత్నాలతో నిర్మితమైన అత్యంత పూరాతన జైన మహావీరుని విగ్రహం గుబసాదిలో దర్శనిమిస్తుంది. గురుబసాది కేంద్రముగా హోస బసాది, బడగ బసాది, శెట్టర బసాది, హిరేబసాది, బిట్కెరి బసాది, కోటి బసాది లాంటివి 17 జైన దేవాలయాలు నిర్మితమైనాయి.

<u>మధ్యప్రదేశ్‌లోని ఖజురహో</u> :- ఖజరహో యందు పార్శ్వనాధుని దేవాలయం, శాంతి నాధాలయం, ఘంటా దేవాలయం మొదలైన దేవాలయములు కలవు. ఖజరహోలో 'విద్యాదేవియన్' (సరస్వతి) అనే స్త్రీ దేవతను, 64 యోగినులను, నవగ్రహలను జైనులు పూజించారు.

<u>మౌంట్ అబూలోని జైన దేవాలయాలు</u> :- క్రీ. శ. 11, 12వ శతాబ్దలలో సోలంకీ పాలకులు దిల్వారా జైన దేవాలయమును (<u>తేజ్ పాలునిచే</u> నిర్మించబడిన <u>నేమినాథాలయములో</u> వర్ధమానుని విగ్రహం ఉంది) నిర్మించారు. పాలరాతితో చెక్కడాలకు ఈ ఆలయము ప్రసిద్ధమైనది.

<u>క్రీ. పూ. 1031లో విమల్‌షా</u> నిర్మించిన <u>విమ్లవ్సాలి అనే జైన దేవాలయము</u> అతి పురాతనమైనది. ఈ ఆలయాన్ని మొదటి తీర్థంకరుడైన <u>ఋషభ నాథుడు లేక ఆదినాధుడికి అంకితం</u> చేయబడినది. తెల్లని పాలరాతితో నిర్మించిన ఈ ఆలయం జైన వాస్తు శిల్పానికి చక్కటి ఉదాహరణ.

<u>జైన మత విస్తరణ</u> :- జైన మతము తోలి దశలో బౌద్ధ మతము కంటే చాలా వ్యాప్తి చెందినదని శాసనాలు, మరియు సాహిత్య ఆధారాల వలన తెలియుచున్నది. వీరు అర్థమాగధి, ప్రాకృత, సంస్కృత, అపభ్రంశ, తెలుగు, కన్నడము మొదలగు

భాషలలో అనేక గ్రంథములను వ్రాసినారు. జైన మతాన్ని విస్తరింప చేయడానికి వర్థమాన మహావీరుడు ఒక శిష్య గణాన్ని ఏర్పాటు చేశాడు. వీరి కాలములో స్త్రీలు కూడా సంఘ సభ్యులుగా ఉండేవారు. వీరి సంఘంలో జైన బిక్షువులే కాక తమ మత సూత్రాల ప్రకారము జీవితము గడుపుతూ విరాళాలు, కానుకల ద్వారా ఆ సంస్థలను పోషించే ఉపాసకులు కూడా సభ్యులుగా ఉండేడివారు. వర్థమాన మహావీరుడు సంవత్సరములో ఎనిమిది మాసాలు పర్యటన, చేస్తూ తన బోధనలను ప్రచారం చేశాడు. మిలిగిన 4 మాసాలు వైశాలి, చంపా, మిథిల, రాజగృహ, శ్రావస్తి మొదలైన పటణాల్లో గడిపేడు. వర్థమాన మహావీరుని తర్వాత సుదార్ముడు అనే గురువు జైన మత ప్రచారాన్ని సాగించినాడు. క్రీ. పూ. 1వ శతాబ్దము నాటికి ఉజ్జయిని జైన మతానికి ఒక గొప్ప విద్యా కేంద్రముగా ఉండెను. ఉత్తర భారతదేశంలో మధుర, దక్షిణ భారత దేశంలో కర్ణాటకలోని శ్రావణబెళగోళ జైన మత కేంద్రాలుగా విరాజిల్లాయి.

<u>జైన మత ఆధరణలో మరియు వ్యాప్తియందు చక్రవర్తుల పాత్ర</u> :-

<u>1. అవంతి పాలకుడు ప్రద్యోదనుడు</u> :- క్రీ. పూ. 6వ శతాబ్ధములో మహజన పదములోని అవంతి పాలకుడైన ప్రద్యోదనుడు జైన మతమును స్వీకరించినాడు. <u>భారత దేశములో మొట్టమొదట జైన మతమును స్వీకరించిన రాజు ఇతడే.</u>

<u>2. నంద రాజులు</u> :- మగధ పాలకులైన హర్యంక నందరాజులు జైన మతాన్ని ఆదరించినారు.

<u>3. మౌర్య చక్రవర్తులు</u> :- కర్ణాటకలో జైన మతము వ్యాప్తించుటకు ప్రధాన కారకుడు చంద్ర గుప్త మౌర్యుడు. ఈ చక్రవర్తి భద్రబాహు అనే జైన మతాచార్యుని ప్రబోధము వలన జైన మతము స్వీకరించాడు. చంద్ర గుప్త మౌర్యుడు తన చివరి రోజుల్లో మగధలో దుర్భరమైన క్షామం ఏర్పరడుట వలన ప్రజల బాధలను చూసి ఉండలేక సింహసనాన్ని త్యజించి తన కుమారుడైన బిందుసారునికి అప్పగించి మైసూరు రాష్ట్రంలోని శ్రావణ బెళగోళకు వెళ్లెను (బి.సి. 300). అచ్చట జైన సాంప్రదాయం ప్రకారము సల్లేఖన వ్రతమును స్వీకరించి శరీరమును శుష్కింప చేసి తనువు చాలించెను. హేమ చంద్రుని <u>పరిశిష్ట పర్వన్</u> అనే జైన

మత గ్రంథము ద్వారా చంద్ర గుప్త మౌర్యుడు జైన మతం స్వీకరించినాడని తెలియుచున్నది.

మగధలో వ్యాపించిన భయంకరమైన కరువు దక్షిణ భారతములో జైనమతము వ్యాప్తించుటకు రెండవ కారణముగా చెప్పవచ్చును. ఈ సమయంలో భద్రబహు నాయకత్వములో జైనులు దక్షిణ భారతదేశములోని కర్ణాటక రాష్ట్రములోని శ్రావణ బెళగోళకు వలస వచ్చిరి. ఈ విధముగా జైనమతము దక్షిణ భారత దేశానికి వ్యాప్తి చెంది ఉండవచ్చును. కాని కర్ణాటకలో జైన మత వ్యాప్తికి సంబంధించిన శాసనాధారాలు క్రీ. శ. 3వ శతాబ్దనికి పూర్వము లభించటం లేదు. ఆ తర్వాత శతాబ్దములో అనగా 5వ శతాబ్దం తర్వాత 'బసదులు' (వసతులు) అన్న పేరుతో జైన మఠాలు అసంఖ్యాకముగా వ్యాప్తించాయి. వీటిని నిర్వహించడము కోసం ఆనాటి రాజులు అనేక భూదానాలు కూడా చేశారు.

<u>4.ఛేది రాజు (లేక) ఖారవేలుడు</u> :- కళింగ రాజ్యములో లేక ఛేది వంశజులలో గొప్ప యోధునిగా, పాలనాదక్షునిగా కీర్తి పొందిన పాలకుడు "మహరాజ ఖారవేలుడు". ఇతడు జైన మతస్థుడు. మహపద్మనందుడు కళింగను జయించి (బి.సి. 400) విజయ చిహ్నం మగధకు తీసుకపోయిన కళింగ జైన విగ్రహన్ని ఖారవేలుడు మగధను పాలించుచున్న పుష్యమిత్ర శుంగుని క్రీ. పూ. మొదటి శాతాబ్దిలో ఓడించినప్పడు తిరిగి ఆ విగ్రహములను కళింగకు తెచ్చినట్లు హథిగుంఫా శాసనము వలన తెలియుచున్నది. దీని వల్ల ఇతనికి జైన మతము పై గల భక్తి భావము వ్యక్తమవుచున్నది.

జైనుల మధ్య నెలకొనిన అనైక్యతను రూపుమాపుటకు కుమారిగిరిపైన జైన పరిషత్‌ను ఇతడు ఏర్పాటు చేశాధు. ఉదయగిరికి కుమారగిరి పర్వతమనే పేరు ఉన్నట్లు ఉద్యోత కేసరి శాసనాల ఆధారముగా జయస్వాల్, బారువా మొదలైన చారిత్రక కారులు నిరూపించారు.) ఈ సమావేశములో ఖారవేలుడు పాల్గొని అనేక జైన ఆచార్యులను ప్రశ్నించి వారి సమాధానములను శ్రద్ధగా విని, వాటిని గురించి ఆలోచనలు జరిపాడు. ఇతని ప్రోత్సాహంతో తీర్థంకరుని దివ్యధ్వని నుంచి వెలువడిన ద్వాదశాంగాలు క్రోడికరించి భద్రపరచడం జరిగింది. జైన సిద్దాంత పరిరక్షణకై జరిగిన 'సరస్వతి ఉద్యమం' కుమారి గిరి మహసభలోనే

ప్రారంభము అయింది. ఖారవేలుడు జైనులు కోరకు ఉదయగిరి కొండలలో గుహాలయములు నిర్మించి వారికి వసతులు ఏర్పాటు చేశాడు. ఇతని భార్య కూడా జైనులకు ఒక గుహను అంకితము చేసింది. ఏలూరు (పశ్చిమ గోదావరి జిల్లా)కు 31 కి. మీ. దూరంలో ఉన్న గుంటుపల్లి గుహలు ఒకప్పుడు జైనులవని ఇటివలే ఇచ్చట లభ్యమైన ఖారవేలుని శాసనాన్ని బట్టి తెలుస్తుంది.

4. కనిష్కుడు :- కుషాణ్ చక్రవర్తియైన కనిష్కుడు పరమత సహనము ప్రదర్శించుట వలన జైనమతము వ్యాపించుటకు మంచి అవకాశము ఉండుటచే మధుర యందు ఈ మతము అభివృద్ధి దశలో ఉండెను.

5. శాతవాహనులు :- శాతవాహన రాజైన శ్రీముఖుడు మొదట జైనమతస్థునిగా ఉండెను. ఇతడు తన రాజధాని యందు పెక్కు స్థూపాలు నిర్మించినాడు. ఇటివల కరీంనగర్ జిల్లా కోటిలింగాల వద్ద జైన స్థావరము, మునుల గుట్ట వద్ద శ్రీముఖుని నాణెములు లభించుటచే ఇతడు జైన మతస్థుడని తెలియుచున్నది.

6. గుప్త చక్రవర్తులు :- గుప్తుల కాలములో జైనమత ప్రాబల్యము తగ్గిపోయింది. కాని కూమార గుప్తుని కాలములో జైన తీర్థం కరుల విగ్రహాలు మాళ్వా, మధుర ప్రాంతాలలో ప్రతిష్టితమయ్యాయి. స్కంధ గుప్తుని కాలములో కూడా జైన విగ్రహ ప్రతిష్ట ఉత్తర్ ప్రదేశ్‌లోని ప్రస్తుత గోరఖ్‌పూర్ జిల్లాలోని కాహుమ్ వద్ద జరిగింది. కాహుమ్ శిలాశాసనాన్ని బట్టి ఐదు జైన విగ్రహాలను స్కంధగుప్తుడు దానము చేశాడని తెలియుచున్నది.

చైనా బౌద్ధ యాత్రికుడైన హుయాన్‌త్సాంగ్, జైనమత శాఖలైన దిగంబర శ్వేతంబర సన్యాసులను గురించి, తక్షశిల వద్ద పాండ్యదేశంలో చాల మంది నిర్గ్రందులున్నారని తన సి-యూ-కి గ్రంథములో పేర్కొన్నాడు.

గుప్తుల కాలములో సిద్ధసేన దివాకరుడు అనే కవి జైన తర్కశాస్త్రానికి పునాదులు వేసినాడు. ఇతడు 'న్యాయవర్త', 'సమ్మతి తర్క సూత్ర' అనే గ్రంథములను రచించినాడు. గుప్తుల కాలమునకు చెందిన విమలుడు రామయాణాన్ని జైనమతానికి అనుగుణముగా రచించినాడు. ఈ విధముగా గుప్తుల కాలములో, జైన మతము గ్రంథముల రచన కూడా కోనసాగినది.

7. హర్షవర్ధనుడు :- హర్షవర్ధనుని కాలములో జైన మతము ప్రబలముగా నుండెను. హర్షవర్ధనుడు జైనులకు అనేక దాన ధర్మములను చేసినటు హుయాన్ త్సాంగ్ రచనల ద్వారా తెలుస్తోంది.

8. చాళుక్యరాజులు :- కొంత మంది చాళుక్య రాజులు కూడా జైన మతాన్ని ఉదార భావంతో పోషించినారు. బాదామి లోని జైన గుహలో, ఐహోల్ గుహలో జైన తీర్థంకరుల విగ్రహాలు చాళుక్య కాలమునకు చెందినవి. చాళుక్య రాజైన సోమదేవుడు జైన మతాన్ని తన రచనలో (కధా సరిత్సాగరము) భాగా స్తుత్తించాడు. 11వ శతాబ్దములో చాళుక్య రాజైన సిద్దరాజు అతని కుమారుడైన కుమారపాల జైన మతాన్ని బాగా పోషించారు. వీరు జైన మతాన్ని స్వీకరించి గుజరాత్‌లో జైన దేవాలయములను నిర్మించినారు. కుమారపాలుని అస్ధానములో సుప్రసిద్ధ జైన పండితుడు హేమ చంద్రుని (1081-1173) "పరిశిష్ట పర్వణ" అనే గ్రంధం వ్రాసినాడు.

తూర్పు చాళుక్య రాజైన కుజ్జ విష్ణువర్ధనుని భార్య అయ్యాణ మహదేవి బెజవాడలో నడుంబి బస్తి అను జైన ఆరామాన్ని నిర్మించినది. దీని పోషణకు ముషిణి కొండ గ్రామాన్ని దానం చేసింది.

రెండో అమ్మరాజు (ఆరో విజయాదిత్య) ''సర్వలోకాశ్రయ'', "కటకాభరణ", అనే జైన దేవాలయము నిర్మించి ఒక్కొక్క ఆలయానికి ఒక్కొక్క సత్రము కట్టించినాడు. కర్మ రాష్ట్ర విషయాధ్యక్షుడైన దుర్గరాజు కొరిక పై కటకాభరణ జినాలయానికి ధానధర్మాలు చేసినాడు. ఇతని సేనాపతులైన భీమ నరవాహనుల కోరిక పై బెజవాడలో జినాలయాల నిర్మాణానికి పెదగాదెల పర్రు (తెనాలి తాలుకా) దానము యిచ్చినాడు. రెండో అమ్మరాజు భార్య చెమెకాంబ 'సర్వలోకాశ్రయ' అనే దేవాలయమునకు కలుచుంబుర్రు గ్రామమును దానమిచ్చింది. ఈమెకు(జైన) గురు అర్హనందన్.

తూర్పు చాళుక్య రాజైన విమాలాధిత్యుడు జైన మతము స్వీకరించినాడు. రామ తీర్థ శాసనము జైన సన్యాసి త్రికాలయోగి-సిద్ధాంత దేవుడు విమలాదిత్యుని గురువని చెప్పుతుంది. అంతేగాక వీరు కాలములో ప్రజల భాషలో గ్రంధాలు

వ్రాసినారు. జైనులైన పద్మకవి, రేచన తెలుగులో గ్రంధాలు వ్రాసినారు. తెలుగులో జినేంద్ర పురాణం రచించిన పంపకవి, మహభారతాన్ని కన్నడంలో విక్రమార్జున విజయం పేరుతో వ్రాసిన పంప ఒక్కరేనని కొందరి చరిత్రకారుల భావం. 11వ శతాబ్దమునకు చెందిన తమిళ కవి ఒకడు 'వాంచియర్' అనే జైనుని తెలుగు ఛందో గ్రంధాన్ని చూసి, తాను 'యాప్పిరంగలం' అను తమిళ గ్రంధము వ్రాసితినని చెప్పడం వల్ల జైనులు ఆంధ్ర భాషలో గ్రంధాలు వ్రాసినారని తెలియుచున్నది. నాడు జైన మతమునకు అత్తిలి, రాజమహేంద్రవరము, బెజవాడ, కొల్లిపాక, పూదూరు ముఖ్య కేంద్రాలుగా ఉండేవి.

వేంగీ చాళుక్య రాజైన మొదటి కులోత్తుంగుడు (వేంగి చాళుక్య రాజేంద్రుడు) గుంటూరు జిల్లా సత్తెన పల్లి తాలుకా మునుగోడులో 'పృద్వీతిలక' వసతి అనే పేరుతో ఒక శ్వేతాంబర జైన బసది ఉండేది. దీనికి కులోత్తుంగుని సామంతుడైన చంవోలు వెలనాటి దుర్జయ మహమండలేశ్వర గోంకరాజు కొంత భూదానము చేశాడు. అంతేగాక అతడు కూడా ఒక జినాలయాన్ని కట్టించాడు.

పశ్చిమ చాళుక్యులు కూడా జైన మతమును పోషించారు. జైన మతానికి చెందిన 'రవికీర్తి' అనే సంస్కృత పండితుని పులకేసి-II పోషించినాడు. అంతేగాక పులకేసి-II ఒక జీర్ణ జైన దేవాలయాన్ని పునరుద్ధరించినాడు. ఈ ఆలయ నిర్వాహణకు భూమిని విజయాపండిట్ అనే జైన పండితునికి దానము ఇచ్చినాడు. వీరి పాలన కాలములో జైన మతము దక్షిణ మహరాష్ట్ర ప్రాంతంలో విసృత్తంగా అభివృద్ధిగ్గాంచెను.

<u>రాష్ట్రకూట రాజులు</u> :- రాష్ట్రకూట రాజులలో కొంతమంది జైన మతానికి ప్రత్యేక ఆదరణ చూపారు. వీరి ఆస్థానంలో అనేక జైన కవులు కలరు. అమోఘవర్షుడు రత్నమాలిక కావ్యాన్ని రచించినాడు. ఇతడు తన జీవితము చివరి దశలో జైన సన్యాసిగా మారినట్లు తెలియుచున్నది. జైనసేనుడు పార్శ్వనాభ్యుదయం అనే గ్రంధాన్ని రచించినాడు. అందులో జైన 'పార్శ్వని' జీవితాన్ని 'మేఘ సందేశం' లోని శ్లోకాలతో పోల్చాడు. రామతీర్ధము (విశాఖ జిల్లా), బక్కవోలు (తూర్పు గోదావరి), కొనకండ్ల (అనంతపురం), అన్మకొండ మొదలైన జైన క్షేత్రాల్లో రాష్ట్రకూట ప్రభావము కనిపిస్తుంది. కడపటి రాష్ట్రకూటుల <u>నాలుగో ఇంద్ర</u>

రాజు జైన మతాన్ని స్వీకరించి 'సల్లేఖనం' చేసి తనువు చాలించాడు. వీరు గాక గంగ వాడి రాజులు, వారి సామంతులు కూడా జైన మతాన్ని పోషించారు. గంగరాజులలో ముఖ్యులు అవినిత, శివసూర, స్త్రీ, పురుషులు మొదలగు వారు అనేక దేవాలయములకు ఉదారముగా ధన సహాయం చేసి అనేక జైన తీర్థంకరుల విగ్రహాలను ప్రతిష్ఠించారు.

కాకతీయులు :- బేతరాజు మంత్రి నారణయ్య శని నగరములో యుద్ధమల్ల జినాలయాన్ని జీర్ణోద్ధరణ గావించి కానుకలు ఇచ్చినాడు. రెండో ప్రోలరాజుకు మంత్రి ఐన బేతన భార్య మైలాంబ కదలాలయ బసది అనే జైన వసతిని కట్టించినది. ఈ వసతికి బేతన, అతని భార్య పేర ఒక చెరువును నిర్మించిరి.

ప్రతాపరుద్రుని కాలంలో ఓరుగల్లు వాస్తవ్యుడైన జైన అప్పయాచార్య అసంతృప్తిగా ఉన్న "జినేంద్ర కళ్యాణాభ్యుదయమ్" అనే గ్రంధమును పూర్తి చేశాడు. వీరి కాలములో జైన విగ్రహాల ప్రతిష్ట జరిగినట్లు శాసన సాక్ష్యం ఉంది. పాశుపద శైవానికి కేంద్రమైన ఓరుగల్లులోనే జైనులుండిరి.

విజయనగర రాజులు :- విజయనగర పాలకుడైన బుక్కరాయల కాలములో క్రీ.శ. 1368లో విజయనగరములో వైష్ణవ తెగవారికి జైనులకు మధ్య స్పర్ధలు తలెత్తినప్పుడు సామరస్యంగా పరిష్కరించినాడు. రెండవ దేవరాయల మంత్రియైన ఇరుగప్ప దండనాధుడు జైనుడు, ఇతడు విజయనగరంలో జినాలయాన్ని నిర్మించినాడు. అంతేగాక రెండవ దేవరాయలు ఫాన్ సుపారి బజార్‌లో "పార్శ్వనాధునకు" దేవాలయము నిర్మించాడు గజపతుల దండయాత్ర ఫలితంగా దెబ్బతిన్న దేవాలయములను సాళువ నరసింహ బాగు చేశాడు. దీనికి ఉదహరణగా పణప్పోడి, పోణుపరప్పుల జైన దేవాలయములను పేర్కొనవచ్చును. పిల్లల మర్రి పిన వీర భద్రుని 'జైమీని భారతాన్ని' సాళువ నరసింహుడు అంకితము పొందినాడు. పడైవాడు, చంద్రగిరి రాజ్యాల్లో పన్నుభారం వల్ల మూత పడిన జైన దేవాలయ ప్రాంతాలకు పన్ను రద్దు చేసి శ్రీ కృష్ణదేవరాయలు తన విశాల దృక్పధాన్ని ప్రదర్శించాడు. కంచిలోని త్రైలోక్యనాధ దేవాలయానికి భూధానము చేశాడు. నణచై, హనుమంత గుడి, కరంద్రై, నగర్ కొయిల్‌లలోని జైన దేవాలయములకు దానములు ఇచ్చినాడు.

మొగల్ చక్రవర్తి :- ఇబదత్ ఖానలోని మత చర్చలలో హరి విజయసూర, విజయసేనసూరి, భాను, చంద్ర ఉపాధ్యాయ, జీనచంద్ర మొదలైన జైనమతాచార్యులు పాల్గొనిరి. వీరి బోధనల వల్ల అక్బర్ చక్రవర్తి వేట, మాంసము భుజించుట మాని వేసినాడు. అంతేగాక తన రాజ్యంలో జంతువధను నిషేధించినాడు.

జైన మత పతానానికి కారణాలు :-

1. నాగరికత సంప్రదాయములకు, మర్యాదలకు విరుద్ధముగా జైనులు అవలంభించిన దిగంబరత్వము కూడా వారిని సభ్య సమాజం నుంచి దూరము చేసింది. నిర్భయంగా స్వేచ్ఛగా బౌద్ధుల్ని పోషించిన ప్రభు, ధనిక వర్గాల స్త్రీలు జైన గురువులను గౌరవించి ఆదరించకపోడానికి అభిమానము అడ్డు వచ్చి ఉంటుంది.

2. దిగంబరత్వము కారణముగానే కొందరు జైనులు సమాజానికి సన్నితంగా రావడానికి భయపడి అడువులను ఆశ్రయించి స్వీయ కైవల్య సాధనకు కృషి వుండవచ్చును. అంతే గాని సహజ శ్రేయస్సు, లోక కళ్యాణం పట్ల శ్రద్ధ చూపలేక పోవడం.

3. జైన మతము నందు ఉన్న సల్లేఖన వ్రతము, అహింసావ్రతము వంటి కఠోర నియమాలతో కూడుకొన్నది. కనుక జైనమతము బౌద్ధ మతము అంత విస్తృతంగా ప్రచారం కాలేక పోయింది.

4. జైన మతములో వచ్చిన శ్వేతాంబర, దిగంబర అను రెండు తెగలు లేక శాఖలుగా చీలిపోవుట జైనులలో సమైక్యత లోపించుట వలన జైన మతము క్షీణించినది.

5. ప్రాకృత, కన్నడ భాషలలో వెలువడినంత హెచ్చుగా ఇతర భాషలలో జైన సాహిత్యం వెలువడలేదు. ఇది కూడ జైన మత క్షీణతకు ఒక కారణం.

6. జైన మతము వ్యాప్తి చెందిన కాలములోనే బౌద్ధ మతము వ్యాప్తి చెందుటయే గాక మౌర్య చక్రవర్తి అశోకుడు బౌద్ధమతావ్యాప్తికి తీవ్రకృషి చేయుట వలన జైన మతము విస్తరించుటకు అవకాశము లేక పోయినది.

7. శైవ, వైష్ణవ మతముల పట్ల రాజులు, ప్రజలు ఎక్కువ ఆదరణ చూపుట కూడా జైన మత క్షీణతకు కారణమైనది.

8. మధ్యయుగ భారతదేశ చరిత్రలో ఒక్క అక్బర్ చక్రవర్తి తప్ప మిగితా చక్రవర్తులు ఆదరించలేక పోవడము కూడా జైనమత క్షీణతకు కారణమైనది.

గౌతమ బుద్ధుడు

ఈ శతాబ్ధములో ప్రపంచ శాంతిని, ఆహింసను ప్రచారము చేసి జనుల మేలు కొరకు పాటు పడిన మహపురుషుడు గాంధీ మహత్ముడు. ఇట్టి ప్రచారము మన దేశములో రెండు వేల ఆరు వందల సంవత్సరముల కంటే ముందే ప్రారంభమైనది. అది ఇతర దేశములలో కూడా వ్యాపించి మానవ జాతిని ఉద్ధవించినది. అట్టి ప్రచారము చేసిన మహమహుడే బౌద్ధమతమును స్థాపించిన గౌతమ బుద్దుడు!

గౌతము బుద్దుడు భగవంతుని అవతారముగా ఎన్నబడుచున్నాడు. విష్ణు దేవుని పది అవతాలములలో బుద్ధవతారము తోమ్మిదవది. బౌద్ధపురాణములను బట్టి బుద్దుడు మహశక్తి సంపన్నుడగు బోధిసత్త్వుని అవతారమని తెలియచున్నది. బుద్ధున్ని ఎడ్విన్ ఆర్నాల్డ్ "ఆసియాజ్యోతి"గా, శ్రీమతి రైస్ డేవిడ్స్ "ప్రపంచజ్యోతిగా" వర్ణిచిరి.

బాల్యము - అందలి సంఘటనలు:- గౌతమబుద్ధునికి తల్లిదండ్రులు పెట్టిన వేరు సిద్దారన్థడు. సిద్దారన్థడు అనగా కోరిక సిద్ధించినది అని అర్థము కలదు. తల్లితండ్రులకు పుత్ర సంతానము కలుగవలెనని కోరిక యుండెను. అది నేరవేరుట వలన సిద్దార్థనుడు అను పేరు పెట్టిరి. కాని బుద్దుడను పేరే లోకమున వ్యాపించినది. బుద్ధునికి అంగీరసుడని, శాక్యజ్ఞాని, తథగతుడని (తథగతుడనగా సత్యాన్ని తెలుసుకోన్న వాడని అర్థము). బుద్ధుని తండ్రియగు శుద్దోదనుడు, శాక్యవంశపు రాజు అతడు కపిలవస్తు నగరమును(కోసల సామంతరాజ్యం) రాజధానిగా హిమాలయ పర్వతములకు దిగువనున్న భుభాగమును పాలించుచుండెను. అతని భార్య మాయదేవి. (ఈమే కొలియ వంశానికి చెందిన మహిళకాగా కొలిముల రాజధాని "రామగాయం") ఈ దంపతులకు కలిగిన పుత్రుడే బుద్దుడు.

ఒకనాడు రాత్రి మాయదేవికి ఒక కల వచ్చింది. ఈ కల ఫలమేమో తెలుపవలసినదిగా శుద్దోదనుడు జ్యోతిష్కులను అడిగెను. అప్పుడు అసిత మహముని ఓ రాజా! ఈమే గర్భమున ఒక మహపురుషుడు జన్మించును. అతడు

గృహస్థుడుగా ఉన్న యెడల ప్రపంచమును పాలించు చక్రవర్తి కాగలడు. సంసారమును విడిచిన యెడల జ్ఞానము ఉద్ధరించి గొప్ప యోగియై ప్రపంచ విఖ్యాతిని పొందగలడు" అని తెలిపాడు.

మాయాదేవి కొలది దినములలో గర్భముదాల్చెను. నెలలు నిండిన పిదప ఆమెకు పుట్టింటికి వెళ్లవలెనని బుద్ధిపుట్టెను. ఆమె కోరిక ఎట్టిదైనను నేరవేర్చవలెనని శుద్ధోదనుని కోరిక. ఆమె పుట్టినిల్లు "దేవదహ." సరియైన మార్గము లేదు. అట్టి దారిలో సంపూర్ణ గర్భవతియగు మాయాదేవి ప్రయాణము చేయుటకు రాజునకు ఇష్టము లేదు. కావున తన నగరము నుండి దేవదహ వరకును మార్గమును చక్కజేయించి, రాజు మాయాదేవిని పల్లకిలో కూర్చుండ బెట్టి వేయి మంది పరిచారికలతో పంపెను. మార్గమధ్యమున లుంబినీవనము (రుమ్మిందై) ఉన్నది. అది విరియబుచిన పూవులతో ఆకర్షణీయంగా ఉన్నందున మాయాదేవి అక్కడ విశ్రమింపగోరెను. ఆ వనములో ఉన్న సమయంలోనే ఒక సాల వృక్షము క్రింద ఆమె లోకోత్తర పురుషుడగు సిదార్థునుని (క్రీ.పూ. 563) ప్రసవించింది.

కాని సిద్దార్థుడు జన్మించిన ఏడు రోజులకు మాయాదేవి <u>క్షయరోగియై</u> మరణించివది తర్వాత శుద్ధోదనుడు మహప్రజాపతిని వివాహము చేసుకొన్నాడు. సవతితల్లి మహప్రజాపతి గౌతమి దేవి నేతృత్వంలో సిద్దార్థునుడు పెరిగినాడు.

<u>విద్యాభ్యాసము :-</u> సిద్దార్థుడు విశ్వామిత్రుని వద్ద విద్య అభ్యసించినాడు.

<u>వివాహము :-</u> శాక్య ప్రభువైన దండపాణి కుమార్తె యెశోధరను సిద్దార్థుడు వివాహము చేసుకున్నాడు.

<u>వైరాగ్యబుద్ధి:-</u> వివాహమునకు కొంత కాలము యశోధర, సిద్ధార్థుల జీవితము సుఖమయముగా ఉండెను. వీరికి <u>'రాహులుడు'</u> అనే కుమారుడు జన్మించెను. <u>'రాహులుడు'</u> అనగా <u>'మోక్షమునకు అడ్డు వచ్చిన వాడు'</u> అని అర్థము కలదు. కానీ సిద్దార్థునికి గల వైరాగ్యబుద్ధి పోలేదు. ఒక నాడు పట్టణమును సందర్శించు నప్పుడు ఒక ముసలివాడిని, ఒక శవము, ఒక సన్యాసిని చూచి మనుస్సు చెలించెను.

గృహ పరిత్యాగము:- సిద్ధార్థుడు తన సంకల్పమునకు బయటికి పొక్కనీయలేదు. తన కొడుకును, యశోధరను చూసి తన సారథియైన చెన్నుడితో అశ్వం (కంతక)ను సిద్ధం చేసుకొని రాజ ప్రాసాదం నుండి (క్రీ,పూ. 537) నిష్క్రమించాడు. దీనినే "మహాభినిష్క్రమణము" లేక "మహ పరిత్యాగము" అందురు.

జ్ఞాన సముపార్జన ఘట్టం:- బుద్ధుడు వైశాలి నగారినికి చేరాడు. అక్కడ 'అలారుడుడనే' పేరు గల గురువు యోగ విద్యలోని గొప్ప నిష్ణాతుడైన. ఇతని వద్ద గౌతముడు కొంతకాలము ఉండినాడు. కాని సత్యాన్వేషి అయిన బుద్ధునికి తాను సంపాదించిన 'సాంఖ్య దర్శన విజ్ఞానం' తృప్తి నివ్వలేదు. తరువాత రాజధాని యైన రాజగృహానికి వెళ్ళాడు. రాజ గృహమున సిద్ధార్థుడు 'ఉద్ధక రామ పుత్రుడు' (రుద్రక రామ పుత్ర) అనే అతని ఉపదేశాలు వినడానికి వెళ్ళాడు. అతడు భోదించిన సిద్ధాంతాలు బుద్ధునికి సంతృప్తికరంగా లేనందు వల్ల అతడు ఆ ప్రాంతం వదిలి 'గయ' చేరి సమీపంలోని 'ఉరువేల' గ్రామానికి వెళ్ళాడు. అక్కడ ఆరు సంవత్సరాలు కఠినమైన ఉపవాసాలు చేశాడు. అప్పుడు బుద్ధుని దగ్గర ఉన్న ఐదుగురు బ్రాహ్మణులైన శిష్యులు ఉండిరి. సిద్దార్థుని శరీరం నిరసించి పోయింది. అప్పుడు 'గౌతముడు' ఆహరాన్ని తీసుకోవడం ప్రారంభించాడు. ఈ ఐదుగురు శిష్యులు, సిద్దార్థుడు విడిచి వెళ్ళిరి. అప్పుడు గౌతముడు ఫల్గుణీ నది వద్దనున్న 'ఉరువేల' గ్రామం వద్ద మహ బోధి వృక్షం (రావి చెట్టు (లేదా) అశ్వర్థవృక్షం) క్రిందకు చేరాడు. ఆ 'గ్రామాధికారి' కూతురగు 'సుజాత' సమర్పించిన పాయసమును భుజించుచూ ఆశ్వర్థ వృక్షము నీడలో ధ్యాన నిమగ్నుడయ్యాడు. నలభై రోజులు అంచంచల ధ్యాన నిష్ట అనంతరము గౌతమునకు (క్రీ.పూ. 531) జ్ఞానోదయమయ్యింది. ఈ సంఘటవే "సంభోధి" అందురు. 'సంభోది' నాటినుండి 'సిద్ధార్థుని' పేరు 'బుద్ధుని'గా మారినది. నాటికి బుద్ధుని వయస్సు 26 సంవత్సరములు. 'జ్ఞాని' యైన బుద్ధుడు 49 రోజులు ఏకాంత వాసం చేశాడు. రాగ, ద్వేష పూరితమైన ప్రజలు, తమ శ్రమించి సాధించిన జ్ఞానాన్ని గ్రహించి అనుసరించగలరా అనే అనుమానము బుద్ధుడికి వచ్చినది. కాని, మానవజాతిని బాధల నుండి రక్షించి విశ్వ కళ్యాణం సాధించే

సంకల్పముతో 'బుద్ధగయ' నుండి గౌతమ బుద్ధుడు బయలు దేరాడు. తపుస్సు, భల్లిక అనే వైశ్యులు బుద్ధునకు మొదటి శిష్యులయ్యారు. తదుపరి బుద్ధుడు వారణాసి సమీపంలోని 'ఋషి' పట్టణం చేరుకున్నాడు. ఇక్కడ తన పూర్వ శిష్యులైన (బంధువు) ఆనందుడు, కాశ్యప, యోన, అస్సగ్గి (క్రిన్‌జదు) అను ఐదుగురు బ్రాహ్మణ సన్యాసులు బుద్ధుని సాదరంగా అహ్వానించారు. మొట్టమొదట వీరికి తను అర్జించిన జ్ఞానమును భోదించడానికి నిశ్చయించినాడు. బెనారస్‌కు సమీపంగా ఉన్న సారనాథ్ లోని జింకల వనంలో 'ఆర్య సత్యము'లను, 'ప్రతత్య సముత్పాదక' సిద్ధాంతము (ఇదొౌక తత్వ సిద్ధాంతం) 'అష్టాంగ మార్గాన్ని మాధ్య మార్గాన్ని వివరించెను. దీనినే 'ధర్మ చక్ర పరివర్తనం అంటారు. ఈ దీర్ఘ ఉపన్యాసాల చర్చలు అనంతరం 'కొండణ్ణ' (కౌండిన్య), అతని శిష్యులు బౌద్ధ ధర్మాన్ని అనుసరించారు. వీరిని 'పంచ వర్గీయులు' అంటారు. వీరితో బౌద్ధ సంఘానికి అంకురార్పణ జరిగింది. బుద్ధునికి అయిదుగురు శిష్యులలో ఒక్కడైన 'అస్సగ్గి'. రాజగృహమందున్న శారి పుత్రుడు 'మొగ్గల్లనుండు' అనే ఇద్దరు, ఇతని ఉపదేశాలతో బౌద్ధ మతాన్ని స్వీకరింపచేశాడు. తదుపరి 'ఉరువేల' గ్రామంలో ('గయ' సమీపంలోని) జటిల కాశ్యపుడు తన శిష్య వర్గంతో బుద్ధున్ని అనుసరించాడు.

బుద్ధుని కాలంలో బౌద్ధమతాన్ని స్వీకరించినవారు :-

1) బింబి సారుడు బౌద్ధ మతాన్ని స్వీకరించి వేలువవనాన్ని బౌద్ధ సంఘానికి దానము చేశాడు. బౌద్ధ సంఘానికి లభించిన మొట్టమొదటి బౌద్ధ విహారం ఇదే.

2) అనాథ పిండదుడైన శేష్ఠి జేత వనాన్ని బౌద్ధ సంఘానికి దానం చేసాడు.

3) ఆమ్రపాలి (వైశ్య) మామిడి తోటను బౌద్ధ సంఘానికి దానం చేసినది.

4) శ్రావస్తిలో ధనికురాలైన 'విశాఖ' బౌద్ధ సంఘానికి పుచ్చారామ అనే సంఘారామాన్ని నిర్మించినది.

5) రాహులుడు (బుద్ధుని కుమారుడు); నందుడు (మహాప్రజాపతి తనయుడు); ఉపాలి (చౌరకర్త, మంగలి); అజాత శత్రువు; అంగుళిమాలుడు (బందిపోటు); ప్రద్యోతుడు (అవంతిరాజు); ప్రసేన జిత్తు (కోసల రాజు); సారిపుత్ర;

మౌద్గల్యాయనులు; సుభద్రుడు (బుద్ధుని చివరిశిష్యుడు);

<u>బౌద్ధమతమును స్వీకరించిన స్త్రీలు :-</u> విశాఖ (ధనికురాలు); క్రిష్ణదేవి (మరణించిన కుమారున్ని బ్రతికించమని బుద్ధుని వేడుకున్న స్త్రీ); యశోధర (బుద్ధుని భార్య); మహాప్రజాపతి (బుద్ధుని సవతి తల్లి); సామవతి (దయదనుని భార్య); విజయమాంక, ధమ్మదిన, సోమ, అనుపమ, సుందరి, సుమేధ, ఖేమ (బింబిసారుని భార్య)

★ బుద్ధునికి పాయసం వడ్డించిన స్త్రీ సుజాత

<u>బుద్ధుడు శాంతి యుతముగా పరిష్కరించిన వివాదములు :-</u>

1) శాక్యుల, కాలీయులకు సరిహద్దుగా ఉన్న రోహిణి నది జలవివాదమును శాంతి యుతముగా పరిష్కరించినాడు.

<u>బుద్ధునికి వ్యతిరేకులు :-</u> దేవదత్తుడు (బుద్ధునికి దగ్గరి బంధువు);

2) ప్రసేన జిత్తు కుమారుడైన విధూదబుడు శాక్యులపై దాడి చేశాడు;

3) మల్లులు కూడా బుద్ధునికి వ్యతిరేకులు.

<u>చివరి ఉపన్యాసం :-</u> బుద్ధుడు వైశాలిలో ఉపన్యసిస్తూ అచిరకాలంలోనే నిర్యాణం పొందుతానని చెప్పాడు. అచ్చటి నుండి 'కుశి' నగరమునకు ప్రయాణమై 'పావ' అనే గ్రామాన్ని చేరాడు. అక్కడ 'ఛుండా' అనే లోహకారుడు బుద్ధునికి ఆతిధ్యమిచ్చాడు. అక్కడ బుద్ధుడు పంది మాంసమును భుజించుట వలన 'గ్రహిణి' వ్యాధి సోకినది. ఆనందునితో 'కుశి నగరానికి ప్రయాణమయ్యాడు. మరుసటి రోజున బుద్ధుడు హిరణ్యవతీ నదిని దాటి కుశి నగరం (మల్లుల రాజధాని) ఒక సాల్వ వనంలో చేరాడు. అచ్చట బుద్ధుడు తను ఇంకా ముందుకు సాగ లేనని చెప్పినాడు. ఆనందుని అభ్యర్థన పై <u>'అత్త దీప, అత్త శరణ', సుత్రాన్ని'</u> ధర్మమే సంఘానికి మార్గదర్శకమని భోదించినాడు. ఆనందుడు కూడా ఒక ప్రశ్న అడుగగా, బుద్ధుడు జన్మస్థలమైన కపిలవస్తు, జ్ఞానోదయమైన గయ, ధర్మచక్ర పరివర్తనమైన సారనాథ్, నిర్యాణం చెందబోతున్న కుశి నగరం యాత్రాస్థలాలుగా రూపొందునని చెప్పి తన మరణాంతరం నాలుగు మార్గాలు కలిసేచోట శరీరం, అవయవాలతో స్థూపాన్ని నిర్మించే విధానం తెలియ జేసినాడు. <u>క్రీ.పూ. 486లో</u>

వైశాఖ పూర్ణిమ నాడు (తన 80వ ఏట) ఉత్తర ప్రదేశ్, దేవరియా జిల్లాలోని 'కుశినగర్' (ఆధునిక కాశియా) లో బుద్ధుడు 'మహాపరినిర్యాణప్రాప్తి' పొందినాడు.

❖ వత్స:- 'వత్స' అంటే వర్షకాలం (4 నెలలు) ఒకే చోట ఉండుట. ఈ కాలంలో బౌద్ధమత వ్యతిరేకులతో చర్చలు జరిపెడివాడు.

బుద్ధుని అస్థికలు, సమాధులు మరియు స్థూపాలు:- బుద్ధుని నిర్యాణం అనంతరం, ఆయన శిష్యులు అస్థికల కొరకు ఘర్షణ పడిరి. ద్రోణుడనే బ్రాహ్మణుడు కల్పించుకొని అస్థికలను విభజించి వీరి మధ్య శాంతిని నెలకొల్పినాడు. గౌతమ బుద్ధుని అస్థికలపై కట్టిన గోళాకార కట్టడాలను స్థూపాలంటారు. బౌద్ధ స్థూపాలు, చైత్యాలు ఏ విధంగా నెలకొల్పాలనే విషయాన్ని 'మహా పరినిర్వాన సుత్తము' తెల్పును. బౌద్ధులు నిర్మించిన స్థూపాలు మూడు రకాలుగా ఉన్నాయి.

1. ధాతుగర్భాలు:- శారీరక అవశేషాలపై నిర్మించబడినవి.

2. పరిభోజకాలు :- ఆచార్యులు ఉపయోగించిన వస్తు గర్భితాలు.

3. ఉద్దేశిక స్థూపాలు:- అస్థికలు లేకుండా నిర్మించినవి. ప్రపంచములో అతి పెద్ద స్థూపము కంబోడియాలోని చోర్-బాదూర్ వద్ద ఉంది, దీనిని క్రీ.శ. ఒకటవ శతాబ్దిలో శైలేంద్ర మహారాజు నిర్మించాడు. ఇంకా ప్రపంచంలో రెండవ అతి పెద్ద స్థూపం జపాన్‌లో ఉన్నది. అక్కడ పాలించిన 'నారా' వంశ కాలంలో 'షోత్కు' అనే రాజు 'హర్యాజ్' వద్ద నిర్మించాడు. ఇంకా మన దేశంలో అతి పెద్ద బౌద్ధ స్థూపం మధ్య ప్రదేశ్‌లోని సాంచీలో ఉన్నది. (సాంచి బీహార్ కాదు) దీని నిర్మాత అశోకుడు. అలాగే దక్షిణ భారత దేశంలో అమరావతి. ఇంది గుంటూరు జిల్లాలోని కృష్ణా నది ఒడ్డున ఉన్నది. దీనికి పునాది అశోకుడు వేయగా శాత వాహనుడు అభివృద్ధి చేశారు. ఇక ఉత్తర భారత దేశంలో అతి ప్రాచీన స్థూపం 'పిప్రావహ' బౌద్ధ స్థూపం. దక్షిణ భారత దేశంలో అతి ప్రాచీన స్థూపం భట్టిప్రోలు స్థూపం. దీనిలో దీర్ఘ చతురస్రాకారం గల బంగారు పెట్టెలో బుద్ధునికి సంభందించిన అస్థిక నుంచి స్థూపాన్ని నిర్మించిరి. బౌద్ధ వాఙ్మయం ప్రకారం బుద్ధ భగవానునికిచెందిన 12 ధాతు గర్భాల నుంచి బుద్ధుని ధాతువులను వెలికి తీసి 84,000 స్థూపాలను అశోకుడు నిర్మించాడని తెలుస్తోంది. ఆంధ్ర

ప్రదేశ్ లోని భట్టిప్రోలు, అమరావతి, జగ్గయ్య పేట, ఘంటశాల. స్థూపాలు ధాతు గర్భపు కోవకు చెందినవని తెలియుచున్నది. ఇవి ఇటుక నిర్మాణాలు.

బుద్ధుని చిహ్నములు:-

1. బుద్ధుని పుట్టుక	-	తామర మరియు ఎద్దు (వృషభం)
2. మహాపరిత్యాగం	-	గుఱ్ఱం
3. సంభోది (జ్ఞానోదయం)	-	బోధి వృక్షం
4. మొదటి ఉపన్యాసం	-	ధర్మ చక్ర పరివర్తనం
5. పరినిర్యాణం	-	స్థూపం

బౌద్ధ మత సిద్ధాంతములు (లేక) బుద్ధుని బోధనలు:- బుద్ధుని ప్రకారం మానవుని జీవితం 'కారణము, ఫలితం' అనే వలయం లో చిక్కుకొంది. అజ్ఞానము వలన కోరిక జనిస్తుంది. కోరిక వలన మానవుడు కర్మ చేస్తాడు. ఈ కర్మ ఫలితమే పునర్జన్మ వచ్చును. అసలు మానవ జన్మే దుఖ: భరితము మూలికముగా కోర్కెలే (అజ్ఞానము)దుఃఖమునకు కారణము. కనుక దుఃఖమును అంతం చేయవలెనన్న కోర్కెలను (అజ్ఞానమును) అంతము చేయమలెను. అజ్ఞానము అంతము చేయవలెనన్న ఈ ప్రపంచము అశాశ్వతమని గ్రహింపవలెను. దీనిని 'చతుర్ ఆర్య సత్యాలు' లేదా 'ఆర్య సూత్రముల' ద్వారా గ్రహించవలెను.

చతుర్ ఆర్య సత్యాలు (Four Noble truths) :- గౌతమ బుద్ధుని బోధనలు ప్రధానముగా నాలుగు ఆర్య సత్యములు.

1. ప్రపంచము దుఃఖమయము
2. దుఃఖమునకు కారణము కోరికలు.
3. దుఃఖమును అంతము చేయుటకు కోరికలు జయింపవలెను.
4. కోరికలను జయించుటకు అష్టాంగ మార్గములను అవలంబించవలెను.

అష్టాంగ మార్గము (Eight Fold path) :-

1. సమ్యక్ దృష్టి (right faith) - గురువుపై, ఆయన బోధవలపై సంపూర్ణమైన విశ్వాసము కలిగి యుండవలెను. (ఉన్నది ఉన్నట్లు వస్తువును పూర్ణముగ దర్శించుట)

2. సమ్యక్ జ్ఞానము (right resolution) - పలు బోధనలపై, ఆరోచనలపై మనస్సు మరల్చకుండుట, కృత నిశ్చయము కలిగి యుండుట. (స్వార్థ చింతనలేని విశ్వకళ్యాణ కరమైన ఆలోచన)

3. సమ్యక్ వాక్కు (right speech) - అసత్యము, దుర్భాష, మూర్ఖంగా మాట్లాడ కుండుట. (సత్యమును లోక హితకరములైన వాక్యములను వల్కుట)

4. సమ్యక్ క్రియ (right action) - మంచి ప్రవర్తన. దొంగ తనము మత్తు పదార్థములు సేవించకుండుట, హింస చేయకుండుట - (లోక హితకరమగు సత్కర్మాచరణము)

5. సమ్యక్ ఆలోచన (right livelihood) - ఇతరులకు హానిచేయకుండుట, పవిత్ర జీవనమును గడుపుట. (ఇతరులకు హని కరమగు, బాధకరము గాని పద్ధతులలో జీవించుట).

6. సమ్యక్ శ్రమ (right effort) - సరియైన చిత్తశుద్ధితో కృషి చేయుట (దురభ్యాసములకు లోనుగాక ఉన్నవానిని త్యజించి సదభ్యాసమున జీవించుట)

7. సమ్యక్ ఆలోచన (right mindedness) - శరీరము, మవస్సును, సరియైన కోర్కెలు, బుద్ధి ఏకాగ్రతతో నిల్పుట. (అన్ని విషయములందు అన్ని సందర్భము లందు బహుజాగరుకత కల్గియుండుట).

8. సమ్యక్ ధ్యానము (సమాధి) (right meditation) - పలు కోరికలపై మనస్సు మరల్చక ఏకాగ్రతమైన చిత్తమును నిలుపుట. (పూర్ణమైన ఏకాగ్రత సత్యదర్శనము).

ఏకాగ్రత వలన జ్ఞానము లభించి, అజ్ఞానము నశించును. అప్పుడు నిర్యాణానికి అర్హత లభించును. నిర్వాణము ఆనందమైనది. అమృతము వంటిది.

అంతము లేనిది. ఇట్టి స్థితి వలన పునర్జన్మ రాదు. పునర్జన్మ లభింపకుండుటయే మోక్షము. ఈ అష్టాంగ మార్గము, ద్వారా ప్రతి వ్యక్తి శీల సంపద పెంపొందించు కొన వలెను. ఇట్లు బౌద్ధమతము అతి భాగములకు గాని. వ్రత కాఠిన్యములకు గాని చెందకుండ అందరికి అందుబాటులో ఉండుటచే దీనిని 'మధ్యేమార్గ' మందురు.

మానవుడు తనను తాను ఉద్ధరించుకొని మోక్షమునకు అర్హతను సంపాదించుటకు ఒక నీతి. నియమావళిని బుద్ధుడు సూచించెను. ఈ నియమావళి లోని అంశములే అహింస, దయ, అతి భోగముల విసర్జన, ప్రేమ, సత్యము మొదలైనవి. ఒక 'వ్యక్తి సుఖ' దుఃఖములకు అతని చర్యలే కారణము గాని, భగవంతుడు లేక ఎట్టి పరశక్తి గాని దీనిని నిర్దేశించవు అని బుద్ధుడు చెప్పెను.

బుద్ధుడు హిందు మతములోని కర్మ, పునర్జన్మ మోక్షము అను సిద్ధాంతములను అంగీకరించెను. ఒక వ్యక్తి ఈ జన్మలో చేసిన పాప, పుణ్యములే అతని పునర్జన్మను నిర్ణయించునని చెప్పెను. పునర్జన్మ లేకుండుటయే మోక్షము. కాని భగవంతుడు, ఆత్మను గురించి మౌనము వహించెను. అనగా బుద్ధుడు అనాత్మ సిద్ధాంతాన్ని గురించి చెప్పినాడు. కాని భగవంతుడు, ఆత్మ లేకుండా 'పునర్జన్మ' ఎట్లు కలుగును అన్నది కొందరి వాదన.

<u>బౌద్ధ సంఘం దాని నిర్వహణ :-</u> బౌద్ధ మతం స్థాపించిన తొలి దశలో బౌద్ధ సన్యాసులు గుహలలో, అడవులలో నివసిస్తూ సంచార జీవనం చేస్తూ ఉండేవారు. బుద్ధుడు వారిని తన సంఘారామాలలో నివసించుటకు అనుమతించాడు. వీరిని <u>'భిక్కు'</u> అని అంటారు. బౌద్ధ ప్రార్థనా స్థలాలను 'చైత్యం' అని, విశ్రాంతి మందిరాలను 'విహారము' లని అందురు. జైన గురువులవలనే బుద్ధుడు కూడా తన శిష్యులకు ఒక ప్రవర్తనా నియమావళి తయారు చేశాడు. ఈ నియమావళిని గురించి వివరణ 'వినయ పీటకం'లో ఉన్నాయి.

1. ఇతరుల ఆస్థిని ఆశించ కూడదు.
2. హింస చేయ కూడదు.
3. మత్తు పదార్థాలు ఉపయోగించ రాదు.

4. అసత్యము చెప్ప కూడదు.

5. బౌద్ధమతం స్వీకరించడానికి తల్లిదండ్రుల అనుమతి పొంది ఉండాలి. (శుద్ధోదనుడు, బుద్ధుని ఈ కోరిక అడిగినందుకు. ఈ నియమం ఆచరించినాడు.)

6. అంగ వైకల్యం గల్గిన వారు, కుష్టు, క్షయ, మూర్ఛ వంటి రోగులు బౌద్ధ సన్యాసము స్వీకరించుటకు అనర్హులు.

7. బౌద్ధ సన్యాసులు కావడానికి

15. సంవత్సరాలు నుండి యుండాలి. ఈ నియమం ఒక రకంగా అన్ని మతాలకు. సామాజిక ప్రవర్తనకు అవసరమే. 8. బౌద్ధ సంఘంలో పారిపోయి వచ్చిన బానిసలకు, సైనికులకు స్థానం లేదు. నేరస్థులకు, ఆటవికులకు స్థానం లేదు.

ఈ బౌద్ధ సంఘాలు క్రమక్రమంగా గొప్ప విద్యా పీఠాలై నాటి ప్రజలకు విజ్ఞానము పంచి పెట్టినాయి. ఉదా: నలంద, తక్షశిల, విక్రమ విశ్వవిద్యాలయాలు

<u>బౌద్ధ సంగీతులు:-</u> మహాపరినిర్యాణం తరువాత బౌద్ధ బిక్షువుల్లో క్రమ శిక్షణ అమలు పరచడం, వారిని సమైక్యంగా కూడగట్టి ఉంచడం వంటి సమస్యలు వచ్చినాయి. బౌద్ధ బిక్షువులలో సుభద్రుని వంటివారు బుద్ధుని క్రమ శిక్షణ సహించలేక పోయినారు. బుద్ధుని నిర్వాణ వార్తవిన్నంతనే సుభద్రుడు తనకు స్వేచ్ఛ లభించినదని భావించాడట! ఆందువల్ల బౌద్ధమత స్వచ్ఛతను పరిరక్షించవలసిన అవసరం ఏర్పడింది. ఈ అవసరాన్ని బుద్ధుని శిష్యుడైన మహాకాశ్యపుడు గుర్తించాడు.

<u>మొదటి బౌద్ధ సంగీతి:-</u> (క్రీ.పూ. 483) బుద్ధుని మరణానంతరము <u>అజాత శత్రువు</u> పర్యవేక్షణలో మొదటి బౌద్ధ సంగీతి <u>రాజగృహంలో</u> జరిగింది. బుద్ధుని శిష్యుడైన <u>"మహ కాశ్యపుడు"</u> ఈ సభకు అధ్యక్షత వహించాడు. ఈ సభకు ఐదు వందల మంది భిక్షువులు హాజరయ్యారు. ఈ సభలో బుద్ధుని ఉపదేశాలను <u>ఉపాలి</u> (బుద్ధుని శిష్యులలో అగ్రగణ్యుడు). <u>'వినయపీటం'</u> లోగల శిక్షా సూత్రములను శాసనాలు చదువగా <u>ఆనందుడు</u> (బుద్ధుని శిష్యులలో ఉత్తముడు) బౌద్ధ మత ప్రచార నిమిత్తము సంచారము చేసిన దినములలో బుద్ధుడు చెప్పిన కథలు, నుపాఖ్యానములు గల 'సుత్త పీటకం'మ గానం చేశాడు.

రెండవ బౌద్ధ సంగీతి:- (క్రీ.పూ. 383) బుద్ధుని నిర్యాణం తరువాత సుమారు ఒక శతాబ్ధం తరువాత రెండో బౌద్ధ సంగీతి వైశాలిలో జరిగింది. నాడు మగధ సామ్రాజ్యాన్ని శిశునాగు వంశస్థుడైన కాలశోకుడు పాలిస్తున్నాడు. ఈ సభలోనే తూర్పు దేశాలైన కౌశాంబి వాసుల అసమ్మతి లెక్క చేయకుండా 'వినయ పీటకం' లోని పది సూత్రాలను వైశాలికి చెందిన బిక్షువులు అవలంబించిడం వలన ఈ వివాదము ఏర్పడినది. దీనిని పరిష్కరించుటకు ఈ సమావేశము జరిగినది, అని కొందరి వాదన. కాని ఇరువురి విభేధాలను పరిష్కరించుటకు ఈ సంగీతి ఏర్పాటు చేశారు. ఈ సంగీతికి భేదంతసభకామి అధ్యక్షత వహించాడు. వైశాలికి చెందిన బౌద్ధ భిక్షువులను ఈ సభలోని నిర్ణయాలను ఒప్పుకొన్నాక, సంఘ బహిష్కృతులైన బిక్షువులు 'మహా సంగీతి' అనే వేరొక సభను ఏర్పాటు చేసుకొని 'వినయ పీటకం' లోని పది సూత్రాలను ప్రామాణికంగా నిర్ణయించుకున్నారు. ఈ సభకు దాదాపు ఏడు వేల మంది బౌద్ధ బిక్షువులు హాజరయ్యారు. అందువలన దీనిని 'మహా సంగీతి'గా వ్యవహరిస్తున్నారు. ఇందులోని సభ్యులు మహా సంఘీకులుగా ప్రసిద్ధులయ్యారు. పశ్చిమ ప్రాంతాలకు చెందిన వారు 'భేదంత సభ కామిని' అనుసరించి వీరు థెరవాదులు (లేక) పూర్వాచార పరాయణులు లేదా స్థవిరులైరి. థేరవాదులకు (హీనయానం) నాయకుడు ఉజ్జయిని ప్రాంతానికి చెందిన వాడయిన 'మహా వాచ్ఛాయన. దీని కేంద్రాలు కౌశాంబి, ఉజ్జయిని.

మహాసాంఘీకులు (మహయాన) మహకాశ్యపుని తమ మూల పురుషునిగా భావించారు. వారి కేంద్ర స్థానం వైశాలి. తరువాత ఆంధ్ర ప్రదేశ్‌లోని అమరావతి, నాగార్జున కొండలకు వ్యాపించింది.

మూడవ బౌద్ధ సంగీతి (క్రీ.పూ. 260):- అశోకుని శాసనాలలో ఎక్కడా మూడవ సంగీతి గురించి లేదు. అశోకుని కాలంలో జరిగిందని ఈ సంగతి మనకు 'దీప వంశం' వల్ల తెలుస్తుంది. ఈ కారణంగా కొంత మంది చరిత్రకారులు ఈ సంగీతి జరుగలేదు, అసత్యం అని తోసి పుచ్చారు. కాని సంఘబేధాన్ని గురించి తెలిపే కౌశాంబి, సాంచి, సారనాథ్, స్తంభ శాసనాలు, సంఘ భేదాన్ని కల్పించడానికి రాజాజ్ఞ మేరకు విధించిన శిక్ష సింహళ గ్రంథాలలో (దీప వంశం) ఈ విషయాన్ని గురించి తెలిపే కథనంతో సరిపోవడాన్ని బట్టి బౌద్ధ సంగీతి వాస్తవికతను కాదనలేము.

అశోకుని ఆదరణ వల్ల భౌద్ధ మతం సంపన్నమై సమకాలీనంగా ఉన్న ఇతర మతాలు క్షీణించసాగాయి. ఫలితంగా అజీవకులు నిగ్రంథులు, మరిఇతర మత శాఖల వారు కాషాయ వస్త్రాలు ధరించి ఆదాయం కోసం, బౌద్ధ బిక్షువులతో కలిసి, పాటలీ పుత్రంలోని అశోకారామంలో నివసించిసాగారు. మహవంశ గ్రంథం ప్రకారం మత ద్రోహులు స్వార్థ ప్రయోజనములకు ఆశించి కాషాయాంబరాలను ధరించి తమకు తోచిన భావనలనే బౌద్ధమత ధర్మమని ప్రకటించి తమకు కల్గిన సంకల్పమే, ధర్మమని ప్రచారము చేసిగి. ఈ సంక్షోభాన్ని తప్పించమని, ఒక ఏకాంత ప్రదేశమలో నివసించుచున్న అర్హతుడయిన మొగలిపుత్తతిస్సను సహకారం కోరాడు. తిస్స అధ్యక్షతన బౌద్ధ సంగీతి ఏర్పాటయింది. ఈ సమావేశంలో బౌద్ధేతర తెగలను, అజీవక, నిగ్రంథులము కూడా ఆహ్వానించి వాద, ప్రతివాదాలు జరిపినట్లు తెలుస్తుంది. చర్చలనంతరం చివరకు మొగ్గలి పుత్త తిస్స సలహాపై తొలగించబడిన ఈ బిక్షువులందరూ ప్రత్యేకంగా వమావేశమై 'కథా వస్తు ప్రకరణం' అనే గ్రంథంలో క్రోడికరించిదం జరిగింది. ఈ గ్రంథము థేరవాదులు అభిదమ్మ పీఠకంలోని ఐదవ భాగంగా పరిగణించబడింది. కొంతమంది చరిత్రకారులు ఈ సమావేశంలోనే అభిదమ్మ పీఠకం ఏర్పడినది. భావించారు. కాని, ఈ సమావేశంలో అశోకుడు త్రిపీఠకాచారములను సమావేశ పరిచాడని ఉన్నందువల్లనే నాటికే 'అభిదమ్మ పీఠకం' ఏర్పడి ఉండవచ్చు.

నాల్గవ బౌద్ధ సంగీతి (క్రీ.పూ. 72):- బౌద్ధమతంలో ఏర్పడిన శాఖోపశాఖలను గమనించి వాటిని సరిజేయటానికై కాశ్మీరులోని కుందలవనం (జలంధర్)లో ఈ నాలుగో బౌద్ధ సంగీతి కనిష్కుడు ఏర్పాటు చేశాడు. ఈ సమావేశం నాటికి వాయువ్య భారతదేశం లో థేరవాద శాఖయైన సర్వాస్తివాదం ఎక్కువగా ఉండెను. అందువల్ల ఈ సమావేశంలో అధిక సంఖ్యాకులు సర్వాస్తి వాదులు సమావేశమైనాడు. ఈ సమావేశంలో వసుమిత్రుడు అధ్యక్షతన వహించింగా అశ్వఘోషుడు ఉపాధ్యక్షత వహించాడు. ఈ సంగీతిలోనే హీనయాన, మహాయాన అను రెండు శాఖలగా బౌద్ధమతం విడిపోయినది. ఈ సమావేశములో అన్ని శాఖల అభిప్రాయాలను క్రోడీకరించి, వివరణలు యిచ్చి, వాటిని సంస్కృతములో

తామ్ర పత్రాలపై వ్రాసిరి. వాటిని ఒక స్థూపంలో భద్రపరిచినారని తెలియుచున్నది. ఇందు మహావిభాషశాస్త్రం సంతరించబడెను. హ్యుయాన్‌త్సాంగ్ ఈ సమావేశానికి 500 మంది భిక్షువులు హాజరయ్యారని తెలిపినారు. భావ్య, వసుమిత్ర, వినీతి దేవ తేరవాదులు రచనల ప్రకారం మహాదేవ భిక్షువు మరియు టిబెట్ , చైనా గ్రంథాల ప్రకారం సూచించిన ఐదు అంశాలను చర్చించడానికి ఈ నాల్గవ సంగీతి సమావేశమైనట్లు తెలియుచున్నది.

<u>బౌద్ధమతమందలి చీలికలు (హీనయాన):-</u> నాలుగో బౌద్ధ సంగీతి నాటికే బౌద్ధమతంలో చీలిక ఏర్పడినది. కాని స్పష్టంగా దాని స్వరూపం క్రీ.శ. మొదటి శతాబ్దములో కనపడింది. థేరవాదులే హీనయాన బౌద్ధులయ్యారు. థేరవాదులు సర్వాస్తివాదమును సమర్థించినారు. హీనయానము అనగా చిన్న వాహనమని అర్థం కలదు. హీనయానంలో బుద్ధుని ఒక గురువుగాను, హీనయానంలో అతని ఉనికిని పాదాలు, భోధి వృక్షం, స్వస్తిక్ గుర్తు గల ఖాళీ సింహాసనం మొదలైన వాటిని పూజించారు. హీనయానంలో మానవుడు తన నిర్యాణమునకై ప్రయత్నిస్తాడు. హీనయానుములోని బౌద్ధ భిక్షువులు జ్ఞానసిద్ధిచే జీవితలక్ష్యాలను సాధించారు. హీనయానలలో ప్రపంచంలోని వస్తువులనన్నింటిని అశాశ్వతమని భావిస్తారు. వీరు విగ్రహారాధనకు వ్యతిరేకులు. పరిభోజక బుద్ధుడుపయోగించిన వస్తువులు, సూత్రాలను అనుసరించి నిర్యాణం పొందనేర్చిరి. వ్యక్తిగత నిర్యాణమే వీరి లక్ష్యం కనుకనే వీరి మతం 'లిటిల్ VEHICLE' (లేదా) 'PATH' అని అంటారు. వీరు ఐహిక ప్రపంచమును వదిలి సన్యాసమును స్వీకరించిన వారే, బోధిసత్వము, పొంద అర్హులని హీనయానులు నమ్మిరి. వీరు జ్ఞాన సిద్ధిచే జీవిత లక్ష్యాలను సాధించ వచ్చునని నమ్మిరి. వీరి మతము హేతు వాదకబద్ధమైనది. బుద్ధ మేఘుని 'విశుద్ధి మార్గ' అనే గ్రంథము క్రీ.శ. 4వ శాతాబ్దము నాటికి చెందినది. దీనిలో హీనయాన సిద్ధాంతాలు కలవు. వీరు మత గ్రంథాలలో ప్రాకృత భాషను ఉపయోగించారు. హీనయానము యొక్క రెండవ శాఖకు చెందిన వారు సౌత్రాంతికులు, మనస్సంబంధము లేని బాహ్య ప్రపంచమున్నదని సౌతాంత్రిక వాదము.

మహాయానం:- మహ సాంఘీకులే మహయాన బౌద్ధులయ్యారు. మహయానం అనగా పెద్ద వాహనమని అర్థం. మహయానులు బుద్ధున్ని దేవునిగా ఆరాధించడం, బౌద్ధ విగ్రహాలను ప్రతిష్టించడం, హిందూ దేవతల వలె పూజించసాగిరి. దీని యందు భక్తి యున్నట్లు బుద్ధుని కటాక్షమును పొంది నిర్వాణం పొందవచ్చునని విశ్వసించారు. సమస్త ప్రాణి కోటి నిర్యాణమే వీరి ధ్యేయము. కనుకనే వీరి మతమును 'Great Vehicle' (or)'Great Path' అని అంటారు. వీరు సంసారులు, సన్యాసులని బేధము లేక ప్రజలందరు భోది సత్వము పొంద అర్హులని చెప్పిరి. మహాయనంలోని భోదిసత్వులు అజ్ఞానాన్ని ఉద్ధరించటానికై అనేక జన్మలెత్తటానికి సిద్ధపడతారు. వీరు ప్రపంచములోని వస్తువులన్నింటిని శూన్యము అనియు, అనవసరమని అంటారు. మహాయాన శాఖకు చెందిన సిద్ధాంతాలను, 'ప్రజ్ఞా, పార్గమిత్ర' అనే గ్రంథం తెలుపుచున్నది. వీరు వీరికి తగినట్లు బుద్ధుని చరిత్రను తిరిగి రాసుకున్నారు. వీరు తమ గ్రంథాలలో సంస్కృత భాషను వాడిరి. ఉదా:- వైపుల్య సూత్రం, లలిత విస్తరణ, సిద్ధర్మ పుండరిక మొదలైనవి.

మహాయానము రెండు రకములు ఒకటి మాధ్యమికము, రెండు యోగము. స్థితి గల దంతయు నిజముగా లేని దనియు, మనకు గోచరించు వస్తువు భ్రాంతి మాత్రమేననియు మాధ్యమికులు చెప్పుదురు. మాధ్యమికులనే సర్వవైనాశికులన్నియు అంటారు. రెండవ శాఖ అయిన యోగ శాఖ వారు సర్వము మనః కల్పితమనియు, వస్తువులన్నియు మనోభావములేయనియు చెప్పుదురు.

వజ్రయానం:- వజ్రయానం బౌద్ధమతంలో ఒక శాఖగా రూపొందినది. దీనిని తాంత్రిక బౌద్ధమతమని. వజ్రయానమని కూడా వజ్రయనాన్ని వ్యవహరిస్తారు. మంత్రాలు, స్త్రీ దేవతారాధన, లైంగిక సంబంధమైన యోగ సాధన వజ్రయాన లక్షణాలు. వజ్రయానమునకు విక్రమశిల విశ్వవిద్యాలయము కేంద్రమైనది. ఇది టిబెట్ యందు బాగా వ్యాప్తిచెందినది.

బౌద్ధ సాహిత్యం:- బౌద్ధ సాహిత్యం పాళి, మగధ, ప్రాకృతం, సంస్కృతం మొదలైన భాషల్లో కలదు. పాళి భాషలో త్రిపీఠకాలు అనగా వినయ, సుత్త, అభిదమ్మ.

వినయ పీఠకము :- ఈ పీఠిక యందు మూడు భాగములు కలవు. అవి

1. సుత్త విభాగము - పారాజీకము, పాచిత్తయము

2. ఖండకము - మహదగ్గము, చుల్లవర్గము

3. పరివారము.

వినయ పీటిక యందు బౌద్ధ సంఘ విషయాలను గురించి అందు బౌద్ధ భిక్షువుల శిక్షణకు ఇచ్చు సూత్రములను తెలియజేయుచున్నది. అంతేగాక అజాతశత్రువు తన తండ్రియైన బింబిసారున్ని వధించి సింహాసనము అధిష్టించినట్లు ఈ పీటకము వలన తెలియచున్నది. ఈ పీటకములోని చుల్ల వర్గము అనే భాగంలో మొదటి బౌద్ధ సంగీతిని వివరించుచున్నది.

సుత్త పీటకము:- సుత్త పీటకము నందు ఐదు విభాగాలున్నాయి. ఈ పీటకములోని మొదటి నాలుగు భాగాలు బుద్ధుడు చెప్పిన ఉపన్యాసాలు లేక ప్రసంగాలు లేక సంభాషణలు అవి ప్రకటించు సిద్ధాంతములలో భేదాలు లేవు. సుత్త పీటకము గూర్చి రైస్ డెవిడ్స్, సూక్ష్మమైన తాత్విక దృష్టి యందు, సోక్రటీసు చేసినట్టు సంభాషణ యందు దీక్షతో కూడిన సమున్నత భావము నందు నాటి మహోన్నత విజ్ఞాన ప్రదర్శన సాక్షము నిచ్చు లక్షణము నందు ఈ ఉపదేశములు ప్లేటో తత్వవేత్త సంభాషణ గ్రంథములను ఎల్లప్పుడు జ్ఞాపకము చేయుచుండును. ఈ గ్రంథములను ఆంగ్లంలోకి అనువాదమై భోదపడిన వెనుక చరిత్ర, తత్వశాస్త్రం పాఠశాలలు గౌతమ బుద్ధుని సంభాషాణములకిచ్చిన సమాన స్థానము పొందగలమని నిరాఘటంగా చెప్పవచ్చును. ఈ సుత్త పీటకము బుద్ధుని యొక్క జాతక కథలు తెలుపుచున్నది. దీని యందు దాదాపు 500 కథలు ప్రచురిత మయ్యాయి. ఈ కథలు సాంఘీక, మత పరిస్థితులను తెలుపుచున్నవి.

దీఘని కాయము:- దీని యందు 34 సుత్తములు గల దీర్ఘోపన్యాసములు కలవు. ఒక్కొక్క సూత్రం ఒక్కొక్క సిద్ధాంతమును తెలుపును. దీఘని కాయము నందు ధర్మ విషయములను సేకరించిన సుదీర్ఘ ఉపన్యాసములు తెలుపును. విశ్వం పుట్టుక, పునర్జన్మ, ఆస్తిక వాదము అద్భుతమైన నిర్మాణమును, భిన్న మత అవలంభణమును, కుల వ్యవస్థను ఖండించారు మరియు బుద్ధుని చివరి

భోదనలు మరియు అతని అంత్య కర్మలను గురించి తెలుపుతాయి.

ఎ. మొదటిది బ్రహ్మజాల సుత్తము

బి. సామన్నల ఫలసుత్తము (తపస్సు ఫలితములను తెల్పును).

సి. అంబర్వ సుత్తము (వర్ణ విభాగమును గూర్చి బుద్ధుని భావమును తెలుపును).

డి. కూర దంత సుత్తము (బ్రాహ్మణ, బౌద్ధ మతముల భేదములను తెలుపును).

ఇ. తేలిజ్ఞ సుత్తము((బ్రాహ్మణ, బౌద్ధ మతముల భేదములను తెలుపును) విభాగమును

ఎఫ్. మహా నిదాన సుత్తము (కారణ ధర్మమును నిర్వచించును)

జి. సిగాలోనాద సుత్తము (బౌద్ద గృహస్థుల ధర్మమును తెలుపును).

హెచ్. మహాపరినిచ్చాణ సుత్తము (బుద్ధుని అవసాన దశ విశేషములను తెల్పును).

<u>మజ్జిషుని కాయము:-</u> మధ్యపరిమాణము గల 152 ప్రసంగములు, బౌద్ధమత విషయములను గురించి తెలియజేయును. జైనులతో, బౌద్దులకు గల సంబంధాలను మాత్రమే గాకుండా ఇతర మతములకు గల సంబంధమును కూడా తెలుపుచున్నది. నేరములు మరియు శిక్షలు గురించి వివరించుచున్నవి.

<u>సంయుత్తని కాయము:-</u>బౌద్ధ సంబంధమైన విషయాలను తెలుపుచున్నది. ఇది పద్య, గద్య రూపంలో వ్రాయబడినది.

<u>అంగుత్తరనికాయము:-</u> సేకరించిన మత ధర్మ విషయాలను సూత్రాలను, ఒక ఆరోహణ సంఖ్య క్రమ రూపంలో వ్రాయబడినది.

<u>ఖుద్ధకని కాయము:-</u> బౌద్ధ తత్వమును అర్థము చేసుకొనుటకు వివిధ రకములైన 15 భాగములు కలవు.

(a) ఖుద్దక పాధము

(b) ధమ్మ పదము

(c) ఇతిపుత్తకము

(d) సుత్త పాతము

(e) థేరగాథ

(f) థేరీగాథ

(g) ఉదానము

(h) సుత్తని పాతము

(i) విమాన ఎత్తు

(j) పేత వత్తు

(k) జాతకము

(l) నిద్దేశము

(m) పటీసంబివామగ్గము

(n) ఆవధానము

(o) బుద్ధ వంశము

(p) చరియా పీతకము. వీటిలో కొన్ని విషయములను గురించి తెలుసుకుందాము.

(a) ఖుద్దక నికాయము:- ఇది కొత్తగా బౌద్ధ మతములలో (సంఘములో) చేరిన వారి కొరకు వ్రాయబడినది.

(b) ధమ్మ పదము:- ఇది బౌద్ధ మత ప్రధాన సిద్ధాంతములను పద్య రూపములో కలిగియున్నది.

(c) ఇతివుత్తము:- దీనియందు 120 మానవునికి సంబందించిన లోతైన సమస్యలను గురించి తెలుపుచున్నది.

(d) సుత్త పాతము:- పురాతన బౌద్ధ మతానికి సంబందించిన పద్య రూపంలో ఉన్న ఇది. నాటి సాంఘీక, మత సంబందమైన విషయములను గురించి తెలుపుచున్నది.

(e) థేరగాథ:- ఇది కవితా మాధుర్యము, అభిరుచి జనింపజేయునది. గౌతముని కాలంలో అర్హత పదవి నొందిన సిద్ధులు గురించి పొందిన ఆనందమును గూర్చి పాడిన గీతములు కలవు.

(f) <u>థేరీగాధ:-</u> ఇది కవితా మాధుర్యము, అభిరుచి జనింప జేయునది. గౌతముని కాలములో అర్హత పదవినొందిన స్త్రీలు ఆనందమును గూర్చి పాడిన గీతములు కలవు.

<u>అభిదమ్మ పీతకము:-</u> ఈ పీటకము నందు ఏడు భాగములు కలవు. ఇది నీతి ధర్మములను, సమయోచితముగా తత్వ విషయములను గూర్చి తెలుపును. ఇది థేరవాద సిద్ధాంతములను వివరించును. బౌద్ధతర్క శాస్త్ర పండితులైన నాగ సేనునికి క్రీ.పూ. మొదటి శతాబ్దానికి చెందిన మినాండర్ అనే చక్రవర్తికి మధ్య జరిగిన ప్రశ్నోత్తరాల చర్చ 'మిళింద పన్హా' ఫలితంగా ఈ గ్రంథము రూపొందించినది. బౌద్ధ మతానికి ఇది ఒక ప్రామాణిక గ్రంథము.

అభిదమ్మ పీతకము

(1)	ధమ:సంగణి(క్రీ.పూ 350)
(2)	విభాగము
(3)	కథావత్తు (విన్నవ నద)
(4)	పుగ్గలపణ్ణత్తి
(5)	ధాతు
(6)	యమకము
(7)	పట్టణము.

<u>దీపవంశం:-</u> ఇది పాళి భాషలో వ్రాయబడినది. ఇది సింహళములో బౌద్ధమత ప్రవేశాన్ని గురించి వివరిస్తుంది.

<u>మహావంశం:-</u>ఇది పాళి భాషలో వ్రాయబడినది. దీపవంశమలోని విషయానికి, సింహళ చరిత్రకు సంబంధించిన నరికొంత సమాచారం చేర్చి క్రీ.శ. 5వ శతాబ్దంలో మహనాయుడనే బౌద్ధభిక్షువు మహావంశ నంకలనాన్ని రూపొందించాడు.

లలిత విస్తరణ:- బుద్ధచరిత్ర ఇందులో ఉంది. తొలి మహాయాన గ్రంథాలలో లలితవిస్తరణ ఒకటి. దీన్ని ఆధారంగా చేసుకునే ఎడ్విన్ అర్నాల్డ్ "The light of Asia" అనే గ్రంథం వ్రాసినాడు. బౌద్ధుల కాలంలో భారతీయ గణితంలో సంఖ్యా విధానము పరిశీలించడానికి ప్రధాన గ్రంథం లలిత విస్తరణ. వేద పద్ధతిలో వలె సంఖ్యలను పేర్లు పెడుతూ తలక్షణ 10^{53} వరకు లెక్క కట్టారు.

మహాయాన శాఖలో తొమ్మిది ముఖ్య గ్రంథములు:-

1. అష్టసాహస్రిక ప్రజ్ఞాపారమితము:- (క్రీ.పూ. 200)బోధిసత్వుని అణు సిద్ధాంతాలను గూర్చియు, అందులో ముఖ్యముగా ఉత్కృష్టమైన శూన్య సిద్ధాంత జ్ఞానమును గూర్చియు జెప్పినది. దీని సంగ్రహ రూపమే తన మాధ్యమిక సూత్రములు కణుగునముగా నాగార్జునుడు రచించిన మహాయాన సూత్రముల ద్వారా తెలియుచున్నది.

2. గండ వ్యూహము:-

(1) బోధి సత్త్వ మంజు శాస్త్రవమును

(2) శూన్యత ధర్మ కాయము

(3) బోధి సత్వులచే లోక సంరక్షణము అను మూడు సిద్ధాంతములు కలవు.

3. దశభూమీశ్వరము:- (క్రీ.పూ. 300) బుద్ధ తత్వ సిద్ధి పది దశలను వర్ణించును.

4. సముది రాజము:- బోధి సత్వుడు ఉత్తమ గతిని పొందు ధ్యాన దశ విశేషములను వర్ణించును.

5. లంకావతారము:- (క్రీ.పూ. 300) యోగాబర లక్షణాలను వర్ణించును.

6. సధ్ధర్మ పుండరీకము :- (క్రీ.పు. 250) బుద్ధుని సర్వ దేవతాధిపతిగా చేసి, అతడు పూర్వ యుగంలో ఉండెనని, ముందు ఎల్లప్పుడు కూడా ఉండునని తెల్పుచున్నది.

7. తధాగత గుహ్యకము:- బుద్ధుని ఉపదేశములు విన్నము, ఆచరించినను ప్రతి మానవుడు బుద్ధుడు కాగలడని, బౌద్ధ స్థూపములు నిర్మించిన ఉత్తమ గతిని పొందుతారని చెప్పును.

8. లలిత విస్తరణము:- బుద్ధుని లీలను వర్ణించును. బుద్ధుడు లంకధిపతియైన రావణుని దర్శించి, అతడు అడిగిన ప్రశ్నలకు యోగాచార సిద్ధాంతము ననుసరించి సమాదానము ఇచ్చినాడని ఈ గ్రంథం ద్వారా తెలుస్తుంది.

9. సువర్ణ ప్రభాసము:- ఇందులో కొన్ని కథలు, తాత్త్వికము, తాంత్రిక ప్రథములు కలవు.

ఆచార్య నాగార్జునుడు:- ఇతడు బుద్ధుని తరువాత బుద్దడంతటి వాడుగా దేశ విదేశాలలో పేరు పొందిన మహనీయుడు. యావత్ భారతీయ తత్వశాస్త్ర చరిత్రలో తలతూగ గల ఆలోచన పరుడు లేడని చెప్పవచ్చును. కాని, ఇతవి గురించి ఏ విషయాన్ని ఇది వాస్తవమని చెప్పుట కష్టము. లభ్యమైన ఆధారాలు బట్టి ఆచార్య నాగార్జునుడు దక్షిణ భారత దేశమున 'వేదలి' అనే గ్రామములో ఒక బ్రాహ్మణ కుటుంబము నందు జన్మించినాడు. బాల్యములోనే వేద వాఙ్మయమును అభ్యసించి అనేక అద్భుత శక్తులైన పరకాయ ప్రవేశము, రసవాద ప్రక్రియలు (బంగారం తయారు చేయుట) నేర్చెను. ఇతని లోని అద్భుత శక్తులను చూచిన శాతవాహన రాజు యజ్ఞశ్రీ శాతకర్ణి ఆచార్య నాగార్జునుని ఆదరించెనని కొందరు, మరికొందరు కనిష్కుని ఆస్థానమున ఆచార్య నాగార్జునుడు కలడని కొందరు నుడివిరి. ఇతడు మూడవ బౌద్ధ సంగీతికి హాజరైనట్లు తెలియుచున్నది అందులకే ఇద్దరు నాగార్జునులు కలరనే వాదము ప్రచారములో కలదు. ఆచార్య నాగార్జునుని కొరకు శ్రీ పర్వత మహా చైత్య విహారాలను యజ్ఞశ్రీ శాతకర్ణి నిర్మించాడు. శ్రీ పర్వత విజయపురి ప్రాంతము నేడు గుంటూరు జిల్లాలో గల నాగార్జున కొండ. ఈ ప్రదేశంలో నాగార్జునుడు గురుకులం నడిపెను. ఈ చక్రవర్తి సహాయముతో నాగార్జునాచార్యులు ధాన్యకటక (గంటూరు లోని అమరావతి) మహాచైత్యాన్ని నిర్మించినట్లు తెలియుచున్నది. బౌద్ధమతములో పెచ్చు పెరిగిన సంకుచిత భావములను రూపుమాపుటకు కృషి చేసి, మహయాన బౌద్ధమతమును స్వీకరించినాడు. ఇతడు సర్వనాస్తిత్వమును గాని లేక సర్వఅస్తిత్వమునుగాని బోధింపక ఈ రెండింటికి మధ్య మార్గమును, మాధ్యమికవాదమును ప్రబోధించెను. ఈ మధ్యమిక వాదామే మహాయాన మతమునకు మూలము. ఇతడు అనేక గ్రంథములను సంస్కృత భాషలో వ్రాసినాడు. వాటిలో ప్రధానమైనది మాధ్యమిక

శాస్త్రనామాంతం ఉన్న 'మాధ్యమిక కారికా' సూత్రం వ్యాఖ్యానము రచయితే స్వయంగా సంతరించిన సారస్వత ప్రక్రియను 'కారికా' అని వ్యవహరిస్తారు. మాధ్యమిక శాస్త్రానికి తానే అకుతోభయమునే వ్యాఖ్యా రచించినాడు. మాధ్యమిక కారిక గ్రంథములో మహయాన సూత్రాలను విపులీకరిస్తూ నాగార్జునచార్యుడు మాధ్యమికవాదాన్ని ప్రతిష్టపరిచాడు. అందుచే ఇతనిని బౌద్ధమతమునకు మార్టిన్ లూథర్ వంటివాడని అంటారు. జగత్తు యొక్క నిత్యసత్యాలు సాపేక్షక భావాలని చెప్పి, తుదకు శూన్యంలో లీనమవుతాయన్నాడు. అందువల్లే మాధ్యమిక వాదానికి శూన్యవాదమనీ పేరు వచ్చినది. ఇతడు మహాప్రజ్ఞాపారమిత శాస్త్రము, సుహృలేఖ, (యజ్ఞశ్రీ శాతకర్ణి కాలములో వ్రాసినాడు.) అంతేగాక ఇతడు శూన్యసప్తశతి, ద్వాదశనికాయశాస్త్రం, రసరత్నాకరం, ఆరోగ్యమంజరి వంటి గ్రంథాలను కూడా వ్రాసినాడు. అంతేగాక సాపేక్ష సిద్ధాంతాన్ని ప్రతిపాదించినందువలన "ఇండియన్ ఐన్‌స్టీన్" అని పిలిచిరి. అంతేగాక ఇతడు గొప్ప ఖగోళ శాస్త్రవేత్తయని తెలియుచున్నది. ఆచార్య నాగార్జునుడు తన గ్రంథాలలో కనిష్కుని, వసుమిత్రుని, అశ్వఘోషుని ప్రస్తావన ఉంది. అందుచే నాగార్జునుడు క్రీ.శ. 2వ శతాబ్దివాడని తెలియుచున్నది. ఆచార్య నాగార్జునుని జీవితమును చైనా భాషలోనికి అనువందించిన కుమారజీవుడు క్రీ.పూ. 2వ శతాబ్దములో నాగార్జునుడు జీవించినాడని తెలియుచున్నది. కాని నాగార్జునుని తత్వ సంప్రదాయము క్రీ. పూ. 1వ శతాబ్దమునకు చెందినది. హుయాన్‌త్సాంగ్ ఇతనిని ప్రపంచమున వెలుగొందు నలుగురు విజ్ఞాన సంపన్నులలో ఒకడుగా కీర్తించినాడు. కథాసరిత్సాగరాన్ని బట్టి ఆచార్య నాగార్జునుడు శాతవాహన రాకుమారుని కుట్రకు బలి అయ్యాడు. మహాయాన తత్వవేత్తల్లో ఆచార్య నాగార్జునుడు తర్వాత పేర్కొదగినవాడు ఆర్యదేవుడు.

అశ్వఘోషుడు:- బుద్ధుని జీవితము ఆధారముగా కొన్ని వందల సంవత్సరాల క్రితము వ్రాసిన పుస్తకము - బుద్ధ చరిత్రం. అశ్వఘోషుడు సంస్కృతంలో ఈ పుస్తకము వ్రాసినాడు. ఈ పుస్తకము పద్యకావ్యములో కలది. క్రీ.పూ. 6వ శతాబ్దములో అశ్వఘోషుడు సంస్కృతంలో ఈ పుస్తకము వ్రాసినాడు. క్రీ.పూ. 6 వ శతాబ్దములో బుద్ధ భగవానుడు బౌద్ధాన్ని ప్రవచించాడు. ఆయన జీవితము

ఆధారముగా వ్రాసిన ఈ పుస్తకం ఎప్పటిదో చరిత్రకారులు నిర్ణయించలేకపోయారు. బుద్ధచరితను కీ.శ. 5వ శతాబ్దములో చైనా భాషలోకి అనువాదించారు. కాని, గ్రంథంలో అశ్వఘోషుడు చేసిన కొన్ని ప్రస్తావనలు క్రీ,పూ. 150-100 సం..లకు చెందినవి కావడముతో అశ్వఘోషుడు క్రీ.పూ 1వ శతాబ్దం క్రీ.శ. 5వ శతాబ్దమునకు మధ్య ఎక్కడో జీవించి ఉండాలని ఒక అస్పష్ట నిర్ణయానికి రావడంతో సరిపెట్టుకున్నారు. కొన్ని ఆధారాలను బట్టి కుషాణు రాజు కనిష్కుని సమకాలికుడై ఉండవచ్చునని కొందరు భావించారు. బుద్ధ చరితం లోని కొన్ని భాగాలు పోయాయి. ఎన్నో మార్పులు సంతరించుకుని చివరికి ఇ.హెచ్. జాంట్సన్ అనే పాశ్చాత్యుడు ఇంగ్లీష్‌లోకి అనువదించగా, అది తీసుకొని 1972లో దివాకర్ల వేంకటవాధాని (తెలుగులో) తెనిగించారు. అశ్వఘోశుడు బౌద్ధ మతం తీసుకోవడానికి ముందు వేద పండితుడు . అందుకే బుద్ధ చరితం నిండా వేద వాజ్మయం జాడలే చాలా కనిపిస్తాయి. అశ్వఘోశుడు బుద్ధ చరితముతో బాటు సౌందర్యనందము, శారిపుత్ర ప్రకరణము అనే సంస్కృత కావ్యాలను కూడా రచించినాడు. అశ్వఘోశుడు మహయాన శ్రద్ధోత్పాదము అనే గ్రంథమును వ్రాసినాడు. కాని ఈ గ్రంథకర్త ఇతడేన అను సంశయములున్నవి.

దిజ్ఞాగుడు:- భారతీయ తర్క శాస్త్రానికి పితామహునిగా పేరు పొందిన వాడు దిజ్ఞాగుడు. దిజ్ఞాగుడు కాంజీవరములో ఒక బ్రాహ్మణ పుత్రుడు. ఇతడు హీనయాన ధర్మములను అచిరకాలములోనే నేర్చుకొని పండితుడైన తర్వాత వసుబంధు వద్ద నుండి మహాయాన మతమును గూడ గ్రహించెను. మేఘదూత యందు కాళిదాసు దిజ్ఞాగుని స్మరించినాడు. కావున ఇతడు కాళిదాసుకు సమకాలికుడు ఇతని రచనలలో ప్రమాణ, సముచ్ఛయ, న్యాయ, ప్రవేశ ముఖ్యమైనవి. "ప్రజ్ఞాపారమిత్ర పిండితార్థ" అనే మహాయాన సిద్ధాంతాన్ని కూడా ఇతడు రచించినాడు.

కళా వైభవం :- పట్టణాల్లో పణిజుల (వ్యాపారాన్ని పణిజులనేవారు) వృత్తి శ్రేణుల నాయకులు (వృత్తి పనుల వారి సంఘాలను శ్రేణులనేవారు) ఆర్థికముగా బాగా గడించారు. విరాళాలు ఇవ్వటానికి సరిపడ్డ డబ్బు వాళ్ళ దగ్గర ఉంది. వ్యాపారుల్లో వృత్తి పని వారిలో ఎక్కువ మంది బౌద్దులు అంతేగాక రాజుకు కుడా

విరాళాలము ఇచ్చినారు. ఆవిధముగా ఏర్పడినవే బౌద్ధ చైత్యములు, స్థూపాలు. పుణే-ముంబాయి ప్రధాన రహదారిలోని కర్లే, భాజే, బెడాసే అనే మూడు గుహలు కలవు. ఈ మూడు చైత్య బౌద్ధ గుహాలయాలు, రాతితో తొలచబడినాయి. బౌద్ధుల ప్రార్థనా మందిరములను చైత్యములని, బౌద్ధుల విశ్రాంతి మందిరాలను ఆరామములు అని పిలుస్తారు.

కర్లేచైత్య గుహాలయం:- కర్లే గుహల్లోని చైత్యగృహం మనదేశంలోని చైత్య గృహాల్లో కెల్లా పెద్దదని అంటారు. ఇందులో 125 అడుగుల పొడవు 45 అడుగుల వెడల్పు, 60 అడుగల ఎత్తున కానవచ్చే మూడు అంతస్తులున్నాయి. వీటికి బలమైన ఆధారాల్నిచ్చే పదిహేను పెద్దరాతి స్తంభాలున్నాయి. పదోస్తంభాన్ని పరిశిలిస్తే ప్రత్యేకమైన లిపి, అక్కడక్కడ చిత్రాలు కనిపిస్తాయి. ప్రతి అంతస్తులోను ధ్యాన ముద్రలో ఉన్న శాక్యముని ప్రతిమలు కొలువుతీరి ఉన్నాయి. ప్రవేశ ద్వారం కుడి వైపునున్న బుద్ధ ప్రతిమ ప్రత్యేకముగా కానవస్తుంది. దాని ప్రక్కన ఉన్న మరో విగ్రహంలో బుద్ధుడు పద్మంలో దర్శనమిస్తాడు. ఆయనకు అటూ ఇటూ రెండు జింకలు, ఒక చక్రం కనిపిస్తాయి. చైత్యగృహం నిర్మితమైనప్పుడు ఈ విగ్రహములు ప్రతిష్టితమై ఉండక పోవచ్చునని, ఆరో శతాబ్దంలో బౌద్ధంలోని మహాయాన శాఖ ప్రాచుర్యంలో ఉన్నప్పుడు వీటికిక్కడ చోటు లభించి ఉండవచ్చునని చరిత్రకారులు అంచనా వేశారు.

సింహస్తంభం:- గుహల ముఖభాగం వద్ద 45 అడుగుల ఎత్తయిన రాతి స్తంభం సందర్శకుల్ని ఆకర్షిస్తుంది. పదహారు ముఖాల్ని కల్గిన స్తంభం తాలుకు అడుగు భాగం మాత్రం వృత్తాకారంలో ఉండటం విశేషం. ఇందులో ప్రత్యేకముగా కానవచ్చే సూర్యగవాక్షం, ప్రశస్తమైన పనితనానికి ఆనవాళ్ళుగా నిలిచే రాతి లతలు మహాయాన కాలము నాటి సంస్కృతికి ప్రతీకలుగా నిలుస్తాయి. ముఖద్వారం వద్ద అశ్వారూఢుల శిల్పాలు అద్భుతంగా కానవస్తాయి. ముఖద్వారం మీదా, లోపలి భాగంలోను బ్రాహ్మిలిపిలో ఇరవైరెండు శిలాఫలకాలు కనిపిస్తాయి. చైత్యగృహ నిర్మాణానికి విరాళాలిచ్చి అవిరళకృషి చేసిన వ్యక్తుల పేర్లు ఇందులో ఉన్నాయి. అందులో ఒక ఫలకం మీద "ఈ గుహలు భారతదేశంలో కెల్లా సర్వోత్తమమైనవి" అని, పులుమావి అనే శాతవాహన రాజు విహార నిర్మాణం

కోసం ఈ ప్రాంతాన్ని విరాళమిచ్చాడని, భూత్‌పాల్ అనే శిల్పి ఆధ్వర్యంలో వీటి నిర్మాణం జరిగిందని మరో శిలాఫలకం మీద లిఖితమై ఉంది.

భాజేగుహాలయం:- పుణేకు-సమీపంలోని భాజే గుహాలయాలు బౌద్ధ ధర్మప్రాచుర్యానికి ఆనవాళ్ళుగా నిలుస్తాయి. ఇవి క్రీ.పూ. 1వ లేదా 2వ శతాబ్దం లో నిర్మితమై ఉంటాయమి పురాతత్వ వేత్తల అంచనా. పుణే జిల్లాలోని చారిత్రక ప్రాంతమైన "విసాపూర్" దుర్గం పాదభాగంలో వీటిని నిర్మించారు. పుణె-ముంబాయి రైలు మార్గంలోని మాలవళి రైల్వేస్టేషన్‌కు 60 కీ.మి. దూరంలో భాజే గుహలున్నాయి. మాలావళికి పశ్చిమంలో కర్లే గుహాలయాలుంటే, తూర్పున భాజేగుహశ్రేణి కొలువుతీరింది.

ఉత్తరం వైపు ఉన్న గుహ ప్రత్యేకమైంది. అదృశ్యహస్తం తొలిచినట్లు 30 అడుగుల పొడవైన గుహ ఇక్కడ ఏర్పడింది. దీన్ని ఆనుకొని అనేక విహారాల్ని నిర్మించిరి. వాటిలో 59 అడుగుల పొడవు, 29 అడుగుల వెడల్పు ఉన్న చైత్యగృహం ప్రత్యేకముగా కానవస్తుంది. ఎనిమిది ముఖాలున్న 27 ప్రత్యేక స్తంభాలు దీనికి ఆధారంగా ఉండుట విశేషం. ఈ స్తంభాల మీద బుద్ధ దేవుని జీవిత విశేషాలు అద్భుత శిల్పాలుగా ఆవిష్కృతమయ్యాయి. చైత్యగృహనికి కుడివైపున వందమంది ఒకేసారి కూర్చొని, ధ్యానం చేయుటకు అనువైన విహారం ఉంది. అందులో ప్రవేశించేందుకునిర్మితమైన సోపాన పంక్తి నేటికి చెక్కు చెదరలేదు. ఎడమవైవు బౌద్ధ బిక్షువులు నివసించేందుకు వీలుగా చిన్న చిన్న గదుల్ని నిర్మించారు.

బెడాసే గుహాలయం:- పుణే-ముంబాయి జాతీయ రహదారి మీద కామ్‌షెట్ గ్రామానికి చేరువలో బెడాసే చైత్యగృహం ఉన్నది. ఈ చైత్యగృహం లో ప్రత్యేక నిర్మాణ పద్ధతి ఇమిడి ఉంది. ఇక్కడ నిలబడి చప్పట్లు చరిస్తే ఆధ్వని అనేక వలయాలుగా అద్భుత తరంగాలుగా ప్రతి ధ్వనిస్తుంది. బౌద్ధ బిక్షువులు ధ్యాన సమయంలో ప్రత్యేక వాతావరణం కోసం ఈ చైత్య గృహాన్ని ఈ పద్ధతిలో నిర్మించారని తెలుస్తోంది. 45.5 అడుగుల పొడవు, 21 అడుగుల వెడల్పు, 28 అడుగుల ఎత్తుతో ఈ చైత్యగృహం కలదు. తోరణాలకు ఆధారంగా నిర్మితమైన స్తంభాలకు ఎనిమిది ముఖాలున్నాయి. వీటిపై స్త్రీ, పురుషుల శిల్పాలు అకర్షణకర భంగిమల్లో గోచరిస్తాయి. వాటిలో అవయవాలు మొదలుకొని, అభరణాల వరకు

జీవకళ తొణికిసలాడుతూ ఉండటం విశేషం. గొలుసుల్ని సైతం రాతితో మలచడం ఇక్కడి విశేషం.

2. అమరావతి (లేదా) ధాన్యకటకము:- 1797 వ సంవత్సరములో కల్నల్ కాలిన్ మెకంజీ అమరావతిని కనుగొన్నాడు. ఇది తొలినాళ్ళ బౌద్ధనికి విశిష్ట కేంద్రం తర్వాత త్రవ్వకాల్లో ఇక్కడి శిల్ప కళావైభవాన్ని వెలికి తీశారు. ఇది దక్షిణ భారత దేశ భౌద్ధ క్షేత్రాలన్నింటి లోను గొప్పది. దీన్ని బౌద్ధ సాహిత్యం 'ధాన్యకటకం' గా చెప్తుంది. వాస్తు శిల్పకల మౌర్యుల నుంచి ఆరంభమై బోధి సత్త్వ నాగార్జునుడు అమరావతి స్థూపానికి శిలా ప్రాకారాన్ని నిర్మించాడు. చైనా యాత్రికుడు హ్యుయాన్ త్సాంగ్ తాను ధాన్య కటక విహారంలో ఆభిదమ పీఠకాన్ని అభ్యసించినట్లు చెప్పినాడు. ఇక్కడ కనిపించే శిల్పం దేశంలోని బౌద్ధ శిల్పం లోనే అత్యంత ఉజ్వలమైన రాతికి చెందినది. ఈ శిల్పం భారతీయ శిల్ప కళకు పరాకాష్ఠ అని ఫెర్గుసన్ ప్రశంసించాడు. శ్రీలంక బౌద్ధభిక్షువు ధర్మకీర్తి ధాన్యకటకంలోని ఒక విహారాన్ని పునరుద్ధరించినట్లు సిలోన్ కాండిలోని శాసనం ద్వారా తెలుస్తోంది.

గౌతమ బుద్ధుని శారీరక ధాతువులను బట్టి మొత్తము ఎనిమిది మహా స్థూపాలను నిర్మించగా, అందులో ఒకటిగా అమరావతి స్థూపాన్ని చెప్తారు. ఆమరావతి స్థూపం చాలా సార్లు పునర్మించినట్లు తెలుస్తుంది. మహాదేవ భిక్షువు చైత్యక సంప్రదాయాన్ని ఆంధ్ర ప్రాంతంలో ప్రచారం సాగించుటతో ఇది మహా చైత్యంగా పసిద్ధి చెందినది మహాదేవ బిక్షువును అశోకుడు పంపినట్లు తెలుస్తుంది 200 సంవత్సరంలో పూర్తయింది. స్థూపములో నాలుగు భాగాలుంటాయి. అవి వృత్తాకారంలో ఉండే వేదిక (పునాదితో కూడిన ఎత్తైన అరుగు), వేదికపైనిర్మించిన అండమనే అర్థ వృత్తాకార గోళం, స్థూపాండం పై భాగాన ఒక చిన్న చతురస్రాకారపు గది ఉంటుంది. దీన్ని 'హర్మిక' అంటారు. బుద్ధుని శరీర ధాతువులు ఇందులో భద్రపరిచారు. హార్మిక పైన ఛత్రం (గొడుగు), వేదిక చుట్టూ ప్రదక్షిణ మార్గం, ఆ మార్గాన్ని బయటి నుండి కప్పివేస్తు ప్రాకారం ఉంటాయి. అమరావతి స్థూప వేదికవ్యాసం 49.5 మీ. (162 అ). వేదికపై నిలిచిన అర్థ వృత్తాకార గోళం (అండం) వ్యాసం 36.3 - 42.5 మీ (120 -

140 అ). అశోకుని కాలంలో నిర్మాణం ప్రారంభమైన అమరావతి స్థూపం శాతవాహనుల కాలంలో అవే క్రొత్త వాస్తు అలంకారాలను సంతరించుకొంది. స్తూప నిర్మాణంలో సాంచి-బార్హుత్ సాంప్రదాయానికి భిన్నమైన స్థానిక సంప్రదాయాన్ని అమరావతి శిల్పులు రూపొందించిరి. అండ భాగం చలువ రాతి పలుకలచే కప్పబడింది. ఈ చలువ రాతి పలుకపై స్థూపాకారాన్ని, బుద్ధుని జీవిత కథలు, నలదమన కథ, జాతక కథలు చెక్కినారు. స్తూప అండం నుంచి నాలుగు వైపుల ద్వారాలుఉంటాయి. ద్వారాలకు ఎదురుగా ఐదు స్తంబాలకు వుంచారు. వీటిని ఆర్యక (అముక) స్తంభాలు (ఆరాధన స్తంభాలు) అంటారు. ఇవి పంచ కళ్యాణాలను, బుద్ధుని జీవనం, మహాభినిష్క్రమణం, సంబోధి, ధర్మచక్ర ప్రవర్తనం, మహపరినిర్వాణం సూచిస్తాయి.

ఈ అముక స్తంభాలు (ఆర్యక స్తంభాలు) వాటి వేదికలు, తోరణాలు గాక సామాన్య సింహ ద్వారాలు, ఆంధ్ర శాతవాహన స్తూప ప్రత్యేక లక్షణాలు. ఇవి భారత దేశంలో మరెచ్చట కానరావు. ఇక్కడి సోపానలలోని చంద్రశిలలు, సింహశిలలు ప్రభావం వల్ల వచ్చినట్లు నాగార్జున కొండలోని ఒక శాసనము వలన విదితమవుతుంది. ఆంధ్రప్రదేశ్‌లోని స్థూపాలు ఇటుకలతో నిర్మింపబడినాయి. వీటిలో పెద్ద స్తూపాల ఉపరి తలాలు శిల్పాలంకృతమయిన చలువ రాళ్ళచే కప్పబడినాయి. పై భాగాలు తెల్లసుద్ధతో పూయబడి, వానిపై చిత్రాలంకరణ సుద్ధతో చేయబడింది. అమరావతి శిల్పకలలో వివిధ దృశ్యాలను మలచడంలోను, జంతువులను సందర్భోచితమయిన భంగిమల్లో రూపొందించడంలో శిల్పులు శ్రమపడ్డారు. పుష్పమాలలు, పద్మ శిలలు మలచడంలో అసమాన ప్రతిభను కనబరిచారు. స్త్రీ, పురుషుల ప్రతిమలను ఆయా సంధర్భాలకు అనువైన రీతిలో నిల్చునే తీరు, కూర్చునే తీరు, నడక తీరు, ముఖ భంగిమలు అన్ని అందంగా అపురూపంగా గోచరమవుతాయి. కృష్ణా నదీ తీరంలో వెలసిన ఈ అమరావతి శాతవాహనులు, ఇక్ష్వాకుల కాలంలో శిల్ప కళా వైభవాన్ని తీర్చిదిద్దుకుంది. కాని, ఈ అమరావతి స్తూప విశేషాలు ప్రస్తుతం లండన్, మద్రాస్ మ్యూజియం లందు కలవు. సాంచీ స్తూపాన్ని మొదటగా ఇటుకలతో నిర్మించినది, అశోకునిగా భావించే ఒక స్తంభ శాసన శకలం

అమరావతిలో లభించుటను బట్టి అమరావతి స్తూపాన్ని ప్రారంభించింది కూడా అశోకుడై ఉండవచ్చు.

"అమరావతి శిల్పాలలో వ్యక్తమగు కళా కౌశలము భారతీయ కళకే పరాకాష్ట" అని ఫర్గుసన్ అభిప్రాయపడ్డారు. "అమరావతి శిల్పకళలో వివిధ దృశ్యాలను మలచడంలోను, జంతువులను సందర్భోచితమైన భంగిమల్లో రూపొందించారు. గాంధార నుంచి వచ్చిన కొన్ని అలంకారాలు, సంకేతాలు పూర్తిగా అంతర్లీనం అయిపోయి స్థానీయ లక్షణాలు గానే ఈ శిల్పాలు భాసిస్తున్నాయి", అని అన్నారు సర్ జాన్ మార్షల్. హావెల్ అభిప్రాయంలో అమరావతి శిల్పాల్లో పశు, పక్ష్యాదుల చిత్రణ అత్యంత ఆహ్లాదకరంగా ఉంది. మానవుల కదలికను చూపటంలోను శిల్పుల నైపుణ్యం స్వతంత్రతతో కనిపిస్తున్నాయి. సంప్రదాయ అలంకరణను అత్యంత శోభాయమానంగా చెక్కినారు. విన్సెంట్ ఎ. స్మిత్, హావెల్ అభిప్రాయంతో ఏకిభవించాడు. అమరావతి శిల్పాలలో గాంధార శిల్ప ఛాయలున్నట్లు ఫెర్గుసన్, స్మిత్ అభిప్రాయ పడ్డారు. ఎక్కడో కొన్ని చిహ్నాలలో , సూక్ష్మ వివరాలలో అటువంటి ఛాయలుండగా, కళా నైపుణ్యంలో, భావ ప్రకటనలో, సాంకేతిక లక్షణాలలో శిల్పం అమరావతి పూర్తిగా భారతీయ కళే అని అమరావతి శిల్ప రీతిలో విదేశీ శిల్ప రీతులు లేవని హావెల్ తన అభిప్రాయాన్ని నిష్పక్షపాతంగా తెలిపినాడు.

<u>3. నాగార్జునకొండ:-</u> ఆంధ్ర ప్రదేశ్‌లోని బౌద్ధ క్షేత్రాలలో ప్రముఖమైనది నాగార్జున కొండ. ఇది కృష్ణా నది తీరంలో కలదు. మహాయాన సిద్ధాంత కర్త బోధిసత్వ నాగార్జునికై యజ్ఞశ్రీ శాతకర్ణి శ్రీపర్వత మహా చైత్య విహారాలను నిర్మించాడని టిబెట్ చరిత్రకారుడు పేర్కొన్నాడు. శ్రీ పర్వత విజయపురి ప్రాంతాన్ని నేడు నాగార్జున కొండగా పిలుస్తున్నారు. మొదట ఈ ప్రాంతాన్ని 1926లో రంగస్వామి, ఎ.ఆర్. సరస్వతి శాసనాలను పరిశీలించి ఇది బౌద్ధ క్షేత్రమని కనుగొనిరి. 1927 లో లాంగ్ హర్స్, 1936-37 లో టి.ఎన్. రామచంద్రన్ త్రవ్వకాలు నిర్వహించారు. నాగార్జున సాగర్ నిర్మాణం నిర్ణయించిన తర్వాత యుద్ధ ప్రాతిపదికపై రావిప్రోలు సుబ్రహ్మణ్యం పర్యవేక్షణలో విస్తృత త్రవ్వకాలలో 30కి పైగా బౌద్ధవిహారాలు బయల్పడినాయి. నాగార్జున సాగర్ నుండి బెల్లంకొండ

వారి పాలెం మీదుగా మాచర్ల వైపుకున్న రహదారిలో ఒక కిలోమీటరుకు లోపలగా నాగార్జున విశ్వవిద్యాలయం ఉండేది. ఈ విద్యాపీఠం నుంచి అప్పట్లో వివిధ దేశాలకు చెందిన విద్యార్థులు విజ్ఞాన భిక్ష పొందాడు. శిథిలకుడ్యాలలోనే గదుల నిర్మాణం కూడా కనిపిస్తుంది. మహాయాన బౌద్ధమత ప్రచారానికి ప్రధాన భూమిక నిర్వహించిన ప్రాంతం నాగార్జునకొండ.

చైనా, జపాన్,బర్మా, శ్రీలంక, థాయ్‌లాండ్, టిబెట్ దేశాల నుంచి ఎందరో విచ్చేసి బౌద్ధమత దీక్షను స్వీకరించి, గౌతమ బుద్ధుని బోధనలను ఆయా దేశాలలో విస్తృతంగా ప్రచారం చేశారు. నాగార్జున సాగర్ వద్ద అనేక చైత్యాలు కనిపిస్తాయి. కృష్ణానది లోయలో కేంద్ర పురావస్తు శాఖ 3700 చదరపు ఎకరాలలో జరిపిన త్రవ్వకాలలో అనేక చారిత్రక అవశేషాలు వెలుగులోకి వచ్చాయి ఈ త్రవ్వకాలలో లభించిన అచార్య నాగార్జున విద్యా పీఠాన్ని అవే ఇటుకలతో పాత అనువు వద్ద పునర్మించారు. ఈ విశ్వవిద్యాలయంలో 36 అడుగుల ఎత్తు, 106 అడుగుల వ్యాసం ఉన్న మహా స్థూపం కూడా ఒకటి ఉంది. నాగార్జున సాగర్ కొండ లోయలో బౌద్ధ మహాచైత్యం, బౌద్ధారామాలు, స్థూపాలు, కొన్ని కోటగోడలు, మహా విశ్వవిద్యాలయం, క్రీడారంగ స్థలాలు, యజ్ఞశాల నిర్మాణాలు బయల్పడినాయి. ఇక్కడ మహాచైత్యసంఘారామాలను యజ్ఞశ్రీ శాతకర్ణి తరువాత విజయ శాతకర్ణి వైశాఖ పూర్ణిమ నాడు తన పేరు తోనే విజయపురిని నిర్మించాడంటారు. నాగార్జునుని మరణానంతరం శ్రీ పర్వతం లోని బౌద్ధుల మధ్య ఘర్షణ జరిగి నందు వలన కట్టడాలు ధ్వంసమయ్యాయని చైనా యాత్రికుడు హ్యుయాన్ త్సాంగ్ వ్రాశాడు.

<u>అజంతాగుహలు:-</u> మహరాష్ట్రలోని (బొంబాయి) ఔరంగాబాదు పట్టణానికి 72 కి.మీ. దూరంలో సహ్యాద్రి పర్వత శ్రేణుల్లో ఈ గుహలున్నాయి. ఈ గుహలు మొదట 1819 లో ముంబాయి ఆర్మీకి చెందిన గ్రెస్బీ అన్వేషణలో లభించాయి. నదిలోయలోని శిలామయ సానువుల్లో

క్రీ. పూ2 వ శతాబ్దం నుంచి క్రీ.శ. 10వ శతాబ్దం వరకు మలిచిన 29 గుహలు ఇవి. ఇక్కడ అద్భుతమైన కుడ్య చిత్రాలు. చరిత్రకు సాక్షిభూతంగా నిలిచి ఉన్నాయి. ఈ చిత్రాలలో బుద్ధుడి జీవితాన్ని చిత్రించారు. బౌద్ధచైత్యాలు, బౌద్ధ

బిక్షువుల నివాస స్థలాలు, తొమ్మిది గ్యాలరీలు మొదలైనవి, ఇందులో ఉన్నాయి. గుమ్మాలు, కిటికీలు, స్తంభపలకలు వంటి వాటి మీద అందమైన చిత్రికలున్నాయి. ఇక్కడి కుడ్యచిత్రాలు, బుద్ధుడి జీవితాన్ని బోధనలను, అతని శిష్యుల, ప్రతినిధుల జీవితంలోని సంఘటనల కథలను అందిస్తాయి. చారిత్రక, గృహ, మత సంబంధమైన దృశ్యాలు, జంతువులు, వేట, ఇళ్ళ వెలుపలి భాగములు, లోపలి భాగాలు, ఊరేగింపులు, వీధులు, అలంకరించుకున్న స్త్రీలు వంటి ఎన్నో దృశ్యాలను చిత్రించారు. ఈ గుహల్లో అజంతాలోని 16,17,19 గుహలు గుప్తుల కాలానికి చెందినవి.

<u>ఎల్లోరా గుహలు:-</u> మహరాష్ట్రలోని ఔరంగాబాద్ పట్టణానికి 24 కి.మీ.ల దూరంలో ఎల్లోరా గుహలు ఉన్నాయి. ఇవి క్రీ.శ. 4-13వ శతాబ్దంల మధ్య కాలానికి చెందినవి. అజంతా గుహలన్నీ బౌద్ధ మతానికి సంబంధించినవే కాగా, ఎల్లోరా గుహలలో 16 హిందు, 12 బౌద్ధ, 5 జైన మతాలకు చెందిన గుహలున్నాయి. ఒకప్పుడు రాష్ట్రకూట రాజులకు రాజధానిగా ఉండేది ఈ ప్రాంతం. రాష్ట్రకూట వంశం క్రీ.శ. 8వ శతాబ్దంలోనే అత్యున్నతదశలో ఉంది. రాష్ట్రకూట మహరాజు శ్రీ కృష్ణుడి పాలనాకాలంలోనే ఇక్కడి గుహలలో చాలా వాటిని తొలిచారని చారిత్రక ఆధారం. అఖండ శిలనుంచి ఆలయాన్ని తొలిపించడానికి అర్హులైన శిల్పులను రప్పించి, కైలాసనాథాలయాన్ని నిర్మించారు. దీన్ని వాస్తు శిల్పంలోనే అత్యద్భుతంగా వర్ణిస్తారు.

రాష్ట్రకూటులకు పూర్వం ఇది బౌద్ధమతస్థులకు పవిత్రక్షేత్రంగా ఉండేది. క్రీ.శ. 5వ శతాబ్ధంలో ఇక్కడ బౌద్ధ మతానికి చెందిన గుహలను మలిచారు. ఎల్లోరా గుహలలో క్రీ.శ. 7వ శతాబ్దానికి చెందిన పదో గుహ ఎంతో అందంగా ఉంటుంది. ఈ గుహలలో ఇరువైపుల బోధి సత్త్వులు రక్షణగా ఉన్న బుద్ధుడి విగ్రహం అకర్షణీయంగా ఉంటుంది.

<u>భట్టిప్రోలు:-</u> ఆంధ్రప్రదేశ్‌లోని బౌద్ధ క్షేత్రాలలో ప్రధానమైనది భట్టిప్రోలు. ఇది గుంటూరు జిల్లాలోని కృష్ణానది తీరానికి మూడుమైళ్ల దూరాన ఉంది. దీనిని 1870 లో అలెగ్జాండరే కనుగొన్నాడు. 1892 లో తవ్వకాలు జరిపి స్తూపశిథిలాలను వెలికి తీసినారు. ఇటుకలతో నిర్మించిన పెద్ద స్తూపాల్లో భట్టిప్రోలు

చాలా ప్రాచీనమయింది. స్తూపం చుట్టూ పాలరాతితో ప్రాకారం ఉండేది. ప్రాకారం 148 అడుగులు ఉంది. చారిత్రక ఆధారాలను బట్టి భట్టిప్రోలు స్తూపం అశోకుడు నిర్మించి ఉండవచ్చును. ఈ భట్టిప్రోలు స్తూపం బుద్ధుని ఆస్థికలు నిర్మించిరని తెలుస్తోంది.

<u>వైశాలి:-</u> గంగానది ఒడ్డున ఉన్న వైశాలిలో అశోకుడు బౌద్ధమత ప్రచారంలో భాగంగా నిర్మించిన సింహస్తంభం నేటికి యాత్రికులను మంత్రముగ్ధులను చేస్తుంది. ఇరవై రెండు అడుగుల ఎత్తులో ఉన్న ఈ రాతి స్థంభము నేటికి చెక్కు చెదరకుండా ఉండటం చెప్పుకోదగ్గ విశేషం. ఈ స్థంభము మీద ఓ సింహం బొమ్మ ఉంది. దీన్ని స్థానికులు భీమ్‌సేన్-కి-లథీగా పిలుస్తారు. ఈ స్థంభము చుట్టూ బౌద్ధరామాలు ఉన్నాయి. వైశాలి దగ్గర్లోనే బుద్ధగయ, నలంద, రాజగిరి క్షేత్రాలున్నాయి. బౌద్ధ పుణ్యక్షేత్రంగా పేరు గాంచిన వైశాలి యందు 6వ శతాబ్దములో ప్లేగు వ్యాధి కబళిస్తుంటే బుద్ధుడు ఇతోధిక సేవలంధించినట్లు చరిత్రకారులు చెబుతారు.

<u>బమియన్ బుద్ధ విగ్రహాలు:-</u> ఆఫ్ఘనిస్థాన్ రాజధాని కాబూల్‌కు వాయువ్యంగా 240 కి.మీ.ల దూరంలో హిందూకుష్, కోహ్-ఇ-బా పర్వతాల నడుము ఉన్న బమియన్ లోయలో ప్రపంచంలో కెల్లా అతి ఎత్తయినా బౌద్ధ విగ్రహం ఉంది. ఇది 175 అడుగుల ఎత్తు కలదు. ఏడోశతాబ్దంలో చైనా యాత్రికుడు హుయాన్‌త్సాంగ్ ఈ ప్రాంతాన్ని సందర్శించినపుడు పరినిర్వాణ బౌద్ధ విగ్రహం ఉండిదని తెలుస్తుంది. ఈ విగ్రహం పొడవు 300 మీటర్లు ఉండెనని ఇతని రచనల వలన తెలియుచున్నది. విగ్రహాలతో బాటు ఇక్కడి గుహల్లో ఉన్న చిత్రాల్ని సైతం అపురూపమైనవిగా ఆయన పేర్కొన్నాడు. రకరకాల బోధిసత్త్వుల, బౌద్ధుల, అప్సరసల వర్ణ చిత్రాలు ఇక్కడి గుహల్లో గోడల మీద కనిపిస్తాయి.

<u>వ్యాప్తి:-</u> భారతదేశములో ఒక మారుమూల ఉద్భవించిన ఈ బౌద్ధమతం అనతి కాలములోనే ప్రపంచమతమైనది. నేటికిని ప్రపంచమున 1/4 వంతు బౌద్ధ మతస్థులున్నారు. ఇట్లు బౌద్ధమతము ప్రపంచ వ్యాప్తమగుటకు అనేక కారణములు కలవు.

1. నిరాడంబరమైన (లేక) సూక్ష్మమైన బౌద్ధమత సిద్ధాంతములు:- భారతదేశమున ఆధ్యాత్మిక అశాంతి ప్రబలిన తరుణములో బౌద్ధమతము వెలసినది. బౌద్ధమత సూత్రములు నిరాడంబరమైనవి. ఇవి వ్యయ ప్రయాసలతో కూడిన వైదిక యజ్ఞయాగ్రాదులకు గాని జైన మత మందలి సల్లేఖన వ్రతము, దిగంబరత మొదలైన నియమములకు గాని చెందక ఆచరణోగ్యమైన సులభమైన మాధ్యే మార్గమునకు చెందినది. పైగా కులవ్యవస్ధను ఖండించి మానవులందరూ తరతమ్య, పండిత, పామర, ధనిక, పేద, స్త్రీ, పురుష మొదలైన బేధములు లేని మోక్షమునకు అందరూ అర్హులని ఉద్ఘాటించిరి ఉదాహరణకు:-

1. బందిపోటుయైన అంగులి మాలుడి యొక్క క్రూర ప్రవృతిని మార్చి బుద్ధుడు తన శిష్యునిగా చెర్చుకొనుట.

2. వైశ్య స్త్రీ అయిన అమ్రపాలి కూడా బౌద్ధమతమును స్వీకరించుట.

3. పామరుడైన క్షౌరశాలి ఉపాలి బౌద్ధమతమును స్వీకరించుట.

4. వైశ్య స్త్రీలను, శూద్రులను ఆహ్వానించటం ద్వారా బౌద్ధ మతం సమాజం మీద చాలా ప్రభావాన్ని చూపింది. వీరు బౌద్ధమతంలో చేరటం ద్వారా అత్మన్యూనతా భావాన్ని జయించగల్గిరి. బౌద్ధ బిక్షువులకు విధించిన నియమ నిబంధనలు క్రీ. పూ. 6, 5 వ శతాబ్దములో ఈశాన్య భారతదేశములోని భౌతిక పరిస్థితులకు అద్దం పట్టాయి. వారి ఆహరం వస్త్రదారణ, లైంగిక ప్రవర్తనల మీద కఠినమైన నియమాలున్నావి. అంతేగాక బంగారాన్ని, వెండిని గ్రహించకూడదు. మొదలైన నిబంధనలు లేదా నియమాలు ఉండెను. ఇట్టి సూత్రములు సామాన్య మానవునికి ఆచరణోగ్యముగను, అందుబాటులో నుండుట వలన బౌద్ధమతం ప్రజలను విశేషముగా ఆకర్షింపగల్గెను శ్రీమతి రైస్ డేవిడ్స్ చెప్పినట్లు భగవంతుని ప్రసక్తి లేకుండా స్వయం కృషితో ఒక వ్యక్తి మోక్షమును పొందు మార్గమును బౌద్ధ మతము సూచించెను. కనుకనే బౌద్ధమతము విశేష ప్రజాదరణను పొందగల్గెను.

బుద్ధుని వ్యక్తిత్వము:- బౌద్ధ మత సూత్రముల కంటే బుద్ధుని వ్యక్తిత్వము బౌద్ధమత వ్యాప్తికి మిగుల దోహదము చేసెనని కిత్ (Kieth) పండితుడు నుడివెను. సుందరమైన విగ్రహము, క్షత్రియ వంశమునకు చెందుట మొదలైనవి ఆయన

166

బోధనలకు తగు బలము చేకూర్చెను. బుద్ధుడు తాను చెప్పిన సత్యములను త్రికరణ శుద్ధిగా ఆచరించెడివారు. ఆయనలోని త్యాగశీలత, జీవకారుణ్యము, అసాధారణ జ్ఞానము, బోధనాశక్తి, ప్రజలను ముగ్ధులను చేసి బౌద్ధమతమును ఆకర్షించిరి. పైగా బుద్ధుడు గొప్ప పండితుడు ఉదా:- విశ్వామిత్రుడు అంతడివాడే 'నీ 'వెక్కడి శిష్యుడవు? నే! నెక్కడి గురువును? నావలన నీవు తెలుసుకోదగిన విషయము ఒక్కటియును లేదు" అని సిద్ధార్థునితో (బుద్ధునితో) పలికినాడంటే ఎంతటి గొప్ప పండితుడో విశదమవుతున్నది. అంతేగాక బుద్ధుడు తన అసాధారణ వాక్ దాటితో అనేక మంది విజ్ఞులతో వాదించి తన ధర్మ ప్రాశస్త్యమును వారిచే అంగీకరింపజేశాడు. అదే విధముగా పామరులకు కూడా బౌద్ధ ఆర్య సూత్రములను నచ్చ చెప్పెడివాడు. ఇట్టి శక్తి ఉండుట వలన అనేక మంది హిందు చక్రవర్తులు కూడా బౌద్ధమతము స్వీకరించిరి. బుద్ధుని వలె అతని శిష్యులైన ఆనందుడు, మహాకస్యపుడు, మొదలగువారు సద్గుణ. సంపన్నుల కృషి వలన కూడా బౌద్ధ మతము విశేష రాజాదరణ మరియు ప్రజాదరణ పొందినది.

<u>సామాజిక, ఆర్థిక రంగముల స్థీరీకరణ:-</u> బౌద్ధమతము క్రీ.పూ. 6. వశతాబ్దంలో ప్రజల సాంఘీక, ఆర్థిక జీవితాలలో వచ్చిన మార్పుల్ని స్థిరీకరించడానికి కూడా ప్రయత్నించింది. బుణగ్రస్తులు "సంఘంలో సభ్యులుగ ఉండరాదన్న నియమం, వడ్డీ వ్యాపారస్తుల కబంధ హస్తాలలో నుంచి బుణగ్రస్తుల్ని విముక్తి చేయలేక పోవటం చేత వడ్డీ వ్యాపారులకు ధనిక వర్గాలకూ సహాపడింది. బానిసలకు కూడా ఈ అర్హత లేదన్న నియమం బానిసల యజమానులకు ఉపయోగపడింది. అలా బుద్ధుని బోధనల భౌతిక జీవితంలో వచ్చిన నూతన పరిమాణామాలను బాగా అర్థం చేసుకొని, వాటికి భావజాలం సహాయంతో బలపరిచాయి. ఉదాహరణకు: వ్యక్తిగత ఆస్తి కారణముగా ఏర్పడ్డ భయంకరమైన సామాజిక అసమానతలతోను సర్దుబాటు చేసుకోలేని వారికి నిర్యాణం ఒకరకమైన ఊరట కల్గించిరి ఉండవచ్చును. గౌతముడు అహింస సిద్ధాంతమును నొక్కి చెప్పుట వలన పశుసంపద అభివృద్ధి చెంది ఆర్థిక ప్రగతిని దోహదం చేసింది.

<u>జీవుల పట్ల ప్రేమ, దయ కల్గిఉండుట:-</u> బౌద్ధ బోధనలో అత్యంత ప్రధానమైన నీతి ఏమిటంటే జీవుల పట్ల ప్రేమ కలిగి ఉండుట. మంచి చెడు మధ్య, మనుషులకు,

జంతువులకు మధ్య సమాన దృష్టిని అవసరమని చెప్పుతుంది చెడును ప్రతిఘటించిక పోవటం, అవమానాలను క్షమించటం, చెడును చెడుతో ఎదుర్కోరాదని బౌద్ధులు భావించారు. ఎందుకంటే దాని వల్ల చెడు తొలగిపోదు. పగ, దుఃఖము పెరుగుతాయి. అన్యాయానికి ప్రతీకారం తీర్చుకోవటం హంతకునికి శిక్షవేయటం కూడా తప్పేనన్న ధోరణి పెరిగింది. చెడుపట్ల ప్రశాంతంగాను, సహనంగానూ, భావోద్వేగ రహితంగానూ ఉండాలని, దానిలో భాగస్వామి కాకుండా ఉండడానికే ప్రయత్నించమని బౌద్ధులు చెప్పిరి. ఇట్టి ఉత్తమ నియమాల వలన బౌద్ధ మతము ప్రజలను ఆకర్షించగల్గినది.

<u>ఆధ్యాత్మిక అంశాలు కంటే నైతిక విలువలకు ప్రాధాన్యత ఇచ్చుట:-</u> తొలి నాటి బౌద్ధ అంశాలలో ఆధ్యాత్మిక అంశాలు నైతిక అంశాల కన్నా తక్కువ స్థానాన్ని పొందినాయి. బుద్ధుని అభిప్రాయము ప్రకారం మానవ స్వభవానికి ఆధారం వ్యక్తి ఆత్మకాదు, వ్యక్తిగత ధర్మయే ముఖ్యమని భావించాడు. అందుకే గౌతమి బుద్దడు తాత్వికమైన ప్రశ్నలపట్ల బుద్ధుడు అంతగా ఆసక్తి చూపలేదు. మానవ జీవితానికి సక్రమమైన మార్గాన్ని బోధించడమే ఏకైన పద్ధతి అని ఆయన భావించాడు. ఇట్టి ఉత్తమ విలువలు ఉండుట వలననే అశోకుడు ఈ బౌద్ధమతాన్ని స్వీకరించాడు. దాని వ్యాప్తిని కూడా తోడ్పడినాడు.

బుద్ధుడు అనేక సంస్కరణలకు కారకుడైనను, పూజ్యమైన ఆర్యధర్మమునే ఉద్ధరించుటకై, తాను జీవించి మరణించినట్లు విశ్వసించాడు. బుద్ధుడు తను ఒక నూతన మత స్థాపకుడినని తలవలేదు. వైదిక హిందు మతము అతడు సంస్కరించి, తన చుట్టు ఉన్న సంఘమును ఉద్ధరించవలెనని కోరెను. ఇతడు సాంప్రదాయక పురోహిత బృందము స్థానమున ఆధ్యాత్మిక సోదర బృందమును, జనాధికృత స్థానమున వ్యక్తి గతశిలమును వేదప్రమాణమునకు బదులు తర్కహేతు వాదమును నెలకొల్పినాడు.

<u>ఆధ్యాత్మిక అశాంతి నుండి ప్రజలను కాపాడుట:-</u> బౌద్ధ మతము కొన్ని సందర్భాలలో దైవ రహిత మతము అని పిలువడం జరిగింది. ఈ వాదనలో కొంతమేరకు నిజం లేక పోలేదు. కాని పూర్తిగా నిజం మాత్రం కాదు. వైదిక మత దేవతల ఉనికిని బుద్ధుడు త్రోసి పుచ్చలేదు. అయితే దుఃఖమునుండి

మానవున్ని దేవతలు కాపాడలేరని బోధించాడు. స్వీయ ప్రయత్నం ద్వారానే దుఃఖము నుండి విముక్తి పొందకలడని గౌతమ బుద్ధుడు బోధించాడు. ఆధ్యాత్మిక అశాంతికి గురియైన సామాన్య ప్రజలకు గౌతముని బోధనలు కొంతవరకు ఊరట కల్గించినాయి. బౌద్ధ మతములో ఉండుట బహుకొద్ది కాలములోనే విస్తృత వ్యాప్తి నొందినది.

<u>ప్రజల మత విశ్వాసాలకు అనుగుణమగా మార్పు:-</u> తొలుత బుద్ధుడిని కొన్ని సంకేతాలతో గుర్తించటం జరిగింది. ఉదాహరణకు పద్మం బుద్ధుని పుట్టుకను, ఆయన బుద్ధత్వానికి బోధివృక్షం, ధర్మచక్రం ఆయన బోధనకు , స్థూపం ఆయన నిర్వాణానికి సాంకేతాలు ఉండేవి. అయితే ఇవి క్రీ.శ. 1 వశతాబ్ది నాటికి ఈ సాంకేతికాలు తృప్తి పరచలేదు. దీనికి కారణం ప్రతి వ్యక్తి తన స్వీయప్రయత్నాల ద్వారా మాత్రమే నిర్వాణం పొందగలడన్న బౌద్ధమత మౌలిక సిద్ధాంతం సామాన్య మానవునికి అందుబాటులో లేనిదని మహాయాన వాదుల అభిప్రాయము. ఇట్టి క్లిష్టమార్గాన్ని అతి కొద్ది మంది మాత్రమే అనుసరించగలరు. సాధారణ ప్రజలకు సులభ మార్గం కావాలి. దేవుడు లేదా దేవతలు లేని మతం ప్రజలకు అందుబాటులోకి రాదు. విశ్వాసులకు దేవుడి అవసరం ఎంతైనా వుంది. ఈ రకమైన అభిప్రాయాలతో మహాయానానికి చెందిన బౌద్ధులు బుద్ధున్ని దేవునిగా, ప్రజలను ఉద్ధరించడానికి పుట్టిన వాడిగాను శిల్పాలలోకి వచ్చినాడు. అంతేగాక నాగరాధన బౌద్ధ మతంలో బాగా వేళ్ళుపాతుకుంది. స్థూపాలను, పాము చుట్టుకొని ఉన్నుట్లు నిర్మించడం, పాము పడగ క్రింద పాము చుట్ట మీద బుద్ధుడు కూర్చుని ఉండడం వంటి చిత్రాలు నాగార్జున కొండ, అమరావతి శిల్పాలలో తరచుగా కనిపిస్తాయి. గాంధార శిల్పకళలలో కూడా ఈ విషయము స్పష్టమవుతుంది. ఈ పద్ధతులను మహయాన బౌద్ధమతం భాగ ప్రోత్సహించినది. ఈ విధముగా శిల్పకళలోను బౌద్ధమతమును కాలానుగుణముగా మార్పుచెందినది.

<u>ఉత్తమమైన నియమాలు:-</u> జైన గురువుల లాగే బుద్ధుడు కూడా తన శిష్యులకు ఒక ప్రవర్తనా నియమావళి తయారుచేశాడు. ఈ నియమాలను గురించి వివరణ <u>వినయ పీఠికలో</u> కలదు.

1. ప్రాణాతి పాత విరతి : ప్రాణములను తీయుకుండుట.

2. అదత్తాదానవిరతి:- ఇవ్వని దానిని తీసుకొనక పోవుట.

3. కామ మిధ్యా చార విరతి:- కాముకత్వాన్ని వీడుట.

4. మృషావాదవిరతి:- అసత్య భాషణము మానుట.

5. సురామైరెయా ప్రమాద స్థాన విరతి:- మద్యము, మత్తు పదార్థములు మొదలగు ప్రమాదం కలిగించు వస్తువులను ఉపయోగించరాదు.

పైన పేర్కొన్న నియమాలు మాత్రమే కాక కొన్ని నిబంధనలు కూడ బౌద్ధ సంఘము నందు కలవు. ఉదా: పారిపోయి వచ్చిన, బానిసలకు, సైనికులకు, నేరస్థులకు బౌద్ధ సంఘము నందు స్థానము లేదు.

బౌద్ధ సంఘము నందు చేరిన బౌద్ధ బిక్షువులకు పది సంవత్సరాలు శిక్షణ ఇవ్వబడును. ఈ సంఘం నందు చేరిన బిక్షువులు బుద్ధం శరణం గచ్ఛామి, ధర్మం శరణం గచ్ఛామి, సంఘం శరణం గచ్ఛామి, అనే త్రికరణ మంత్రాన్ని ఎల్లప్పుడు జపించాలి. ఈ శిక్షణానంతరము వీరు మత ప్రచారం చేశారు. ఈ విధముగాబౌద్ధ మతం బహుజనాదరణ పొందినది.

<u>ప్రజల భాషలో మత ప్రచారము:-</u> బౌద్ధులు తమ మతాన్ని ప్రచారం చేయటం కోసం ఒక కొత్త సాహిత్యాన్ని సంకలనము చేశారు. వీరు పాళీ భాష ద్వారా బౌద్ధ మత ప్రచారం చేశారు ఉదాః త్రిపీటకాలు పాళీ భాషలో వ్రాయబడినవి. కాని కాలానుగుణంగా వచ్చిన మార్పుల వలన మహాయానమునకు చెందిన బౌద్ధులుసంస్కృత భాషలో అనేక గ్రంథములను వ్రాసిరి. ఉదా:- అశ్వఘోషుడు వ్రాసిన బుద్ధ చరితము, ఆచార్య నాగార్జునుడు సంస్కృతంలో వ్రాసిన మాధ్యమిక కారికా; మహాపజ్ఞాపారమిత శాస్త్రం, సుహృలేఖ మొదలైన గ్రంధాలు వ్రాసి బౌద్ధమతం బహుళ ప్రచారము చేసిరి.

<u>బౌద్ధమత వ్యాప్తిలో విశ్వవిద్యాలయముల పాత్ర:-</u> <u>నలందా</u>

<u>:-</u> నలందా అనగా అపుదల ఎరుగనిది అని అర్థము. ఈ విశ్వవిద్యాలయ చిహ్నం <u>ధర్మచక్రం,</u> ఈ విశ్వవిద్యాలయము <u>బీహర్</u> రాష్ట్రమునకు ముఖ్యనగరమైన

పాట్నాకు ఆగ్నేయమున 88.కి.మీ.ల దూరన నేటి బర్గావ్ గ్రామ పరిసరములందు ఆ విద్యాపీఠము ఉండెడిది. ఇప్పుడు ఆప్రాంతమున కొన్ని శిథిలములు మాత్రమే కానవచ్చుచున్నవి.

బుద్ధుని కాలముననే ఈ స్థానమున 'నలందా' అను పట్టణము ఉండెనని ప్రాచీన గ్రంథముల వలన-అందును ముఖ్యముగ 'దీఘనికాయము' వలన తెలియుచున్నది. అచట బుద్ధుని నివాసమునకై ఒక ఆమ్రవనమును ఒక ధనికుడు దానమొసంగెననియు అందుకలదు. మహావీరుడు 14 సం,ములు నివసించి జైన ధర్మప్రచారము నిర్వహించెననియు ఒక కాలమున అచట నూర్లకొలది జైన మందిరములు ఉండెననియు జైన గ్రంథమగు కల్పసూత్రముల వలన తెలియుచున్నది.

బుద్ధుని ప్రధాన శిష్యుడగు సారిపుత్రుని జన్మస్థానము నలంద నగర సమీపపు నాలక గ్రామమనియు, అతని నిర్యాణాంతరమున, అతని స్మృత్యర్థమై అచట ఒక చైత్యము నిర్మింపబడెననియు తెలియుచున్నది. కాలక్రమమున ఆచైత్యము ఆలంబనముగ ఒక విద్యాపీఠముగా బౌద్ధ బిక్షువుల కృషివలన రూపుదిద్దుకొన్నది. ఆ విద్యాపీఠము స్థాపింపబడిన కాలము స్పష్టముగ తెలియరాకున్నను. ఇచ్చటి త్రవ్వకములందు లభ్యమైన అవశేషములను బట్టి చూడగా గుప్తుల కాలము (కుమార గుప్తుడు) మొదలుగ మాత్రమే ఆ విద్యాపీఠము ప్రశస్తిని అర్జించినట్లు స్పష్టమగుచున్నది. చైనా యాత్రికుడగు హ్యుయాన్ త్సాంగ్ ఈ విద్యా పీటమును శక్రాదిత్యుడను రాజు స్థాపింపజేసి నటుల తనకు అచటివారు తెల్పినట్లు పేర్కొన్నాడు. కాని ఆశక్రాదిత్యుని కాలము తెలియవచ్చుట లేదు.

గుప్తకాలము మొదలుగ 12 వశతాబ్ధి మధ్యవరకు ఈ విద్యాపీఠము అంతర్జాతీయ ప్రశస్తిని ఆర్జించినది. బౌద్ధ మత బోధనలతో పాటు, చతుర్వేదములు, ఖగోళ, వైద్య, తర్క, తత్వ శాస్త్రములు బోధింపబడెడివి. టిబెట్,చైనా, జపాన్, కొరియా, శ్రీలంక, జావా మొదలగు పలు విదేశములు నుండియు, భారతదేశపు నాలుగు మూలల నుండియు విద్యార్థులు ఇచ్చటకు వచ్చి, విద్యను అభ్యసించెడివారు ఈ విద్యాలయములోని విద్యార్థులను శ్రమణులు అని పిలిచిరి. (వీరికి మరొక వ్యవహారిక నామము సిద్ధి విహారికులు.) ఆచార్య నాగార్జునుడు,

ధర్మకీర్తి, జ్ఞానశ్రీ, ధర్మపాల, చంద్రపాల, గుణమతి, స్థిరమతి, జినమిత్ర , జ్ఞాన చంద్ర, ఆర్య దేవ, శీల భద్ర, మొదలగు ప్రసిద్ధ ఆచార్యులు ఇచ్చట విద్యను బోదించిరి. ఆ విద్యాపీఠమున కులపతిగా ఉండిన శాంతరక్షితుడును, ఆచార్యుడగు పద్మసంభవుడును టిబెట్ దేశపు పాలకుని ఆహ్వానముపై క్రీ.శ. 8వ శతాబ్దములో టిబెటకు పోయి అచట బౌద్ధ ధర్మ ప్రచారమును నిర్వహించిరి. ఈ విద్యాలయమున ఆచార్యునిగా ఉండిన ధర్మదేవుడు ధర్మ ప్రచారమునకై చైనా దేశమునకు (క్రీ.శ. 972) పోయినాడు.

హర్షవర్ధనుడు ఈ విద్యాలయ పోషణకు 100 గ్రామాలను దానం చేశాడు. క్రీ.శ. 8 మొదలు 12 వ శతాబ్ది వరకు ఈ ప్రాంతమును పాలించిన పాలరాజులు ఈ విద్యాలయమునకు పలు విద్యాశాలలను విహారములను నిర్మించి, పెక్కు వసతులను కల్పించిరి. సుమత్రాను పాలించిన శైలేంద్ర వంశజుడైన బలపుత్రదేవుడు ఈ విద్యాలయమునకు అనేక దాన ధర్మములు చేసినాడు.

హుయాన్‌త్సాంగ్ వ్రాతల వలన ఈ విద్యాపీఠము నందలి విద్యాశాలలు, విహారాలు, గ్రంథాలయముల ఏర్పాట్లను గురించి ఎన్నో వివరములు తెలియుచున్నవి. గ్రంథశాలలున్న ప్రాంతము ధర్మగంజ్ అనబడెననియు అందు రత్నసాగర, రత్నోధీది, రత్నరంజక అను గ్రంథాలయములుండెననియు, రత్నసాగర అనునది 9 అంతరువుల భవనమనియు వేలకొలదిగా గ్రంథములు అచ్చట సంరక్షితములై ఉండేననియు ఆ యాత్రికుడు తెల్పినాడు.

విక్రమ, ఉద్దంతపుర, జగద్దల విశ్వవిద్యాలయాలు:- బెంగాల్‌ను పాలించిన పాల రాజుల్లో ఎక్కువ మంది బౌద్ధమతస్థులు. ధర్మపాలుడు., నలందా విద్యాలయానికి నమూనాగా తూర్పు బీహార్‌లో విక్రమశిల్పవిశ్వవిద్యాలయాన్ని స్థాపించాడు. మొట్టమొదటి వజ్రయాన బౌద్ధ విద్యాలయము ఇది. వజ్రయానము పీద రెండు వందల గ్రంథాలను టిబెట్‌లో బౌద్ధమత ప్రచారానికి జీవితాన్ని అంకితం చేసిన అతిదీపంకరుడు ఈ విద్యాలయ అధ్యక్షునిగా ఉండెను. ఈ రాజుల కాలములోనే (పాల వంశరాజులు) తూర్పు బెంగాల్‌లో విక్రమ్‌పూరి, ఉత్తర బెంగాల్‌లో "జగదల్ల ", పాట్నా లో "ఉద్దంతపురి" మొదలైన

విద్యాలయములను స్థాపించిరి. వీరి అదరణలో బెంగాల్‌తాంత్రిక బౌద్ధ మతము ప్రచారమయ్యెను.

వల్లభి విశ్వవిద్యాలయము:- దీన్ని మౌఖరి వంశజులు నిర్మించారు, ఇది హీనయాన విశ్వవిద్యాలయము. ఇందులో ఐదువేల మంది విద్యార్థులు, అనేక మంది ఆచార్యులు ఉండిరి. స్థిరమతి, గుణమతి అను పాలకులు ఉన్నట్లు హూయాన్‌త్సాంగ్ పేర్కొన్నాడు. దీన్ని మైత్రకులు కూడ పోషించారు. ఇదేగాక మిథిలి కూడా బౌద్ధ విద్యాలయముగా పేరు గాంచెను.

రాజ్యదారణ వలన దేశ విదేశాలలో బౌద్ధమతము వ్యాప్తి చెందుట:-

హర్యాంక వంశము:- హర్యాంక చక్రవర్తియైన బింబిసారుడు భారత దేశములో మొట్టమొదట బౌద్ధమతాన్ని స్వీకరించాడు. బింబిసారుడు 'వేలు వనాన్ని' బుద్ధునికి దానము ఇచ్చాడు. బౌద్ధ మతానికి లభించిన మొట్టమొదటి విహారము ఇదే. బింబిసారుని తర్వాత వచ్చిన కోసల రాజు ప్రసేనజిత్తు , హర్యాంక వంశ చక్రవర్తి ఆజాత శత్రువు (మొదటి బౌద్ధ సంగీతి.) బౌద్ధ వ్యాప్తికి కృషి చేశాడు.

మౌర్య చక్రవర్తి అశోకుడు:- అశోక చక్రవర్తి బౌద్ధమతం క్రీ.పూ. 259 లో స్వీకరించాడు. బౌద్ధ బిక్షువులలో కొలకొన్న సంక్షోభము తొలగించుటకు క్రీ,పూ. 250 లో 3వ బౌద్ధ సంగీతిని ఏర్పాటు చేశాడు.

గ్రీక్ రాజైన మినాండర్ (మిళిందుడు):- నాగసేనుడనే బౌద్ధ పండితునితో చర్చలు జరిపి ఓటమిని అంగీకరించి బౌద్ధ మతాన్ని స్వీకరించాడు. మినాండర్ పాళీ భాషలో వ్రాయబడిన "మిళిందపన్హ" మినాండర్, నాగసేనుని మధ్య జరిగిన సంభాషణయే ఈ గ్రంథం . పుష్యమిత్రశుంగునిచే హింసించబడిన బౌద్ధ బిక్షువులకు మినాండర్ తన రాజధానిలో ఆశ్రయమిచ్చినట్లు బౌద్ధ గ్రంథములు తెలుపుచున్నాయి. ఇతని వలన కూడా బౌద్ధమత వ్యాప్తి జరిగింది.

కుషాణ్ చక్రవర్తి కనిష్కుడు:- రెండవ అశోకునిగా పేరొందిన కనిష్కుడు బౌద్ధ సంఘములోని విభేదాలను తొలగించుటకు నాల్గవ బౌద్ధ సంగీతిని ఏర్పాటు చేశాడు. అంతేకాక బౌద్ధ కవులైన ఆచార్య నాగార్జునుడు, అశ్వఘోషుడు మొదలైన కవులను పోషించాడు. ఇతడు (కనిష్కుడు) బౌద్ధుల కొరకు అనేక విహారాలు

నిర్మించాడు. ఇతని కాలములోనే బుద్ధున్ని విగ్రహ రూపములో ఆరాధించుట మొదలైనవి. బౌద్ధమత వ్యాప్తికి విశేష కృషి చేయుటలో ఇతడు రెండవ అశోకుడిగా కీర్తించబడెను.

గుప్త చక్రవర్తులు:- 1. గుప్తచక్రవర్తి అయిన శ్రీగుప్తుడు బౌద్ధులకు ఆరామమును నిర్మించినట్లు ఇత్సింగ్ అనే చైనా యాత్రికుడు తెలిపినాడు. 2. సముద్ర గుప్తుని అనుమతితో సింహాళ రాజైన మేఘవర్ణుడు (క్రీ.శ. 351-378) బుద్ధ గయలో సింహళ బౌద్ధుల సౌకర్యార్థమై బౌద్ధ విహారం నిర్మించాడు. అంతేగాక ఇతడు (సముద్రగుప్తుడు) బౌద్ధ రచయిత వసుబంధును పోషించినాడు. ఈ కవి స్వప్న వాస్తవ దత్త అనే గ్రంథమును వ్రాసినాడు. 3. రెండవ చంద్రగుప్తుడు అమరకర దేవుడు అనే బౌద్ధమతస్థుని తన సేనానిగా నియమించాడు. 4. కుమారగుప్తుడు నలందా బౌద్ధ విశ్వవిద్యాలయమును స్థాపించి తన విశాల దృక్పథాన్ని చాటినాడు. పరమత సహనమును గుప్త చక్రవర్తులు ప్రదర్శించుట వీరి కాలంలో బౌద్ధ మతము విస్తృత వ్యాప్తి నొందుటకు అవకాశము ఉండెను.

శాతవాహన చక్రవర్తులు:- గౌతమి బాలశ్రీ దానాలు ఇవ్వడమే గాక తన కుమారుడైన గౌతమి పుత్ర శాతకర్ణి, మనువుడు వాషిష్ట పుత్ర పులోమావి చేత కూడా దానాలు ఇప్పించినది. గౌతమి పుత్ర శాతకర్ణి ఇతని తల్లి బాలశ్రీ ఉభయులు కలిసి సంయుక్తంగా లునర్హ కొండపై నివసించే బౌద్ధ బిక్షువులకు తెకెరసి కొండపై నుండే బిక్షువులకు గౌతమి పుత్ర శాతకర్ణి 200 నివర్తనాల భూమిని దానం ఇచ్చినాడు. ఈవిషయము మనకు నాసిక్ శాసనము వలన తెలుస్తోంది. యజ్ఞశ్రీ శాతకర్ణి బౌద్ధ పండితుడైన ఆచార్య నాగార్జుని పేర శ్రీ పర్వతము నందు మహచైత్య విహారాలను నిర్మించాడు వీరి కాలంలో బౌద్ధ మతమునకు విశేష అదరణ లభించుట వలన విస్తృత వ్యాప్తి చెందినది.

పుష్యభూతి వంశ చక్రవర్తి హర్షవర్ధనుడు:- హర్షవర్ధనుని చెల్లెలు రాజశ్రీ బౌద్ధమతమును స్వీకరించినది. హర్షవర్ధనుడు పరమత సహనముకలవాడు. ఇతడు నాగానందము అనే నాటకము వ్రాసి దానికి సంగీతాన్ని కూర్చి తద్వారా బౌద్ధమతాన్ని ప్రచారం చేశాడు. మహామోక్షపరిషత్తును ఏర్పాటు చేసి అనేక దాన ధర్మములు చేశాడు. ఇతడు మహాయాన సుత్రాలను విస్తృతముగా ప్రచారం

చేయుట కోసం కనూజ్ నందు గొప్ప సదస్సును ఏర్పాటు చేసినాడు. ఈ సంధర్భములో కనూజ్ నందు ఒక పెద్ద గోపురం దాని యందు నిలువెత్తు బంగారు విగ్రహం ప్రతిష్టించెను. అంతేగాక ఇతడు నలందా విశ్వవిద్యాలయ పోషణకు 100 గ్రాములను దానము ఇచ్చినాడు. ఈ విధముగా ఇతని కాలములో బౌద్ధ మతము విసృత వ్యాప్తి చెందినది.

<u>పాల వంశీయులు:-</u> పాల వంశీయ రాజైన ధర్మపాలుడు విక్రమశిల విశ్వవిద్యాలయమును స్థాపించినాడు. అంతేగాక 'విక్రమ్-పూరి', జగ్ధాల్, ఉద్ధంతపురి మొదలగు బౌద్ధవిశ్వవిద్యాలయములను కూడా స్థాపించిరి. నలందా యందు ఒక బౌద్ధారామమును నిర్మించుటకు జావా (సువర్ణ ద్వీపం) పాలకుడైన శైలేంద్ర వంశీయుడైన బాలపుత్ర దేవునికి అనుమతినిచ్చెను. ఈ విహారమునకు దేవపాలుడు ఐదు గ్రామాలను దానం చేశాడు. ఇంకనూ మగధలో అనే బౌద్ధరామాలను దేవపాలుడు నిర్మించాడు. ఈ పాల వంశీయులే 11వ శతాబ్దములో అతిశదీపంకరుడు అను బౌద్ధచార్యున్ని) టిబెట్‌కు పంపించి అచ్చట తాంత్రిక బౌద్ధమతమును వ్యాప్తి చేసిరి. అతిశదీపంకరుడు విక్రమ శిల విశ్వవిద్యాలయ ఆచార్యుడు ఈ విధముగా బౌద్ధమతమునకు పాల వంశీయులు విశేషకృషి చేసిరి.

<u>చైనాయాత్రికుడైన హుయాన్‌త్సాంగ్:జ-</u> 7వ శతాబ్దములో భారత దేశమును సందర్శించిన బౌద్ధ యాత్రికులలో హుయాన్‌త్సాంగ్ ఒకరు. ఇతడు చిన్నతనములోనే బౌద్దమతమును స్వీకరించి, పవిత్ర బౌద్ద మత ప్రాశస్తము గల ప్రదేశములను తిలకించుటకు, బౌద్ద మత గ్రంథములను, బౌద్ద దాతువులను సేకరించాలనే తలంపుతో తన 20 వ ఏట భారత దేశమునకు హర్ష చక్రవర్తి పరిపాలన కాలంలో వచ్చినాడు. ఇతడు భారత దేశమున 14 సంవత్సరములు ఉండేను. హుయాన్‌త్సాంగ్ తన పర్యటనలో గాంధార, కాశ్మీర్, నాగార్జున కొండ, వేంగి, కనూజ్, పూర్తి చేసుకొని క్రీ.శ. 544 'ఉదిత' అనే సంరక్షునికి సహయముతో భారత సరిహద్దులను దాటి క్రీ.శ. 545 లో చైనా చేరెను. హుయాన్‌త్సాంగ్ స్వదేశానికి వెళ్ళుచు తన వెంట 150 బుద్ధుని ఆవశేషాలను రమారమి 657 బౌద్ద గ్రంథాలను బుద్దుని బంగారు వెండి ప్రతిమలను తీసుకొని వెళ్ళెను.చైనాలో బౌద్దమత వ్యాప్తికి హుయాన్‌త్సాంగ్ విశేష కృషి చేశాడు.

చైనా యాత్రికుడైన ఫాహియాన్ (క్రీ.శ. 399-414) :- ఫాహియాన్ చైనాలోని షాంఘై నగరంలో నివశించే బౌద్ధ బిక్షువు, క్రీ.శ. 370 ప్రాంతంలో కంగే వంశంలో ఈయన జన్మిచాడు. అయితే చిన్నతనంలోనే తల్లి దండ్రుల్ని కోల్పోవడం వల్ల ఒక బౌద్ధ మతంలో ఈయన పెరిగి పెద్దవాడయ్యాడు. ఫాహియాన్ అనేది ఇతడి మత సంబందమైన బిరుదు. ఆ మాటకు ప్రసిద్ద 'బౌద్ధ ధర్మాధికారి' అని అర్థం. క్రీ.శ. 5వ శతాబ్దము ఆరంభములోనే చైనా నుంచి బుద్ధుని జన్మభూమి అయిన భారత దేశాన్ని సందర్శించడానికి అనేక మంది యాత్రికులు వచ్చారు. వారిలోని మొదటి వారిలో ఫాహియాన్ ఒకడు. ఇతడు బుద్ధుని జన్మభూమియైన భారతదేశమును సందర్శింపనెంచి పశ్చిమ చైనా నుంచి బయలుదేరి గోబి ఏడారి దక్షిణ భాగం మీదుగా, ఖోతార్‌ల మీదుగా, పామీరు పర్వత శ్రేణిని దాటి, స్వాట్ రాష్ట్రం చేరి అక్కడ నుంచి తక్షశిలను సందర్శించి నేటి పెషావరు (పురుషపురం)ను చేరాడు.

ఫాహియాన్ రెండో చంద్రగుప్తుని కాలంలో భారత దేశాన్ని సందర్శించి సుమారు 10 సంవత్సరాలకు (క్రీ.శ. 399-414) పైగా భారత దేశంలో గడిపాడు. ఇతడు తన రచనల్లో ఏరాజు పేరు కూడా పేర్కొనలేదు. ఇతడు మొదట మూడు సంవత్సరాలు పాటలీపుత్రము నందుండి సంస్కృతము నేర్చుకొన్నాడు. తదుపరి 2 సంవత్సరములు తామ్ర లిప్తి (బెంగాలు) యందు గడిపెను. మిగిలిన ఐదు సంవత్సరాలు కాశీ , కపిలవస్తు, కుశి, గయ, నలంద, తక్షశిల, కనూజ్, మధుర మొదలగు ప్రదేశాలను సందర్శించి, అచ్చటి ప్రజా జీవితాన్ని స్వయంగా చూచిన విషయాలను ఫో-కూవో-కి (Record of Buddhist Kingdoms) అనే గ్రంథంలో పొందు పరిచినాడు. తదుపరి సముద్ర మార్గం ద్వారా క్రీ.శ. 414 లో మాతృ దేశమైన చైనాను చేరినాడు. ఇతడు తన 82 వ ఏట కింబే పట్టణంలో 'సిన్ను' అనే బౌద్ధ సంఘారామములో ఫాహియాన్ దేహ యాత్ర చాలించాడు.

బౌద్ధ మత వ్యాప్తిలో స్త్రీల పాత్ర :- గౌతమ బుద్ధుడు బౌద్ధ మత ప్రచారము చేస్తున్నప్పుడే ఒక సంపన్న కుటుంబీకురాలైన 'విశాఖ' బౌద్ధ మతము స్వీకరించి పుబ్బారామం అనే సంఘారామాన్ని నిర్మించినది. అంతేగాక ఈమె బౌద్ధ

బిక్షువులకు అనేక దాన ధర్మములు చేసింది. వైశాలి యందు వైశ్యయైన అమ్రపాలి బౌద్ధమతమును స్వీకరించి ఈమే తనకున్న మామిడి తోటను బౌద్ధ సంఘానికి దానము చేసింది. వీరేగాక బింబిసారుని భార్య ఖేమ, ప్రసేనజిత్తు భార్య మల్లిక, ఆమె సోదరి మరియు బుద్ధుని తల్లి , బుద్ధుని భార్య మొదలైనవారు నిర్వాణము చెందక ముందే బౌద్ధమతమును స్వీకరించి, దాని వ్యాప్తికి కారకులైరి.

పుష్యభూతి వంశ చక్రవర్తి హర్షవర్దనుని సోదరి రాజశ్రీ బౌద్ధమతము స్వీకరించింది. బౌద్ధ బిక్షువులకు ఈమె అనే క దాన ధర్మములు చేసినది.

శాతవాహనుల కాలములో గౌతమి బాలశ్రీ బౌద్ధ బిక్షువుల కొరకు అనేక దానధర్మాలు చేసినది. ఈమె తన కుమారుడు గౌతమి పుత్ర శాతకర్ణి, మనుమడు పులమావి చేత కుడా దానాలు ఇప్పించినది. గౌతమి పుత్ర శాతకర్ణి ఆయన తల్లి బాలశ్రీ ఉభయులు కలిసి సంయుక్తంగా లురిన్వ కోండపై నివసించే బిక్షువులకు దానధర్మాలు చేసినట్లు నాసిక్ శాసనం వలన తెలుస్తోంది.

బౌద్ధ సంస్థలకు దానములు యిచ్చిన స్త్రీలలో రాజభాండాగారికుని మేనకోడలు ఉపాసిక బోధిశ్రీ పేర్కొనదగిన వ్యక్తి. శ్రీ వీరపురుషదత్తుని 14వ పరిపాలన సంవత్సర కాలములో ఈమె బౌద్ధ మత ప్రచాంము చేసే బిక్షువుల కొరకు శ్రీ పర్వతంలో చుళధర్మగిరి పై చైత్య గృహంతో కూడా నొక చతుశ్శాలను నిర్మించినది. ఈ బిక్షువులు అనేక రాజ్యాలలో మత ప్రచారము చేసేవారు. కులవిహారం దగ్గర ఒక చైత్యన్యాన్ని, సింహళ విహారంలో బోధి వృక్షానికి ఒక కట్టడము నిర్మించినది. మహధర్మగిరి పై నొక గృహాన్ని, దేవగిరిపై ప్రార్థన శాలను, పూర్వ శైల వద్ద ఒక చెరువు, ఒక మండపం, ఘంటసాల చైతన్యం వద్ద ఒక రాతి మండపం, పుష్పగిరి వద్ద ఒక రాతి మండపమును నిర్మించినది. 30 మంది ఇక్ష్వాకుల స్త్రీలు కలిసి ఒక స్తంభాన్ని ప్రతిష్టించారు. విష్ణకుండిని రాణిపరమ భట్టారిక మహాదేవి. ఈమె బౌద్ధమత పోషణ కర్త. ఈమె విష్ణకుండినుని గోవిందవర్మ భార్య మొదలైన స్త్రీలు అందరు బౌద్ధ సంఘాలకు అనేక దానధర్మములు చేసి దాని వ్యాప్తికి కారకులైరి.

ఆగ్నేయాసియాలో బౌద్ధమత వ్యాప్తి:-

1. సింహళము:- అశోకుడు ధర్మవ్యాప్తికై తన కుమారుని, కుమార్తెను సింహళమునకు పంపెను. అప్పుడు అక్కడి రాజైన దేవానాంతిస్స (క్రీ.పూ. 247-207)బౌద్ధ మతం స్వీకరించినాడు. బోధ్ధి వృక్షశాఖను మరియు బుద్ధుని ధాతువులను సంపాదించి అనురాధపురము లో ఒక స్థూపాన్ని నిర్మించాడు. సింహళం నుంచి బౌద్ధ బిక్షువులు అసంఖ్యాకముగా భారతదేశములోని బౌద్ధ క్షేత్రాలను దర్శిస్తూ ఉండేవారు. ఇట్టి యాత్రికుల ఉపయోగార్థమే సముద్రగుప్తుని అనుమతి తో మేఘవర్ణుడు (351 - 378 క్రీ.శ.) బుద్ధ గయలో సింహళ బౌద్ధుల కొరకు విహారం నిర్మించాడు. తదుపరి మరొక చక్రవర్తి నాగార్జున కొండలో ఒక సింహళ విహారమును నిర్మించాడు. ఆచార్య నాగార్జునుడు, ఆర్యదేవుడు, బుద్ధఘోష, మొదలైన బౌద్ధాచార్యులు సింహళమున ధర్మబోధచేసి బౌద్ధమత వ్యాప్తికి కృషి చేసిరి. ఇట్టి చర్యల ఫలితముగా సింహళములోని పెక్కు మంది బౌద్ధమతము స్వీకరించిరి.

బర్మా (సువర్ణ భూమి):- బుద్ధఘోషుడు ఆంధ్ర దేశంనుండి బర్మాకు పోయి మత ప్రచారము చేశాడు. బర్మాను పాలించిన హిందు రాజులలో ముఖ్యులు బ్రామ్మనులు. .బ్రామ్మనులలో సుప్రసిద్ధుడు అనిరుద్ధుడు. ధర్పితర్పి అనే బౌద్ధచార్యుని వలన అనిరుద్ధుడు (లేదా) అనవ్రధ బౌద్ధ మతమును స్వీకరించినాడు. ఇతడు (అనిరుద్దుడు) పాగన్ నందు ష్విజగాన్ దేవాలయమును నిర్మించినాడు.

ఇండోనేషియా (సువర్ణ ద్వీపం):- మలయా, సుమత్రా, జావా, మాలి, బోర్నియా ద్వీపముల సముదాయములను కలిపి ఇండోనేషియా అని అంటారు.

సుమత్రా:- కాశ్మీర్ రాకుమారుడైన గుణవర్మ ప్రచారం వలన సుమత్రా యందు బౌద్ధమతము వ్యాప్తిచెందినది. చైనా యాత్రికుడు ఇత్సింగ్ సుమత్రా యందు సంస్కృత వ్యాకరణమును అభ్యసించినాడు. (క్రీ.శ. 7వ శతాబ్దములో భారత దేశమును సందర్శించిన చైనాయాత్రికుడు ఇత్సింగ్ (673 - 695) తన గ్రంథములో శ్రీగుప్తుని గురించిన ప్రస్తావన ఉంది) ఇతడు తన మాతృ దేశమునకు పోయి బౌద్ధమత వ్యాప్తికి కృషి చేశాడు.

శైలేంద్ర పాలకుడైన బలపుత్ర దేవుడు నలందా విశ్వవిద్యాలయమునకు అనేక దానధర్మాలు చేవి దాని అనుబంధముగా ఒక కళాశాలను నిర్మించాడు. శైలేంద్రరాజు నాగపట్టణం వద్ద "చుడామణి" విహారమనే బౌద్ధ విహారం నిర్మించడానికి రాజరాజు అనుమతి పొంది కట్టించినట్టు లేడెన్ శాసనము పేర్కొన్నది. దీని నిర్వహణకు రాజరాజు ఆనైయం గల గ్రామాన్ని దానము చేశాడు. ఈ విధముగా సుమత్రలో బౌద్ధమత విస్తరణగాంచెను.

<u>జావా(యువ ద్వీపము):-</u> క్రీ.శ. 424 కాశ్మీర్ రాకుమారుడు గుణవర్మ జావాలో బౌద్ధమతము వ్యాప్తి చేశాడు. ఇతని తరువాత శైలేంద్ర వంశీయులు జావాలో బౌద్ధమత విస్తరణ గావించిరి. వీరు బోరు బుదుర్ మహస్థూపము నిర్మించినారు. వీరు అన్ని విధములుగా బౌద్ధ మత వ్యాప్తికి కృషి చేశారు.

<u>చైనా:-</u> బౌద్ధ మతచార్యులైన కాస్యపమాంతగ, ధర్మ రక్షితలు చైనాకు వెళ్ళి చైనా చక్రవర్తి మింగ్‌ట్ ఆస్థానమును సందర్శించిరి. వీరు అనేక బౌద్ధ గ్రంథములను చైనాభాషలోకి తర్జుమా చేసిరి. క్రీ.శ 406 లో కాశ్మీరు రాకుమారుడు కుమారజీవుడు, బోధిధర్ముడు, గుణవర్మ అనేవారు చైనాలో బౌద్ధమత వ్యాప్తి చేశారు. వీరి కృషి ఫలితముగా చైనాలో బౌద్ధ మతమునకు ప్రాబల్యము వచ్చినది. తత్ఫలితముగా బౌద్ధ బిక్షువులు బౌద్ధ మత ప్రభావమునకు లోనై భారత దేశమును సందర్శించుటకు దోహదమొనర్చిరి. తత్ఫలితముగా ఫాహియాన్, హుయాన్‌త్సాంగ్, ఇత్సింగ్ భారతదేశమునకు వచ్చిరి. చైనాలోని దేవాలయములు భారతీయ బౌద్ధ స్థూపముల నమూనాలో నిర్మించారు. నాన్‌హ్సింగ్ టాంక్‌లోని గుహలయ శిల్పములు అమరావతి శిల్పముల అనుకరణయే. ఈ విధముగా భారతదేశంలోని బౌద్ధమతము చైనా దేశములో విస్తృత వ్యాప్తి చెంది నేటికి నిలిచి యున్నది.

<u>ఇతర దేశములందు బౌద్ధమతము వ్యాప్తి:-</u> <u>కొరియా:-</u> క్రీ.పూ. 4వ శతాబ్దిలో కొరియా నందు బౌద్ధ మతము ప్రవేశమైనది. కొరియా పండితుడైన హ్యూనిచ్ నలందా విశ్వవిద్యాలయమునందు ఆచార్యుడుగా పనిచేశాడు. కొరియా రాజు 'సిల్లా' అనే చోట భారత బౌద్ధచార్యుని గౌరవార్థము భారతీయ శిల్పి శైలిలో ఒక దేవాలయంను నిర్మించినాడు.

జపాన్:- జపాన్ రాజగు షోటోకు (క్రీ.శ. 593 -623). బౌద్ధమతమును ఆదరించి దాని అభివృద్ధికి కృషి చేశాడు. క్రీ.శ. 3వ శతాబ్దములో బోధిసేనుడు అను భారతీయ బౌద్ధచార్యుడు జపాన్ వెళ్ళి బౌద్ధమతమును వ్యాప్తిచేసెను. జపాన్ దేశంలో తెండై, కుకై అనే రెండు బౌద్ధ శాఖలు ఏర్పడ్డాయి. ఈ రెండు శాఖలు బౌద్ధరామాలను క్రమబద్ధం చేసి బౌద్ధమతాన్ని జాతీయం చేశాయి. అంతేగాక జపాన్ రాజకీయ, సైనిక కళాసాహిత్యాలపై గొప్ప ప్రభావమును చూపాయి. అందుకే నేటికి జపాన్‌లో ఈ బౌద్ధ మతము నిలుచున్నది.

టిబెట్:- క్రీ.శ. 7వ శతాబ్దిలో బౌద్ధమతము టిబెట్ నందు ప్రవేశించినది. క్రీ.శ 8 వ శతాబ్దిలో టిబెట్ రాజైన 'డెత్సాన్' నలందా విశ్వవిద్యాలయ ఆచార్యులైన "శాంతి రక్షిత" "పద్మసంభవుల"ను ఆహ్వానించి బౌద్ధమతమును ప్రచారం చేసెను. శాంతి రక్షితుడు టిబెట్ యందు లామా పద్ధతిని ప్రవేశపెట్టాడు. ఈ ఆచార్యులు పెక్కు గ్రంథములను టిబెట్ భాషలోకి అనువదించాడు.

11వ శతాబ్దములో విక్రమ శిల విశ్వవిద్యాలయ పండితుడైన అతిశదీపంకరుడుని పాలవంశీయులు టిబెట్‌కు బౌద్ధ మత ప్రచారమునకై పంపించిరి. ఇతడు టిబెట్‌లో తాత్విక బౌద్ధమతము వ్యాప్తి చేశాడు. అప్పటి నుండి బౌద్ధమతము టిబెట్ యందు జాతీయ పతనమైనది.

నేపాల్:- 1. అశోకుని కాలంలోనే నేపాల్ లో బౌద్ధమతం వ్యాప్తి చెందినది. ఉదాహరణకు చారుమతి, దేవపాలను నేపాల్‌కు ధర్మప్రచారానికి పంపుట.

2. సముద్ర గుప్తుని కాలంలో వసు బందువు అనే పండితుడు నేపాల్‌కు పోయి బౌద్ధ మత ప్రచారము చేశాడు.

బౌద్ధమత పతనానికి కారణాలు:- క్రీ.శ. 6వ శతాబ్దములో గౌతమ బుద్ధునిచే స్థాపించబడిన బౌద్ధమతము అశోకుని కాలములో విశ్వవ్యాప్తినొంది అత్యున్నత దశకు చేరుకొనెను. గుప్తుల కాలమున క్షీణ దశ ప్రారంభమై హర్ష యుగానంతరమునకు పూర్తిగా క్షీణించెను. క్రీ.శ. 12వ శతాబ్దానికల్లా తాను పుట్టిన దేశములో బౌద్ధమతము తుడిచి పెట్టుకపోయింది. బౌద్ధమత క్షీణతకు అనేక కారణములు కలవు. అవి (I) బాహ్య కారణములు, (II) అంతరంగిక కారణములు.

180

(I) <u>బాహ్య కారణములు:-</u> 1. రాజాదరణ లేకుండుట:- అశోకుడు బౌద్ధమతమును స్వీకరించుట వలన బౌద్ధమతము విశేష ప్రజాదరణ పొందినది. కనిష్కుని కాలములో కూడా ఇదే విధముగా జరిగినది. కాని వీరి తదనంతరము వచ్చిన రాజులు బౌద్ధమతము స్వీకరించక పోవడంతో రాజమతము కాలేక విశేష ప్రజాదరణ పొందలేక, పోయినది. బౌద్ధమతమును పునరుద్ధరించవలెనని కడుదీక్షతో హర్షవర్ధనుడు కృషి చేయలేదు ఇట్లు కృషి చేయుటకు ప్రయత్నించిన పాల వంశ చక్రవర్తుల ప్రయత్నాలు విజయవంతము కాలేదు. పైగా శుంగులు, కణ్వులు, గుప్తులు, గౌడ శశాంకుడు, రాజపుత్రులు మొదలగు వారు హిందు మతమును పునరుద్ధరించి అందు అనేక మార్పులు గావించిరి. పైగా పుష్యమిత్ర శుంగుడు మొదలగు వారు బౌద్ధ బిక్షువులను హింసించినట్టు బౌద్ధ గ్రంథములు తెలుపుచున్నాయి. ఇతనే గాక శైవుడైన శశాంక గౌడుడు బుద్ధ గయలోని బోది వృక్షాన్ని నరికి వేశాడు. ఈ విధముగా రాజాదరణ లేక పోవడముతో బౌద్ధమతం క్షీణించినది. రాజరిక పోషణ సన్నగిల్లిన తర్వాత బౌద్ధ బిక్షువులు సరిహద్దులు దాటి విదేశాలైన నేపాల్, టిబెట్ తదితర ప్రాంతాలకు వలస వెళ్ళారు. తత్ఫలితముగా భారతదేశంలో బౌద్ధమతం పూర్తిగా పతనమయ్యింది.

<u>హిందూ మతము నందు ప్రవేశించిన నూతన సంస్కరణలు:-</u> మొదట ప్రతి మతము సంస్కరణ వాదంతోనే ప్రజాదరణ పొందుతుంది. తుదకు అది క్రమక్రమంగా తాను నిరసించిన ఆచారాలలోనే కూరుకు పోతుంది. బౌద్ధమతంలో కూడా ఇదే జరిగింది. తాను (బౌద్ధమతం) బ్రాహ్మణీయ (వైదిక) మతంలో ఉన్న ఏ దుష్ట సంప్రదాయాలకు మొదట పోరాడిందో వాటికే బౌద్ధమతం చివరికి లోనైంది. బౌద్ధులను ఎదుర్కోనుటకు బ్రాహ్మణులు తమ మతాన్ని సంస్కరించసాగారు. పశువు సంపదను రక్షించుకొవాల్సిన అవసరాన్ని గురించి వారు కూడా నొక్కి చెప్పడం ప్రారంభించాడు. యజ్ఞయాగాది క్రతువులు విస్మరింపబడి భక్తి ప్రధానమైన మతముగా మార్చినారు. ఇట్టి మార్పుల వలన హిందు మతము అధిక వ్యయ ప్రయాసలకు లోనుగాక, సామాన్య మానవునికి అందుబాటులో నుండుట వలన బౌద్ధమతము తన ప్రాముఖ్యమును కోల్పొయెను. ఇట్లు హిందు మతము నందు కలిగిన నూతన సంస్కరణలు భారతీయులను హిందువులుగా మార్చివేసినది.

విదేశీ దండయాత్రలు:- హూణులు, మహమ్మదీయులు మొదలైన విదేశీ దండయాత్రలు బౌద్ధమతమును చావు దెబ్బతీసెను. అసాధరణ దుష్టత్వమునకు పేరు గాంచిన హుణులు భారత దేశము పై చేసిన దండయాత్రలలో గాంధార, మధుర, తక్షశిల మున్నగు చోట్ల ఉన్న బౌద్ధాలయములను బౌద్ధారామములను ధ్వంసము చేసిరి. తోరమానుడు తక్షశిల విశ్వవిద్యాలయమును ధ్వంసము చేశాడు. ఇదే విధముగా మహమ్మదీయులు కూడా తమ దండయాత్రలో బౌద్ధ క్షేత్రములకు, బౌద్ధ గ్రంథములకు తీరని నష్టము కల్గించిరి. ఉదాహరణకు: మహమ్మద్ ఘోరి సేనాపతి భక్తియార్ ఖిల్జి బీహార్, బెంగాల్‌పై దాడి చేసి నలందా, విక్రమశిల, ఉద్దంతపురి, మొదలైన విశ్వవిద్యాలయములను విధ్వంసము గావించెను. ఇట్టివిదేశీదాడుల మూలముగా బౌద్ధులకు రక్షణ కరువై క్షీణించి పోయింది.

అంతరంగిక కారణములు:- 1. బౌద్ధ మతమునందలి విభేధములు:- బుద్ధుని నిర్వాణము అనంతము బుద్ధుని శిష్యులు అస్థికల (ధాతువులు) కొరకు ఘర్షణ పడిరి. దీన్ని బట్టి శిష్యుల మధ్య సమైక్యత భావము లేదని స్పష్టమవుచున్నది. ఈ విధముగా అనైక్యత పెచ్చు పెరిగి హీనయాన, మహయాన శాఖలుగా ఏర్పడినవి. స్వీయ శాఖాభిమానంతో బౌద్ధ బిక్షువులు, బౌద్ధ చార్యులు వాదోపవాదాల్లో పరస్పర ఖండనలో మునిగి మత ప్రచారం నిర్లక్ష్యము చేశారు. నిర్దుష్టమైన సామాజిక ఆలోచనలతో వ్యక్తి తన మనస్సును పరిపక్వం చేసుకోవాలన్న సత్యం మరుగు పడింది. ఈ విధముగా బుద్ధిబలము, పాండిత్యం తగ్గుట వలన బౌద్ధమతము క్షీణించినది.

2.ప్రజల భాషలో మత ప్రచారము లేకుండుట:- మొట్టమొదట ప్రజల భాషయైన పాళీ భాషలో బౌద్ధులు మత ప్రచారము చేసిరి. అంతేగాక గ్రంథములను కూడా సామాన్యుల భాష అయిన పాళీ భాషలోనే వ్రాసినారు. ఉదా: త్రిపీరకాలు కాని క్రమక్రమముగా బౌద్ధులు ప్రజల భాష అయిన పాళి బాష వదిలి విజ్ఞుల, పండితుల బాష యైన సంస్కృత బాషలో మత ప్రచారం చేసిరి. సంస్కృత బాషలోనే అనేక గ్రంథాలను ఆవిష్కరించిరి. ఉదా: ఆచార్య నాగార్జునుడు మాధ్యమిక కారిక అశ్వఘోషుడు వ్రాసిన బుద్ధ చరితం

మొదలగు సంస్కృత గ్రంథములు వ్రాసిరి. తత్ఫలితముగా బౌద్ధ సంఘము ప్రజలకు దూరమయ్యేను. ఆచార్య సర్వేపల్లి రాధాకృష్ణన్ చెప్పినట్లు బౌద్ధమతము విజ్ఞుల మతమే గాని, జన బాహుళ్య మతము గాదు అన్నమాట అక్షరాల సత్యం అనిపిస్తుంది.

3. హిందుదేవతలలో విలీనము అగుట:- హిందుమతము (బ్రాహ్మణ మతము)ను బౌద్ధ మతమును సోదర భావముతో కౌగిలించి చంపివేసేనని చెప్పుటలో కొంత సత్యము లేకపోలేదు. మొట్టమొదటి రోజులలో బుద్ధుని రూపారాధన లేదు. బుద్ధుని సంకేతాలైన వస్తువుల్ని పూజించెడివారు. విశేష ప్రజాధరణ పొందవలెనన్న ప్రయత్నంతో ఉన్న బౌద్ధ మతానికి ఈ సంకేతాలు తృప్తి నివ్వలేదు. దేవుడి అస్తిత్వాన్ని నిర్లక్ష్యం చేసిన మతం బహుళ దేవతారాధనకు పూనుకొన్నది. దీనితో బుద్ధుడు దేవుడిగా ప్రజలను ఉద్ధరించడానికి పుట్టిన వాడిగా శిల్పాలలోనికి వచ్చాడు. ఈ పద్ధతికి మహాయాన బౌద్ధమతం మంచి ప్రేరణ, ప్రోత్సాహన్ని యిచ్చింది. ఉదా: స్థూపాలను పాము చుట్టుకొని ఉన్నట్లు నిర్మించుట, నాగపాము చుట్టమీద బుద్ధుడు కూర్చుని ఉండటం వంటి చిత్రాలు నాగార్జున కొండ. అమరావతిశిల్పాలలో కనిపిస్తాయి. ఇట్ల కొంత కాలానికి బుద్ధుడు ప్రజలకు నిర్వాణము బోధించిన సాధువుగా గాక, మానవ జాతిని ఉద్ధరించుటకు వచ్చిన అవతారపురుషునిగా భావించి, విష్ణుదేవుని పది అవతారములలో బౌద్ధవతారము తొమ్మిదవదిగా భావించసాగిరి.

4. బౌద్ధబిక్షువుల యందు నైతిక ప్రమాణము సన్నగిల్లుట:- బౌద్ధబిక్షువులు ఉదయం లేవగానే నగరంలోకి పోయి బిక్ష తెచ్చుకుని దాని మీద పూర్తిగా ఆధారపడి బతుకు వెళ్ళబుచ్చే రోజులు క్రమేణా చెల్లిపోయాయి. బిక్షువులు భక్తుల వధ నుంచి పెద్ద ఎత్తున దాన ధర్మములు స్వీకరించినారు. అంతేగాక రాజులు బౌద్ధారామాల పోషణకు ఇచ్చిన అనేక గ్రామాలు బౌద్ధ బిక్షువుల జీవితాల్లో కష్టాన్ని తగ్గించాయి. బౌద్ధరామాలు ఇప్పుడు ధన, దాన్య సమృద్ధితో కలకల లాడుతున్నాయి. దీనివల్ల బౌద్ధ బిక్షువులు సామాన్య ప్రజలకు దూరం కావటం ప్రారంభమైనది.

బౌద్ధమతము మొట్టమొదట ఏ సంస్కరణవాదంతో ప్రజాదరణ పొందెను. పొందినదో చివరకు తాను నిరసించిన యజ్ఞాది క్రతువులు బౌద్ధమతంలోనికి రావడం జరిగింది. ఇట్టి సమయంలో హిందు మతం యజ్ఞయాగాదులు క్రతువులు విస్మరించడం భక్తి ప్రధానమైన మతముగా మారుట జరిగింది. దీనితో హింసా సిద్ధాంతము ప్రబోధించు బౌద్ధమతమును విడనాడిప్రశాంతముగా భగవంతుణ్ణి ప్రార్థన చేస్తే సరిపోతుందననే భావం ప్రజలలో వచ్చి హిందు మతము స్వీకరించిరి. అటులనే శంకరాచార్యులు అద్వైత సిద్ధాంతము బౌద్ధమతమునకు సన్నిహితము గానున్నది. అందుకనే కొందరు విమర్శకులు శంకారాచార్యుని 'ప్రచ్ఛన్న బుద్ధుడని పేరిడిరి ఇట్టి కొత్త సిద్ధాంతాల ఆవిర్భావమే బౌద్ధమత క్షీణతకు కారణభూతమైనది.

సత్యనాధయ్యార్ పండితుడు చెప్పినట్లు ఈ దేశమున బౌద్ధమతం అదృశ్యము అగుటకు ప్రముఖ కారణము అందలి నీతి దిగజారుట అన్నది అక్షరాల నిజం. క్రీ.శ. 7వ శతాబ్దానికల్లా బౌద్ధరామాలు సుఖాన్ని ఆశించే వారితోను నిండిపోయింది. అంతేగాక బుద్ధుడు తీవ్రంగా నిషేదించిన అవినీతి చర్యలకు బానిసలైన వారితోను నిండిపొయాయి. దీనికి తోడు శక్తి అరాధన వెర్రితలలు వేసింది. బౌద్ధ బిక్షువులు బౌద్ధరామాలలో ఉన్న స్త్రీలను కాముక దృష్టితో చూడటం ప్రారంభించారు. ఈ విధముగా బౌద్ధరామాలు అవినీతికి ఆనవాలై ప్రజల ఆగ్రహావేశాలకు గురి అయ్యాయి. బౌద్ధమతము క్షీణించుట ప్రారంభమైనది. బుద్ధుడు అతని శిష్యుడైన అనందునితో స్త్రీలను బౌద్ధ రామాలు,అనుమతించకుండా ఉండి ఉంటే బౌద్ధమతం వేయి సంవత్సరములు నిలచేది. అనుమతించాము, కావున ఐదు వందల ఏళ్ళు మాత్రమే ఉంటుందని చెప్పినాడని చెబుతాయి.

<u>5.బుద్ధుని తదుపరి తగు వారసుడు లేక పోవుట:-</u> బౌద్ధ సిద్ధాంతములను ప్రచారము చేయుటకు, దాని బాగోగులను చూచు వ్యక్తి లేక పోవుట వలన బౌద్ధబిక్షువుల యందు విభేదాలు;అవినీతి ప్రవేశించి క్షీణతకు కారణమైనది. ఈ విధముగా 12వ శతాబ్దము నాటికి బౌద్ధమతం జన ప్రాబల్యం లేని మతమయి పోయింది. బౌద్ధస్థూపాలు, విహారాలుశిధిలమై, పాడుబడి దిబ్బలై,

జనులు వాటిని నీచ భావంతో (లజ్జ పదజాలంతో) పిలువడం జరిగింది.

<u>6. బౌద్ధపండితులు పలుమార్లు సన్యాస జీవితము వదిలి సంసార జీవితము ప్రారంభించుట:-</u> భర్తృహరి అనే పేరు గల ఇతడు గొప్ప బౌద్ధ పండితుడు. ఇతడు వ్రాసిన గ్రంథము వాక్యపది. ఇతడు పెక్కు మార్లు బౌద్ధసన్యాసియై తిరిగి సంసారిగా మారినాడు. ఇతడు గొప్ప పండితుడు ఐనప్పటికి బౌద్ధమతం సిద్ధాంతములను పాటించక పోవడము కూడ బౌద్ధమత క్షీణత కారణమేనని చెప్పవచ్చును.

క్రీ. పూ. 6వ శతాబ్ధినాటి రాజకీయ, సాంఘిక, ఆర్థిక, మత పరిస్థితులు.

ప్రాచీన భారత దేశ చరిత్రలో క్రీ. పూ. 6వ శతాబ్దము అత్యంత ప్రాధాన్యత వహించెను. ఆ శకము మేధవుల రంగములో తిరుగుబాటునకు, ఆర్థిక రంగం అసమానతలకు, రాజకీయ రంగం అనైక్యతకు పేరు గడించెను.

జనపదాలు మరియు మహ జనపదాలు ఆవిర్భావము :- క్రీ. పూ. 6వ శతాబ్దము నాటికి వేదయుగం నాటి 'జన' లేదా గణాలు వివిధ ప్రాంతాలలో శాశ్వతముగా స్థిర నివాసాలు ఏర్పరచుకొని రాజకీయ పరిపాలన వ్యవస్థలను నిర్మించుకొన్నాయి. ఇవి చిన్న చిన్న దానికి అనుగుణమైన ప్రాంతాలకు ఆధిపత్యం వహించిన దశలో వాటిని 'జనపదాలు' అన్నారు. వీటిలో కోన్ని మరింత విస్తృతమైన భూ ప్రాంతాల పై ఆధిపత్యం వహించినందు వలన వాటిని మహజనపదాలు అన్నారు.

రాజకీయ పరిస్థితులు :- నాటి రాజకీయములకు గంగా-యమునా మైదానములు ప్రధాన కేంద్రములు. నాడు ఉత్తర భారతదేశంలో 16 మహజన పదాలు ఉన్నాయి. ఇవి వింధ్య పర్వతాలకు ఉత్తరంగా, ఈశాన్య సరిహద్దు నుంచి బీహర్ వరకు విస్తరించి ఉండేవి. వీటిలో 14 రాజరిక వ్యవస్థ ఉన్న జనపదాలు మిగిలిన రెండు వజ్జి, మల్ల గణతంత్ర వ్యవస్థ ఉన్న జనపదాలు.

రాజకీయ వ్యవస్థ కల్గి ఉన్న జనపదాలు :-

1. అంగ :- అంగ రాజ్యము నేడు బీహర్‌లోని భాగల్ పూర్, మాంఘీర్ జిల్లాలకు చెందిన ప్రాంతము దీని రాజధాని చంపానగరము. ఇది గంగా నది తీరములో ఉండుటచే ఇది గొప్ప వాణిజ్య కేంద్రముగ విరాజిల్లెను. అంగ, మగధ రాజ్యముల మధ్య నిరంతర పోరాటములు సాగుచుండేను. మగధ పాలకుడైన బింబిసారుడు అంగ రాజ్యమును జయించి క్రీ. పూ. 6వ శతాబ్దము నాటికి మగధ రాజ్యమును విలీనము చేసెను.

2. కాశీ :- ఉత్తర ప్రదేశ్‌లో వరుణ-అశి నదుల, సంగమ స్థలములో వెలసిన ఐశ్వరవంతమైన నగరము కాశీ. కాశీకి రాజధాని వారణాసి. ఇది గొప్ప విద్యా కేంద్రం అధిపత్యము కొరకై కొసల, కాశీ రాజ్యముల మధ్య తరచుగ సంఘర్షణలు జరుగుచుండెను. చివరకు కొసల రాజు మహాకొసలుడు కాశీని జయించి తన రాజ్యంలో కలువుకొనేను.

3. కోసల :- ఇది నేటి ఉత్తర ప్రదేశ్‌లోని అయోధ్య(ఔద్) ప్రాంతమునకు చెందినది. ఈ రాజ్యన్ని సరయూ నది రెండు భాగాలుగా విభజించింది. దీనికి మొదట అయోధ్య తదుపరి ఉత్తర కొసలకు శ్రీవస్తి, దక్షిణ కోసలకు సాకేత రాజధానులుగ ఉండేను. కొసల రాజైన మహాకోసలుడు కాశీ రాజ్యమును జయించి కోసలలో విలీనము చేసెను. అతని కుమారుడైన ప్రసేన జిత్తు బుద్ధుని పై అపరిమిత భక్తి భావము కలవాడై శాక్య రాకుమారుని వివాహమాడి నిశ్చయించుకొనెను. కాని శాక్యులు అతనిని మోసగించి ఒక బానిస కన్యను అతని కిచ్చి వివాహము చేసిరి. తదుపరి ఈ ప్రసేనజిత్తునకు బానిస కన్యకు విభూదబుడు జన్మించినాడు. ఈ మోసమును తెలుసుకొనిన ప్రసేనజిత్తు శాక్య జాతిని సమూలముగా నాశనము చేసెను. విభూదబుని మరణానంతరము కొసల రాజ్యము మగధ విలీనము చేయబడేను.

4. మగధ :- ఇది నేటి బీహర్‌లోని పాట్నా, గయ జిల్లాలు, షాహబాద్ జిల్లాలో కొంత భాగం మగధ రాజ్యంగా ఉండేది. ఇది నాటి 16 మహ జనపదములందు బలీయమైన రాజ్యము. క్రీ. పూ. 6వ శతాబ్దిలో హర్యంక వంశజుడైన బింబిసారుడు దీనికి అధిపతి. మగధ మొదట గిరి వ్రజం రాజధానిగా ఉండేను. తదుపరి రాజ్యగృహం, తుదకు పాటలీపుత్రం రాజధానిగా ఉండెను. గంగా, శోణ్ నదుల కూడలి యందే పాటలీపుత్రము నిర్మించబడినది.

5. చేది :- డి. ఆర్. భండార్కర్ అనే చరిత్రకారుని అభిప్రాయం ప్రకారం నేటి బుందేల్ ఖండ్ ప్రాంతమే చేది రాజ్యం దీని రాజధాని శుక్తిమతి. చేది వంశంలోని ఒక శాఖ కళింగ రాజ్యంలో రాజవంశాన్ని స్థాపించింది.

6. వత్స :- నాడు రాజరికము అమలునందున్న జనపదములలో ముఖ్యమైనది. ఇది యమున నదికి దక్షిణమున గలదు. దీని రాజధాని కౌశంబి

ఇది అలహాబాద్‌కు 38 మైళ్ళు దూరమున కలదు. క్రీ. పూ. 6వ శతాబ్దములో దీనిని ఉదయనుడు అనే రాజు పరిపాలించు చుండెను. ఉదయనునకు, అవంతి రాజునకు బద్ధ వైరము గలదు. కాని ప్రద్యోదనుని కుమార్తెయైన వాసవదత్తను ఉదయనుడు వివాహము చేసికొనుటతో వారి శత్రుత్వము స్నేహంగా మారింది. ఈ కథను ఆధారముగా చేసుకోని బానుడు "స్వప్న వాసవదత్త" అనే నాటకమును రచించెను. ఉదయనుడు భౌద్ధ మతమును స్వీకరించి బుద్ధుని దర్శించెను.

7. కురు :-ఇది నేటి ఢీల్లీ, మీరట్ జిల్లాల ప్రాంతము. దీని రాజధాని ఇంద్రప్రస్థము. క్రీ. పూ. 6వ శతాబ్ది నాటికి దీని ప్రాబల్యము అంతరించినది.

8. పాంచాల :- ఇది నేటి ఉత్తర్‌ప్రదేశ్ లోని బదౌన్, ఫరూకాబాద్ జిల్లాల ప్రాంతము. గంగానది ఈ రాజ్యమును రెండు భాగములుగా విభజించింది. అవి ఉత్తర పాంచాల దీని రాజధాని అహిచ్ఛత్రము; దక్షిణ పాంచాల దీని రాజధాని కాంపిల్యము, మొదట ఇచ్చట రాజరిక వ్యవస్థ అమలునందున్నను, క్రీ. పూ. 6వ శతాబ్దికి గణరాజ్యమయ్యెను.

9. మత్స్య :- ఇది నేటి రాజస్థాన్‌లో జయపూర్ ప్రాంతమునకు చెందినది. దీని రాజధాని విరాట నగరము.

10. శూరసేన :- ఇది ఢీల్లీ - ఆగ్రాల మధ్య యమున నది పై కలదు. దీనికి రాజధాని మధుర. బుద్ధుని కాలంలో అవంతీ పుత్రుడాను రాజు దీనికి అధిపతి. ఇతడు బుద్ధుని ప్రధమ శిష్యగణములోని వాడు. యదునాయకుడైన వాసుదేవ కృష్ణుని ప్రియతమ నగరము ఈ మధుర నగరము.

11. అస్మక :- ఇది గోదావరి నది పై గల ఆంధ్ర ప్రాంతము దీని రాజధాని పూతిన్, ఇది నేటి నిజామాబాద్ జిల్లాలోని బోధన్, బుద్ధుని కాలంలో దీన్ని సుజితడను రాజు పాలించుచుండెను.

12. అవంతి :- ఇది నేటి మధ్యప్రదేశ్‌లోని మాళ్వా ప్రాంతము. నేత్రవతి నది ఈ రాజ్యన్ని ఉత్తర, దక్షిణములుగా విభజించినది. దీనికి మొదటి రాజధాని మహిష్మతి నగరం. తదుపరి ఉజ్జయిని దీనికి రాజధానిగా ఉండేను. అవంతి రాజ్యము కొరకు మగధ, కొసల రాజ్యములకు మధ్య దీర్ఘ కాలము పోరాటములు

జరిగెను. బుద్ధుని కాలమున దీనిని చండ ప్రద్యోదనుడు అనే రాజు పాలించుచుండెను. అవంతి ఒక ముఖ్యమైన బౌద్ధ కేంద్రం. భారతదేశ చరిత్రలో మొట్టమొదటి సారిగా జైనమతం స్వీకరించిన రాజు "ప్రద్యోదనుడు".

13. గాంధార :- ఇది ప్రస్తుత పాకిస్తాన్‌లోని రావల్పిండ్ - పెషావర్‌ల ప్రాంతము. దీని రాజధాని తక్షశిల. ఇది ప్రాచీన విద్యా కేంద్రము. గాంధర రాజైన పుష్కరిశరిన్ మగధ రాజైన బింబిసారునికి సమకాలికుడు.

14. కాంబోజ :- వాయువ్య సరిహద్దు రాష్ట్రంలోని హజరా జిల్లా ప్రాంతము. దీని రాజధాని రాజపురం.

గణతంత్ర రాజ్యములు :-

15. వజ్జి :- ఇది ఎనిమిది తెగలున్న గణ రాజ్యముల సమాఖ్య. దీనిలో ప్రతి తెగకు ప్రత్యేకముగ ఒక ప్రభుత్వము, ఒక రాజధాని కలదు. ఆ తెగలలో విదేహ, జ్ఞాత్రిక, లిచ్ఛవీ, వజ్జి ముఖ్యమైనవి. వీరందరిలోను లిచ్ఛవులు బల సంపన్నులు. వీరి రాజధాని వైశాలి. ఇది వేటి వైశాలి జిల్లాలోని బసర్ అన్న గ్రామము. ఇదే గణ రాజ్య కూటమికి కూడా రాజధాని. విదేహ లో మొధట రాజరికమే ఉండేను. దాని రాజధాని మిథిలా నగరము. విదేహ రాజైన జనకుడు గొప్ప వేదాంతి. జ్ఞాత్రికుల రాజధాని కుంద గ్రామము. లిచ్ఛవులు కోసల రాజ్యంతో స్నేహ్నా పూర్వకముగా ఉన్నారు. విరి బద్ధ శత్రువు మగధ రాజ్యం. కాని వైశాలి రాజైన చేతక రాజు తన కుమార్తెను చల్లనను బింబిసారునికి ఇచ్చి వివాహము జరిపించుటతో వారి ప్రాబల్యము అడుగంటెను. (చేతకుని చెల్లెలైన త్రిశాల వర్ధమాన మహవీరునికి తల్లి).

16. మల్ల :- ఇది కూడా ఎనిమిది లేక తోమ్మిది తెగలున్న గణతంత్ర సమాఖ్య. ఇద వైశాలికి ఉత్తరముగా ఉన్నది. ఈ తెగలలో కుశినగరము, పావా రాజధానులుగా ఉన్న తెగలు ప్రసిద్ధమైనవి మరియు బలమైనవి. మల్లుల రాజ్యంలో (కుశి) రాజరికము ఉండేను. బుద్ధుని నిర్వాణానంతరము మల్ల రాజ్యం మగధలో వీలీనమైనది.

పైన పేర్కొన 14 మహజనపదములు మరియు రెండు గణతంత్ర

రాజ్యములు సార్వభౌమాధిపత్యము కోరకై నిరంతరము ఒక దానితో మరోకటి సంఘర్షణలు పడుచుండెను. పరస్పర వైరములతో బలహీనులైన ఈ జనపదము లన్నింటిని జయించి మగధ రాజ్యము విస్తరించి నందుల కాలము నాటికి ఇది మహ సామ్రాజ్యముగా అవతరించెను.

<u>పరిపాలన విధానము</u>:- నాటి షోడశ మహజన పదములందు రెండు రకములైన పాలన వ్యవస్థ అమలు నందు కలదు. అవి 1. రాజరిక ప్రభుత్వములు. 2. గతతంత్ర ప్రభుత్వములు.

<u>1. రాజరిక ప్రభుత్వములు</u> :- రాజరిక ప్రభుత్వములను గురించి ప్రస్తావన కౌటిల్యుని అర్ధశాస్త్రం, మను ధర్మశాస్త్రం, మహభారతము, రామాయణం మొదలైన ప్రాచీన భారతీయ గ్రంథాలలో రాజకీయ వ్యవస్థ పై జరిగిన చర్చ మరే ఇతర రాజకీయ వ్యవస్థ పై జరగలేదు. రాజరిక వ్యవస్థ రాజరికము వంశపారం పర్యము, రాజు దైవాంశ సంభూతుడు అనే వాదన కూడా వచ్చింది. రాజరికము వంశపారం పర్యము అనే సంప్రదాయము ఉండెను. పాలనా వ్యవస్థలో రాజుకు సహయముగ 'పురోహిత' సేనాపతులతో కూడిన మంత్రి మండలి కలదు. ఇంకనూ సర్వరధికులు, వ్యవహరికులు మొదలగు ఉద్యోగులు ప్రభుత్వంలోని పలు రకాల శాఖలను నిర్వహించుచుండిరి. పరిపాలన సౌలభ్యము కొరకు రాజ్యము రాష్ట్రములగను, ఆహరములుగను, గ్రామములు గాను విభజించబడినది. గ్రామిక లేక భోజకుడు గ్రామాధికారి. గ్రామము నందు శాంతి నిర్వహించుట భూమి శిస్తు వసూలు చేయుట భోజకుని ముఖ్యవిధి.

న్యాయ నిర్వహణలో రాజ్యము కంతటికి మహోన్నత నాయ్యమూర్తి రాజు. వివిధ స్థాయిలందు న్యాయ స్థానము కలదు. నాడు అమలు నందున్న ఆచార సాంప్రదాయములే న్యాయ సూత్రాలు.

షోడశ మహజనపదముల మధ్య ఆధిపత్యము కొరకై నిరంతరము సంఘర్షణ ఉండుట చేతను, సార్వభౌమాధికారాన్ని పోందాలనే తలంపు ఉండుటచే ప్రతి జనపద సమర్థవంతమైన సైనిక వ్యవస్థను పోషించెను. రాజరిక వ్యసస్థలో రాజు మాత్రమే శాశ్వత సైన్యాన్ని కలిగి ఉండేవాడు.

గణరాజ్యాలు:- గణరాజ్యాలు వేదకాలము అనంతర కాలములో అవతరించినట్లు చరిత్రక ఆధారాల వల్ల తెలుస్తున్నది. వేదాకాలము చివరి దశ సాహిత్యంలో ప్రధానముగా ఋగ్వేదంలోని ఐతరేయ బ్రహ్మణములో, యజుర్వేదములోని తైత్తిరీయ బ్రహ్మణములో గుణరాజ్యాలు ప్రస్తావన ఉంది. మహభారతములోని శాంతిపర్వంలో, పాణిని వ్రాసిన 'అష్టాధ్యాయి' గ్రంధంలో, కౌటిల్యుని అర్ధశాస్త్రంలో ఈ గణ రాజ్యాలు ప్రస్తావన ఉంది.

గణతంత్ర రాజ్య వ్యవస్థ :- ప్రాచీన కాలములోని గణతంత్ర రాజ్యలలో కూలాల లేదా తెగల పాలన ఉండేది. ఒకే తెగకు లేదా కూలానికి చెందిన కొన్ని కుటుంబాలు గణాలుగా ఏర్పడేవి. కొన్ని గణాలు కలసి ఒప్పందాలు కుదుర్చుకొనేవి. ఈ గణాలు ఉమ్మడి రాజ్యాపాలనను నిర్వహించేవి. ఈ గణతంత్ర రాజ్యములలో అధికారం ఒకే వ్యక్తి చేతిలో కాకుండా అనేక మంది వ్యక్తులతో నిక్షిప్తమై ఉండేది. ఈ గణ రాజ్యంలో క్షత్రియ వర్గానికి చెందిన కుటుంబాలకు మాత్రమే రాజ్యాధికారం ఉండేది. బ్రాహ్మణులు అత్యున్నత పదవులలో ఉన్నప్పటికి వారికి రాజ్యపాలనలో ఏ పాత్ర లేదు. వీరు పాలకులకు సలహాలను ఇచ్చే పాత్రను నిర్వహించేవారు. రాజ్యంలోని ప్రతి క్షత్రియ కుటుంబమలోని ఒక వ్యక్తి పాలక వర్గం సభ్యుడిగా నియమింపబడేవాడు. అతని పేరు రాజన్. ఈ విధముగా పాలక వర్గంలో ఎక్కువ సంఖ్యలో సభ్యులను కలిగి ఉండేది. ఉదాహరణకు వైశాలి గణతంత్ర రాజ్యంలో మొత్తం 7707 మంది రాజులు ఉండిరి. గణరాజ్యంలో ప్రతి రాజు కూడా ఒక చిన్న సైనిక పటాలన్ని కలిగి ఉండేవాడు. అయితే ఈ గణాల మధ్య తరుచుగా శత్రుత్వం పెరిగి గణ రాజ్యాలు అంతరించేవి.

రాజరిక వ్యవస్థకు, గణరాజ్యానికి మధ్యగల బేధములు :- రాజరిక వ్యవస్థకు, గణరాజ్యామునకు ఉన్న ప్రధాన తారతమ్యాన్ని గురించి చెప్పాలంటే రాజరికము ఒక వ్యక్తి ఆధిపత్యంలో ఉండును. గణ రాజ్యానికి ఆధిపత్యం అనేక మంది చేతులలో ఉండును. ఉదాహరణకు ఇది కూలీన వర్గ పాలన వ్యవస్థను పోలి యుండును. అంటే రాజరికము ఏకస్వామ్యం గణ రాజ్యము బహుస్వామ్యం.

సాంఘీక పరిస్థితులు :- మలి వేద కాలము నాటి కుటుంబ జీవనము దాదావుగా ఈ కాలములో కోనసాగింది. కుటుంబమునకు తండ్రి పెద్ద. ఉమ్మడి కుటుంబము నాటి సామాజిక సాంప్రదాయము. సామాన్య ప్రజలు సాధారణ ఇండ్లలో నివసించిరి. రాజు అంతఃపుర భవనాలు చాలా విశాలముగా, అందముగాను ఉండేవి.

వీరి కాలము నాటి సమాజం కులవ్యవస్థ పై ఆధారపడింది. వీరి కాలంలో నాలుగు వర్ణాలు ఉండేను. వీరి కాలములో బ్రాహ్మణుల, క్షత్రియుల ఆధిక్యము చిన్నగా సన్నగ్గిలింది. సమాజంలో వైశ్యులు ఆర్ధికముగా మెరుగుపడినారు. వర్ణ వ్యవస్థ ఉండుట వలన సామాజిక స్ధితిలో ఎలాంటి ప్రగతిని తీసుకురాలేక పోయిరి. వీరు వైదిక మతములోని జంతుబలిని వ్యతిరేకించి కొత్తగా ఆవిర్భవించిన 'జైన, బౌద్ధమతములను బలపరచడం మొదలు పెట్టినారు. ఇంకా శూద్రుల పరిస్ధితి చాలా దిగజారినది. ఈ దశలోనే పంచమ కులిము (చండాలురు) ఆవిర్భవించిరి. వీరు అస్పృశ్యులుగా సమాజంలో తృణీకరణకు గూరయ్యారు. ఈ చండాలురు గ్రామముల వెలుపల నివసించేవారు. వీరు చర్మకారులుగా జనపదాలలో స్ధిరపడక ముందు వేటాడి జీవించే ఆటవిక తెగలుగా జీవించి ఉండవచ్చు.

నాడు సంఘంలో వర్ణాంతర వివాహములు, సహపంక్తి భోజనమలు ప్రాధాన్యతను కోల్పోయినాయి. వర్ణాంతర వివాహములు రాచరిక, ఉన్నత వర్గాలలో మాత్రమే కొంత వరకు ఉండెను. బ్రాహ్మణులు కొన్ని సందర్భాలలో రాజరిక వంశానికి చెందిన క్షత్రియ కన్యలను పేండ్లాడారు. రాజరిక కుటుంబాలలో స్వయంవర వివాహ విధానము ఉండెను.

ఈ కాలము నాటి సమాజములో స్త్రీలకు సముచితమైన గౌరవస్ధానము లేదు. సతీసహగమనము, బాల్యవివాహములు అమలునందు ఉండేను. స్త్రీలకు ఆస్థి హక్కు లేదు. స్త్రీలు విద్యాభాసానికి అనర్హులు. కాని ఉన్నత వర్గాలకు చెందిన కొందరు స్త్రీలలో విద్యావంతులు లేక పోలేదు. ఉదా:- నాటి స్త్రీలలో ఖేమ, జయంతి, సుభద్ర, కేశ మొదలగువారు చెప్పుకోదగినవారు జయంతి వర్ధమాన మహవీరునితో వాదించినది. ఖేమ కోసల రాజైన ప్రసేన జిత్తును తన

పాండిత్యము ముందు తలదించుకొనేటట్లు చేసినది.

ఆర్థిక పరిస్థితులు :- ప్రజలు ముఖ్యవృత్తి వ్యవసాయము, అత్యధిక సంఖ్యాకులైన ప్రజలు గ్రామాలలో నివసించినారు. ప్రతి కుటుంబానికి సేద్యపు భూమి ఉండేది. భూములను ఇంటి యజమాని, అతని కుమారులు సాగు చేసేవారు. నాడు వ్యవసాయ కమతాలు చిన్నవి. అయితే పెద్ద కమతాలు అరుదుగా ఉండేవి. ధనిక రైతులను వీరి కాలములో గృహపతులు అనే వారు. గ్రామీణులు కలిసి కట్టుగా ఉండి నీటి పారుదల కాలువలను, రోడ్లను నిర్మించుకొనిరి. వరి, బార్లీ, చెరకు నాడు ముఖ్యమైన పంటలు. వరి నాట్లు గురించి పాళి గ్రంథాలు తెలుపుచున్నాయి. పండిన పంటలో 1/6 నుండి 1/12 వరకు ప్రభుత్వనికి రైతులు పన్నులు చెల్లించేవారు. ప్రతి గ్రామము నాడు స్వయం పోషకత్వమును కలిగి ఉండేవి.

వీరి కాలములో తూర్పునకు విస్తరించిన జనపదములకు దక్షిణ బీహర్ (నేటి జార్ఖండ్) లోని సింగ్‌భమ్, కియోంజర్, బొనాయ్ మరియు మయార్ భంజ్ మొదలైన ప్రాంతాలలో ఇనుము సమృద్ధిగా లభించేది. దీనితో ఆర్థిక, ఆయుధ శక్తి పెరిగింది. గంగా మైదానం సారవంతమైనది కాబట్టి వ్యవసాయోత్పత్తులు పెరిగినాయి. ఇది వాణిజ్యాభివృద్ధికి తద్వారా ద్వీతీయ పట్టణాభివృద్ధికి దోహదం చేసింది.

వీరి కాలంలో ప్రజలు తమ అవసరాలకు అనుగుణంగా వృత్తులను మార్చుకొంటు ఉండేవారు. వడ్రంగి, కమ్మరి తడితర వృత్తులవారు శ్రేణులుగా ఏర్పడి ఆర్థికాభివృద్ధికి దోహదపడేవారు. ఆనాడు ఇలాంటి శ్రేణులు 18 ఉన్నట్లు బౌద్ధ జాతక కథల వలన తెలియుచున్నది. ప్రతి శ్రేణికి ప్రముఖుడు, జ్యేష్ఠకుడు లేదా శ్రేష్ఠి అధ్యక్షత వహించారు. ఇతని పదవీ బాధ్యత గౌరవంతో కూడుకొన్నది.

ఆనాడు స్వదేశీ, విదేశీ వ్యాపారము ముమ్మరముగా కొనసాగింది. నాడు ముఖ్యమైన వాణిజ్య, పారిశ్రామిక కేంద్రాలను కలుపుతూ మార్గాలు వేశారు. నాటి ప్రధాన వాణిజ్య కేంద్రాలలో అలహాబాద్ దగ్గర ఉన్న 'కౌశాంబి', కుశినగరం (ఉత్తర ప్రదేశ్‌లో దిమోరియా జిల్లా) బెనారస్, బీహర్‌లోని వైశాలి, వరన్ జిల్లాలోని

చిరాంద్, పాట్నాకు 100 కి.మి. దూరంలో ఆగ్నేయంగా ఉన్న రాజ్‌గీర్ మొదలైన నగరాలు అభివృద్ధి చెందినాయి. ఈ నగరాలలో పురావస్తు శాఖ వారు తవ్వకలు జరుపగా ప్రతి తవ్వకంలోనూ యన్. బి. పి. నార్తన్ బ్లాక్ పాలిష్డ్ వేర్) దశ ప్రారంభానికి చెందిన ఆవాస చిహ్నాలు, మట్టి నిర్మాణాలు,చిహ్నాలు కనిపించాయి. (అంటే నల్లటి మట్టి నునుపైన మట్టి పాత్రలు లభ్యమైన దశ ఇది). వాస్తవానికి ఇవి భారతదేశంలో రెండో నగరీకరణ ప్రారంభాన్ని సూచిస్తున్నాయి. ఆ తర్వాత కాలంలో నగరాలు ఎక్కువగా అభివృద్ధి చెందుటకు ప్రధాన కారణము. గ్రీక్ నుంచి అలెగ్జాండర్ సైన్యం భారతదేశానికి తరలిరావడమే అనే అంశము గుర్తుంచుకోవాలి. ఇది అనేక వ్యాపార రవాణా మార్గములను ఏర్పరచినది. విదేశీ వ్యాపారానికి పశ్చిమ తీరాన బరుకచ్ఛము (బ్రోచ్), సుర్‌పరక (సోపర), తూర్పు తీరాన తామ్రలిప్తి (కళింగ) ప్రఖ్యాతి గాంచిన రేవు పట్టణాలు. నది ఓడరేవులలో యమున మై కౌశాంబి, సరయూ నది పైన అయోధ్య మరియు శ్రావస్తి, గోదావరి నది పై పోతన, గంగా నది పై కాశీ, చంపా, పాటలీపుత్రం పేర్కోన్నదగినవి. సిలోన్ (శ్రీలంక), బర్మా, మలయా, జావా, సుమత్రా, ఆరేబియా తదితర విదేశాలతో వాణిజ్య సంబంధం ఉండేది. పట్టుబట్టలు, వెండి, బంగారు అభరణాలు, సుగంధ ద్రవ్యాలు మొదలైనవి విదేశములకు ఎగుమతి చేసేడి వారు. వస్తు మార్పిడి పద్దతి పూర్తిగా అంతర్ధానం కాలేదు. వినిమయ మాధ్యంగా నాణేల ఉపయోగం సాధారణమైంది. వేద సాహిత్యంలో నిష్కా, శతమాన వంటి నాణేల ప్రస్తావన ఉంది. కాని అవి ఎక్కడా లభ్యము కాలేదు. కాని క్రీ. పూ 6వ శతాబ్దంలో వెలువడిన రంధ్రాల గుర్తులున్న వెండి, రాగి నాణేలు మగధలో లభించాయి. ఈ నాణేలు, కోలతలకు సంబందించిన 'శుల్వ సుత్రాలు' లిపుల ఆవిర్భావం వాణిజ్య పరిపాలన వ్యవస్థల అభివృద్ధికి దోహదం చేశాయి.

మత పరిస్థితులు :- క్రీ. పూ. 6వ శతాబ్దములో భారత దేశములో ఆధ్యాత్మిక రంగంలో తీవ్రమైన అశాంతి ప్రబలినది. వైదిక మత మందలి లోపముల వలన ఆధ్యాత్మిక అశాంతి ప్రబలి నూతన మతములు జనించుటకు దోహదము మొనర్చెను. తత్ ఫలితముగా జైన, బౌద్ధ మతములు ఆవిర్భవించి ప్రజా హృదయములను చూరగొని అచిర కాలములోనే వ్యాప్తి చెందెను.

విద్య :- నాడు లిపి వాడుకలో నున్నప్పటికి గురు ముఖముగానే విద్యాబోధన జరిగినది. నాటి విద్య కేంద్రములలో తక్షశిల, కాశీ, నలందాలు సకల విద్యలకు నిలయమై ప్రపంచఖ్యాతి నార్జించెను. వారణాశి కూడ క్రీ. పూ. 6వ శతాబ్దములో గొప్ప విద్యా కేంద్రముగా ఉండెను. పై విద్యాలయములందు మత సాహిత్యము, లౌకిక, ఆయుర్వేద, ధనుర్వేద, ఖగోళ, తత్వ, సైనిక తంత్ర, అర్థిక శాస్త్రము, రాజనీతి శాస్త్రము మొదలుగు విధ్యలందు శిక్షణ ఒసంగబడు చుండెను. ఈ విద్యాలయములందు విద్య ఆర్జించుటకు దేశములోని అనేక ప్రాంతముల నుండి విద్యార్ధులు వచ్చుచుండిరి. అష్టాద్యాయి అనే సంస్కృత వ్యాకరణం వ్రాసిన పాణి, కాత్యాయనులనే సుప్రసిద్ధ వ్యాకరణ వేత్తలు ఈ కాలమునకు చెందినవారె.

మగధ సామ్రాజ్యం.

ఆర్యులు నిర్మించిన షోడశ మహజన పదములలో బలిష్టిమైన, విజృభించి, ఇతర రాజ్యములపై తన ఆధిపత్యమును నెలికొల్పి మనదేశ చరిత్రలో ప్రధమ సామ్రాజ్యముగా ఆవిర్భవించినది మగధ రాజ్యము.

<u>మగధ విజయానికి కారణములు</u> :-

1. మగధ రాజ్య విజృంభణకు దోహదపడిన ప్రధామైన అంశాల్లో ఒకటి మగధను శక్తి వంతమైన రాజవంశాలు పరిపాలించటం. హర్యాంక వంశానికి చెందిన బింబిసారుడు, అజాత శత్రువు, మహపద్మనందుడు వంటి శక్తివంతమైన రాజులు పరిపాలించడంతో మిగతా 15 జనపదాల్లో మగధ శక్తివంతమైన రాజ్యం విజృంభించింది.

2. మగధ రాజ్య విజృభనకు భౌగోళిక పరిస్థితులు కూడా ఎంతో తోడ్పడినాయి. మగధకు తొలి రాజధాని ఐన రాజ్‌గిర్ లేది రాజగృహ పట్టణ పరిసరాల్లో అపార ఇనుప నిక్షేపాలుండేవి. ఆ ఇనుప యుగంలో భౌగోళికముగా మగధకు ఇది గొప్ప అనుకూలంగా పని చేసింది. అతి సమీపంగా ఇనుప ఖనిజం లభించుట వలన మగధ రాజులు మెరుగైన ఆయుధములు తయారు చేసుకొనగల్గిరి. ఉజ్జయినీ రాజధానిగా ఉన్న అవంతీ రాజ్యానికి దగ్గరగా మధ్యప్రదేశ్ తూర్పు ప్రాంతంలో ఇనుప గనులు బయటపడ్డాయి. బహుశ ఈ కారణము మూలంగానే మగధకు అవంతి తీవ్రమైన ప్రతిఘటన ఇచ్చినది. అందువలన అవంతిని అణుచుటకు మగధకు సుమారుగా వంద సంవత్సరాలు పట్టినది.

3. రాజకీయ, సైనిక రంగాల్లో కూడా మగధ ప్రత్యేక వనరు లు చేకురాయి. సైనికంగా మగధ రాజధాని నగరమైన రాజగృహం ఐదు కొండలతో పరివేష్టితమవడంతో ప్రకృతి సిద్ధమైన రక్షణ కలిగింది. దీనితో శత్రురాజ్యాలు రాజ్‌గిరి లేదా గిరివ్రజం లేదా రాజగృహన్ని చుట్టు ముట్టడం కష్టమైనది. క్రీ. పూ. 5వ శతాబ్దంలో మగధ రాజధాని రాజగృహం నుండి పాటలీపుత్రమునకు మార్చుట జరిగింది. ప్రకృతి పరంగా పాటలీపుత్రం గంగా నది ఉపనదులైన సోన్, గోగ్రా, గండక్ నదుల మధ్య కలదు. పాటలీపుత్రం నిజమైన జలదుర్గం.

ఈ నగరాన్ని ఆక్రమించడం ఆకాలంలో అసాధ్యముగా ఉండేది.

4. నైసర్గికముగా మగధ రాజ్యనికి గంగా మైదానములో ఆధిపత్యం లభించింది. పుష్కలముగ ఉన్ననీటి సదుపాయాల వల్ల, సారవంతమైన గంగా మైదాన ఒండ్రు మట్టి వ్యవసాయానికి అనుకూలించింది. దీంతో అధిక ఫలాసాయం అంది రైతులతో బాటు ప్రభుత్వానికి, భూమిశిస్తు ద్వారా మంచి ఆదాయం లభించడంతో బాటు ప్రభుత్వనికి, భూమి శిస్తు ద్వారా మంచి ఆదాయం లభించడంతో ఆర్ధికముగా మిగతా జనపదాల కంటే మగధ రాజ్యం బలపడింది. దీనితో పాలకులు పెద్ద సంఖ్యలో సైన్నాలను పోషించి సువిశాల సామ్రాజ్య స్ధాపనకు కారణమైనది.

5. సైనిక వ్యవస్ధలో మగధకు ప్రత్యేక సౌకర్యాలు కూడా లభించినాయి. <u>మొదటి సారిగా యుద్ధములలో ఏనుగులను వీనియోగించినది మగధ పాలకులే</u>. గ్రీక్ చారిత్రకారుల ప్రకారం నందరాజుల వద్ద 600 ఏనుగులుండేవి. కోటల్ని పగులు కొట్టడానికి, బాటలు ఇతర ప్రయాణ సౌకర్యాలు లేని బురద ప్రాంతంలలో నడిపించడానికి ఏనుగులు చాలా ఉపయోగపడినాయి.

<u>హార్యంక వంశముల నిర్ణయము</u> :- మగధ వంశాల చరిత్రకు సంబంధించిన వివరాలు పురాణాల నుంచి, జైన, బౌద్ధ వాజ్మయాల నుంచి గ్రీక్ రచనల నుండి లభిస్తున్నాయి. మగధను పరిపాలించిన రాజవంశాల్ని గురించి పురాణాలకు బౌద్ధ వాజ్మయానికి మధ్య ఏకీభావము లేదు. అపుంజయుని వధించి అతని మంత్రి అయిన ప్రద్యోతి వంశాన్ని స్ధాపించాడు. వీరిని శిశునాగులు హతమార్చి తమ వంశాన్ని స్ధాపించారు. ఈ శిశునాగుల వంశములో ఐదవ వాడుగా బింబిసారుని పురాణములు పేర్కొనుచున్నవి. కాని ప్రద్యోతులు రాజ్యం చేసింది మగధలో కాక అవంతిలోనని బౌద్ధ, జైన వాజ్మయాలు పేర్కొనుచున్నాయి. బౌద్ధ వాజ్మయం ప్రకారం ప్రద్యోతుల మూల పురుషుడైన చండప్రద్యోతుడు బింబిసారుని సమకాలికుడు. చండప్రద్యోతునికి కామెర్ల వ్యాధి సోకినప్పుడు బింబిసారుడు తన అస్ధాన వైద్యుడైన జివకుని పంపినట్లు ఆధారాలు కూడా ఉన్నాయి. శిశునాగుడు చండప్రద్యోతునునికి నాలుగు తరాల అనంతరం ఉన్నాడు. అంతేగాక బుద్ధచరితం గ్రంథంలో బింబిసారుడు హర్యంక వంశస్థుడని పేర్కొన్నాడు. కాబట్టి బింబిసారుడు శిశునాగ వంశస్థుడు కాడని స్పష్టమవుతున్నది.

పౌరణిక వాఙ్మయం కూడా బింబిసారుని తర్వాతే శిశునాగుడు మగధ రాజ్యం పాలించినట్లు తెలుపుచున్నది. కాని కోసల రాకుమార్తెయైన కోసల దేవి నుండి కాశీ రాజ్యమును కట్నముగా బింబిసారుడు పోందినాడు. అందుచేత బింబిసారుని అనంతరమే శిశునాగుడు మగధ నేలినట్లు స్పష్టమవుతూ ఉంది.

బింబిసారుడు :- (542-492 బి.సి) బింబిసారుడు సుమారు క్రీ. పూ. 542 ప్రాంతంలో మగధ రాజయ్యాడు మగధ ఔన్యత్యానికి పునాదులు మొట్టమొదటి రాజు బింబిసారుడు. ఇతడు గొప్ప యోధుడు, సమర్ధవంతమైన పాలకుడు, రాజనీతిజ్ఞుడు, సంస్కృతీ పరుడు. మగధ రాజ్య విస్తరణే నద ధ్యేయముగా నెంచి నాటి బలవంతములైన రాజ్యములతో వివాహ సంబంధములు లేర్పచుకొనెను. ఇట్లు బింబిసారుడు నాల్గురు రాకుమార్తెలను పెండ్లాడెను.

1. కోసల రాజైన మహా కోసలుని కుమార్తె కోసలదేవి (ప్రసేనజిత్ చెల్లెలు)ని వివాహము చేసుకొని కాశీ రాజ్యమును తన మామగారి నుండి కట్నముగా పొందెను.

2. వైశాలి రాజైన చేతక రాజు తన కుమార్తెను (లిచ్ఛవి) చల్లనను బింబిసారునికి ఇచ్చి వివాహము చేశాడు.

3. మూడవ భార్య పంజాబ్‌నకు చెందిన మద్ర తెగ నాయకుని కుమార్తె ఖేమను వివాహము చేసుకోన్నాడు.

4. తుదకు విదేహ రాకుమారి 'వాసవి' అను ఆమేను బింబిసారుడు వివాహము చేసుకొని తన సామ్రాజ్యమును విసృతపరిచెను. తదుపరి అంగరాజ్యము పై దండయాత్ర సాగించి బ్రహ్మదత్తుని ఓడించి అంగరాజ్యాన్ని జయించాడు. అంగరాజ్యంతో పాటు, గంగా, చంపా నదుల కూడలిలో ఉన్న చంపానగరము కైవసమైంది. నాటి భారతదేశంలోని ఆరు ప్రధాన నగరాలలో చంప ఒకటి. ఇది గొప్ప వర్తక కేంద్రం. దక్షిణ భారతదేశము నుంచి సుగంధ ద్రవ్యాలు, వజ్రవైఢూర్యాలు తీసుకొని వచ్చే నౌకలు మగధని సంపన్న దేశముగా చేశాయి. బింబిసారుడు తను జయించిన అంగ రాజ్యానికి తన కుమారుడైన అజాత శత్రువును రాజప్రతి నిధిగా నియమించెను. ఇట్టి ఆక్రమణలతో బింబిసారుని

రాజ్యము 80 వేల గ్రామములు గల రాజ్యమయ్యెను.

మగధకు ప్రధాన శత్రురాజ్యం అవంతి రాజ్యం దీని పాలకుడు చండ ప్రద్యోదనుడు. కాని ఇద్దరు (బింబిసారుడు, చండ ప్రద్యోదనుడు) స్నేహితులు కావడమే మంచిదని భావించి రాజీ అయినారు. చండ ప్రద్యోదనునికి కామెర్లు (పసరికలు) వ్యాధి వస్తే బింబిసారుడు అతని కొరిక మీద జీవకుడనే సుప్రసిద్ధ రాజ్య వైద్యుని అవంతి రాజ్యనికి పంపించినాడు. అంతేగాక గాంధార పాలకుడు పుష్కారశరిన్ మగధతో మైత్రి వహించినాడు.

బింబిసారుడు జైనుడని జైన గ్రంథములు, తెలుపుచున్నవి. కాని బౌద్ధ గ్రంథములు బింబిసారుడు బౌద్ధుడని తెలువుచున్నవి. పై విధముగా గ్రంథములో ఉండటానికి గల ప్రధాన కారణము రాజాధరణ కొసం పోటీ పడుట వలన ఆ విధముగా పేర్కొని ఉండవచ్చునని తెలుస్తోంది. బౌద్ధ గ్రంథముల ప్రకారము బింబిసారుడు బుద్ధుని స్వయంగా దర్శించి వేలువ వనమును బౌద్ధ సంఘానికి దానం చేశాడు. భారతదేశంలో బౌద్ధులకు ఇచ్చిన మొట్ట మొదటి విహారం ఇదేనని బౌద్ధ గ్రంథములు పేర్కొనుచున్నాయి.

అజాత శత్రువు 492-460 బి. సి :- అజాత శత్రువు బుద్ధుని దాయాధియైన దేవదత్తునిచే ప్రేరేపితుడై తన తండ్రి యగు బింబిసారుని వధించి రాజ్యమునకు వచ్చినట్లు బౌద్ధ గ్రంథమైన వినయ పీఠకము వలన తెలియుచున్నది. అజాత శత్రువు కాలమున హర్యంకవంశ కీర్తి ప్రతిష్టలు అత్యున్నత స్థాయికి చేరుకొనెను. తన తండ్రి వలె రాజ్యవిస్తరణ విధానమును అనుసరించి అజాత శత్రువు దిగ్విజయ యాత్రలు చేసెను.

దిగ్విజయ యాత్రలు :- మొదట కొసలాధిశుడైన ప్రసేన జిత్తుతో చాలా కాలము పోరాటము సల్పెను. దీనికి కారణం బింబిసారుని అకాల దుర్మరణాన్ని భరించలేక కోసల దేవి (ప్రసేనజిత్తు చెల్లెలు) మృతి చెందినది. ఈమెకు కట్నరూపంలో బింబిసారునికి ఇచ్చిన కాశి రాజ్యమును, కోసల దేవి మరణానంతరము అన్న ప్రసేనజిత్తును తిరిగి ఆక్రమించినాడు దీనితో అజాత శత్రువు దండయాత్ర చేసి ప్రసేన జిత్తును ఓడించినాడు. తదుపరి ప్రసేన జిత్తు తన కుమార్తెను వజీరాను అజాత శత్రువునకు ఇచ్చి పెండ్లి చేశాడు.

అజాతశత్రువు బంధుత్వలను గౌరవించే వ్యక్తి కాదు. అజాతశత్రువు తల్లి చెల్లన రాజకుమార్తె అయినప్పటికి అతడు (అజాత శత్రువు) లిచ్ఛవీ రాజ్యమైన వైశాలితో యుద్ధము చేయడానికి బంధుత్వం అడ్డం రాలేదు. అందుకు కారణము లిచ్ఛవులు కోసల రాజ్యంతో సేహ్న పూర్వకముగా ఉన్నారన్నది అతనికి సరిపడని విషయము. ఈ లిచ్ఛవి వజ్జి గణతంత్ర రాజ్యములో 36 రాజ్యములు ఉండేవట. ఈవజ్జి గణ రాజ్య సమాఖ్యను జయించుటకు 16 సంవత్సరములు సుదీర్ఘపోరాటము చేయవలసి వచ్చినది. ఈ యుద్ధ సందర్భముననే అజాత శత్రువు గంగా, శోణ్ నదుల మధ్య పాటలీపుత్ర దుర్గమును నిర్మించి దానిని సైనిక కేంద్రముగా చేసుకొన్నాడు. తదుపరి తన మంత్రియగు వత్సకారుని సాయముతో లిచ్ఛవులలో విభేదాలు సృష్టించి, వారి ప్రాంతముల మీద దాడి చేయుటకు ఇనుముతో తయారు చేసిన శిలకంటక (బరువైన రాళ్ళను విసరేయంత్రం) "రధం సలం" (రథ చక్రాలకు కట్టిన ఇనుపదూలం) అనే భారి ఆయుధములను ఇతడు ఉపయోగించి విజయం సాధించాడు.

అవంతీ రాజు ప్రదోత్యుడు అజాతశత్రువు కంటే బలీయమైనరాజు ఇతడు మగధ పై దండయాత్ర చేయగలడన్న భయముతో అజాతశత్రువు రాజ్‌గిరి లేదా రాజగృహం రాజధానికి కోటను కట్టించినాడు. కాని అజాత శత్రువు కాలంలో ఈ దండయాత్ర జరగలేదు.

వైవాహిక వివాహముల ద్వారా రాజ్యవిస్తరణ :- తండ్రివలే అజాతశత్రువు కూడా వైవాహిక సంబంధముల ద్వారా రాజ్యవిస్తరణ గావించినాడు. సింధు, సౌవీర, అవంతి, వత్స రాజకుమార్తెలను వివాహము చేసుకోన్నాడు.

బింబిసారుని వలె అజాత శత్రువు జైనుడని జైన గ్రంధములు. బౌద్ధుడని బౌద్ధ గ్రంధములు చెప్పుచున్నవి. ఈ విధముగా చెప్పడానికి నాడు జైన, బౌద్ధ మతాలు రెండు రాజాదరణ కోసం పోటిపడుతూ ఉండుటయే కారణమై ఉండవచ్చును. అజాత శత్రువు రాణులతో సపరివారంగా మహవీరుని దర్శనము కోసం వెళ్ళేవాడాట. కాని బౌద్ధమతము పట్ల కూడా ఇతనికి ఒక ప్రత్యేక అభిమానము కలదు. ఉదా: అజాతశత్రువు తన పాలన కాలములో రాజగృహంలో మొదటి బౌద్ధ సంగీతిని ఏర్పాటు చేశాడు. అంతేగాక బుద్ధుని దాతువులను

సంపాదించి వాటి పై స్థూపములు నిర్మించినట్లు బౌద్ధ గ్రంథములు తెలుపుచున్నాయి. ఇతడు తన తండ్రీనీ చంపి నందులకు పశ్చాతపము చెంది, బుద్ధుని దర్శించినట్లు క్షమింపవలసినదిగా కొరినట్లు బౌద్ధ గ్రంథములు చెప్పుచున్నవి. ఈ ఉదంతము బార్హుత్ స్థుపములోని శిల్పిములో మనోహరముగా చిత్రీకరించబడెను.

<u>ఉదయనుడు (460-444 బి. సి)</u> :- అజాత శత్రువు తదనంతరము అతని కూమారుడైన ఉదయనుడు రాజయ్యాడు. ఇతడు పాటలీపుత్రమున (పాట్న) సర్వాంగ సుందరముగా రూపొందించి తన రాజధానిని రాజగృహం లేదా గిరివ్రజం లేదా రాజ్‌గిరి నుండి పాటలీపుత్రమునకు (పాట్న) మార్చినాడు. ఈ పాటలీ పుత్రా నిర్మాణ శిల్పులు సూవిధా వస్సకా పాటలీ పుత్రమునకు పుష్పపుర, పుష్పపురి. కుసుమపురి అనేడి ఇతర పేర్లు కూడా ఉండెవి. ఉదయనునికి అవంతి పాలకునితో వైరము ఉండెను. అజాతశత్రువుతో సహ వరుసగా పాలించిన నాలుగురు రాజుల పితృహంతకులు అని తెలియుచున్నది. ఉదయనుని తదనంతరము "అనిర్ధుడు" ముంతరాజు నాదాసకుడు వరుసగా రాజ్యమునకు వచ్చిరి. కాని వీరందరూ అసమర్ధులు లేగాక పితృహంతకలు అగుటచే ప్రజలు వారి దుర్మార్గములను సహింపలేక నాగదాసకుని (క్రీ. పూ. 413) పాలన పై తిరుగుబాటు చేసి పదవిచ్యుతుణి చేసి అతని చేసి అతని మంత్రి అయిన శిశునాగుణ్ణి రాజుగా చేశారు. దీనితో హర్యంక వంశము అంతరించినది.

<u>శిశునాగ వంశము :-</u> శిశు నాగుడే శిశు నాగ వంశస్థాపకుడు. ఇతడు తన పాలన కాలంలో రాజధానిని పాటలీపుత్రము నుండి గిరివ్రజం లేదా రాజ్‌గిరి లేదా రాజగృహమునకు మార్చినాడు. కుమారునికి కాశికి పాలకుడిగా చేశాడు. అవంతి, వత్స రాజ్యములను జయించి తన ప్రాబల్యమును నెలకొల్పినాడు. శిశునాగుని తదనంతరము అతని కుమారుడైన కాలశోకుడు రాజ్యమునకు వచ్చినట్లు సింహళ బౌద్ధ గ్రంథముల ద్వారా తెలియుచున్నది. ఈయన తన పాలన కాలములో వైశాలి యందు రెండవ బౌద్ధ సంగీతిని ఏర్పాటు చేశాడు. కాలాశోకుని అతని పది మంది కుమారులను నందవంశస్థుడైన మహపద్మనందుడు చంపి మగధ ఆక్రమించినాడు.

నందవంశము :- మహపద్మనందుడు తన మంత్రి కల్పకుడుని ప్రోత్సహముతో కాలశోకుని అతని పది మంది కుమారులను వధించి మహపద్మనందుడు మగధ సింహసనాన్ని ఆక్రమించి నందవంశము స్థాపించినాడు. మగధ రాజ్యా విజృభణలో తృతీయ రాజ్యం నందులది. ఇతడు క్రీ. పూ. 360లో మగధ సింహసనాన్ని అదిష్టించి ఉండవచ్చునని చరితక్రారుల అభిప్రాయము. మహపద్మనందుడు శూద్రుడని పురాణములు, అజ్ఞాత కులజులని బౌద్ధ గ్రంధములు, హీన జాతి వాడని (మంగలి యొక్క బానిస) గ్రీక్ రచనలు అభివర్ణించుచున్నాయి. మహపద్మనందుడు పరశురాముని వలె భూమండలము యందలి బ్రాహ్మణ, క్షత్రియ లందరినీ నిర్మూలించినట్లు పురాణాలు వర్ణిస్తున్నాయి. ఈయన గోప్ప యోధా గ్రేరుడు, పాంచాల, కురు, కళింగ, అస్మక, మిధిల, శూరసేన, కాశీ మొదలగు రాజ్యములు జయించి సామ్రాజ్యమును ఉత్తరమున సట్లేజ్ నది నుండి దక్షిణమున గోదావరి నది వరకు విస్తరించినాడు. ఖారవేలుని హతి గుంషా శాసనము కూడా మహపద్మనందుడు కళింగను జయించినట్లు చాటుచున్నది. మహపద్మనందుడు కళింగను జయించిప్పుడు ఒక జైన తీర్ధంకరుని విగ్రహన్ని విజయ చిహ్నాముగా తీసుకొని వచ్చాడు. (దీన్ని బట్టి నందులు జైన మతస్థులు తెలుస్తోంది). గోదావరి పై నున్న 'నాందేడ్' పట్టణము నందున దక్షిణ దిగ్విజయ యాత్రకు చిహ్నాముగా నెంచిరి. మహపద్మనందుడికి ఉగ్రసేనుడు అనే బిరుదు ఉంది. చారిత్రకముగ మొదటి భారత సామ్రాజ్య నిర్మాత మహపద్మనందుడని చరిత్రకారులందురు. అందుచేతనే డా. రాధాకుముద్ ముఖర్జీ "ఉత్తర భారతమును ఏకఛత్రాది క్రిందకు తీసుకొని వచ్చిన ప్రధమ భారతీయ చక్రవర్తి" అని శ్లాఘించెను.

మహపద్మనందుని తదుపరి అతని కుమారులు నవనందులు (ఉగ్రసేనుడు, పాండుట, పాండుగటి, భూతపల, రాష్ట్రపాల, గౌరీశంకర్, దశసిద్ధిక, కైవర్త, ధననందుడు) వరుసగా రాజ్యపాలన చేసినట్లు బౌద్ధగ్రంధాల వలన తెలుస్తున్నది. కాని వీరు ప్రజాభిమానము పోందలేక పోయిరి. వీరు 88 సంవత్సరాలు పరిపాలించినట్లు పురాణములు, 22 సంవత్సరాలు పరిపాలించినట్లు సింహళ గ్రంధాలు, తారానాధ్ అనే టిబెట్ రచయిత ప్రకారం 20 సంవత్సరాలు

పాలించినట్లు తెలియుచున్నది.

నందరాజులలో చివరి పాలకుడైన ధనందుడు అలెగ్జాండర్‌కు సమాకాలికుడు ఇతనినే గ్రీక్ రచయిత ఐన 'కర్టియస్' 'అగ్రమిస్' అని పేర్కొన్నాడు. గ్రీక్ రచయిత 'కర్టియస్' రచనల ప్రకారం ఈతని సైన్యమున 2 లక్షల కాల్బలము, 20 వేల అశ్వదళము 3 వేల రధబలము, 2వేల గజబలము ఉన్నట్లు పేర్కొన్నాడు. అందుకే ఇట్టి శక్తివంతమైన మగధ సామ్రాజాన్ని కబళించడానికి అలెగ్జాండర్ కూడా సాహసించలేక పోయాడు. ధననందుని పాలన కాలములోనే ప్రజలు అనేక బాధలను అనుభవించిరి. ఇతడు తన లోభం, దురాశ, ధనకాంక్షల వల్ల ప్రజాభిమానాన్ని పోందలేక పోయాడు. ఇతడు అధిక పన్నులు, నిర్బంద కానుకల రూపంలో ధనాన్ని పోగు చేశాడు. ధనకాంక్ష ఎక్కువగా ఉన్నందువల్ల ఇతనికి ధననందుడని ప్రజలు పేరు పెట్టారు. ఇతనికి ధనగారంలో కోటనూ కోట్ల బంగారు నాణేలు ఉన్నాయని కథా సరిత్సాగరంలో ఉంది. హుయాన్ సాంగ్ పాటలీపుత్రంలోని పంచ స్థూపాలు నందరాజుల సప్త నిక్షేపాలకు, పంచనిధులకు చిహ్నాలన్నాడు. ఇట్టి పరిస్థితుల వలన ప్రజలు తీవ్రమైన అసంతృప్తికి గురి అయిరి. ఈ పరిస్థితులను ఆసరగ తీసుకొని మౌర్యచంద్రగుప్తుడు, చాణుక్యుని సహయముతో ధననందుని ఓడించి, చంపి క్రీ. పూ. 322లో నంద రాజ్య శిధిలముల పై మౌర్య సామ్రాజ్యమును స్థాపించెను.

<u>మగధ సామ్రాజ్యకాలము నాటి ఆర్థిక, సాంఘిక పరిస్థితులు</u> :-

<u>ఆర్థిక పరిస్థితులు</u> :- ప్రజలు ముఖ్యవృత్తి వ్యవసాయంవము ప్రతి కుటుంబానికి వ్యవసాయ క్షేత్రాలుండేవి. ప్రతి గ్రామము స్వయం పోషకత్వంగా ఉండేవి. వీరు దేశీయ, విదేశీయ వర్తకము భూ, జల మార్గాల ద్వారా చేశారు. వీరి కాలంలో ప్రధాన రేవు పట్టణాలు భారుకచ్చ (బ్రోచ్), సుర్ పరక (సోపార) యమున నది ఒడ్డున ఉన్న పోతన, గంగానది వడునవున్న కాశీ, చంపా, పాటలీ పుత్రం పేర్కోదగ్గవి.

<u>సామాజిక పరిస్థితులు :-</u> వీరి కాలము నాటి సమాజము ప్రధానముగా కుల వ్యవస్థ పై ఆధారపడింది. వీరి కాలంలో బ్రాహ్మణులు, క్షత్రియులు వైశ్యులు,

శూద్రులు అను నాలుగు వర్ణాలు కలవు. వీరి కాలంలో తమ అవసరాలకు సరిపోయేట్లు ప్రజలు తమ వృత్తులను మార్చుకున్నారు. ఉదాహరణకు :- బ్రాహ్మణులు వర్తకులుగా, వైద్యులుగా, రైతులుగా, పన్ను వసూలుదారులుగా ఉండిరి. క్షత్రియులు రైతులుగా, కుమ్మరి వాలుగా ఉండిరి. వైశ్యులు దర్జీలుగా పని చేశారని. బౌద్ధ గ్రంథాలు తెలుపుచున్నాయి. వీరి కాలములో స్త్రీ స్థానం దిగ జారినట్లు కనిపిస్తున్నది. వీరి కాలములో సతి సహగమన ఆచారం, బాల్యవివాహములు అమలు నందు ఉన్నాయి.

<u>ఇరానియన్ దండయాత్రలు</u> :- భారతదేశములోని ఈశాన్య భాగములో చిన్న చిన్న సామంత రాజ్యాలు స్వతంత్ర రాజ్యాలు మగధ సామ్రాజ్యములో వీలీనమయ్యాయి. కాని వాయువ్య భారతదేశంలో క్రీ.పూ. 6వ శతాబ్దములో పరిస్థితి మరోక రకముగా ఉండేది. చిన్న చిన్న రాజ్యాలైన కాంభోజ, గాంధర, మద్ర మొదలైన చిన్న రాజ్యాలు కలహించుకుంటూ ఉన్నాయి. ఆ ప్రాంతములో ఈ చిన్న రాజ్యాలను ఐక్యం చేయగల సామర్థ్యం ఉన్న మగధ లాంటి పెద్ద సామ్రాజ్యము ఉండేది కాదు. దీనికి తోడు ఈ ప్రాంతము సంపన్నమైంది. కావడం వలన విదేశీయులను ఆకర్షించినది. ఈ అవకాశాన్ని మొదట పారశీకులు వినియోగించుకున్నారు. పారశీక చక్రవర్తి సైరస్ క్రీ. పూ. 540లో గాంధరను జయించాడు. సింధూనది ప్రాంతానికి పరిశోదించుటకు మొదటి డేరియస్ <u>"సైజలాక్స్"</u> అనే నావికుని క్రీ. పూ. 517లో పంపినాడు. ఇరాన్ రాజైన మొదటి డేరియస్ 516 బి.సి లో పంజాబు, సింధూ రాష్ట్రమును జయించినాడు. ఇది తన ఇరానియన్ సామ్రాజ్యములోని 29వ సత్రవి (రాష్ట్రము) గా చేసికొనెను. నక్ష-ఇ-రుస్తుం శాసనము వల్ల భారతదేశంలో ఇరానియన్ పాలన తెలియుచున్నది. ఇట్లు సింధూ ప్రాంతము పారశీక సామ్రాజ్యమున అంతర్భాగమై ప్రతి సంవత్సరము కొన్ని మణువుల బంగారము కప్పముగా చెల్లించెడిదట. అర్బేలా యుద్ధములో (క్రీ. పూ. 330) మూడవ డేరియస్ భారతీయులను తన సైన్యంలో చేర్చుకోన్నాడు. కాని ఈ యుద్ధంలో అలేగ్జాండర్ విజయం సాధించాడు.

<u>దండయాత్ర ఫలితాలు</u> :- భారతదేశమున పారశీక సామ్రాజ్యము అచిరకాలములోనే అంతరించుట వలన రాజకీయముగా పారశీక దండయాత్ర

ఎట్టి ఫలితము నియలేదు. కాని మన సంస్కృతి పై జీవన విధానము పై అది కోన్ని మాయనిముద్రలు వేసినది.

1. ఈ దండయాత్రల వల్ల పర్షియా, భారతదేశాల మధ్య వాణిజ్య సాంస్కృతిక సంబందాలు నెలకోన్నాయి.

2. ఖరోష్టి లిపిని మన దేశములో ప్రవేశపెట్టిరి. ఈ ఖరోష్టి లిపిని కుడి నుండి ఎడమకు వ్రాస్తారు. ఉదా:– కర్నాటక రాష్ట్రంలోని బ్రహ్మగిరిలో లభించిన అశోకుని లఘు శిలా శాసనములో శాసనమంతా బ్రాహ్మలిపిలో ఉండి చపడ అనే లిపి కారుడు దానిని విభజించినాడని తెలిపే "చపడేన లిఖీతే లిపిక రేణి అనే చివరి పంక్తి మాత్రము ఖరోష్టి లిపిలో ఉన్నది. అంతేగాక అశోకుని శాసనములలో పదాల్లో కూడా ఇరానియన్ ప్రభావము కనిపిస్తుంది. ఉదాహరణకు:– దిపి అన్న ఇరానియన్ పదానికి బదులుగా అశోకుని శాసనాలలో లిపి అనే పదాన్ని ఉపయోగించడము.

3. రాష్ట్రములకు సత్రపియను పారశీక పదమున వాడుట (శకుల కాలమున) ఆచారమైనది.

4. పారశీకులు భారతదేశ పాలనా వ్యవస్థ యందు ఉద్యోగులైరి ఉదా:– చంద్రగుప్త మౌర్యుని కాలమున గుజరాత్‌కు గవర్నరుగా ఉన్న తుషస్ప (Tushaspa) పారశీకుడే.

5. కోన్ని పారశీక ఆచార సంప్రదాయములను మౌర్యులు అనుసరించిరి. ఉదా:– "అభ్యంగన స్నానము", మంత్రి వర్గ సమావేశములకు ఆరంభమున అఖండ జ్యోతిని లేక పవిత్ర జ్యోతిని వెలిగించుట మొదలైనవి.

6. పాలశీక వాస్తు శిల్ప శాస్త్రములను భారతీయులు అనుసరించిరి. ఉదా:– మౌర్య రాజధాని పాటలీపుత్రంలోని రాజప్రాసాదాలు, పర్షియా రాజధాని పెర్సిపోలిస్‌లోని వాస్తురీతిలో నిర్మించబడినాయని కొందరి చారిత్రకారుల అభిప్రాయము.

7. ఇరానియన్‌ల ద్వారానే బహుశా గ్రీకులు భారతదేశములోని అసాధారణ సంపదను గురించి తెలుసుకోవడము వల్ల అలెగ్జాండర్ క్రీ. పూ. 327లో

భారతదేశము పై దండైతినాడు.

<u>అలెగ్జాండర్ జీవిత చరిత్ర</u>:-ప్రపంచ విజేతగా పేరుగాంచిన అలెగ్జాండర్ తండ్రి <u>ఫిలిప్</u> II మసిడోనియా రాజు, తల్లి <u>ఒలంపియా.</u> అలెగ్జాండర్ తన 16వ యేట మాసిడోనియా గవర్నర్‌గా ఉండేవాడు. అతడి తండ్రి ఫిలిప్ II మరణించాక క్రీ. పూ 336లో తన 20వ యేట రాజుగా పట్టాభిషిక్తుడయ్యాడు. కొంత మంది చరిత్రకారులు ఫిలిప్-II. మరణం వెనుక అలెగ్జాండర్ హస్తం ఉందని వాదిస్తున్నారు. మరికొంత మంది చరిత్రకారులు అతడి తల్లి <u>ఒలింపియా</u> చంపించిందంటారు. తన స్థానాన్ని పటిష్టం చేసుకునేందుకు అలెగ్జాండర్ సవతి తల్లి క్లియో పాత్రాను, ఆమె కుమార్తె యురోపాని కూడా తుద ముట్టించడనే వాదన కూడా ప్రచారంలో ఉంది. ఆ తర్వాత అలెగ్జాండర్‌కు ఎదురు లేక పోయింది. అలెగ్జాండర్ రాజకీయ గురువు గ్రీక్ తత్వవేత్త అయిన <u>అరిస్టాటిల్.</u> అలెగ్జాండర్ తన గురువు మాటే వేదవాక్కుగా భావించేడివాడు. తన గురువైన అరిస్టాటిల్ అలెగ్జాండర్‌ని "ప్రపంచ విజేత" కావలెనని అశీర్వదించినాడు.

నాడు ప్రపంచాధిపత్యం కోసం క్రీ. పూ. 4వ శతాబ్దములో పారశీకుల (ఇరానియన్, పర్షియా) గ్రీకుల మధ్య తీవ్రపోటి, సంఘర్షణలు కోనసాగుచుండెను. గ్రీక్ రాజ్యాల్లో అగ్రగామిగా ఉన్న మాసిడోనియా చక్రవర్తి అలెగ్జాండర్ విశ్వ విజేతగా మహోన్నతమైన గ్రీకు సంస్కృతిని ప్రపంచ వ్యాప్తం చేయాలని సంకల్పించుకున్నాడు. ఈ దృడ సంకల్పంతోనే మొట్టమొదట తమ చిరకాల ప్రత్యర్థులైన పర్షియా రాజ్యము పై దండయాత్ర సాగించి, పర్షియా చక్రవర్తియైన <u>మూడవ డెరియస్‌ను క్రీ. పూ. 330 అర్బేలా లేదా ఇజస్</u> యుద్ధములో ఓడించాడు. పర్షియా చక్రవర్తియైన మూడవ డెరియస్‌ను అతని పుత్రిక ఐన రుక్సానను సైనికులు బంధించి శిబిరములో ఉన్న అలెగ్జాండరు వద్దకు తీసుకొని వచ్చిరి. సంకెళ్లతో తలవంచుకొని యున్న తండ్రి దీనావస్థను జూచి, కంట తడి పెట్టినది పర్షియా రాకుమార్తె అయిన రుక్సానా సౌందర్యవతి, సుగుణములన్నియు ఈమె యందు మూర్తి భవించియుండినవి. ఈమెను అలెగ్జాండర్ చూచి ఈ విధముగా ప్రశంసించినాడు. పర్వత ప్రాంతము యందు ఇట్టి సుందరి జన్మించినందులకు సృష్టికర్త కృతకృత్యుడైనాడు. రాళ్లగనిలో రత్నము లభించుట ప్రకృతి విరుద్ధము

గాదు కదా?” అని తలపోసినాడు. పర్షియా రాజైన డెరియస్ III ని బంధవిముక్తి చేసినాడు. ఇతన్ని సామంతుగా నియమించినాడు. అలెగ్జాండరు విజయంతో కన్యను (రుక్సానా) కూడ వెంట తీసుకొని మాసిడోనియాకు చెరినాడు. తల్లి కుమారుని మనో అభీష్టమును అంగీకరించినది. తదుపరి అలెగ్జాండర్ తన గురువును దర్శించినాడు. అప్పుడు అరిస్టాటిల్ తన శిష్యుడైన అలెగ్జాండర్‌తో నీవు ఇంతటి అవివేకునివని తలంపలేదు. స్త్రీ లోలత్వమునకు, రాజ్యపాలనకు, యుద్ధ తంత్రమునకు సంబంధము కలదా! అనాడే పోయినదినీ మనోనిగ్రహము లేని వాడు ఎంతటి బలశాలియైనను బలహీనుడే అగునని గంభీరముగా పలికినాడు. అలెగ్జాండర్ ఆ రోజు తన భార్యతో గురువు అన్న మాటలు చెప్పినాడు. నన్ను గురువు “ప్రపంచ విజేత” గా ఆశీర్వదించినాడు. కావున గురువు ఆశీర్వచన ప్రభావము పూర్తి చేయు వరకు మనము వేరుగా నుండవలెనని చెప్పినాడు. తన గురువు ఆశీర్వదము నేర వేర్చుటకు అలెగ్జాండర్ తిరిగి దండయాత్రలు ప్రారంభించి ఈజిప్టు, సిరియా ప్రాంతాలను జయించినాడు. తదుపరి పారశీక సామ్రాజ్యంలో ఒక భాగంగా ఉంటూ వచ్చిన భారతదేశ వాయువ్య ప్రాంతాన్ని తన అధిపత్యం కిందికి తెచ్చుకునే ఉద్దేశంతో క్రీ. పూ. 327 మే లో అలెగ్జాండర్ హిందూకుష్ పర్వతాలను దాటి ప్రకృతిపరంగా ఏర్పడిని ఖైబర్ కనుమల గుండా భారతదేశంలో అడుగు పెట్టినాడు.

<u>అలెగ్జాండర్ భారతదేశము పై దండయాత్ర సాగించుటకు గల కారణములు</u> :-

1. తన గురువైన అరిస్టాటిల్ “ప్రపంచ విజేత” కావాలని అలెగ్జాండరును ఆశీర్వదించుట. అతని ఆశీర్వచనము నేరవేర్చవలెనని తలంచుట.

2. నాటి భారతీయ పాలకులందు ఐక్యమత్యము కోరవడి యుండుట.

3. మహోన్నతమైన గ్రీక్ సంస్కృతిని ప్రపంచ వ్యాప్తం చేయాలని సంకల్పించుకున్నాడు.

4. ‘చరిత్ర పితగా’ భావిస్తూన హెరోడోటస్, ఇతర గ్రీక్ రచయితలు భారత దేశాన్ని సిరిసంపదులు కల్గిన దేశముగా వర్ణించిరి. వీరి రచనలలోని వర్ణనలు అలెగ్జాండర్ భారతదేశం మీదికి రావడానికి ప్రోత్సహించినాయి.

5. గ్రీకులకు వ్యతిరేకముగా భారతీయులు 'అర్బేలా' యుద్ధరంగమున పారశీకులకు (పర్షియా) సహాయం చేసిరి. అందుచే భారతీయులపై ప్రతీకరము తీర్చుకొనుటకు అలెగ్జాండరు భారతదేశము పై దండయాత్ర చేశాడు.

6. గ్రీక్ పురాణ వీరులైన 'హెర్క్యులస్' 'డయోనిసాస్'ల వలే ప్రపంచంలో పేరు ప్రఖ్యాతులు గల భారతదేశాన్ని జయించి జగదేకవీరుడు కావాలని తలంచుట.

దండయాత్రల కాలము నాటి ఉత్తర భారత దేశ రాజకీయ పరిస్థితులు :- అలెగ్జాండరు దండయాత్రల కాలము నాటి ఉత్తర భారత దేశము అనేక చిన్న చిన్న రాజ్యములుగా విభక్తమైయుండెను. వీరిలో పరస్పరము కలహము లుండుట వలన దేశమున రాజకీయ అనైక్యత ప్రబలెను.

1. వాయువ్య భారతదేశము :- వాయువ్య భారతమున సుమారు 61 స్వతంత్ర రాజ్యములు కలవు. వీటిలో ముఖ్యమైనవి మూడు అవి ఏమనగా ఎ. సింధు, జీలం నదుల మధ్య ఉన్న తక్షశిల రాజ్యము, దీనిని అంభి అనే రాజు పరిపాలించుచుండెను. బి. తక్షశిల ఎగువ నున్న 'అభిసార రాజ్యము' సి. జీలం, చీనాబ్‌ల మధ్య ఉన్న పురుషోత్తముని రాజ్యము పౌరవ లేదా పోరస్ (పాంచాల)

2. రావినది ప్రాంతమును :- రావి నది ప్రాంతమున శిబి, మాళవ, క్షుద్రక, అంబస్తము మొదలగు గణ రాజ్యములు గలవు.

3. సింధు ప్రాంతమును :- ఎగువ సింధు ప్రాంతమున నున్న రాజ్యములలో ఆలోర్‌ను రాజధానిగా చేసికొని పాలించు ముసికేనాస్ రాజ్యము గలదు.

4. దిగువ సింధు ప్రాంతము :- గ్రీక్ పౌర రాజ్యమగు స్పార్టావలె పరిపాలింపబడు 'పాటాలా' అనే నగరము కలదు.

5. ఈశాన్య భారతము :- ఈశాన్య భారతమును చివరి నందరాజైన ధననందుడు పరిపాలించుచుండెను. ఈయన శక్తివంతమైన సైనిక వ్యవస్థ కలిగి యున్న పాలకుడు.

భారత దేశము పై అలెగ్జాండర్ దండయాత్ర :- అలెగ్జాండర్ భారతదేశములో ప్రవేశించవలెనన్న, నిష్క్రమించవలెనన్న హిమాలయ పర్వతాలలో (గ్రీక్‌లు హిమాలయములను పోసానిసిస్ అని పిలిచేవారు) ప్రకృతి సిద్ధముగా ఏర్పడిన

ఖైబర్, బోలాన్ కనుమల ద్వారా మాత్రమే సాధ్యపడుతుంది. అందుకనే ఖైబర్ కనుమల దారిలో ఉన్న (బెలుచిస్థాన్‌లోని) స్వాట్, బుజేరి తెగలతో పోరాడక తప్పలేదు. ఈ తెగలను అణచి వేసిన తర్వాత అలెగ్జాండర్ క్రీ. పూ. 327లో తన సైన్యాన్ని రెండు భాగాలుగా విభజించి ఒక భాగాన్ని తన సైనికాధికారులైన హెఫాయిసన్, పెర్టికస్ సేనాధిపతుల నాయకత్వమున కాబుల్ నది దక్షిణ తీరాన కాబుల్ కనుమ దాటి సింధూ నది వరకు పోయి పేషావర్ మైదానము చేరవలసినదిగా ఆదేశించినాడు. ఈ భాగము శశిగుప్తుడను దేశద్రోహి సహాయంతో పుష్పలావతిని ఆక్రమించి సింధూ నదిని చేరెను. రెండవ భాగమునకు తానే నాయకత్వము వహించి హిందుకుష్ పర్వతముల మీదుగా బయలుదేరి కునార్ లోయ పంజకోరా, స్వాట్ లోయలను ఆక్రమించి అక్కడి కొండ జాతి వారైన అస్పాసియో, అస్సకి నాయ్‌లను అణచివేసినాడు. అస్సకినాయ్ ప్రజలు ప్రదర్శించిన ధైర్యసాహసములు భారతీయ చరిత్రలో చిరస్మరణీయముగా నిలచిపోవు ఒక వీరగాథ. అస్సకినాయ్ యందలి స్త్రీ, పురుషులు వీరోచితముగా తుదిక్షణము వరకు పోరాడిరి. కనుకనే డయోడరస్ అనే గ్రీక్ పండితుడు "గౌరవహీనమైన జీవనమును తృణీకరించి వారందరూ (అస్సకినాయ్ ప్రజలు) సముజ్జ్వలమగు వీర మరణమును వరించినదని" ప్రశంశించాడు. ఆ పర్వత ప్రాంతములను కాబుల్ లోయతో కలిపి 'నికోనార్' పాలకుని తన ప్రతినిధిగా నియమించినాడు. అక్కడి నుంచి బయలు దేరి సింధూ నది ప్రాంతంలో వేచి ఉన్న హెఫాయిసన్, పెర్డికాస్ నాయకత్వంలోని తన సైనిక విభాగాన్ని కలుసుకోని క్రీ. పూ. 326లో ఓహింద్ వద్ద సింధూ నదినిదాటెను. ఈ వార్త విన్నంతనే తక్షశిల రాజైన అంభి, అభిసార రాజ్యాధి నేతలు అలెగ్జాండరుకు కానుకలు సమర్పించి దాసోహమనిరి. వీరిని అలెగ్జాండర్ తన రాజప్రతి నిధులుగా నియమించినాడు. అంతేగాక గ్రీక్ సైన్యానికి అంభి తన రాజ్యంలో కోంత కాలం విశ్రాంతి కల్పించినాడు. తన బద్ధశత్రువైన పౌరవ(పాంచాల) రాజ్యపాలకుడైన పురుషోత్తముని పై దండయాత్రకు అంభి అలెగ్జాండర్‌కు తన సైనిక సహాయాన్ని అందజేయడానికి సమ్మతించాడు. ఈ విధముగా పోరుగు దేశపు రాజగు పురుషోత్తముని పై శత్రుత్వము చేత విదేశీయునికి

శరణాగతి–స్వాగతమివ్వడం భారతదేశ స్వాతంత్ర్యమునకు ప్రమాదమని తక్షశిల విశ్వవిద్యాలయంలోని ఆచార్యుడైన చాణిక్యుడు వ్యతిరేకించాడు. పురుషోత్తమునితో చేతులు కలిపి అలెగ్జాండర్‌ను ఎదురించి, మాతృభూమి స్వాతంత్ర్యమును రక్షించమన్నాడు. కాని ఇతని హితబోధ తక్షశిల రాజైన అంభి వినలేదు.

ఈ వర్తమానాన్ని తెలుసుకున్న పౌరవ రాజ్యపాలకుడైన పురుషోత్తముడు తన రాజ్యాన్ని కాపాడు కోవడానికి పరాయి దేశస్థుడైన అలెగ్జాండర్‌ను ఎదురించటానికి నిశ్చయించుకున్నాడు.

జీలం యుద్ధము లేక హైడాస్ఫస్ యుద్ధము (క్రీ. పూ. 326) :- హిందూ రాజుల మద్దతుతో అలెగ్జాండర్ పురుషోత్తముని రాజ్యమును కబలింపనెంచి జీలం నది ఒడ్డున చేరెను, కాని ధైర్యసాహసములకు స్వేచ్ఛ స్వాతంత్ర్యములకు మారుపేరైన పురుషోత్తముడు లోంగక గ్రీకుల దర్పణమును అణచుటకు తన 30వేల కాల్బలం, 4వేల అశ్వికబలము, 300 రథాలు, 200 ఏనుగుల బలంతో జీలం నదికి తూర్పు ఒడ్డున మోహరించి ఉండిరి. గ్రీక్ సైనికులు జీలం నది అవతలి ఒడ్డునకు చేరుటకు ప్రయత్నించారు. కాని ఉధృతిని ప్రవహిస్తున్నా నదిని దాటడం వీలు కాలేదు. చివరికి నదికి ఎగువమ సుమారు 16 మైళ్ళు దూరానికి ప్రయాణం చేసి అక్కడి నది లోతు ప్రవాహ ఉధృతి తెలిసికోనుటకు ముందుగా ఏనుగులను పంపించి, నది లోతును ప్రవాహ ఉధృతిని తెలిసికోనుటకు ముందుగా ఏనుగులను పంపించి, నది లోతును పరిశీలించాలి. అక్కడ లోతు తక్కువగా ఉండుట తెలుసుకోని గ్రీక్ సైనికులు జీలం నదిని దాటి దాని వెనుక నుండి పురుషోత్తముని పై దండెత్తినాడు. అకస్మాతుగా 'అర్థరాత్రి ముట్టడి కొంత కలతను కల్గించినను పురుషోత్తముని సైన్యము వీరోచితముగా పోరాడెను. "పోరిస్ సేనలు నిర్విరామముగా తుది క్షణము వరకు అలెగ్జాండర్ సేనలను ఎదిరించి పోరు సల్పిరి" అని ప్లూటర్స్ అనే గ్రీక్ రచయిత ప్రసంశించెను. కాని అంతిమ విజయం అలెగ్జాండరునకే వరించినది. పురుషోత్తముడు బంధిగా అయ్యెను. కాని పురుషోత్తముని దైర్యసాహసములకు ముగ్ధుడైన అలెగ్జాండర్, అతని రాజ్యన్నే గాక మరికొంత ప్రాంతాన్ని పురుషోత్తమునికి ఇచ్చివేసి, తన రాజప్రతినిధిగా చేసుకోనెను.

గ్రీక్ సేనాలు ముందుకు వెళ్ళుటకు నిరాకరించుట :- అలెగ్జాండర్ చినాబ్ నుండి రావినది ప్రాంతము చేరి అక్కడ కథుల ఓడించి వారి ముఖ్య పట్టణమైన సంగాల (Sangala) ను నాశనము చేసెను. తదుపరి అలెగ్జాండరు సేనలు బీయస్ తీరము చేరెను. అలెగ్జాండర్ ఇంకను దండయాత్రలను సాగింపవలెనను దృఢ నిశ్చయముతో తూర్పుదిశగా పురోగమించాలని భావించినాడు. కాని ఇచటి నుండి గ్రీక్ సేనలు ముందుకు వెల్లుటకు నిరాకరించారు. గ్రీక్‌సేనలు స్వదేశము విడిచిచాలాకాలమై యుద్ధాల్లో అలసిపోయారు,జబ్బు పడ్డారు. ఇట్టికారణల వలన గ్రీక్ సేనలు స్వదేశమునకు వెళ్ళాలని పట్టుబట్టారని కొంతమంది చరిత్రకారులు చెప్పుదురు. అంతేకాకుండా సింధూనది తీరమున భారతీయుల పోరాట ప్రతిభను రుచి చూశారు. ఉదా: పోరస్ రాజ్యముతో పోరాడుట అందుచేత వారు ముందుకు సాగటానికి అంగీకరించలేదు. అరియన్ లేదా ఎరియన్ అనే గ్రీకు చరిత్రకారుడు చెప్పినట్లుగా " ఆకాలంలో ఆప్రాంతములోని వారిని ఇతర దేశాలవారితో పోల్చిచూసినపుడు భారతీయులు యుద్ధ కళలో ఎంతో మెరుగైనవారు" మరీ మఖ్యముగా గంగానదీ తీరములో నందరాజుల గురించి వీరు విన్నారు. నందరాజైన ధననందుడు అపార సైనిక శక్తి కలిగియున్నాడు. కావున వారితో పోరాడుట తమ శక్తికి మించిన పనిగా భావించారు. కాబట్టి అలెగ్జాంటర్ మటలు లెక్కచేయకుండా ముందుకు పోవుటకు అంగీకరించక నిరాకరించిరి. అప్పుడు అలెగ్జాండర్ " నేను ఉత్తేజ పరుచుటకు ప్రయత్నించి విఫలము చెందితిని అని బాధ పడినాడు. ఈ విధముగా శత్రువులచేతిలో ఓటమి ఎరుగని అలెగ్జాండర్ తన సొంత సైనికుల చేతిలోనే ఓడిపోవలసి వచ్చింది.

తిరోగమనము: ప్రపంచ విజేత కావలెనన్న ఆశయంతో అనేకదేశాలు జయించాడు అలెగ్జాండర్ భారతదేశాన్ని జయించుటకు క్రీ.పూ. 326 మార్చి - ఏప్రిల్ నెలలో ప్రవేశించి అనేక విజయాలు సాధించాడు. కాని ఇంకా ముందుకు పోయి తక్కిన రాజ్యములను జయించుటకు సైనికులు నిరాకరించుటతో క్రీ.పూ. 325 అక్టోబరు లో భారతదేశం వదలి స్వదేశానికి తిరోగమించినాడు. మార్గ మధ్యములో జీలం - చీనాబ్ నదుల సంగమ స్థానమున కల్గిన మల్ల, శిబి, మాళవ, క్షుద్రక అంబస్తము మొదలగు గణ రాజ్యముల కూటములను ఓడించెను. తదుపరి

దిగువ సింధూ ప్రాంతము చేరి అచ్చట గల "మౌసికానాస్" "అక్సికెనాస్" రాజధిపతులను ఓడించి 'పటాల' నగరము చేరెను. అచ్చట తన సైన్యామును రెండు భాగములుగా చేసి ఒక భాగమును నియార్థస్ నాయకత్వములోని సైన్యం కరాచీ ప్రాంతానికి చేరి అరేబియా సముద్రము మీదుగా మాసిడోనియాకు పోయిరి. రెండవ భాగమునకు అలెగ్జాండర్ నాయకత్వము వహించి భూమార్గము గుండా బోలాన్ కనుమల (బెలూచిస్థాన్) ద్వారా క్రీ. పూ. 324లో స్వదేశమునకు బయలు దేరి ఇరాక్ ప్రాంతములోని "సుసాపట్నం" మీదుగా బాబిలోనియ చేరి క్రీ. పూ. 323లో తన 33 ఏట మరణించాడు. ఇతని మరణముపై చరిత్రకారాల యందు ఏకాభిప్రాయము లేదు. ఇతడు నిర్విరామముగా యుద్ధము చేయుట వలన ఆరోగ్యము క్షిణించి మరణించినాడని కోంత మంది చారిత్రకారులు భావించగా, మరి కోంత మంది చరిత్రకారులు అలెగ్జాండర్‌కు ఊపరితిత్తులల్లో బాణం గుచ్చుకోవడం వల్ల ప్రాణాలు కోల్పోయడని భావించగా. మరి కోందరు అలెగ్జాండర్ విషం తీసుకోవడం వల్ల మరణించినాడని వాదిస్తున్నారు.

<u>అలెగ్జాండర్ సమాధి</u> :- గ్రీక్ పురాతత్వ శాస్త్రవేత్త లియానీ సావాల్ట్ నాలుగు సంవత్సరాల సుదీర్ఘ పరిశోధనానంతరము ఈజిప్టులో <u>రాజధాని కైరోకు</u> 750 కి.మి. దూరంలో ఉన్న 'సివా' వద్ద జరిపిన త్రవ్వకల్లో అలెగ్జాండర్ సమాధి గుర్తించారు. అలెగ్జాండర్ సైన్యంలో సేనానిగా పని చేసిన పోలమీ ఈ సమాధిని నిర్మించాడు. "అలెగ్జాండర్ ఆశలను, ఆశయాలను నిజం చేయడం కోసం అతని రక్షణకొసం అతని శవాన్ని ఇక్కడ సమాధి చేస్తున్నానని అలెగ్జాండర్ మరణానంతరము ఫారో చక్రవర్తిగా పేరు గాంచిన పోలమీ స్వయంగా గ్రీకు లీపిలో చెక్కించిన శిలా ఫలకము ఈ సమాధి పై ఉన్నది." ఈ సమాధి ప్రవేశ ద్వారం ముందు రెండు సింహల ప్రతిమల కాపలాకస్తున్నట్లుగా దర్శమిస్తాయి. గ్రీక్‌లోని వర్జీనియాలో గల నీరో పోలిస్‌లో అలెగ్జాండర్ తండ్రి ఫిలప్-II ని సమాధి చేసిన ప్రదేశంలో కూడా ఇలాంటి ప్రతిమలే కానరావడం వలన ఇది కచ్చితంగా అలెగ్జాండరు సమాధి అనుటకు అవకాశము ఉంది. 'సివాకి' నాలుగు కి.మీ.లో దూరంలోని లఘుర్మిలో ఎమన్ దేవుడి దేవాలయాలు రెండున్నాయి. అలెగ్జాండర్ తరచూ వీటిని దర్శించేవాడనాడనికి ఆధారాలున్నాయి.

లియాని ప్రభృతులు కనుగోన్న సమాధి అలెగ్జాండర్ దేనన్న వాదనను గ్రీక్ ప్రభుత్వ పరిశీలన బృందం మాత్రము అంగీకరించలేదు. లియానీ సిద్ధాంతాన్ని నిరూపించే ఆధారాలు స్పష్టముగా, సందిగ్ధంగా ఉండడం వల్ల సమాధి అలెగ్జాండర్ దిగ్రేట్ దేనని నిర్ధారించవీలు లేదంటున్నారు. అందుకు వారు సాక్ష్యాధారాలు కూడా చూపిస్తున్నారు. క్రీ. పూ. 323 సంవత్సములో అలెగ్జాండర్ మరణించితే 300 సంవత్సరాలు తర్వాత సమాధిని నిర్మించారంటున్నారు. అంతేగాక ఈ సమాధిపై చెక్కబడిన లిపి కూడా అస్పష్టంగా ఉండడంతో అది అలెగ్జాండర్ సమాధి కాదనడానికి మరో ఆధారమంటున్నారు.

<u>దండయాత్ర ఫలితములు</u> :- అలెగ్జాండర్ దండయాత్ర అపూర్వ సంఘటనగా గ్రీక్ చరిత్రకారులు భావించిన, దానిని అతి స్వల్పమైన సంఘటనగా భారతీయ చరిత్రకారులు త్రోసిపుచ్చిరి. అలెగ్జాండర్ దండయాత్ర ప్రపంచ చరిత్రలో ప్రశంసనీయ మైనదైనను, సైనికముగా ఇది గొప్ప విజయం కాదు. ఎందువలననగా అతడు అంతఃకలహములో మునిగి చిన్న చిన్న రాజ్యములను వాయిదాల పద్ధతి పై జయించాడు. పైగా బలమైన సైనిక సంపత్తి కల్గిన మగధ లాంటి పెద్ద రాజ్యాలతో తలపడలేదు. కాబట్టి అతని విజయాన్ని గ్రీక్, భారతీయ సైనికుల బలాబలాలకు పరీక్ష అనుట సమంజసమైనది కాదు.

అలెగ్జాండర్ దండయాత్రలు ఎటువంటి రాజకీయ ఫలితములను నోసంగలేదు. అలెగ్జాండర్ తాను జయించిన రాజ్యములన్నింటిని పాలనా సౌలభ్యము కొరకు ఐదు సత్రపిలుగా విభజించి వాటికి సామంతులను నియమించి తన మాతృదేశమునకు వెళ్ళెను. ఆయిన మరణించిన వెంటనే సేనాపతులు, సామంతులు చాలా కాలం అధికారము కోసం పోట్లాడుకున్నారు. చివరికి ఐదు రాష్ట్రాలుగ ఉన్న అలెగ్జాండరు రాజ్యము ముక్కలైపోయి దానిని అతని సామంతులు, సేనాపతులు పంచుకున్నారు. క్రీ. పూ. 321లో జరిగిన ఈ సామ్రాజ్య విభజనలో తూర్పు భాగము అలెగ్జాండర్ సేనాపతి అయిన సెల్యుకస్ నికేటర్‌కు ఇరాన్ మెసపటోమియా (ఇరాక్), సిరియా మొదలగు ప్రాంతాలు వచ్చినాయి. ట్రోలమీ అనే సైనాధిపతికి పశ్చిమ భాగములైన ఈజిప్టు, పాలస్తీన, ఫోనిషియా మొదలుగునవి లభించిన్నాయి. కాలక్రమములో సెల్యుకస్ నికేటర్ మొదలగు

గ్రీక్ ప్రతినిధులు నిర్మించుకొన్న రాజ్యములోని ప్రజలు, సైనికులు బహు తక్కువ కాలములోనే పూర్తిగా భారతీయ సామాజిక వ్యవస్థలో అంతర్లీనమైనారు. అందుకే యన్.సి. రాయ్‌చౌదరీ అలెగ్జాండర్ భారత దేశం పైకి ఒక తుఫాను లాగా వచ్చి సుడిగాలిగా వెను తిరిగాడని పేర్కొన్నాడు."

అలెగ్జాండర్ మరణానంతరము గ్రీక్ సామ్రాజ్యము అనేక విభజనలకు గురికావడం, స్వతంత్ర్యముగా ఏర్పడిన రాజ్యాల అధిపతుల పై ప్రజలు తిరుగుబాటు చేయుట, విదేశీ దండయాత్రల వలన అనేక బాధలను చవిచూచిన పశ్చిమోత్తర భారత భాగంలో గల అనేక జీతులు, అఖిల భారత చక్రవర్తి ఛత్రం క్రింది ఉండుటయే క్షేమముగా భావించిరి. విదేశీ ప్రాబల్యమునకు మరోక సారి గురికాకుండా ఉండాలని ఆశించిరి. అలెగ్జాండర్ దండయాత్ర ఇట్లు పరోక్షముగా భారతదేశ ఐక్యతకు దోహదమొనర్చెను.

అలెగ్జాండర్ సైనిక యంత్రాంగాన్ని పరిశీలించి నందుల సైనిక శక్తిని ఓడించుటకు ఎంత సైనిక వ్యవస్థ అవసరమగునో అన్న విషయాన్ని చంద్ర గుప్త మౌర్యుడు ఈ దండయాత్ర వలన తెలుసుకోని, తన సైనిక వ్యవస్థ ప్రతిష్ట పరిచి కోని నందుల పై దండయాత్ర చేసి వారిని ఓడించినాడు. అంతేగాక అలెగ్జాండర్ జయించిన రాజ్యానికి (పంజాబ్, సింధూ రాష్ట్రాలకు) పాలకుడిగా ఉన్న ఫిలిప్పొస్‌ను క్రీ. పూ. 324లో చంద్రగుప్త మౌర్యుడు హత్యగావించి సువిశాల మౌర్య సామ్రాజ్యమును స్థాపించినాడు. డా. రాధాకుముద్ ముఖర్జీ పండితుడు చెప్పినట్లు అలెగ్జాండరు దండయాత్ర భారతదేశ ఐక్యతకు దోహదము చేసెను.

అలెగ్జాండరు దండయాత్ర ఫలితముగా అనేక మంది చరిత్రకారులు భారతదేశమునకు వచ్చిరి ఉదా:- 1) 2వ శతాబ్దములోని ఎరియన్ అనే గ్రీక్ చరిత్ర కారుడు 'అనాబాసిన్ ఆఫ్ అలెగ్జాండర్' అనే గ్రంథములో అలెగ్జాండరు భారతదేశం పై చేసిన దండయాత్రలు వివరించబడినాయి.

2. సెల్యూకస్ నికెటర్‌చే చంద్రగుప్త మౌర్యుని ఆస్థానమునకు పంపబడిన మెగస్తనీస్ వ్రాసిన 'ఇండికా' గ్రంథం. మౌర్యుల పాలన గురించి తెలుపుచున్నది.

3. నియార్ చెస్, ఐనిసి క్రిటస్, అరిష్టోబ్యుయస్, ప్లూటర్స్, కర్టియస్, ఎరియోటస్,

ఒకటోవ శతాబ్దంలోని గ్రీక్ రచయితలైన స్ట్రాబో, డయోడరస్, జస్టిన్ మొదలైన వారి రచనల వల్ల అలెగ్జాండర్ దండయాత్ర, నాటి భారతీయరాజులు, వారి ప్రాంతములు, ఆ కాలము నాటి సాంఘీక, రాజకీయ, ఆర్థిక పరిస్థితులను తెలుపుచున్నాయి. ఈ గ్రీక్ రచనల వలనే అలెగ్జాండర్‌కు, చంద్రగుప్తమౌర్యుడు సమకాలికుడని పేర్కొనుట వలన, మనదేశ చరిత్రలో కాల నిర్ణయమునకు ఈ దండయాత్ర "మొదటి పునాదిరాయి" గా ఉపకరించిదని.

అలెగ్జాండరు దండయాత్ర వలన భారత, గ్రీక్ దేశాల మధ్య భూమార్గములు ఏర్పడి కాబూల్, బెలుచిస్థాన్ మొదలగు మార్గాల ద్వారా భారతదేశానికి ఇతర దేశాలతో వాణిజ్య సంబంధాలు ఏర్పడినాయి. వి.ఎ.స్మిత్ పండితుడు చెప్పినట్లు "అలెగ్జాండరు తూర్పు, పశ్చిమ దేశాల మధ్య అడ్డు గోడలు తొలగించెను". ఈ అడ్డు గోడలు తొలగిపోయి భారతదేశమునకు పశ్చిమ ఆసియా, ఐరోపా దేశాలకు రహదారులు ఏర్పడి సాంస్కృతిక సంబంధములు అభివృద్ధి చెందినాయి. అలెగ్జాండరుకు భౌగోళిక రహస్యాలను తెలుసుకోవలని ఎక్కువ ఆసక్తి ఉండేను. అందుచే అలెగ్జాండర్ "నియార్చెస్" అనే అతన్ని పంపించగా ఇతడు సింధూనది ముఖ ద్వారం నుంచి యుఫ్రెటిస్ ముఖ ద్వారం వరకు ఉన్న ఓడ రేవుల్ని గురించి తెలుసుకొని మనకు విలువైన సమాచారము అందించినాడు. దీన్ని మూలముగా సముద్ర మార్గం కూడా వాణిజ్య వ్యాపారానికి సహకరించినది.

భారతదేశంలో 6వ శతాబ్ధంలోనే వాడుకలోనికి వచ్చి ఉండి కూడా ఒక నిర్దిష్ట ఆకారము లేని పంచ్ మార్క్ (విద్ధాంక నాణేలు) నాణాం. అలెగ్జాండరు దండయాత్ర ఫలితముగా వర్తక, వాణిజ్య వ్యాపారం అభివృద్ధి చెందుట వలన పంచ్ మార్క్ నాణెం ఒక నిర్దుష్ట
రూపం పోందినది.

పతంజలి 'మహా భాష్యం' క్రీ. పూ. 2వ శతాబ్దం నాటి దేశ కాల పరిస్థతులను, గ్రీక్ దండయాత్రలను గురించి తెలువుచున్నది.

గ్రీక్ హిందూ శిల్పముల మిళితమైన గాంధార శిల్పము అనే నూతన

శిల్ప కళా సాంప్రదాయము రూపొందినది. ఈ శిల్పకలలో గ్రీకు శిల్ప సౌందర్యమును భారతీయ ఆధ్యాత్మిక సౌందర్యమును సమ్మేళముగా చూడవచ్చును.

అలెగ్జాండర్ దండయాత్ర ఫలితముగా భారతీయ ఆధ్యాత్మిక విషయాలు, ఉపనిషత్తులు, వైద్యశాస్త్రం మొదలైనవి గ్రీకులు తెలుసుకోగల్గిరి. తత్ ఫలితంగా భారతీయ గణిత, జ్యోతిష్య శాస్త్రాలు విదేశాలకు వ్యాపించినాయి. అదే విధముగా గ్రీక్ ఖగోళ విజ్ఞాన శాస్త్రాలు యుద్ధరీతులు భారతీయులు తెలుసుకోగల్గిరి.

5. మౌర్య సామ్రాజ్యం

భారత దేశ చరిత్రలో మౌర్య వంశానికి ఒక విశిష్ట స్థానం ఉంది. ఈ వంశం వారు ప్రప్రథమంగా సువిశాల సామ్రాజ్యాన్ని స్థాపించి దేశ సమైక్యతను చాలా వరకు సాధించారు. వీరు సమర్ధవంతమైన పాలనా వ్యవస్థను రూపొందించి, ప్రజారంజకంగా పాలించారు. అంతేకాదు శ్రేయోరాజ్య స్థాపన. విశ్వమానవ కళ్యాణం, పరమత సహనం, సర్వమానవ సాభ్రాతృత్వం వంటి ఉదాత్త లక్ష్యాలకు అంకితమై ధర్మం, సత్యం, అహింస ద్వారా తన లక్ష్య సాధనకు చివరి క్షణం వరకు కృషి చేసి తరతరాలుగా మానవాళి మన్ననలను పొందుతున్న 'అశోక' చక్రవర్తి ఈ వంశానికి చెందినవాడే. తన వంశానికే కాక భారత దేశానికే వన్నె తెచ్చిన ఈ మహనీయుడు ప్రపంచ చరిత్రలోనే ఒక విశిష్ట స్థానాన్ని ఆక్రమించాడు.

మౌర్యుల చరిత్ర తెలుసుకోవడానికి అనేక ఆధారములు కలవు. కనుకనే 'వి.ఎ.స్మిత్' పండితుడు "మౌర్యుల రాకతో చరిత్ర కారులు గాడాంధ కారము నుండి వెలుగులోనికి వచ్చినట్లు అయ్యెను. కాల నిర్ణయము అకస్మాత్తుగా నిర్ధిష్టమైయ్యెను". అని నుడివెను. కానీ మౌర్యుల చరత్రకు సంబందించి పెక్కు ఆదారాలు ఉన్నప్పటికి, వాటి వాస్తవికత చాలా వివాదాలతో కూడు కొని ఉన్నది. నాణెలు, శాసనాలు మొదలైన పురావస్తు ఆధారాలు తప్ప సాహిత్య ఆధారాలు చాలా వరకు సందేహలకు ఆస్కారం ఇస్తున్నాయి.

<u>మౌర్యుల చరిత్రకు ఆధారాలు.</u>

1. కౌటిల్యుని 'అర్ధశాస్త్రం'
2. మెగస్తనీసు 'ఇండికా'
3. విశాఖదత్తుని 'ముద్రారాక్షస నాటకము'
4. హేమ చంద్రుని 'పరిశిష్ట పర్వన్'
5. బౌద్ద సాహిత్య గ్రంథాలు. – (దివ్యవదన, అశోక వదన, దీప వంశము, మహ వంశము)
6. టిబెట్ ఆధారాలు. –(దివ్య వదన, అశోక వదన)

7. జాతక కథలు

8. సింహళ గ్రంథాలు - (దీప వంశము, మహా వంశము)

9. గ్రీకు రచనలు

10. అశోకుని శాసనములు

11. రుద్ర దాముని 'జునాగడ్' శాసనము

12. మౌర్య పురావస్తు ఆధారములు

కౌటిల్యుని అర్థశాస్త్రం.

కౌటిల్యుడు తన గ్రంథాన్ని అర్థశాస్త్రం అని పేర్కొన్నాడు. ఈ గ్రంథాన్ని తన గోత్రమైన కుటిల గోత్రమనే కౌటిల్యుని - అర్థశాస్త్రం అని నామీకరణ చేశాడు. ఈ గ్రంథంలో ప్రధాన విషయ వస్తువు రాజనీతికి సంబందించినది. రాజనీతికి సంబంధించి మనకు లభ్యమౌతున్న అతి ప్రాచీన గ్రంథము అర్థశాస్త్రము అని చెప్పవచ్చు.

కౌటిల్యునికి చాణిక్యుడు, విష్ణు గుప్తుడు అనే వివిధ నామాలు కలవు అని వి. ఎ. స్మిత్, కె. పి. జయస్వాల్ వంటి వారు పేర్కొనిరి. నామాల - పట్టిక

1. కౌటిల్యుడు కుటిల గోత్రానికి చెందిన వాడు(కుటిలమైన బుద్ధి కలవాడు) కావున ఆ పేరు వచ్చెను.

2. కౌటిల్యుడు పంజాబ్‌లోని చాణక్ అనే ప్రదేశంలో జన్మించడం వల్ల అతనికి చాణిక్యుడు అని పేరు వచ్చెనని కొందరి చరిత్రకారులు
అభిప్రాయం.

3. కౌటిల్యుని తల్లిదండ్రులు అతనికి విష్ణు గుప్తుడని నామకరణ చేసినట్లు మరికొందరి చరిత్ర కారుల అభిప్రాయం.

కానీ మరికొందరు ఈ వాదన సరికాదని వాదించిరి. వారిలో ముఖ్యంగా వింటర్ నిట్జ్, ఎ. బి. కిథ్, జె. జాలీ, ఆర్. జి. భండార్కర్,
కె.. నాగ్, ప్రాణ్‌నాథ్ మొదలగువారు అర్థశాస్త్రమునకు, యజ్ఞవల్క్యస్మృతికి అతి సామ్యములు ఉన్నాయని, చాణిక్యుడు కౌటిల్యుడు వేరు వేరు యని కౌటిల్యుడు

కేవలము రాజకీయ పరిజ్ఞానము కల్గిన వ్యక్తి గాని, రాజకీయములలో అతని కెట్టి ప్రవేశము లేదని ఇది క్రీ. పూ. 3వ శతాబ్దంలో వ్రాయబడినదని పేర్కొనిరి. కానీ వీరి వాదన సరైనదని చెప్పుటకు కొన్ని ఆధారాలు కలవు. ఆర్. జి. భండార్కర్ చరిత్రకారుని అభిప్రాయం ప్రకారం పతంజలి తన మహభాష్యంలో మౌర్యచంద్రగుప్తుని సభను గురించి పేర్కొనాడు. కానీ కౌటిల్యుడిని గురించి పేర్కొనలేదు. కావున కౌటిల్యుడు మహభాష్యం రచన కాలం తర్వాత వాడు అయి ఉండవచ్చునని పేర్కొన్నాడు. అంతేగాక సెల్యూకస్ రాయబారి అయిన మెగస్తనీసు వ్రాసిన ఇండికా గ్రంథంలో ఎక్కడా కౌటిల్యుని ప్రస్తావన పేర్కొనలేదు. కాని చంద్రగుప్తుని ఆ స్దానములోని విషయాలను గురించి కూలంకషంగా వివరించెను. కావున కౌటిల్యుడు చంద్రగుప్తుని కాలమునకు చెందినవాడు కాదని వింటర్ నిట్జ్ అభిప్రాయం.

<u>అర్ధశాస్త్రం కౌటిల్యుడు వ్రాసినాడనడానికి ఆధారాలు</u> :- కౌటిల్యుని తర్వాత కొన్ని శతాబ్దాల కాలం వాడైన కామాందకుడు తన నీతి సారంలో ఇలా పేర్కొన్నాడు. అర్ధశాస్త్రం అనే మహసముద్రం నుండి నీతిశాస్త్రమనే అమృతాన్ని విష్ణుగుప్తుడు మదించినట్లు పేర్కొన్నాడు. అంతేగాక దండ మహకవి తన దశ కుమార చరిత్రలో మౌర్య రాజు కోసం విష్ణుగుప్తుడు 6000 శ్లోకాలతో అర్ధశాస్త్రాన్ని రచించినట్లు పేర్కొన్నాడు. తక్షశిల విశ్వవిద్యాలయంలో ఆచార్యునిగా ఉన్న కౌటిల్యుడు అలెగ్జాండర్ దండయాత్రలను పురుషోత్తమునితో కలిసి ఎదుర్కొనవలసిందిగా అంభిని కోరెను. ఐతే తన కోరిక ఫలించని కారణంగా తక్షశిలా రాజ్యాన్ని వదిలి కౌటిల్యుడు ఆనాటికే రచించిన అర్ధశాస్త్రాన్ని చేతబూని మగధ రాజ్యాన్ని చేరెనని చరిత్ర కారులు అభిప్రాయపడిరి. కావున మౌర్య సామ్రాజ్య స్థాపనకు కొలది కాలము ముందే ఇతడు మగధలో ఉండి చివరి రాజైన ధననందునిచే అవమానించబడి, అతని పై కక్ష్య సాదనకై మౌర్య సామ్రాజ్య స్థాపనకు కారకుడై ఉండవచ్చు. కావున మౌర్యుల కాలానికి సమకాలికుడనటకు అవకాశం ఎక్కువగా కలదు.

<u>మాకియా వెల్లితో పోలిక</u> :- కౌటిల్యుడు వెలుబుచ్చిన అనేక భావాలు ఇటాలియన్ తత్వవేత్త అయిన 'మాకియవెల్లి' తన "ప్రిన్స్" గ్రంథంలో వెలుబుచ్చిన

అభిప్రాయాలకు సామ్యమున్నది. ఇద్దరూ చారిత్రక పద్ధతిలో రచన చేశారు. ఇద్దరూ దేశ భక్తి పరాయణులే, హేతువాదులే మరియు సమకాలిక సమస్యలను పరిష్కారించడానికి నూతన మార్గాలను అన్వేషించారు. కావున కౌటిల్యుడిని 'భారత మాకియా వెల్లిగా' పరిగణించడం జరిగింది.

బిస్మార్క్‌తో పోలిక :- ప్రొఫెసర్ జాకబ్ "చిన్నాభిన్నమైన భారత దేశాన్ని ఏకీకృతం చేసి సమైక్య భారతాన్ని సృష్టించి ఆ సమగ్రమైన భారతదేశానికి మౌర్య సామ్రాజ్యమని పేరు పెట్టి. చంద్ర గుప్తుని ప్రప్రధమ భారత సామ్రాజ్యానికి చక్రవర్తిగా ప్రకటించి, సింహసనం పై అధిష్టింప చేయుటలో కౌటిల్యుడు ప్రదర్శించిన సాహసోపేతమైన రాజ తంత్ర్యములు, దీక్ష త్యాగములను ప్రశంసిస్తు అతీతమైన ఆత్మబలం. ఆత్మ గౌరవం గల రాజనీతి నిపుణుడని, 'భారత దేశపు బిస్మార్క్' అని పేర్కొన్నాడు. భారత దేశ మొట్ట మొదటి ప్రధాని యగు జవహర్ లాల్ నెహ్రూ తన గ్రంథమైన "డిస్కవరి ఆఫ్ ఇండియా" లో కౌటిల్యుని అర్థశాస్త్రము పెక్కు విషయముల గూర్చి వివరించుటయే గాక, "ప్రభుత్వ పాలనకు సంబందించిన పెక్కు విషయములను విపులముగా చర్చించింది" అని ప్రశంశించెను. ఆచార్య నీలకంఠ శాస్త్రీ చెప్పినట్లు అర్థశాస్త్రం అచ్చటచ్చట కుటిల నీతిని చెప్పినను మొత్తము మీద మతమును ఆచార సంప్రదాయాలను గౌరవించు పితృగత పాలనా వ్యవస్థను చెప్పెను.

సంస్కృతంలో వ్రాసిన ఈ అర్థశాస్త్రం జర్మనీ దేశంలో ఆ దేశపు ప్రభుత్వ అధీనములో ఉన్న మ్యూనిచ్ లైబ్రరీలో ఉన్నది.

మెగస్తనీసు 'ఇండికా' :- గ్రీకు రాజైన సెల్యుకస్ నికేటర్‌చే చంద్రగుప్త మౌర్యుని ఆస్థానమునకు రాయబారిగా పంపబడినాడు. మెగస్తనీసు సెల్యుకస్ నికేటర్ రాజ్యంలోని అరఖోసియా (గాంధార)లో ఉన్నతోద్యోగిగా ఉన్న మెగస్తనీసును తన రాయబారిగా పాటలీపుత్రంనకు పంపినాడు. మెగస్తనీసు క్రీ. పూ. 302-288 సంవత్సరముల మధ్య పాటలీపుత్రంలో మౌర్యరాజు కొలవునందు ఉండెను. ఇతడు ఉత్తార ఫథములో కొన్ని ప్రాంతాల యందు సంచరించి నాటి దేశకాల పరిస్థితులను 'ఇండికా' అనే రూపంలో గ్రంథస్థము

గావించెను. కానీ దురదృష్టవశాత్తు ఈ గ్రంథం సంపూర్ణముగా లభ్యము కాలేదు. అయితే ఇండికా నుండి అనేక విషయములను స్ట్రాబో (క్రీ. పూ. 1వ శతాబ్దం), డియొడరస్ (క్రీ. పూ. 1వ శతాబ్దం), అర్రియన్ (క్రీ. పూ. 2వ శతాబ్దం), రోమన్ రచయిత ప్లీనీ (క్రీ. పూ. 2వ శతాబ్దం) మొదలగు వారు గ్రహించి తమ గ్రంథము లందు పోందుపరిచిరి. కావున ఈ గ్రంథము మౌర్యుల చరిత్రకు సమకాలికమైన గ్రంథమైనప్పటికి మెగస్తనీస్ వ్రాసిన ఇండికా గ్రంథము లభించనందున ఇది మౌలిక గ్రంథము కాదని తెలుస్తున్నది. గ్రీకు భాషలోని ఈ గ్రంథంలో మెగస్తనీసు మౌర్యుల రాజధాని నగరమైన పాటలీపుత్ర వైభవాన్ని వర్ణించాడు. పాటలీపుత్ర '9.5 మైళ్ళు' (13 కి.మి) పోడవు 1 3/4 మైళ్ళు (2.5 కి.మి) వెడల్పు మూడు ప్రాకారములు, మూడు కందకములు. కందకముల వెడల్పు 606 అడుగులు, లోతు 900 అడుగులు, 570 బురుజులు, 64 ముఖ ద్వారములు, ముఖ్య పట్టణ ద్వారములు (4) నాలుగు.

దిక్కులు	ద్వారము పేరు
తూర్పు	ఇంద్ర ద్వారము
పడమట	సేనాపతి ద్వారము
దక్షిణము	యమ ద్వారము

ఉత్తరము బ్రహ్మద్వారము అని పేర్లు గ్రీకు రాయబారి ఐన మెగస్తనీసు తన రచనలో వ్రాశాడు.

పాటలీ పుత్ర నగర పాలనా వ్యవస్థ నిర్వాహణకై 30 మంది సభ్యులు గల 6 కమిటీలు ఉండేవి. ఒక్కొక్క కమీటిలో 5 గురు సభ్యులు ఉండేవారు.

1. <u>మొదటి సంఘము :-</u> పరిశ్రమలు, కళలు.

2. <u>రెండవ సంఘము :-</u> విదేశీయుల రాకపోకలు, వారికి వసతి సౌకర్యములు కల్పించడం, అదే సమయంలో వారి ప్రవర్తనలను జాగ్రత్తగా గమనించడము, ప్రయాణంలో మరణించిన వారికి శవ సంస్కారములు జరిపించి, వారి వస్తువులను వారి బంధువులకు చేర్చడం.

3. మూడవ సంఘము:- జనన మరణాల రికార్డు చేయడం.

4. నాల్గవ సంఘము :- వ్యాపార వాణిజ్యలు, ఎగుమతి దిగుమతిలు, తూనికలు కొలతల పర్యవేక్షణ, ఒక వ్యక్తి ఒకే సరకు పై వ్యాపారాన్ని చేయడమనెడి విధానాన్ని ఈ సంఘము అమలు జరుపుతుంది.

5. ఐదవ సంఘము :- పాత వస్తువులు, కోత్త వస్తువులు వేరు వేరుగా వ్యాపారి అమ్మినట్లు చూపడం, (పాత, క్రొత్త వస్తువులను కలిపి అమ్మడం నేరం)

6. ఆరవ సంఘము :- వ్యాపార పన్ను వసూళ్ళు చేయడం, పన్నులు చెల్లించక ఎగవేత చేసిన వ్యాపారికి మరణ శిక్షగా ఆనాడు అమలులో నుండెను. మార్కెట్‌లోని సరకుల ధరలను అమితంగా పెరగనివ్వక కంట్రోల్ చేయడం ప్రభుత్వ భవనములను రక్షించుట, పరిసరాలలోని రేవు పట్టణాలను, దేవాలయాలను తనిఖి చేయడం మొదలగునవి (నగరంలో 1/10వ వంతు ప్రభుత్వ అమ్మకవు పన్నుగా వసూళ్ళు చేసేది)

మౌర్య పాలనా కాలంలో కరువులు లేవని మెగస్తనీస్ వ్రాసినాడు. కానీ ఈ విషయం నిజం కాదు. ఎందుకనగా మగధలో దుర్భర క్షామం ఏర్పడుట వలన ప్రజల భాదలను చూచి ఉండలేక చంద్ర గుప్త మౌర్యుడు సింహసనాన్ని త్యజించి తన కుమారుడైన బిందుసారునికి అప్పగించి మైసూరు రాష్ట్రంలోని శ్రావణ బెల్గోళాకు వెళ్ళాడు (బి.సి. 300). అంతేకాకుండా సోహ్‌గౌరా, మహస్థాన్ శాసనములు కూడా క్షామ పరిస్థితులను గూర్చి తెలుపుచున్నాయి. క్షామ పరిస్థితులలో ఎలాంటి నివారణ చర్యలు తీసుకోవాలి అన్న విషయములను గురించి కూడా తెలుపుచున్నాయి. మెగస్తనీసు తన గ్రంథంలో ప్రజాసంక్షేమము కోసం చక్రవర్తికి 24 గంటలు సరిపోయేవి కావు అని పేర్కొనెను.

మెగస్తనీసు తన గ్రంథంలో బానిసలు లేరని, వ్రాసినాడు, కానీ ఇది అవాస్తవమైనది. నాడు లభిస్తున్న ఆధారములలో భానిసల ప్రసక్తి ఉంది. అంతేగాక అతడు తన గ్రంథంలో అనేక నమ్మసక్యముగాని విషయలనుకోకోల్లలుగా పేర్కోనాడు.

1. హిందూ సంఘంలో 7 తరగతులు (లేక) వర్గములు కలవు అనుట.

2. బంగారు పుట్టలు పెట్టు చీమలు కలవు అనుట

3. బానిసత్వం లేదనుట,

4. దొంగతనము లేదనుట,

5. దేశంలో అబద్దాలు ఆడువారు లేరని, మొదలైనవి పేర్కొనెను. కనుకనే స్ట్రాబో పండితుడు ఇతడు చెప్పిన వన్నియూ అసత్యములని గ్రహించి, మెగస్తనీసు "అబద్దాల కోరు" అని నుడివెను. అయితే బహుశ మెగస్తనీసు ఇవన్నియూ ఎవరైనా చెప్పినవి వినిగానీ, లేక ఊహించి గానీ యుండవచ్చు. అయినను ఆయన రచనలలో పాటలీ పుత్ర వర్ణన, పాలన, సైనిక పాలన మరికొన్ని ఆధారములు వాస్తవములు. ఏది ఏమైనను ఇండికా మౌర్యుల చరిత్రకు ఒక ప్రధాన చారిత్రక ఆధారమని చెప్పకతప్పదు. ఈ ఇండికా గ్రంథమును యమ్. సి. క్రిండిల్ (Crindil) అనే వ్యక్తి ఆంగ్లంలోనికి అనువదించినాడు.

<u>విశాఖదత్తుడు ముద్రారాక్షసం :-</u> ఇది గుప్తుల కాలమునకు చెందిన చారిత్రక నాటకము విశాఖ దత్తుడు అర్థశాస్త్రములోని (కౌటిల్యుడు వ్రాసినది) నీతి ననుసరించి కథను నడిపించుటయే గాక, అర్థశాస్త్రములోని సూత్రములను తన నాటకములో పొందుపరిచినాడు. అంతేగాక ముద్రారాక్షస నాటకములో చాణిక్యుని సలహా సంప్రదింపులతో చంద్ర గుప్త మౌర్యుడు నంద వంశము ఎలా నిర్మూలించినది, అతని పాలనా విధానమును, రాజకీయ, ఆర్థిక, సామాజిక మత పరిస్థితులను గురించి ఈ నాటకం చక్కగా వివరిస్తుంది.

<u>జైన సాహిత్యము :-</u> క్రీ. పూ. 12వ శతాబ్దములో హేమ చంద్రుడు వ్రాసిన "పరిశిష్ట పర్వన్" చంద్ర గుప్త మౌర్యుడు జైన మతంలోనికి మారడాన్ని వివరిస్తుంది. ఇది మౌలిక మైనదే కానీ సమకాలికమైన ఆధారం కాదు.

<u>బౌద్ధ సాహిత్యము :-</u> మౌర్యుల సామ్రాజ్యం పై బౌద్ధ మత భావాల ప్రభావము గురించి దీర్ఘనికాయ (లేక) దీర్ఘనికాయ (సుమంగల విలాసిని) అనే గ్రంథములో అనేక వివరాలు లభిస్తాయి.

<u>'వంశద ప్రకాశిని' :-</u> అనే గ్రంథములో మౌర్యుల పుట్టుకకు సంబందించిన

సమాచారాన్ని అందజేస్తుంది.

<u>జాతక కథలు:-</u> బుద్ధుని పూర్వ జన్మలకు సంబంధించిన కథలను 'జాతక కథలు' అంటారు. ఇందులో ఆనాటి సాంఘీక, ఆర్థిక పరిస్థితులను గురించి మనకు తెలుపుచున్నాయి. వీటికి మౌర్యయుగ చరిత్రతో ఎలాంటి సంబంధము లేక పోయినా, చాలా వరకు వీటిలో వివరించిన పరిస్థితులే మౌర్యుల యుగంలో కూడా కొనసాగినాయి.

<u>దివ్య వదనం - అశోక వదనం</u> :- అశోకుని చుట్టూ అనుశ్రుతంగా ఏర్పడిన కథలన్నింటినీ దివ్య వదనం, అశోకుని వదనం మొదలైన అవధాన గ్రంథాలలో క్రోడికరించడం జరిగినది. బౌద్ధమత వ్యాప్తికై అశోకుడు మరియు అతని ధర్మ మహామాత్రుల కృషిని గూర్చి టిబెట్ సాహిత్య గ్రంథమైన దివ్యవదనం చెప్పుచున్నది. టిబెట్ బౌద్ధమత పురాణ ఆధారాల ప్రకారం దివ్యవదనం, అశోకవదనం అనునవి రెండూ అశోకుని యొక్క వ్యక్తిత్వమును క్రోడికరించేసినవిగా తెలుస్తుంది. 84 వేల స్థూపాలను అశోకుడు నిర్మించినట్లు ఈ గ్రంథము వలన తెలియుచున్నది.

<u>టిబెట్ ఆధారాలు :-</u> లామా తారనాథ్ (క్రీ. శ. 16వ శతాబ్దం)వ్రాసిన టిబెట్ చరిత్ర (హిస్టరి ఆఫ్ టిబెట్) అనే గ్రంథంలో మౌర్యుల చారిత్రాత్మక సాంప్రదాయాలకు సంబంధించిన అస్తవ్యస్తమైన సమాచారం ఉన్నది.

<u>సింహళ గ్రంథాలు :-</u> బౌద్ధ మత పరమైన సారస్వతాధారాలల్లో ప్రధానంగా పేర్కొనవలసినది సింహళ ద్వీప గ్రంథాలైన దీపవంశం, మహావంశం. ఇవి పాళీ భాషలో ఉన్నాయి. ఇవి అశోకుని పుట్టు పూర్వోత్తరాలలోని విశేషాలను కొన్నింటిని తెలియజేస్తున్నాయి. అంతేగాక బౌద్ధ మత ప్రచారంలో, వ్యాప్తిలో అశోకుని పాత్రను వివరించుచున్నాయి. ముఖ్యంగా సింహళములో బౌద్ధ మత ప్రవేశాన్ని గురించి ప్రచారాన్ని గురించి వివరిస్తాయి. వీటిలో దీపవంశం క్రీ. పూ. 3వ శతాబ్దం, క్రీ. శ. 4వ శతాబ్దం మధ్య కాలంలో వ్రాయబడినది.

దీప వంశంలోని విషయానికి, సింహళ చరిత్రకు సంబందించిన మరికొంత సమాచారం చేర్చి క్రీ. శ. 5వ శతాబ్దంలో మహనాయుడు అనే బౌద్ధ బిక్షువు మహవంశ సంకలనాన్ని రూపోందించడం ప్రారంభించాడు. మహవంశానికి

వంశధ పకాశిని అనే వ్యాఖ్య ఉంది. దీన్ని 10వ శతాబ్దంలో సమకూర్చడం జరిగింది. దీనితో మౌర్యులకు సంబంధించిన ఇతరత్రా కానరాని లేదా ఉపేక్షకు లోనైన అనేక కథలు ఉన్నాయి.

గ్రీకు రచనలు :- క్రీ. పూ. 1వ శతాబ్దంలోని గ్రీకు రచయితలైన స్ట్రాబో, డియోడరస్, క్రీ. శ. 2వ శతాబ్దంలోని గ్రీకు రచయితలైన ఏరియన్ (అర్రియన్) తమ తమ గ్రంథాలలో మెగస్తనీసు ఇండికాలో పేర్కొన విషయాలు వ్రాసినారు. క్రీ. శ. 2వ శతాబ్దంలోని రోమన్ రచయిత అయిన ప్లీనీ తాను వ్రాసిన లాటిన్ గ్రంథాలలో మెగస్తనీసు చెప్పిన విషయాలు వ్రాసినాడు. అంతేగాక జస్టిన్, ప్లూటార్క్ మొదలైన చరిత్ర కారులు వ్రాసిన విషయాలు కూడా మౌర్యుల చరిత్రకు ప్రధాన ఆధారములు.

శాసనాలు

జునాగడ్ శాసనము :- ఈ జునాఘడ్ శాసనము స్కంధ గుప్తుడు వేయించినాడు. ఈ శాసనము సౌ రాష్ట్రం చంద్రగుప్తుడి సామ్రాజ్యంలో ఒక రాష్ట్రమైనట్లు తెలుస్తున్నది. అంతేగాక ఈ శాసనములో చంద్ర గుప్తుడు రాష్ట్రపాలకునిగా పశ్చిమ ప్రాంతంలో పుష్య గుప్తుడనే వైశ్యుడు ఉండేవాడని, ఇతనికి చంద్ర గుప్త మౌర్యునికి బంధుత్వం ఉండేదని తెలుపుచున్నది. ఈ శాసనం వలన మౌర్యులు కూడా వైశ్యులే కావచ్చునని చరిత్రకారులు భావిస్తున్నారు.

గిర్నార్ శాసనము మరియు సోపారా శాసనము :- రం ద్ర ద వు డు ం వేసిన గుజరాత్‌లోని (సౌరాష్ట్ర) 'గిర్నార్' (క్రీ. పూ. 150) అనే సంస్కృత శాసనము వలన చంద్ర గుప్తుని కాలంలో రాష్ట్ర పాలకుడిగా ఉన్న. వైశ్య పుష్య గుప్తుడు 'కథియవాడ్' నందు (జునాఘడ్) సమీపంలో 'సుదర్శన తటాకం' తవ్వించాడు. దీనికి అశోకుని కాలంలో అక్కడ రాష్ట్ర పాలకునిగా ఉన్న 'యోన రాజు' తుషాష్పుడు (తుషాస్సు) పంట కాల్వలను తవ్వించాడని గిర్నార్ శాసనము వలన విదితమౌతున్నది. అంతేగాక గుజరాత్‌లోని ఈ గిర్నార్ శాసనము వలన మహరాష్ట్రలోని సోపారా శాసనము వలన అశోకుని పశ్చిమ సరిహద్దులను గుర్తించబడినవి. కానీ ఈ శాసనము మౌలిక ఆధారమైప్పటికి, సమకాలికమైన ఆధారం కాదు.

అశోకుని శాసనాలు.

ఈస్టిండియా కంపెనీలో టంకశాల అధికారిగా ఉన్న ప్రాచ్య విజ్ఞానవేత్త జేమ్స్ ప్రిన్సెప్ మొట్ట మొదట అశోకుని శాసనాలను క్రీ. శ. 1837 లో గుర్తించాడు. ఇతని తర్వాత అనేక మంది చరిత్రకారులు అశోకుని శాసనాలను పరిశోదించారు. ప్రాకృత భాష భారత దేశములో ఈనాటి వరకు లభించిన శాసనాలు అశోకుని శాసనాలు అన్ని ప్రాకృతి భాషలోనివే. నాడు ప్రజల వ్యవహార భాషలకు ప్రాకృతమన్నది సామాన్య నామం.

<u>అరమైక్ భాషలోని లంపాక.</u> భారత దేశానికి వెలుపల ఉంది. అశోకుని సామ్రాజ్యంలో చేరి ఉండిన ఆఫ్ఘనిస్థాన్‌లో జలాలా బాద్‌కు సమీపంలో కాబుల్ నది ఉత్తరపు గట్టున ఉన్న లంపాక లేదా లంఘయాన్ అనే చోట లభించిన ఈ శాసనములో మూడు అసంపూర్ణ వాక్యాలలో, దేవారనాం ప్రియుడు స్తంభ శాసనాన్ని నిలిపాడని తెలుపబడి ఉండుట చేత దీనిని అశోకునిదిగా తలంచవచ్చు. ఈ శాసనం అరమైక్ భాషలో ఉన్నది.

<u>గ్రీకు, అరమైక్ భాషలో ఉన్న శాసనము.</u> ఆఫ్ఘనిస్ధాన్‌లోనే కందహర్ వద్దనే లభించినది. మరోక శాసములో ద్విభాషలు కలవు.

అవి (1) గ్రీకు (2) అరమైక్ భాష.

<u>గ్రీకు భాషలో ఉన్న శాసనము</u> :- ఈ శాసనము వల్ల అశోకుడు పట్టాబిషేకం నుంచి 10 సంవత్సములు గడిచిన అనగా క్రీ. పూ. 258 తర్వాత దరఃబోధన ప్రారంబించినట్లు తెలుస్తుంది. ఈ శాసనంలో అశోకుడు తన 12వ పాలనా సంవత్సములో శిలాశాసనాలను, సామ్రాజ్య వ్యాప్తంగా వేయించినట్లు తెలుస్తుంది. ఇది కూడ ఆఫ్ఘనిస్థాన్ లోని కందహర్ వద్దనే లభించినది. ఈ శాసనములో ఒక్క గ్రీక్ భాషలో మాత్రమే వ్రాయబడినది. దీనిని 1958 లో కనుగోన్నారు. లిఫి అఖండ భారత దేశవు సరిహద్దుల లోపల ఒక్క వాయువ్య ప్రాంతంలో లభించిన అశోక శాసనాలు తప్ప, మిగిలిన అన్ని ప్రాంతాలలో లభించిన శాసనాలు <u>బ్రహ్మిలిపి</u>లో ఉన్నాయి. పర్షియాకు దగ్గరగా ఉన్న వాయువ్య ప్రాంతంలో

లభించిన శాసనాలు, మాత్రం పర్షియన్-అరమైక్ భాషా సంబంధమైన ఖరోష్ఠి లిపిలో ఉన్నాయి. బ్రహ్మిలిపిని ఎడమ నుండి కుడికి వ్రాస్తారు. ఖరోష్ఠి లిపిని కుడి నుండి ఎడమకు వ్రాస్తారు. కర్నాటక రాష్ట్రంలోని బ్రహ్మగిరిలో లభించిన అశోకుని శిలా శాసనము(లఘు)లో అంతా బ్రహ్మిలిపిలో ఉంది 'చపడ' అనే లిపి కారుడు దీనిని విభజించాడని తెలిపే "చపడీన లిఖతే లిపిక రేణి" అనే చివరి పంక్తి మాత్రం ఖరోష్ఠి లిపిలో ఉన్నాది. అట్లే ఎ.పి. లో తుగ్గలి మండలం జొన్నగిర గ్రామ సమీపంలో ఎర్రగుడి వద్ద కొన్ని శిలాశాసనాలు లభించాయి.

ఆంధ్రప్రదేశ్‌లోని ఎర్రగుడి శాసనము:-. దక్షిణ భారతదేశంలో ఆంధ్రప్రదేశ్‌లోని ఎర్రగుడి (కర్నూలు జిల్లా తుగ్గలి మండలం) వద్ద మాత్రమే అశోకుని 14 బృహత్ శిలా శాసనాలు లభ్యమైనాయి. దక్షిణ భారతదేశంలో ఈ ఎర్ర గుడి వద్ద తప్ప మరెక్కడ బృహత్ శిలా శాసనాలు లభ్యము కాలేదు. ఈ ఎర్ర గుడికి సమీపంలో ఉన్న రాజుల మందగిరలో రెండు లఘు శాసనాలు లభ్యమైనాయి. ఇక్కడ లభ్యమైన ఈ లఘు శాసనములోని కొన్ని పంక్తులు బ్రహ్మ లిపిలో కుడి నుంచి ఎడమకు, ఎడమ నుండి కుడికి వరస క్రమంలో బూస్ట్రో ఫెడాన్ సింధూ నాగరికత లిపి పద్ధతిలో వ్రాయడం జరిగినది. ఈ ఎర్ర గుడి మౌర్య సామ్రాజ్యంలో దక్షిణ ప్రాంతానికి పాలనా కేంద్రమై ఉండవచ్చునని చరిత్రకారుల అభిప్రాయపడ్డారు. ఈ శాసనాలు ఉన్న చోట నుండి సమీపంలో ఉన్న జోన్నగిరి, అనే గ్రామం అప్పటి మౌర్యుల కాలం నాటి దక్షిణాది సువర్ణగిరి, వజ్రగిరి అని పిలుస్తుండే వారని తెలుస్తుంది. (ఇందుకు నిదర్శనం ఈ ప్రాంతంలో ఇప్పటికీ ఖరీదైన వజ్రాలు లభ్యమౌతుండుటమేనని చెప్పవచ్చు.) కానీ జొన్న గిరి గ్రామ శివార్లలో పడమటి దిక్కున గల ఏనుగు కొండల్లో ఆరు గుండ్ల పై అశోకుని చక్రవర్తి ధర్మ ప్రభోదనలతో లిభించిన ఈ శిలా శాసములలో బ్రహ్మిలిపిలో కుడి నుండి ఎడమకు, ఎడమ నుండి కుడికి వరుస క్రమంలో బూస్ట్రోపెడాన్ (వృషభాగతి) పద్దత్తిలో వ్రాయబడినాయి.

ఎర్రగుడి శాసనంలోని వివరాలు

బ్రహ్మిలిపిలోని శాసనాలు

1. దేవానాం, ప్రియే హేవహ, అదికాని
2. య.హకమ్, ఉపానకే, నోతుబో,ఏకం, సంవచరం, ఏకా(0)తే.
3. హసం, సాతిరేకే, ఛుశో, స్వవఛరే, యుం, మయా, సంఘే ఏమా.
4. తే.భాడంచమే, ఏకంతే, ఇమినా, చు. కాలేన అమిసా (యే) మనిసా
5. దేవేహి, తే. దాని మిసి భూత, ఏక మసహీ.
6. ఇయం, మహేపసేవ, సకియే, ఖుదకేన, పి, ఏక,
7. మమనేన నకియే, విపులే, స్వగే ఆరాధేతవే.ఏ,తాయచ ఆరామ, ఇమం
8. (సా)వనే, సావితే అతా, ఖుధక్, మహలక ఇమం పి(ప) కమొపు అ(ం).
9. తా.చ,యే జానపు చిరతరితి కా,చ.
10. ఇయం ఏకమే, హోత, విపులం, పిచవడసితా, అవరధియూ, దియదియం.
11. వాపితే ప్యూదేన 200, 50, 6.

బ్రహ్మిలిపి ధర్మ సూత్రాలకు అనువాదము.

1. నా ప్రియుడు దేవాం ఇటుల వచించెను.
2. నేను ఉపాసకుడానై (2.5 ఏళ్ళు) గడిచినది.
3. మెదటి సంవత్సరముననే నేను తగిన కృషిని బౌద్ధ మత వ్యాప్తికి చేయలేదు
4. సంఘ విషయమున దీక్షతో నేను ఇప్పటికే సంవత్సరము క్రిందట నుండి పని చేయుచున్నాను.
5. ఇప్పటి వరకు దైవత్వంను పోందిన వారును ఈ కాలమున దైవత్వం పొందిరి
6. ఇది నా ధర్మప్రచార ఫలమే.
7. దైవత్వమును పొందగల్గునది, ధనికులు మాత్రమే కాదు.
8. దరిద్రుడు సైతం మనసారా ధర్మ నిష్ఠలో స్మరించినచో స్వర్గం పొందగల్గుగుదుము.

9. అందుకే నేను ఈ శాసనములు నెలకొల్పితిని.

10. నా రాజ్యంలోని ధనికులను, పేదవారును ఇటుల ధర్మమును ఆచరించ తరరేని, దీనిని తెలిసిన పరరాజ్యముల వారునూ, అటుల చేయుట వలన ధర్మ నిష్ఠ కలవారు రెట్టింపు కాగలరు.

11. (నేను) యాత్రను 256(దినములు) సాగించిన తర్వాత ఈ శాసనములు నెలకొల్పితిని అని వీటి భావం.

బాబ్రా లఘు శిలా శాసనము :- ఈ బాబ్రా లఘు శిలా శాసనము భైరాతు (జైపూర్, రాజస్థాన్) పట్టణానికి సమీపంలో ఉన్న బాబ్రా కొండ గుట్టల మీద చెక్క ఉన్నది. దీన్ని కలకత్తాకు తరలించినది సున్నిన్గన్ (Cunninhan) ఇది ప్రస్తుతం కలకత్తాలోని ఇండియన్ మ్యూజియంలో కలదు. అందువల్ల ఈ శాసనాన్ని జాబ్రా శాసనమని లేదా కలకత్తా భైరాతు శాసనమని అంటారు. దీనిలో అశోకుని మగధ రాజకు ప్రియదర్శి అని పేర్కోనడం జరిగింది. బౌద్ధంలో, దర్మంలో, సంఘంలో అశోకుని గల విశ్వాసమును ఈ శాసనము తెలుపుచున్నది. అంతేగాక అశోకుడు భౌద్ధ మత స్వీకారమును గురించి వివరించును.

బారాబర్ గుహ శాసనాలు :- దీనిని 1937లో జేమ్స్ ప్రిన్సెస్ కనుగొన్నాడు. ఈ బారాబర్ కొండల్లోని గుహల యందు 3 శాసనాలు కనుగొనబడినాయి. గుహల్లో చెక్కించడం వల్లన వీటిని గుహ శానినాలు అని అంటారు. ఇవి బీహార్‌లోని గయా క్షేత్రానికి 25కి.మీ. దూరంలో కలవు. ఈ గుహను అజీవక మత సన్యాసుల నివాసార్థమై అశోకుడు నిర్మించాడు. ఈ గుహల యందు వేసిన శాసనాలలో రెండు అశోకుడి పట్టాభిషిక్తుడైన 12వ ఏట మూడవది 19వ ఏట వ్రాసినవి. దీని వల్ల అశోకునిలో సంకుచితమైన మత దురాభిమానం లేదనే విషయం ప్రస్ఫుటమౌతుంది.

బారాబర్ గుహలో ముఖ్యంగా సుదామ, లోమస్ రుషి అనే రెండు గుహలున్నాయి. ఈ గుహల యొక్క లోపలి గోడలు అద్దంగా నునువుగా తళ తళ లాడేటట్లు చేయడం జరిగినది.

తోప్రా శిలా స్థంభ శాసనము:- ఈ తోప్రా శిలా స్థంభ శాసనము మొదట ఢిల్లీకి ఉత్తరంగా 300 కి.మీ. దూరంలో యమునా నదీ తీరలో వున్న తోప్రా అనే గ్రామము (అంబాల జిల్లా, హర్యానా) వద్ద ఉండెను. దీన్ని ఢిల్లీ సుల్తాన్ ఐన పిరోజ్‌షా తుగ్లక్ ఢిల్లీకి తరలించాడు.

అలహాబాదు స్థంభ శాసనము :- ఈ శాసనము మొదట కౌశాంభిలో నుండెను.దీన్ని అక్బర్ చక్రవర్తి అలహాబాదుకు తరలించాడు.

రుమిండై స్థంభ శాసనము :- బ్రహ్మీలిపిలో వున్న రుమిండై స్థంభ శాసనములో దేవనాం ప్రియుడు, ప్రియదర్శి అయిన అశోకుడు తాను రాజ్య భారాన్ని స్వీకరించిన 20 ఇరవై సంవత్సముల తరువాత బుద్ధుడు జన్మించిన లుంబిని గ్రామమునకు వచ్చితినని చెప్పినాడు. ఇది బుద్ధుడు చోటు కాబట్టి బలి అనే పన్ను చెల్లించవలసిన పనిలేదని అలాగే భాగా అనే పన్నును పంటలో రాజుకు చెల్లించవలసిన భాగాన్ని 8వ వంతుకు తగ్గించినట్లుగా ఈ శాసనము యందు కలదు. ఈ శాసనము వల్ల అశోక సామ్రాజ్యము ఈశాన్య సరిహద్దు తెలియుచున్నది.

అశోకుని స్థంబాల మీద, వాటి తలల మీద కన్పించే శిల్ప కళలో శిలలను భాగా నునుపు చేసి గొప్ప కళా నైపుణ్యంతో కోసి మలచడం కనిపిస్తుంది. దీనినే 'ఆస్థాన కళ' అని అంటారు. ఈ కళను భాగా అభివృద్ధి చెందిన కళగా గుర్తిస్తారు.

మస్కి శాసనము :-కర్నాటకలోని (మైసూరు) మస్కీ శాసనము యందు అశోక అనే పదము కలదు. మిగిలిన శాసనములలో అశోకుని యొక్క బిరుదులైన దేవానాంప్రియ, ప్రియదర్శిని రాజా అని వర్ణించబడినవి. అంతేగాక ఈ శాసనము వల్ల మౌర్య సామ్రాజ్య దక్షిణ సరిహదు తెలియజేయుచున్నది.

సాంచీ :- ప్రాచీన బౌద్ధ మత కేంద్రము, నేటికీ భోపాల్ పట్టణానికి 30 కి.మీ, దూరంలో ఉన్నది. ఇది ఒక ఎతైన వేదిక మీద అర్ధ గోళాకారంగా ఒక పెద్ద స్థూపం ఉంది. దీని ద్వారాలు పెద్దదిగా వుండుటే గాక వాటి మీద జాతక కథలలోని కథా ఘట్టాలు చెక్కబడి ఉన్నాయి. 3 (మూడవ) స్థూపం అడుగున

బుద్ధుని యొక్క ఇద్దరు శిష్యుల యొక్క ధాతువులు భద్రపరచబడ్డాయి. ఈ సాంచీ స్థూపము నందు బుద్ధుని జ్ఞానోదయము, మొదటి ఉపదేశము, మరణం వంటి సంఘటనలు ఉన్నాయి. అంతేగాక అశోకునితో సంబంధించిన చారిత్రక సంఘటనలు దీని యందు చిత్రీకరించడం జరిగింది. ఇదే కాకుండా గ్రామీణ ప్రాంతపు దృశ్యాలు. రాజు అంతఃపుర దృశ్యాలు, అటవీ దృశ్యాలు, వన్య ప్రాణులు, వేటగాళ్ళు, సైనికులు, ప్రాచీన సంగీత (పరికరాలు) వాయిద్రాలు, వాటిని వాయిద్యాలు వ్యక్తులు మొదలైన వాటిని రాతిపై చక్కగా మలచడంలో అత్యద్భుతమైన నైపుణ్యం కనిపిస్తుంది. దీనికి సమీపంలోనే ఒక అశోకుని స్థంభం కలదు. ఇది 30-50 మీటర్ల చుట్టు కొలత 23-25 మీటర్ల ఎత్తు, 3.30 మీటర్ల గల శిలా నిర్మితమైన చతురస్రాకారవు ప్రాకారాన్ని కలిగి ఉంది. ఈ సాంచీ స్థూపాన్ని అశోకుడు మొదట ఇటుకలతో నిర్మించాడు. ఐతే చిత్ర మేమిటంటే మిగిలిన బౌద్ధ క్షేత్రాల వలే బుద్ధునికి సంబందించిన ఏ సంఘటన ఇక్కడ జరుగలేదు. అన్ని బౌద్ధ క్షేత్రాలను వర్ణించిన హుమాన్ సాంగ్ కూడా దీనిని గురించి ఉటాకించలేదు.

బుద్ధుని అస్థికలు భద్రపరచిన 8 స్థూపాలు అశోకుని సామ్రాజ్యంలోనే వున్నాయి. తర్వాత వాటిలోని అస్థికలను తీసి పంచుతూ తన రాజ్య మంతటా నిర్మించిన ఎన్నో స్థూపాలలో వాటిని నిక్షేపించాడు.

★ 1818లో జనరల్ టేలర్ ఇక్కడ కట్టడాలను గుర్తించాడు. అప్పుడికే ఇక్కడ ఏమైన గుప్త నిధి దొరుకు తుందేమోనన్న ఆశతో ఎందరో త్రవ్వడం వల్ల ఎన్నో కట్టడాలు నాశనమైనాయి.

★ 1851లో అలెగ్జాండర్ కన్నింగ్‌హమ్ 1వ, 2వ, స్థూపాలను వెలికి తీశారు.

★ 1881లో మేజర్ కోల్ ఇక్కడ అడవిలో పెరిగిన మొక్కలను తొలగించి కట్టడాలను భాగు చేయించి, ముక్కలై పడివున్న ప్రవేశ ద్వారం చూసి. ఏ ముక్క ఎక్కడ సరి పోతుందో ఊహించి ఈ ప్రవేశ ద్వారాన్ని అప్పుడకడవున్న రీతిని పునర్నిర్మించాడు. తర్వాత

★ 1912-19 కాలంలో సర్ జాన్ మార్షల్ సాంచీని ఇప్పుడున్న స్థితికి తీసుకువచ్చాడు.

సారనాథ్ :- ఉత్తర ప్రదేశ్‌లో వారణాశికి ఈశాన్యంగా వున్న పురావస్తు ప్రాధాన్యత గల ప్రాచీన స్థలం ఇది. ఇక్కడ జింకల పార్కులోనే బుద్ధునికి జ్ఞానోదయమైనది, తర్వాత మొట్ట మొదటి ఉపదేశము (ధర్మ చక్ర పరివర్తనము) ఇచ్చాడు. అశోకుడు బౌద్ధమతము స్వీకరించిన తర్వాత ఇక్కడ అనేక నిర్మాణాలు చేశాడు. వాటిలో సారనాథ్ స్థంబం ఒకటి.

భారత రాజ్యంగ నిర్ణయ సభలో 1950 జనవరి 26న ప్రభుత్వం అశోకునిస్థంభం మీద 4 సింహల శిల్పాన్ని ప్రభుత్వ అధికార చిహ్నంగా స్వీకరించింది. దీనిలో 4 సింహలు కూర్చోని 4 దిక్కులను పర్యవేక్షిస్తుంటాయి. సింహం నేతృత్వానికి ప్రతీక ఈ ప్రతిమ, క్రింద భాగంలో దర్మ చక్రం ప్రక్కనే గుఱ్ఱం, ఎద్దు, చెక్కబడి ఉన్నాయి. ధర్మ చక్రానికి 24 ఆకులు ఉంటాయి. ఈ సంఖ్య 24 తత్వాలను సూచిస్తుంది. ధర్మ చక్రంలో 3 భాగాలు వున్నాయి.

ఒకటి - కేంద్రము ; రెండు - చక్రవాళము ; మూడు - ఆకులు (లేక) ఆరావళి. ఈ 24 ఆకులు చక్ర వాళినికి కేంద్రంతో సంబందాన్ని కలిగిస్తాయి. ఈ రూప శిల్పన భిన్నత్వంలో ఏకత్వాన్ని సూచిస్తుంది. ఈ చక్రభ్రమణం అనంతం. ఈ చిహ్నం కింద దేవనాగర లిపిలో "సత్యమే వ జయతే" అనే సంస్కృత వాక్యం మలచబడినది. ఈ వాక్యం "ముండకోపనిషత్" నుంచి గ్రహించ బడినది. జయం సాధించడానికి "సత్యమే సరైన మార్గం" అని ఈ వాక్యంలోని అర్థము.

ఆశోకుని చక్రవర్తిచే నిర్మితమైన 14 శిలాశాసనములలోని వివరముల :- మొదటి శిలాశాసనము :- ఈ శాసనము జంతు ప్రాణ సంరక్షణను గురించి తెలుపుతుంది. విందులు వినోధములలో జంతువుల వధ నిషేధాన్ని గురించి తెలుపును.

రెండవ శిలాశాసనము :- ఈ శాసనము మానవుల, జంతువుల వైద్య సౌకర్యాలు ఏర్పాటు చేయుట జరిగింది. అంతేగాక యవన రాజ్యంవంటి పొరుగు రాజ్యాలలో మరియు ప్రాంత రాజులైన చేర....(కేరళ) పాండ్య స్వతపుత్ర, కేరలపుత్ర తామ్రపర్ణి (శ్రీలంక), రాజ్యాలలోను వైద్య సౌకర్యాలు మొదలైన ప్రజాహిత సౌకర్యములను పేర్కొన్నది.

మూడవ శిలాశాసనము:- ఈ శిలా శాసనము బ్రాహ్మణుల పట్ల, శ్రమణులపట్ల ఉదారత. దయ ప్రదర్శించాలని చెబుతుంది. ఇది అశోకుని పరమత సహనానికి ఉదార దృక్పధానికి తార్కాణం.

నాలుగవ శిలాశాసనము :- నాలుగో శాసనంలో మూడో శాసనంలో చెప్పిన తల్లిదండ్రుల శుశ్రూష పెద్దలను, బందువులను. బ్రాహ్మణులను గౌరవించమని జంతువుల పట్ల దయగా చూడమని మొదలైన ధర్మాలు. ఆచరణను పునరుద్ఘాటించడం జరిగింది.

ఐదవ శిలాశాసనము :- ఈ శాసనములో అశోకుడు ధర్మ మహా మాత్రులను నియమించిన విషయం, వారి విధులను గురించి తెలుపుచున్నది. అంతేగాక యజమాని సేవకుల మధ్య సత్సంబంధాలు ఉండాలని తెలువుచున్నది.

ఆరో శిలాశాసనము :- ఈ శాసనములో ప్రతివేదకుల (Royal Reporters) విధులను గురించి తెలుపుతుంది.

ఏడవ శిలాశాసనము :- ఈ శాసనంలో మానవులలోని యోగ్యతను పెంచే భావశుద్ధి కృతజ్ఞత అనే గుణాలను ప్రకటిస్తుంది. అట్లే వివిధ శాఖల మధ్య సహన సామరస్య భావాలను ఉద్భోదిస్తుంది.

ఎనిమిదవ శిలాశాసనము :- ఈ శిలా శాసనంలో అశోకుడు మృగయా వినోధాలను (జంతువులను వేటాడుట) వదలి ధర్మ యాత్రలను ప్రారంభించిన విషయాన్ని తెలుపుతుంది.

తొమ్మిదవ శిలాశాసనము :- ఈ శిలా శాసనములో అశోకుడు క్రతువులను ఆచరణాలను వాటి విలువనూ ఖండించడం కనిపిస్తుంది.

పదవ శిలాశాసనము :- ప్రజలు చేసే వ్రతాలతో పాటు పైన చెప్పబడిన ధర్మ వ్రతాన్ని అనుసరించాలని తెల్పినాడు. ఈ ధర్మవ్రతాన్ని అనుసరించినచో పరలోకంలో పుణ్యం ఇహలోకంలో ప్రమాదం తప్పుతుందని తెలిపినాడు. ఇందులో అశోకుడు వ్యక్తిగత కీర్తిని కోరి మాత్రమే చేసినది కాదని తెలిపినాడు.

పదకొండవ శిలాశాసనము:జ- ఈ శిలాశాసనంలో ధాన, ధర్మాలను గురించి

వివరిస్తుంది.

<u>పన్నెండవ శిలాశాసనము</u> :- ఈ శిలా శాసనంలో అశోకుడు పరమత సహనంనకు అధిక ప్రాముఖ్యత ఇచ్చారు. వివిధ మత శాఖలు ఎంతో సామరస్యంగా సత్సంబందాలను పెంపొందించుకోవాలని కోరినాడు. దీన్ని సాధించటానికి అనుసరించవలసిన సూత్రాలను ప్రబోధించినాడు.

<u>పదమూడవ శిలాశాసనము</u> :- (జోగధ) (ఒరిస్సా)

ఈ శాసనం మొట్ట మొదటి సారిగా ధర్మ విజయాన్ని సూచిస్తుంది. అశోకుడు కళింగ యుద్ధానంతరం యుద్ధం వల్ల జరిగిన నష్టాలను చూచి పశ్చాత్తపుడై ధర్మవిజయాన్ని కంటే మరొక విజయం లేదని గ్రహించి ఈ ధర్మబోధన అన్ని విదేశాలకు వ్యాపింపచేశాడు. దీన్నే జోగధ శాసనము అని అంటారు. ఇది నేటి ఒరిస్సా ప్రాంతమందు కలదు.

<u>పదునాల్గువ శిలాశాసనము</u> :- ఈ శాసనముల వలన వివిధ ప్రాంతాలలో దేశాలలో ప్రచారానికి ఉద్దేశించినట్లు తెలుస్తోంది. ఈ శాసనం అశోకుడి ధర్మం ప్రజలందరికి తెలియజేసే విధంగా ప్రయత్నం చేసినట్లు తెలుస్తోంది. కొన్ని సంధర్భాలలో ఈ శాసనాలను ప్రజలకు చదివినిపించే వారని తెలుస్తోంది.

మౌర్య సామ్రాజ్య సరిహద్దును నిర్ణయించే శాసనములు.

<u>దిక్కులు</u>	<u>శాసనము</u>	<u>లిపి</u>
వాయువ్య సరిహద్దు	షహబాజ్ గిరి మాన్‌షవరా	ఖరోర్టి
ఈశాన్య సరిహద్దు	రుమిందై శాసనము	
పశ్చిమ సరిహద్దు	సోపారా శాసనము,	గిర్నార్ శాసనము
దక్షిణ సరిహద్దు	బ్రహ్మగిరి శాసనము,	ఎర్రగుడి శాసనము

<u>వస్తు అవశేషాలు :-</u> మౌర్యుల కాలంలో వెండి, రాగితో చేసిన విద్ధంక నాణెలు ఉండేవి. వీటి పై నెమలి, కొండ, నెలవంక మొదలైన చిత్రలుండేవి. 1936 వ సంవత్సరములో పురావస్తు శాస్త్రజ్ఞుడు డా. స్పూనర్ నేటి పాట్నా నగరానికి

దగ్గరగా ఉన్న బులంది బాఘ్ వద్ద మౌర్యుల నాటి వారు నిర్మితమైన ప్రాకారాన్ని త్రవ్వి బయటకు తీశాడు. పాటలీ పుత్ర సమీప ప్రాంతంలోని కుమ్రాహర్ అనే చోట 80 స్థంభాలు కలిగిన విశాలమైన రాజప్రసాదం ఉండేదనడానికి నిదర్శనంగా స్థంబాల యొక్క శకలాలు త్రవ్వకాలలో బయట పడ్డాయి.

మెగస్తనీసు ఇండికాలో పాటలీ పుత్ర నగరాన్ని వర్ణించి ఉన్నాడు. క్రీ. పూ. 4వ శతాబ్దంలో భారతదేశానికి వచ్చిన ఫాహియాన్ కూడా రాజప్రాసాదాన్ని వర్ణించాడు. ఈ ఇరువురి వర్ణనాలను పురావస్తు త్రవ్వకాలు సమర్ధిస్తున్నాయి.

అశోకుడు కాశ్మీరులో శ్రీ నగర్‌ను నిర్మించినట్లు కల్హణుని రాజ తరంగిణి ద్వారా తెలుస్తుంది. ఈ నగరముకు 5 కి.మీ. దూరంలో ఉన్న పంద్రెధాన్ లేదా పురాణాదిష్టమనే గ్రామ ప్రవేశం అశోకుడు నిర్మించిన శ్రీనగరం ఉన్న చోటుగా గుర్తించడం జరిగింది. అశోకుడు ఉపగుప్తుని మార్గదర్శకత్వంలో లుంబిని (వనాన్ని) దర్శించుటకు నేపాల్‌కు పోయినప్పుడు అక్కడ లలిత పట్టణాన్ని స్థాపించినట్లు నేపాల్ దేశ యితిహాస్యం చెప్తుంది. దీని శిధిలాలు కూడా నేడు లభ్యమైనాయి. బీహార్‌లోనూ, ఉత్తరప్రదేశ్‌లోనూ ఇటుకలతో కట్టిన మౌర్యుల కాలం నాటి నిర్మాణాలు బయట పడ్డాయి. వీరి కాలంలో వాడిన నల్ల మట్టి పాత్రలు కూడా లభ్యమైనాయి.

చంద్ర గుప్త మౌర్యుడు (క్రీ. పూ. 321-297)

మౌర్య వంశ స్థాపకుడు చంద్రగుప్త మౌర్యుడు. ఇతడు "భారతదేశమును విదేశీ పాలన(గ్రీకు రాజైన సెల్యుకస్) నుండి, నందుల నిరంకుశ పాలన నుండి విముక్తి గావించిన స్వాతంత్ర్య యోదుడు. భారతదేశంలో అత్యధిక భాగాన్ని రాజకీయంగా ఒకే చత్రం క్రిందకు తీసుకొని వచ్చిన యోదుడైన సామ్రాట్, భారత రాజ్య సరిహద్దుల మధ్య ఆసియా పర్ధియాలకు విస్తరింపజేసిన కీర్తి ప్రతిష్టలు ఆయనే" అని డా. ఆర్.కె. ముఖర్జీ చంద్ర గుప్త మౌర్యుని ఘనతను గురించిన ప్రసంసించెను.

చంద్ర గుప్త మౌర్యుని జన్మ వృత్తాంతము :-

చంద్రగుప్త మౌర్యుని జన్మ వృత్తాంతమును, వంశంను గురించి చరిత్రకారుల యందు భిన్నాభిప్రాయాలు కలవు. దీనికి గల కారణాలు. గ్రీకు చరిత్ర కారుడైన 'జస్టిస్' పండితుడు చంద్రగుప్త మౌర్యున్ని హీన కులజుడని (లేకజ) కుల హీనుడని వర్ణించెను.

ముద్రా రాక్షసం :- చంద్రగుప్తుని తల్లి 'మురా' నంద రాజు భార్యలలో ఒకరిగా చెప్పబడినది. కానీ

పురాణాలు :- నంద వంశ రాజులకు, మౌర్య వంశీయులకు మధ్య ఎట్టి సంబంధం లేదని చెప్పుచున్నవి. అయితే,

విష్ణు పురాణం :- ఈ రెండు వంశాల వారు కూడా శూద్రులేనని చెప్పడం జరిగింది.

బౌద్ధ గ్రంధమైన మహవంశ :- మౌర్యులను క్షత్రియులుగా పేర్కొన్నది.

జైన గ్రంధము :- హేమచంద్రుడు వ్రాసిన పరిశిష్ట పర్వన్ అనే గ్రంధం కూడా మౌర్యులను క్షత్రియులుగా పేర్కొన్నది.

వంశదపకాశిని :- ఈ బౌద్ధ గ్రంథము మౌర్య వంశాన్ని బుద్ధుని తెగ అయిన శాక్యులలో చేర్చడం జరిగింది.

జూనా గడ్ (క్రీ. పూ. 150) శిలాశాసనం :- దీని ప్రకారం చంద్ర గుప్త మౌర్యుని రాష్ట్ర పాలకునిగా పశ్చిమ ప్రాంతంలో పుష్య గుప్తుడనే వైశ్యుడు ఉండేవాడని, ఇతడు చంద్ర గుప్తునికి బంధవు కాగలడని, (చంద్రగుప్తుని మరిదిని గురించి) తెలుపుతుంది. కావున మౌర్యులు 'వైశ్యులు' అని తెలుపును.

పై పేర్కొనిన భిన్నభిప్రాయాలను క్షుణంగా పరిశీలించినచో మౌర్యులకు సంబందించిన పుట్టు పుర్వోత్తరాలను గురించి ఒక నిర్ణయానికి రావడం కష్టంతో కూడుకున్నపని.

❖ ముద్రారాక్షసంలో చంద్ర గుప్త మౌర్యున్ని కులహీనుడని, వృషాలుడని వర్ణించినది.

❖ 'వృషాలుడు' అంటే 'శూద్రులని' కొందరు, 'రాజలలో పెద్ద వాడని' కొందరూ వ్యాక్యానిస్తారు.

❖ 'వృషాల' అనే పదానికి మరొక అర్ధము 'చాందసుడు కాని వాడు' అని, కులహినుడు అనే పదానికి అర్థము 'సామాన్య కుటుంబం నుంచి వచ్చిన' అని కొందరు చెప్పడం జరిగినది.

❖ కులహీనుడనినచో 'నీచకుజుడని' కాదని, ఆవిధంగా పిలచడంలో చంద్రగుప్త మౌర్యుడు బాల్య జీవితంలో అనుభవించిన 'దీనస్థితి', 'దారిద్ర్యమును' తెలియజేయుచున్నదని కొందరి చరిత్రకారుల వాదన.

❖ విశాఖ దత్తుని ముద్రా రాక్షసం అనే సంస్కృత నాటకంలో 'మురకు జన్మించినందున చంద్రగుప్త మౌర్యుని 'మమురు' పుత్రుడని, ఈ 'మురు' అనే స్త్రీ నంద రాజులలో చివరి వాడైన ధననంధుడి 'ఉప భార్య' ఉంపుడు గత్తె' అని ఈమె క్షత్రియ వంశస్థురాలని తెలుపబడినది. కానీ పాణిని వ్యాకరణ రీత్యా 'మురు' అనే శబ్ధ నుండి 'మౌర్య' శబ్ధం ఉత్పన్నం కాదని, మురు శబ్ధం నుండి మౌరేయాను శబ్దం ఉత్పన్నం కాగలదని తెలియుచున్నది.

బౌద్ధ గ్రంథమైన 'వంశద పకాశిని' ప్రకారం మౌర్య చంద్ర గుప్తుడు 'వైశాలికి' సమీపంలో గల పిప్పలి వనంను పాలించు 'మయూర' పోషకుల (నెమళ్ళు) గ్రామ పెద్ద కుమార్తెకు పుట్టిన వాడని, 'మోరియా' శబ్దము నుండి 'మౌర్య' శబ్దము ఉత్పన్నము కాగలదని, కావున చంద్ర గుప్త మౌర్యుడు క్షత్రియా వంశజుడని అనేక మంది చరిత్ర కారులు అభిప్రాయ పడుచున్నారు.

<u>చంద్ర గుప్తుని బాల్యము</u> :- చంద్ర గుప్త మౌర్యుడి యొక్క తండ్రి మురయ శాఖకు అధిపతి చంద్ర గుప్త మౌర్యుడు మాతృ గర్భమున ఉన్నప్పుడు అతని తండ్రి సరిహద్దు పోరాటమున మరణించెను. అప్పుడు అతని తల్లి పాటలీ పుత్రమునకు వచ్చినది. అచటనే చంద్ర గుప్త మౌర్యుడు జన్మించెదు. తండ్రిని కోల్పోయి కడు దీనావస్థలో బ్రతుకు దెరువుకై చంద్ర గుప్తుడు మొదట పశువుల కాపరి వద్ద తదుపరి వేటగాని వద్ద పని చేసేను. ఒక నాడు పాటలీ పుత్ర వీదులలో తమ తోటి బాలురతో ఆటలాడుచున్న చంద్ర గుప్తుని శక్తి సామర్థ్యాన్ని

చూసిన కౌటిల్యుడు తన ఆశయ సిద్ధికి (నందుల పై ప్రతీకారం తీర్చుకొనుటకు) చంద్ర గుప్తున్ని సాధనంగా చేసుకొననెంచెను. అంతట కౌటిల్యుడు చంద్ర గుప్తుని తల్లిని ఒప్పించి 1,000 కర్షాపణాలు చెల్లించి కొన్నాడటా తరువాత తనతో తక్ష శిలా నగరానికి తీసుకొని పోయి విద్యాబుద్ధులను నేర్పించాడు అని కొందరి భావన. కానీ మరికొందరి చరిత్ర కారుల అభిప్రాయం ప్రకారం నంద మహరాజు వద్ద సేనాపతిగా వుండిన చంద్రగుప్తుడు రాజు గారి ఆగ్రహనికి గురియై పారిపోయి, భారతదేశం పై మాతృదేశమునకు తిరుగు ముఖము పట్టిన గ్రీకు దేశస్థుడగు అలెగ్జాండర్‌ను కలుసుకొని మగధ రాజ్యము పై దండెత్తుటకు అతని సహయాన్ని చంద్ర గుప్తుడు అభ్యర్ధించాడు. కానీ అభ్యర్ధించినా ఫలించలేదు. చంద్రగుప్తుని సాహసాపేతమైన స్వతంత్ర సంభాషణకు ఆగ్రహించిన అలెగ్జాండర్ చంద్రగుప్తుని వదించమని తన పరివారాన్ని అజ్ఞాపించాడు.. భూ గృహములో బందించబడిన చంద్ర గుప్తుడు సింహపురి రాజకుమార్తె సత్యవతిచే విడుదల అయ్యాడు. అలెగ్జాండర్‌ను చంద్ర గుప్తుడు కలిసినట్లు మగధ రాజ్యం జయించుటకు సహాయం చేయమని అడిగినట్లు రచయిత జస్టిన్ కూడా తన రచనలలో తెలిపినాడు.

చంద్రగుప్తుడు చాలా దూరం ప్రయాణించి అలసి పోయి విశ్రాంతికై పండుకొని నిద్రపోయాడు. నిద్రలోనున్న చంద్ర గుప్తున్ని శరీరము నుండి వెలువడు స్వేద జలాన్ని మృగరాజు అనే సింహం నాకుటను, చంద్ర గుప్తునికి ఏమాత్రం అపాయం కలుగనివ్వక సాదు జంతువుగా ప్రవర్తించి వెళ్ళి పోవుటను గమనించిన చాణిక్యుడు మిక్కిలి ఆశ్చర్యంతో ఇతడు తప్పక చక్రవర్తి కాగలడని నిర్ణయానికి వచ్చి, ఇతని సహయం చేసి మౌర్య సామ్రాజ్య స్థాపన కావించినట్లు కొందరు చరిత్రకారులు భావిస్తున్నారు.

అలెగ్జాండర్ భారతదేశంలో జయించిన రాజ్యానికి పంజాబ్ రాష్ట్రానికి గ్రీకు దేశస్థుడైన ఫిలిప్పాసును పాలకునిగా నియమించాడు. అలెగ్జాండర్ మరణానంతరము చంద్ర గుప్తుడు పంజాబ్, సింధూ, రాష్ట్ర పాలకుని డైన ఫిలిప్ఫాస్‌ను హత్యగావించి పంజామ్ సింధూ క్రీ. పూ. 323లో అక్రమించినాడు..

మగధ ఆక్రమించుట:- చాణిక్యుడు లేదా కౌటిల్యుడనే బ్రాహ్మణ పండితుని సహాయంతో నంద రాజ్యంలో ఉన్న ధన నంధున్ని యుద్దంలో ఓడించి, హత్యగావించి నంద రాజ్య శిధిలాలపై మగధలో మౌర్య సామ్రాజ్యాన్ని స్థాపించెను.

దక్షిణ దిగ్విజయ యాత్రలు:- మొదట సింధూ సౌరాష్ట్రములను జయించిన తదుపరి దక్షిణాపథం పై దండెత్తి తమిళనాడులోని తిరుచినాపల్లి వరకు (కలింగ తప్ప) ఆక్రమించెను. కానీ ఈ దక్షణ దిగ్విజయ యాత్ర సాగించినది చంద్ర గుప్తుడు కాదని, అతని కుమారుడైన బిందుసారుడు అని కొందరి చరిత్ర కారుల వాదన కానీ చంద్ర గుప్త మౌర్యుడే దక్షిణ ద్విగిజయ యాత్రలు చేసినాడని చెప్పుటకు అనేక ఆధారములు కలవు.

❖ అశోకుడు కలింగను జయించిన తరువాత కేవలం అస్సాం, తమిళనాడు తప్ప మిగిలిన భారతదేశ అంతయూ మౌర్య సామ్రాజ్యంలోనే ఉండేనని తెలియుచున్నది.

❖ రుద్రదామునుని జునాగఢ్ శిలా శాసనము వలన సౌరాష్ట్రము చంద్ర గుప్త మౌర్యుని రాజ్యంలో అంతర్భాగమని తెలియజేయుచున్నది.

❖ 6 లక్షల సైన్యంలో భారతదేశానంతటిని జయించాడని గ్రీకు చరిత్ర కారుడైన ప్లూటార్స్ తెల్పినాడు.

❖ జైన మత గ్రంథమైన పరిశిష్టపర్వన్ చంద్ర గుప్త మౌర్యుడు జైన మతాన్ని స్వీకరించి కర్నాటకలలోని శ్రావణ బెళగోళగు పోయినట్లు తెలుపుచున్నది. అందువల్ల మైసూరు వరకు చంద్ర గుప్తుడు రాజ్యవిస్తరణ జరిగినట్లు కొందరి చరిత్ర కారుల భావన.

❖ తిరునల్వేలి జిల్లాలోని పోడియిల్ కొండల వరకు రాజ్యవిస్తరణ చేశాడని ప్రాచీన తమిళ వాఙ్మయం తెలుపుచున్నది.

ఒక్క టిబెట్ బౌద్ధ సన్యాసి అయిన తారనాధ్ రచనల ఆధారంగా మాత్రమే బిందుసారుడు దక్షిణ భారతదేశాన్ని జయించినట్లు చెప్పుట వల్ల పై ఆధారములను వమ్ము చేసినది.

సెల్యూకస్ నికెటర్‌ను ఓడించుట (305 క్రీ. పూ.) :- అలెగ్జాండర్ మరణాంతరము అతడు జయించిన ప్రదేశములు అతని ప్రతి నిధులు సేనా పతులు అనేక భాగాలుగా పంచుకోనిరి. ఈ విభజనలో తూర్పు భాగం అలెగ్జాండర్ సేనా పతయైన సెల్యూకస్ నికెటర్‌కు వచ్చింది. ఇతడు చంద్ర గుప్త మౌర్యుడు దక్షిణ దిగ్విజయ యాత్రలో వుండగా అలెగ్జాండర్ మరణానంతరము భారతదేశంలో గ్రీకులు కోల్పోయిన భాగాలను తిరిగి పోందుటకు క్రీ. పూ. 305లో భారత దేశంపై దండయాత్ర చేశాడు. కానీ సెల్యూకస్ నికేటర్ చంద్ర గుప్తుని చేతిలో ఓటమి చెంది సంధి చేసుకున్నాడు. ఈ సంధీ ప్రకారం సెల్యూకస్ నికేటల్

(1) కాబుల్ (పరోపనిసదై)

(2) హిరట్ (ఏరియా)

(3) కాందహార్ (అరోఖోసియా)

(4) బెలుచిస్థాన్ (గెడ్రోసియా) మొదలైన ప్రాంతాలను మౌర్య చంద్ర గుప్తునికి ఇచ్చుటయే గాక తన కుమార్తెను కూడా చంద్ర గుప్తునికి ఇచ్చి వివాహం చేసినాడు. ఈ మైత్రికి చిహ్నంగా మెగస్తనీసు అనే గ్రీకు రాయబారిని చంద్ర గుప్తుని కొలువునకు పంపెను. అంతేగాక సెల్యూకస్ నికేటర్ 500 ఏనుగులను చంద్ర గుప్త మౌర్యునికి ఇచ్చినాడు.

రాజ్య విస్తరణ :- ఇట్టి దిగ్విజయ యాత్రలతో చంద్ర గుప్త మౌర్యుని సామ్రాజ్యం కాశ్మీరు, అస్సాం, కలింగ, తమిళనాడు తప్ప మిగిలిన భారతదేశమంతయూ విస్తరించెను. భారతదేశం వెలుపల వాయువ్య ప్రాంతంలో కాబుల్, హిరట్, కాందహార్, బెలూచిస్తాన్ ప్రాంతములు సైతము ఇతని సామ్రాజ్యము నందు అంతర్భాగములైనవి.

నిర్మాణము :- జైన సాహిత్యం ప్రకారం చంద్ర గుప్త మౌర్యుడు భద్రబాహులనే జైన మతాచార్యుని ప్రభావంత జైన మతము స్వీకరించెను. చంద్ర గుప్త మౌర్యుడు తన చివరి రోజులలో మగధ యందు దుర్భరమైన (కరువు) క్షామము ఏర్పడుట వల్ల ప్రజలు బాధలను చూడలేక సింహాసనము త్యాజించి తన కుమారుడైన బిందుసారునికి అప్పజెప్పి కర్నాటక రాష్ట్రంలోని శ్రావణ బెళగోళకు వెళ్ళెను

(క్రీ. పూ. 300) అచ్చట జైన మత సంప్రదాయము ప్రకారము సల్లేఖన వ్రతం స్వీకరించి, శరీరమును శుష్కింపజేసి తనువు చాలించెను. ఈ విషయం హేమచంద్రుడు వ్రాసిన పరిశిష్ట పర్విన్ అనే గ్రంధంలో కలదు. నేడు శ్రావణ బెళగోళ దేవాలయమును 'చంద్ర గుప్త బసది అని, ఆ కొండను 'చంద్రగిరి' అని పిలుస్తారు.

బిందు సారుడు (క్రీ. పూ. 297-273):- బిందుసారునికి అమిత్రఘాత సింహసేనుడు అనే బిరుదులు కలవు. ఇతనికి 16 మంది భార్యలు 100 మంది కుమారులు, ఒక కుమార్తె మొత్తం 101 మంది బిడ్డలు ఉండిరి. టిబెట్ సన్యాసి అయిన తారనాథ్ ప్రకారం బిందుసారుడు రెండు సముద్రాల మధ్య వున్న భూభాగాన్ని అంతా జయించినట్లు పేర్కొనాడు. ఈ పముద్రాలు బహుశ అరేబియా, బంగాళా ఖాతం ఐయి వుండవచ్చు. అంతేగాక పశ్చిమ సముద్రాల మధ్య 16 నగరాల అధిపతులను బిందుసారుడు ఓడించినాడని పేర్కొన్నాడు కానీ ఈ రెండు విషయాలను బలపరచుటకు బలమైన ఆధారాలు లేవు. బిందుసారుడు పశ్చిమ ఆసియా దేశములతో దౌత్య సంబంధాలను నెలకొల్పుకున్నాడు. ఈజిప్ట రాజు అగు టాలమి, ఫిలడెస్ఫస్‌లు తమ రాయబారులను. ఇతని ఆస్థానానికి పంపారు. సిరియా రాజు ఆంటియోకస I సోధర్ (సెల్యూకస్ నికేటర్ మనుమడు) తన రాయబారి అయిన డైమాకస్ మౌర్యుల ఆస్థానంలో వుండేవాడు. మద్యం, అత్తి పండ్లతో పాటు ఒక తర్క వేదాంతిని కూడా సిరియా నుండి పంపడం ద్వారా గ్రీకు సంస్కృతిని తెలుసుకోవాలన్న అతని ఆసక్తి వ్యక్తమౌతుంది. బిందుసారుడు అజీవక మత శాఖపైన ఎక్కువ ఆసక్తి చూపాడు. కొంత కాలం బిందుసారుని ఆస్థానంలో కౌటిల్యుడు వుండిట్లు తారానాథ్ రచనలు వల్ల తెలుస్తుంది.

అశోకుని తొలి జీవిత దశ :- అశోకుని తండ్రి బిందుసారుడు, తల్లి సుభద్రాంగి. బిందుసారునికి ఇతర రాణుల వల్ల అనేక మంది పుత్రులు వున్నట్లు తెలుస్తుంది. అశోకుని సోదరులలో పెద్ద వాడైన సుసీముడు ఉన్నటు దివ్య వదనం వల్ల తెలుస్తుంది. మౌర్య సామ్రాజ్యంలోని ప్రాంతమైన తక్షశిల యందు అధికారుల నిరంకుశత్వమునకు వ్యతిరేకంగా ప్రజలు తిరుగుబాలు చేపిరి. అక్కడ వున్న

రాజప్రతినిధి సుసీముడు ఆ తిరిగుబాటును అణచ లేక పోయాడు. అశోకుని శక్తి సామార్థ్యంను గ్రహించిన బిందుసారుడు ఆ తిరుగుబాటును అణచివేయుటకు సుసీముని స్థానంలో అశోకుడిని రాజప్రతినిధిగా నియమించాడు. అప్పుడు అశోకుడు తన శక్తి సామార్థ్యాలతో ప్రజలను సమాధాన పరిచి ఆ తిరుగుబాటును అణిచి వేశాడు. అశోకుడు తక్షశిల రాజ్య ప్రతినిధిగా ఉన్నప్పుడే నేపాల్‌లోని ఖర రాజ్యాన్ని జయించాడు. అశోకుడు తక్షశిలలో తన శక్తి సామార్థ్యాలను నిరూపించుకున్న తరువాత బిందుసారుడు అతనిని ఉజ్జయినిలో రాజప్రతినిధిగా నియమించెను.

క్రీ. పూ. 273-272లో బిందుసారుని అవసానదశ సమయానికి అశోకుడు ఉజ్జయిని రాజ ప్రతినిధిగా వుండేను. తన తరువాత రాజ్యానికి చక్రవర్తిగా సుసీముడు రావాలని బిందుసారుడు తన అవసాన దశలో తెల్పినాడు. కాని ఉజ్జయిని నుండి పాటలీవుత్రం చేరుకున్న అశోకుడు బిందుసారుని ప్రధాన మంత్రి అయిన 'రాధా గుప్తుని' సహాయంతో సింహాసనం చేజికించుకున్నాడు. ఈ ప్రయత్నంలో అశోకుడు తన అన్న సుసీముడితో పాటు బిందుసారునికి గల 16 మంది భార్యలకు కల్గిన 99 మంది సవతి సోదరులను చంపి వారి మొండెములను పాట్నా నగర సమీపంలో గల గంగా నది ఒడ్డున 'గజగుండమనేడి బావిలో పడవేసి చండ అశోకుడైనట్టు మహవంశ, దీప వంశముల వల్ల తెలుస్తుంది. సింహాసనము కోసం ఏర్పడ్డ ఈ అంతః కలహం ఫలితంగా అశోకుని పట్టాభిషేకం, రాజ్యానికి వచ్చిన నాలుగేండ్ల తర్వాత జరిగినట్లు ఈ గ్రంథాలు చెప్తాయి. అశోకుడు తన శాసనాలలో పరిపాలనా కాలాన్ని పటాభిషేక కాలంలోనే తెల్పడాన్ని బట్టి అశోకుని రాజ్యారోహణకు, పట్టాభిషేకానికి మధ్య ఉన్న 4 సంవత్సరాల వ్యవధి చారిత్రకంగా యధార్థమై ఉండవచ్చునని చాలా మంది చరిత్రకారులు అంగీకరించారు. దీప వంశ, మహవంశ వంటి బౌద్ధ గ్రంథాల ప్రకారం అశోకుడు పట్టాభిషేక సంవత్సరము క్రీ. పూ. 268 కానీ అశోకుడు 99 మంది సోదరులను చంపి రాజ్యానికి వచ్చాడనే విషయం నమ్మటానికి చారిత్రకంగా ఇతర ఆధారాలు లేవు. కమకనే వి. ఎ. స్మిత్ అనే చరిత్ర కారుడు "అబద్ధాల కోరులైన బుద్ధిహీనులైన బౌద్ధ సన్యాసుల కల్పిత కథ" అని నుడివెను.

అశోకుని కుటుంబము అసంధి మిత్ర మొట్ట మొదటి పట్ట మహిషిగా నుండెను. ఈమే మరణానంతరము అశోకుని రెండవ భార్య తిష్య రక్షిత లేక కారువాకి పట్ట మహిషి అయింది. ఈమె అశోకుని మరొక రాణి అయిన పద్మావతి వల్ల కల్గిన కుమారుడు కుణాలుడి (ఇతనికి మరొక పేరు ధర్మ వివర్ధనుడు)ని మోహించినది, కానీ కుణాలుడు నిరాకరించడంతో చివరకు రాజ్యాధికార దుర్వినియోగం ద్వారా కుణాలుని కళ్ళు తీయించినది. సంప్రతి సహాయంతో కుణాలుడు మౌర్య సామ్రాజ్యమును ఏలినాడు. అశోకుడు బుద్ధుని పై చూపు భక్తిని సహించక బుద్ధుడు జ్ఞానోదయమైన బోధి వృక్షానికి ఈమె నష్టపరిచెను. అందుకే మహావంశము ఈమెను దుష్ట స్వభావము కలదని పేర్కొన్నది.

అశోకుని మరొక భార్య దేవి. అశోకుడు ఉజ్జయినిలో రాజప్రతినిధిగా వున్నప్పుడు ఈమెను వివాహము చేసుకున్నాడు. ఈమె విదీషలోని గొప్ప సంపన్నుడైన వ్యాపారి కుమార్తె, నాడు ఈ విదీష నగరము బేత్వా, బెస్ నదుల సంగమం వద్ద వెలసి ముఖ్యమైన వ్యాపార రహదారుల కుడలిగా ఐశ్వర్యంతో తులతూగుతు ఉండేది. ఈ దేవీరాణికి మహేంద్రుడు, సంఘ మిత్ర జన్మించారు. అశోకుని కుమారుడైన మహేంద్రుడు ధర్మ ప్రచారం కోసం శ్రీలంకకు పోవు సమయంలో తన తల్లిని చూడటానికి విదీషకు వెళ్ళాడట. ఆవిడ విదీష గిరి మీద తాను నిర్మించిన బౌద్ధరామాన్ని చూపించిందట. మహేంద్రుడు అక్కడ నెల రోజులు గడిపి శ్రీలంకకు బయలు దేరి వెళ్ళాడట. అశోకుని మరో కూతురు చారుమతి. ఈమె నేపాల్ రాజ్యానికి పాలకుడైన దేవపాలుడనే క్షత్రియుని వివాహము చేసుకొన్నది.

అశోకుని బిరుదాలు

★ హల్జ్ష్ అనే చరిత్రకారుడు "దేవానాం ప్రియ" అనే దానికి అర్థము "దేవతలకు ప్రియమైన పైనవాడని చెప్పగా పతంతలి తన మహాభాష్యంలో భగవాన్, దీర్ఘ, ఆయుశ్మన్ పదాలవలే గౌరవ సూచకమైన పదమని తెల్పినాడు.

★ ప్రియదర్శి' అనే పదానికి అర్థము చూచుటకు ఇంపైనవాడు' ఇంపైన చూపులుగల వాడు.

శాసనాలు	అశోకుని ప్రస్తావన
1. మస్కి, గుజ్జర్, నిట్టూరు, ఉదెగోళం	అశోకుడు
2. మస్కీ లఘుశిలా శాసనంలో	దేవానాం ప్రియుడగు అశోకుడు.
3. కళింగ మొదటి ప్రత్యేక, రెండవ ప్రత్యేక శాసనల్లో	దేవానాం ప్రియుడని.
4. రూపనాథ్, సాహస్రం, బైరాతు, సిద్ధపుర, బ్రహ్మగిరిఅనే లఘు శిలా శాసనాలలో	దేవానాం ప్రియ
5. రాణీ స్థంభ శాసనంలో కోశం స్థంభ శాసనంలో	దేవానాం ప్రియుడని
6. కలకత్తా - బైరాతు (బాభ్రా) శాసనంలో	'మగధ రాజగు ప్రియదర్శి'
7. బారాబర్ గుహ శాసనాలలో, కందహార్ శాసనంలో	ప్రియదర్శి

8 ఎనిమిదవ శిలా శాసనంలో అశోకుడు దేవానం ప్రియులగు నా పూర్వులు" అని చెప్పినాడు. అశోకుని తర్వాత అతని వారసుడై దశరథుడు, సింహళంలో 'తిస్స' దేవానం ప్రియ అనే బిరుదు కలిగి ఉండింది.

★ సింహళ గ్రంధాలలో 'దేవానం ప్రియ' అనే బిరుదు అశోకునికి గాక, అశోకునికి సమకాలికంగా సింహళ పాలకుడైన తిస్సక వాడడం జరిగింది.

★ 'ప్రియదర్శి' అనే బిరుదును అశోకునికి ముందు చంద్రగుప్త మౌర్యుడు 'ప్రియదర్మన' అనే బిరుదు వాడినాడు.

కలింగ యుద్ధం :- అశోకుడు పట్టాభిషిక్తుడైన 8వ ఏట కలింగ రాజ్యాన్ని జయించినట్లు 13వ శిలా శాసనంలో కలదు. ఉత్తరాన కాశ్మీర్ నుండి దక్షిణాన కావేరి నది వరకు ఉన్న అఖండ భారతాన్ని మౌర్య సామ్రాజ్య అంతర భాగం చేసిన అశోకుని పితామహుడైన చంద్ర గుప్త మౌర్యుడు తండ్రి బిందు సారుడు ఏ కారణం చేతనో కలింగ రాజ్యాన్ని జయించలేదు. ఉత్తర, దక్షిణ భారతదేశానికి పోయే మార్గంలో ఉన్న కలింగ రాజ్యాం సిరి సంపదలకు, వర్తక వాణిజ్యమునకు కీలకమైన స్థానమై ఉండేను. తన తాత, తన తండ్రి కలింగ సామ్రాజ్యంతో చేసిన తీవ్ర ప్రతిఘటన వల్లనో మారే ఇతర కారణం వల్లనో ఆ రాజ్యాన్ని జయించకుండా వదిలి వేశారు. ఈ రాజ్య స్వాతంత్ర్యము మౌర్య సామ్రాజ్యం మీద మచ్చుగా నిలిచినది. ఆ రాజ్యాన్ని జయించి మౌర్య సామ్రాజ్యాధికార సమగ్రతను సాధించుటయే ధ్యేయంగా అశోకుడు బీకరమైన యుద్ధాన్ని చేసి కలింగ రాజ్యాన్ని జయించాడు. ఈ యుద్ధములో 1లక్ష మంది మరణించగా, 1లక్ష మంది గాయములైనవి, మరియు 1 1/2 లక్ష మంది ఖైదులుగా పట్టుబడిరి. ఇంత సైనిక బలమున్న కలింగ రాజ్యం చంద్ర గుప్త మౌర్యుడు, బిందుసారుడు దీనిని జయించుటకు చేసిన ప్రయత్నములు విఫలమై ఉండవచ్చు.

ఇట్టి బీకర దృశ్యములను కనులారా చూసిన అశోకుని హృదయము ద్రవించి పశ్చాత్తాపముతో పరితపించి ఆయనలో విప్లవాత్మకమైన మార్పు తెచ్చెను. యుద్ధ భేరిని పరిత్యజించి ధర్మభేరిని మ్రోగించుటకు కృతనిశ్చయుడైనాడు. ఇట్లు కలింగ యుద్ధము అశోకుని జీవితములోనే గాక భారతదేశ, ప్రపంచ చరిత్రలోనే ఒక అపూర్వమైన మరువరాని దివ్య సంఘటన. చండ అశోకుడు ధర్మ అశోకుడైనాడు. H.G.Wells మాటలలో చెప్పవలెనన్న "యుద్ధం నందు విజయమును పొంది యుద్ధమును పరిత్యజించిన ఏకైక చక్రవర్తి ప్రపంచ చరిత్రలో అశోకుడొక్కడే". బ్రిటిష్ కవి యగు లారెన్స్ బినియన్ "సీజర్ వచ్చి తెలిసికొని జయించెను. అశోకుడు జయించి తెలిసికొన్నాడు". యని వక్కాణించెను.

రాజ్యవిస్తరణ :- ఈ కలింగ యుద్ధంతో అశోకుని సామ్రాజ్యంలో తమిళనాడు, అస్సాం తప్ప మిగిలిన భారత దేశం అంతయూ వ్యాపించి యున్నది. భారత దేశమునకు వాయువ్యమున తాతగారైన చంద్ర గుప్త మౌర్యుడు సంపాదించిన

కాబుల్, కాందహర్, హిరట్, బెలూచిస్థాన్ కూడా అశోకుని సామ్రాజ్యంలో అంతర్భాగములై వుండెను.

<u>అశోకుడు బౌద్ధ మతము స్వీకరించుట :-</u> అశోకుడు బౌద్ధ మతాన్ని స్వీకరించడంలో కూడా ఎన్నో కథలు ప్రచారంలో వున్నాయి.

దీప వంశ, మహవంశ ప్రకారం అశోకుడు కలింగ యుద్ధమునకు ముందే బౌద్ధ మతము స్వీకరించినాడని తెలుపుచున్నాయి. దీప వంశ కథనం ప్రకారము వివిధ మత ధర్మాలలో 'ఎక్కడ సత్యముందో, ఎక్కడ అసత్యముంది అని అశోకుడు అన్వేషణ ప్రాంభించాడు. అతడు వివిధ మతాలకు చెందిన వారిని పిలిపించి సమావేశపరచి వారి పై అనేక ప్రశ్నలు వేసినాడు. కానీ అతనికి ఎవ్వరు తమ సమాధానములతో తృప్తి పరచలేక పోయిరి. చివరకు ఒక రోజు బిక్షార్థి అయి పోతున్న (నిగ్రుధుడనే) శ్రమణుడిని గమనించి, అతని చేత ఆకర్షితుడయ్యాడు. అశోకుడు రాజ్యకాంక్షతో చంపిన తన అన్న సుసీముని కుమారుడే ఈ నిగ్రోధుడు. నిగ్రోధుడు బోధనలను విని క్రీ. పూ. 264లో అశోకుడు బౌద్ధుడు అయినాడు. ఈ సంఘటన జరిగిన 4 సంవత్సరాలకు అనగా క్రీ. పూ. 260 వ ఏట కళింగ యుద్ధం జరిగింది అవి అనుకుంటే నూతనంగా 4 ఏండ్ల క్రిందట అహింసావాదాన్ని ప్రతిపాధించిన బౌద్ధ మతాన్ని స్వీకరించిన అశోకుడు తనకు తానుగా, లక్షల సంఖ్యలో మనుషులు చనిపోయారని చెప్పిన కళింగ యుద్ధాన్ని చేశాడనడం నమ్మశక్యం కాని విషయం. ఇదే నిజమయితే, అశోకుడు అహింసకు చేసిన వ్యాఖ్యనం అతి వింత అయినదిగా భావించాలి.

అశోకుడు ఉజ్జయినిలో రాజప్రతినిధిగా ఉన్నప్పుడు విదిశలో బౌద్ధ మతానుమాయి అయిన దేవిని (వైశ్య కన్యని) పెళ్లాడాడు. తర్వాత కాలంలో అశోకునికి బౌద్ధమతం పై అభిమానం ఏర్పడుటకు ఈ దేవి కొంత వరకు కారణమై ఉండవచ్చును.

అశోకుడు చండ అశోకుడుగా పిలిచే కాలంలో అతని వల్ల చిత్ర హింసలకు గురైన ఒక బౌద్ధ బిక్షువు అటువంటి హింసలకు చెదిరిపోక శాంతాన్ని

ప్రదర్శించుట వలన అశోకుడు అతని ద్వారా బౌద్ధ మతము స్వీకరించినట్లు టిబేట్ బౌద్ధ సాహిత్యం వలన విదితమౌతుంది.

దివ్య వదన అనే బౌద్ధ గ్రంథంలో అశోకుడు ఒక జైలును నిర్మించినట్లు అందులో బౌద్ధ భిక్షువుగా మారిన "సముద్ర" అనే వైశ్యుడిని ఉంచినట్లు ఆ బిక్షువు ప్రదర్శించిన అత్యద్భుతాలకు అశోకుడు ఆకర్షితుడైనట్లు చెప్పబడిదని. ఈ కథనే కొద్ది మార్పులతో అశోక వదన అనే బౌద్ద గ్రంథములో కూడా పేర్కొనబడినది.

అశోకునిచే బౌద్ధమతాన్ని స్వీకరింపజేసిన గురువు బౌద్ధ మతాచార్యుడు ఎవరో శాసనాలు పేర్కొనలేదా. దివ్యవదనం అతని గురువు అయిన ఉపగుప్తుని మార్గదర్శకత్వంలో అశోకుడు బౌద్ధ పవిత్ర స్థలాలను దర్శించినట్లు చెప్పుతుంది. ఈ ఉపగుప్తుడే అశోకుని బౌద్ధమతంలో ప్రవేశ పెట్టి ఉండవచ్చును.

<u>మూడవ బౌద్ధ సంగీతి క్రీ. పూ. 250. :-</u> అశోకుడి పర్యవేక్షణలో పాటలీ పుత్రంలో తృతీయ బౌద్ధ మహ సభ జరిగినది. మొగలి పుత్త తిస్స ఈ సభకు అధ్యక్షత వహించాడు. ఈ సమావేశంలో బౌద్ధ మతం. అశోకుడు బౌద్ధ ధర్మం ప్రచారణ కోసం వివిధ దేశాలకు ప్రచారకులను పంపినట్లు మహ వంశం చెప్తుంది.

హిమాలయ ప్రాంతములకు	మూలక దేవుడు ముజ్జిముడు కసప్ప గోత్తుడు దూంధు భిస్సరుడు సహదేవుడు
కాశ్మీరు, గాంధారము	మద్యాంతిక మజ్జిహంతక
మైసూరు, మహిషి మండలానికి	మహదేవుని
మహరాష్ట్ర బనవాస	రక్షిత
వారణాసి	మోన రక్షిత (ధర్మ)
అవరాంతకు	మహధర్మ రక్షిత

బర్మా సువర్ణ భూమి	{	సోన ఉత్తర
సింహళం శ్రీలంక	{	మహేంద్రుడు సంఘమిత్ర
యవన లేక యోన లేక గ్రీక్ లేక		మహారక్షిత
సిరియా ప్రభువు		ఆంటియోకస్ II
ఈజిప్టు		టోలోమి II
మాసిడోనియా		ఆంటిగోనస్ గోమటోస్
సైరన్		మాగస్

ఎపిరస్ అలెగ్జాండర్ II మొదలైన వారి వద్దకు అశోకుడు ధర్మ ప్రచారకులను పంపినట్లు 13వ శిలా శాసనములో కలదు.

అశోకునికి ముందే సింహళానికి బౌద్ధమతంలో, ప్రాకృత భాషతో పరిచయమున్నది. అప్పటి సింహళ రాజైన దేవానం పియతిస్స మహేంద్రుని బౌద్ధమతము స్వీకరించాడు. సింహళ గ్రంథాలు పైన పేర్కొన్న బౌద్ధ మత ప్రచారకులను వివిధ దేశాలకు పంపినట్లు చెప్పిన కథనాన్ని బట్టి అశోకుడు బౌద్ధ సంగీతిలో ప్రత్యక్షముగా కాకపోయినా పరోక్షముగా అయినా ఉన్న సంబందాన్ని బట్టి, అశోకుడు తన చివరి పాలన సంవత్సరాలలో కూడా బౌద్ధ ధర్మ ప్రచారానికి ప్రోత్సహాలు సహకారాలు అందించినట్లు తెలియచున్నది. కానీ రాజైనా అశోకుడు బోద్ధ ధరప్రచారానికి యిచ్చిన ప్రోత్సాహాన్ని అతడు బౌద్ధ మతాన్ని సామ్రాజ్యంలో అధికారమతంగా ప్రకటించలేదు. తాను అభిమానించి స్వీకరించిన మతాన్నే ప్రజలు కూడా అనుసరించాలన్ని శాసించలేదు. వారు ఆ మతాన్ని స్వీకరించి అనుసరించడం కోసం రాజ్యాధికారాన్ని ఉపయోగించి వారికి ఎలాంటి ప్రలోభాలు చూపలేదు. అతడు తన సామ్రాజ్యంలోని అన్ని మత ధర్మాలను గౌరవించాడు, ఆదరించాడు. వాటి అభివృద్ధి కోసం ధికారయుతమైన ఏర్పాట్లు చేశాడు. బౌద్ధ సంగీతి కంటే చాలా ఎండ్ల ముందే

తన పరిపాలనా యాంత్రాంగాన్ని ఈ ధర్మ ప్రచారం కోసం వినియోగించాడు కాని ధర్మం బౌద్ధ ధర్మమే అని చెప్పడానికి వీలులేదు. వారు ప్రచారము చేసింది. అశోకుడు తన సామ్రాజ్యములోని సమస్త జనుల కొసం తన సామ్రాజ్యంలొనే కాకుండా విదేశాల్లోని జనులు కూడా అనుసరించడం కోసం సమస్త మత శాఖలవారు సంకోచరహితంగా అనుసరించటానికి వీలుగా, భారతీయ సనతన ధర్మమౌలిక సూత్రాలు ప్రాతిపదికగా రూపోందించిన సర్వ మానవ నైతిక ధర్మం, విశ్వమానవ ధర్మం-అదే అశోక ధర్మం.

<u>ధర్మ మహా మాత్రుల నియమాకము (క్రీ. పూ. 255)</u> :- అశోకుడు తన రాజ్యాభిషేక కాలము మైన తర్వాత తన పదమూడో ఏట క్రీ. పూ. 255లో ధర్మమహామాత్రులనే కొత్త అధికార వర్గాన్ని ఏర్పాటు చేశాడు. కాని వీరిని బౌద్దుల హితం కోసం బౌద్ధ ధర్మ ప్రచారం కోసం మాత్రమే నియమించలేదు. వీరిని సమస్త మత శాఖలలో, సమస్త ప్రజలలో, ఇరుగుపోరుగు రాజ్యాలలో తాను రూపోందిన ధర్మం అభివృద్ధికి పాటుపడుట కొరకు వీరిని నియమించడం జరిగింది. ఐదవ శిలా శాసనం యందు ధర్మమహామాత్రుల విధులు పేర్కొనబడినాయి. వీరు వృద్దులు, బానిసలు , బ్రహ్మణులు, శ్రమణులు, తల్లిదండ్రులు, జంతువులు మొదలైన వారి పై దయగా, ఉదారంగా ప్రవర్తించడం, జంతువధ మానడం, ఖైదిలు సంతనవంతులైన ఉన్నట్లయితే వారికి ధనమిచ్చి సంక్షేమాన్ని చూచుట మొదలైన వాటిని చేసేడివారు. అంతేగాక ఈ ధర్మమాత్రులను నాడు ప్రముఖముగా ఉన్న అన్ని శాఖల వారి అభివృద్ధి కోసం నియమించడం జరిగింది. "పరి వ్రాజకులను, గృహస్థులకును ఉపయోగపడే అనేక వ్యవహరలందును, బౌద్ధ సంఘాల వ్యవహరలందును, బ్రాహ్మణుల అజీవకుల నిర్గ్రంధుల వ్యవహారాలను చూచుటకు మరియు ఇతర శాఖల వారిని ఛూచుటకు వీరిని నియమించుట జరిగినది. ఈ విధముగా ప్రతి మతశాఖ వ్యవహారాలను చూడడానికి రాజాద్యోగులైన ధర్మమహామాత్రులను నియమించుట వలన, పరిపాలన కుశలుడైన అశోకుని ఉద్దేశ్యం ఈ మత శాఖల కార్యకలాపాలను ప్రభుత్వపర్యవేక్షణలో ఉంచి వాటి వీపరీతధోరణులను, తిరుగుబాటు చర్యలేమైన ఉంటే వాటిని అదువులో ఉంచటం అయి ఉండవచ్చును. అశోక సామ్రాజ్యములో

వివిధ మత శాఖల మధ్య స్పర్ధా వైషమ్యాలు కొంత తీవ్రంగానే ఉండి, సంఘంలో అశాంతిని ఏర్పడి, కొంత అల్లకోల్లోలాన్ని సృష్టించి, ప్రభుత్వానికి ఆందోళనకరంగా పరిణమించినట్లు సమకాలిన వాఙ్మయం సూచిస్తుంది. అంతేగాక మతసామరస్యాన్ని గురించి ప్రబోదించే 12వ శిలా శాసనం, అశోకుని సామ్రాజ్యంలో వివిధ మత వర్గాల మధ్య ఉన్న స్పర్ధా, వైషమ్యాలను చల్లార్చి మత సామరస్యాన్ని సాధించడం కోసం అశోకుడు వీరిని నియమించడం జరిగి ఉండవచ్చు.

అశోక ధమ్మ విధానము

అశోకుడు తన శాసనాల ద్వారా ప్రకటించిన, ప్రబోధించిన ధర్మానికి, ప్రాకృత రూపం ధమ్మం. ఈ అశోక ధర్మ స్వభావాన్ని గూర్చి చరిత్రకారులు విభిన్నాభిప్రాయాలను వెలుబుచ్చి ఉన్నారు. ఈ విభినాభిప్రాయాలకు మూలమైన సమస్య, ప్రశ్న–అశోక ధమ్మం. సర్వమత సమ్మతమైన విశ్వమానవ నైతిక ధర్మమా ? లేక అది బౌద్ధమతం ప్రాతిపాదికగా, అశోక సామ్రాజ్యంలోని బౌద్ధ మతానుయాయులకు మాత్రం ఉద్దేశించిన, బౌద్ధ సంబంధితమైన ధర్మమా ?

అశోకుడు బౌద్ధుడైన ఆయన బౌద్ధ మత సూత్రాలను వ్యాప్తి పరచలేదు ఆయన వ్యాప్తి చేసినది అనుసరించినది ధర్మం అశోకుడు ధర్మ వ్యాప్తికి వేయించిన 14 బృహత్ శిలా శాసనాలలో కాని, ఏడు స్తంభ శాసనాలలో కాని ఏక్కడా బుద్ధుడు, బౌద్ధం, త్రిరత్నాలు, ఆర్యసత్యాలు, అష్టాంగ మార్గం, అర్హతుడు, నిర్వాణం మొదలైన బౌద్ధ ధర్మ సంబంధమైన, బౌద్ధ మత ప్రసక్తమయిన పదాలలో, పారిభాషిక పదాలలో ఒక్క దానినైనా పొరపాటుగా కూడా వాడలేదనే విషయము భాగ గమనించ వలసింది. అశోకుడు శాసనాలలో చెప్పిన నైతిక సూక్తులు అన్ని మతధర్మాలకు సమానమైనవే ఏ మత ధర్మము అనుసరించే వారైనా వాటిని కాదనడానికి, వాటిలో తప్పులు పట్టుటకు అవకాశము లేదు. కానీ కొందరు చరిత్రకారులు ముఖ్యంగా ఆర్.జి.భండర్కర్, నీలకంఠ శాస్త్రీ మొదలైనవారు ఆయన ధర్మము బౌద్ధమత ధర్మమని పేర్కొనిరి. ఆర్.జి భండార్కర్ ఆయన ధర్మము లౌకిక బౌద్ధ మత ధర్మము అనగా, నీలకంఠ శాస్త్రీ బౌద్ధ మతమును

స్వీకరించడం వలన ప్రేరణ పొంది సర్వజన ఆమోదమైన బౌద్ధ మతమునకు బిన్నము గాని ధర్మము అని పేర్కొనెను. కనుక అశోక ధర్మము బౌద్ధ ధర్మము కాదు. కొందరు చరిత్రకారులు అశోక చక్రవర్తి, బౌద్ధ మత స్వీకరణను రోమన్ చక్రవర్తి కాన్‌స్టెంటైన్ క్రైస్తవ మతంతో పోలుస్తారు. కాని ఇది సరికాదు. ఎందుకంటే కాన్‌స్టెంటైన్ క్రైస్తవ మతాన్ని రాజ్య మతంగా. సామ్రాజ్యంలో అధికార మతంగా ప్రకటించాడు. కానీ అశోకుడు బౌద్ధ మతాన్ని రాజ్య మతంగా సామ్రాజ్యంలో అధికార మతంగా ప్రకటించలేదు. తాను అభిమానించి. స్వీకరించిన మతాన్ని ప్రజలు కూడా స్వీకరించాలని శాసించలేదు. అశోక చక్రవర్తి తన సామ్రాజ్యంలో అన్ని మతాలను గౌరవించాడు, ఆదరించాడు. వాటి అభివృద్ధి కోసము కృషి చేశాడు. ఈ విషయాలను అశోకుని శాసనాలు స్పష్టం చేస్తాయి. అశోకుడు తన రాజ్యాభిషేక కాలం (5వ శాసనము), 13వ ఏట ధర్మమహామాత్రులను కొత్త అధికార వర్గాన్ని ఏర్పాటు చేశాడు. కానీ బౌద్ధల హితం కోసం బౌద్ధ మతం ప్రచారం కోసం మాత్రమే వీరిని నియమించలేదు. వారిని సమస్థ మత శాఖల్లో, సమస్థ ప్రజలల్లో, ఇరుగు పోరుగు రాజ్యలల్లో తను రూపోందించిన ధర్మాభివృద్ధికి పాటుపడుట కోసము వీరిని నియమించడం జరిగింది. కావున అశోకుని ధర్మం బౌద్ధ మత ధర్మం ఒకటి కాదని స్పష్టమౌతుంది. అశోకుడు తనుగా తలంచి రూపొందించిన ఈ ధర్మ ప్రభోదాన్ని ప్రజల చేత బలవంతంగా అనుసరింపజేయడం అతని ద్యేయం కాదు. వారు ఆధర్మాన్ని గురించి పదే పదే ఆలోచించి దాన్నిలోని సత్యాన్ని గ్రహించి దాని మనఃస్పూర్తిగా అవలంభించేటట్లు చేయడమే అతని నిరంతర కృషి, ఇతని దృష్టిలో ధర్మము ఒక సామాజిక భాద్యత దృకృధం.

అశోకుడు బౌద్ధుడై వుండి కూడా బౌద్ధులు అతిగా నిరసించిన అజీవక మత సన్యాసులకు బారాబార్ గుట్టలలో అశోకుడు గృహలు తొలిపించినాడు. అందువల్ల అశోక ధర్మము సమస్త ప్రజల మత శాఖల సుఖాన్ని, అభివృద్ధిని కాంక్షించిందే కానీ, బౌద్ధ మతాభివృద్ధికి, పరిరక్షణకు పరిమితం కాలేదు. సర్వజమల ఇహ, పరలోక సౌఖ్య ప్రాప్తి కోసం రాజుగా ప్రజల పట్లా తనకున్న (భాద్యత) ఋణాన్ని తీర్చుకోవడానికి అశోకుడు ధర్మాన్ని రూపొందించాడు.

అశోకుడు ఈ విషయాన్ని నిర్బంధంగా పేర్కొనాడు. సమస్థ జనుల సౌఖ్యాన్ని అభివృద్ధి చేయడమే నా ధర్మం అని, నేను భావిస్తున్నాను. ఆ సౌఖ్యనికి నేను పడే శ్రమ, కార్య నిర్వాహణలే మూలంగా నున్నవి. ఎందువలన అంటే జనుల సౌఖ్యం అభివృద్ధి చేయడం కంటే ముఖ్యమైన ధర్మం మరొకటి లేదని అతని అభిప్రాయం. అందుకే వి.యస్.స్మిత్. శ్రీమతి. ఆర్.కె.ముఖర్జీ, ఆర్.కె.త్రిపాఠి మొదలైన చరిత్రకారులు అశోకుని ధర్మము ఏ మతమునకు ఏ వర్గమునకు చెందినది కాదని అది సర్వమతములకు చెందినదని నుడివిరి.

దీనిని బట్టి అశోకుని ఈ ధర్మం ఎందుకు చేయవలసి వచ్చినదంటే, నాడు మౌర్య సామ్రాజ్యం విశాల ప్రజానీకానికి అనేక భిన్న శక్తున్ని ఎదుర్కొనే ఒక కేంద్ర బిందువునకు ఒక ఉమ్మడి సంబందము అవసరమైనది. విభిన్న విశ్వాసాలు కల్గిన ప్రజలను ఒక త్రాటి మీదకు తెచ్చి వాళ్ళల్లో ఒక ఐక్యత భావాన్ని కల్గించేది ఏదో (చేయవలసి)కావలసి వచ్చింది. ఆనాటి దేశ కాల పరిస్థితులలో అది చక్రవర్తి నుండి రావాలి. ప్రజలందరిని ఒక త్రాటి మీదకి తెచ్చే సమైక్యత సూత్రాల్ని పరిశీలించేటప్పుడు అశోకుడు ప్రతి సమస్యకు సంబంధించిన మౌలిక అంశాల మీద దృష్టిని కేంద్రీకరించాడు. ఈ అనుశీలనా ఫలితంగా ధర్మము ఏర్పడింది.

అశోకుడు శాసనాల ద్వారా చేసిన ధర్మము కొన్ని కొన్ని అంశాలలో బౌద్ధ మతానికి భిన్నమైనది. ప్రజలలో నైతిక విలువల్ని పెంచి వారి మధ్య ఘర్షణను తొలగించడం ద్వారా ఐక్యమత్యం సాధించడం అశోకుని ధర్మము యొక్క ప్రధాన లక్ష్యం. తను బౌద్ధ మతాభిమాని అయినప్పటికి దానిని ప్రజలపై రుద్దడానికి ఆయన ఎన్నడూ ప్రయత్నించ లేదు. అన్ని వర్గాలకు ఆమోద కరమైన ఉత్తమ సామాజక విలువల పైననే ఆయన తన ధర్మాన్ని రూపోందించాడు. ఆయన రాజ్య విధానం, ఆయన వ్యక్తిగత విధానానికి భిన్నమైనది. ఆధునిక పరిజ్ఞానంలో చెప్పాలంటే సర్వ వర్గ సహనాన్ని (se770cular) అనుసరించాడు.

అశోక ధర్మము పెద్దలను, తల్లిదండ్రులను, అధ్యాపకులను, బ్రాహ్మణులను పరి వ్రాజాకులను గౌరవించాలని, బందువులను, సహచరులను పరిచయస్తులను ఆదరించాలని, సేవకులను, బానిసలను. ఖైదీలు పట్ల

దయచూపాలని, అసత్యమాడవద్దనీ, ఉపకారం చేసిన వారిపట్ల కృతజ్ఞత ప్రదర్శించాలని, ఉద్బోదిస్తుంది (3,4 శిలా శాసనము). ఇది భిన్న తరాలకు చెందిన, వర్గాలకు చెందిన ప్రజలు మధ్య ఘర్షణలను తొలగించి మానవతా విలువల్ని పెంపొందించడానికి అశోకుడు చేసిన ప్రయత్నం (7వ శిలా శాసనము) అంతేగాక ఈ నియమాలను పాటించిన వారికి స్వర్గ ప్రాప్తి లభిస్తుందంటాడు. వైదిక కర్మలను ఆచరించే బ్రాహ్యణులకు స్వర్గ భావనకు బౌద్ధ మతంలో స్థానం లేదు. అశోకుడు కూడా క్రతురువులను, బలులను నిరసించాడు (4,8,9 శిలా శాసనం) ఐన బ్రాహ్మణులను గౌరవించాలని ఉద్బాదించాడు (3,4 శిలా శాసనంలో) స్వర్గ ప్రాప్తి గురించి ప్రస్తావించాడు. ఇవి ఆయన సహనానికి విశాల దృక్పధానికి మచ్చుతునక. వివిధ మతాలకు చెందిన ప్రజల మధ్య సహనపురిత సంబందాలు ఉండాలని. ఆయన పేర్కొన్నాడు. ఈ సందర్భంలోనే ఆయన ఎవరు నమ్మిన విశ్వాసాన్ని వారు చిత్తశుద్దితో అనుసరించాలని ఉద్బదించాడు. చిత్తశుద్ధి, సత్ప్రవర్తనల వల్ల మత విశ్వాసానికి ఇతర మతస్థులకు మధ్య ఘర్షణ రాదనే, సత్యాన్ని అశోకుడు అనాడే గ్రహించి ప్రచారం చేశాడు. మత సామరస్యాన్ని సాధించుట కోసం వివిధ మతస్థుల అనుసురించవలసిన మార్గాలను నిర్దేశిస్తూ 12వ శిలా శాసనాన్ని ప్రకటించాడు. బహుశా ప్రపంచ చరిత్రలో మత స్వాతంత్ర్యాన్ని, మత సామరస్యాన్ని ప్రభోదించే రాజ శాసనాలలో అశోకుని 12 వ శిలా శాసనమే మొదటిదై ఉండవచ్చు. అశోక ధర్మంలో మరొక ప్రాథమిక సూత్రం అహింస. అశోకుని ధర్మము అహింసకు పెద్ద పీఠ వేసింది. అహింసాకు విషయాలను 5వ స్థంభ శిలా శాసనము వివరిస్తుంది. అహింసా అంటే యుద్ధం, బలప్రయోగం విడనాడటమే కాకుండా జీవ హింస చేయకుండటం కూడా సర్వ జంతు జాలము ఎడల భూత దయ కలిగి వుండాలని ఉద్బోదిస్తుంది. వంటశాలలో భోజనం కోసం జంతు వధను విడనాడలని, యజ్ఞయాగాదులను విడనాడాలని సాముహిక వేడుకలను విడనాడాలంటుంది. కావున అశోకుని ధర్మమం ఏ మతంనకు చెందినది కాదు. ఇది ఒక నైతిక నియమావళి తన సువిశాల సామ్రాజ్యంలో భిన్న ప్రాంతంలో నివశించు, భిన్న మతవలంబులు, భిన్న సంస్కృతుల మధ్య సామరస్యమును సాంఘీ భావమును

పెంపొందించి, సమైక్యతను సాధించుట ఆయన ప్రభోదంలో ముఖ్య లక్షణం.

అశోకుడు తన ధర్మాన్ని విదేశాంగ విధానానికి కూడా అన్వయించినాడు. తన కలింగ శాసనాలలో ఇక ముందు భేరి ఘోషను వదిలి, ధర్మఘోషను చేపడుతున్నానని ఉద్ఘాటించాడు. అంతేగాక అటవిక జాతులకు, సామ్రాజ్య సరిహద్దులో నున్న గ్రీకు రాజలకు, దక్షిణ భారత దేశ రాజులకు ధర్మాన్ని పాటించాలని విజ్ఞాప్తి చేశాడు. తాను వారిపై యుద్ధాలకు దిగనని, వారిని కూడా అటువంటి చర్యలకు పూనుకోవద్దని అతని అంతరార్థము. ఆయన బౌద్ద మత స్ఫూర్తికి సంహితమైన గ్రీకు రాజ్యాలకు తన ధర్మ దౌత్య రాయబారులను పంపి వారితో శాంతియుత సంబంధాలను కొనసాగించాడు.

బౌద్ధ మతము మహ సన్మాత్ర సూత్రాన్ని విశ్వసిస్తుంది. ప్రజల ఆమోదం పోందిన వ్యక్తియే పాలకుడు కావాలని, గణతంత్రా. అంశం అందులో ఇమిడి ఉంది. అశోకుడు రాజరిక వ్యవస్థకు చెందిన వాడు ఐనా ప్రజలందరూ తన పిల్లలేనని ప్రకటించి వారి సంక్షేమానికి అనేక చర్యలు తీసుకున్నాడు. రహదారులు, విశ్రాంతి మందిరాలు, నీటి వనరులు, వైద్యశాలలు నిర్మించి రాజ్యానికి ప్రజల సంక్షేమం చూడవలసిన కర్తవ్యం ఉందని ఆచరించి చూపినాడు. ప్రపంచ చరిత్రలో ఈ భావనను ప్రవేశ పెట్టిన మెదటి చక్రవర్తి అశోకుడు. అందుకే ఆచార్య అర్.యస్.త్రిపాఠి అభిప్రాయం ప్రకారం అశోక ధర్మము, ఒక విశ్వమతం, అక్బర్ దిన్-ఇ-ఇల్లాహి మతం వలే అశోకుని ధర్మము రాజకీయ లక్ష్యమును సాధించుటకు ఉద్దేశించబడినది. రొమిల్లా థాపర్ అభిప్రాయం ప్రకారం అశోకుని ధర్మం అతను కనుగొన్నదే. ఈ లక్ష సాధనంలో అశోకుడు ఆశించిన ఫలితాలను సాధించాడు అందుకే ఆచార్య నీలకంఠ శాస్త్రీ ఈ విధంగా పేర్కొన్నాడు. అక్బర్ కంటే అశోక ధర్మం ఎక్కువ విజయాలను సాధించిందన్నాడు,

పరిపాలనా విధానము :-

చంద్ర గుప్త మౌర్యుని కాలంలో వున్న పరిపాలనా విధానాన్ని గురించి తెలుసుకోవడానికి కౌటిల్యుని అర్థశాస్త్రము, మెగస్తనీసు ఇండిక మరియు అశోకుని శాసనాల వలన మౌర్య పరిపాలన విధానం తెలుసుకోవడానికి ప్రధాన

ఆధారములు. బిందుసారుని కాలంలో చంద్రగుప్త మౌర్యుడు రూపొందించిన పాలనా విధానమే కొనసాగిందని భావించారు. అశోకుడు చంద్రగుప్త మౌర్యుడు, బిందుసారుని కాలంలో అమలులో నున్న పాలనా విధానాన్ని కలింగ యుద్ధ కాలం వరకు కొనసాగించాడని భావించ వలసి ఉంది. కలింగ యుద్ధం తరువాత అశోకుడు భేరిఘోషిని వదిలి ధర్మఘోషను అవలంభించిన అహింసాత్మక రాజనీతి విధానానికి అనుగుణంగా పరిపాలనా విధానంలో కొన్ని మార్పులు చేసినట్లు అశోకుని శాసనాల వల్ల విదితమౌతుంది.

<u>కేంద్రీకృత పాలన వ్యవస్థ</u> :- మౌర్యుల కేంద్రీకృత పాలనా వ్యవస్థ నందరాజుల కాలములోనే ఉద్భవించి మౌర్యుల కాలంలో అభివృద్ధి చెందినది. రాజ్యం సాధారణంగా రాజరిక వ్యవస్థగా ఉండేది. మౌర్య సామ్రాజ్య చక్రవర్తులు నిరపేక్ష పాలకుడే గాని, నిరంకుశ పాలకుడు కాదు. రాజు విస్తృత అధికారాలను కౌటిల్యుడు బలంగా సమర్థించాడు. రాజుకు ఎదురులేని అధికారం ఉండేది. అతడు సర్వసైన్యాధ్యక్షుడు, ప్రధాన పరిపాలనాధికారి శాసనాలన్నింటికి మూల పురుషుడు. రాజునకు కార్యోత్సాహమే ప్రధానము. కౌటిల్యుడు సంక్షేమ రాజ్య భావనను అర్థశాస్త్రంలో కూడా ప్రస్తావించాడు. కౌటిల్యుని అభిప్రాయంలో ప్రజలు సుఖమే రాజునకు, సుఖము, ప్రజల హితమే రాజుకు హితము, రాజ్యవ్యవస్థలో రాజరికం అత్యంత ప్రధానమైనది, సక్రమ సమాజాన్ని రూపోందించి దేశాన్ని సమైక్య పర్చుటంలో దీని పాత్ర ప్రముఖమైంది. రాజు తన శ్రేయస్సు సుఖ సంతోషాలను ప్రజల అభ్యున్నతిలో చూచుకొంటాడు. రాజు విధానాలన్నింటికి ప్రజా సంక్షేమం మూలస్థంబం. అతని అధికారాన్ని ప్రశ్నించే హక్కు ఎవరికి లేదు. అయినా నిరంకుశుడు కాదు. అందుకే "హితకారని నిరంకుశ ప్రభువు" అన్నాడు కౌటిల్యుడు.

మౌర్యుల కాలములో పరిపాలన వ్యవస్థ పెర్సివల్ స్పియర్ అనే ప్రసిద్ధ చరిత్రకారుడు తన అభిప్రాయాలను వెల్లడిస్తూ "ఆనాటి కేంద్రీకృతమైన ఉద్యోగబృందం సమర్థమంతమైనదనీ చట్టాలను ఖచ్చితంగా అమలు చేసేదని తెలియజేసినాడు". వి.ఎ.స్మిత్ అనే మరో చరిత్రకారుడు మౌర్య సామ్రాజ్యం యొక్క రాష్ట్రాలను ప్రాంతీయ పమాజాలను ఒకే తాటి పై నడిపించడానికి,

పరిపాలనను సమర్ధవంతం చేయడానికి కేంద్రీకృతమైన ఉద్యోగ బృందమే ఏకైక మార్గమని అభిప్రాయం వెలిబుచ్చారు.

<u>పైతృక రాజరికం</u> :- రాజులో కేంద్రీకరించిన సామ్రాజ్యాధికరమే అశోకుడు అవలంభించిన పై తృక రాజరికానికి వీలు కల్పిచింది. రాజు ప్రజల పట్ల పితృ భావాన్ని వహించి పాలించటయే పైతృక రాజరికం. ఈ పితృ భావాన్ని అశోకుడు ఈ క్రింది విధంగా స్పష్టంగా వ్యక్తం చేశాడు. "మనుషులందరూ నా సంతానమే నా సొంత సంతానం విషయమై ఐహికపర లౌకిక సౌఖ్యాన్ని ఎట్లు కోరుకుంటానో అట్లే సమస్త జనుల విషయంలో కూడా కోరుతున్నాను. ఈ కోరిక నాకెంత గాఢంగా ఉన్నదో మీకు తెలియదు అని ఒరిస్సాలోని థేలి శాసనములో కలదు. ఇదే విధముగా కౌటిల్యుని అర్థశాస్త్రం కూడా ప్రజా సంక్షేమానికి చాలా ప్రాముఖ్యం ఇవ్వడమే కాకుండా రాజును ప్రజా సేవకుడిగా వర్ణించాడు.

<u>పరిపాలన విభాగాలు</u> :- అశోకుడు తన సామ్రాజ్యమును ఐదు ప్రధాన రాష్ట్రాలుగా విభజించినట్లు అతని శాసముల వలన విదితమవుచున్నది.

1. పాటలీ పుత్రం ;
2. తక్షశిల ;
3. ఉజ్జయిని ;
4. సువర్ణగిరి ;
5. తోసలి

క్రీ. పూ. 150 నాటి రుద్రదాముని గిర్నార్ శాసనం చంద్రగుప్తుని కాలంలో అపరాంతానికి వైశ్యుడైన పుష్యగుప్తుడు రాష్ట్రపాలకునిగా ఉన్నట్లు తెలియుచున్నది. బిందుసారుని కాలంలో అశోకుడు కొంత కాలం తక్షశిలలోను కొంత కాలం ఉజ్జయినిలోను రాజప్రతినిధిగా ఉండేను. అశోకునికి ముందు అతని అన్న సుసీముడు తక్షశిలలో రాజప్రతినిధిగా ఉండి పరిపాలించినాడు. అశోకుని కాలములో 'యౌవన రాజు' తుషాష్పుడు రాష్ట్రపాలకుడుగా ఉన్నట్లు తెలుస్తోంది. కాని సామాన్యముగా రాష్ట్రాలను పాలించటానికి రాజప్రతి నిధులుగా

కుమారులనే పేరుతో పిలిచే రాజకుమారులను ఆర్య పుత్రులనే పేరుతో పిలిచే రాజ సంబందీకులను నియమించేవారు. అశోకుని కాలంలో ధర్మ వివర్ధనుడనే మరోక పేరు కల అశోకుని కుమారుడు కుణాలుడు తక్షశిలలో రాజప్రతినిధిగా ఉండి పాలనా చేసినట్లు దివ్యవదనం అనే గ్రంథం వల్ల విదితమవుతుంది. తక్షశిల, ఉజ్జయిని, తొసలి (ఒరిస్సాలోని కళింగ) రాష్ట్రాలను కుమారులు సువర్ణగిరి రాష్ట్రాన్ని అర్యపుత్రుడు పాలించినట్లు అశోకుని శాసనముల వల్ల తెలుస్తోంది.

<u>న్యాయపాలన</u> :- న్యాయ పాలనలో అత్యున్నత న్యాయమూర్తి చక్రవర్తి, ఆయన తీర్పు అంతిమ తీర్పు. అతని పాటలీ పుత్ర న్యాయస్థానమే దేశమునకు అత్యున్నత న్యాయస్థానము. అశోకుడు ప్రతి ఐదు సంవత్సరాలకు ఒకసారి రాజ్యములో న్యాయపాలన తీరును తనిఖీ చేయడానికి ఒక మహామాత్రను పంపేవాడు. ఇలా రాజు పంపించే పర్యవేక్షకులే కాకుండా రాజకుమారులచే నియమించబడిన మహామాత్రులు ప్రతి 3 సంవత్సరాలకు ఒక సారి న్యాయపాలనను తనిఖీ చేసేవారు. న్యాయ స్థానంలో చివరి భాగము గ్రామం. గ్రామము నందిలి చిన్న చిన్న నేరములను గ్రామ పెద్దలే విచారించి తీర్పులు ఇచ్చెడివారు.

కౌటిల్యుని ప్రణాళిక ప్రకారం న్యాయస్థానాలు రెండు రకాలుగా ఉండేవి. అవి 1. ధర్మస్థియ న్యాయస్థానాలు. 2. కంఠకశోధన న్యాయస్థానాలు.

<u>1. ధర్మస్థియ న్యాయస్థానాలు</u> :- ఈ న్యాయ స్థానాలలో యజమాని సేవకుల మధ్య సంబంధాలు, యజమాని, ఉద్యోగులు, బానిసలు, ఋణాలు, ఆదాయాలు, ఆస్థి విక్రయం, యాజమాన్య హక్కులు, వారసత్వం, వ్యవసాయ పంటలకు హని జరిగే చర్యలు, సరిహద్దు విభేదాలు జూదము, హత్య, దోపిడి, దాంపత్య సంబంధాలు మొదలైన వాటికి సంబందించిన వివాదాలను పరిష్కరిస్తారు.

<u>2. కంఠక శోధన న్యాయస్థానాలు</u> :- ఈ న్యాయస్థానాలు కార్మికుల, వ్యాపారుల ప్రయోజనాలను కాపాడటానికి, జాతీయ దుర్భిక్ష సమయంలో నివారణా చర్యలు తీసుకోవడానికి సంబంధించిన వివాదాలు, గూఢాచారుల ద్వారా నేరస్థులను పరిశోధించి పట్టుకోవడం మొదలైన వాటిని పరిష్కరిస్తాయి.

వీని కాలంలో హిందు ధర్మ శాస్త్రాలతో, న్యాయస్మృతులలో నేరాన్ని

బట్టి నేరస్థునికి శిక్ష ఉండెది. నేరస్థుని వర్ణాన్ని బట్టి శిక్ష విధించేవారు. అయితే అశోకుడు నేరాన్ని వర్ణాన్ని బట్టి కాక, నేరస్థుడు చేసిన నేరాన్ని బట్టి శిక్ష అమలు చేసినట్లు 4వ స్తంభ శాసనము సూచిస్తుంది. వర్ణ వ్యవస్థను, వర్ణ ధర్మాలను కాదని అశోకుడు న్యాయపాలనలో ఇట్లాంటి సంస్కరణ తల పెట్టి ఉంటే అది సాహసమైన చర్య అని చెప్పుకోవాలి. అశోకుని నాలుగవ స్తంభ శాసనంలో రాజుకులకు బహుమానాలివ్వటం, దండములు విధించడం అనే అధికారాలు వదిలిపెట్టి వున్నానని చెప్పి అశోకుడు వ్యవహర పరిష్కారములోను దండనలు విధించటంలోను సమానత కోరతంగిదే కదా అంటాడు. కాని ఇట్లాంటి న్యాయ సంస్కరణ సంఘములో అనూహ్యామైన, తీవ్రమైన మార్పులను తెచ్చి వుండేది. అంతేకాదు, ఇలాంటి సంస్కరణ బ్రాహ్మణ, క్షత్రియ వర్ణాల వారి ఆగ్రహానికి గురి చేసి వుండేది. జంతుబలులు నిషేదించటం అనే పరోక్ష చర్య ద్వారా సంఘంలో మత పరంగా బ్రాహ్మణులకు వున్న ఆధిక్యాన్ని కొంత వరకు తగ్గించడానికి ప్రయత్నించినప్పటికి బ్రాహ్మణులకు చూపించవలసిన గౌరవాన్ని గురించి అశోకుడు తన శిలా శాసనంలో పదే పదే పేర్కొనుట గమనించదగ్గ విషయము. అందుచేత అశోకుడు నాలుగవ స్తంభ శిలా శాసనంలో కోరదగిన విషయాలుగా పేర్కొన్న వ్యవహార సమానత, దండసమానత న్యాయపాలనలో ఆచరణలో పెట్టగలిగిందో లేదో ఒక సందేహం.

కౌటిల్యుని అర్థశాస్త్రాన్ని బట్టి మౌర్య సామ్రాజ్యములో నేరాలకు శిక్షలు అతికఠినంగా వుండేవి. ఉదాహరణకు శిరచ్ఛేదనం, అశోకుడు బౌద్ధుడైనప్పటికినీ మరణశిక్షను రద్దుచేయలేదు. కాని మరణ శిక్ష పడినవారికి శిక్ష అమలుకు ముందు మూడురోజుల వ్యవధి ఇచ్చాడు. ఈ మూడు రోజులలో నేరస్థుని తరవు బంధువులు రాజును క్షమాబిక్ష అడగవచ్చును.

సైనిక వ్యవస్థ :- మౌర్యుల సైన్యమును ప్రధానముగా మూడు రకాలుగా విభజించవచ్చును.

1. వారసత్వంగా సైన్యములోనే కొనసాగుచున్న సాంప్రదాయక సైన్యము.

2. అత్యవసర పరిస్థితులలో తాత్కాలికంగా కిరాయి పై వినియేగపడే సైన్యము.

3. స్వతంత్ర ప్రతిపత్తి గల వాణిజ్య సంఘాలు తన రక్షణకై వుంచుకొన్న సైన్యం. ఈ మూడు సైనిక వర్గాలలో మొదటి వర్గానికే అధిక ప్రాధాన్యత వుండెను. పైన పేర్కొన్న మూడు సైనిక వర్గములు మాత్రమే కకా వార్తా శాస్త్రోపజీవులు అంటే వ్యవసాయము, పశుపాలన, వాణిజ్యం వృత్తి కలవారు. శాంతి సమయాలలో వీరు పైన పేర్కొన్న వృత్తులను అనుసరించినప్పటికి అవసరమైనప్పుడు వెంటనే ఆయుదాలను చేతపట్టేవారు.

క్రీ. పూ. 260లో జరిగిన కళింగ యుద్ధ ఫలితముగా లక్షయేబది వేల సైనికులను నా రాజ్యం నుంచి పంపి వేయడం జరిగింది. లక్ష మంది అక్కడే చంపి వేయబడుట జరిగింది. అక్కడ అంత కంటే ఎన్నో రెట్ల మంది చనిపోయిరి" అని అశోకుడు తన పదమూడోవ శిలా శాసనంలో పేర్కొన్నాడు. దీన్ని బట్టి కళింగ రాజ్యానికి చెందిన శత్రు సైన్యం అధమ పక్షం మూడు లక్షల మంది అయినా ఉండి ఉండాలని. దీనిని ఎదుర్కొనుటకు కళింగ యుద్ధ భూమిలో ఐదు, ఆరు లక్షల సైన్యామునైన అశోకుడు సమీకరించి ఉండాలి. దీనిని బట్టి మౌర్య సామ్రాజ్యంలో మొత్తం సైన్యం ఎనిమిది నుండి పది లక్షల వరకై ఉండవచ్చునని ఊహించవచ్చును. ప్లూటార్స్ నందుల సైన్యంలో 80,000 గుర్రాలు, రెండు లక్షల కాల్బలము, ఎనిమిది వేల రధబలం, ఆరువేల గజబలం ఉన్నట్లు పేర్కొన్నాడు. కాని ప్లీనీ చంద్ర గుప్తుని సైన్యంలో తోమ్మిది వేల గజాలు, ముపై వేల గుర్రాలు, ఆరు లక్షల కాల్బలము ఉన్నట్లు చెప్పినాడు. అశోకుడు కళింగ యుద్ధకాలము వరకు దిగ్విజయాలను కాంక్షించినవాడు కాబట్టి బిందుసారునికి ఉన్న అమిత్రఘాత బిరుదాన్ని బట్టి అశోకుని కాలం నాటికి మౌర్య సైన్యం సంఖ్యలో చంద్రగుప్త మౌర్యుని కాలాని కన్నా ఎక్కువే ఉండినదిని భావించవలసి ఉంది. మెగస్తసీన్ వ్రాసిన 'ఇండికా' లో సైనిక పాలనను నిర్వహించుటకు ముపై మంది సభ్యులు గల ఒక సంఘం గలదు. ఈ సంఘం ఐదుగురు సభ్యులు గల ఆరు ఉప సంఘములుగా పాలనా సౌలభ్యము కొరకై విభజించినారు. ఒక్కొక్క ఉప సంఘం సైనిక విభాగములోని ఒక్కొక్క శాఖను అజమాయిషి చేయును అజామాయిషి చేయు శాఖలు ఏమనగా

1. కాల్బలము.

2. అశ్వబలము.

3. గజబలం.

4. రథబలం.

5. నౌకా బలం

6. రవాణ సరఫరా నిర్వహణ (ఆహార, ఆయుధాలు మొదలైనవి)

సైన్యమునకు సంబంధించిన నకల విషయామ్ములను చర్చించుటకు ముపై మంది సభ్యులు సమావేశమయ్యేవారని మెగస్తనీస్ రచనల వలస తెలుస్తోంది. ఈ సైనిక పాలనలో రవాణ (సరఫరా) నౌకాదళము రెండు శాఖలు మౌర్య చంద్రగుప్తుని పరిపాలనా దక్షత మూలముగ కొత్తగ ఏర్పడినదని వి. ఎ. స్మిత్ అభిప్రాయం.

మౌర్యుల కళ :

ప్రాచీన యుగమున భారత దేశమున వికాసము పొందిన శిల్పకళా విశేషములకు నిదర్శనములు మౌర్యయుగారంభము నుండి, అందున ముఖ్యముగా అశోకుని కాలము నుండి మాత్రమే మనకు లభ్యమగు చున్నవి. అశోకుని కృషి ఫలితముగా భారతదేశమున అచ్చుటచ్చుట నెలకొల్పబడిన శిలా స్తంభములందు ఈ కళా వికాసము తొలుతగా ద్యోతక మగుచున్నది. ఈ స్తంభములు ఏక శిలా కాండములు కలిగినవి. వీనిలో ప్రతి ఒక దాని పైనను స్తంభమకుటమున ఉదాత్త రూపతకు నిదర్శనముగా రాణింపగల ఒక జంతు శిల్పము నెలకొల్పబడియున్నది. ఇట్టి స్తంభములలో ప్రముఖములుగా పేర్కొనదగినవి దాదాపు ముప్పదికి మించినవి-ఈనాడు బసార్ సమీపముననున్న బాఖిరా రాంపుర్వ, లౌరీయనందన్ నగర్, రుమ్మిందయ్, సంకిస్య, సారనాథ్, సాంచి మొదలగు ప్రదేశములందు కనిపించుచున్నాయి. వానిలో లౌరీయ నందనగర్ నందు ఇప్పటికిని చెక్కు చెదరక నిలిచియున్న ఒక స్తంభపు పరిశీలన వలన అశోక స్తంభము నందలి వివిధ భాగములు, ముఖ్య లక్షణములును రమ్యతయు స్పష్టము కాగలుగు చున్నవి. సాధారణముగ ప్రతి స్తంభమునకు కాండము, మకుటము (శిరస్సు) అను రెండు భాగములు ఉండును. చెట్టు కాండము వలె గుండ్రముగ నుండు ఇందలి కాండము పైకి పోయిన కొలది లావు తగ్గును. ఇది అంతయు

ఏక శిలా నిర్మితము. ఇందలి కుదిరికయు, పని తనము చాలా రమణీయములు. ఇక దీనిపైన ఉండు మకుటము (శిరస్సు) సైతము ఒకే ఒక శిలచే నిర్మితము; కాని ఇందు మూడు భాగములు స్పష్టముగ కననగును.

(1) తలక్రిందులుగా ఉన్నపద్మాకృతి లేదా 'పెర్‌సెపోలిటన్ గంట

(2) శిరోలంకార మృగపీఠం

(3) శిరోలంకార మృగం. ప్రతి స్తంభము యొక్క ఉపరితలమంతయు సునిశిత దృష్టితో చక్కగ మలచబడి, మౌర్యయుగపు శిల్పి యొక్క విశిష్టతను వెలిపరచుచున్నటులుండును. ఇట్టి పనితనపు రమ్యతను మించినది గ్రీకుల శిల్పములందుగాని వేరొక భారతీయ, భారతీయేతర శిల్పమునగాని కనవచ్చుట లేదని పండితుల అభిప్రాయం. స్తంభము నందలి పనితనము మాత్రమే కాదు; స్తంభపు ప్రమాణము సైతము ఆకాలపు భారతీయ శిల్పుల ప్రతిభ వెల్లడి చేయుచున్నది. 30 అడుగల పొడవును మించినది ఈ స్తంబములలో ప్రతి యొక్క దాని కాండము. అట్టి కాండమును మలచుటకు అనువగు పెద్ద శిలను వెలికి తీసి కాండమును రూపొందించి కర్మాగారము నుండి అతి దూర ప్రదేశములకు చేర్చుటలో ఆ శిల్పి వేత్తలు ఉపయోగించిన సాధనములు మనకు ఈనాడు లభ్యములు కాకపోయినను అట్టి కార్యక్రమ నిర్వహణకు అనువగు సాంకేతిక కుశలత వారికి కలదనుట నిర్వివాదాంశము.

పైన చెప్పబడిన రీతిగ, అశోక స్తంభములందు సామాన్య లక్షణములు కొన్ని కనబడుచున్నను, అందులో ఒక విధమైన వైవిధ్యము, ఒక క్రమ పరిణామగతియు వానియందు కనబడుచున్నవి. రుమ్మిందయ్ యందలి స్తంభమున కనబడురీతి, కొన్ని స్తంభములందు, కాండమునకును అపవృత్తకమలమునకును మధ్య వేరుగా శిల్ప మేదియు కనబడ్డకున్నది. కాని కొన్నింట ఈ రెండింటి మధ్య ఒక క్రమరీతిలో శిల్పముల వరుసలు రమ్యముగా రూపొందించబడి ఉండుట కనబడుచున్నది. ఇక అపవృత్త కమలముల రేకులను ఒక దాని నుండి వేరొక దానిని వేరుగ చుపుటకు శిల్పమున ప్రయత్నము జరుగుటయే గాక, ఆరేకుల చివరలకును, దిగువ భాగమునకును మధ్య కొన్ని

శిల్పములను రూపొందించుటకును కృషి జరిగినది. ఈ రెండు విధముల కృషి అంతటంతట ఒక క్రమరీతిలో పరిణతిని సాధించి ఒక పరిపక్వ శైలిగ రూపొందుట సారనాథ్‌లోని స్తంభమున కాననగును.

ఇది వరలో చెప్పనటుల ఈ అశోక స్తంభ శిల్ప వికాసనమున, ఒక క్రమ పరిణామగతియు కానవచ్చుచున్నది. బాఖిరా వద్ద నున్న స్తంభమున అందలి తొలితటి దశయు నందనగర్, సారనాథ్ స్తంభములలో పరిణత దశము కానవచ్చుచున్నవని స్థూలముగ చెప్పవచ్చును. సంకిస్య, రాంపూర్వలలోని స్తంభములను అవాంతర దశలకు చెందిన వానినిగ పరిగణింపవచ్చును. బఖిరా స్తంభములను కాండమున కుదిరిక తక్కువై మొరటుదనము కొట్టువచ్చినట్లు కనబడుచున్నది. లౌరీయ నందీనగర్‌లోని స్తంభకాండము సరళతలోను, స్నిగ్ధతలోను, కుదిరికలోను సాటిలేనిది. ఇక సారనాథ్‌లొని ఆ స్తంభవు మకుటమున (శిరస్సున) కానవచ్చు జంతు విగ్రహ శిల్పమున ఉదాత్త గంభీరతలు రాసిగొనినవి. ఈ సారనాథ్ స్తంభమకుటమున శతీంర్థములు దృశ్య మానములగు రీతిగ వెన్నులను ఆనించి ఉపనిష్టములై యున్న నాలుగు సింహ విగ్రములు రూపొందించబడినది.

ఒరిస్సా యందలి ధైళి ప్రాంతమున ఒక శిల పై అశోకుడు రూపొందింపజేసిన గజవిగ్రహము, పై సింహచతుష్టయ మకుటము కన్న రమ్యతగా ఉన్నదని నిస్సంశయముగ చెప్పవచ్చును. గజము వంటి వృథుల శారీరక ప్రమాణము గల జంతువును జీవకళ ఒటకునటుల, గాంభీర్యము వెల్లివిరియునట్లు ఈ శిల యందు రూపొందింపజేసిన శిల్ప చాతుర్యము ఈ విగ్రహమున కనబడుచున్నది.

పై గజ విగ్రహముమంత నిర్దుష్టము కాకపోయినను, శిల్ప కళా దృష్టిలో అందలి మేలి లక్షణములను కొన్నింటిని, రాంపూర్వ యందలి అశోక స్తంభమకుటపు వృషభవిగ్రహం వుణికి పుచ్చుకొనిదని చెప్పవచ్చును.

మౌర్యుల శిల్పకళ భారతీయుల శిల్ప కళనా ? లేదా పారశీకుల శిల్ప కళానా? అశోకుడు కాలమున శిలయందు జరిగిన కళ కృషి చాలా వరకు

పారశీక కృషి పై ఆధారపడి ఉన్నదని అనువారు కలరు. విజ్ఞాన, కళారంగము మొదలైన వాటి. యందు ఇచ్చిపుచ్చుకొనుట ఆకాలమున పారసీక-భారత దేశముల మధ్య సహజముగా జరుగుచుండెను. కావున ఇందు ఎవరికి ఎవరు ఎంత వరకు ఋణపడి ఉందురని చెప్పుట కష్టము.

పారశీకుల నుండి గ్రహించ లేదు అనుటకు గల ఆధారములు

1. అశోక స్తంభము చెట్టు కాండము వలె పై నుండి కిందికి నునుపుగా ఉన్నది. పారశీక స్తంభమున నిలువున లోతు చారలు చెక్కబడి యుండుట కనిపించుచున్నవి.

2. అశోకుని స్తంభమున పనితనము వడ్రంగి పనితనమును గుర్తుకు తెచ్చును. పాలశీక స్తంభమున నగీషి పని తాపీపనివాని కుశలతను స్మృతికి తెచ్చును.

3. అశోక స్తంభమునకు దిగువన అలంకృతమగు పీఠము ఎట్టిదియు లేదు, పారశీక స్తంభమున అపవృత్త కమల పీఠం కలదు.

4. అశోక స్తంభమున సరళతయు, స్థైర్యమును, ఉదాత్తతము, హుందాతనము రూపుగోనినవి.

పారశీక స్తంభమున రూప క్లిష్టతయు, వ్యత్యస్తతలు ద్యోతములు అగుచున్నవి.

పారశీకుల నుండి గ్రహించ బడినదని అనుటకు గల ఆధారములు

అశోకుని కాలమున మలచబడిన స్తంభములలోని పనితనము, తర్వాతి కాలమున భారతదేశమున ఎచ్చటను కానరాదనియు, అది ఒక మెరుపు వలె చరిత్రలో కనబడి మాయమైనదనియు, అశోకుని అనంతరము పాలించిన కడపటి మౌర్యుల కాలములో గాని, మౌర్య సామ్రాజ్యము తరువాత వచ్చిన రాజవంశముల కాలమున గాని వెలసిన శిల్పమునకు అశోకుని కాలము నాటి శిల్పపు రమ్యతతో ఎట్టి సంబంధము లేకున్నదనియు, కావున అశోకుని కాలము నాటి శిల్ప కళకు పారశీక శిల్పుల కృషి ఉన్నదని కొందరి చరిత్రకారుల అభిప్రాయం.

అశోకుని స్తంభములు దారుస్తంభములు అనుకరించుట వలన రూపొందినవనుట వాని రూపమే చెప్పక చెప్పుచున్నది. అయితే రాతిని చక్కగ

నునుపుగా చేయుట మొదలగు సాంకేతిక విషయాలలో భారతీయుల విదేశీ పరిజ్ఞానమునకు కొంత ఋణపడి ఉండవచ్చు అశోకుని సామ్రాజ్యము హిందుకుష్ పర్వతముల పశ్చిమ పార్శ్వమున సైతము వ్యాపించి యుండి నందున పారశీక శిల్పులును, గ్రీకు శిల్పులును కొందరు చక్రవర్తి అస్థానమున ఆనాడు పని చేసియుండుట సాధ్యమే. అది యెటులున్నను మౌర్య స్తంభములకు సూర్తి నోసంగినది. అప్పటి వరకు భారతదేశమున వ్యాప్తియందుండిన దారు శిల్పమే అనియు, శిలారూపమునకు దానిని పరివర్తనము చేయుటలో మాత్రము విదేశీయ సాంకేతిక నిపుణతను అవలంభించుట జరిగెనని భావించుట సమంజసము.

1. సుదామగుహ :-

సుదామగుహలో రెండు విభాగములు ఒక దాని వెనుక వేరొకటి కనబడును. ఇందులో వెలుపలి విభాగము దీర్ఘచతురస్రాకారములోపలి విభాగము వలయాకృతిలో నుండు ఒక గది. ఈ రెండింటిని విడదీయుచున్న బలమగు రాతి గోడలో ఒక చిన్న ద్వారము కలదు. దీని ద్వారా వెలుపలి భాగం నుండి లోనికి పోయివచ్చుటకు వీలేర్పడుచున్నది. వెలుపలి విభాగవు పై కప్పులో వంపు దిరి ఉండగ, లోని విభాగము పై కప్పు అర్ధగోళాకారవు గుమ్మటము వలె రూపోందింపబడినది. ఇక ఈ గుహ యొక్క ముఖ ద్వారపు ద్వారా శాఖలు కొలది ఏటవాలుగ ఉండునట్లు చెక్కబడియుండుట చూడవచ్చు. దీనికి కారణము నిర్మాణం అనుసరించుచూ ఇచ్చుట పనిసాగెననుట స్పష్టము దారు నిర్మాణమున పై కప్పు బరువు ద్వారము పై ఎక్కువగ పడుకుండా ఉండుటకుఐ కొలది వాడగ ద్వారము అమిరియుండుట సాధారణముగ కనిపించుచున్నది.

లోమశ ఋషి గుహ :-

సుదామ గుహ యందు ఉన్నటులనే లోమశ ఋషి గుహయందును రెండు విభాగములు, ఒక దాని వెనుక వేరొకటి ఉన్నవి. కాని, సుదామగుహలోని లోపలి విభాగం వర్తులాకృతిలో ఉండగ, ఇందిలిది అండ వృతాకారమున ఉన్నది. గోడలను నునుపు చేయుట రెండిటి యందు ఒకే విధముగా సాగిన్నది. కాని లోమశ ఋషి గృహలో గోడలను రాతి పోరలోని లోపము వలన పని ఆగినట్లు కనిపించుచున్నది.

గుహ చైత్యముల ముఖ తలపు రూప పరిణామ చరిత్రలో ఈ గుహ యొక్క ముఖతలమునకు ఒక ప్రాముఖ్యము కలదు. ఆర్చివలె ముఖ తలమును తీర్చిదిద్దుట ఈ గుహా ముఖ ద్వారముననే తొలుత కానవచ్చుచున్నది. అందలి పని తీరును బట్టి చూడ, పూర్వపు కొయ్య కట్టడములలోని అట్టే ముఖ తలములను అనుకరించారు, ఇచట పని సాగిందని అనుట స్పష్టము. ఇచట ద్వారా శాఖలు కొంచెము ముందునకు వంగిన నటుల ఉండుటయు ఈ భావనకు బలము కల్పించుచున్నది. కొయ్య కట్టడములలో పై కప్పు బరువు సర్దుకొనుటకై ద్వారా శాఖలను కొలదిగ ముందునకు వంచి ఉంచుట పరిపాటి. ఆ రీతిగనే ఇచటను ఆ శాఖలు, రాతి యందు సైతం రూపొందింపబడినవి.

<u>సాంఘిక పరిస్థితులు</u>

<u>వర్ణ వ్యవస్థ :-</u> అర్థశాస్త్రంలో నాలుగు వర్ణాలను గురించి పేర్కొనబడింది అయితే దీనిలో శుద్రులకు బ్రాహ్మణులకు శశ్రూతతో పాటు వార్త, కారుకర్మ నాటకములో పాత్రదారణ స్వధర్మాలుగా పేర్కొనబడింది. అంటే దీనిని బట్టి శుద్రులు స్వతంత్ర వృత్తులు అనేకం అనుసరిస్తూండే వారని అర్థమౌతున్నది అంతే కాక అన్ని వర్ణాల వారిని కూడా సైన్యంలో చేర్చుకునే వారు. కౌటిల్యుడు తన అర్థశాస్త్రంలో శుద్రులను ఆర్యులుగా పరిగణించినాడు.

కౌటిల్యుడు చతుర్వర్ణముల వారికి స్థిర నివాసం కల్పించుటలో శూద్రవర్ణముల వారకే అధిక ప్రాధాన్యత కలిపించవలెనని చెప్పినాడు. కారణం ఏమనగా శూద్రవర్ణం వారు పెద్ద ఎత్తున అనేక రకములుగా, సంఘ శ్రేయస్సునకు శాశ్వతముగా ఉపయోగపడేవారు. కావున ఇతర వర్ణముల వారి కన్నా స్థిర నివాసం కలిగించుటలో శూద్రులకే అధిక ప్రాధాన్యత ఇవ్వమని చెప్పనాడు. దీనిని బటి స్థిరపడిపోయిన ప్రజా సమూహాన్ని ఆర్యజాతిలోకి అనుగ్రహించినట్లుగా అర్థశాస్త్రం వల్ల తెలుస్తుంది.

కౌటిలుడు అర్థశాస్త్రంలో నాలుగు వర్ణాలకు చెందిన వారినే పేర్కొనడమే కాకుండా చెందని వారిని కూడా పేర్కొన్నాడు. ఇట్లాంటి వారిలో చండాలురు, అటవికులు, బాదిరికులు, మ్లెచ్ఛులను కూడా అర్థశాస్త్రంలో పేర్కొన్నారు.

(మ్లేచ్ఛులు అంటే విదేశాల నుంచి వచ్చి భారతదేశంలో స్థిరనివాసం ఏర్పరుచుకున్న గ్రీకులు, పారశీకులు)

వర్ణధర్మాలలో బ్రాహ్మణులకు అత్యంత ప్రాధాన్యత ఇవ్వడం జరిగింది. బుద్విజులకు, ఆచార్యులకు, పురోహితులకు, స్తోత్రియ బ్రాహ్మణులకు జరిమానాలు, పన్నులు చెల్లించాల్సిన అవసరం లేదని. తప్పు చేసిన వారకి శిక్షలు తప్పవని ఆ శిక్షలు వర్ణాన్ని బట్టి విధించడం జరిగింది. బ్రాహ్మణులకు ఇవ్వబడిన రాయితీలు, హక్కులను బట్టి సంఘంలో వారికి ఉన్నత స్థానం కల్పించబడినదని రుజువు అవుతున్నది. వీరి నుంచి ఎట్టి సేవలు పోందవలసిన అవసరం లేదని డియోడోరస్ తెలిపాడు.

కాబట్టి పరిపాలనలో బ్రాహ్మణుల ప్రభావం హెచ్చుగా ఉందనడంలో అతిశయోక్తి లేదు. సాంఘిక జీవనంలోను వీరి ప్రభావం ప్రత్యేకమైనది. విద్య కూడా వీరి చేతుల్లోనే కేంద్రికృతమై ఉండేది. మత పరమైన నట్టువంటి జీవనమంతా వీరి ఆధీనములోనే ఉంటేది. కర్మ, పుణర్జన్మ నమ్మె ప్రజలు వీరి ఆదిక్యతను ఏనాడు. ప్రశ్నించిన దాకలాలు లేకపోయిన తరతరాల నుండి వస్తున్న సాంప్రదాయాన్ని గౌరవించినట్లు తెలుస్తుంది. నాలుగు వర్ణాలతో పాటు అనాటి సమాజంలో అనేక జాతులున్నట్లు వాటన్నిటిని వర్ణములలోకి తీసుకొని రావడానికి ప్రయత్నం జరిగినట్లు తెలుస్తుంది. అయితే మైనర్లలను విక్రయించడం తాకట్టుపెట్టడం మొదలైన సందర్భాలలో బ్రాహ్మణులకు ఇవ్వబడిన శిక్ష మిగిలిన వర్ణాల కంటే హెచ్చుగా ఉన్నది.

భారతీయ సమాజంలో 7 కులాలు ఉన్నాయని మెగస్తనీస్ తన ఇండికా గ్రంథంలో రాసినాడు. అనాటి భారతీయ సమాజం కులాలపై గాక వృత్తుల పై 7 వర్గముగా విభజింపబడినది.

1. తత్వవేత్తలు :- (వేద పండితులు) వీరి సంఖ్య బలం స్వల్ప మైనను అత్యధిక గౌరవ స్థానంలో ఉండెను.

2. వ్యవసాయదారులు :- (రైతులుజ) వీరి సంఖ్య అధికం.

3. పశుపాలం :- (గొర్రెల మేకలను పెంచెడి వర్గం) గ్రామాలలో గాని పట్టణాలలో

గాని నివసించక గుడారములలో నివసించెడి వర్గం.

4. వృత్తి పనివారు :- (చేతి వృత్తి వారు) Artisans

5. సైనిక వృత్తి :- (క్షత్రియులు)

6. న్యాయాధిపతులు :-

7. వేటగాళ్ళు :-

ఈ పరిశీలన పాక్షికంగా మాత్రమే సరియైనది. ఎందుకంటే మెగస్తానీస్ విభజన ఆర్థిక స్థాయికి బట్టి మాత్రమే చేసిందని సామాజిక స్థాయిని బట్టి చేసినది కాదు. అంతేగాక మెగస్తనీస్ వ్రాసిన మూలగ్రంథం మనకు లభించలేదు. అయితే హెరిడోటస్ చరిత్ర కారులు ఈజిప్టుల సమాజం పేర్కొంటున్నప్పుడు. ఏడు సామాజిక శ్రేణులను గురించి వ్రాసినాడు. ఆ వర్గ విభజనను దృష్టి యందు ఉంచుకొని మెగస్తనీసు ఈ విభజన చేసి ఉండవచ్చు.

అంతేగాక మెగస్తనీస్ వ్రాసిన మూల గ్రంథాంలో బానిస వ్యవస్థను గురించిన ప్రస్తావన ఉండి ఉండవచ్చు. కాని దాని ఆధారముగా తర్వాత వ్రాసిన గ్రీకు రచయితలు దీనిని తొలగించి తమ సొంత వ్యాఖ్యానాలను చేర్చి ఉండవచ్చు. వృత్తి పనులలో కొందరు జీతం తీసుకొని స్వతంత్రంగా పని చేసే కార్మికులు ఉండేవారు వీరిని కళాకారులు అనేవారు. మరికొందరు బానిసలు లేదా అస్వతంత్రులుగా పని చేసే వారు. గ్రీకు రచయితయైన ఏరియన్ భారతీయులందరూ స్వతంత్రులేనని వారిలో ఏఒక్కరు బానిస కాదని తెలిపారు. అంతేగాక భారతీయులు స్వదేశములనే గాక విదేశీయులను కూడా బానిసలుగా చేసుకోలేదని గ్రీకు రచయితల యొక్క రచనల ద్వారా తెలుస్తుంది. కానీ భారతదేశంలో బానిసలు లేరనే వాదన సరికాదని ఈ క్రింది ఆధారలలో తెలుస్తుంది. కౌటిల్యుడు రాసిన అర్థశాస్త్రంలో దాస అనే పదాన్ని ఉపయోగించినాడు. అంతేగాక అశోకుడు కూడా తన శిలా శాసనాలలో బానిసలను దయతో చూడాలని చెప్పి ఉన్నాడు. దీనిని బట్టి అనాటి మౌర్య సామ్రాజ్యంలో బానిసలు ఉన్నట్లు తెలుస్తుంది. ఆకాలములో బానిసలు కొందరు సంపన్నుల ఇళ్ళలో ఇంటి పనులకి గృహ బానిసలుండటం వాడుకగా ఉంది. గనుల్లో బానిస కులీలు పని చేసేవారు.

ఒక మనిషి పుట్టుక చేతగానీ స్వచ్ఛందంగా కాని అమ్ముడు పోయిగానీ, యుద్ధ ఖైదిగా పట్టుబడిగాని, న్యాయస్థానాలు వేసిన శిక్ష ద్వారా గాని బానిస అవుతారని అర్థశాస్త్రంలో ఉంది. బానిసత్వ ప్రభుత్వాలు గుర్తించిన వ్యవస్థ. యజమానికి బానిసకి మధ్య చట్టరీత్యా గల సంబంధం స్పష్టంగా నిర్వహించబడింది. ఉదా:- ఒక బానిస స్త్రీ తన యజమాని ద్వారా బిడ్డను కంటే ఆమె దాస్య విముక్తి కలుగటమే కాకుండా ఆమెకి పుట్టిన బిడ్డకి యజమాని బిడ్డగా చట్ట సమ్మతమైన హోదా ఉండేది. గ్రీకులోని బానిసలకు భారతదేశంలోని బానిసలకు ఒక ప్రత్యేకం తేడ కనిపిస్తుంది. మన దేశాలలో బానిస తన స్వేచ్ఛని పొందవచ్చు. మన దేశంలో ఆర్యులు బానిసలుగా మార్చే విలులేదు. కాని కుటుంబంలో ఆర్థిక పరిస్థితులు దుర్భరముగా ఉన్నప్పుడు ఆర్యులు తమంతతాముగా కొంత కాలం వరకు డబ్బు కోసం బానిసగా మారవచ్చు. కాలపరిమితి తర్వాత లేదా డబ్బు చెల్లించిన తర్వాత తన స్వతంత్ర్యాన్ని పొందవచ్చు తర్వాత. అతనికి తిరిగి తన ఆర్య జాతి హోదా కలుగుతుంది. అంతేగాక భారతీయ బానిసలకు స్వేచ్ఛ లేక పోయిన సామాజికంగా వారికి మెగస్తనీస్ తన గ్రంథంలో మౌర్యుల కాలంలో కులాంతర వివాహలు లేవని తెలిపెను. అంతేగాక ప్రతి వారు తన కాలానికి చెందిన పనినే చేపట్టవలసి ఉండేది. ఒక్క బ్రాహ్మణులకు మాత్రమే క్రింది కులాల వారితో వివాహ సంబందాలను చేసుకొనె వారు అవకాశం ఉందని అతడు తెలిపెను.

మెగస్తనీస్ తన ఇండికా గ్రంథంలో కులాల వర్గీకరణలో మొదటి వారైన తత్వవేత్తలను రెండు భాగాలు విభజించారు. ఒక వర్గానికి చెందిన బ్రాహ్మణులను ఉడిక బ్రాహ్మణులను వారు సనతన భావాలు కలిగిన వారని అధ్యాపకులుగాను, పూజరులుగాను, పని చేసేవారని తెలుస్తుంది. రెండవ వర్గం "శతలఖన" (Satalakkhana) బ్రాహ్మణులు. వీరు ప్రాపంచిక జీవనాన్ని గుడపుతూ ముఢాచారాలు, నమ్మకాలతో అజ్ఞానులుగా మెలిగేవారు. వీరు భవిష్యతున్ను గురించి సూచనలు ఇవ్వడం (జోతిష్యం) గారడీ చేయడం, చిన్న చిన్న యజ్ఞాలు క్రతురువులు చేసి డబ్బు సంపాదించడం. ఈ బ్రాహ్మణుల పని చెప్పవచ్చు. మౌర్యుల కాలంలో ప్రజలను ఎక్కువగా భౌద్ధ మతంపై ఆకర్షితులైనారు. ఇందువల్ల

ఈ రెండవ వర్గానికి చెందిన బ్రాహ్మణుల యొక్క విలువ సామాజికంగా తగ్గిపోవడం వల్ల వీరు జీవానాధారం కొరకు ఇతర వృత్తులను స్వీకరించినారు. ఉదాః- వ్రడంగని మెగస్తనీస్ గ్రంథమైన ఇండికా ఒక చోట తత్వవేతలను బ్రాచేమనీష్ (బ్రాచిమనీస్) సార్మనులు అను రెండు వర్గములుగా విభజితము చేసిరి. వీరిలో బ్రాచిమణులు అనే వారు కఠినమైన పద్ధతుల ద్వారా శిక్షణను పొందుతారు. వీరు విధ్యాభ్యాసానికి అత్యధిక కాలం 36 సంవత్సరములు వరకు బ్రహ్మచర్యాన్ని పాటిస్తారు. ఆ తర్వాత వీరు, గృహస్థాశ్రమాన్ని స్వీకరిస్తారు. ఈ వర్గానికి చెందిన బ్రహ్మణులు మంసహరులు అయినప్పటికి వ్యవసాయేతర ఉత్పత్తి కార్యకలపాలలో వినియోగించే జంతువులను ఆవులు, ఏనుగులు, గుర్రాలు మొదలైనవి వాటి మాంసము తప్ప మిగిలిన జంతువుల మాంసాన్ని తినేవారు. ఈ వర్గానికి చెందిన బ్రాహ్మణులు మాయావాదాన్ని అనుసరిస్తారు. వీరి దృష్టిలో మరణమే అసలైన పుట్టుకగా భావిస్తారు. వారిలో బహు భార్యత్వం అమలులో ఉండెను. ఈ వర్గానికి చెందిన స్త్రీలు విద్యావంతులు కారు రెండవ వర్గానికి చెందిన సార్మానాలులో ఎన్నో శాఖలు ఉండేవి. వీరిలో ఎక్కువ మంది సన్యాసులుగా జీవించేవారు. వీరిని ఉన్నత మైన శాఖగా పరిగణించేవారు.

<u>స్త్రీ స్థానము</u> :- బౌద్ధమతములోనికి స్త్రీ సన్యాసిసులను అనుమతించడం వలన స్త్రీల పరిస్థితి కొంత మెరుగు పడినదని చెప్పవచ్చు. వీరి కాలంలో కొందరు స్త్రీలు వేదాంత విద్యలను సభ్యసించారు. పరదా పద్దతి, సతీసహగమనం, వితంతు వివాహం అమలులో ఉండెను. ఐతే వితంతు వివాహమునకు మామ గారు అనుమతి ఇవ్వవలసి ఉండెను. విడాకులిచ్చు ఆచారము కూడా కలదు. అయితే ఇందుకు భార్యభర్తలిద్దరూ అంగీకరించాలి. వీరి కాలంలో కన్యాశుల్కం అమలులో ఉండేను. కన్యాశుల్కంగా కొడెద్దులను ఇచ్చేవారు. ఎద్దులు లేని వారు దానికి సరిపడిన కన్యాశుల్కం చెల్లించేవారు. కౌటిల్యుడు వ్రాసిన అర్థశాస్త్రం కూడా కన్యాశుల్కంగా రెండు గోవులను ఇచ్చేవారనీ తెలియుచున్నది. దీనినే 'అర్థ వివాహం' అంటారు. అప్పటి వివాహ పద్దతులలో ఎనిమిది రకాల, వివాహాలను పేర్కొన్నారు. అసుర వివాహములో శుల్కమును పుచ్చుకొంటారని చెప్పినప్పటికి అన్ని రకాల వివాహములలో కట్నము లిచ్చి వదువును సంతోష పెట్టుట నిషిద్దము

కాదని చెప్పబడినది. దర్మవివాహలలో (బ్రహ్మ వివాహము, ప్రాజాపత్యము, ఆర్షము, దైవము ఈ నాలుగింటిని ధర్మ వివాహము అంటారు). సైతం కన్యాశుల్కం ఉన్నట్లు వివరించబడింది. భార్యభర్తపట్ల అనుసరించాల్సిన విధులు అలా నిర్వర్తించనప్పుడు విధించాల్సిన శిక్షలను వివరంగా వివరించటం జరిగింది. భర్త భార్యను వదిలినచో ఆమె పోషకార్థం భరణం ఇవ్వవలసి ఉండెను. వీరి కాలంలో బహుభార్యత్వము ఉండెను. వ్యవసాయము ముఖ్యవృత్తిగా గల వారిలో బహుబార్యత్వము కనబడుతుంది. కన్యావిక్రయము నాడు ఉన్నట్లు మెగస్తనీస్ రచనల విదితమవుతున్నది. వీరి కాలంలో బ్రహ్మణులు ఏ వృత్తి నైనను చేపట్టవచ్చును. కానీ అన్యకులస్థులతో వివాహముమాడుట నిషేదమని మెగస్తనీస్ వ్రాశాడు. వీరి కాలంలో దేవాలయంలో దేవదాసీలుండేవారు. వీరి అవసాన దశ కాలంలో అంటే సేవ చేయలేని కాలంలో వీరు నూలు వడకుట మొదలైన వృత్తులు చేసే వారని తెలుస్తోంది. నూలు వడికే పనిలో ఎక్కువగా స్త్రీలు వుండేవారు. ఈ వృత్తి పనిలో ఎక్కువగా వికాలాంగులు, వృద్ధవేశ్యలు, విదవలు, రుణాలు చెల్లించలేని మహిళలు, ఇతర పనులు చేయలేని స్త్రీలు ఈ వృత్తి పనులను స్వీకరించిరి. స్త్రీలు రాజుకు అంగరక్షకులు గాను, రాజ ప్రాసాదనికి రక్షక భట్టులు గానూ ఉండేవారు. వీటన్నింటికంటే ముఖ్యమైన విశేషము ఏమనగా ప్రభుత్వము వేశ్యవృత్తిని గుర్తించుట జరిగింది. రాజు ఆజ్ఞాపించిన ప్రకారం అతిథులను ఆనంద పరచాల్సిన భాద్యత గణికల మీద ఉన్నది. గణికలకు వారి వారి సౌందర్యలంకారనను బట్టి, భాద్యతలు, జీతం ఉంటాయి. రాజు ఆజ్ఞాపించినప్పుడు పర పురుషుని తిరస్కరించిన గణికకు వెయి కొరడాదెబ్బలు లేదా ఐదు వేల ఫణేలు శిక్ష విదించబడుతుంది. అవసరమైనప్పుడు ఈ గృహల ద్వారా వేశ్యనీ గృహ పోషకులు రాజ కోశాన్ని

నింపేవారు. సంఘాల ముఖ్యుల మధ్య గొడవలు సృష్టించటానికి, వీరిని పంపించి రాజకీయం ప్రయోజనాలను నేర వేర్చుకోవటానికి కూడా వీరిని ఉపయోగించుకునేవారు. అంతేగాక మౌర్య చక్రవర్తులు అందమైన వేశ్యలను పోషించి వారినే గూఢచారిణిలుగా కూడా వినియోగించారు.

ఆర్థిక పరిస్థితులు వ్యవసాయము :- మౌర్యుల కాలము నాటి ఆర్థిక వ్యవస్థకు మూలము గ్రామము. నాటి ప్రజల ప్రధానవృత్తి వ్యవసాయము. నూతన భూములను సాగులోనికి తెచ్చుటకు మౌర్య పాలకులు అడవుల్ని కొట్టించి కొత్త నివాస ప్రాంతాన్ని ఏర్పాటు చేయటం ప్రభుత్వ ఆధ్వర్యంలో జరిగేది. ఈ పని కోసం జన సమ్మర్ధన కలిగిన ప్రాంతాల నుంచి శూద్ర సమూహాలను ఒక చోటు నుంచి మరోక చోటుకి తరలించేవారు. అప్పుడు ఈ శూద్ర సమూహాలు నూతన గ్రామములను ఏర్పాటు చేసేవారు. అంతేగాక కళింగ యుద్ధంలో పట్టుబడిన లక్షయాభై వేల మందిని అడువుల్ని, బీళ్ళని సాగు భూములుగా మార్చి నూతన జన నివాసాల నిర్మాణానికై వినియెగించారు. ఈ పని వాళ్ళ దగ్గర ఎట్టువంటి ఆయుధములు ఉండుటకు వీలు లేదు. భూమి సాగు చెయ్యటం ఒక్కటే వాళ్ళ ఎకైక కార్యక్రమం. ఆహారోత్పత్తి కోసం భారి ఎత్తైన బానిస వ్యవస్థను రూపొందించే అవసరం లేకుండా శూద్రులు ప్రభుత్వ కూలీలయ్యారు. శూద్రులు చట్టరీత్య బానిసలు కాకున్న శూద్రునికి బానిసకి మధ్య అంతస్థులో తేడా ఏమి లేదు. నూతన భూములను సాగులోనికి తీసుకొని వస్తున్న రైతులకు విత్తనాలు, పశువులు, ద్రవ్యాన్ని ప్రభుత్వము ఏర్పాటు చేసేది. అయితే రైతులు తమ వీలును బట్టి తిరిగి చెల్లించాలి. మౌర్యపాలకుడైన చంద్రగుప్త మౌర్యుడు వ్యవసాయాన్ని అభివృద్ధి చేయుటకు సుదర్మన తటకము త్రవ్వించెను. వీరి కాలంలో రైతులు భూమి శిస్తుతో పాటు నీటి పన్ను కూడా చెల్లించేవారు. అశోకుని శాసనంలో పన్నుల ప్రసక్తి ఒక రుమ్మిందై శాసనంలో మాత్రం కనబడుతున్నది. రుమ్మిందై శాసనం నుంచి తెలియ వచ్చే ఆసక్తి కరమైన విషయాన్ని రోమిల్లా థాపర్ మన దృష్టికి తెచ్చారు. భూమి శిస్తు పరిహరించుటమనే విషయాన్ని రాజే నేరుగా చూసే వాడు. రాజుకు, రైతులకు మధ్య ఈ విషయంలో భూస్వాములు, వుండే వారు కాదు. అట్లా భూ స్వాములు ఉండి ఉంటే రాజు నేరుగా రైతుకు శిస్తు పరిహరించటం సాధ్యమయ్యేది కాదు. అట్లా చేసినచో భూస్వామి నష్టపడుట జరుగును. అందుచేత మౌర్యుల కాలానికి భూస్వామ్య వ్యవస్థ ఏర్పడలేదు. సైనికాధికారుల జీతాలు ధన రూపంలో చెల్లించేవారని మెగస్తనీస్ చెప్పాడు. అర్థశాస్త్రంలో ధన రూపంలో చెల్లించే పన్నులను కారుకార అని తెలిపినాడు.

అశోకుని శాసనాలు మత శాఖలకు చేసిన దానాలను పేర్కొన్నాయి. ఇవి భూధానాలై వుండి వుండాలి. అశోకుని రెండవ రాణి అయిన కారువాకిని మామిడి తోటలను ఆరుమాలు మొదలుగునవి ధానాలు చేసినట్లు అలబాదు కోశాం స్తంభ శాసనం తెల్పుతుంది. మత శాఖలకు చేసిన భూధానాలలో ఆ భూమి మీద శిస్తు మాత్రమే ధానం చేయబడి వాటికి చెందుతుంది. ఆ మత శాఖకు భూమి మీద ఎలాంటి స్వామ్యం ఉండదు. అట్లా భూస్వామ్యం కూడా పోందిన చోట దానిని బ్రహ్మదేయమని పిలిచారు. ఈ విషయాన్ని కౌటిల్యుడి అర్ధశాస్త్రం ఇట్లా వివరిస్తుంది. బుత్విజులకు, ఆచార్యులకు, పురోహితులకు, శ్రోతియ, బ్రహ్మణులకు జరిమానాలు, పన్నులు చెల్లించే అవసరం లేకుండాను, దయ విభాగపు హక్కులననుభవించే విధంగాను బ్రహ్మదేయ భూములను దానం చేయాలి" అర్థశాస్త్రంలో కొందరు రాజాద్యోగులకు ధన రూపంలో జీతాలకు బదులు భూములను ఇవ్వటాన్ని పేర్కొన్నది.

<u>వృత్తులు</u> :- మౌర్యుల కాలంలో అనేక వృత్తులు అభివృద్ధి చెందినాయి. వీటిలో ప్రధానమైన వృత్తులు మూడు కలవు అవి వ్యవసాయం, పశుపాలన, వాణిజ్యం లేదా వ్యాపారము ఈ మూడింటిని కలిపి "వార్త" అని పిలిచేవారు. వీరి కాలంలో కొంత మంది వృత్తి కళా నిపుణులు, ప్రభుత్వ కర్మాగారాల్లో ఉండి ఆయుధములు, ఓడలు తయారు చేసేవారు. వీరు ప్రభుత్వనికి ఎలాంటి పన్నులు చెల్లించనవసరం లేదు. వీరి కాలంలో వడ్రంగం, కమ్మరి వృత్తి బాగుగా అభివృద్ధి చెందినట్లున్నది. వీరి కాలంలో రాతిని చెక్కే శిల్పకాళాకారుల నెపుణ్యం తెలుసుకొవడానికి అశోకుని స్తంభ శాసనాలపై చెక్కిన అందమైన శిల్పములే మనకు ప్రత్యక్ష సాక్షముగా ఉన్నాయి. వీరి కాలంలో ఇనుము, బంగారం, పాదరసం, సీసం, వెండి, రాగి మొదలైన లోహములను కనుగొనుట వలన అనేక పరిశ్రమలు వెల్లసినవి ఈ గనుల ద్వారా ప్రభుత్యనికి ఆదాయం లభించేది. మొత్తం పరిశ్రమల్ని ప్రభుత్వపరంగానో, ప్రభుత్వ యాజమాన్యం క్రిందనో నిర్వహించబడేది. ఏవోచేతి పనులు, వృత్తి పనులలాంటివి కొన్ని మాత్రమే ప్రవేట్ వ్యక్తులతో నిర్వహించబడేవి. చేతి పనులను అంటే సాలెవాండ్రు, కుట్టు పనివారు, కంసాలులు, చాకళ్ళు మొదలైన వారిని కారువులని పిలిచేవారు. కారువులను యాజమానులు తమ

క్రింద కొందరు పని వాళ్ళను పెట్టుకొని పన్నులు చేయించుకునేవారు. పని వాళ్ళకు వేతనం లభించేది. లాభాలు యాజమానులకు చెందేవి. అయితే స్వంత మూల ధనంతో స్వంత వర్కు షాపులలో పని చెసెవారు. లేక పోలేదు - వీరందరూ శ్రేణి యొక్క పూచితో తమ తమ కార్యకలాపాలను నిర్వహించేవారు. శ్రేణులను ఎలా ఏర్పరచే వారు? వాటి విధులు, భాద్యత ఏమిటి అనేది ఎక్కడా వివరించక పోయినా, వివిధ వృత్తుల వారికి ప్రత్యేకంగా శ్రేణులుండే వని పనివాళ్ళు తీసుకొన్న వస్తువులకు ఈ శ్రేణులు బాధ్యత వహించేవని తెలుస్తుంది. ఆర్థిక పరమైన కార్యకలాపాలన్నీ పై విధముగా పకడ్బందిగ ప్రభుత్వమే తన ఆధిపత్యంలో నిర్వహించడానికి ముఖ్యకారణం ప్రభుత్వం ఆదాయన్ని పరిరక్షించు కొవడమే. బడ్జెట్‌లో ప్రభుత్వదాయాన్ని 7 పద్దతుల క్రింద విభజించారు. అవి దుర్గము, రాష్ట్రము, గనులు, సేతువులు. వనాలు, పశువుల సంపద, రహదార్లు, వీటన్నిటి నుంచి లభించే ఆదాయన్నతంటినీ కలిపి <u>"ఆయ శరీరము"</u> అంటారు. ఇవి తిరిగి ఆయ ముఖం పేరులో ఏడు భాగాలుగా విభజించారు. ఆదాయముఖము అంటే ఆదాయ ఆధారాలు అని అర్థము. అవి

1. <u>మూల్యము-</u>ప్రభుత్వ వస్తువులను అమ్మగ వచ్చేవి.
2. <u>భాగ-</u>ప్రజల చేత ఉత్పత్తి చేయబడిన వస్తువులలో ప్రభుత్వవాట
3. <u>వ్యాజి</u> అన్ని రకాల అమ్మకాల మీద పన్ను, ఇది నేటి సేల్స్‌టాక్స్‌తో పోల్చవచ్చు.
4. <u>పరిఘ</u>-గుత్త వ్యాపారాన్ని గాని, ఉత్పత్తి గాని చేసేవారు. చెల్లించే పన్ను
5. <u>క్లుప్తము</u>-నదీ తీరాల్లో రేవు పట్టణాల వద్ద చెల్లించవలసిన నిర్ణీత రుసుము
6. <u>రూపికము</u> - వస్తువుల మీద సర్‌చార్జి,
7. <u>అత్యయము (పెనాల్టీలు)</u> ఇక ఖర్చు విషయానికి వస్తే బడ్జెట్‌లో దీని 17 హద్దుల క్రింద విభజించారు. వీటిని వ్యయ శరీరము అంటారు. దీనిలో దేవత పితృపుజాల ఖర్చులు, దానాలు, అంతఃపురము, ఆయుధాగారము కర్మగారాలు మెదలైనవి ఉన్నాయి. రాజు ఎన్ని రకాలైన పన్నులు విభజించిన రాజు చేతిలో ఎంత అధికారం వున్నప్పటికీ ప్రభువు ఎప్పుడు ప్రజాసంక్షేమాన్ని దృష్టిలో పెట్టుకొని, దాని విస్మరిస్తే ప్రజలలో అసంతృప్తి ప్రబలి రాజసంక్షేమానికే భంగం

వాటిల్లుతుందని పదే పదే కౌటిల్యుడు రాజుకు చెప్పుట ఎంతో గమనించ దగిన విషయం. ఉదా:- అధ్యక్షులను, లెక్కలు వ్రాసేవారకి, గోపులకు, స్థానికులకు, అనాకస్థులకు, వైద్యులకు, అశ్వశిక్షనులకు, సందేశ హరులకు, అమ్మటానికి గాని, తాకట్టు పెట్టడానికి గాని హక్కులు లేనటు వంటి భూములు నివ్వాలి.

<u>వర్తక వాణిజ్యం</u> :- మౌర్యుల కాలాలలో జాతీయ, అంతర్జాతీయ స్థాయిలో వర్తక వాణిజ్య వ్యాపారములు సాగినాయి. వీరి కాలంలో రహదార్ల పరిస్థితి అజమాయిషి చేసేందుకు ప్రత్యేక అధికారులులైన "అగ్రీనీయోమ్" లు ఉండే వారని మెగస్తనీస్ ఇండికాలో పేర్కొన్నారు. వర్తక మార్గాలు ఏర్పడినట్లు భౌద్ధ సాహిత్య ఆదారాల వల్ల తెలుస్తున్నది. వీరి కాలంలో పశ్చిమ దేశాలకు, బర్మా తీరానికి కూడా సముద్ర వర్తకము ఉండేది. వీరి కాలంలో దేశీయ మార్గాలు. 1. నైరుతి మార్గం శ్రావస్తి నుంచి ప్రతిష్టాన వరకు, ఉత్తరం నుంచి - ఆగ్నేయ మార్గం శ్రావస్తి నుంచి రాజ గృహం వరకు, తూర్పు-పడమర మార్గం గంగా యమున ప్రవాహ మార్గాల వెంట ఏర్పడిన వర్తక మార్గాలు ప్రశస్తి, పొందాయి. పశ్చిమ తీరంలో బారుకచ్చ (బ్రోచ్) రేవును వుండేను. దీని ద్వారా బాబిలోన్ వరకు సముద్ర వ్యాపారం జరిగేది. వీరి కాలంలో ఉత్తర ప్రాంతాల నుండి దుపట్లు, చర్మాలు, గుర్రాలు దక్షిణానికి దిగుమతి చేసేవారు. దక్షిణ దేశం నుంచి వజ్రాలు, రత్నాలు, కెంపులు ఉత్తరానికి ఎగమతి అయ్యేవి. విదేశాలకు మిరియాలు, సుగంధ ద్రవ్యాలు, వజ్రాలు నెమళ్లు, ఏనుగుల దంతపు వస్తువులు ఎగుమతి చేశారు. మరి విదేశాల నుంచి గాజు సామానులు, ఉన్ని వస్తువులు, భారతీయులు దిగుమతి చేసుకొనేవారు. వర్తక వాణిజ్యలు ప్రభుత్వ అదీనంలో వుండేవి. దీనికి సంబంధించిన వ్యవహారాలన్నీ 'పణాధ్యక్షుని' పర్యవేక్షణలో వుంటాయి. పెట్టుబడి, ఉత్పత్తి, పన్ను, వడ్డీ, అద్దె మొదలైన వాటిని లెక్కవేసి నిపుణుల సహాయంతో వస్తువులు ధరలను నిర్ణయిస్తాడు. స్వదేశంలో ఉత్పత్తి అయిన వస్తువుల మీద నూటికి 5% చోప్పున పరదేశ వస్తువుల విషయములో నూటికి 10% చోప్పున లాభముతో అమ్ముకొనటానికి అనుమతి ఇవ్వబడినది. ఈ పరిమితులను దాటి అమ్మటం జరిగితే హెచ్చు మొత్తల్లో జరిమానాలు చెల్లించాయి. ఒక వేళ ఏదైన ఒక వస్తువు డిమాండ్‌ను మించి సప్లయ్ అయినచో ధర పూర్తిగా తగ్గిపోయే

ప్రమాదము ఉంటే, ఈ క్లిష్ట పరిస్థితి నుంచి బయట పడుటకు పణాధ్యక్షుడు. ఆ వస్తువులన్నింటిని ఒకే చోట చేర్చి వేరే వారు ఆ వస్తువును అమ్మకుండా ప్రభుత్వ ఏజెంట్లు ద్వారా నిర్ణీత ధరలకు అమ్మిస్తారు. అంతే కాక పణాధక్షుడు అన్ని రకాల వస్తువుల డిమాండ్. సప్లయిలను ఎప్పటికప్పుడు పర్యవేక్షిస్తూ అవసరాన్ని బట్టి ధరలను పెంచడం, తగ్గించడం చేసేవాడు. మార్కెట్లను పర్యవేక్షించేందుకు సంస్థాధ్యక్షుడుంటాడు. వినియోగదారులు తప్పుడు తూకాల ద్వారా, కొలత ద్వారా నాసిరకమైన వస్తువులు ద్వారా వ్యాపారస్తులు వివిధ వృత్తుల వారి నుంచి మోసపోకుండా ఉండేలా ఈయన ఏర్పాట్లు చేసేవాడు. వీరి కాలంలో వడ్డీ వ్యాపారం లేదనీ మెగస్తనీస్ ఇండికాలో పేర్కొన్నాడు. కాని ఇది వాస్తవము కాదు. ఎందుకంటే అర్థశాస్త్రంలోను బౌద్ధ గ్రంథములలోను వడ్డీ వ్యాపారమును గురించి వివరించాయి. తీసుకొన్న వారు సంవత్సరానికి 15% వడ్డీ కట్టవలసి వుండేను. అయితే ఈ వడ్డీ రెట్టు ప్రభుత్వ నియంత్రణలో వుండేది. దీన్ని అర్థం చేసుకొనలేక మెగస్తనీస్ భారత దేశంలో వడ్డీ వ్యాపారం లేదనే అభిప్రాయంనకు వచ్చి ఉండవచ్చు.

<u>మత పరిస్థితులు</u>

మౌర్యుల కాలంలో వైదిక మతము తన ప్రాధాన్యతను కోల్పోయేను. జైన, అజీవక, బౌద్ధ మతములు విశేష ప్రజాదారణ పొందెను.

చంద్ర గుప్త మౌర్యుడు (జైన మతమును) ; బిందుసారుడు (అజీవక మతశాఖను) ; అశోకుడు (బౌద్ధ మతమును)

★ చంద్ర గుప్త మౌర్యుడు జైన మతమును స్వీకరించుట వలన, ఆ మతము వాయువ్య సరిహద్దు ద్వారా పశ్చిమ దేశాలకు వ్యాపించినది.

★ బిందుసారుడు అజీవక మత శాఖను స్వీకరించి, దాని వ్యాప్తికి కొంత వరకు కృషి చేసినాడు.

★ అశోకుడు బౌద్ధ మతమను స్వీకరించి, ఆ మతము వ్యాప్తికి కృషి చేయడమే కాకుండా ఆ బౌద్ధ సంఘము నందు తలెత్తిన విభేదములను నిర్మూలించుటకు కూడా కృషి చేసేను. అంతే కాకుండా అతని నేతృత్వంలో బౌద్ధ మతము ప్రపంచ మతమయ్యేను.

ఈ విధంగా విభిన్న మతాలను పోషించుటయే కాకుండా అన్యమతాల పట్ల కూడా సహనమును పాటించి, పరమత సహనమును కల్గి ఉండిరి. వీరి పాలనా కాలంలో విభిన్న మతములు వ్యాప్తిలో నున్నను, వైదిక మతము అంతర్ధానము కాలేదు. వేద కాలంలో నున్న దేవతల ఆరాధన, యజ్ఞయాగాది క్రతువులు, జంతుబలులు మొదలగునవి ఆచరణ యందు కలవు. జంతు బలుల నిలుపుదలకు చేసిన (కృషి) ప్రయత్నము పూర్తిగా సత్ ఫలితములు ఇవ్వలేదు. అశోకుని మరణముతో బ్రాహ్మణ మతము విజృంబించెను. యజ్ఞాయాగాది క్రతువులు పెచ్చు పెరిగాయి. వైష్ణవ, శైవ మతములు విశేష జనాదరణ పొంది భక్తి తత్వము ప్రజలయందు పెంపోందేను. మధుర వాసుదేవు (శ్రీ కృష్ణుడు)ని భక్తులకు ప్రధాన కేంద్రమయ్యెను. వైష్ణవులలో, భాగవతవాదులు, శైవులలో పాశుపత మతస్థులు ప్రజాదరణ పొందుటకు పోటిపడిరి. అంతేకాక భారత దేశమునకు వచ్చిన గ్రీకులు తమ (మత) దేవతలైన హిరాక్లిల్స్, జీయస్, డియోనసస్ లను హిందూ దేవతలైన శివ, ఇంద్ర వంటి దేవతలుగా ప్రతి బింబించినారని (భ్రమించి) విశ్వసించి, వీరు హిందూ మతమును స్వీకరించిరి, అంతేకాకుండా విగ్రహారాధన ప్రాబల్యములోనికి వచ్చి దేవతలు ఉత్సవము జరువుట ప్రజలందు ప్రత్యేకత సంతరించుకొనెను. పుణ్యము, స్వర్గము, పాపము నరకము అనే భావములందు ప్రజలకు విశ్వసము పెచ్చు పెరిగెను.

<u>కడపటి మౌర్యులు :-</u> అశోకుడు మరణానంతరము మౌర్యుల చరిత్ర గాఢాంద కారములో గ్రుగ్గినది. అశోకుని తరువాత వచ్చిన మౌర్య పాలకులందరు బలహీనులు, నిర్వీర్యులు. భారత దేశ చరిత్రలో వీరి పాలనకు ఎట్టి ప్రాముఖ్యము లేదు. అశోకునికి సంతానంలో కొదువలేదు. అలహాబాద్ కోశం స్తంభం మీద రాణి శాసనము అశోకుని కుమారుడైన తీరువరుని తల్లి అయిన అశోకుని రెండవరాణి కారువాకిని పేర్కొన్నది. కానీ తీవరుని ఇతరేత్ర మరే ఆధారాలలో పేర్కొనడం జరగలేదు.

<u>వాయు పురాణం :-</u> ఇందులో కుణ్ణాలుడు 8 సంవత్సరములు పాలించినట్టు, తరువాత 5 గురు రాజుల పాలించినట్టు పేర్కొని వారిలో బృహద్రదుడు చివరి వాడని చెప్తుంది.

విష్ణు పురాణం :- ఇందులో దశరధుడిని 7 రాజుల పట్టికలో పేర్కొని చివిరి పాలకుడిగా బృహద్రదుడిని పేర్కొన్నది.

మత్స్య పురాణం:- ఇందులో అశోకుని తర్వాత పాలించిన రాజుల క్రమము దశరధుడు, సంప్రతి, శతదన్వుడు, బృహద్రధుడు అని ఇచ్చి, అశోకుని తరువాత మొత్తం 10 మంది రాజులు పాలించారని చెప్తుంది. దివ్యవదనం అశోకుని తర్వాత సంప్రతి రాజ్యానికి వచ్చినట్లు చెప్పి, చివరి పాలకుడిగా పుష్యమిత్రుని పేర్కొన్నది.

★ రాజతరంగిణి కల్హణుడు ఇందులో అశోకుని తర్వాత అతని కుమారుడైన జలేకుడు కాశ్మీరంలో స్వతంత్ర రాజ్యాన్ని స్థాపించి, కనోజ్ వరకు గల దేశాన్ని జయించినట్లు చెప్పబడినది.

ఒక దానితో ఒకటి సంబంధము లేని ఈ పట్టికల నుంచి చరిత్ర పరంగా అశోకుని తర్వాత పాలించిన మౌర్య పాలకుల కాని నిర్ణయం చేయడం, వారికి సంబంధించిన సరైన చరిత్రను తెలుసుకోవడం సాధ్యమైన పని కాదు.

అశోకుని మనుమడైన దశరథునికి చారిత్రక వాస్తవికత గలదు. ఇతడు నాగార్జున కొండలలో అజీవక సన్యాసులకు గుహలయములను త్రవ్వించినాడు. ఈ గుహలయాలలోని 3 చిన్న శాసనాల వల్ల తెలుస్తుంది. ఈ శాసనాలలో ఇతనికి అశోకుని వలె 'దేహవానాం ప్రియం' అనే బిరుదును పొందెను. సంప్రతి దశరథుని కుమారుడని మత్స్యపురాణము వల్ల తెలుస్తుంది. కానీ జైన, బౌద్ధ వాఙ్మయాలలో అతడు కుణాలుని కుమారుడని పేర్కొనడం జరిగింది.

అశోకుని తర్వాత 52 సంవత్సరములలో మౌర్య సామ్రాజ్యనికి ఏర్పడిన క్షీణతకు సంబంధించి కొన్ని విషయాలు తెలుస్తున్నాయి. అశోకుని కుమారుడైన జలేకుడు కాశ్మీరంలో స్వతంత్ర రాజ్యాన్ని స్థాపించి కనోజ్ వరకు గల దేశాన్ని జయించినట్లు రాజ తరంగిణి (కల్హణుని) ద్వారా తెలుస్తొందని. అంతేగాక ఇతడు తన రాజ్యం మీద దండెత్తి వచ్చిన మ్లేచ్చ సైన్యంను అణిచి వేసినట్లు తెలుస్తొంది. ఈ మ్లెచ్చ దండయాత్ర బ్యాక్ట్రియన్ గ్రీకుల దండయాత్రగా వలసినది. టిబెట్ చరిత్ర కారుడైన తారనాథ్ రచనల ప్రకారము అశోకుని వారసలలో ఒకడైన

వీర సేనుడు గాంధారంలో ఒక రాజ్యాన్ని స్థాపించినాడు. విదర్భ స్వాతంత్ర్యన్నీ ప్రకటించుకొన్నట్లు కాళిదాసుని మాళవికాగ్ని మిత్రం వల్ల తెలుస్తుంది. వాయువ్య సరిహద్దు ప్రాంతాంలో సుభాగసేనుడు అనే భారతీయ రాజు పాలిస్తుండినట్లు క్రీ. పూ. 206 ప్రాంతంలో పాలిబియస్ అనే గ్రీకు రచయిత తెలిపాడు. ఈ సుభాగ సేనుడు సెల్యూకస్ నికేటర్ వారుసుడైన సిరియా దేశానికి రాజు అయిన ఆంటి యోగస్ II కు ఏనుగులు సమకూర్చాడని చెప్పడాన్ని బట్టి, అతడు ఆంటి యోగకస్‌కు లోబడి పాలించి ఉంటాడని ఒక అభిప్రాయం.

మత్స్య పురాణం, వాయుపురాణం, బ్రహాండ పురాణము, విష్ణు పురాణాలన్నీ బృహద్రధుడు మౌర్య పాలకులలో చివరి వాడని ఏక గ్రీవంగా పేర్కొన్నాయి. కానీ దివ్య వదనం మౌర్య పాలకులలో పుష్య మిత్రుడు చివరి వాడని చెప్పడం తప్పు. బాణుడు తన హర్ష చరిత్రలో బృహద్రధున్ని సేనాపతి ఐన పుష్యమిత్రుడు హత్యగావించినాడని చెప్పడాన్ని బట్టి చరిత్రలో బృహద్రధున్ని చారిత్రక వాస్తవికత ఋజువు అవుతుంది. పురాణాలు మౌర్యులు 137 సంవత్సరములు పాలించిట్లు చెప్తాయి. అందుచేత క్రీ. పూ. 187(324 క్రీ. పూ. - 137 క్రీ. పూ.) ప్రాంతంలో బృహద్రధుని హత్యతో మౌర్య వంశం అంతరించినది. బృహద్రధుని చంపి పుష్య మిత్రుడు (శుంగ వంశం వాడు) పాటలీ పుత్రంలో శుంగ వంశం స్థాపించినాడు.

పైన చెప్పిన విషయముల నన్నింటిని సమీక్షించి సమన్వయం చేసినప్పుడు, అశోకుని తరువాత మౌర్య సామ్రాజ్య చరిత్రను ఇట్ల చిత్రికరించవచ్చు అశోకుడి తర్వాత ఉత్తరాపథంలోని సామ్రాజ్యం తూర్పు పశ్చిమ భాగాలుగా విభజించబడినది. తూరు ్వ భాగాన్ని, కొంత కాలం కుణాలుడు, (ఇతడు అంధుడు) దశరథుడు, సంప్రతి పాలించాడు. పురాణాలు కుణాలుడు 8 సంవత్సరములు, దశరథుడు 8 సంవత్సరములు సంప్రతి 9 సంవత్సరములు పాలించినాడు. చివరి పాలకుడైన బృహద్రధుడు 7 సంవత్సరములు పాలించినాడు మిగిలిన రాజుల అంటే సంప్రతి బృహద్రధునికి మధ్య గల రాజుల 20 సంవత్సరాలు పాలించారు.

మౌర్య సామ్రాజ్య పతనము మౌర్య సామ్రాజ్య పతనమునకు గల కారణములు: దానికి అశోకుడు ఎంత వరకు బాధ్యుడు.

చంద్ర గుప్త మౌర్యునిచే స్థాపించబడిన మౌర్యసామ్రాజ్యము అశోకుని కాలములో అత్యున్నత దశయందుండేను కానీ అశోకుడి మరణించిన అర్థ శతాబ్దిలోనే మౌర్య సామ్రాజ్యం పూర్తిగా అంతరించెను. మౌర్య సామ్రాజ్య పతనమునకు అనేక కారణములు గలవు. అవిఏవనగా అశోకుడు బాధ్యాత

ఎ) మత విధానము :

హరిప్రసాద్ శాస్త్రీ మొదలగు పండితులు మౌర్య సామ్రాజ్య పతనానికి అశోకుడు అనుసరించిన మత విధానము లేదా అశోక ధర్మము/ధమ్మ, ప్రధాన కారణంగా భావించారు. ఈ విధాన ఫలితంగా అశోకుడు బౌద్ధ మతానికి ఇచ్చిన ప్రోత్సహం, బౌద్ధుల పట్ల కనబరిచిన ఆధరణ, వైదిక మతం పట్ల బ్రహ్మణుల పట్ల కనబరిచిన నిరాదరణ, బ్రహ్మణ వర్గానికి ఆగ్రహనికి గురి చేశాయని చరిత్రకారుల అభిప్రాయం. అశోకుని తర్వాత వచ్చిన దశరధుడు, సంప్రతి మొదలైన మౌర్యరాజులు కూడా అవైదిక మతమును, అజీవక మతమును, జైన మతములను ఆదరించినట్లు తెలుస్తుంది. వీరు కూడా బ్రాహ్మణ మతాన్ని నిరాదరించి ఉండవచ్చు.

అశోకుడు తన ధర్మ విధానములో జంతువులను, పక్షులను చంపటాన్ని నిషేదించాడు. దీని వల్ల బ్రాహ్మణుల ఆదాయం తగ్గిపోయింది. కర్మ కాండలకు, యజ్ఞయాగాదులకు వ్యతిరేకమైన అశోకుని విధానం వల్ల దక్షిణాల మీద, దానాల మీదా ఆధారపడుతున్న బ్రాహ్మణులకు అతని పట్ల వ్యతిరేకత కల్గించింది. అతని సామరస్య విధానము బ్రాహ్మణులకు సంతృప్తి నివ్వలేదు. ఇది సహించని బ్రాహ్మణ వర్గం మౌర్య చక్రవర్తి అయిన బృహద్రధుని పై తిరుగుబాటు చేసి వధించి బ్రహ్మణ శుంగ వంశమును స్థాపించినాడని కొంత మంది చరిత్రకారుల యొక్క అభిప్రాయము. కానీ అశోకుని మత విధానము మౌర్య సామ్రాజ్య పతనమునకు ప్రధాన కారణము కాదని, అశోకుని పై మోపబడిన ఆరోపణలు సత్య దూరములని ఈ క్రింది అంశములను డా. రాయ్ చౌదరి, రొమిల్లా థాపర్, ఆర్. కె. ముఖర్జీలు వెల్లిబుచ్చారు.

1. అశోకుడు చెప్పిన నైతిక సూక్తులు అన్ని మతధర్మాలకు సమానమైనవే. ఇవి ఏమత ధర్మం అనుసరించే వారైనా వాటిని కాదనడానికి వాటిలో తప్పు పట్టడానికి అవకాశం లేదు.

2. అశోకుడు తాను అభిమానించి స్వీకరించిన మతాన్ని ప్రజలు అనుసరించాలని శాశించలేదు. పైగా అశోకుడు తన సామ్రాజ్యంలోని అన్ని మతాలను గౌరవించాడు, ఆదరించాడు, అంతేకాకుండా తన పరమత సహనమును కూడా చాటినాడు.

3. అహింసా వాదము, యజ్ఞయాగాదుల ఎడల వ్యతిరేక భావము ఉపనిషత్తులలోనే వ్యక్తమైంది. కావున బ్రాహ్మణులకు వ్యతిరేకంగా అశోకుడు చేసినది. ఏమియూ లేదు. ఇతర మతములను ద్వేషించాడనుటకు ఎటువంటి సాక్షాదారాలు లేవు.

4. అశోకుడు తన శాసనములో బౌద్ధ శ్రమణులను పేర్కొన్న చాటెల్లా, బ్రాహ్మణులను పేర్కొని వారిని ప్రజలు గౌరవించాలని ఉద్భోదించాడు.

5. అశోకుడు తనుగా తలంచి రూపొందించి తన సామ్రాజ్యంలో ఇరుగు పోరుగు రాజ్యలలో ప్రభోదించినది, ప్రచారం చేసిన ధర్మము, అశోక ధర్మము. భారతీయ సనాతన ధర్మము. దాని మూలముల బౌద్ధ ప్రచారములో ఎంతగా లభ్యమౌతున్నాయో అంతకు తక్కువ కాకుండా వైదిక వాఙ్మయంలో కూడా లభ్యమౌతున్నాయి. ఉదా:- ఉపనిషత్‌లు అందువల్లనే అశోకుని ధర్మము సర్వ ధర్మ(మత) సమ్మతమైన విశ్వ మానవ ధర్మము.

6. అశోకుడు వివిధ మతాలకు చెందిన ప్రజల మధ్య సహన పూరిత సంబంధాలు వుండాలని ఆయన పేర్కొన్నాడు. ఈ సందర్భాములోనే ఎవరు నమిన విశ్వాసాన్ని వారు చిత్త శుద్ధతో అనుసరించాలని ఉద్భోదించాడు. చిత్త శుద్ధి, సత్ప్రవర్తనల వల్ల మత విశ్వాసానికి ఇతర మతస్థులకు మధ్య ఘర్షణ రాదనే సత్యాన్ని అశోకుడు ఆనాడే గ్రహించి ప్రచారం చేశాడు. మత సామరస్యం సాధించడానికోసము వివిధ మతస్థులు అనుసరించ వలసిన మార్గాలను నిర్దేశిస్తు తన 12వ శిలా శాసనములో ప్రకటించినాడు. కాబట్టి అశోకుడు పరమత సహనం కలవాడని, మతసామరస్యమునకు కృషి చేసిన ప్రప్రథమ చక్రవర్తి అని విధితమౌతున్నది.

7. అశోకుడు ప్రత్యేకించి బ్రాహ్మణులను నిరాదరణకు గురి చేసి, వారి మత ర్యకలాపాలకు అడ్డు తగిలి నాడని చెప్పడానికి ఎట్లాంటి ఆధారం లేదు. అశోకుని

కాలములో గానీ, అతని తర్వాత పాలించిన అతని వారసులైన మౌర్య పాలకులలో గానీ బ్రాహ్మణ వర్గం తిరుగుబాటు చేసిందని చెప్పడానికి ఎట్లాంటి ఆధారము లేదు. మౌర్య పాలకులలో చివరి వాడైన బృహద్రధుని కాలంలో తిరుగుబాటు చేసి అతనిని చంపి రాజ్యానికి వచ్చిన పుష్య మిత్రశుంగుడు బ్రాహ్మణుడే. కానీ అతడు సైన్యాధి పతి అనే విషయం కూడా మనం మరువకూడదు. మౌర్య పాలకులుగానీ వారిలో చివరి వాడు అయిన బృహద్రధడు గానీ బ్రహ్మణ వ్యతిరేకులు ఐతే బ్రహ్మణుడైన పుష్యమిత్రశుంగుడు సైన్యాధి పతిగా వుండటం సంభవమయ్యే విషయం కాదు. రాజైన బృహద్రుధుడు సైనిక పర్యవేక్షణ చేస్తున్న సమయంలో సైన్యాధిపతి అయిన పుష్య మిత్రుడు సైన్యం సమక్షంలోనే బృహద్రధుడిని వదించడాన్ని. ఐట్టి పుష్య మిత్రుడు చేసింది. సైనిక తిరుగుబాటు తప్పనిస్తే, బ్రహ్మణ వర్గానికి నాయకత్వం వహించి చేసిన బ్రహ్మణ తిరుగుబాటు కాదు. అంతేగాక పుష్య మిత్రుడు చేసిన తిరగుబాటు అశోకుని తర్వాత అర్ధ శతాబ్దానికి చేసిన తిరగుబాటు. దీనికి కారణములు ఏ వైనా, అది అశోకునికి గానీ, అతని వెనువెంటనే వచ్చిన పాలకుల మత విధానాలకు గానీ ప్రతి ఘటనగా చేసిన తిరుగుబాటని చెప్పడం సమంజసము కాదు. ఎందువలన అనగా పుష్య మిత్ర శుంగుడు బౌద్ధ మత వ్యతిరేకి కాదు. ఈ విషయం మనకు పురావస్తు ఆధారాల వల్ల స్పష్టమౌతున్నది. వాస్తవానికి అతని కాలంలోనే సాంచీ స్తూపాన్ని మరింత పెద్దదిగా తీర్చుడం, బాగు చేయడం జరిగింది. అతను చివరి మౌర్య రాజైన బృహద్రధుని హత్య చేయడం అధికార వ్యామోహమై వుండవచ్చు. అయితే ఒక సారి పూర్తిగా అశోకుడుగానీ అతని వెనువెంటనే వచ్చిన పాలకుల మత విధానములు గానీ మౌర్య సామ్రాజ్య పతనమునకు కారణమని అంగీకరించిన బ్రహ్మణ శుంగ వంశములోని చివరి చక్రవర్తి యగు దేవభూతిని వాసుదేవ కణ్వయనుడన్న మరొక బ్రహ్మణుడు ఎందుకు చంపి కణ్వ వంశమును స్థాపించెను. కనుక ఈ తిరుగుబాటుకు రాజకీయ కారణములే మూలము గానీ మతపరమైన కారణములు కాదని వేరుగా చెప్పనక్కరలేదు. ఇట్లు అశోకుని మత విధానముల వల్ల గానీ అతని తర్వాత వచ్చిన మౌర్య వంశీయులు చేసిన మతావిధానము వల్ల గాని మౌర్య సామ్రాజ్యమునకు కెట్టి ముప్పు సంభవించ లేదు.

<u>శాంతి, అశాంతి సిద్ధాంతము</u> :- అశోకుని శాంతి, అహింసా సిద్ధాంతములు మౌర్య సామ్రాజ్య పతనమునకు దారితీసెనని మరి కొందరు చరిత్ర కారులు వక్కాణించిరి. ఆర్. డి. బెనర్జీ "రణ భేరి ధర్మ భేరి యైనప్పుడు అశోకుడు మౌర్య సామ్రాజ్యమునకు మంగళ(హరతి) వాక్యం పలికినట్లెయేను" అని నుడివెను.

అశోకుడు యుద్ధములకు స్వస్తి, చెప్పుట, శాంతి అహింసా సిద్ధాంతముల ననుసరించుట వలన సైన్యము దైర్యమును కోల్పోయి నిర్వీర్యమై సెల్యూకస్ నికేటర్ కంటే బలహీనులైన బాక్ట్రియన్ గ్రీకుల నోడింపలేకపోయిరి. ఇందు కొంత సత్యమున్నను కేవలం అశోకుని శాంతి, అహింసా సిద్ధాంతములే మౌర్య సామ్రాజ్య పతనమునకు కారణము కాదు. ఎందువలన అనగా అశోకుడు తన పాలానా కాలంలో కళింగ యద్దము ఒక్కటి మాత్రమే చేసి ఆ యుద్దంలో మానవ హోమాన్ని గాంచి, పశ్చాత్తాపుడై భేరి ఘోషను విడనాడడానికి విముఖడై ధర్మఘోషను వినడానికి ఉత్సాహించి, అహింసా విధానాన్ని అవలంబించిన అశోకుడు, ఆ యుద్ధం తర్వాత తన పాలన విధానంలో కాఠిన్యాన్ని ఏ మాత్రము సడలించలేదు. అశోకుని అహింసా విధానము కళింగానికి దాని స్వాతంత్ర్యాన్ని తిరిగి ఇచ్చేటట్లు చేయలేదు. దీనిని తన సామ్రాజ్యంలో కలువుకోవడానికి ఏ సైతిక సంకోచం అశోకుడిని భాదించ లేదు. కళింగ యుద్ధం తరువాత అశోకుడు సైనిక వ్యవస్థను రద్దు చేసినట్లుగాని, సైనిక బాలన్ని తగ్గించినట్లు గానీ ఏ శాసనము పేర్కొనడం లేదు. అతడు తన పుత్ర పాత్రులు యుద్దాలు చేయటాన్ని నిషేదించ లేదు. జంబూ ద్వీపానంతా ఆక్రమించి వుండిన మౌర్య సామ్రాజ్యన్ని దృష్టిలో ఉంచుకొని కొత్త దేశాలను జయించనక్కరలేదని మాత్రమే చెప్పాడు. వారు కొత్త జయాలను పోందాలని కోరితే దయతో చిన్న శిక్షలను అవలంబించమని కోరాడు. కళింగ ప్రత్యేక శిలాశాసనము రెండో దానిలో దేవానాం ప్రియుడు క్షమింపదగిన దానిని మాత్రమే క్షమిస్తాడని, ప్రాంతవాసులకు హెచ్చరించాడు. అశోకుడు పూర్తిగా అహింసా వాదాన్నే అనుసరించి వుంటే అతడు మరణ శిక్షణను రద్దు చేసి వుండేవాడు. కానీ అతడు తన పాలనా కాలంలో మరణ శిక్షణను రద్దు చేయలేదు. అందుచేత అశోకుడు అవలంబించిన అహింసా విధానము మౌర్య

సామ్రాజ్య పాలనా పటిష్టతను సడలింపచేసిందన్న వాదంలో బలం లేదు. అట్లే అశోకుని అహింసా విధానం, ధర్మ విజయ కాంక్ష సైన్యాన్ని నిర్వీర్యులను చేసి అతని తర్వాత, రాజ్యం మీదికి వచ్చిన దండయాత్రలను ఎదుర్కొన లేక పోయిందనే వాదంలో బలము లేదు. రాజు అసమర్థుడైనప్పుడు, రాజ్యంలో అంతః కలహాలున్నప్పుడు ఎంత సమర్థవంతమైన సైన్యం వున్నా, విస్తారమైన సైన్యం వున్నా యుద్ధాలలో విజయాలు చేకూరక పోవచ్చు. అట్లాంటి సన్నివేశాలు ప్రపంచ చరిత్రలో (భారతదేశ చరిత్రలో) అరుదు కాదు. అశోకుని తర్వాత మౌర్య పాలకులు, గ్రీకు దాడులను ఎదుర్కొన లేక పోవడానికి కారణాం అసమర్థత, రాజ్యలలో అంతః కలహాలే కారణం కానీ అశోకుడు అవలంబించిన అహింసా విధానం కానీ, సైనిక నిర్వీర్యతగానీ కారణం కాదు. ఒక వేళ ఆయన శాంతి, అహింసా సిద్ధాంతములే మౌర్య సామ్రాజ్య పతనమునకు ముఖ్యకారణమైనా చింతంపనవసరము లేదు. ఎందువలన అనగా పుట్టుట గిట్టుట కొరకే యనునది ప్రకృతి ధర్మం. ప్రపంచంలో ఏ సామ్రాజ్యము చిరస్థాయిగా కొనసాగలేదు కొనసాగదు. అందువలన అశోకుడు బౌద్ధ మతమును, స్వీకరించకున్నను, అహింసా సిద్ధాంతమునను సరించికున్నను. రేపో, మాపో మౌర్య సామ్రాజ్యం క్షీణింపక తప్పేదికాదు. కానీ సమకాలిక నాగరికతా ప్రపంచంలో విస్తార ప్రాంతం పై, అశోకుడు తన విధానము ద్వారా సాదించిన సంస్కృతి ఔనత్యము శతాబ్దల తరబడి భారతీయ సంస్కృతి వైభవానికి చెరగని గుర్తుగా నిలిచింది. నేటికి 2వేల ఏండ్లు మించి గతించినా ఔనత్య కాంతులు అదృశ్యమైపోలేదు.

<u>1. కేంద్రీకృత మైన ప్రభుత్వ వ్యవస్థ:-</u> మౌర్యుల పాలన పూర్తిగా కేంద్రికృత మైన రాజరిక వ్యవస్థ అనగా ఈ విధానంలో పరిపాలనా ప్రతిష్ట, చక్రవర్తి శక్తి సామర్థ్యముల పై ఆధారపడి వున్నది. సమర్థులైన వ్యక్తులు పాలకులైనచో పాలన ఎటువంటి ఒడిదుడుకులకులోను కాకుండా సాఫిగా కొనసాగును. కానీ పాలకులు బలహీనలైనచో ఆ రాజ్య పరిధిలో గల సామంత రాజులు స్వతంత్రించుటకు ప్రయత్నించ గలరు. సమర్థత, సచ్ఛీలము కల పాలకులు మాత్రమే కేంద్రీకృత పాలనా వ్యవస్థను సమర్థవంతంగా నిర్వహించగలరు. అశోకుని మరణాంతరము మౌర్య సింహాసనమును అధిష్టించిన ఏ ఒక్క పాలకుడు సమర్థుడు, శక్తి మంతుడు

కాకపోవుట వలన తక్షశిల, మొదలైన చోట్ల తిరుగుబాట్లు చెలరేగి మౌర్య సామ్రాజ్యం క్షిణించెను. ఆచార్య జి. యన్. సర్కారు భారత దేశ సామ్రాజ్య చరిత్ర పుటలను పరిశీలించిన ఏ రాజ్య వంశములోనూ 5 గురు రాజులకు మించి సమర్థులు కనిపించరు. సమర్థులైన రాజుల నుంచి దుర్భరులైన రాజులకు వారసత్వం లభించుట ఆ సామ్రాజ్యం విచ్ఛిన్న మగుట, చరిత్ర సత్యము అని నుడివెను, అలాగే అశోకుని తదనంతరము సింహాసనమును అదిష్టించిన వారసులు అంతా బలహీనులగుటచే ఆ సామ్రాజ్యము పతనమైపోయిందనుటకు అబ్బుర పడవలసిన అవసరము లేదు.

2. సువిశాల సామ్రాజ్యం విభజనకు గురి అగుట :- అశోకుని మరణానంతరము అంతఃపుర తగాదాల వలన ఆ సామ్రాజ్యము ముక్కలుగా విభజింపబడి పరిపాలింపబడెను. ఉదా:- 1. కాశ్మీరు నందు రాజకుమారుడు జలేకుడు స్వతంత్రుడు అయినట్లు రాజ తరంగిణి వల్ల తెలియుచున్నది.

2. సామ్రాజ్య పశ్చిమ ప్రాంతంలో మరోక రాకుమారుడైన సంప్రతి,

3. తూర్పు ప్రాంతంలో దశరథుడు తమ ప్రాబల్యములను పెంపొందించుకొనిరి. ఈ విభజననే మౌర్య సామ్రాజ్యక్షీణతకు మరోక కారణమైనది.

3. మౌర్య సామంతులు స్వతంత్ర్యము ప్రకటించుట :- అసమర్థులైన పాలకుడు సింహాసనము అదిష్టించిన వెంటనే వారి సామంతులు స్వతంత్ర్య ప్రతి పత్తిని ప్రకటించుకొనిరి.

ఉదా:- 1. పంజాబ్ నందు సుభాగసేనుడు.

2. గాంధరమలో వీర సేనుడు.

3. కలింగమున చేధ వంశయుడైన ఖారవేలుడు.

4. ఆంధ్ర దేశములో శాతవాహన వంశీయుడైన శ్రీముఖుడు.

5. వాయువ్య ప్రాంతంలో బాక్ట్రీయన్ గ్రీకులు ఆక్రమించినారు.

6. ఉత్తర పథంలో మౌర్యుల పాలనకు వ్యతిరేకంగా విదర్భలో తిరుగుబాటు చెలరేగి కాలక్రయంలో విదర్భ స్వతంత్ర రాజ్యమైనది.

4. ఆర్థిక వ్యవస్థ క్షీణించుట :- సైన్యము మీద, ఉద్యోగి వర్గం మీద జరుగుతూ వచ్చిన అపారమైన ఖర్చు కారణంగా మౌర్య సామ్రాజ్యం ఆర్థికంగా క్లిష్ట పరిస్థితి ఎదుర్కొవలసి వచ్చింది. మనకు తెలిసినంత వరకు మౌర్యులు అత్యంత పెద్ద సైన్యాన్ని, అత్యంత పెద్ద సంఖ్యలో అధికారులను పోషించారు. అశోకుని మరణానంతరము సింహాసమును అదిష్టించిన ఏఒక్క పాలకుడు దేశ ఆర్థిక పరిస్థతిని ప్రతిష్టమోనర్చక పోగా, ఉన్నధనాన్ని విచ్చల విడిగా ఖర్చు చేసిరి. తత్ ఫలితంగా పరిస్థితులను అదుపునందు ఉంచలేకపోయిరి

ఉదా:- గ్రీకులు మౌర్య సామ్రాజ్యం పై దాడి చేసినప్పుడు మౌర్యులకు ఆర్థిక, సైనిక స్థోమత లేక పోడవడం చేత వారి దండయాత్రలను అరికట్టలేక పోయిరి.

గప్త సామ్రాజ్యం పతనమునకు హుణుల దండయాత్ర ఎలా కారణమైనానో అలాగే మౌర్య సామ్రాజ్య పతానానికి బాక్ట్రియన్, గ్రీకుల దండయాత్రలు కారణమైనాయని ఆర్. సి. ముజుందార్ నుడివినాడు.

5. అసమర్థులైన చక్రవర్తులు :- అశోకుని మరణాంతరము రాజ్యమునకు వచ్చిన చక్రవర్తులు అసమర్థులు. వీరిలో ఏ ఒక్కరికి చంద్రగుప్త మౌర్యుడు, అశోక చక్రవర్తికి గల పాలనా దక్షిత, సామర్థ్యము, వ్యక్తిత్వము గానీ లేదు. వీరికి ఆనాటి విశాల సామ్రాజ్యం పరిరక్షించ గల సామర్థ్యము లేదు. అంతేగాక వీరిలో ప్రబలిన వారసత్వ తగాదాలు ఫలితంగా వారి అధికారం క్షీణించి వారి వారిమంత్రుల యందు కీలు బోమ్మలు లైరి వీరు సామ్రాజ్య క్షీణితిను అరికట్ట లేక పోయిరి.

౬. మౌర్యానంతర యుగం

<u>శుంగు వంశము (క్రీ. పూః 184-148) (112 సంవత్సరాలు)</u>

మౌర్య సామ్రాజ్య పతనంతరము, దాని శిథిలాలపై ఎన్నో చిన్న, పెద్ద రాజ్యాలు వెలిశాయి. అందులో శుంగ రాజ్యం ఒకటి. ఈ వంశస్థాపకుడు పుష్యమిత్ర శుంగుడు. బృహద్రదుడి సేనానిగా వుంటూ చివరికి అతనిని 184 క్రీ. పూ. లో వధించి రాజ్యానికి వచ్చెను. ఇతడు బ్రహ్మణ వంశానికి చెందిన వాడు. ఐతే అతని గోత్రము & వంశము విషయంలో చరిత్రకారులలో భిన్నాభిప్రాయాలు కలవు.

1. ఫాణిని అష్టాద్యాయిలో భరద్వాజ గోత్రుడని పేర్కొనేను.
2. మాళవికాగ్ని మిత్రం కాశ్యప గోత్రుడు అని పేర్కొన్నది.
3. మిత్ర అనే పదమును బట్టి ఇరానియున్‌లని, చరిత్రకారులు పేర్కొనిరి.
4. దివ్యవదనము మౌర్య వంశమునకు చెందినవాడని చెప్పెను.

<u>శుంగ చరిత్రకు ముఖ్య ఆధారములు.</u>

1. కాళిదాసు మాళవికాగ్ని మిత్రము.
2. పతంజలి మహభాష్యము.
3. బాణుని హర్ష చరిత్ర.
4. (యోగ) పురాణము
5. దివ్య వదన అనే బౌద్ధ గ్రంథము.
6. మిళింద పన్హా.
7. అతని శాసనాలు.

పుష్య మిత్రుని సామ్రాజ్యము సువిశాల మౌర్య సామ్రాజ్యమును అతడు హస్తగతము చేసుకొనలేదు. కేవలం తూర్పు భాగమైన పశ్చిమ బెంగాల్, మధ్యప్రదేశ్ , బీహర్, ఉత్తర ప్రదేశ్, రాజస్థాన్‌లను ఆదీనయందుంచుకొనెనని తెలియుచున్నది. అది కూడా ఇండో గ్రీకులతో, స్వదేశీ చక్రవర్తులతో పోరాడి,

తన రాజ్యాన్ని కాపాడుకోవలసి వచ్చింది.

<u>పుష్య మిత్ర శుంగుడు సాధించిన విజయము</u> :-

<u>విధర్భ ఆక్రమణ</u> : పుష్య మిత్ర శుంగుడి కుమారుడైన అగ్ని మిత్రుడు విదర్భను ఆక్రమించిన విధమును మాళవికాగ్ని మిత్రము (కాళిదాసు రచించిన) వర్ణించుచున్నది. విదిశలో అగ్ని మిత్రుని భావ మరిదియగు వీరసేనుని నర్మదానది సరి హద్దులలో దుర్గాధి పతులుగ నియమించెను. విదర్భాధిపతియైన యజ్ఞసేనుడు (కడపటి మౌర్యుడగు బృహద్రధుని బంధువు) అగ్ని మిత్రుని మిత్రుడైన మాధవసేనుని విడిపించ మని యజ్ఞసేనుని కోరెను. యజ్ఞసేనుడు ప్రత్యుత్తరముగా, పుష్యమిత్రునిచే బందింపబడిన తన బావ మరిదిని విడిపించ మని కోరెను. అంతట అగ్ని మిత్రుడు విదర్భపై (దాడి చేసి) దండెత్తి యజ్ఞసెనుని ఓడించి విదర్భను ఆక్రమించెను. తదుపది విదర్భ రాజ కుమార్తె యగు మాళవికను వివాహమాడెను. ఈ ఉదంతమునే కాళిదాసు మళావికాగ్ని మిత్రమను నాటకముగా వ్రాసెను. కాళిదాసు రచించిన మాళవికాగ్ని మిత్ర నాటకంలోని కథానాయకుడు అగ్ని మిత్తుడు (పుష్య మిత్ర శుంగుని కుమారుడు) విదిశ రాజ్య ప్రతినిధిగా ఉన్నపుడు విధర్భ రాజకుమార్తె మాళవికను ప్రేమించాడని, ఆ రాజకుమార్తె తన ఆస్థానంలో రహస్యంగా తల దాచుకుందని, దానివల్ల విదిశ, విధర్భులు యుద్దానికి దిగామని తెలియుచున్నది విదిశ విజయాన్ని సాధించడంతో, వార్దా నదిని తమ రాజ్యల సరిహద్దుగా నిర్ణయించుకున్నారు.

<u>గ్రీకు దండయాత్రలు</u>:- అలెగ్జాండర్ మరణానంతరము బాక్ట్రీయాలో స్థిరపడిన గ్రీకు డెమిట్రియస్ నాయకత్వమున సాకేతి, పాంచాల, మధురలను నాశనము చేసె మగధపై దండత్తిరి. కానీ బాక్ట్రీరియాలో చెలరేగిన అలజడుల వలన, డెమిట్రియస్ మగధను జయింపకనే వెనుదిరిగిపోయెను. ఈ దండ యాత్రను పుష్యమిత్రుడు తరిమికొట్టినాడని కొందరి చరిత్రకారుల అభిప్రాయం ఆ తరువాత రెండవ గ్రీక్ దండయాత్ర మియాండర్ నాయకత్వంలో జరిగింది. ఈ దండయాత్ర గురించిన వివరమునే కాళిదాసు మాళవికాగ్ని మిత్రములోను, గార్గి సంహితలోను కలవు. పుష్య మిత్ర శుంగుని మనుమడైన వసుమిత్రుడు గ్రీకులను సింధునదీ

తీరమున ఓడించి తరిమికొట్టెను.

<u>మగధ పై ఖారవేలుని దండయాత్రలు</u>:- మగధ పై రెండు సార్లు దండెత్తి కలింగ అధికారానికి మగధ తలవంచేటట్లు చేయడం ద్వారా మౌర్యుల కాలంలో కలింగకు జరిగిన పరాభవానికి ప్రతీకారము తీర్చుకోవడమే కాకుండా మహా పద్మ నందుడు కలింగను జయించి (400.బి.సి) విజయ చిహ్నం మగధకు తీసుకొని పోయిన కలింగ జైన విగ్రహాన్ని ఖారవేలుడు మగధను పాలించుచున్న పుష్యమిత్ర శుంగుడిని గంగా నదీతీరాన క్రీ. శ 1వ శతాబ్దంలో ఓడించినప్పుడు తిరిగి ఆవిగ్రహములను కలింగకు తీసుకొని పోయినట్లు <u>హతి గుంపా శాసనము</u> వల్ల తెలియు చున్నది. కానీ పుష్యమిత్ర శుంగుడు ఓడిపోయినాడనుటను కొంత మంది చరిత్ర కారులు అంగీకరించుటలేదు.

<u>అశ్వవేధ యాగములు</u> అయోధ్యలోని ధనదేవుడు రాయించిన ఒక చిన్న సంస్కృత శాసనం ప్రకారం, పుష్య మిత్రుడికొడుకైన అగ్ని మిత్రుడు విదర్భ మీద, అగ్నిమిత్రుడి కొడుకైన వసుమిత్రుడు గ్రీకుల మీద సాధించిన విజయాలను పురస్కరించుకొని రెండు సార్లు పుష్యమిత్రుడు అశ్వమేధ యాగాన్ని నిర్వహించినట్లు తెలుస్తుంది. ఈ యాగాలు సల్పుట వలన ఇతనికి వైదిక మతముపైన నున్న మక్కువ వ్యక్తిమగుచున్నది.

తారానాథ్ దివ్యవదనము మొ,, బౌద్ధ గ్రంధములు పుష్య మిత్రుడిని బౌద్ధ ద్వేషియని, బౌద్ధాలను హింసించాడని, బౌద్ధ ఆరామములు నేల కూల్చినాడని పేర్కొనుచున్నవి. కానీ ఆచార్య రాయ్ చౌదరి మొ,,చరిత్రకారులు "బార్హుత్ "లోని బౌద్ధ స్థూపము శుంగులు నిర్మించినదని" కనుక పుష్యమిత్రుడు బౌద్ధ మతాభిమనిగా పేర్కొనెను. పురావస్తు శాస్త్రవేత్తలు శుంగ శాసనములలో కనబడు బర్హుత్ స్థూప తోరణములు పుష్య మిత్రు శుంగుని అనంతరము నిర్మింపబడినవని భావించుచున్నారు.

పుష్య మిత్రుణి అనంతరము అగ్నిమిత్రుడు, వసుమిత్రలు ఆతదుపరి 7 గురు శుంగ రాజులు రాజ్యపాలన చేసిరి. వీరు హిందూ మతదరణతో బాటు సంస్కృత భాషను పునరుద్దరించి పోషించిరి. పాణిని వ్యాకరణ గ్రంథానికి పతంజలి

మహాభాష్య వ్యాఖ్యన గ్రంథం రచించాడు. ఇతడు శుంగు కాలనికి చెందినవాడు. హిందూ ధర్మ శాస్త్రమైన మను సంహిత సైతము ఈ యుగము నందే తయారైనదని కొందరు పండితుల అభిప్రాయము.

<u>ముగింపు</u>:- కడపటి శుంగ రాజైన దేవాభుతిని అతని మంత్రియగు వసుదేవ కణ్వుడు వధించి క్రీపు. 75 వ శుంగ సామ్రాజ్యమును అంతంచేసి కణ్వ సామ్రుజ్యమును స్థాపించెను.

<u>కణ్వవంశము</u>

కణ్వవంశస్థాపకుడు వాసుదేవుడు. పురాణములు కణ్వులను సామంత రాజ్యాల సేవలందు కొన్న రాజులుగా చెప్పిన ఆ సామంత రాజులు ఎవరో వివరణ ఇవ్వలేదు. వాసుదేవుని తర్వాత అతని కుమారుడైన భూమిమిత్రుడు పరిపాలించాడు. చివరిరాజైన సువర్మను శాతవాహన రాజైన కుంతల శాతకర్ణి ఓడించి, వధించి మగధను ఆక్రమించినాడు.

<u>చేధివంశము - కళింగ-ఖారవేలుడు (క్రీ.పూ. 170-157క్రీ.శ.)</u>

మౌర్యచక్రవర్తి అయిన అశోకుడి కళింగ యుద్ధం తర్వాత కళింగ రాజ్యం మౌర్యుల ఆధీనంలో ఉంది. అశోకుడి మరణానంతరం అతని వారసులు బలహీనులు కావడం వల్ల కళింగలో చేధి వంశస్థులు విజృంభించిరి (మహామేఘువాహన వంశస్థులు) వీరు కలింగను రాజధానిగా చేసుకొని (గంజాం జిల్లాతోబాటు, పూరీ, కటక్, విశాఖ పట్నం జిల్లాలో కొంతభాగం) పరిపాలన కొనసాగించారు. ఈ వంశాన్ని మామేఘ అనే అతడు స్థాపించినట్లు చరిత్రకారులు భావిస్తున్నారు. ఛేధి వంశానికి చెందిన మూడవ రాజు ఖారవేలుడు. ఇతడు చేధి వంశానికి చెందిన రాజులలో గొప్పవాడు. కళింగ (ఒరిస్సా) రాజ్యాన్ని తిరిగి పునఃప్రతిష్ఠించిన ఘనత అతనికి, దక్కింది. ఇతని జీవత చరిత్ర ఒరిస్సాలోని భూవనేశ్వర్‌కు సమీపంలో ఉదయగిరి కొండ గుహలందు గల హధిగుంఫా శాసనము వలన తెలియుచున్నది.

<u>బిరుదులు</u>:- మహావిజయుడు, కళింగ చక్రవర్తి, కలింగాధిపతి, బిక్షరాజు.

వివాహం:- లలాక వంశీయుడైన రాజా హస్తిసింహుని మొదటి కుమార్తె (ప్రపౌత్రుని) వివాహం చేసుకున్నాడు.

ప్రజాహిత కార్యక్రమాలు:- వ్యవసాయాభివృద్ధికి, మంచి నీటి వసతికై నందరాజులచే అసంపూర్తిగా నిర్మించబడిన కాల్వను తన రాజధాని నగరం వరకు త్రవ్వించినాడు.

పట్టాభిషిక్తుడు:- ఇతడు తన 15వ ఏట యువరాజుగా, 24వ ఏట పట్టాభిషిక్తుడై సామ్రాజ్య విస్తరణకు దిగ్విజయ యాత్రలు ప్రారంభించెను.

యుద్ధవిజయాలు:- 1. సింహాసన మధిష్టించిన రెండవ సం,,మున మొదటి శాతకర్ణి రాజ్యంపై దండెత్తి కృష్ణానది వరకు నడచి మూషిక నగరము పై దాడిచేసి, ఆ నగరమును ద్వంసంచేశాడు.

2. సింహనం అధిష్టించిన నాలుగవ సం విద్యాధరరాజు రాజధానిని పట్టుకొని రాష్ట్రీకులను (ఖాందేష్, అహ్మద్‌నగర్),బోజక (బీహార్) లను జయించినాడు.
3. సింహాసనం అధిష్టించిన 8 వ ఏట గోరధగిరి (బరాబర్‌కొండల్లో) దుర్గమును నాశనం, చేసి, మగధపై (రాజగృహం,గయాజిల్లా) పై దాడి చేశాడు. అచ్చటి యువరాజైన డెమిత్రియస్ బయపడి మధురకు పారిపోయినాడు. ఈ విజయమునకు గుర్తుగా ఒరిస్సాలోని భువనేశ్వరునకు సమీపమున 'మహ విజయప్రసాధము" అనే భవనాన్ని నిర్మించినాడు.

4. పితుంద నగరాన్ని ద్వసం చేశాడు.

5. మగధపై రెండుసార్లు దండెత్తి కళింగ అధికారానికి మగధ తలవంచేటట్లు చేయడం ద్వారా మౌర్యుల కాలంలో కళింగకు జరిగిన పరాభవానికి ప్రతీకారం తీర్చుకోవడమే కాకుండా, మహపద్మనందుడు కళింగను జయించి (బి.సి. 400) విజయ చిహ్నంగా మగధకు తీసుకొని పోయిన కళింగ జైన విగ్రహన్ని ఖరవేలుడు మగధను పాలించుచున్న బహసతి మిత్రుడుని (పుష్యమిత్ర శుంగుడన్న) గంగా నదితీరాన క్రీ.శ. 1వ శతాబ్దిలో ఓడించినపుడు తిరిగి ఆవిగ్రహములను కళింగకు తెచ్చినట్లు హంతీ గుంఫా శాసనమై వలన తెలుస్తుంది. ఈ దండయాత్రల వలన శుంగ సామ్రాజ్యంలోనిఏ ప్రాంతమును పుష్యమిత్రుడు కోల్పోలేదు. కాని శుంగ

వంశ సామ్రాజ్యము బలహీనము చెంది ఉండవచ్చును. కొంతమంది చరిత్రకారులు అందులో ముఖ్యముగా అలాన్ పుష్యమిత్రుడు ఖారవేలునిచే ఓడింపబడెనను వాదము అంగీకరించుట లేదు.

6. చివరకు దక్షిణ దేశ రాజుల కూటమిని ఓడించి పాండ్యుల నుండి కప్పమును వసూలు చేసేను.

<u>కాలము:-</u> ఖారవేలుడు ఒకటవ శతాబ్దమువాడని కొందరు, కాదని రెండవ శతాబ్దము అని మరికొందరి చరిత్రకారుల వాదన ఐతే హతిగుంఫా శాసనము వల్ల పుష్యమిత్రుడు, మొదటి శాతకర్ణి, డెమిట్రియస్‌లకు సమకాలికుడని తెలుస్తోంది. కావున ఇతడు రెండవ శతాబ్ధమునకు చెందుతాడు.

<u>హథిగుంఫా శాసనము:</u>- ఒరిస్సా రాజధాని భువనేశ్వర్‌కు కొంత దూరంలో ఉన్న జంట కొండలు (ఉదయ గిరి- ఖందగిరి) కొన్ని శతాబ్దల నాటి కళింగ రాజ్య చరిత్రను సాక్షాత్కరిస్తున్నాయి. ఈ కొండప్రాంతంలోని మొత్తం 66 గుహలలో 44 ఉదయ గిరి లో, 19 ఖందగిరిలో ఉన్నాయి. ఖారవేలుని జీవిత చరిత్ర ఉదయగిరి కొండగుహలయందు గల బ్రాహ్మీలిపిలోని హాథిగుంఫా శాసనము వల్ల తెలుస్తుంది. " ఈ శాసనము భారత దేశ చరిత్ర కాలనిర్ణయమునకు లభ్యమైన శాసనములన్నింటిలో తలమానికమైనది. అశోకుడి శాసనముల తదుపరి దేశ చరిత్రలో రూపొందించిన శాసనములలో మొదటిది శాతవాహనులు నానాఘాట్ శాసనం కాగా, రెండవది హాథిగుంఫా శాసనమైనప్పటికి పూర్వ మౌర్యుల పాలన కాలమును బౌద్ధ చరిత్రను గురించి తెలుసుకొనుటకు లభించిన శాసనములన్నింటిలో అత్యంత ప్రాధాన్యతను సంతరించుకొంది. - కె. పి. జయస్వాల్ - ఆర్.డి. బెనర్జీ.

ఖారవేలుడు జైనమతాభిమాని , ఇతడు జైనుల మధ్య నెలకొనిన అనైక్యతను రూపుమాపుటకు, కుమారగిరి పైన జైనపరిషత్‌ను ఏర్పాటు చేశాడు. (ఉదయగిరికి, కుమారిగిరి పర్వతమనే పేరు ఉన్నట్లు ఉద్యోత కేసరి శాసనాల అధారంగా జయస్వాల్, బారువా మొదలగు చరిత్రకారులు నిరూపించారు). ఈ సమావేశములో ఖారవేలుడు పాల్గొని అనేక జైన ఆచార్యులను ప్రశ్నించి వారి

సమాధానములను శ్రద్ధగా విని, వాటిని గురించి చర్చ జరిపాడు. ఇతని ప్రోత్సాహంతో తీర్థాంకరుని దివ్యధ్వని నుంచి వెలుబడిన "ద్వాదాశాంగాలు" క్రోడీకరించి భద్రపరచడం జరిగింది. అందుకు ఇతనిని (బిక్షురాజు) అని కీర్తించిరి. జైన సిద్ధాంత పరిరక్షణకై జరిగిన 'సరస్వతి ఉద్యమం ' కుమారగిరి మహాసభలోనే ప్రారంభమైనది ఖారవేలుడు జైనులకొరకు ఉదయగిరి కొండ గుహలలో గుహాలయాలు నిర్మించి వారికి వసతులు ఏర్పాటు చేశాడు. ఇతని భార్య కూడ ఒక గుహను అంకితం చేసింది. (పశ్చిమ గోదావరి జిల్లా) కు 31 కీ. మీ. దూరంలో ఉన్న అ జైనులకు గుంటుపల్లి గుహాలు ఒకప్పుడు జైనులవని ఇచ్చట లభ్యమైన ఖారవేలుని శాసనాన్ని బట్టి తెలుస్తుంది. అంతేగాక పరమత సహనం ప్రదర్శించి అన్ని మతల వారిని ఆదరించెను.

ముగింపు : ఖారవేలుని తదనంతరము ఛేది వంశ చరిత్ర గాథాంద కారమయ్యేను.

బాక్ట్రియన్ గ్రీకులు

అలెగ్జాండరు మరణానంతరము భారతదేశమున గ్రీకు రాజ్యం అంతరించినను మధ్య ఆసియా రాజ్యము మాత్రము అతని సేనానిలో ముఖ్యుడైన సెల్యూకస్ నికెటర్ నాయకత్వమున కొనసాగెను. సెల్యూకస్ భారతదేశములోని గ్రీకు రాజ్యములను తిరిగి జయింప ప్రయత్నించి విఫలుడైనను అతని మధ్య ఆసియా రాజ్యము హిందుకుష్ పర్వతశ్రేణుల నుండి మధ్యధరా సముద్రము వరకు విస్తరించెను. దీనికి సిరియా రాజధాని, బాక్ట్రియా అందలి అంతర్భాగము . ఈ సెల్యూకస్ సామ్రాజ్యమును (క్రీ.పూ. 266) 2వ ఆంటియోకస్ పాలించు పరిపాలించు కాలమున పార్థియా, బాక్ట్రియా రాష్ట్రాధిపతులు తిరుగుబాటు చేసి స్వతంత్రులైరి. ఇట్టి బాక్ట్రియా స్వాతంత్ర్యం స్థాపించినవాడు డెయోడోటస్.

యూథిడియస్ మతస్థులు:- డియోడోటస్ మరణానంతరము యూథిడియస్ అను గ్రీకు వీరుడు బాక్ట్రియా సింహాసనమును అధిష్టించెను. అప్పుడు సెల్యూకస్ రాజ్యాధీశుడైన మూడవ ఆంటియోకస్ (క్రీ.పూ. 223-185) బాక్ట్రియాను తిరిగి జయింప ప్రయత్నించి విఫలుడై యూథిడియస్‌తో సంధి చేసికొని తన కుమార్తెను, అతని కుమారుడైను డెమిట్రియస్ కిచ్చి వివాహము చేసెను. తదుపరి

యూథిడియస్ మౌర్య సామ్రాజ్యము పై దండెత్తి గాంధార ప్రాంతము నేలు సుభాగసేనుని ఓడించి (అశోకుని సంతతివాడని ఒక ఐతిహాస్యం) కాబూల్, కందహార్‌లను ఆక్రమించినాడు. ఇట్లు మౌర్యసామ్రాజ్య విచ్ఛినతకు కారకులైనవారు, ఈ బాక్ట్రియా యందు స్థిరపడిన గ్రీకులనే ఇండో గ్రీకులని, బాక్ట్రియాన్ గ్రీకులని, యవనులని అందురు.

<u>డెమిట్రియస్ (క్రీ.పూ. 190)</u> :- యూథిడిమస్ మరణానంతరము ఆతని కుమారుడైన డెమిట్రియస్ రాజ్యమనకు వచ్చినాడు. శాకలసియోల్ కోటను ఇతడు నిర్మించినాడు. అలెగ్జాండర్ వలె విశ్వవిజేత కావలెనని వించి, భారత దేశం పై దండెత్తినాడు. (స్ట్రాబో డెమిట్రియస్ అలెగ్జాండర్ కంటే గొప్పవాడని వ్రాసినాడు.) డెమిట్రియస్ సింధు, పంజాబ్, మధురలను ఆక్రమించి పాటలీపుత్రంపై దండెత్తెను. అప్పుడు మగధను పాలించు పుష్యమిత్రశుంగుడు ఈ దండయాత్రను మరలికొట్టెను. ఖారవేలుడు మగధపై దండెత్తినప్పుడు మగధకు పారిపోయిన యువరాజు ఈతడేనని కొందరు చరిత్రకారుల అభిప్రాయం. డెమిట్రియస్ భారతదేశ దండయాత్రలో నిమగ్నుడై యుండగా సెల్యూకస్ రాజగు నాల్గవ ఆంటి యోకస్ బావగారైన యూక్రటైడిస్ బాక్ట్రియాను ఆక్రమించెను. ఈ అంతరంగిక కల్లోల మూలముగనే డెమిట్రియస్ పాటలీపుత్ర దండయాత్ర నుండి వెనుదిరిగేనని పుష్యమిత్ర శుంగుడు తరిమి కొట్ట లేదని కొందరు చరిత్రకారుల భావన ఏది ఏమైనను డెమిట్రిస్ బాక్ట్రియాను తిరిగి సంపాదించలేక పోయను. తత్‌ఫలితంగా బ్యాక్టీరియ రాజ్యం రెండుగా చీలెను.

1. బాక్ట్రియా నుండి జీలం నది పశ్చిమ ఒడ్డు వరకు విస్తరించిన - యూక్రటైడిస్ రాజ్యం.

2. జీలం నది తూర్పు ఒడ్డు నుండి మిగిలిన పంజాబు వరకు విస్తరించిన - డెమిట్రియస్ రాజ్యం (ఇతని నాణేములపై గ్రీక్, ఖరోష్ఠి, లిపి గల నాణేములు భారతదేశము యందు లభ్యమైనాయి.

బాక్ట్రియా యందలి యూక్రటైడిస్ రాజ్యము ఎక్కువ కాలము కొనసాగలేదు. క్రీ.పూ. 155లో అతని కుమారుడైన హెలియాక్లిష్ తదుపరి

ఆంటియాల్కిడాన్ బాక్ట్రియాను పాలించిరి, తుదకు కుషాణులు బాక్ట్రియాను జయించి ఆక్రమించిరి.

<u>మీనాండార్</u>:- (క్రీ.పూ. 160)

పంజాబ్ యందు స్థిరపడిన డెమిట్రియస్ వంశస్థులు సుమారు 100 సంవత్సరములు పాలించిరి. భారత వాయువ్య ప్రాంతాల్లో స్థిరపడిన గ్రీకులను ఇండో బాక్ట్రియన్ గ్రీకులుగా వ్యవహరిస్తారు. నాణేములను బట్టి ఈ వంశస్థులలో 30 మంది రాజులున్నట్లు తెలియుచున్నది. ఉదాహరణకు అఫోలోడోటస్, ఆంటియోకస్.

మీనాండర్ ఇండో గ్రీక్ రాజులలో సుప్రసిద్ధుడు. ఇతనినే బౌద్ధ గ్రంథములు "మిళిందుడు" వ్యవహరించెను. అతడు గొప్పయోధుడని, అలెగ్జాండర్ కంటే ఎక్కువ రాజ్యములను జయించెనని స్ట్రాబో అను గ్రీకు చరిత్రకారుడు వ్రాసెను. పంజాబు సాకాల (శాకాల) సియాల్ కోట ఇతని రాజధాని. ఇతని సామ్రాజ్యమునకు కాబుల్, సింధు, పంజాబు వాయువ్య సరిహద్దులు ఉత్తర ప్రదేశ్‌లోని పశ్చిమ ప్రాంతము, కథివార్ ఉన్నట్లు తెలియుచున్నది. మీనాండర్ బౌద్ధమతాభిమాని, గొప్ప విద్వాంసుడు, వేదాంతి, ఇతడు నాగసేనుడనే బౌద్ధ పండితునితో చర్చ జరిపి ఓటమి అంగీకరించి బౌద్ధమతాన్ని స్వీకరించాడు. పాలీ భాషలో ఉన్న "మిళింద పన్హ" (మినాండర్ ప్రశ్నలకు - నాగసేనుడి సమాధానములున్న గ్రంథం) మినాండర్‌ను గొప్ప యువరాజుగా పేర్కొంటుంది. స్ట్రాబో , ప్లూటర్స్ , జస్టిన్‌లు కూడా మినాండర్ ఘనతను పేర్కొన్నారు, "మిళింద పన్హ" లో పేర్కొన్న నాగసేనుడనే ఆచార్య నాగార్జునుడని కొందరి చరిత్రకారుల భావన. పుష్యమిత్ర శుంగునిచే హింసింపబడిన బౌద్ధ బిక్షువులకు తన రాజధానిలో ఆశ్రయించినట్లు బౌద్ధ గ్రంథములు చెప్పుచున్నవి. మీనాండర్ మరణానంతరము యూక్రడైటిస్ వంశస్థులు పంజాబ్, వాయువ్య సరిహద్దులను ఆక్రమించి పరిపాలించిరి తుదకు క్రీ.పూ. 50వ సంవత్సరములో శకులు గ్రీకులను తరిమిరి.

<u>బాక్ట్రియన్ గ్రీకుల పాలనా ఫలితములు</u>:- 1. రెండు శతాబ్దముల కాలము జరిగిన ఇండో గ్రీకులకు భారతీయులకు మధ్య సంస్కృతి నాగరికతల్లో ఇచ్చి

పుచ్చుకోవడం జరిగినాయి. మీనాండర్ బౌద్ధ మత స్వీకరణ, హెలియోడోరస్ బెస్‌నగర్‌లో గరుడ స్తంభమును ప్రతిష్టించడం రెండు ప్రముఖ దృష్టాంతాలు. వీరేగాక అనేక మంది గ్రీకులు భారతీయ జీవన విధానాన్ని, మతాన్ని అనుసరించి ఉండవచ్చు.

2. గణిత, ఖగోళ, వేదంత శాస్త్రాయలందు పెక్కు విషయములను భారతీయులు గ్రీకుల నుండి నేర్చుకొనిరి. ముఖ్యముగా సంవత్సరము, ఋతువులుగా, పక్షములుగా విభజించుబడుట గ్రీక్ సంప్రదాయమే.

3. శిల్పకళలో గ్రీకుల ప్రభావము ప్రస్ఫుటముగా కాననగును. బార్హుత్, సాంచి, గయ యందలి శిల్పకళలందు గ్రీకు ప్రభావము కాననగును. ఇట్టి భారతీయ మరియు గ్రీకు శిల్పకళా సమ్మేళనమే గాంధార శిల్పకళగా రూపొందింపబడి కనిష్కుని కాలమున అత్యున్నత స్థాయిని చేరుకోనెను.

4. వీటన్నింటి కంటే గ్రీకుల వద్ద సరియగు నాణేములను ముద్రించుటను భారతీయులు నేర్చుకొనిరి. మనదేశంలో మొదటిసారిగా బంగారు నాణేములను ముద్రించినవారు ఈ ఇండో గ్రీకులే కనుకనే వేదకాలములో, మౌర్యుల కాలమందున్న చిల్లు నాణేములు (రంధ్రము కల్గినవి మరుగుణ పడి చక్కని రూపము గల నాణెముల చెలామణి లోకి వచ్చినవి.

శకులు లేక సిధియానేలు

ఆసియా నుంచి వచ్చిన సంచార జాతి వారు. క్రీ. పూ. 165 సంవత్సరములో (2వ శతాబ్దంలో) 'యూచీ తెగలచే తరిమి వేయబడి పశ్చిమముగా తరలి పార్థియా, బాక్ట్రియా యందలి గ్రీకులను ఓడించిరి. ఇరాన్ రాజైన రెండవ మిత్రడేటిస్ వారి దండయాత్రలను నరికట్టుటచే వారు హీరట్‌కు, అచటి నుండి హెల్మండ్ లోయ నుండి బోలన్ కనుమల ద్వారా దిగువ సింధూను చేరిరి. దిగువ సింధూ నుండి క్రమముగా వీరు పంజాబ్, సౌరాష్ట్ర, మాళవ, మహరాష్ట్రములను ఆక్రమించినారు.

వీరిని గురించిన ప్రస్తావనలు :-

1. మొదటిడెరియస్ శాసనంల్లో శకుల గురించిన ప్రస్తావనలు ఉన్నాయి.

2. హెరడోటస్ రచనలల్లో శకుల గురించిన ప్రస్తావనలు ఉన్నాయి.

3. శకులు యవన, కాంభోజ రాజ్యాలలో ఉన్నట్లు రామాయణంలో ఉన్నది.

4. మహాభాష్యం శకులు ఆర్యవర్తనానికి వెలుపల ఉండే ప్రాంతాల్లో ఉండేవారని తెలుపుచున్నది.

ఈ శకులు రెండు శాఖలుగా చీలి పోయారు. ఒక శాఖను స్థాపించినవాడు మావుస్ (పంజాబ్), మరొక శాఖను స్థాపించిన వాడు వోనోనీస్ (గాంధార లేదా అరఖోసియా).

శకులయందు ఉన్న శాఖలు :- శకుల యందు ఐదు శాఖలు గలవు అవి ఏమనగా.

1. ఆఫ్ఘనిస్థాన్.
2. పంజాబ్ – వీరి రాజధాని తక్షశిల
3. మధుర
4. ఫశ్చిమ భారతదేశం – మహరాష్ట్ర.
5. దక్కన్ పీఠభూమి– ఉత్తర భాగం.

మావుస్ (క్రీ. పూ. 20 – క్రీ. శ. 22 వరకు) :- శకుల యందు మొట్ట మొదటి రాజు మావుస్. ఇతనికి 'రాజాధిరాజు' అనే బిరుదు కలదు. ఇతని రాజధాని తక్షశిల. ఇతనికి మరణాంతరము మొదటి అజేస్ తూర్పు పంజాబ్‌ను ఆక్రమించినాడు. తదుపరి రెండవ అజేస్, అస్ప వర్మన్ మొదలుగు వారు పాలించారు.

పహ్లవులు లేదా పార్థియాన్‌లు :- శకుల తర్వాత పార్థియన్లు భారతదేశంలో ప్రవేశించిరి. వీరినే పహ్లవులు అంటారు. ఈ శాఖ స్థాపకుడు వోనోనీస్, శక రాజైన రెండో ఏజెస్‌ను ఓడించి గండోఫెర్నీస్ పహ్లవ అధికారాన్ని స్థాపించారు. ఇతడు క్రీ. పూ. 20-28 మధ్య పాలన చేశాడు. గండోఫెర్నీస్ కాలంలోనే క్రైస్తవ మత ప్రచారమునకు ఇరాన్ నుంచి సెయింట్ థామస్ ఈ రాజు ఆస్థానంలో

ఉండేనని చరిత్రకారుల భావన. గండోఫెర్నేస్ తర్వాత వచ్చిన రాజు అబ్బగసెన్.

క్షేత్రప రాజ్యములు :- శకుల రాజ్యమందలి రాష్ట్రములను "సత్రపి" లని, పాలకులను ' క్షాత్రవుని ', ' మహక్షాత్రవులని ' అందురు. క్షాత్రవుని యువరాజుగను, మహక్షాత్రపుని రాష్ట్ర మండలాధిపతగను అనగా రాజుగా పరిగణింపవచ్చును. శకుల రాజ్యధికారము దుర్భలమగుటచే వారి క్షాత్రవులు స్వతంత్రులై అనేక చిన్న చిన్న రాజ్యములు స్థాపించిరి. అవి ఏమనగా.

1. పంజాబ్- రాజధాని తక్షశిల, మధురల యందు వెలసిన ఉత్తర క్షాత్రవులు.
2. మహరాష్ట్ర, మాళవములందు వెలసిన పశ్చిమ క్షాత్రవులు.

1. ఉత్తర క్షాత్రపులు :- తక్షశిల క్షాత్రవుల్లో లియాకుసులుక, ఇతని కుమారుడు మహదన తి పాలించగా. మధురను హహదూష హగన - అనే వారు పాలించిరి.

2. పశ్చిమ క్షాత్రపులు :- క్షాత్రవులలో సుప్రసిద్దులు పశ్చిమ క్షాత్రపులు. ఈ పశ్చిమ క్షాత్ర రాజ్యములు రెండు.

1. మహరాష్ట్ర లేదా క్షహరాట క్షాత్రప రాజ్యము. 2. మాళవ లేదా కార్ధమక క్షాత్రప రాజ్యము.

1. మహరాష్ట్ర లేదా క్షహరాట క్షాత్రప రాజ్యము. :- మహరాష్ట్ర క్షాత్రప రాజ్యమును స్థాపించిన వారు, క్షహరాట వంశస్థులు. భూమకుడు దీని మూల పురుషుడు. వీరి రాజధాని నాసిక్ అని కొందరు, బరుకచ్ఛమని (బ్రోచ్) అని కొందరు భావించారు. భూమికుడు శాతవాహనుల వద్ద నుండి బరుకచ్ఛము, కధియవార్‌లను జయించి ఆక్రమించి అజ్మీరు, పుష్కరలను తన సామ్రాజ్యమున చేర్చినాడు.

సహపణుడు (క్రీ. శ. 119 - 124) :- భూమకుని అనంతరము సహపణుడు విజృంభించి శాతవహన సామ్రాజ్యం పై దండయాత్ర చేసి మాళ్వ, మహరాష్ట్రలను జయించినాడు. మిన్నగర (మందసా) ఇతని రాజధాని. కాని శాతవాహన చక్రవర్తియైన గౌతమీ పుత్ర శాతకర్ణిని సహపణుని ఓడించి మహరాష్ట్రమును తిరిగి పొందెను. పైగా గౌతమీ పుత్ర శాతకర్ణి తన దిగ్విజయమునకు చిహ్నముగ సహపణుని నాణెములను తన పేర తిరిగి ముద్రించెను. ఈ నాణెములు జోగళ్ తంబి యందు లభ్యమైనవి. సహపణుని దండయాత్రలలో, పరిపాలనలో

ఆయనకు అతని అల్లుడైన ఋషభదత్తుడు మిక్కిలి సహాయపడినాడు. ఋషభదత్తుడు అతని భార్య దక్షమిత్ర హిందు మతాభిమానులై బ్రహ్మణులకు, బౌద్ధులకు అనేక దానధర్మములు చేసిరి. సహఫణుని అనంతరము క్షహరాట వంశ చరిత్ర తెలియదు. మొత్తం మీద క్షహరాట వంశ నిర్మూలనము గావించిన వాడు, గౌతమీ పుత్ర శాతకర్ణి.

<u>2. మాళవ లేక కార్ధమక రాజ్యము</u> :- మాళవ క్షాత్రప రాజ్యమును స్థాపించినవారు, కార్ధమక వంశస్థులు. దీని మూల పురుషుడు యశమితిక. ఇతని కుమారుడైన చస్తనుడు మొదటి బలీయమైన చక్రవర్తి. శక యుగమును ప్రాంభించిన ఇతడెనని డూబ్రిల్ అనే చరిత్రకారుని అభిప్రాయం. రాప్సన్, భండార్కర్ పండితులు ఇతడు కనిష్కునికి సామంతుడనిరి. బహుశ చస్తనుడు శాతవాహనుల పై దండెత్తి ఉజ్జయినీ ప్రాంతములను జయించి, దానిని రాజధానిగా చేసుకొని యుండవచ్చు.

<u>రుద్రదాముడు (క్రీ. శ. 130 - 150)</u> :- కార్ధమక వంశస్థులలో అగ్రగణ్యుడు చస్తమని మనుమడైన రుద్రదాముడు. ఇతడు గోప్ప విజేత. క్షీణదశలో నున్న శకుల అధికారమును పునరుద్ధరించి అనేక విజయములను సాధించి రుద్రదామనుడు "మహాక్షాత్రప" అనే బిరుదును వహించెను. అతని దిగ్విజయ యాత్రలు అతని గిర్నార్ శాసనము నందు వర్ణింపబడినవి. శాతవాహన చక్రవర్తియగు శివశ్రీ శాతకర్ణిని రెండుసార్లు ఓడించి తన కుమార్తెయగు రుద్రదామనికను అతనికిచ్చి వివాహం చేసెను. రుద్రదాముని సామ్రాజ్యమున మాళ్వ, సౌరాష్ట్రము, గుజరాత్, సింధు, రాజపుత్ర స్థానములోని కొంత భాగము, ఉత్తర కొంకణము, వింధ్య ప్రాంతము చేరియుండెను.

రుద్రదమనుడు గోప్ప విజేతయేగాక రాజనీతజ్ఞుడు, వ్యాకరణ, న్యాయ శాస్త్రములందు పండితుడు, సంగీత సాహిత్యాభిమాని. ఆయన సంస్కృత భాషను పోషించెను. అతని గిర్నార్ శాసనము సంస్కృత భాషలో వ్రాయబడెను. అతడు ప్రజాహితాభిమాని, ఉదార స్వభావుడు. మౌర్యులు సౌరాష్ట్రమున నిర్మించిన సుదర్శన తటాకమును, ప్రజల వద్ద నుండి ఏట్టి పన్నులు వసూలు చేయక తన సొంత డబ్బుతో బాగు చేయించెను. ఇట్లు విదేశియుడైనను హైందవ చక్రవర్తి

వలె పాలించి ప్రజల మన్ననలను పొందెను.

రుద్రదమనుని అనంతరము కార్ధమక వంశస్థులు గుప్తులు కాలము వరకు పాలించిరి. వీరిలో చిన్న వాడైన మూడవ రుద్రసింహుని క్రీ. శ. 388లో గుప్త చక్రవర్తియగు రెండవ చంద్రగుప్తుడు నిర్మూలించి క్షాత్రపుల అంతమొందించెను.

కుషాణులు

కుషాణులు "యూచి" జాతికి చెందినవారు. యూచి జాతి మొదట చైనా సరిహద్దులలో నివసించెడి వారు. అచట నుండి వారు హుణులు చేత తరిమి వేయబడి (క్రీ. పూ. 165వ సంవత్సరము) పశ్చిమముగా మరలి బాక్టియానందలి శకులను ఓడించి అచట స్థిరనివాస మేర్పరచుకొనిరి. అచట వీరు ఐదు శాఖలై రాజ్యపాలన సాగించిరి. ఆ శాఖలలో ఒకరు కుషాణులు, కుషాణులే మనదేశమును జయించి రాజ్యపాలన చేసినవారు. కుషాణులలో మొదటివాడు "కుజులకాడ్ ఫైసిస్" (క్రీ. శ. 15- 65). ఇతడు మిగిలిన నాలుగు యూచి తెగలను జయించి కుషాణ్ సామ్రాజ్యాధికారము నెలకొల్పెను. అతడు ఆఫ్ఘనిస్థాన్‌లోని పార్థియనులను, తక్షశిల ప్రాంతమునందలి గ్రీకులను ఓడించి తన సామ్రాజ్యమును ఆక్సన్ నదీతీరము నుండి సిందూనది వరకు వ్యాపింపజేసెను. ఖజులుని తర్వాత అతని కుమారుడైన వీపుకాడ్ పైపిన్ శకులను ఓడించి (క్రీ. పూ. 65-75) కుషాణుల అధికారమును మాళ్వ వరకు వ్యాప్తి చేశాడు. ఇతడు చైనా ప్రభువులతో సంఘర్షణ పడి, పాన్ చావో చేతిలో ఓడినట్లు తెలియుచున్నది. ఈయన తన పాలన కాలంలో చైనా, రోమ్‌లలో వర్తక, వాణిజ్య సంబంధములను పెంపొందింపజేసెను. రోమన్ చక్రవర్తుల ననురించి బంగారు, వెండి నాణెముల పై "శివుని బోమ్మ", "మహేశ్వర" అనే పేర్లు గలవు. ఇతనికి "రాజధిరాజు" "మహేశ్వర" అనే బిరుదులు గలవు.

ఆధారాలు :-1. షాన్ - ఇ జైనా వ్రాసిన (Hou - Hans - Shu Annals of later Han dynasty -445 A. D.)

2. గంధోఫర్నీస్ కాలానికి చెందిన శాసనాలు.

3. హుయాన్ సాంగ్ వ్రాసిన సి - యూ- కి గ్రంధం.

4. కల్హణుని "రాజతరంగిణి"

కనిష్కుడు (క్రీ. శ. 78 - 101) :-- కనిష్కుడు కుషాణ్ చక్రవర్తులలో అగ్రగణ్యుడు. ఇతడు బౌద్ధమతాభిమాని, ఇతడు క్రీ.శ. 78వ సంవత్సరమున సింహాసనము అధిష్టించి ' శఖ 'శకము ప్రారంభించాడు.. పురుషపురం లేదా పెషావర్ ఇతని రాజధాని. ఇతనికి దేవపుత్ర , సీజర్ అనే బిరుదులు కలవు.

దండయాత్రలు:- 1. కాశ్మీర్‌ను జయించి దానికి చిహ్నంగా కనిష్కుడు "కనిష్కపురము" అనే పట్టణమును నిర్మించెను. ఈ విషయము కల్హణుని "రాజతరంగిణి" అనే గ్రంథము వలన తెలుస్తోంది.

2. బౌద్ధ గ్రంథముల ప్రకారము ఇతడు మగధను జయించి అచ్చట నుంచి అశ్వఘోషుడనే బౌద్ధపండితుని తన ఆస్థానమున కు తీసుకొని వచ్చెను.

3. ఉజ్జయిని పై దండెత్తి వారి పాలకులడైన చస్తనుని ఓడించి, మాళ్వలోని కొంత భాగము ఆక్రమించినాడు.

4. ఇతని దిగ్విజయ యాత్రలలో ముఖ్యమైనది చైనా దండయాత్ర. పామీరు పీఠభూమి మీదుగా చైనాపై దండెత్తి చైనారాజగు పాన్‌యాంగ్‌ను ఓడించి, కాష్టర్, ఖోటాన్, యార్కండులను ఆక్రమించినాడు.

బౌద్ధమతం స్వీకారం:- కనిష్కుడు తన పూర్వీకుల వలె శైవ మతాభిమాని, కాని అశ్వఘోషుడు బౌద్ధమతాచార్యుని ప్రోత్సాహంతో బౌద్ధమతం స్వీకరించెను. ఇతని కాలంలోనే నాల్గవ బౌద్ధ సంగీతి జరిగినది. ఈ సంగీతిలోనే హీనయాన, మహయన, అనే రెండు శాఖలుగ బౌద్ధ మతం చీలిపోయింది.

పాలనలోని ముఖ్య అంశాలు :- 1. పరిపాలన సౌలభ్యము కోసం రాజ్యమును రాష్ట్రములుగా విభజించినాడు. రాష్ట్రాలను సత్రపీ అనేడివారు.

2. వీరి కాలంలో సభా ప్రస్తావన ఉంది. ఈ సభ సభ్యునికి 'తులక' అనే పేరుండేను. మరొక ఆధారమును బట్టి రాజ్యమాత్య అని పిలిచే సహయకుడు ఉన్నట్లు తెలియుచున్నది.

3. క్రింది స్థాయిలో పరిపాలన గ్రామిక, భద్రపాల అనే ఉద్యోగులు ఉన్నట్లు తెలుస్తోంది.

4. వీరికాలంలో దుకాణాలు నడిపేవారిని "వణికులు". వివిధ ప్రాంతాల్లో ముడిసరుకులు అమ్ముకునే వారిని "సార్ధవాహకులు" అని పిలిచేవారు. సముద్ర వ్యాపారం చేయు వారిని సార్ధ వాహ మహ సముద్ర వత రాణి అనేవారు. వీరి కాలంల్లో వడ్డీవ్యాపారం ఉండేది. వడ్డీనీ 'ప్రయోగ' అని అంటారు.

5. వీరి కాలంలో కన్యాశుల్కం ఉన్నట్లు"బుద్ధ చరిత్ర", "మిళిందపన్హా" అనే గ్రంథముల వలన విదితమవుతుంది.

సాహిత్యం:- అశ్వఘోషుడు సంస్కృత పండితుడు. ఇతడు "శారిపుత్ర ప్రకరణము" అనే నాటకాన్ని "బుద్ధ చరిత్ర" "సౌందర నందనము" అనే గ్రంథములను వ్రాసినాడు. ఇతడు వ్రాసిన 'శారిపుత్ర ప్రకరణము' అనే సంస్కృత నాటకము పండితుల ప్రశంసలను అందుకొనెను. ఈతని నాటకములు కాళిదాసునకు మార్గదర్శకమైనదని విజ్ఞుల అభిప్రాయం.

మహయామ మతమును బహుళ ప్రచారము లోనికి తెచ్చిన ఆచార్య నాగార్జునుడు. ఇతని కాలములోని వాడే అని కొంత మంది చరిత్రకారుల భావన. ఇతడు "మాధ్యమిక సిద్ధాంతము"ను ప్రతిపాదించెను. అందుచే ఇతనిని బౌద్ధమతమును మార్టిన్ లూథర్ వంటివాడని, సాపేక్ష సిద్ధాంతాన్ని ప్రతిపాదించినందున "ఇండియన్ ఐన్‌స్టీన్" అని పిలిచిరి. అంతేగాక ఇతడు మహ "ప్రజ్ఞాపారమిత శాస్త్రము " "సుహృలేఖ", "రసరత్నాకరం", "ఆరోగ్యమంజరి" ద్వాదశనికాయశాస్త్రం, శూన్యసప్తతి మొదలైనవి వ్రాసినాడు.

ఇతని కాలములోనే వసుమిత్రుడనే కవి " మహ విభాష శాస్త్రం" ను వ్రాసినాడు. ఇతని ఆస్థాన వైద్యుడైన చరకుడు "చరక సంహిత" అనే ఆయుర్వేద గ్రంథమును వ్రాసినాడు.

కళాభ్యుదయము

<u>పురుషపురమునందలి భవన నిర్మాణము:-</u> ఆకాలపు ఆసియా యందు ప్రశస్తిని ఆర్జించి పేరెన్నిక గాంచిన స్తూపము ఒకటి పురుషపురం (పెషావరు) నందు ఉండెడిది. బుద్ధుని దాతువును నిక్షిప్తము చేసి కనిష్కుడు నిర్మించినటుల చెప్పబడు ఆ మహాస్తూపమును గురించి చైనా యాత్రికులు పెక్కు వివరములను తెలియజేసిరి. వారి వ్రాతలను అనుసరించి చూసినచో దాని ఫేదిక ఐదు అంతస్తులలో (46 మీటర్లు) నిర్మింపబడినదనియు, దానిపై కొయ్యతో 13 అంతస్తుల (112 మీటర్ల) కట్టుబడి జరిగి, దానిపై ఒక ఇనుప స్తంభము (27 మీ) నెలకొల్పబడినది. ఆ స్తూపము కుదిరికలోని రమ్యతను గుర్తించిన ఫాహియాన్ అనే బౌద్ధపండితుడు ప్రశంసించినాడు. కాని క్రీ.శ. 7వ శతాబ్దమున చైనా యాత్రికుడు హుయాన్‌సాంగ్ పురుషపురము దర్శించునప్పటికే ఆ స్థూపము శిథిలమై ఉండెను. ఈనాడు పరిశోధకులు జరిపిన కృషి వలన పెషావరునకు సమీపమున షా-జీ-కీ-డేరీ అని వ్యవహరించబడు స్థలముననే పూర్వము ఆస్థూపము ఉండెడిదని తెలియుచున్నది. అచట జరిపిన త్రవ్వకములలో 88 మీటర్ల వ్యాసము గల వేదిక ఒక శిథిల రూపమున కానవచ్చినది. ఈ వేదక ఆ స్తూపమునకు చెందినదియే అని నిర్ణయించిరి. ఇందులకు బలమును, చేకుర్చు రీతిగా అచటనే బుద్ధ దాతువు కల్గిన ఒక బరిణెయు బయల్పడినది. ఆ బరిణేయు, ధాతువును పేషావరు నందలి మ్యూజియం లో ఉంచబడినవి.

<u>గాంధార శిల్ప యుగము</u> :- గాంధార శిల్పము పై గ్రీక్, రోమన్ కళాఛాయలు ద్యోతకమవుతున్నాయి. బుద్ధుడు ధరించిన ఆభరణాలు, గ్రీకు అభరణాలను పోలి ఉన్నాయి. తపస్సువల్ల చిక్కి శల్యమైన బుద్ధుని శిల్పం ఎంతో అద్భుతంగా ఉంది. ఎముకల గూడువలె బుద్ధుని మలిచారు. గాంధార శిల్పుల పరిణతకు ఇది మచ్చు తునక. క్రీ. పూ. 1వ శతాబ్దం నుండి 5వ శతాబ్దం వరకు ఈ కళ బహుళ వ్యాప్తి చెందినది. మన దేశానికి వచ్చిన విదేశీయుల ప్రభావం గాంధార శిల్పం పై పడినందు వల్ల ఈ కళలో ఎప్పటికప్పుడు మార్పులు వచ్చాయి. ప్రాంతీయ కళారీతలరైన బౌద్ధ కళపై గ్రీకు ఛాయలు మిక్కుటంగా ఉన్నాయి. బౌద్ధ

సంప్రదాయం ప్రకారం చెక్కిన బుద్దుని శిల్పంలో గ్రీకు, రోమన్ ఆచారాలు కన్పిస్తాయి. బుద్ధుని మీసాలు, తలపాగా, ఆభరణాలు, గ్రీకు, రోమన్ సంప్రదాయానికి చెందినవే. స్థానిక ప్రజల అభీష్టాలకు అనుగుణంగా శిల్పాలు చెక్కారు. తొలుత రాయిని, తర్వాత మట్టిని ఉపయోగించి శిల్పాలు తయారు చేశారు.

క్రీ. శ. 3వ శతాబ్దానంతరం గాంధార శిల్పం మనదేశపు సరిహద్దులు దాటి మధ్య ఆసియాకు, చైనాకు ప్రాకినది. గంగా, యమునా నదీ లోయల కళారీతులను కూడా గాంధార శిల్పం తనలో ఇముడ్చుకుంది.

మధుర శిల్పకళాభ్యుదయము

ఉత్తర హిందూ స్థానమున, ప్రాచీన కాలమున ఒక శిల్ప సంప్రదాయమునకు నెలవుగా వర్ధిల్లినది. మధుర నగరము. నేడిది మాత్రా లేదా మాత్రా అనియు వ్యవహరింపబడుచున్నది. కుషాన్ సామ్రాజ్యపు పశ్చిమ భాగమున గాంధార కళాశైలి ఎక్కువగా మన్ననను పొందియున్నది. అందుకు గ్రీకు సంప్రదాయపు ప్రభావము, భారత సంప్రదాయము పై చాల ఎక్కువగా విదితమైనది. మధుర మాత్రము ఆ ప్రభావమునకు లొంగక, ప్రాచీన భారతీయ సంప్రదాయమునే, కొంత నవ్యతతో, ముందుకు కొనసాగింపగల్గినది. ఆచట ఆనాడు రూపుగొనిన వాస్తు విశేషములు ఏవియు ఈనాడు కనిపించవు. విదేశీయుల దాడి వలన అవి అన్నియు 12వ శతాబ్ది నాటికే అంతరించినవి. ఆయా భవనముల భూవిన్యాసములు కొన్ని మాత్రము త్రవ్వకములందు బయల్పడినవి. వాని వలన ఆ భవనములను గురించి తెలియుచున్నది. అత్యల్పము. ఇక శిల్పములు మాత్రము తవ్వకములందు చాలి విరివిగా లభ్యములగుట వలన మధుర యందలి ప్రాచీన కశా వికసన రీతిని అర్థము చేసికొనుటకు కొంత అవకాశము లభించినది. ఇచ్చుట శిల్పములు వివిధ మత సంప్రదాయములలో ప్రతి యొకదాని అవసరములకు తగినటుల శిల్పములను చెక్కుటలో కుశలతను పొందెనని చెప్పవచ్చును. ఇక్కడ శిల్పములు దాదావు అన్నియు ఎరుపు ఇసుక రాయిలతో రూపొందింపబడినవి. భారతీయ కావ్యవములో

వర్ణించు స్త్రీ రూపమే ఇందునుకనులకు కనబడును.

కుషాన్ కాలము నాటికి బుద్ధుని, విగ్రహరూపమున వ్యక్తీకరించు సంప్రదాయము అమలులోనికి వచ్చినది. కాని ఇందు గాంధార సంప్రదాయము అనుకరింపక, మధుర సంప్రదాయము భారతీయమగు మార్గమును అవలంబించినది. ఈ పద్ధతిలో తొలుతటి యక్ష విగ్రహములకై అనుసరించిన రూప నిర్మాణము బుద్ధవిగ్రహములందు మొదట తావు కల్పించు కొనినది. ఆ తరువాత కొంత కాలము గాంధార శైలిని అనుకరించు యత్నమును మధుర యందలి కొంత మంది శిల్పులు సాగించినది. యదార్థమే యైనను, ఆ కృతక శైలి రాణింపునకు రాజాలక పోయినది. తత్ఫలితముగ గుప్త అనగా క్రీ. శ. 4వ శతాబ్దమున, మధుర శిల్పులు తప పూర్వ సంప్రదాయమునకే మిరలి నిండుదనమొలుకు భారతీయ బుద్ధమూర్తులనే వెలయించిరి.

బర్హుత్, సాంచీలలోని భారతీయ శిల్పపు తదనంతర పరిణామమే మధుర శిల్పము అని స్థూల రీతిలో చెప్పవచ్చును. అయినను ఇందొక బేధము కలదు. సాంచీ శిల్ప కాలమున బుద్ధ ధర్మపు సంకేతములను మాత్రమే అర్చించుట వ్యాప్తియందు ఉండెడిది. కాని క్రీ. శ. మొదటి శతాబ్ధమున మహాయాన సంప్రదాయము, బౌద్ధ ధర్మమున, అధిక ఆధారణమును పొందుట వలన బుద్ధుని విగ్రహమును అర్చించుట మొదలైనది. ఈ పరిస్థితులలో ప్రౌఢతను పొందిన మధుర శిల్పమున, ఆకాలమును అనుసరించి, బుద్ధుని విగ్రహమును శిల్పమున చక్కగా రూపొందించుటకు కృషి విరివిరిగా జరిగినది మధుర యందలి శిల్పులు భారతీయ సంస్కృతికి చెందిన వారుగుట వలన, బుద్ధదేవ విగ్రహమున దైవత్వము రూపుగొనినటుల అవతరింపజేయుటలో కృతార్థతను చెందిరి. సమకాలీనమగు గాంధార శిల్పముతో మధురలోని శిల్పులకు పరిణతి కలదనుట స్పష్టమగుచున్నను వారి కళాప్రకర్షకు మూలముగా ఉపకరించినది. భారతీయ ప్రాచీన శిల్పరీతియే అనుట యదార్థము.

మొదటి ప్రతమలు మట్టితొనో, కొయ్యతోనో నిర్మింపబడెడివి. కాని మౌర్య యుగమున శిల్పములకై శిలను ఉపయోగించుట మొదలైన తరువాత, ఈ ప్రతిమలను శిలలో మలచుట ఆరంభితమైనటుల అవశేషముల వలన

విదితమగు చున్నది. ఈ శిల్పరీతి క్రమముగ పరిపుష్టతను ఆర్జించయత్నించినటుల పాట్నా, బరోడా, బేస్‌నగర్ మొదలగు చోట్ల లభించిన పురాతన దేవతా విగ్రహముల వలన తెలియనగును. క్షుద్ర దేవతలుగ పండితులచే భావింపబడిన యక్ష, యక్షిణి విగ్రహములను, గ్రామదేవతా విగ్రహములును అందు కలవు. బహుశ ఇట్టి ప్రతిమా శిల్పమే సాంచీ మహా స్థూపపు ప్రాక్పశ్చిమ ద్వారములకడనున్న ద్వారపాలక విగ్రహములందు పరిణతిని ఆర్జించియుండునని కళావిదులలో కొందరి భావన. పాట్నా దీదర్ గంజ్‌లో కనవచ్చు 'చామరగ్రాహిణి' విగ్రహము ఈ కోవకు చెందినదనివని పండితుల అభిప్రాయము. ఇట్టి ప్రాచీన శిల్పకల నుండియే మధుర శిల్పము ఆవిర్భవించి వికసించినది.

బుద్ధదేవుని అర్చా విగ్రహముల కొరకే గాక, సమకాలిక మహాపురుషుల, రూప విగ్రహములను, సహజతను కోల్పోనిరీతిలో నిర్మించుటకు సైతము మధుర శిల్పము కృషి చేసినది. కనిష్కుడు, చస్తనుడు మొదలగు ప్రభువుల రూపు రేఖలకు శిల్పమున అమరత్వమును కల్పించుటకై ఆ శిల్పులు కృషి చేసిరి.

మధుర శిల్పమున బౌద్ధ విగ్రహములే కాదు, జైన హిందూ విగ్రహములును రూపొందింపబడినవి. గుప్త కాలమున జరిగిన కళావికాసము చాల వరకు మధుర శిల్పమునకు ఋణపడి ఉందనుట సమంజసము.

ప్రార్థియన్‌లు, కుషాన్‌ల ద్వార భారత భూమి పై అడుగునిడగల్గిన గ్రీకు, రోమన్ శిల్ప సంప్రదాయములను ఎదుర్కొని, భారతీయ శిల్పము కాలానుగుణములగు మార్పులను సంతరించుకొని తగు విశిష్టతతో తాను నిలువ గల్గినదను యదార్థమును ప్రకటించునవి మధుర యందలి ప్రాచీన శిల్పములు.

<u>గాంధార శిల్పకళకు మరియు మధుర శిల్ప కళకు గల ముఖ్య బేధములు :-</u>

<u>గాంధార శిల్ప కళ.</u>	<u>మధుర శిల్ప కళ.</u>
1. ఇది క్రీ, శ. 1వ శతాబ్దం నుండు 5 వ శతాబ్దంనకు చెందినది	1. ఇది క్రీ. పూ. 2వ శతాబ్దం నుండి క్రీ. శ. 1వ శతాబ్దంనకు చెందినది.
2. ఇది విదేశీ కళ	2. స్వదేశీ కళ
3. భౌతిక మైన కళ	3. ఆధ్యాత్మికమైన కళ.

4. మహయాన బౌద్ధ మతానికి చెందినది.	4. జైన మతం (దిగంబరులు) చెందినది.
5. బుద్ధుని విగ్రహములు మాత్రమే చెక్కబడినవి	5. వేద కాలం నాటి దేవతలు, అర్ధదేవతలు, లౌకికమైన విగ్రహములు చెక్కబడినవి.

సంగమయుగం

తమిళుల చరిత్రలో సంగమ యుగము ప్రసస్తమైనది. ఈ కాలంలో చేర, చోళ, పాండ్య సాహిత్యన్ని గురించి చెప్పి పల్లవులను గురించి ప్రస్తావించక పోవడం వల్ల ఈ యుగ కాల నిర్ణయం సరిగ్గా తెలియుట లేదు. 7వ శతాబ్దం నుంచి పల్లవులు తమిళ ప్రాంతంలో ఆధిక్యతను సాధించడం వల్ల 7, 8, శతాబ్దిలోని శైవ, వైష్ణవ సంస్కరణ, జైన, భౌద్ధ మతములకు వ్యతిరేకంగా జరిగిందనే అభిప్రాయము ఉంది, కానీ సంగమ సాహిత్యన్ని మత సామరస్యంతో శాంతి యుతముగా రచించినారనే అభిప్రాయము ఉంది.

దక్షిణ భారత దేశంలో వాడుకలో ఉన్న సాహిత్య భాషల్లో తమిళ సాహిత్యం ప్రాచీనమైనది. కని సమూహమును గాక పండిత పరిషత్‌ను సంగం అని అంటారు. ఇట్టి సంగములు మూడు వర్ధిల్లెను. వినినే తొలిసంగము, మధ్య సంగము, కడసంగము అని అంటారు.

<u>1. తొలి సంగము</u> :- తోలి సంగము పాండ్యుల రాజధానియైన మధురలో వర్ధిలినది. అందు 599 మంది కవులు ఉండిరి. ఈ కవులలో శివుడు, మురుగన్, అగర్తిస్య లేక అగస్తుడు అను వారు ముఖ్యలు. వారిలో అగస్యుడు వ్రాసిన "లక్షణ గ్రంధ" మును వ్యాకరణము తొలి తమిళ వ్యాకరణము, ఇందు 12 వేల సూత్రములుండెవని ప్రతీతి.

<u>2. మధ్య సంగము</u> :- మధ్య వేక రెండువ సంగము తపాడపురములో వర్దిల్లెను ఇందు 59 కవులు ఉండిరి. వారిలో తోల్కాపియనార్ సుప్రసిద్ధుడు. ఈయన అగస్త్యుని 12 మంది శిష్యులలో ఒకడు. ఈయన రచించిన "తోల్కాపుయం" అనువ్యాకరణ గ్రంథం ప్రామాణికమైనది. ఇందు శబ్ద స్వభావము ననుసరించి లింగ వివక్షణచేయుట. దీని ప్రత్యేకత. ఈ గ్రంథంలో సామాజిక పరిస్థితులు మనోజ్ఞనము వివరింపబడ్డాయి.

<u>3. కప లేదా మూడవ సంగము</u> :- కడ సంగము మధురై పట్టణమున వర్ధిల్లెను. ఈ సంగమునకు నక్క (త్క)రుడు అధ్యక్షుడు.

పట్టుప్పాటురకము

గ్రంధము	రచయిత	లైన్స్	రకము
1. పొరునారఱ్ఱుప్పదై	ముదత్తమక్కన్నియా	248	పురమ్
2. పెరుమ్ పనఱ్ఱుప్పదై	కదియలూరు	500	పురమ్
3. పట్టినప్పలై	ఉరుత్తిరన్కాన్ననార్		
	కదియలూరు	301	అహమ్
	ఉరుత్తిరన్కాన్ననార్		
4. కురిజిప్పట్టు	కపిల	261	అహమ్
5. మధురైక్కన్జి	మంగుడి మరుదనార్	782	పురమ్
6. నెడునల్వదై	నక్కిరాల్	188	పురమ్
7. తిరుమూరుగఱ్ఱుప్పదై	నక్కిదనాల్	317	పురమ్
8. ముల్లైప్పట్టు	నప్పుదనార్		
9. సిరుపనఱ్ఱుప్పదై	నల్లూరు నట్టట్టానార్	269	పురమ్
10. మలైపాదుకదమ్	పరుమ్కౌశికనార్	583	పురమ్

ఎట్టొటొగై రకము

ఇది మొత్తం 8 గద్య సంకలనాలు. వీటిని 200 మంది కన్న ఎక్కువ రచయితలు 2,282 పద్యాలను రచించినారు. ఇందులో అహం అనగా ప్రేమ సంబంధం పురం అనగా యుద్ధ మరియు ప్రభుత్వ, సంబంధమైనవని అర్థము కలదు.

గ్రంథం	రచయిత	రకము	పద్యాముల సంఖ్య	ముఖ్యాఅంశం
1. నర్తినై	తెలియదు	అహం	400	-
2. కురున్‌టోగై	250 మంది	అహం	100	-
3. ఇన్ గురునూర్	గుడలూరు కలర్	అహం	500	-
4. పదిట్టుపటు	తెలియదు	అహం	100	చేర రాజులను గూర్చి
5. పరిపదల్	తెలియదు	అహం	70 గేయాలు	
			8-విష్ణు	
			31-మురుగ	
			1-దుర్గ లేదా వరుణ	
			26-వైగై	
			4-మధురై	
6. కలితోగై	తెలియదు	అహం	150	-
7. అహన నూరు	ఉరుత్తిర సన్మార్	అహం	400	-
8. పూరననూర	తెలియదు	పూరమ్	400	-

కడ సంఘము

గ్రంథము పేరు	రచయిత పేరు.
1. శిలప్పాది కారం	ఇయాంగొ లేదా ఇలాంగో అడిగల్
2. మణిమేఖలై	శిత్తలై శత్తనార్.
3. తిరుకురల్/తిరుక్కుఱల్	తిరువళ్ళువర్.
4. తొల్కాపియమ్/తోల్‌కోప్పియమ్	తొల్కాపియనార్.
5. అగత్తీయమ్	అగత్తీయార్.
6. భరతమ్	పెరుదేవనార్.
7. కొక్కై ప్పాడినియమ్	కాక్కై ప్పాడినియార్
8. పన్నీరు పడలమ్	తోల్కాపియర్ మరియు ఇతరులు
9. తగదుర్ యత్తిరై	పన్నిము డియార్, అరిసిల్ కిలర్, మరియు ఇతరులు.

తిరువళ్ళువర్ :- ఈ యుగ కవులలో సుప్రసిద్ధుడు తిరువళ్ళువర్. ఈయన తిరుకురల్/తిరుక్కుఱుల్ అనే గ్రంథము రచించినాడు. ఇది నీతి గ్రంథము. ఇందులో పాలితులు ధర్మమార్గము అనుసరించవలెనని చెప్పుతుంది. కామ, క్రోధ, మొహములే మానవుని కష్టాలకు కారణము. ఇవి తోలగిన నాడే మానవుడు కష్టాలు నుండి గట్టెక్కగలడు.

ఆరైయ్యార్:- తిరువళ్ళువర్ అనంతరము, అతని సహోదరిగా చెప్పబడు అన్వైని గొప్ప రచయిత్రి. ఆమె అత్తి చూడి, కోంగ్రై వేంద్రేన్, వాక్కుండాం, కల్విళి మొదలకు నీతి గ్రంథములు రచించినట్లు తెలియుచున్నది. అన్వై పేరు గల కవయిత్రులు చాలా మంది యుండుట వలన అనేక కథలు ఆమె జీవితమును ఆవరించుకొని యుండుట వలన అసలు నిజమైన అన్వైని ఎవరో చెప్పుట కష్టము. అయితే పుజ్యురాజు, అను అర్థమున(అనైవి) అనైయ్యార్‌గా పిలువబడుచున్నది. ఆత్తి చూడి యందు చెప్పబడిన నీతి సూత్రములు నేటికిని తమిళులందు జీవించియున్నవి.

సంకలన గ్రంథములు :- కడ సంగము కాలములో కొన్ని సంకలన గ్రంథములు కూడ సంతరింపబడినవి. వీనిలో ఎట్టుటోగై, పట్టుప్పాటు, పదినెణ్ కిల్ కణక్కు ముఖ్యమైనవి. ఇవి బహు గ్రంథకర్తల రచనలు. వేర్వేరు కాలము లందు కవులు చెప్పిన పద్యములు కూడ ఇందు చేర్చబడెను. ఇందు కొందరు కవయిత్రులు కూడ కలరు. అనాటి బహుళ రాజులు, వారి మంత్రులు, దండనాధుల జీవిత విశేషములు ఈ కృతులలో అభివర్ణింపబడెను.

సంగం కవుల్లో పెక్కువారు బ్రాహ్మణేతరులు. వీరు సంప్రదాయ విధేయులు. వీరి రచనలల్లో నీతికే ఎక్కువ ప్రాధాన్యత యిచ్చిరి. ప్రకృతి వర్ణనలు వీరి ప్రత్యేకత.

ఇతర గ్రంథములు :- తమిళ పంచకావ్యములలో ప్రథమ కావ్యమైన "మణిమేఖలై", ద్వితీయకావ్యమైన శిలప్పధికారం సైతం సంగం యుగమునకు చెందిన గ్రంథములుగా పరిగణించుచున్నారు.

మణిమేఖలై :- మణిమేఖలై బౌద్ధ మత గ్రంథము. దీనిని శిత్తి లై శాత్తనార్,

వ్రాసెను. శిత్తిలై అనగా చీముకారు తల అని అర్థము. శాత్తనార్ రచన సాగించేటప్పుడు తన భావములలో గాని, భాషలో గాని ఏమైన తప్పు కనబడినచో తన ఇనుప గంటతో శిరస్సు పై పొడుచుకొనెడివాడట. అందువలన తల భాగము ఎల్లప్పుడు గాయముతో చీము కారు చుండెడిదని చెబుదురు. శాత్తనారి బౌద్ధులు, మణిమేఖలై నందు నాటి బౌద్ధ సంఘం మనోజ్ఞనముగా చిత్రికరింపబడెను. మూపై కథలుగా విభజించబడిన ఈ కావ్యములో 4857 పంక్తులు కలవు. ఈ కావ్యంలో మణిమేఖల కథనాయిక. ఆమె వేశ్యా గృహమున జన్మించిన సచ్ఛీల. ఆమె కొవిలన్ కుమార్తె. ఆమె ఆరవణ్రని ప్రభావము వలన బౌద్ధ మతమును స్వీకరించి బౌద్ధ సన్యాసిగా మతానికి తన జీవితాన్ని అంకితం చేసింది.

<u>శిలప్పాధికారం</u> :- దీనిని చేర రాజగు సెంగుట్టువాన్ తమ్ముడైన ఇలాంగో అడిగల్ వ్రాసినాడు. ఇందులో 1652 పద్యములు కలవు. ఇతడు సొదరుని పై గల గౌరవముతో రాజ్యలక్ష్మిని వరింపక సన్యాసి, జీవితమును స్వీకరించెను. అందువలన అతడు ఇళంగొ ఆడిగల్(ఇళంగొ పూజ్యపాదులు) అయ్యెను. ఇందు పతివ్రతయైన కన్నగి, ఆమె భర్త కొవిలన్, వేశ్య మాధవి-ముఖ్యపాత్రలు సంపన్న వర్తక కుటుంబమున కొవిలన్, యౌవ్వనంలో రాజ భవనములోని వేశ్య మాధవి పై వ్యామోహముతో తన భార్యపైన కన్నగికి అన్యాయం చేస్తాడు. ఐతే కన్నగి తన భర్త పట్ల శ్రద్ధతో వ్యవహరించి తన కష్టాలన్నింటిని అధిగమిస్తుంది. తుదకు కన్నగి, కొవిలన్ , మాధవి మరణిస్తారు. ఆంధ్రలో బతకమ్మ గాథ వలె కన్నగి కథ తమిళుల జాతీయ గాథ. కన్నడ సంస్కృతి సింహళమునకు కూడ విస్తరించినది. సెంగుట్టువాన్ కన్నగి పేర ఒక దేవాలయాన్ని కట్టించాడు.

<u>రాజకీయ చరిత్ర</u>

<u>1. చోళ రాజ్యము</u> :- చోళపాలన అతి ప్రసిద్దుడైన కరికాల చోళనితో క్రీ. శ. 190 నుండి ప్రారంభమౌతుంది. 'కాలకాలుడు' అంటే శత్రువులు గజ (కరి) బలానికి కాలుని (యముని) వంటివాడని గాని కాలు నల్ల బడినందున కారికలుడని గాని పేరుకు అర్థం చెప్పవచ్చును. ఇతడు శైవ మతస్థుడు.

యుద్ధ విజయాలు :- 1. ఇతడు చేర, పాండ్య రాజ్యకుటమిని వెణ్ణి యుద్ధమున ఓడించి దాక్షిణాత్యముపై తన సార్వభౌమత్వమును స్థాపించినట్లు వీరి కాలము నాటి పారనార్ వలన తెలియుచున్నది.

2. ఇతని దండయాత్రలలో సుప్రసిద్ధమైనది సింహళ దండయాత్ర, సింహళాధీశుని ఓడించి 12,000 మంది సింహళీయులను

ఖైదీలుగా పట్టుకొని వారిచే చోళ నౌకాశ్రయమగు పూహార్‌కు దక్షిణ శ్రేణులు కట్టించుటయే గాక కావేరి నదికి ఆనకట్టలు చేయించినాడు.

3. కాంచి పూరాధీశుడైన నత్రిలోచన వల్లభుని సైతం ఓడించివానిచే వెట్టి చాకిరి చేయించినాడని ప్రతీతి.

ప్రజాహిత కార్యక్రమాలు :-

1. కావేరి నదికి (ప్రహర్) శ్రీ రంగ వద్ద ఆనకట్ట నిర్మించుట.

2. పెన్నార్ కాల్వను త్రవ్వించి, తంజాపూర్ జిల్లాకు నీటి వసతి కల్పించెను.

చేర సామ్రాజ్యం :- ఈ వంశము మొదటి రాజు ఉదయ జెరల్. అతని కుమారుడు నెడుంజేరల్ అడాన్. ఇతడు మలబార్ తీరంలో నౌక యుద్ధంలో యవనులను మలబార్ తీరమున ఓడించి, కదంబ రాజ్యంను జయించి చేర రాజ్యంలో కలిపినాడు. ఇట్టి విజయంలో "అధిరాజు" అని పేరు తెచ్చుకున్నాడు. మరందై ఇతని రాజధాని. ఇతని చోళ రాజులతో జరిగిన యుద్ధంలో మరణించాడు. ఇతని మరణాంతరము అతని సోదురడైన కుట్టువన్ 25 సంవత్సరాలు రాజ్యపాలన చేశాడు. అధిరాజుగా పేరు తెచ్చుకొని తర్వాత రాజరికాన్ని వదిలి సన్యసించాడు. ఇతనికి ఇద్దరు కుమారులు జన్మించిరి. వారిలో ఒకరైన ఇయాంగో సన్యసించి 'శిలప్పా దికారం' అనే గ్రంథం వ్రాసినాడు. రెండో కుమారుడు సెంగుట్టువాన్ రాజై (క్రీ. శ. 160)నాడు. ఇతడు పెక్కు దండయాత్రలు చేసి తన సామ్రాజ్యమును దాక్షిణాధిపత్య ప్రాంతములనే గాక, ఉత్తర పథముల పై దండెత్తి గంగానది ప్రాంతము సైతము జయించినట్లు తెలియుచున్నది. ఇతడు హిమాలయాల నుంచి ఒక శిలను తెచ్చి గంగ నదిలో కడిగి తన భార్య 'కన్నగి' ప్రతిమను చేయించడానికి సంకల్పించాడు.

3. పాండ్య రాజ్యము :- సెంట్టువాన్ తదనంతరము పాండ్యులు ముడికుజిమి వెరువడి నాయకత్వమున విజృంభించిరి. పాండ్యులలో అగ్రగణ్యుడు ఇతుడు శివ భక్తుడు. ఇతడు బ్రాహ్మణులకు దానములు చేసినట్లు వెల్‌విక్కుడి శాసనం వలన తెలియుచున్నది. పాండ్యులలో అగ్రగణ్యుడు నెడుంజులియన్ (క్రీ.శ.210) అతడు చేర రాజు కూటమిని తలైయాలంగానం యుద్ధమున ఓడించి పాండ్య సార్వభౌమత్వమును స్థాపించెను. ఇతడు వైదిక మతాభిమాని. అనేక క్రతువులు చేసి పరమేశ్వర అనే బిరుదును పొందినాడు. అతని ఆదరణలో మధుర అనేక మంది కవులకు, పండితులకు గురుపీఠమయ్యెను. మదరైక్కంజి అనే గ్రంథాన్ని వ్రాసిన "ముంగుడి మరుదన్" అనే కవిని ఇతడు పోషించాడు. ఇట్లు పాండ్యుల సార్వభౌమత్వం పల్లవుల క్రి. శ. 310లో విభృంచు వరకు వీరు పాలన కొనసాగెను కొర్కై వీరి ముఖ్య రేవు పట్టణము.

పాలన వ్యవస్థ లోని ముఖ్యాంశాలు :-

సాంఘీక పరిస్థితులు :- ఈ కాలంలొని బ్రాహ్మణుల తన యొక్క విధులను నిర్వర్తించుటకు అదే విధముగా కొనసాగింది (మతాధికారులుగా, కవులుగా). అయితే ఈ కాలములో బ్రాహ్మణ వ్యవస్థలో గమనించ దగ్గ మార్పు ఏమనగా అట్టడుగు వర్గాల వారు భూజించే మాంసము, మత్తు పానీయములు వీరు తీసుకొనేవారు.

నాల్లవ వర్గానికి చెందిన వారు వ్యవసాయకులు. వీరిని వల్లాలీస్ అని పిలిచెడివారు. అత్యధిక భూమిని వీరు తమ చెప్పు చేతులలో నుంచుకొని ఉండిరి. అంతే కాకుండా వీరు మీలటరీ మరియు పౌర సంబంభమైన అధికారులను కల్గి ఉండిరి. (కావున వీరి కాలంలో ప్రత్యేకముగా క్షత్రియ, వైశ్యుల యొక్క స్థానం వర్ణ వ్యవస్థలో కన్పించరు.)

బిరుదులు	అధికారులు
ఎనడి	సైనికాధికారులు
కవిడి	పౌరసంబంధ అధికారులు
అరసర్	పరిపాలనాధికారులు.

వీరి కాలంలో సాంఘిక అసమానతలు అత్యధికంగా ఉండేవని చెప్పవచ్చు. దక్షిణ భారత దేశంలో చతుర్ వర్ణ వ్యవస్థ లేదు కాని (ఎట్టుటోగై) ఎత్తుతోగై రకానికి చెందిన పురానసురులో ఒక పద్యములో ఆనాడు నాలుగు వర్ణాలు కలవు. అని చెప్పబడి ఉన్నది. అవి ఏమనగా

1. తుదియన్ 2. పసన్ 3. పరయార్ 4. కడంబన్

ఆర్థిక వ్యవస్థ :-

వ్యవసాయ భూమిలు :-

తమిళుల భూమి	అర్థము	భక్తులు	దేవతలు	వృత్తులు
1.కుర్జిని	కొండలు	కురువార్	మురుగన్(కార్తికేయ)	వేటాడువారు
2. పాలై	బీడు భూమి	కొరవై(దుర్గ)	కొరవి	యుద్ధవీరుడు
3. ముల్లై	అడవి భూమి	కురుంబర్	కృష్ణా	విస్తాపన వ్యవసాయం (సంచార) (గొల్లవారు)
4. మురుదన్	పశ్చిక	ఉలవర్	ఇంద్రుడు	రైతు
5. నైటాల్/నైటాల్	సముద్ర తీరం	పరదవార్	వరుణుడు	చేపలుపట్టు

మత పరిస్థితులు :- 1. వైదిక మతములతో పాటు జైన, బౌద్ధ మతములు కూడ ఆదరణ పొందినవి. ఉదా:- 'కురల్ రచించిన తిరువళ్ళువార్ జైనుడు. ఇళంగో అనే బౌద్ధ పండితుతు "శిలప్పధికారము" అనే గ్రంథమును, శిత్తలైశాత్తనారి అనే పండితుడు 'మణిమేఖలై' అనే బౌద్ధ గ్రంథములను వ్రాసినారు. 2. వీరి కాలంలో మరణించిన వారికి పెద్ద పెద్ద బండరాళ్ళతో సమాధులు నిర్మించెడివారు. వీటినే "మెగలిత్ గ్రేవ్స్" అంటారు. వీరు దేవతలకు ప్రీత కొరకు "పిండాలు" పెట్టెడివారు.

బ్రాహ్మణ మత పునర్నిర్మాణము

దేశములో తూర్పు బాగమున ప్రతిఘటనోద్యములు ప్రచారములు చేయుచున్నను. బ్రాహ్మణులు స్వస్థానమైన పశ్చిమ భాగమున అప్రయత్నముగనే, పెక్కు మార్పులు జరుగుచున్నది. విచిత్ర విశ్వసములను ప్రకటించుచున్న నూతన జాతులను ఆర్య సంఘము లోనికి చేర్చుకొనుచున్న సమయంలో, దేశమున విచ్చలవిడిగా సంచరించుచున్న నూతన జాతుల మనోభావాలను అనుగణముగా ప్రాచీన వైదిక విజ్ఞానము ప్రచండ పరివర్తనము చెందవలసి వచ్చెను. లేకున్న, వారిని ఆర్య జాతులుగా ఓనర్చు కార్యక్రమము కొనసాగదు. అది విస్తరించి నూత్న రూపములను దాల్చవలెను. లేదా నశించి, అదృశ్యము కావలెను. ఆర్యులు అభిజాత్యగర్వము, నూత్న జాతులకు యాగ కర్మాధికార మొసగుట అప్పగించలేదు; కాని వీటిని విడిచి పెట్టుటకు ఇష్టపడ లేదు. అవిచ్ఛిన్నముగా తమ అభ్యున్నతి కొనసాగవలెనన్నచో, నూత్న విశ్వాసములను తమ విజ్ఞానము నందు జీర్ణించుకొని, నవ్యజాతుల నైతిక అవసరములకు అనుగుణంగా ప్రదర్శించవలసి యున్నది. అనార్యులను ఆర్యులగా మార్చు పద్ధతి కేవలం మత సంబంధమైనది. నూతన జాతుల విశ్వాసములు, చిహ్నములు కధలు, గాధలు తీసుకొని బ్రాహ్మణుడు భావాంతరాములకు అందు కల్పించి వారిని ఆనందింపజేసెను. వారి దేవతలను అతడు అంగీకరించి, వైదిక మతముతో సమన్వయింప ప్రయత్నించెను. కొన్ని ఆధునతములైన ఉపనిషత్తులు, అనార్యమత విధానములపై వేదమత పునర్మిర్మాణమునకు పూనుకొనిన ప్రయత్నములే. బౌద్ధయుగ పూర్వదశలో అనార్యజాతి జనసముహముల కార్యత్వమిచ్చు మహోద్యముచెలరేగిన కాలమున జనించినవే పాశుపతి, భగవత, తాంత్రిక విధానములై యున్నవి. ఆర్య ప్రభావంచే ఈపద్ధతులు అన్నియు ఎట్లు కలిపితములై పోషించ బడినవి అనగా నాడు అవి వేదముల నుండియు ఉపనిషత్ నుండియు ఉదయించినవి కాదని నమ్ముట అసాధ్యమగా నున్నది. భారతదేశంలో ఆర్యుల వ్యాప్తి దశలో వైదిక మతము వికసించి వ్యాపించిన పద్ధతి ఈ మహభారత రామాయణ ఇతిహసములు ప్రదర్శించుచున్నవి. <u>ఉదాహరణకు :-</u> అవైదిక శాఖలు పెచ్చుపెరుగుచున్న కాలమున

వారిని, ప్రతి ఘటించుటకు, ఒక వ్యక్తి లోకోత్తర పురుషుగా చిత్రించ వలెనని తలంచి మహభారతమును రచించిన కర్త అలోచించినట్లు తోచుచున్నది (శ్రీకృష్ణుడు)

భాగవతమతము

పుర్వ వైదిక మతము నుండి వచ్చినదే భాగవత ధర్మమని చెప్పవచ్చు. వేదములలో భగుడను వరప్రసాదియైన ఒక దేవుడుగా చెప్పబడినాడు. భగమనగా శ్రేయమనియు, సంస్కృతములో శ్రేయము గలవాడు భగవంతుడనియు అర్ధము వచ్చేను అట్టి దైవమును ఆరాధించుటే భాగవత మతమైనది.

<u>శ్రీ కృష్ణుని జీవితములోని ముఖ్య వ్యక్తులు.</u>

జన్మనిచ్చిన తండ్రి	వాసుదేవుడు.
జన్మనిచ్చిన తల్లి	దేవకి.
పెంపుడు తండ్రి	నందుడు
పెంపుడు తల్లి	యశోద.
మామ	కంసుడు.
అన్న	బలరాముడు.
గురువులు	సాందీపని, అంగీరసుడు.
మిత్రుడు	సుదాముడు.
భార్యలు	సత్యభామ, రుక్మిణి, జాంబవతి.

<u>ఆధారములు</u>:– 1. మధ్యప్రదేశ్‌లోని బేస్‌నగర సమీపమున కనుగోనబడిన క్రీ. పూ. 2వ శతాబ్దికి చెందిన శాసనమున తక్షశిలా ప్రభువుగ ఉన్న అంటియాల్‌సిడాస్ నియమిడుపై విదిశ ప్రభువు అస్థానమున నున్న " హెలియోడోరస్ " అనే యవన రాయబారి దేవుడైన వాసుదేవునికి కృతజజజ్ఞత పూర్వకముగా యవన (గ్రీకు) రాయబారి అచ్చట ఒక " గరుడ ధ్వజమును" నెలకొల్పినాడు. అంతేగాక కాదు; ఆ " బేస్ నగర " సమీపముననే లభించిన వేరోక శాసనమును

అనుసరించిచూడగా అచ్చట క్రీ. పూ. 1వశమున 'పానావోత్తమ' అను పేర ఒక వాసుదేవాయతనము ఉండేనని తెలియుచున్నది. ఇటులనే 'నారాయణ వాటికో మొదలగు పేరులతో కోన్ని దేవాలయములు అచ్చటచ్చట నిర్మింపబడినవని శాసనముల వలన తెలియుచున్నది.

2. అలెగ్జాండర్‌ను అనుసరించిన గ్రీకు రచయితల వ్రాతలను బట్టి అలెగ్జాండర్‌తో పోరాడిన "పోరస్" సేనలు తమకు ముందు 'కృష్ణుణి' విగ్రహమును మోసుకొని పోవు చుండగా యుద్ధం చేసినట్లు తెలిస్తొంది.

3. క్రీ. పూ. 4వ శతాబ్దికి పుర్వుడుగ చెప్పుచున్న పాణి " అష్టాద్యాయి " యందును, క్రీ . పూ. 2వ శతాబ్దికి చెందిన "పతంజలి" తన "మహభాష్యము" నందు భాగవత పద్ధతియు పశుపాత భాగవత పద్దతియు ఆ ప్రాచీన కాలమున విరివిరిగ వ్యాప్తిలోనికి రాగల్గినవని తెలుస్తొంది.

4. " జునాఘడ్ శాసనము " నందు వాసుదేవుని ప్రస్తావన కలదు.

5. 12వ శతాబ్దికి చెందిన " హేమచంద్ర " అనే జైనముని " త్రివస్థశలా పురుష్ చరిత్రలో " వాసుదేవుని ప్రస్తావన ఉంది.

6. " ఛాందోగ్యోఉపనిషత్ " యందు శ్రీ కృష్ణుడు అంగీరసుని శిష్యుడని తెలుపుచున్నది.

7. " ఐతరేయ బ్రాహ్మణము " అనుసరించి అసురతో పోరాటమున దేవతలకు సాహయం చేసిన మహోపకారి విష్ణువు.

8. అసురుల నుండి భూమిని తిరిగి దేవతల కోరకై సంపాదించి ఇచ్చుటకు విష్ణువు వామనుడై అవతరించినట్లు. నారాయణ శబ్దము, విష్ణు సంబంధముగాకున్నను మొదటి సారిగా " శతపద బ్రాహ్మణములో " పేర్కోనబడెను.

9." మెగస్తనీస్ " శ్రీ కృష్ణుడు మధురలో దేవునిగా ఆరాధింపబడుచున్నాడని వ్రాసినాడు.

10. శ్రీ కృష్ణుని గురించి ప్రస్తావన పురాణములలో ఉన్నది. ex:- స్కంధ పురాణం, వాయుపురాణం.

ఇప్పుడు మనము చర్చించునది " మహభారతమున " సుప్రసిద్ధమైన వాసుదేవ కృష్ణతత్త్వము ఇది భగవద్గీతకును, అభినవ వైష్ణవమతమునకు ఆధారమైనది. భాగవతమతాభివృద్ధిలో నాలుగు దశలున్నవని " గార్బే " పండితుడు చెప్పినాడు. అవి ఏమనగా

మొదటి దశ లక్షణాలు (క్రీ. పూ. 300):-

1. కృష్ణ వాసుదేవాత్మకమైన ఏకేశ్వరవాదము.
2. సాంఖ్యయోగముల తోటి సఖ్యభావము.
3. మత స్థాపకుని దైవముగా నొనర్చిన విషయము.
4. భక్తి భవముచే అతిశయమైనమతతత్త్వము నైయున్నవి.
5. వేదాంత సూత్ర భాష్యకారులచే విమర్శించబడిన అవైదిక లక్షణాలు కూడ ఈ దశకు చెందినవి.

రెండవ దశ లక్షణాలు (క్రీ. పూ. 300):-

1. ఈ మతము బ్రాహ్మణ జభావ పూరితమగుట.
2. కృష్ణుడే విష్ణువగుట.
3. విష్ణువునకు అత్యంత ప్రాముఖ్యతను ఇచ్చుట.
4. విష్ణువు గోప్ప దేవుడనుటయేగాక స్వదేవతలకు అగ్రగణ్యుడగుట.

మూడవ దశ లక్షణాలు:-

భాగవతము వైష్ణవమతంగామారుట.

నాల్గవ దశ లక్షణాలు:-

రామనూజుడు వైష్ణవ తత్వ నిర్మాణము చేయుట.

(మూడవ, నాల్గవ దశలు:) కీ. పూ 1 నుండి కీ. పూ 12 వ శతాబ్దం వరకు పరివర్తనం చెందినవి

ద్వారక పై పురావస్తు శాస్త్రజ్ఞల కృషి-వాటి ఫలితాలు :-

" P.S. థక్కర్" పరిశోధన:- 11వ శతాబ్ధానికి చెందిన హేమచంద్ర ఆచార్య అనే జైనముని" త్రిశస్థిశలాక పురుష్ చరిత్రలో " ద్వారకను వర్ణించ తీరుకీ ప్రస్తుతం ఉపగ్రహఛాయా చిత్రాల ద్వారా కనుగొన్న ప్రాచీన నిక్షేపానికి పోలికలు

సరిగ్గా సరిపోయాయని P.S. థక్కర్ అంటున్నారు. ఇంద్రుడి ఆజ్ఞ ప్రకారం కుబేరుడు- పన్నెండు యేజనాల పొడవు తోమ్మిది యెజనాల వెడల్పుగల నగరాన్ని నిర్మించి, దాని చుట్టూ 12 బారల (బార - ఒకటిన్నర అడుగులు) లోతు, భూమి మీద నుంచి 18 బారల ఎత్తుగల గోడను నిర్మించాడని హేమచంద్ర ఆచార్య వర్ణించారు. ఈ నగరం చుట్టు కందకం, లోపల ఒకటి నుంచి బహుళ అంతస్తులు గల అనేక భవనాలు ఉండేవట. ఇంకా ఈ నగరానికి " తూర్పున రైంతక పర్వతం "," దక్షిణాన మాల్వవన శిఖరం ", " పశ్చిమాన సౌమనస్య పర్వతం ", " ఉత్తరాన గధనమాధన పర్వతం " ఇలా రక్షణ కోటల్లాంటి నాలుగు కొండల నడుమ ద్వారాక భద్రంగా ఉండేవని ఆయన (హేమచంద్ర ఆచార్య) తన గ్రంధంలో పేర్కోన్నాడు. ఇందులో ఉన్నట్లే, భూస్థాపితమయిన గొప్ప నిక్షేపాన్ని తాము ఉపగ్రహఛాయా చిత్రాల ద్వారా గుర్తించామని P.S. థక్కర్ చెబుతున్నారు. అంతేగాక " హరివంశం ", మహాభారతాలు" కూడా ద్వారాకా పట్టణం, ప్రభాసక్షేత్రంలోనే ఉందని చెబుతున్నాయి. ఈ పట్టణానికి తూర్పున బందారు నది, దక్షిణాన సముద్రం, పశ్చిమాన మాధవ్ పూర్, తూర్పున తులసీశ్యామ్ ఉన్నట్లు అవి పేర్కోన్నాయి. అయితే పురాతత్వ శాస్త్రజ్ఞులు వెలికి తిసిన ద్వారకలో ఇవే మీ గోచరించలేదు. అంతేగాక, కొన్ని ఎముకలు, కుండలు, వెలుపలి కుడ్యంకోసం ఉపయోగించిన కోన్ని పదార్ధాలు జునాఘాఢ్‌కు దగ్గర లోనే లభ్యమయ్యాయి. అక్కడ పురాతత్వ నిపుణులు లోతుగా పరిశోధనలు కోనసాగిస్తే-కృష్ణ ద్వారకనాటి నాగరికతా సంస్కృతులు వెలికి వస్తాయని P.S. థక్కర్ అభిప్రాయం.

ఛాయా చిత్రాలను అధ్యయనం చేసినప్పుడు ఆ పురాతన నిక్షేపం ఒక చతురస్రంలో మరో చతురస్రం అమరి నట్లుగా కనిపించింది. లోపలి చతురస్రంలో ధార్వాడ గ్రామానికి దగ్గర్లో ఉన్న ప్రాంతం శ్రీ కృష్ణుడి కోట కావచ్చునని అనుకుంటున్నారు. ద్వారక భావిస్తోన్న ఆ ప్రదేశానికి చుట్టూ సరిహద్దుతో పాటు మూలలా " సంతాల్ పూర్ ", " నారడి ", "తాలియాథర్", " రుపవతి ", గ్రామాలను గుర్తులను చెబుతున్నారు. చతురస్రానికి నలుపక్కలా " బాలట్ ", " బాంటియా" " రాన్ని ", " ధంధూసార్ " గ్రామాలకు గుర్తించారు. చతురస్రం,

దీర్ఘ చతురస్రం, త్రికోణాకృతుల్లో కనిపిస్తున్న నగర శిధిలాలకు చుట్టూ పంట పోలాలుండేవనడానిడి కొన్ని ఆనవాళ్ళు, నది జాడలు, ఇసుక గుర్తులు కూడా కనిపిస్తున్నాయి. అందు వల్ల, ఇది కచ్చితంగా ద్వారకేనని ధక్కర్ అంటున్నారు.

S.R. <u>రావు పరిశోధన</u> :- భవగద్గీతతత్వాన్ని జగత్తుకు అందజేసిన మహాతత్త్వజ్ఞానీ అయిన శ్రీ కృష్ణుడు ద్వారక అనే నగరాన్ని నిర్మించినట్లు అనేక పురాణాలు పేర్కొంటున్నాయి. శ్రీ కృష్ణుడు కంసుని చంపిన తరువాత, కంసుడి మామగారైన " జరాసంధుడు " మధురపై అనేక సార్లు దండెత్తి వచ్చాడనీ, దాంతో అతని బారి నుంచి యాదవుల్ని రక్షించేందుకు మధుర నుంచి వలస వచ్చాడనీ అంటారు. అలా మొదటగా శ్రీ కృష్ణుడు వలస వచ్చిన ప్రదేశం " కుశస్థలి " (బేట్ ద్వారక) అనే దీవి మీదున్న చిన్న నగరమేవది, అయితే అది వారికి సరిపోకదాన్ని విస్తరించి, ద్వారకగా నామకరణం చేశడని S.R.రావు అంటున్నారు. కృష్ణుడు కుశస్థలి దీవికి యాదవుల్ని తీసుకు వచ్చిన తర్వాత ద్వారాకా నగారాన్ని పునర్మింనాడని పురాణాలు చెబుతున్నాయి.

<u>ఏనాటిదీ ద్వారాక</u> :- హరప్పా సంస్కృతి ఎప్పటిదో నిర్ణయించిన విధానం ఆధారంగా చూస్తే ద్వారక నిర్మాణం క్రీ. పూ. 1700-1600 లో జరిగి ఉంటుందని ఊహించవచ్చు. ఈ దీపం సమీపంలో జరిపిన అన్వేషణలో తూర్పు తీరంలో దక్షిణంగా 500 మీటర్ల కంటే ఎత్తయిన, అక్కడక్కడ పాడైపోయిన మట్టి గోడ కనిపించింది. షడ్భుజాకారంలో ఉన్న ఈ గోడ సూమారు 1785 అడుగుల చుట్టుకొలత, 12 అడుగుల పొడవు13 అడుగుల వెడల్పులతో ఉంది. ఈ గోడ మట్టిని, ఇంకా అక్కడ దొరికిన పాత్రలని " థెర్మోల్యుమినిసెన్స్ డేటింగ్ " (ఉష్ణ ప్రకాశ విధానం ద్వారా కాల నిర్ణయం చేసే సాంకేతిక విధానం) ప్రక్రియకి గురి చేసినప్పుడు అది నేటికి 3,528 సంవత్సరాల నాటివని తేలింది. అంటే ఆ గోడ క్రీ. పూ. 16వ శతబ్దంలో నిర్మించినదని నిరూపితమవుతోంది. దక్షిణ భాగంలోనేగాక ఉత్తరంలో ఉన్న బాలాపూర్ అఖాతంలో కూడా పెద్దరాళ్లతో నిర్మించిన గోడతోబాటు, అనేక మట్టిగోడల అవశేషాలు లభ్యమయ్యాయి. దాన్ని బట్టి తూర్పుతీరంలో నాలుగు కిలోమీటర్లు దూరం విస్తరించిన పట్టణం మునిగిపోయిందన్న దాంట్లో అనుమానం లేదంటున్నారు శాస్త్రవేత్తలు.

భారతదేశంలోని తొలి నాగరికత సింధు ప్రాంతంలో మొదలైతే, రెండోది ద్వారకలో ఆరంభమయిందనే ఊహగానాలు సాగుతున్నాయిప్పుడు. ప్రాచీన కాలంలో కుశస్థలి, ద్వారక-రెండూ కూడా " ఓశ "(గుజరాత్‌లోని జామ్‌నగర్ జిల్లా) సమీపంలో భూమి ద్వారా కలిసి ఉండేవంటారు. మొదట్లో శ్రీ కృష్ణుడు " కుశస్థలి " మీదే ద్వారకను నిర్మించాడనీ, తర్వాత భూప్రదేశ అవసరం పెరిగే కొద్ది గోముఖీనదికి అభిముఖంగా కొత్త పట్టణం నిర్మించాడనీ ప్రతీతి. ద్వారక ముఖ్యరేవు పట్టణమయితే, సముద్రం, పర్వతం రక్షణగా బేట్ ద్వారక రాజధాని అయింది. నాగేశ్వర, పిండారా ప్రాంతాలు చిన్న రేవు పట్టణాలయ్యాయి. జలమయ ప్రదేశాల్లో భూమిని విస్తరించే విధానం గురించి మహభారతం కూడా పేర్కొనడం గమనార్హం. దాదాపు 3,600-3,700 సం॥ల క్రితం సముద్రమట్టం 7-8 మీటర్లు కిందికి ఉండేదనడానికి ద్వారక తవ్వకాల్లో వెలుగు చూసిన గోడల మీద వ్రాతలే తార్కాణాలు.

<u>దొరికిన రుజువులు :-</u> బాలాపూర్‌లో లోతట్టు ప్రాంతాల్లోని కందకాల్ని తవ్వితే ఉత్తర హరప్పా కాలం నాటి ప్రకాశవంతమైన ఎర్రమట్టి పాత్రలు (లస్ట్రస్ రెడ్‌వేర్) దొరికాయి. మధ్య భాగంలో జలావాసాన్ని చేరడానికి ఉపయోగించే రాతి దారి ఉంది. ఇక్కడ దొరికిన రెండు లేదా మూడు రంధ్రాలున్న త్రికోణాకారపు లంగర్లు (ఓడల్ని పడవల్ని నిలుపు చేసేందుకు ఉపయోగించే సాధనాలు) ప్రాచీన కాలం నాటి రేవు పట్టణం ఒకటి మునిగినట్లు చెప్పకనే చెబుతున్నాయి. సుమారు 50 నుంచి 150 కేజిలు బరువు ఉండి, మూడు రంధ్రాలతో త్రికోణాకారంలో ఉన్న ఈ లంగర్లను పోలినవే క్రీ. పూ. 14 నుంచి 12వ శతాబ్దానికి చెందిన కిటియన్, సిరియా ప్రాంతాల్లోనూ ఉన్నాయి. దీన్ని బట్టి ద్వారకా వాసులకు దూర ప్రాంతాల వాళ్లతో సంబంధ, బాంధవ్యాలుండేవని కూడా తెలుస్తుంది.

ఇవే కాకుండా హరప్పాలో మాదిరిగా మూడు తలల ఎద్దు, యూనికార్న్ (ఒంటి కొమ్ము గుర్రం), మేకల ఆకృతులు ప్రాచీన లిపిలో రాతలున్న జాడీలు, ఎర్రమట్టి పాత్రలు, రాతి ఫలకాలు, ముద్రలు అలంకరణ వస్తువులు కూడా లభ్యం కావడం విశేషం. పాత్రల మీద వ్రాసిన వ్రాతలు హరప్పా కాలం నాటి బ్రహ్మిలిపికి దగ్గరగా ఉన్నట్టుగా అనిపిస్తుంది. దాంతో

"మ-హా-హా-గచ్ఛ్-శా-హా-పా" (మహా కచ్ఛ శాహపా) అని ఉంది. దీని అర్థం సముద్ర దేవా! రక్షించు అని 'శాహ' అనేది పార్సీ శబ్దం. మిగిలినవి సంస్కృత శబ్దాలని B.D. నాయక్, S.R. రావులు చెబుతున్నారు. 'శాహ' అనే పార్సీ మాట ఇక్కడ విదేశీముల ఉనికిని కూడా తెలియజేస్తుంది. అయితే ఈ విషయాన్ని కచ్చితంగా నిర్ధరించలేం.

చిత్రమైన ముద్రలు :- ఇక్కడ దొరికిన శంఖ ముత్యంతో తయారైన ముద్ర-బహ్రెయిన్‌లో దొరికిన మూడు తలల జంతు బోమ్మను కలిగి ఉన్న ముద్రకు సారూప్యంగా ఉండం గమనించాల్సిన అంశం. శత్రువులు దాడి చేసిన సందర్భంలో – ద్వారకావాసులు ఒకరినొకరు గుర్తించేందుకు ఈ ముద్రను వాడి ఉంటారని పరిశోధకుల అంచనా. అదీగాక సాల్వరాజైన 'సౌభ' ద్వారక మీద దాడి చేసినప్పుడు ఇలాంటి ముద్రల్ని ఉపయోగించినట్లు హరివంశంలో కూడా ఉంది. దాంతో ఇది కృష్ణ ద్వారకేననడంలో ఎలాంటి సందేహం లేదంటోంది. యస్.ఆర్. రావు బృందం. బహ్రెయిన్ నుంచి ఇక్కడికి వ్యాపార, సాంస్కృతిక సంబంధాలుండేవని ఈ ముద్రల ద్వారా కూడా తెలుస్తోంది. హరివంశంలో ప్రస్తావించిన ముద్రలు, శత్రువుల నగర ప్రవేశాన్ని గుర్తించేందుకు కందకం దగ్గర ఉపయోగించిన ఇనుప స్తంభాలులాంటి ముఖ్యసాక్ష్యాలు కూడా బేట్ ద్వారకలో లభించాయి. సింధూతీరంలోని కోట గోడల నిర్మాణంలో కనిపించిన శైలీ కొన్ని శతాబ్దాల తరువాత ఆవిర్భవించిన రోమన్ నిర్మాణములో కనిపించడం విశేషం. ద్వారావాసుల చదువుకున్న వాళ్లు, సంస్కృతంలో మాట్లాతుకునే వారని గ్రంథాలు చెబుతున్నాయి.

ద్వారకా దీశ ఆలయం వద్ద జరిపిన తవ్వకాల్లో దొరికిన ఓ రాగిరేకు, ద్వారకను పరిపాలించిన పూర్వికుల గురించి కొంత వరకు తెలియజేస్తుంది. యాదవులకు పూర్వికుడైన 'కకుద్మిన్ రైవతు' మొట్ట మొదటగా 'కుశస్థలి' అనే దీవి మీదకు వలస వచ్చాడట. అయితే 'పుణ్యజనా' అనే ఓ విదేశీ తెగ (బ్రహుశా తర్వాతి కాలంలో ఫోనిషియన్స్‌గా వ్యవహరించింది. వీళ్లనే కావచ్చు.) రైవంతకుణ్ని ఓడించడంతో అతను మధురకు వెళ్లినట్లుగా అందులో ఉంది. అప్పట్లో సిరియాను 'ఫోనిషియా' అని పిలిచేవారు. ఈ ప్రాంతవాసులు వివిధ ప్రదేశాలకు వలస

వెళ్లనట్లుగా చరిత్రకారులు కూడా ఒప్పుకుంటున్నారు. కృష్ణబలరాములు బృందావనం నుంచి మధురకు వచ్చిన తర్వాత వారణాసికి వెళ్లి, 'సాందీపని' అనే గురువు దగ్గర సకల విద్యలు నేర్చుకున్నారని ఈ సాందీపని కుమారుణ్ణి విదేశీ సముద్రపు దొంగలు ఎత్తుకు వెళ్తే, గురుదక్షిణగా కృష్ణుడు ఆ పిల్లవాణ్ణి రక్షించాడని పురాణాలు చెబుతున్నాయి. ఆ దొంగలు 'ఫోనిషినీయన్లే కావచ్చునని కులపతి K.M. మున్షీ అంటున్నారు.

<u>పురాణాలు, ఇతిహాసములలో పేర్కొన్న ద్వారక</u> :- గోమతి సముద్రంలో కలిసే ప్రదేశానికి పశ్చిమ దశలో ద్వారక ఉన్నట్లుగా <u>"స్కంద పురాణం"</u> చెబుతోంది. అయితే కాలగతిలో సంభవించిన భౌగోళికమైన మార్పుల ఫలితంగా ఈ నది సముద్రంలో కలిసిన ప్రదేశాన్ని నిపుణులు గుర్తించ గల్గినారు. మెరైన్ ఆర్కియాలజీ విభాగం ద్వారక గురించి సముద్రగర్భంలో సాగించిన సుదీర్ఘ అన్వేషణలో- గోమతి నది ఎదుట భద్రమైన కోట మధ్య ఓ నగరం ఉండేదని వెల్లడయింది. ఇక్కడ దొరికిన రాతిగోడల అవశేషాల ఆధారంగా ఈ నగరాన్ని ఆరు విభాగాలుగా విభజించి, వాటి చుట్టు పెద్దరాళ్లతో గోడలు నిర్మించినట్లుగా తెలుస్తోంది. వీటి మీద అక్కడక్కడ అర్ధ వృత్తాకారంలో కోట బురుజులు ఉన్న ఆనవాళ్లు కూడా ఉన్నాయి. ఆధువిక ద్వారక దగ్గర సముద్ర తీరంలో ఉన్న సముద్ర నారాయణ గుడి నుంచి ఒకటిన్నర కిలో మీటర్ల వీస్తీర్ణంలో ఈ నగర అవశేషాలు లభ్యమయ్యాయి. ఇప్పటి వరకూ దొరికినవన్నీ మహభారతంలోని ద్వారక వర్ణనలకు సరిగా సరిపోయాయనే చెప్పుకోవాలి.

ద్వారక సాగరం మధ్యలో ఉండేదని అత్యధిక పురాణాలు పేర్కొంటున్నాయి. అందువల్లే ద్వారకను కొన్ని గ్రంధాలు వారి దుర్గం, ఉదధి మధ్యస్థం అని అభివర్ణిస్తే మరికొన్ని ద్వారవతి, కుశాంతలి అని వర్ణించాయి. అయితే దీన్నే శంకోధర్, శంకోద్ధారమని కూడా అంటుంటారు. ఆ దీవి మీదుండే శంకుసూర అనేరాక్షసుణ్ని వధించి, శ్రీ కృష్ణుడు తన నివాస నగరంగా మార్చుకోవడంతో దానికా పేరు వచ్చిందనే వాళ్లూ ఉన్నారు. అదీగాక నేడు బేట్ ద్వారకగా పిలుస్తున్న దీవినే మొన్నమొన్నటి దాకా బెట్ లేదా భైట్ శంకోధర్ అని కూడా పిలిచేవారు. (బేట్, బిట్ అంటే గుజరాతిలో దీవి అని అర్థం.)

మహాభారతంలోని 'మౌసలపర్వం'లో శ్రీకృష్ణుడు అర్జునుణ్ని-ద్వారక కొద్ది కాలంలో సముద్రంలో మునిగి పోతుందని హెచ్చరించడం ఆ తర్వాత అనేక పురాణాలు అనేక పురాణాలు కృష్ణ ద్వారక సముద్రంలో మునిగి పోయిందని ప్రస్తావించడం. తదితర అంశాలను దృష్టిలో పెట్టుకొని తాము కనుగోన్న రేవు పట్టణం ద్వాపర ద్వారకేనని S.R. రావు బృందం నొక్కి చెయుతోంది.

ద్వారక దగ్గర్లోనే ఉన్న సోమనాథ్, వీరావల్ మధ్య సముద్రానికి సమీపంగా ఉన్నా "పోర్ బందర్" నే ఇతిహాస గ్రంధాల్లోని 'సుధామపూర్' (శ్రీ కృష్ణుడు బాల్య స్నేహితుడు సుదాముడు నివసించిన పట్టణం)గా భావిస్తున్నారు. పురాతత్వనిపుణులు ఇక్కడికి దగ్గరలోనే ఉన్న భాల కాతీర్థంలోనే శ్రీ కృష్ణుడు 'వ్యాధుడి'(కిరాతకుడి) బాణం దెబ్బకు ప్రాణం వదిలాడని స్థానికుల విశ్వాసం.

S.R <u>రావు పై వచ్చిన విమర్శలు</u>:- S.R రావు బృందం తాము కనుగోన్నది అసలుసిసలైన ద్వారకేనంటూ ఎన్ని రుజువులు చూపిస్తున్నా, కేవలం పట్టణం యొక్క శిధిలాలు, ఇతర వస్తు అవశేషాల ఆధారంగా అది మహభారతం నాటి ద్వారకేవని కచ్చితంగా చెప్పలేం అని కొంత మంది చరిత్రకారులు తీవ్ర అభ్యంతరాల్ని వ్యక్తం చేస్తున్నారు. సముద్ర పురావస్తు విభాగంలోనే నిపుణుడుగా పని చేస్తోన్న అలోక్ త్రిపాఠీ మాటల్లో చెప్పాలంటే - ద్వారక, బేట్ శంకోధర్ అనే రెండింటి దగ్గర దోరికిన ఆధారాలు ఒకే ప్రదేశానికి ఎంత మాత్రం చెందినవి కావు. ఈ రెండింటి దగ్గర దోరికిన వాటిల్లో బేట్ ద్వారాక దగ్గర దోరికినవే ఎక్కువ. అదీ గాక ఈ రెండింటిటికి మధ్య 30 కిలోమీటర్లు దూరం ఉంది. 30 కి.మీటర్లు ధూరంలో ఉన్న రెండు పట్టణాల్ని ఒకే నగరంగా ఎలా పరిగణిస్తాం ? ఇదిలా ఉంటే బేట్ ద్వారకగా పిలుస్తోన్న ఆదీవికి ఇటివలే ఆ పేరు వచ్చిందటే ఆశ్చర్యం కలుగుకమానదు. ఇంతకు ముందు 'సర్వే ఆఫ్ ఇండియా' మ్యాపుల్లోనూ, గెజిటర్ ఆఫ బాంబే ప్రెసిడెన్సీ (1892, 1884, 1896, 1901) లోనూ, గెజిటర్ ఆఫ్ ఇండియా గుజరాత్‌ల్లో కూడా ఈ ప్రాంతాన్ని, గుజరాత్‌ల్లో కూడా ఈ ప్రాంతాల్ని బేట్ శంకోధర్ గానే పేర్కొనుట గమినించవలసిన అంశం. "ఎన్ సైక్లోపిడియా ఆఫ్ ఇండికా" ప్రకారం కేవలం రెండు వందల సంవత్సరాల క్రితమే ద్వారా కాధీశుడి ప్రతిమను ఈ దీవికి తరలించినట్లుగా కొన్ని

ఆధారాలున్నాయి. అందువల్ల పూర్వం బేట్ ద్వారకకూ శ్రీకృష్ణుడుకి ఎలాంటి సంబంధం లేదు. అని ఆయన వాదన, ద్వారక నిర్మాణం క్రీ. పూ. 1700–1600లో జరిగి ఉంటుందని యస్.ఆర్.రావు బృందం ఊహిస్తుండగా, కురుక్షేత్రయుద్ధం జరిగిన సమయాన్ని కొందరు చరిత్రకారులు క్రీ. పూ. 1424గా ఇది వరకే పేర్కొనడం గమనించాల్సిన విషయం.

బేట్ ద్వారక సమీపంలోని గోడల అవశేషాలకూ సముద్ర తీరంలో లభ్యమైన రాతిగోడల నిర్మాణానికి మధ్య వ్యత్యాసం ఉంది. దీవి సమీపంలోని గోడల మందం, కోట బురుజులు లేక పోవడం చూస్తుంటే ఒక దీవి మీద ప్రాచీన కాలంలో అతి సాధారణంగా నిర్మించిన కుడ్యంగా తోస్తుంది. అదీగాక ఇది హరప్పా గోడల నిర్మాణాన్ని పోలి ఉండడం గమనార్హం. అందువల్ల బేట్ ద్వారకనుగానీ, అక్కడ వెలుగు చూసిన విశేషాల్ని గానీ, అక్కడ వెలుగు చూసిన విశేషాల్నిగానీ, మహాభారత కాలం నాటి ద్వారక వేనని కచ్చితంగా చెప్పలేకపోతున్నామని కొందరు చరిత్రకారులు అంటోన్న విషయాలు ఆలోచనల్ని రేకెత్తిస్తున్నాయి. ఇదిలా ఉంటే-ప్రస్తుతం ద్వారకగా భావించేది. మహాభారతం నాటి ద్వారక కానేకాదని, అసలైన ద్వారక గిర్‌నగర్‌కు 300 కీ. మి దూరంలో భూస్థాపితమయిందనీ అహ్మదాబాద్ చెందిన పి.యస్.థక్కర్ వెలిబుచ్చిన అభిప్రాయం మరిన్ని సందేహాలకు తీవిచ్చింది. ఉపగ్రహ చాయచిత్రాల ఆధారంగా ఈ విషయాన్ని ఎంతో మంది పురాతత్వ శాస్త్రజ్ఞులు బలపరచడంతో కృష్ణ ద్వారక మరింత జటిల సమాస్యగా రూపొందనుందని పిస్తోంది.

పురాణాల్లో భిన్నత్వాలు

పురాణాల ప్రకారం చూనుకున్నా ద్వారక ఉన్నప్రదేశం సంశయాత్మకంగానేతోస్తుంది. మహభారతంలోని ఆది, సభాపర్వాల్లోనూ; విష్ణు, వాయు పురాణాల్లోనూ ద్వారక రైవంతిక పర్వతం దగ్గరున్నట్లు పేర్కొంటే, మహాభారతంలోని మూసాల పర్వం, హరి వంశం భాగవత పురాణల్లోనూ ఇది సముద్రానికి దగ్గర్లో ఉన్నట్లుగా ఉంది. అయితే బౌద్ధ గ్రంథమైన జాతజాతక రెండూ నిజమేనంటోంది. నగరానికి ఒక వైపు పర్వతం ఉంటే, మరో వైపు

సముద్రం ఉన్నట్లుగా ఆ గ్రంథం వివరిస్తోంది. కానీ ప్రస్తుతం తవ్వకాల్లో వెలుగు చూసిన ద్వారక దగ్గర ఎలాంటి పర్వతాలు లేవు. అంతేగాక, ఆచారాలు, సంప్రదాయాల్లో కూడా భిన్నత్వం గోచరించే గుజరాత్‌లోని వివిధ ప్రాంతాలు - ప్రాచీన ద్వారక తమ దేననడం ఆశ్చర్యకరమైన విషయం. కాబట్టి, పౌరాణికేతిహాసాల ఆధారంగా పరిశోధనలు కొనసాగించి, చరిత్రకారులకు పురాణాలకు ముడిపెట్టడం భావ్యంకాదని చరిత్రకారులు అంటున్నారు.

కంస వధ తర్వాత, అతని మామగారు, మగధ సామ్రాజ్య చక్రవర్తి అయిన జరాసంధుడు మధుర పై దండెత్తి రావడం వల్ల ప్రజాహితాన్ని యదువంశ రక్షణను దృష్టిలో ఉంచుకున్న శ్రీ కృష్ణుడు మధుర నుంచి అనర్త తీరంలోని (గుజరాత్) సముద్రం మధ్యలో ఉన్న 'కుశస్థలి', దీవి మీదికి యాదవులతో సహ తరలివచ్చాడని పురాణాలు తెలుపుచున్నాయి. అయితే కృష్ణుడి కోరిక మీద సముద్రుడు 1/2 యోజనాల స్థలాన్ని యాదవుల కోసం కేటాయించినట్లు, అప్పుడు విశ్వకర్మ, స్వర్గపురిని తలదన్నేలా ద్వారకాపురిని నిర్మించినట్లు కొన్ని గ్రంథాలు వర్ణించడం అతిశయోక్తి అని విమర్శలు వినిపిస్తున్నాయి.

శాతవాహనులు (క్రీ. పూ. 235 నుండి క్రీ. పూ. 225)

మౌర్య సామ్రాజ్య పతనానంతరం ఉత్తర భారతదేశాన్ని విదేశీయులు పాలించగా, దక్షిణ దేశాన్ని రాజులైన శాతహనులు పరిపాలించిరి.

చరిత్రకు ఆధారములు:-

1. పురాణాలు :- పురాణములు శాతవాహన రాజుల పేర్లను తెలుపుచున్నది. ఈ పురాణము శాతవాహనులను ఆంధ్రభృత్యులని పేర్కొనాయి.

వాయు పురాణము, విష్ణు పురాణము, భాగవత పురాణములు శాతవాహనుల రాజుల సంఖ్యను 30 అని పేర్కొన్నాయి. మత్స్యపురాణము, 29 రాజులను పేర్కొన్నది. వీరు 460 సంవత్సరాలు పరిపాలించినట్లు పేర్కొన్నది. విష్ణు, భాగవత పురాణాలలో శాతవాహన రాజుల 456 సంవత్సరాలు పరిపాలించినట్లు ఉండగా, వాయుపురాణంలో 411 లేక 300 సంవత్సరాలు పరిపాలించినట్లు పేర్కొన్నది.

2. వాత్స్యాయనుడు వ్రాసిన "కామ సూత్రాలు" :- శాతవాహనుడని, చివరి కాలంలో ఉన్న వాత్స్యాయనుడు తన "కామ సూత్రాలలో" కుంతల రాజును శాతవాహనుడని, శాతకర్ణియని రెండు విధాలుగా పేర్కొన్నాడు.

3. సోమదేవుడు వ్రాసిన కథా సరత్సాగరం :- 'సాత' యక్షుని వాహనముగా గలవాడే శాతవాహనుడని కథాసరిత్సాగరంలో ఉన్నది.

4. ఐతిరేయ బ్రాహ్మణం :- విశ్వమిత్రుడు శపించి తరిమి వేసిన స్వంత సంతానము 50 మందిలో ఒకని సంతావము ఆంధ్రులని (దక్షిణా పథవాసులని) పేర్కొటుంది.

5. వ్యాసుడు వ్రాసిన మహభారతం :- ఆంధ్రులు కౌరవుల పక్షాన యుద్ధం చేశారని వారిని సహదేవుడు ఓడించినట్లు పేర్కొన్నది.

6. బాణుడు వ్రాసిన హర్షచరిత్ర :- శాతవాహన రాజు నాగర్జుని మిత్రుడని బాణుని హర్ష చరిత్ర తెలుపుచున్నది. యజ్ఞశ్రీ త్రిసముదాదీశ్వరుడని బాణుడు హర్ష చరిత్రలో తెలిపినాడు.

7. నాగార్జున వ్రాసిన సుహృల్లేఖ :- ఆచార్య నాగార్జునుడు వ్రాసిన ఈ సంస్కృత గ్రంధంలో శాతవాహన రాజు గురించి ప్రస్తావించినాడు (యజ్ఞశ్రీ)

8. "లీలావతి పరిణయము :- ఈప్రాకృత గ్రంథం హాలుడు తన సైన్యమును తూర్పు భాగమునకు తీసుకొని వెళ్ళినాడని పేర్కొన్నది. అంతేగాక హాలుని వివాహము సప్త గోదావరీ తీరమున జరిగినదని తెలుపుచున్నది.

9. మెగస్తనీస్ వ్రాసిన "ఇండికా " :- ఆంధ్రులు మంచి శక్తి వంతులని, వారికి 30 కోటలు ఉన్నాయని, లక్ష పదాతి దళము ఉన్నాదని, మెగస్తనీస్ తన 'ఇండికా' అనే గ్రంథంలో పేర్కొన్నాడు.

పురావస్తు ఆధారములు :- శాసనములు :-

1. నానాఘాట్ శాసనము :- శాతవాహనుడైన మొదటి శాతకర్ణి భార్య "నాగనిక" ఈ శాసన రూపకల్పనకు కారకురాలు. ఈ శాసనము వలన మొదటి శాతకర్ణి వీర, శూర, అప్రతిహతచక్ర. దక్షిణాపధపతి అనే బిరుధులు ఉండేవని తెలియుచున్నది. ఇతడు రెండుసార్లు అశ్వమేధయాగం చేసినాడు. అనేక గ్రామాలను దానం చేసినట్లు తెలియుచున్నది.

2. నాసిక్ శాసనము :- ఈ శాసనమును శాతవాహన చక్రవర్తి గౌతమీ శాతకర్ణి తల్లి గౌతమీ బాలశ్రీ రూపొందించెను. ఈ శాసనము గౌతమీ పుత్ర శాతకర్ణి సాధించిన విజయములను ఘనతలను తెలియుజేయును. ఈ శాసనము ప్రాకృతములో గద్య రూపంలో ఉన్నది.

3. జునాఘడ్, గిర్నర్ శాసనము :- క్షాత్రవుల వంశీయుడైన రుద్రదాముడు వేయించిన ఈ సంస్కృత శాసనంలో యజ్ఞశ్రీ శాతకర్ణి, రుద్రదామునితో రెండు సార్లు ఓడించి, తనకు సన్నిహిత బంధువైనందున విడిచి పెట్టినట్లు పేర్కొన్నాడు.

4. హాధిగుంఫా శాసనం:- ఈ శాసనమును ఖారవేలుడు వేయించినాడు. ఈ శాసనంలో మొదటి శాతకర్ణి రాజ్యమైన "కన్నబెన్న" పై దాడి చేసినట్లు తెలిపెను.

5. హిరహడ గల్లి గ్రామ శాసనం, కుంతల మ్యాకదోని శాసనము :- ఈ శాసనములలో కనిపించు "శాతవాహనిహార" "శాతవాహనిరట్ట" అను పదాలు శాతవాహనుల జన్మభూమి సమస్యను పరిష్కరించటానికి ఉపయోగంగా ఉన్నాయి.

నాణేములు :- 1. యజ్ఞశ్రీ శాతకర్ణి వేయించిన ఓడ బొమ్మ గల నాణేములు మెటుపల్లిలో లభ్యమైనాయి. దీని వల్ల వీరి కాలం వర్తక వాణిజ్యము విస్తృతముగా జరుగుచుండేనని చెప్పవచ్చును.

2. మెదక్ జిల్లాలోని కొండాపురం వద్ద లభ్యమైన నాణేము పై శాతవాహనుడనే నామము కలదు. ఇతని నుంచి శాతవాహనులనే కులం పేరు వచ్చినట్లు చెప్పవచ్చు.

3. జోగల్ తంబి నాణెములును బట్టి గౌతమీ పుత్రశాతకర్ణి సహపాణుని ఓడించినట్లు తెలియుచున్నది. శాతవాహనులు, ఆంధ్రులు ఒకరే కాదని డాక్టర్ వి. యస్. సుక్తాంకర్, శ్రీనివాసశాస్త్రి వంటి చరిత్రకారుల అభిప్రాయాలు ఈ క్రింది విధముగా ఉన్నాయి:- 1. శాతవాహనులు శాసనాలలో, నాణేములపై వారు (శాతవహనులు) ఆంధ్రులమని చెప్పుకొనలేదు,

2. వీరి శాసనాలలోని భాష ప్రాకృతం కావున ఆంధ్రులు కారని వీరివాదం.

3. శాతకర్ణి యన్న భయము లేని ఖారవేలుడు తన సైన్యాన్ని పశ్చిమమునకు పంపెను. మొదటి శాతకర్ణి ఆంధ్ర రాజైనచో ఖారవేలుడు సైన్యం దక్షిణానికి పోవాలి కదా ?

4. శాతవాహనులలో చివరి వాడైన ముడోపులమావి మ్యాకదోని శాసనం, పల్లవ శివస్కందవర్మ హిరహడగల్లిల ఉనికి బట్టి శాతవాహనుల ఆంధ్రులు కారని, కర్ణాటక వాసులని తెలుస్తోంది.

శాతవాహనులు-ఆంధ్రులని భండార్కర్, వి.ఎ.స్మిత్, రాప్సన్ మొదలగు చరిత్రకారులు అభిప్రాయం. వీరు ఈ క్రింది అభిప్రాయాలను పేర్కొన్నారు :-

1. పురాణములలో ఉన్న పేర్లు శాసనాలలో, నాణేముల పై ఉన్న పేర్లు ఒకే విధముగా ఉన్నాయి.

2. పురాణములు వీరిని ఆంధ్రభృత్యులని పేర్కొనుటకు గల కారణము వీరు మౌర్య పాలకులకు సామంతులుగా ఉండుటయే.

3. లీలావతి పరిణయము అనే గ్రంథము హలుని వివాహము సప్త గోదావరి వద్ద జరిగినది తెలుపుట.

4. గౌతమి పుత్ర శాతకర్ణి తన గుర్రాలు మూడు సముద్రాలలో నీళ్ళు త్రాగినవని

వర్ణనను బట్టి అతని సామ్రాజ్యంలో ఆంధ్రదేశం అంతర్భాగమని చెప్పవచ్చు.

5. అశోకుని శాసనాల వలన ఆంధ్రులు కృష్ణా గోదావరి ప్రాంతముల యందు నివసిస్తున్నారని విదితమగుచున్నది.

6. యజ్ఞశ్రీ శాతకర్ణి ఆచార్య నాగర్జునుని కోరకు శ్రీపర్వతంలో విహరము నిర్మించుట.

7. బాలశ్రీ నాసిక్ శాసనములో ఆంధ్రదేశ ప్రసక్తిని పేర్కొన్నది. ఉదా:- మహేంద్ర; సిరితన, సెటగిరి ఈ శాసనం పేర్కొన్నది. సెటగిరి- శ్రీపర్వతం తూర్పు కనుమలు- మహేంద్ర: శ్రీశైలం - సిరితన అని కొంధరు పేర్కొన్నగా, మరికొందరు ధాన్యకటకమని పేర్కొనిరి; అస్సక - తెలంగాణ: అని ఈ శాసనం ద్వారా తెలుస్తోంది.

8. మెదక్ జిల్లాలోని కొండాపురం, కరీంనగర్ జిల్లాలోని కొటి లింగాల వద్ద శాతవాహన రాజుల వేయించిన నాణేములు లభ్యమైనాయి. కొటి లింగాల వద్ద లభ్యమైన నాణేముల పై శాతవాహనుడనే పేరు ఉన్నది. ఇతని వలననే శాతవాహన అనే వంశ నామం ఏర్పడినదని తెలుస్తుంది. అదే విధముగా కొండాపురం వద్ద లభ్యమైన నాణేములు పై ఉన్న సీముఖుడు, నానాఘాట్ శాసనములో ఉన్న సిముఖుడు పురాణములలోని చిస్మకుడు ఒకరేనని వీరి అభిప్రాయం.

<u>శాతవాహన జన్మస్థలం</u> :- శాతవాహనుల జన్మస్థలి గురించి అనేక వాదములున్నవి. వానిలో ముఖ్యమైనవి. అవి ఏమనగా.

<u>1. బళ్ళారి దేశము</u> :- శాతవాహనుల ఆంధ్రులు కారని నమ్మినడు డాక్టర్. వి. సి. సుక్తాంకర్ వారిది కర్ణాటకం జన్మభూమి అని పేర్కొన్నాడు. శాతవాహులలో అఖరి వాడైన మూడో పులమావి మ్యాకిదోని శాసనం, పల్లవ శివస్కందవర్మ హిరహడగల్లి ఈ వాదానికి ఆధారాలుగా పేర్కొన్నాడు. కాని ఈ శాసనము కడపటి శాతవాహన చక్రవర్తులకు చెందినది. దినిని బట్టి బళ్ళారి ప్రాంతము ఆంధ్ర శాతవాహన సామ్రాజ్యంలోని అంతర్భాగమని, జన్మస్థలి కాదని విశదమవుతున్నది.

2. విదర్భ దేశము :- ఆచార్య వాసుదేవ విష్ణు మీరాషి గౌతమీ బాలశ్రీనాసిక్ శాసనంలో గౌతమీ పుత్ర శాతకర్ణి "బేనాకటక" అధిపతికా వర్ణించుటను. హంతి గుంఫా శాసనంలో ఖారవేలుడు శాతకర్ణి రాజ్యమైన "కన్నబెన్న" పై దండెత్తిన నుటకు ఆధారములు ఏమనగా

1. బేనకటకమును వైన్ గంగ ప్రాంతంతోను.

2. "కనబేన్న"ను నాగపూర్ దగ్గర ప్రవహించు కన్నేరు నదితోను పోల్చి - "విదర్భ" ఆంధ్ర శాతవాహనుల జన్మస్థలియని పేర్కొనిరి.

ఈ పై వాదము సరియైనది కాదని చెప్పుటకు ఈ క్రింది ఆధారములు కలవు. 1. బేనాకటకమును ధాన్యకటకముతోను (ధరణికోట), కన్నబెన్నను కృష్ణవేణి కృష్ణానదితోను పోల్చవచ్చుట సరియైనది ఎందుకంటే ఇటివల దొరికిన గుంటుపల్లి (పశ్చిమ గోదావరి) శాసనాన్ని బట్టి కూడా ఖారవేలుని పశ్చిమ జైత్రయాత్ర ఆంధ్రదేశ కృష్ణానదీ ప్రాంతం పైనే జరిగిందని నిర్ధారించవచ్చు.

2. శాతవాహనుల తోలి పాలకులకు సంబంధించిన ఎట్టి శాసవములు విదర్భయందు లభ్యము కాలేదు. కావున విదర్భ శాతవాహనుల జమ్మస్థానం కాదని తెలియుచున్నది.

3. మహారాష్ట్ర దేశము :- శాతవాహను జన్మస్థానం మహారాష్ట్ర అని పి. టి. శ్రీనివాస అయ్యంగార్ అభిప్రాయం. పురాణలు సీముకుని ఆంధ్రజాతీయుడని వర్ణించినాయి. కాని ఆంధ్రదేశీయుడని కాదని, నాటికి ఆంధ్రరాజ్యం రాజకీయంగా స్వంతత్రదేశం కాదని మౌర్యులకు లోబడి సామంతుల పాలన చేశారని వీరి వాదం. అంతేగాక ఇక్కడ లభ్యమైన శాసనములపై వాడబడిన ప్రాకృత భాషను మాతృసంజ్ఞలను బట్టి వీరి మహారాష్ట్రీయులని, పైగా తోలి శాతవాహన రాజులు ప్రతిష్టాన పురముతో సంబంధము కల్గి ఉన్నారు. కావున వీరు మహారాష్ట్ర దేశీయులని వీరి అభిప్రాయం.

పై వాదము సరియైనది కాదని చెప్పుటకు ఈ క్రింది ఆధారములు కలవు.

1. మాతృసంజ్ఞలను బట్టి మొట్టమొదటి శాతకర్ణి గౌతమీ పుత్ర శాతకర్ణి, వంశ

పట్టికల్లో ఇతడు 22 వాడు. శ్రీముఖుని జన్మస్థలం మహారాష్ట్ర అయినచో ఈ సాంఘీక సంప్రదాయ ప్రభావము వారి పై కూడ బలంగా ఉండవలేను. కాదా ? కాబట్టి మాతృ సంజ్ఞల ఆధారముగా వారి జన్మభూమిని నిర్ణయించుట సరికాదు.
2. ప్రాకృత భాషలో వ్రాసిన లీలావతి పరిణయం అనే గ్రంథములో హలుని వివాహం సప్త గోదావరీ తీరమున జరిగినట్లు పేర్కొన్నది.

3. హాలుడు వ్రాసిన గాధా సప్తపతి లో పెక్కు తెలుగు మాటలు ఉన్నాయి. అంతేగాక ఆంధ్రుల సాంఘీక సంప్రదాయాలు కూడ కనిపిస్తాయి. కావున శాతవాహనులు మహరాష్ట్రకు చెందిన వారని అనుట సమంజసం కాదు.

4. గౌతమీ బాలశ్రీ వేసిన నాసిక్ శాసనంలో ఆంధ్రదేశ ప్రసక్తి ఉన్నది. ఉదా:- సెటగిరి - శ్రీ పర్వతం; మహేంద్ర - తూర్పు కనుమలు; సిరితన శ్రీశైలం లేదా ధాన్యకటకం; అస్సక తెలంగాణ; అని ఈ శాసనంలో ఉన్నది కావున శాతవాహనులు మహారాష్ట్రను పాలించినరని చెప్పవచ్చు కాని అదియే వారి జన్మస్థలి అనుట సమంజసము కాదు.

<u>వంశస్థాపకుడు</u> :- పురాణ పట్టికల ప్రకారం శాతవాహన రాజుల్లో శ్రీముఖుడు మొదటివాడు. కరీంనగర్ జిల్లాలోని కోటి లింగాల అనే గ్రామములో శ్రీముఖుని నాణేములు ఈ శ్రీముఖుని 8 నాణేలలో ఒకటి మాత్రమే పోటేన్ అన్నబడే మిశ్రమ నాణేం మిగినవని రాగి నాణేములే ఈ నాణేములపై శ్రీముఖుని పేరును చీముకుడని ముద్రించడం జరిగింది. నానాఘాట్ శాసనంలోని సిముకుడు, పురాణముల చిస్మకుడు, నాణేము మీద ఉన్న చిముకుడు ఒకే వ్యక్తి అని చరిత్రకారుల అభిప్రాయం.

వరంగల్, హైదరాబాద్‌లలో లభ్యమైన నాణేముల పై "సాద్వహన లేఖనం" అని ఉన్నది. ఈ సాద్వహనుడు శ్రీముఖుని కంటే పూర్వికుడని, అతడే శాతవాహన వంశ మూలపురుషుడనీ ఆచార్య మిరాషీ, రామారావు గార్ల అభిప్రాయం. అంతేగాక మెదక్ జిల్లాలోని కొండాపురంలో, లభ్యమైన నాణేముల పై కూడా శాతవాహనుడనే పేరు ఉన్నది. జైన గ్రంథములు, కథాసరిత్సాగరము కూడ శాతావాహనుడే మొదటి చక్రవర్తియని చెప్పుచున్నాయి. నానాఘట్ కనుమ

శిల్పాల క్రింది లేఖనాల్లో ఉన్న సిరిముక శాతవాహనో అన్న పదాన్ని బట్టి శాతవాహనునకు శ్రీముఖుడు కొడుకని నిర్ణయించవచ్చు. కనుక శాతవాహనుడు మౌర్య సామ్రాజ్య క్షీణదశలో స్వతంత్రుడై శాతవాహన సామ్రాజ్యమును స్థాపించి ఉండవచ్చు.

<u>శ్రీముఖుడు (క్రీ.పూ. 271 -248)</u> :- నిజమైన ఆంధ్ర సామ్రాజ్య స్థాపనకు పునాదులు వేసిన స్వతంత్ర పాలకుడు శ్రీముకుడు. అశోకుని మరణానంతరము ఈయన స్వాతంత్ర్యమును ప్రకటించి సామ్రాజ్య స్థాపనకు ఉద్యుక్తుడయ్యెను. ఇతడు భూజక, పిటినిక, పుళింద మొదలగు జాతులనుఓడించి రాజ్యస్థాపన విస్తరణకు పునాదులు వేశాడు. శ్రీముకుడు, రధికుల కుమార్తె "నాగానిక"ను తన కుమారుడైన మొదటి శాతకర్ణితో వివాహము జరిపించి, వారి సహాయంతో తన ఆధిక్యతను పెంపోందించుకొనెను. మౌర్య చక్రవర్తి అశోకుడు శ్రీముఖునికి 'రాజ' అనే బిరుదాన్ని ప్రసాదించినాడు.

<u>కృష్ణుడు (కనహ) (క్రీ. పూ. 248-238)</u> :- శ్రీముఖుని మరణానంతరము అతని కుమారుడైన మొదటి శాతకర్ణి యుక్తవయస్కుడు కానందున శ్రీముఖుని తమ్ముడు కృష్ణుడు (కనహ) రాజైనాడు. ఇతని పరిపాలన కాలంలో రాజోద్యోగి (మహామాత్ర) ఒకరు నాసిక్‌లో బౌద్ధ గృహలయాన్ని నిర్మించినాడు. అశోకుని బౌద్ధ మత ప్రభావం కృష్ణుని ఆకర్షించినట్లున్నది. గుహనిర్మాణం శాతవాహనుల రీతిలలో ఉన్న, అశోకుని ధర్మ భావమే, ఈ గుహ నిర్మాణ హేతువు. ఈ గుహను బట్టి నాసిక్ వరకు శాతవాహనుల పాలన ఉన్నట్లు విదితమవుతున్నది. కన్హేరీ శాసనంలో మహామాత్ర అనేది పదం వల్ల శాతవాహనులు మౌర్యుల పాలన విధానం కోనసాగించినట్లు విదితమవుతుంది.

<u>మొదటి శాతకర్ణి (క్రీ. పూ. 230-220)</u> :- పురాణాల ప్రకారం మొదటి శాతకర్ణి కృష్ణుని కుమారుడని పేర్కొన్నాయి. నానాఘాట్‌లోని శిల్పాలను బట్టి మొదటి శాతకర్ణి శ్రీముఖుని కుమారుడని తెలుస్తోంది. ఇతని ఘనత లేక ప్రసక్తి ఇతని భార్య "నాగనిక" వేయించిన నానాఘాట్ శాసనము వలన తెలియుచున్నది. ఇతని కాలములో ఖారవేలుడు తన హతిగుంఫా శాసనాన్ని

బట్టి క్రీ. పూ. 181 మొదటి శాతకర్ణిని లక్ష్యం చేయక ఖారవేలుడు తన సైన్యాములను "కన్నబెన్న" వరకు పురోగమించి ముషిక నగరాన్ని ధ్వంసము చేసినట్లు పేర్కొన్నాడు. కాని ఈ దండయాత్రలో అతనికి విజయం లభించినట్లు చెప్పలేదు. ఇటీవల విజయవాడ సమీపంలో ఉన్న గుంటుపల్లిలోని శిథిల బౌద్ధలయ సమీపంలో దొరికిన శాసనం ఖారవేలుని లేఖకుడైన చుగోముడు మండప నిర్మాణమునకు ధనం ఇచ్చినట్లు తెలుపూచున్నది. ఈ గుంటుపల్లి శాసనము ఖారవేలుని సేన్యాలు నేటి గోదావరి - కృష్ణా జిల్లాలను ఆక్రమించినాడని తెలియుచున్నది.

మొదటి శాతకర్ణి శుంగులపై దండయాత్రలకు చిహ్నాముగా రెండు అశ్వమేద యాగములు, ఒక రాజసూయ యాగము అనేక క్రతువులను సల్పి "దక్షిణాపధపతి" అనే బిరుదును పొందినాడు. నానాఘాట్ శాసనము బట్టి ఇతనికి వీర, సూర, అప్రతిహత చక్ర అనే బిరుదులు ఉన్నట్లు తెలియుచున్నది. వైదిక కత్రువులు నిర్వహించుచున్న రాజును ప్రశంసిస్తున్న ఈ శాసనం బౌద్ధ గుహలలో ఉండుట ఒక గోప్ప విశేషం.

<u>రెండవ శాతకర్ణి (క్రీ. శ. 184-128)</u> :- శాతవాహన వంశంలో ఆరవవాడైన రెండవ శాతకర్ణి ఇతని పాలన కాలంలోనే శకల దండయాత్ర వలన శాతవాహన రాజ్యమునకు కొంత నష్టము కల్గినది. అప్పుడు రెండవ శాతకర్ణి శకులను, శుంగులను ఓడించి మాళ్వాను ఆక్రమించెను. ఇతని కాలమునందే శక-శాతవాహన సంఘర్షణ ప్రారంభమయ్యెను. ఇతని మరణాంతరము మగధలో కణ్యులు, మహరాష్ట్రనున శకుల సత్రపులైన క్షహరాట వంశస్థులు శాతవాహన రాజ్యముపై దండయాత్ర చేసి మాళ్వా, విదేశీ, మహరాష్ట్రమున్నగు ప్రాంతములను ఆక్రమించినారు.

<u>కుంతల శాతకర్ణి</u> :- ఇతడు శాతవాహన రాజులల్లో 13వ రాజు. ఈయన తన పూర్వికులు కోల్పోయిన మాళ్వ, మహరాష్ట్రలను, శకులను ఓడించి తిరిగి పోందినాడు. చివరి కణ్వవంశజుడైన సుశర్మను చంపి, మగధను ఆక్రమించినది కుంతల శాతకర్ణియేనని చరిత్రకారుల అభిప్రాయం. మరికొందరు ఆయన

తదనంతరము రాజ్యమునకు వచ్చిన "మొదటి పులమావికణ్వ" సామ్రాజ్యమును నిర్మూలన చేసెననిరి. ఇతని ఆస్థానమున శర్వవర్మ, గుణాఢ్యుడు అనే పండితులు గలరు.

హాలుడు :- శాతవాహన రాజులలో హాలుడు 17వ వాడు. ఇతడు గొప్ప సార్వతాభిమాని. ఆయన అనేక మంది కవులను, పండితులను పోషించి కవివత్సలుడనే బిరుదును పొందినాడు హాలుడు ప్రాకృతంలో "గాధాసప్తశతి" అనే గ్రంథంను సంకలనము చేశాడు. ఇతని కాలంలో గుణాఢ్యుడనే ప్రాకృత పండితుడు పైశాచిక భాషలో బృహత్కధ అనే గ్రంథమనును వ్రాసినాడు. హాలుని తదనంతరము క్షహరాట వంశజుడైన సాహపాణుడు శాతవాహన రాజ్యము పై దాడి సల్పి మాళ్వ, మహరాష్ట్ర, నాసిక్ ప్రాంతములను ఆక్రమించుటతో శాతవాహనుల కిర్తి ప్రతిష్టలకు భంగం వాటిల్లెను.

గౌతమి పుత్ర శాకర్ణి :- శాతవాహన చక్రవర్తులలో అగ్రగణ్యుడు, శాతవాహనుల కీర్తి ప్రతిష్టలను ఇనుమడింప జేసినవాడు గౌతమీ పుత్ర శాతకర్ణి. ఈయన శాతవాహన రాజులలో 26వ వాడు. ఇతడు క్లిష్ట పరిస్థితులందున్న శాతవాహన సామ్రాజ్యమును పునరుద్దరించెను.

ఆధారములు :- 1. ఇతని తల్లి "గౌతమీ బాలశ్రీ వేయించిన "నాసిక్ శాసనము", వలన అతని గుణగణములు, విజయములు తెలుస్తున్నాయి. ఈ నాసిక్ శాసనము గౌతమీ పుత్ర శాతకర్ణి కుమారుడైన వాసిష్ట పుత్ర పలోమావి 19వ పాలన సంవత్సరములో వేయబడినది.

2. కార్లే శాసనములు

3. జోగల్ తంబి నాణేములు.

కాలము :- గౌతమీ పుత్ర శాతకర్ణి కాలమును గుర్చి చరిత్రకారులలో భిన్నభిప్రాయములు గలవు. సహఫణుని శాసనముల పై తేదీలు శక శకానికి చెందినవని భావించి, దాని ప్రాతిపదికగా గౌతమీ పుత్ర శాతకర్ణి క్రీ. శ. 106-130 సంవత్సరముల మధ్య పాలించెనని ఆచార్య సర్కార్ అభిప్రాయం. కాని గ్రీక్ రచనయైన "పెరిక్లియస్" ఆధారమును, చస్తమని ఆంథే శాసనాముల ఆధారముగా

చేసికొని సర్కార్ అభిప్రాయమును అంగీకరింపక మరోక కాలమున నిర్ణయించిరి. బహుశ క్రీ. శ. 62-86 సంవత్సరముల మధ్య అనగా 24 సంవత్సరములు గౌతమీ పుత్ర శాతకర్ణి పాలించెననీ అంచనా.

ద్విజయ యాత్రలు :- 1, మొదటి దండయాత్రలో

1. ఆసిక లేక రిసిక(అశ్మకు దక్షిణముగా ఉన్న కృష్ణా, గోదావరి నదుల మధ్య ప్రాంతము)

2. ఆశ్మక (నిజాంబాద్, ఔరంగబాద్ జిల్లాలు)

3. ములక (పతిష్టానపురము)

4. విదర్భ (బీరార్) జయించెను.

2. రెండవ దిగ్విజయ యాత్ర సుప్రసిద్ధమైనది. ఈ ద్విగిజయత్రలో నాటికే క్షీణావస్థలో ఉన్న శక-పహ్లావులను సమ్మూలముగా నిర్మూలించెను. తన 18వ పరిపాలన సంవత్సరములో తన పశ్చిమ సరిహద్దులను పరిపాలించుచున్న క్షహరాట వంశీయులను (శకులను) అంతము చేసి " క్షహరాట వంశ నిరవశేషకర" అనే బిరుదును ధరించెను. ఈ విజయమునకు చిహ్నంగా, సహపణుని నాణెములను తన పేరున వునఃరుద్దరిచెను. ఈ నాణెములు జోగల్ తంబి నందు లభించినాయి. ఈ విజయం ఫలన గౌతమీ పుత్ర శాకర్ణి-అపరాంత (నాసిక్, కార్లేలతో కూడిన ఉత్తర కొంకణము), అవంతి (పశ్చిమ మాళ్వా ప్రాంతం); అకర (విదిశ రాజధానిగా ఉన్న తూర్పు మాళ్వా ప్రాంతము) శాతవాహన సామ్రాజ్య అంతర్భాగములైనవి.

రాజ్యవిస్తీర్ణము :- నాసిక్ శాసనములోని గౌతమీ పుత్ర శాతకర్ణి సామ్రాజ్య వర్ణన వల్ల అతని సామ్రాజ్య విస్తీర్ణము తెలియుచుచున్నది. ఈ శాసనము ప్రకారం అసిక, ఆశ్మంక, ముళక, సౌరాష్ట్ర. (కథియవాడ్),కుకుర (తూర్పు రాజస్థాన్), అపరాంత, (ఉత్తర కొంకణ, ఉత్తర మహరాష్ట్ర), అనూప (మహిష్మతీ రాజధాని), విదర్భ (బీరార్), అకర (తూర్పు మాళ్వవిదిశ రాజధాని), అపంతి (పశ్చిమ మాళ్వ, ఉజ్జయని రాజధాని), వింధ్య (తూర్పు వింధ్య శ్రేణులు), పారీయాత్ర (వింద్య, ఆరావళి శ్రేణులు) సహ్యా(పడమటి కనుమలు), కన్నగిరి (కన్హేరి),

మహేంద్ర (శ్రీకాకుళం జిల్లాలోని మహేంద్ర పర్వత్వం), సెటగిరి (శ్రీపర్వతం, నాగర్జున కొండలు), సిరితన (శ్రీశైలం, లేదా ధాన్యకటకం), అస్సక (తెలంగాణ) మొదలైనవి.

పైన పేర్కొనబడిన ప్రదేశములను బట్టి గౌతమీ పుత్ర శాతకర్ణి సామ్రాజ్యము ఉత్తరమును మాళ్వా, కధియవాడ్‌ల నుండి దక్షిణ తుంగభద్ర వరకు, పడమర కొంకణ తీరము తూర్పున తూర్పు తీరము వరకు తన సామ్రాజ్యమును విస్తరింపజేశాడు. ఇట్లు తన రధాశ్వములు మూడు సముద్రముల నీరు త్రాగెనని. వర్ణించబడెను. ఇట్టి విజయములు చిహ్నముగానే అతడు సార్వభౌమత్వమును సూచించు "త్రిసముద్రలోయ పీత వాహన" అనే బిరుదు పొందెను. ఇట్టి అసమాన విజేత కనుకనే గౌతమీ పుత్రశాతకర్ణి "క్షత్రియ దర్పమాన వర్ధనుడు" అనే బిరుదును పోందినాడు. వైదిక ధర్మ స్థాపకునిగా "ఏకబ్రాహ్మణ" ఆగమ నిలయ అనే బిరుదులను పోందినాడు. కనుకనే బాల శ్రీ అతని "అవిసన్న మాతృశుశ్రూషిక అని పురాణములు వీరులతో పోల్చినవి.

పరమత సహనము : గౌతమీ పుత్ర శాతకర్ణి వైదిక మతాభిమాని తల్లి వలన పరమత సహనం పాటించి బౌద్దలు సైతము అనే దానధర్మములను చేశాడు. ఉదాజ:- గౌతమీ పుత్రశాతకర్ణి ఆయన తల్లి బాలశ్రీ ఉభయులు కలిసి సంయుక్తముగా లురన్న కొండపై నివసించే బిక్ష్యువులకు దానదార్మాలు చేసినట్లు నాసిక్ శాసనల వలన తెలుస్తోంది.

వాసిష్ట పుత్రపులోమావి II:- గౌతమీ పుత్ర శాతకర్ణి తదనంతరము అతని కోడుకు పులోమావి సింహాసనము మద్ధిష్టించినాడు. ఇతని పాలన కాలములోనే మాళ్వాలోని కార్షమక వంశస్థుడైన చస్తనునికి, శాతవాహన రాజ్యం పై దండయాత్ర చేసి కధియవాడ్‌ను జయించినడని క్రీ. శ. 130 నాటి చస్తమని అంధే శాసనం వలన విదితమవుతున్నది. కాని వాశిష్ట పుత్రపులో మావికి "దక్షిణాధేశ్వర" అనే బిరుదు ఉన్నట్లు తెలుస్తోంది. ఇతుడు తన పాలన కాలంలో "నవనగర" అనే పట్టణాన్ని నిర్మించినాడు.

వాసిష్ట పుత్ర శివశ్రీ శాతకర్ణి (క్రీ. శ. 130-150) :- వానిష్టపుత్ర పులోమావి అనంతరం వాసిష్ట పుత్ర శివ శ్రీ శాతకర్ణి పాలించినాడు. ఇతుడు

ద్విభాషా (తమిళ, ప్రాకృత) కల్గిన నాణేములను ముద్రించినాడు. కన్హేరి శాసనంలో ఉన్న చత్రపణ శాతకర్ణి, వాసిష్టపుత్ర శివశ్రీ శాతకర్ణి ఒకరే అయిఉండవచ్చునని కొంత మంది చరిత్రకారుల భావన. ఈ శాసనం ప్రకారం, వాసిష్టపుత్ర శివ శ్రీ శాతకర్ణి, చస్తమని మనుమడైన రుద్రదాముని కుమార్తె రుద్రదమునికను, వివాహం చేసికోనట్లు తెలుస్తోంది. రుద్రదామకను జునాఘడ్ శాసములో దక్షిణా పథపతియైన శాతకర్ణిని ఓడించి తనకు బందువైనందు వల్ల విడిచి పెట్టినట్లు ఈ శాసనం వల్ల విదితమవుతున్నది. అందుకే శివశ్రీని పేర్కొన్న (పురాణాలు) వాశిష్ట పుత్ర శివశ్రీ (నాణేలు), వాశిష్ట పుత్ర శతకర్ణి (కన్వేరి) శతకర్ణి (జునాఘాడ్) ఒక్కరేనని కొంత మంది చరిత్రకారుల భావన, రుద్రదాముని వలన ఇతడు నర్మదలోయ (అపరాంత)ను కోల్పోయినాడు.

<u>యజ్ఞ శ్రీ శాతకర్ణి (క్రీ. శ 171-203)</u> :- పురాణములలో యజ్ఞశ్రీ శాతకర్ణి శాతవాహన రాజులలో 26వ వాడు. ఇతని నాణేములు గౌతమి పుత్ర యజ్ఞశ్రీ శతకర్ణి అని వ్యవహరిస్తున్నాయి. ఇతడు విదేశీయులతో యుద్దము చేసి తన వెనుకటి వంశీయులు కోల్పోయిన చాలా రాజ్య భాగాలను తిరిగి స్వాదీనం చేసుకున్నాడు. ఇతడు(యజ్ఞశ్రీ) క్షహరాట వంశంలో జీవదాసుకు, రుద్రసింహుల మధ్య వచ్చిన అంతఃకహలన్ని అవకాశముగా తీసుకొని సౌరాష్ట్రను పోందినాడు. క్షత్రవుల నమూనాలో ముద్రితమై ఇతని (యజ్ఞశ్రీ) నాణేలు పెక్కు చోట్ల దొరికినాయి. తూర్పు తీరంలో దొరికిన నాణేములపై రెండు తెరచాపల నౌక బోమ్మలు గలవు. తూర్పు, పడమర రాష్ట్రాలన్నింటి మీద రాజ్యాధికారం ఉన్న ఆఖరు శాతవహన చక్రవర్తి ఇతడే, కనుకనే బాణుడు. త్రిసముద్రాధి పతిగా వర్ణించినాడు. యజ్ఞశ్రీ బౌద్ద మతాభిమాని ఇతడు ఆచార్య నాగర్జుని పోషించినాడు. నాగర్జునుని కొరకు నాగర్జున కోండ (శ్రీపర్వతం) వద్ద విహారము నిర్మించినాడు.

తరువాత విజయ, చంద్రశ్రీ, మూడవ పులమావి 16 సంవత్సరాలు పరిపాలించినారు. శాతవాహనులు పాలన మూడవ పుమావితో ముగిసింది (క్రీ. శ. 218).

శాతవాహనుల పాలనలోని ముఖ్యాంశాలు :- 1. మ్యాకదోని అనే శాసనములో ఉన్న "గుర్మికులు" అన్నపదం బట్టి వీరి కాలంలో సామంత రాజులు ఉండిరని తెలుస్తోంది.

2. భట్టి ప్రోలు శాసనంలో కనిపించే 'నగమసభమ' బట్టి నాడు నగరాలలో పౌరసభలు పరిపాలన చేస్తున్నట్లు తెలియచున్నది.

సాంఘీక పరస్థితులు :- గౌతమి పుత్ర శాతకర్ణి వర్ణ సంకరాన్ని లేకుండ చేసినట్లు నాసిక్ శాసనములో ఉన్నది. కాని విదేశియులైన క్షహరాట, కర్ధమక, క్షత్రవులు స్ధానికులతో అన్ని విధములుగా కలిసి పోయి చివరికి క్షత్రియులుగా గుర్తింవు పోందినారు. చివరికి శాతవాహన రాజులు కూడ శకక్షత్రవులతో వివాహ సంబంధాలు ఏర్పచుకున్నారు.

స్త్రీల స్థానం :- వీరి కాలంలో స్త్రీల స్థానం ఉన్నత స్థాయిలో ఉన్నట్లు క్రింది ఆధారముల వలన తెలియుచున్నది.

1. వీరికాలంలో స్త్రీలు రాజ్యవ్యవహారాల్లో పాల్గొనేవారు ఉదా:- నాగనిక, బాలశ్రీ.

2. గాధా సప్తశతి అనే గ్రంథము వల్ల స్త్రీలు కూడ కవిత్వం చెప్పేవారని తెలియుచున్నది. ఉదా:- బోదిక, చుల్లునా, అమరరాజ, కుమార్తెల మొదలగువారు.

3. స్త్రీలు అనేక దాన ధర్మములు చేశారు. ఉదా:- బాలశ్రీ

4. వితంతు వివాహములు లేవు.

5. బహు భార్యత్వం ప్రభువుల్లో ఉన్నది.

ఆర్థిక పరిస్థితులు :- 1. వీరి కాలంలో వర్తక వాణిజ్యము వలన ప్రజలు ఆర్థిక ప్రగతి సాధించిరి.

2. లురన్వకొండపై నివసించే బౌద్ధ బిక్షువులకు గౌతమి పుత్ర శాతకర్ణి, తల్లి బాలశ్రీ ధాన ధర్మలు చేసినట్లు నాసిక్ శాసనంలో ఉంది.

3. వాలురక బౌద్ధరామానికి మహారథి వాసిష్ట పుత్ర సోమదేవుడు ఒక గ్రామాన్ని దానం చేసినట్లు కార్లే గుహలయంలోని శాసనం వలన తెలియుచున్నది. దీన్ని

బట్టి వీరి కాలంలో సామంత రాజులను కూడ కొన్ని గ్రామాలు స్వంతానికి ఉండేవి.

4. శక రాజులు కూడా బ్రాహ్మణులకు అనేక దాన ధర్మములు చేసినట్లు తెలియుచున్నది. ఉదా:- సహపణుని అల్లుడు రుషభదత్తుడు అశ్వభూతి అనే బ్రాహ్మణుని వద్ద భూమిని కొని యోగులైన బ్రాహ్మణులకు దానం చేశాడు. దీన్ని బట్టి భూమి రాజు స్వంతము కాదని తెలుస్తోంది. వీరి కాలంలోనే భూదానాములు ప్రారంభమైనట్లు తెలియుచున్నది.

వర్తక వాణిజ్యములు :- "పెరిప్లస్ ఆఫ్ ది ఎరిత్రయన్ సీ" అనే గ్రంథం, టాలమి రచనలు, ప్లీనిరచనలు రోమన్ నాణేములను బట్టి వీరి కాలములో వర్తక, వాణిజ్యము అత్యున్నత స్థాయిలో ఉండేనని తెలుస్తుంది. వీరి కాలంలో పశ్చిమ తీరమున బరుకచ్ఛాఛ(బ్రోచ్) కళ్యాణి, సోపార రేవులు ఉండగా, తూర్పు తీరమున ఘంటసాల, మైసోలియా (మచిలీపట్నం) మొదలగు రేవులు ఉండేను.

మత పరిస్థితులు :- వీరి కాలంలో రాజులు వైదిక మతాభిమానులైనప్పటికి పరమత సహనం పాటించినారు. (బౌద్దులకు అనేక ధాన ధర్మములు చేయుట). రెండవ శాతకర్ణి అశ్వమేధ, రాజసూయ యాగములు, వైదిక క్రతువులను నిర్వహించి అనేక దాన ధర్మములను బ్రాహ్మణులకు చేసినట్లు నానాఘాట్ శాసనము వలన విదితమౌతున్నది. గౌతమీపుత్ర శాతకర్ణి వర్ణ ధర్మాన్ని, బ్రాహ్మణులను సంగక్షించినట్లు నాసిక్ శాసనము వలన తెలియుచున్నది. అంతేగాక గౌతమీ పుత్ర శాతకర్ణికి ఆగమ నిలయము, ఏక బ్రాహ్మణుడు అనే బిరుదులను బట్టి వీరు వైదిక మతాభిమానులు తెలియుచున్నది. నానాఘాట్ శాసనంలో ఉన్న ఇంద్ర, సంకర్షణ, వాసుదేవ, చంద్ర, సూర్య, యమ, వరణ దేవతల, ప్రార్ధనలు పౌరాణిక మతం వైదిక ధర్మం స్థానంలో చోటు చేసుకొంటున్నట్లు సూచిస్తాయి.

సారస్వతం :- శాతవాహనుల పరిపాలన కాలంలో వ్యవహార భాష, లిఖిత భాష, రాజభాష, శాసన భాష ప్రాకృతం. కాని వైదిక మతోద్ధాంకులయిన శాతవాహనుల కాలం నుంచి, వైదిక పౌరాణిక మతభాష ఐన సంస్కృతం కాల క్రమముగా ప్రాకృతతాన్ని వెనుకను నెట్టి రాజభాషగా, శాసనభాష

రూపొందుతున్నట్లు శాఖ క్షత్రిపుడైన రుద్రదాముని గిర్నార్ శాసనం (క్రీ. శ. 150) సూచిస్తుంది. భారతదేశంలో నేటికి లభ్యమవుతున్న సంస్కృత భాష శాసనాలలో ఇదే మొట్ట మొదటిది. శాతవాహనులు వైదిక పౌరాణిక మతభాష, అయిన సంస్కృతానికి తగిన ప్రోత్సాహం ఇచ్చినారు. ఉదా:- శాతవాహనుల కాలంలోనే బౌద్ధపండితులు సంస్కృతంలో అనేక గ్రంథలు వ్రాసినారు.

<u>ప్రాకృత సారస్వతం</u> :- శాతవాహ రాజైన హలుడు గొప్ప కవి. ఇతుడ ప్రాకృత భాషలో గాధాసప్తశతి" అనే గ్రంధాన్ని వ్రాసినాడు. హలుడు అనేక మంది కవులను పోషించి "కవి వత్సలుడు" అనే బిరుదును కూడ పొందినాడు. హలుని సంకలనంలో తెలుగు భాషకు మూలంగా భావించే "దేశి" పదాలు కనిపిస్తున్నాయి. ఆనాడు పురుషులే కాక స్త్రీలు కూడ ప్రాకృత భాషలో హృద్యయమైన కవిత్వం చెప్పేవారని గాధాసప్తశతి వలన తెలియుచున్నది. ఈ గ్రంధం వలన బోదికచుల్లునా, అమరరాజ, కుమరెల కుకందసేన, శ్రీరాజ, రేవ, మాధవి, అణులక్ష్మి మొదలైన ప్రాకృత కవుల, కవయిత్రుల పేర్లు తెలుస్తున్నాయి.

కుతుహలుడనే కవి ప్రాకృతంలో లీలావతీ పరిణయం అనే గ్రంథంలో హాలా, లీలావతుల ప్రరిణయ గాధలను చిత్రిస్తుంది. గుణాడ్యుడు పైశాచి ప్రాకృతంలో "బృహత్కధ" అనే గ్రంధం వ్రాసినాడు. ఈ గ్రంధం సమకులికుల ఉపేక్షా భావం వలన "బృహత్కధ" గ్రంధం చాలా భాగం నశించి పోగా మిగిలిన ఒక 'లంబకం (అధ్యాయనం) తర్వాతి కాలంలో సంస్కృతంలో రచించిన కథసరిత్సాగరానికి, క్షేమేంద్రుని బృహత్కధ మంజరికి. బుద్ద స్వామి "బృహత్కధ" శ్లోక సంగ్రహనికి మూలమైనది. "కామసుత్రాలు వ్రాసిన వ్యాత్స్యాయనుడు వీరి కాలములోని వాడే.

<u>సంస్కృత సారస్వతం</u> :- మోదకం తాడయః (మా ఉదకం తాడయః) అనే సంస్కృత వాక్యం యొక్క అర్థానికి సంబందించి, ఒక రాణి శాతవాహన రాజును కించపరచిన కథ అందిరికి తెలిసినదే. అది ఆనాటి సభ్య సమాజంలో సంస్కృత భాషా పరిచయనికి, జ్ఞనానికి ఏర్పడుతున్న గౌరవానికి ఒక ప్రతీక ఒక శాతవాహన రాజు ప్రోత్సహం మీద గుణద్యునితో శపథం చేసి, శర్వవర్మ ఆరునెలలో సంస్కృత

సులభంగా నేర్చుకోవడానికి అనువుగా "కాతంత్ర" మనేవ్యాకరణ గ్రంధం వ్రాసినాడు.

యజ్ఞశ్రీ ఆచార్య నాగర్జునుడనే బౌద్ధ పండితుని పోషించినాడు. నాగార్జునుడు ఇతడు ప్రజ్ఞా పారమిత శాస్త్రం, ద్వాదశనికాయ శాస్త్రం, ప్రజ్ఞా పారమిత శాస్త్రం, సుహృలేఖ, శూన్య సప్తశతి, రన రత్నాకరము, యోగ శాస్త్ర, మొదలగు సంస్కృత గ్రంధములను వ్రాసినాడు. ఈ నాగర్జునుడు పో - లా - మొలా- కిలలో, షా-టో-షా-హ (శాతవాహన) పోషణలో ఉండెనని హుయాన్ సాంగ్ చెప్పినాడు. తారానాథ్ రచనల ప్రకారం శ్రీపర్వతం (నేటి నాగర్జున కొండ) నాగర్జునుడు ఉన్నట్లు తెలుస్తోంది.

కళాభ్యుదయము :-

అమరావతి :- భారతీయ వాస్తు, శిల్ప వికసన చరిత్రలోనే గాక విశ్వ కళేతిహసమున సైతము ప్రాముఖ్యతను ఆర్జించిన ప్రాచీన కళాక్షేత్రము. ఆంధ్రప్రదేశ్‌లో గుంటూరు జిల్లా యందు కృష్ణా నదిని అనుకొని ఈ అమరావతి కలదు. ఈ అమరావతియు తత్పరిసర ప్రాంతమును పూర్వమున 'ధాన్యకటక' అను పేరుతో వ్యవహరింపబడినవి. ఆ ధాన్యకటకమను పేరు ప్రస్తుతమున అమరావతితో దాదాపుగ చేరియున్న 'ధరణి కోట' అను గ్రామము పేరుతో వికృతి చెంది నిలిచియున్నది. ఈ ధాన్యకటకములోని మహస్తూప శిధిలములు కొన్ని సంవత్సరముల త్రవ్వకముల ఫలితము వలన లభించినవి, లభించుచున్నవి. ఈ స్తూప పరిసరములను మొట్టమొదటి 1797లో కర్నల్ మెకంజీ అను భూ శాస్త్రవేత్త దర్శించినప్పటి నుండి అచ్చట రాబర్ట్ సుమెల్, సర్ వాల్టర్ స్మిత్, జేమ్స్ బర్గెన్ అలెగ్జాండర్‌రీ అను వారులు క్రమముగా 1909 వరకు త్రవ్వకాలు చేశారు. పై త్రవ్వకముల వలన బయల్పడిన శిల్ప, శిలాశాసనములు దేశములోని వివిధ ప్రదర్శన శాలలో (మద్రాసు, ఢీల్లి, కలకత్తా మొదలగు చోట్ల, విదేశములలోని మ్యూజియమ్‌లలో - గ్రేట్ బ్రిటన్స్, జర్మని, ప్రాన్స్, అమెరికా యందు చేర్చబడినాయి. ఒక్క బ్రిటిష్ మ్యూజియమ్‌లలోనే(121) శిల్పములను చూడవచ్చును. చివరకు ఆంధ్రప్రదేశ్‌లోని అమరావతి మ్యూజియమ్‌కు దక్కినవి కేవలము విరిగిపోయిన ముక్కలు మాత్రమేనని చెప్పక తప్పదు. ఇట్టి శోచనీయ

పరిస్థితిని చక్కబరుచవలయునను ఉద్దేశ్యంతో భారత పురావస్తు విభాగవు ఆంధ్ర ప్రాంత శాఖ పక్షమున డా. రాయప్రోలు సుబ్రహ్మణ్యం గారు, శ్రీ కె. కృష్ణమూర్తి సహాయంతో 1958-59 సంవత్సరములందు మహాస్తూపా వరణములో కొన్ని పరిశోధలను, ఆ తర్వాత 1962-65లో శ్రీమూట్నూరు వెంకట్రామయ్య గారు, శ్రీరాఘవాచారి సహాయంతో, ధరణికోట పరిసరముల కోట గోడల సమీపములో త్రవ్వకాలు నిర్వహించి వీరి వలన పెక్కు నూతన నాంశములు ప్రాచీన నవీన ,యుగమునందలి పరికరములు, పూర్వ చారిత్రక యుగం (క్రీ. పూ. 500)నకు చెందిన బృహత్ శిలా సమాధుల అవశేషములు పెక్కు బయల్పడినాయి. ఇనుప గొట్టెళ్లు, కత్తులు, మృణ్మయ పాత్రలు నలుపై ఎరువు రంగు కల్గినవి లభ్యమైనాయి. కాని అప్పటి ప్రజల జీవన విధానము గృహ పరికరములు అంతగా విదితము కాలేదు. కాని వీరు దక్షిణ దేశమున మొట్ట మొదలుగ ఇనుము వాడుకలోనికి తెచ్చినారని చెప్పవచ్చును.

<u>చారిత్రక అవశేషములు</u> ;- ప్రపంచ వాస్తు వికస ఇతిహాసమున అమరావతి యందలి మహాస్తుపమునకు ఒక విశిష్టత కలదని చారిత్రకుల భావన. కాని దురదృష్టవ శాత్తు మహాస్తూప భాగము పలుమార్లు త్రవ్వబడి రూపురేఖలు నశించి శిల్పవశేషములను కోల్పోయి చూడవచ్చిన వారికి అత్యంత విషాదకరమైన స్థలముగ ఇప్పుడు కొననగుచున్నది.

అవశేషములను బట్టి లెక్కించినప్పుడు ఆ మహా స్తూపపు అండపు చుట్టు కొలత 49.3 మీ. అని తెలియుచున్నది. అండము చుట్టును దిగువ భాగమును పరివేష్టించి యున్న వేదిక యొక్క చుట్టు కొలత 54 మీటర్లు.

ఈ వేదికకు నలుదిక్కుల తోరణాలంకృతములైన సింహద్వారములు ఉండేడివి. స్తూపమునకు వేదికకను మధ్య 4 మీ. వెడల్పుతో చుట్టును ప్రదక్షిణ పథముండెడిది.

ఈ మహాస్తూపము నందలి తొలితటి శాసనముల లిపిని అనుసరించి ఇది మౌర్య కాలమునకు చెందినదిగానే భావింపబడినను, అశోకుని పూర్వమే ఇది నిర్మితమైనదా అను విషయమున కొన్ని సందేహములు ఇదివరలో ఉండెడివి.

కాని ఇటివలి పరశోధనలలో బయల్పడిన కొన్ని శిల్ప శిలా శాసనములను బట్టి, అందును ముఖ్యముగ అశోకుని శిలా స్తంభ శాసన భాగమును బట్టి, ఈ మహా స్తుపమును మౌర్య చక్రవర్తి అశోకుడు ఉద్ధరించినట్లు విదితమవుచున్నది.

ఇటివల బయల్పడిన వానిలో ఈ శాసనము గల శిలావశేషము 25.5 సెం. పోడవు, 43 సెం.ఎత్తు కల్గి ఐదు పంక్తుల అక్షరములు కల్గియున్నది. 6,7,పంక్తులలోని నల్లమల పర్వత శ్రేణిలో లభ్యమగు చదునైన "ఇసుకరాతి" పై లిఖింపబడినది. మౌర్య కాలము నాటి శిలాస్తంభములన్నింటి పైన గల శోనీయనమైన నునుపుదనం దీని పై కూడ కలదు. ఈ శాసనము యందలి బ్రాహ్మలిపి భాష ప్రాకృతము. శాసనములోని అక్షరముల తీరు అశోకుని శాసనముల అక్షరముల తీరును పోలియున్నది. ముఖ్యముగ గిర్నార్ (సౌరాష్ట్రం) లోని రాతి శాసనమునకు అత్యంత సన్నిహితముగా ఉన్నది.

ఈ శాసనమును బట్టి అశోకుని కాలము నాటికి మహాస్థుపమున్నట్లును, దాని చుట్టు వేదిక కూడ ఉన్నట్లు తెలుస్తోంది. ఈ వేదికను సంబందించి తెల్లని బండరాయి నిలువు స్తంభములు అద్దముల వలె మెరియును. నున్నని, నిలువు స్తంభములను కొన్ని దొరికినవి. వాని పై బ్రాహ్మలిపిలో శాసనములను బౌద్ద నంకేతములును కలవు. ఈ శాసనములే కాక బుద్ధ భగవానుని అస్థికావశేషములున్న స్పటికపు భరణి, దాని ఇరువైపుల రెండేసి స్పటికపు భిణెలు మొదలగునవి లభించినాయి. ఈ అవశేషములే కాక ఇదే కాలమునకు చెందిన నాలుగు పలకల శిల్ప స్తంభ మొకటి, చెప్పకోదగినది లభించినది. ప్రతి ఫలకము పైన బౌద్ధ ఆరామములను, వాని పేరులతో సహ బౌద్ధ గాధలను కన్నుల పండువుగా చెక్కియున్నారు.

<u>1. మొదటి ఫలకము</u> :- క్రింది నుండి పైకి శీర్షికలతో కూడిన చిత్రములు శాసన సహితముగా ఆరు స్తూపముల విశేషములను వివరించుచున్నవి. చిత్రమేమనగా ఈ వైపు బుద్ద భగవానుని జీవితములోని చివరి మూడు నెలల విశేషములు - వైశాలి నగరము మొదలు భగవానుని పరినిర్వాణ స్థలమైన కుశి నగరము వరకు చిత్రితమైయున్నవి.

2. రెండవ ఫలకము :- శ్రావస్తి యందలి జేతవనములోని అనాథ పిండక ఆరామము కొరకై వైశ్య శ్రేష్ఠుడు అనాథపిండకుడు రాజు నుండి జేతవనమును కొనుగోలు చేయుట చూపబడినది.

3. మూడవ వైపు ఫలకము :- ఈ శిల్పమున వివరముగా చూపిన కట్టడములు – చైత్యారామములు, అలంకృతములైన అంతస్తుల మేడలు – ఆనాటి అమరావతి – ధరణికోట ఎంతటి శోభాయమానములుగా నుండినవో మనకు, తెలియుజేయును.

4. నాలుగవ ఫలకము :- ఇది శిధిలమైనది. ఈ శిల్ప రాజ్యమును బట్టి ధాన్యకటకములోని చైత్యము వైశాలి, శ్రావస్తి, కుశి నగరములలోని బౌద్ధ మహాస్తూపము అంతటి ప్రాముఖ్యము కల్గియున్నదే గాక పై వాని వలె అశోకునికి పూర్వము వెలసి యుండెనని నిర్ధారణగా తెలియుచున్నది. అశోకుని చక్రవర్తిపై ప్రదేశములలో ఏవిధముగా బౌద్ధ స్తూపములను ఆరామములను బాగుచేయించి శిల్పములతోను శిలా శాసనములతోను ఖ్యాతికి తెచ్చెనో అట్లే మన ధరణి కోటలోని స్తూపమును కూడ ఖ్యాతికి తెచ్చినాడు. శిలా స్తంభ శాసనముతో బాటు ఇసుక రాతి స్తంభముతో కట్టిన వేదిక భాగమును అశోకుని కాలమునకు చెందినట్టిదే.

అశోకుని తరువాత క్రీ. పూ. 2,3 శతాబ్దమున ఆంధ్ర రాజ్యమును పాలించిన రాజుల గూర్చి మనకు అంతవిశవముగా తెలియుట లేదు. శాసనముల నుండి కొన్ని పేర్లు మాత్రమే తెలుస్తున్నాయి

గౌతమీ పుత్ర శాతకర్ణి :- ఇతని కాలము నుండి ఆంధ్ర ప్రాంతమంతయు శాతవాహనుల వశమైనది. ఆయన కుమారుడు పులమావి, అమరావతి – నాగార్జున పర్వత ప్రాంతమును కేంద్రముగా చేసికొని రాజ్యం చేసెను. ఇతడు "ధాన్యకటక స్వామి" అయినాడు. మహ చైత్యమును పునరుద్ధరించుటయే గాక స్తూపమును చిత్రవిచిత్రముగా శిల్పములతో పోదిగి దీపాలదిన్నె చేసినాడు.

ధాన్యకటకము గొప్ప వ్యాపార కేంద్రముగ కూడ ప్రపంచఖ్యాతి గాంచినది. శ్రీ వెంకట్రామయ్య, రాఘవాచారి సాగించిన త్రవ్వకములలో కోట యొక్క పడమటి ద్వారము అనుకొని, దాని వెలుపల కృష్ణా యొక్క పెద్ద ఓడ

రేవు దానికి సంబంధించిన కట్టడములు, కాల్వ తూములు బయల్పడినాయి. ఈ రేవును పలుమార్లు బాగు చేయించినట్లు కూడ నిదర్శనములు కలవు. దక్షిణాపథమున మొట్టమొదటి సంస్కృత శాసనము యజ్ఞశ్రీ శాతకర్ణి కాలమునకు చెందినది. అదియును అమరావతిలోనే లభ్యమైనది.

<u>అజంతా గుహలు</u> :-

<u>అజంతాలోని తొమ్మిదవ గుహ</u> :- చైత్య గుహములలో అన్నింటి కంటే ఇది ప్రాచీనమైనది. ఇందిలి కుడ్యములు వర్ణ చిత్రా అలంకృతములు, అక్కడక్కడ కొన్ని చిత్రముల క్రింద వేరు చిత్రము లేవో తొలుత ఉన్నట్లు కన్పించుచున్నవి. కావున ఇచ్చటి చత్ర రచన పర్యాయములు – ఒక దానిని మరుగు పరచి వేరొకటి జరిగినట్లు తెలుస్తోంది. ఇప్పుడు మనకు కనబడు చిత్రములందెల్ల, వామకుడ్యము పై ఉన్న బుద్ధ చిత్రములు ప్రధానములు. ఇది జైన సంప్రదాయము, బౌద్ధ చిత్రకారులు ఈ జైన సంప్రదాయము ఎందుకు అనుసరించిరో తెలియదు. ఎదురుగ ఉన్న కుడ్యం మీది చిత్రములు చాలా వరకు శిథిలములు ఒక చోట మాత్రము శిబి జాతక కథ ప్రదర్శితమైనట్లు కనబడుచున్నది.

<u>అజంతాలోని పదవ గుహ</u> :- పదవగుహ ఒక చైత్యము. ఇందలి రేఖా రచనల యందు చిత్రకారుని సామర్థమే గాక సాహసము కూడ విదితమగును. ఎడమగోడ మీద ఒక జనవాహిని చిత్రము. ఈ సమూహామున కొందరు అశ్వములను అధిరోహించియు, కొందరు కాలినడకన ఉండుటయు కననగును. అందరి చేతులయందును ఆయుధములు కలవు. అక్కడక్కడ స్త్రీల సమూహములును కానవచ్చును. ఆ కుడ్యము పైననే భక్తజన పూజితమగు బోధిద్రుమము కనబడును. ఉపాసకులు చెల్లించిన కానుకలు ఆ చెట్టును అలంకరించుచున్నవి. మరొక చోట సాంచీ తోరణములను స్ఫురణకు తెచ్చు, రెండు సౌధ ద్వారా చిత్రములు గలవు.

కుడి గొడ మీద, ఏనుగులలో కలిసి నడచి వచ్చుచున్న మానవ సమూహము, దానికి కుడి ప్రక్కన ఒక హర్మ్యము, ఆహర్మ్యము పై నెమళ్ళు పరివారపు మధ్య రాణితో కూడ ఒక రాజు ఆసీనుడై ఉన్నటుల రూపచిత్రణ

జరిగినది. వీధి వైపున నుండి ఇరువురు పురుషులు, అందొకని భుజము పై కావడి, కావడికి ఇరువైపుల ఏవియో మూటలు ఉండినట్లు కనబడును. అందులో ఆ పురుషులు రాజు - రాణిల వద్దకు వచ్చి కావడిని క్రింది ఉంచి నమస్కరించుచుందురు.

ఈ గుహ చిత్రములందలి వస్త్ర, అభరణముల శైలి ప్రాచీన ఆంధ్రమునకు చెందినది. స్త్రీల కంఠములందు వెడల్పుగు పతకములు కల బరువగు హారములు కనబడును. స్త్రీల చెవిపోగులు చాల పెద్దవియై కొన్ని సందర్భములందు వలయాకారమునను, కొన్నింటి యందు పోడువు దీరి భుజముల వరకు వ్రేలాడుచును ఉండును. నుదుట పీత వర్ణతీలకం కనిపించును. పురుషులకు పెద్ద తలపాగలును ముడులును అమరియుండును.

<u>కన్హేరి</u> :- బొంబాయి నగరమునకు సమీపమున సాల్ సెట్టి యందుండి బౌద్ధ గుహ వాస్తు చరిత్రలో ప్రసక్తితమగు ఒక ప్రదేశము. ఇచట ఒక పర్వతపు సానువున అక్కడక్కడ మొత్తము మీద 109 గుహలు తొలుచబడినాయి. గుహల లెక్కలను బట్టి చుచిన యెడల, ఇన్ని గుహలు వేరొక చోట కానరావని చెప్పవచ్చును. కాని ఈ గుహ చైత్య విహరములందు అనేకములు చాలా చిన్నవి. కొన్ని అసంపూర్తిగ వదిలి వేయబడినవి. వీటిలో రమ్యత సర్వశూన్యము. కాని వాని అన్నింట ఒక చైత్యశాల మాత్రము తక్కిన వానితో పోల్చినప్పుడు రమణియమని చెప్పక తప్పదు. ఈ ప్రదేశము గుహ శిల్ప కృషి క్రీ. శ. ఆరంభము నుండి తోమ్మిదవ శతాబ్దము వరకు సాగినది. చైత్యశాల మాత్రము క్రీ. శ. 180లో తొలువబడినటుల భావించుటకు ఆధారములు గలవు. కార్లే యందలి చైత్యశాలను అనుకరించుటకు ఇందు కృషి జరినటుల దీనిని చూచినంతనే వేద్యమగును. ఐనను దాని ఉదాత్తతను ఇది అందుకొనలేక పోయినది. ఈ చైత్యశాలలోని పోడవు 86 అడుగులు; వెడల్పు 40 అడుగులు; ఎత్తు 50 అడుగులు. క్రీ. శ. 180 లోనే నిర్మితమైనను క్రీ. శ 5వ శతాబ్దమున మహయన సంప్రదాయ వాదులు కొన్ని శిల్పములను చైతన్యశాల ముఖాతలమునను, వెలుపలి భాగమునను రూపొందించిరి. కాని లోపలి భాగం మాత్రము తోలుతటి హీనయన సాంప్రదాయవాదులు రూపొందించిన. రీతిగానే ఏ మార్పు లేకుండా ఉన్నది.

చైత్యశాల ముఖతలపు గోడపై ఉన్న ఒక శిల్పము మాత్రము హీనయానపు కాలమునకు చెందినటుల చెప్పక చెప్పుచున్నది. దాని పరిసరములలున్న తదనంతర కాలపు శిల్పములు, తమ కాలము నాటికి బౌద్ధ శిల్పమున తావు కల్పించుకొనిన క్షీణస్థితిని వెల్లడించుచున్నవి. కార్లే యందువలెనే ఇక్కడ చైతన్యముఖ తలమున దాతృ మిధునముల శిల్పములు కలవు. చైత్యశాలలోని పై కప్పున, దారు చైత్యమునందువలెనే, కొయ్యకమాలను ఏర్పాటు ఉండినటుల, అచట ఈనాడును మిగిలియున్న తోలుతటి కోయ్యపని స్పష్టము చేయుచున్నది.

<u>జగ్గయ్య పేట</u> :- ఆంధ్రప్రదేశ్‌లో ప్రాచీన బౌద్ధ స్తుప చైత్యాదుల శిధిలములు కానవచ్చిన ఒక ప్రదేశము గుంటూరునకు వాయువ్యమున 48 కి.మి.ల దూరమున కృష్ణానదీ-పాలేరుల కూడలికి ఎగువని 6 కి.మి.ల దూరన, పాలేరు గట్టున ఈ ప్రదేశము కలదు. అచట కనబడిన కొన్ని శాసనములను అనుసరించి బౌద్ధయుగమున ఈ స్థలము వేల్లగిరి అని పిలిచేవారని తెలియుచున్నది. తరువాత కాలమున దీనికి జమీందారు. దీనికి బేతవోలు అను పేరు ఏర్పడినది. 19వ శతాబ్దములో రాజావాసి రెడ్డి వెంకటాద్రినాయుడు, అను స్థానిక జమీందారు. దీనికి తన తండ్రి పేర "జగ్గయ్య పేట" అను పేరును కల్పించెను. ఈ గ్రామమునకు సమీపమున తూర్పు ఒక చిన్న గుట్లల మీద ఉన్న "ధనబోడు" అనబడు ప్రదేశంలో బౌద్ధ స్తుపావశేషములు లభ్యమైనవి 1882 జాన్ బర్గెన్ అనే పురాతత్వశాఖాది కారి ఈ ప్రదేశం దర్శంచునప్పటికి అందు ఒక స్తూపవు అవశేషములు మాత్రమే కొలదిగ కనబడినవి.

అచ్చుట శిధిలముల వలన ఆస్తూపపు వ్యాసము 9.5 మీ. ఉండినటుల కానవచ్చినది. స్తుపవు పై తోడుగుగ సరచిన పలకం పై అలంకార విశేషములు, ఒక కుడ్య స్తంభము తప్ప మరేవియులేవు. అమరావతి స్తూపవు పై తోడుగు ఫలక వంటివే ఈ పలకలు స్తూపమును పరివేష్టించి 3 మీటర్లు వెడల్పున ప్రదక్షిణ పథము కలదు. కానిదాని ప్రాకారము మాత్రము ఏనాడో కనబడకుండపోయినది. స్తూపపు లోపలి కటుబడి మట్టి అడుగున ఇటుకతో సాగినది. స్తూపము పై భాగము శిధిలమై పొయినది. స్తూపవు ఆగ్నేయ దిశన సమీపముననే ఒక మహ మంటపము ఉండినట్లు నిదర్శనములు కలవు. దాని పోడవు 52 మీటర్లు;

వెడల్పు 36 మీటర్లు స్తూపమును దర్శించు భక్తులు విశ్రమించుటకు అది నిర్మింపబడి ఉండవచ్చు. స్తూపపు పై తోడుగు పలకల కొలతలు రమారమి 1.1 X 1.15 కి. మి. ఇందు కొన్నింటి పై కొన్ని బ్రాహిలిపి అక్షరములు కలవు. ఈ లిపి రీతి బట్టి క్రీ. పూ. 2వ శతాబ్ధి నాటికి ఈ స్తూపము రూపుగోని ఉండిదని. అర్థమగుచన్నది. ఈ విధముగా ఇది అమరావతీ స్తూపంతో సమకాలీనము అని భావింప వచ్చును. ఈ స్తూపవు వాయవ్య భాగమున ఒక బుద్ధ విగ్రహ, కనబడింది. ఈ రాతి విగ్రహము దిగువన గల ఒక శాసనవు రీతి వలన ఇది క్రీ. శ. 5వ శతాబ్దిలో నెలకొల్పినట్లు తెలుస్తోంది. ఈ విగ్రహము నెలకొల్పినవాడు ఆచార్య నాగార్జున చార్యుని శిష్యుడగు జయప్రభాచార్యుడనియు స్పష్టమగుచున్నది.

మౌర్యుల పతనానంతరం దక్కన్‌లో శాతవాహనులు పాలన క్రీ. పూ. 235 నుంచి క్రీ.శ. 225 వరకు కొనసాగింది. అనంతరం క్రీ. శ. 3వ శతాబ్దం ఆరంభంలో వారి రాజ్యాన్ని వాకాటకులు ఆక్రమించి రాజ్యపాలన చేశారు. ఈ వాకట వంశస్థాపకుడు వింధ్య శక్తి. ఇతడు క్రీ. శ. 270-300 సంవత్సరముల మధ్య విదర్భను పాలించెను. ఇతని కుమారుడే ఒకటో ప్రవరసేనుడు. ఇతడు తన దిగ్విజయ యాత్రలు ద్వారా వాకాటక రాజ్యమును ఉత్తరమున బుంథేల్ ఖండ్ నుండి దక్షిణమున తెలంగాణ వరకు విస్తరించాడు. ఇతనికి సామ్రాట్ అనే బిరుదు కలదు. ఇతడు 4 అశవమేధ, ఒక వాజపేయ యాగాలు చేశాడు. ఇతడు పురికను రాజధానిగా చేసుకొని పాలనా చేశాడు. ప్రవరసేనుని మరణాంతరము ఇతని మనమడైన మొదటి రుద్రసేనుడు సింహాసము మదిష్టించెను. ప్రవరసేనుని రెండో కుమారుడైన సర్వసేనుడు వత్సగుల్మను రాజధాని చేసుకొని పరిపాలించెను. మొదటి రుద్రసేనుడు సముద్ర గుప్తుడు దిగ్విజయాత్రలో ఉండగ సముద్ర గుప్తుని ప్రతిఘటించుటకు ఏర్పడిన ఉత్తర భారత రాజ్యాదినేతల కూటమికి నాయకత్వము వహించిన, అలహబాద్ ప్రశస్తిలోని రుద్రదేవుడు వాకాటక రాజైన రుద్రసేనుడని చరిత్రకారుల అభిప్రాయం. సముద్రగుప్తుడు తన రెండవ ఆర్యావర్త దండయాత్రలో కౌశాంభి వద్ద రుద్రదేవుని ఓడించి వదించెను. మొదటి రుద్రసేనుని మరణానంతము అతని కుమారుడైన

పృధ్వీసేనుడు రాజ్యపాలన చేశాడు. పృధ్వీసేనుని తర్వాత అతని కుమారుడు రెండవ రుద్రసేనుడు రాజ్యపాలన చేశాడు. ఇతడు రెండవ చంద్రగుప్తుని కుమార్తెను వివాహము చేసుకొన్నాడు. ఈ రెండవ రుద్రసేనుడు కేవలము క్రీ.శ390-395 సంవత్సరాల మధ్య మాత్రమే రాజ్యపాలన చేయుచుండగానే మరణించెను. ఇతని ఇద్దరు కుమారులు. ఇతని పెద్ద కుమారుడు దివాకరసేనుడు. ఇతడు పట్టాభిషిక్తుడు కాకుండానే మరణించాడు. ఇంకా రెండవ కుమారుడు దమోదరసేనుడు. (ఇతడే రెండవ ప్రవరసేనుడని పిలువ బడెను). రెండవ రుద్రసేనుని మరణాంతరము ఇతని కుమారులకు యుక్తవయస్సు రానందు వల్ల ప్రభావతీ గుప్త వాటకాటక రాజ్యపాలనా బాధ్యతలను స్వీకరించెను. ప్రభావతీ గుప్త పాలన కాలములోనే (క్రీ. శ. 395-410) రెండవ చంద్రగుప్తుడు శకులను ఓడించి గుజరాత్, కథియవార్ (సౌరాష్ట) ప్రాంతాలను జయించినాడు.

ప్రభావతి గుప్త రెండవ కుమారుడైన దామోదరసేనుడు తన పాలన కాలంలో ప్రవీరపురమును తన రాజధాని చేసుకొనెను. ఇతడు శ్రీరాముని వర్ణించే <u>'సేతుబంధనం'</u> అనే ప్రాకృత గ్రంథమును వ్రాసినాడు. ఇతడు ముప్పది సంవత్సరములు (క్రీ.శ. 410-440) పాలించెను. ఇతడు కుమార గుప్త - 1కు సమకాలికుడు.

రెండవ ప్రవర సేనుని (దామోదరసేనుని) మరణాంతరము నరేంద్రసేనుడు సింహాసమును మధిష్టించిన తర్వాత గుప్తుల వాకాటకుల మధ్య గల సంబంధములు విచ్ఛిన్నమైనాయి. నలరాజైన (బస్తర్ ప్రాంతము) భావదత్తవర్మన్, స్కంధగుప్తుని సాయముతో వాకటన రాజము పై దండెత్తగా నరేంద్రసేనుడు తన మామాగారైన దేశాధీశుని సహాయంతో ప్రతి ఘటించి పరాజితుడై విదర్భను కోల్పోయినాడు.

ఆ తదుపరి నరేంద్రసేనుడు స్కంధగుప్తుని పై పుష్యమిత్రుల తిరుగుబాటును ప్రొత్సహించెను.

నరేంద్రుని మరణాతరం రెండవ పృధ్వీసేనుడు వాకాటక సింహాసనము మధిష్టించెను. పురీక వంశంలో చివరి వాడు ఇతడే ఇతడు తన రాజధాని

బందా జిల్లాలోని పద్మపురమునకు మార్చెను. ఇతడు బుధగుప్తుని, పురగుప్తునికి సమకాలికుడు. పృధ్వీసేనుని మరణముతో వాకాటక రాజ్యము అంతమైనది

వాకాటకుల్లో రెండవ శాఖయైన వత్సగుల్మ శాఖను క్రీ.శ 340 సంవత్సరములో సర్వసేనుడు స్థాపించాడు. ఇతని తర్వాత వింధ్యసేనుడు లేదా వింధ్య శక్తి II రాజ్యపాలన రాజ్యపాలన చేశాడు. ఇతని కుంతలకు చెందిన కాదంబరాజు ఓడించినట్లు తెలుస్తొంది. వింధ్య శక్తి II తర్వాత రెండో ప్రవరసేనుడు రాజ్యపాలన చేశాడు. రెండవ ప్రవరసేనుడు తర్వాత దేవసేనుడు రాజ్యపాలన చేశాడు. ఇతడు విలాస ప్రియుడైనప్పటికి ఇతని మంత్రి హస్తిభోజుడనే వాడు మంత్రి సమర్థుడు కావడంతొ రాజ్యపాలన చేశాడు. దేవసేనుని తర్వాత హరిసేనుడు రాజ్యపాలన చేశాడు. ఇతడు వాకాటక వంశంలో నందివర్ధన శాఖను ఓడించి ఆ రాజ్యమును తన రాజ్యంలో విలీనం చేసుకున్నాడు. హరిసేనుడి మరణానంతరము వాకటక వంశము అంతరించినది. వీరు రాజ్యాన్ని పోరుగు రాజ్యములైన నలరాజులు,కాదంబులు మొదలగువారు ఆక్రమించిరి. దక్కన్‌లో బాదామీ చాళుక్యులు రాజ విస్తరణ నాటికే వీరి వంశం అంతరించినది.

మధ్య, పశ్చిమ ఆసియాలతో సంబంధాలు.

సింధూ నాగరికత కాలము నుంచీ భారతీయులు విదేశాలతో వర్తక వాణిజ్య సంబంధాలను కొనసాగిస్తూనే వచ్చారు. ఐతే మౌర్యుల కాలం నుంచి మనకు కచ్చితమైన ఆధారాలు లభిస్తున్నాయి. అదే విధముగా ఒక అజ్ఞాతా గ్రీక్ నావికుడు వ్రాసిన "పెరిప్లస్ ఆఫ్ ది ఎరిత్రియన్‌సి" అనే గ్రంథం, గ్రీక్ రచయిత టాలమీ రచించిన భూగోళం (క్రీ. శ. 1వ శతాబ్దం), క్రీ. శ. 77లో రోమన్ రచయిత ప్లినీ వ్రాసిన "నా చురల్ హిస్టరీ" అనే గ్రంథం మొదలగు వాటి వలన భారతదేశానికి, ఇతర దేశాలతో గల వాణిజ్య సంబంధాలను గురించి తెలియుజేస్తున్నాయి.

క్రీ.పూ. 45లో హిప్పాలన్ రుతుపవనాలను కనిపెట్టుట వలన రోమన్ నావికులకు బాగా ఉపయోగపడింది. భారత్, రోమన్ దేశాల మధ్య జరిగిన వాణిజ్య వ్యాపారం వలన, రోమ్ దేశము నుండి ఒక ప్రవాహం వలే బంగారు నాణాలు భారత

దేశానికి వచ్చినవని ప్లినీ అనే రచయిత పేర్కొన్నాడు.

వర్తకులను సాధారణంగా ఫణిజులని పిలిచేవారు. ఒక్కొక్క వృత్తిని అనుసరించిన వారు ఒక్కొక్క వృత్తి సంఘంగా ఏర్పడ్డారు. అటువంటి సంఘలకు 'నికాయ పేణు' అని, వేణులని, నికాయ శ్రేణులు అని పిలిచేవారు. 'నిగమసభ'లో ఈ శ్రేణుల కార్యాలయాలు ఉండేవి. ప్రతి శ్రేణికి, సెఠి (శ్రేష్టి) అనే అధ్యక్షుడు లేదా సంఘనాయకుడు ఉండేవాడు. వ్యాపార వృత్తి ప్రయోజనాలను అనుసరించి సంఘ సభ్యులకు ఉండవలసిన కట్టుబాట్లనన్నిటిని సంఘం వారే ఏర్పరచి ఆచరణలో పెట్టేవారు.

పశ్చిమ తీర రేవులు

బరిగజ	భరుకచ్ఛా(బ్రోచ్)(గుజరాత్)
ప్రతిస్టానము	పైఠాన్
తగర	తేడ్
గొవర్ధన	నాసిక్
వైజయంతి	కరహాటక
సొపార	సుప్పార(మహరాష్ట్ర)
కల్యాణి	కల్లిన
కొట్టాయమ్	నెల్సిండా
టంగ్డిస్	కాలికట్
సుప్పారా	సోపారా (మహరాష్ట్ర)
బరూచ్	గుజరాత్

తూర్పు తీర రేవులు

ధాన్యకటకం	ధరణికోట.
ఘంటసాల	(కొంటకొప్పిల) (కంటకసేల)

కోడ్డాయిరా	(గూడురు, కృష్ణా జిల్లా)
రిఎఫింటేరియాన్	(కోరంగి తూర్పు గోదావరి జిల్లా)
తామ్రలిప్తి	(గాంగ్)
మచిలీపట్నం	మాసోలియా
పాండుచ్చేరి (అరికయేడు)	పోడుకు
కన్యాకుమారి	కోమరి

గూడూరు ప్రాంతంలో సన్న బట్టలనేత, వినుకొండ ప్రాంతం లోహ పరిశ్రమ, పల్నాడు వజ్రాల పరిశ్రమకు ప్రసిద్ధి చెందినవి. గోల్కొండ నుండి పైఠాన్‌కు, అక్కడ నుండి బ్రోచ్‌కు వర్తకము భూమార్గం ద్వారా సాగినది. నాడు కళింగ నుండి ఆంధ్రులు వ్యాపార నిమిత్తమై, భారతీయ మత, సంస్కృతుల వ్యాప్తి కొరకై వెళ్లి అక్కడ వలసలు స్థాపించారు. వారు సువర్ణ భూములు (బర్మా, సుమిత్రా), రజిత దేశం (అరకాన్), త్రామదేశం (చంపా, ఇండోచైనా) లకు వెళ్ళినారు. ఆగ్నేయాసియా దేశాలలోని, ద్వీపాలలోని కొన్ని ప్రాచీన స్థలాల పేరు కాకులము (థాయ్‌లాండ్) తిలింగ (అరకాన్, బర్మా), పాండు రంగ, అమరావతి (వియత్నం) విజయ, కాకూర(కొత్తూర), కళింగ ఆంధ్రదేశానికి ఈ దేశాలతో గల వ్యాపార సంబఃధాలను సూచిస్తాయి. అరకాన్ దేశవు ముఖ్య పట్టణం పేరు 'త్రిలింగ' అనీ, సయాంజల సంధి మీద 'కాకులం' అనే నగరం ఉండినదిని టోలెమీ పేర్కొన్నాడు. ఆంధ్రతీరానికి 'గోల్డెన్ చాయిస్' అంటే మలయాద్వీపం కల్పానికి ప్రాచ్యదీవులకు ఉన్న వ్యాపారాన్ని టాలెమీ తెలిపి ఉన్నాడు.

ఈ వర్తక వాణిజ్యముల వలన భారతీయులు బంగారు నాణేములను ముద్రించే విధానము ఖగోళ విజ్ఞానం గ్రీక్, రోమన్‌ల నుండి ఆయుర్వేద వైద్య విద్యను, దశాంశ విధానము, పత్తినీ పండించు విధానము విదేశీయులు గ్రహించినారు.

7. గుప్తుల యుగం

కుషాన్ సామ్రాజ్య పతనానంతరం భారతదేశములో ప్రత్యేకించి ఉత్తర భారత దేశములో క్రీ. శ. 4వ శతాబ్ది వరకు ఏ రాజవంశము సామ్రాజ్యధికారము నేలకొల్పలేదు. క్రీ. శ. 4వ శతాబ్దవు ప్రారంభదశలో గుప్త సామ్రాజ్యస్థాపన మగధలో ఏర్పడింది. అంతవరకు భారతదేశంలో చిన్న, చిన్న రాజ్యలు ఏర్పడి ఒకరి పై ఒకరు అధికారం నెలకొల్పి తరచు యుద్దాలు చేయుచుండిరి. ఇటువంటి రాజకీయ కల్లోల పరిస్థితులందు రాజకీయంగాను, సాంస్కృతికంగాను దేశాన్ని సమైక్యపరచి అన్ని విధాలా స్వర్ణయుగాన్ని సృష్టించడానికి క్రీ. శ. 4వ శతాబ్దము నుంచి క్రీ. శ. 6వ శతాబ్దం వరకు భారతదేశాన్ని పరిపాలించిన గుప్త చక్రవర్తులు కృషి చేశారు. అట్టి గుప్తుల కాలం నాటి ప్రాచీన భారత దేశ చరిత్ర రచనకు ఆధారాలు అనేకముగా ఉన్నవి. గుప్తుల చరిత్రకు కావలసిన ఆధారాలను మూడు విభాగాలుగా చేయవచ్చును. అవి.

1. గ్రందాలు.

2. శాసనాలు.

3. జ్ఞాపిక చిహ్నాలు.

<u>1. గ్రంథాలు</u> :- గ్రంథాల్లో పేర్కొన దగ్గవి స్వదేశీ గ్రంథాలు, విదేశీ గ్రంథాలు. స్వదేశీ గ్రంథాల్లో ఎ. మత గ్రంథాలు. బి. రాజకీయ గ్రంథాలు అని రెండు భాగాలు కలవు.

<u>ఎ. మత గ్రంధాలు</u> :-<u>1. పురాణములు</u> :- అష్టాదశ పురాణములు చాలా వరకు గుప్తుల కాలమున వ్రాయబడినవి. ఈ అష్టాదశ పురాణలలో ముఖ్యంగా పేర్కొనదగినవి. వాయు పురాణము, బ్రహ్మాండ పురాణం, మత్స్య పురాణం, విష్ణుపురాణం, భాగవత పురాణం, మార్కండేయ పురాణం. ఈ పురాణముల వలన గుప్తుల కాలము నాటి చరిత్ర తెలుస్తోంది. వాయు పురాణము మొదటి చంద్రగుప్తున్ని తెలియజేస్తున్నది. ఈ పురాణములు సముద్రగుప్తుని సమకాలికులైన నాగ, వాకాటక, శకుల, గురించి కూడ తెలియజేస్తున్నాయి.

బి. ధర్మ శాస్త్రాలు :- నారద, బృహస్పతి, వ్యాస, హరిత, పిత మహా మొదలైన స్మృతులు గుప్తులు కాలములో వ్రాయబడినది. ఈ స్మృతుల వలన గుప్తుల కాలము నాటి సామాజిక, ఆర్థిక పరిస్థితులను తెలుసుకొనవచ్చును. "గుప్తుల కాలము నాటి విషయాలను తెలుసుకొనుటకు ఈ ధర్మ శాస్త్రములు అత్యంత అవశ్యములని" ఆచార్య కె. పి. జయస్వాల్ పండితుని అభిప్రాయం.

విదేశీ రచనలు :-

ఫాహియన్ రచనలు :- ఫాహియన్ చైనా లోని షాంఘై నగరంలో నివసించే బౌద్ధబిక్షువు క్రీ.శ.370 ప్రాంతములో కంగే వంశంలో ఇతడు జన్మించాడు. అయితే చిన్నతనంలోనే తల్లిదండ్రుల్ని కొల్పోవడం వల్ల ఒక బౌద్ధ రామంలో ఇతడు పెరిగి పెద్ద వాడయ్యాడు. ఫాహియన్ అనేది ఇతడి మత సంబంధమైన బిరుదు. ఆ మాటకు ప్రసిద్ధ 'బౌద్ధధర్మధికారి' అని అర్థం. క్రీ.శ. 5వ శతాబ్దం ఆరంభంలోనే చైనా నుంచి బుద్ధుని జన్మభూమి అయిన భారతదేశాన్ని సందర్శించడానికి అనేక మంది యాత్రికులు వచ్చారు. వారిలో మొట్టమొదటి వాడు షాహియన్ . ఇతడు చైనా నుంచి బయలు దేరి గోబి ఎడారి, దక్షిణ భాగం మీదుగా, ఖోతార్‌ల మీదుగా, ఫామీరు పర్వత శ్రేణిని దాటి, స్వాట్ రాష్ట్రం చేరి అక్కడ నుంచి తక్షశిలను సందర్శించి నేటి పెషావరు (పురుషపురం)ను చేరాడు.

ఫాహియన్ రెండో చంద్రగుప్తుని కాలంలో భారత దేశాన్ని సందర్శించి సుమారు 10 సంవత్సరాలకు (క్రీ. శ. 399-414) పైగా భారత దేశంలో గడిపాడు. ఇతడు తన రచనల్లో ఏ రాజు పేరు కూడా పేర్కొనలేదు. ఇతడు మొదట మూడు సంవత్సరములు పాటలీపుత్రము నందు ఉండి. సంస్కృతము నేర్చుకొన్నాడు. తదుపరి 2 సంవత్సరాలు తామ్రలిప్తి (బెంగాలు) యందు గడిపెను. మిగిలిన ఐదు సంవత్సరాలు కాశీ, కపిలవస్తు, కుశి, గయ, నలంద, తక్షశిల, కనూజ్, మధుర మొదలగు ప్రదేశాలను సందర్శించి. అచ్చటి ప్రజాజీవితాన్ని స్వయంగా చూచిన విషయాలను "షో-కువో-కి (Record of Budhist Kingdoms) అనే గ్రంథంలో పొందు పరిచినాడు. తదుపరి సముద్ర మార్గం ద్వారా క్రీ. శ. 414 సంవత్సరములో మాతృ దేశమైన చైనాను చేరినాడు. ఇతడు తన 82 సంవత్సరములలో కింగ్ బౌ పట్టణంలో సిన్ను అనే బౌద్ధ

సంఘా రామాములో పాహియాన్ దేహయాత్ర చాలించాడు.

పాటలీ పుత్ర వర్ణన :- ఫాహియన్ తన రచనలందు పాటలీపుత్రమును ప్రత్యేకముగా వర్ణించెను. ఇది మగధ పాలకుల రాజధాని. మౌర్య పాలకులు నిర్మించియున్న ఈ పట్టణము చెక్కు చెదరక శోభా యనముగా ఉన్నది. పాటలీ పుత్ర నగరములోని వాస్తు కట్టడము పని తనము నైవుణ్యము చూచి ఆశ్చర్యపడి అవి, దేవతల నిర్మాణమేగాని మానవుని కృషి మాత్రము కాదని ప్రశంసించాడు. పాటలీ పుత్రము నందు గొప్ప ప్రజావైద్యశాల కలదు. దాని నిర్వహణకు రాజులు ప్రజలు విరివిగా విరాళములు నొసంగి వైద్య సౌకర్యములు అన్ని వర్ణాల వారికి అందుబాటు ఉండునట్లు చేసిరి. పాటలీపుత్రంలో బౌద్ధ ఆరామములో రమారమి 700 మంది బౌద్ధ బిక్షువులు గలరు. ఈ ఆరామములందు విద్యాబోధన జరిగెడిది. ఈ బౌద్ధ సన్యాసులందరూ పండితులు కావడం వల్ల వీరి వద్ద అధ్యయానానికి దేశం నలుమూలల నుంచి ఇచ్చటికి వస్తుందేవారు. బుద్ధుని విగ్రహములను సుందరంగా అలంకరించి పురవీధులందు ఊరేగింపు ఉత్సవములు జరిపెడివారు. ఫాహియాన్ ఈ పాటలీపుత్రంలో సూమారు 3 సంవత్సరములు గడపి, సంస్కృత భాష నేర్చి బౌద్ధ గ్రంథాలను అధ్యయనము చేశాడు.

మధురా నగరం :- సిందూ నది తీరము నుంచి మధురా నగరం వరకు గల 500 మైళ్ళ పొడవునా గల అనేక బౌద్ధ విహారాలను మఠాలను షాహియన్ సందర్శించాడు. ఒక్క మధురా నగరంలోనే 20కి పైగా బౌద్ధ విహారాలు అతనికి కనబడ్డాయి. వాటిలో రమారమి 3000 మంది బౌద్ధ సన్యాసులున్నట్లు ఫాహియాన్ పేర్కొనెను.

ప్రజలు జీవన విధానము ;- పాహియన్ తన గ్రంథములో ఏ రాజును గురించి కూడ పొగడలేదు. ఫాహియన్ తన రచనలలో చండాలురులను గురించి పేర్కొన్నాడు. వీరు ఊరు వెలుపల నివసించే వారని పేర్కొన్నాడు. వీరు ఊరిలోకి ప్రవేశించున్నప్పుడు డోలు కొట్టుకుంటూ వచ్చేవారని దీనికి కారణం వీరు అంటరాని వారని కావడమేనని తెలియచున్నది. ఇట్లు సంఘము నందు వర్ణవ్యవస్థ, అస్పృశ్యతయను దురచారములు స్వర్ణయుగమునకు మాయని మచ్చగా నిలిచినవి.

హుయాన్ త్సాంగ్ (640 ఎ. డి):-ఇతడు రచించిన సి-యూ-కి గ్రంథము

వలన కడపటి గుప్తులను గూర్చి కొంత సమాచారము లభిస్తోంది.

ఇత్సింగ్ (675-685 ఎ. డి) :- ఇత్సింగ్ క్రీ. శ. 665 సంవత్సరములో భారత దేశమును సందర్శించినాడు. ఇతడు శ్రీ గుప్తుని గురించి ప్రస్తావించినాడు. చైనా యాత్రికుల సౌకార్యార్థము శ్రీగుప్తుడు మృగశిఖవనంలో ఒక ఆరామమును కట్టించినట్లు ఇత్సింగ్ తన రచనలలో పేర్కొన్నాడు. ఇత్సింగ్ శ్రీగుప్తుని 'చిలికిత' రాజుగా ప్రస్తావించినాడు.

తిలస్యపన్నాటి గ్రంథం :-ఈ గ్రంథమును యతి వృషభుడు రచించినాడు. ఈ గ్రంథము వలన గుప్తుల కాలము నాటి బౌద్ధ ప్రచారము విదితమౌవుతుంది.

బి. రాజకీయ గ్రంథాలు :-

ఎ. కామందక నీతి శాస్త్రం :- రెండవ చంద్రగుప్త ప్రధాన మంత్రి అయిన 'శిఖర' "కామందక నీతి శాస్త్రము' అనే గ్రంథమును రచించినాడు. చక్రవర్తికి తగు సలహాలిచ్చుట ఈ గ్రంథములోని ముఖ్యాంశము. ఈ గ్రంథ రచయిత 'శిఖర' చంద్రగుప్తుడు 2 శత్రువైన శక రాజును మారు వేశంలో (స్త్రీ వేషం) పోయి వధించడం రాజనీతిలో తప్పు లేదని సమర్థించాడు.

బి. మూలకల్ప గ్రంథము :- ఆర్య మంజు శ్రీ వ్రాసిన మూలకల్ప గ్రంథము వలన గుప్తుల చరిత్ర తెలియుచున్నది.

సి. నాటకములు :- నాటకములలో ముఖ్యమైనవి. ఏమనగా

1. సేతు బంధం,

2. కౌముది మహోత్సవం,

3. దేవి చంద్రగుప్తం,

4. ముద్రా రాక్షసం

5. ఇతర రచనలు.

1. సేతు బంధం :- సేతు బంధం అనే కావ్యమును ప్రాకృత భాషలో వాకాటక రాజైన రెండవ ప్రవరసేనుడు వ్రాసినాడు. ఈ గ్రంథము యందు శ్రీరాముడు లంకను జయించి రావణుని వధించిన ఇతి వృత్తమున్నను, ఇందలి పెక్కు

అంశములు ఈ యుగమునకు చెందినవే.

2. కౌముదీ మహోత్సవము :- ఈ కౌముదీ మహోత్సవము అనే సంస్కృత గ్రంథ రచయిత గురించి చరిత్రకారుల్లో భిన్నాభిప్రాయములు కలవు. కొందరు ఈ గ్రంథ రచయితను కిశోరిక అని పేర్కొనగా మరికొందరు వజ్జిక అని పేర్కొనిరి. ఈ నాటకము మగధ రాజైన సుందరవర్మకు సంతానము లేక పోవుటచే చంద్రసేనుడు వానిని దత్తత తీసుకొన్నాడు. చంద్రసేనుని భార్య లిచ్ఛవీ తెగకు చెందినది. ఈ లిచ్ఛావులు మగధ చక్రవర్తులకు బద్ధ శత్రువులు వీరిని మ్లేచ్ఛులుగా ఈ నాటకములో వర్ణించడం జరిగింది. చంద్రసేనుని దత్తత తీసుకొన్న తర్వాత కొద్ది కాలమునకు సుందరవర్మకు కళ్యాణవర్మ అను కుమారుడు జన్మించినాడు. సుందరవర్మకు లేక లేక కలిగిన కుమారుడవడంతో అతనికి కళ్యాణవర్మ మీద పుత్ర వాత్సల్యం, ప్రేమ పెరిగింది. దీనికి అసూయ చెందిన చంద్రసేనుడు తన పెంపుడు తండ్రి అయిన సుందరవర్మ పై లిచ్ఛవుల సహాయంతో తిరుగుబాటు చేసి అతడిని వధించి మగధ సింహాసనం అధిష్టించాడు. ఈ సంఘటనను వ్యతిరేకించిన మగధ ప్రధాన మంత్రియైన మంత్రి గుప్తుడు, సేనాని అయిన కుంజరుడు ఇద్దరు కల్యాణ వర్మ పక్షం వహించి అతడిన దూర ప్రాంతాలకు తీసుకొని వెళ్ళి రహస్యంగా కాపాడి మగధ సింహాసనం పై నెలకొల్పడానికై అవకాశానికై వేచి ఉండిరి. చంద్రసేనుడు మగధ రాజ్య సరిహద్దుల్లో తిరుగుబాట్లు చెలరేగగా వాటిని అణచడానికై వెళ్లాడు. అదనుకై కాచుకొని ఉన్న మంత్ర గుప్త, సేనాని అయిన కుంజరులు కళ్యాణ వర్మను సింహాసనం పై నెలకొల్పి రాజుగా ప్రకటించి చంద్రసేనుని సింహాసనా భ్రష్టుని చేశారు. ఈ చంద్రసేనుడే మొదటి చంద్ర గుప్తుడని కె. పి. జయపాల్ చరిత్రకారుని అభిప్రాయం. అయితే దీన్ని దృఢపరచడానికి సరియైన చరిత్రకాధారాలు లేవు.

విశాఖదత్తుని జీవిత చరిత్ర :- దేవి చంద్రగుప్తం, ముద్రారాక్షసం అనే నాటకములను సంస్కృతంలో విశాఖదత్తుడు వ్రాసినాడు. ఇతడు వ్రాసిన నాటక ప్రస్తావన బట్టి విశాఖదత్తుని తండ్రిపృదు మహారాజ అని, తాత సామంతవటేశ్వర దత్తుడని తెలియుచున్నది. కొన్ని వ్రాత ప్రతులలో విశాఖదత్తుడు విశాఖ దేవుడుగా, పృదుమహరాజు మహారాజా భాస్కరదత్తుడుగా పేర్కోనబడి ఉంది. వీరి పేర్లను

బట్టి వీళ్ళది 'దత్త' వంశమని విమర్శకుల అభిప్రాయం. తండ్రి, తాతల పేర్లకు చేర్చబడిన మహరాజ, సామంత పదాలను బట్టి విశాఖదత్తుడు. క్షత్రియుడని, బకానోక సామంత రాజు అని తెలుస్తున్నది. ఇతని కాల నిర్ణయములో చరిత్రకారులకు భిన్నభిప్రాయములు కలవు. ఎక్కువ మంది చరిత్రకారుల అభిప్రాయం ప్రకారము ఇతడు గుప్తరాజైన రెండవ చంద్రగువ్తుని కాలం వాడని నిర్ణయించారు.

దేవి చంద్ర గుప్తం :- దేవి చంద్రగుప్తము అనే నాటక మూలగ్రంథం మనకు సంపూర్ణంగా లభించలేదు. ఈ నాటకం చాలా కాలం అజ్ఞాతంగానే ఉండేను. అయితే ఈ నాటకములోని సంఘటనలను, ఇతర రచయితలు వారి వారి గ్రంథాల్లో పొందుపరచారు. అవి మనకు లభ్యమైనవి. అట్టి వాటిలో అభినవగుప్తుడు రచించిన "అభినవ భారతి", భోప రచించిన శ్రీనగర్ ప్రకాశ', రామచంద్రుడు రచించిన 'నాట్యదర్పణం', సాగరనాదిక్ రచించిన 'నాటక లక్షణ రత్నశోక' మొదలైన వాటి ద్వారా ఈ దేవి చంద్రగుప్త నాటకాన్ని పునర్నిర్మించవచ్చు ఈ నాటకములో చారిత్రక అంశము కలదు. అది ఏమనగా – సముద్ర గుప్తునికి రామగుప్తుడను పెద్ద కుమారుడు, రెండవ చంద్రగుప్తుడు అను చిన్న కుమారుడు కలరు. సముద్రగుప్తుని మరణానంతరము అతని పెద్ద కుమారుడైన రామగుప్తుడు రాజ్యమునకు వచ్చినాడు. రామగుప్తుడు ధృవదేవిని వివాహము చేసుకొన్నాడు. రామగుప్తుడు శక వంశస్తుడైన బసనతో జరిగిన యుద్ధంలో ఓటమిని పొంది చివరికి శకులతో రాజీ చేసికొని తన భార్యయగు ధృవదేవిని శకులకు అప్పగించి తన రాజ్యం నిలుపుకొంటాడు. అయితే ఈ పరాభవమును సహించని రెండవ చంద్రగుప్తుడు ధృవదేవి వేషంలో శకపతి వద్దకు చేరి అతడిని వదించి ధృవదేవిని విడిపించి, మగధ రాజ్యానికి తీసుకోని వచ్చి, పిరికి వాడైన తన అన్నను వధించి మగధ సింహాసనమధిష్టించి ధృవదేవిని వివాహము చేసుకొనెను. ఈ నాటకము వలన ఏ సముద్రగుప్తునికి, రెండవ చంద్రగుప్తునికి మధ్య అతని అన్న రామగుప్త రాజ్యపాలన చేశాడని తెలియుచున్నది.

ముద్రా రాక్షస నాటకము :- ఈ నాటకమును కూడ విశాఖదత్తుడే వ్రాసినాడు. ఇందులో చంద్ర గుప్త మౌర్యుడు, కౌటిల్యుని సహాయంతో మౌర్య సామ్రాజ్య

స్థాపన గావించిన విధానమును వర్ణించుట జరిగింది. అయితే ఈ నాటకంలో విశాఖదత్తుడు గుప్తుల కాలం నాటి రాజనీతి, మత పరిస్థితులను వర్ణించాడు. ఇందులో విష్ణువును వరాహరూపంలో పూజించినట్లు పేర్కోన్నాడు. అంతేగాక రెండవ చంద్రగుప్తుని నాటి వివిధ రకాలైన తెగలను కూడ ఈ నాటకంలో పేర్కోనడం జరిగింది. అట్టి వాటిలో శకులు, యవనులు, కిరాతులు, కాంబోజ, భళిక, పరాళిక, ఖాస, గాంధార మొదలగు తెగలను పేర్కోన్నాడు.

ఇతర గ్రంథాలు :-

కాళిదాసు వ్రాసిన గ్రంథాలు :-

కాళిదాసు జీవిత చరిత్ర :- కాళిదాసు కాల నిర్ణయమును గురించి చరిత్రకారులలో భిన్నాభిప్రాయాలున్నాయి. క్రీ. పూ. 1వ శతాబ్దము నుంచి క్రీ. పూ. 5వ శతాబ్దము వరకు కాళిదాను జీవించిన కాలం గురించి భిన్నభిప్రాయాలున్నాయి.

కాళిదాసు రచనల బాహ్యా పరిశీలన వల్ల అతని జీవితం గురించి ఏమి తెలియదు. ప్రచారంలో ఉన్న కొన్ని కథలను బట్టి కాళిదాసు మొదట ఒక అజ్ఞానిగా ఉండేవాడని తెలుస్తోంది. భోజరాజు కుమార్తె అయిన విద్యావతి తనను శాస్త్ర వాదములో ఓడించిన వాడినే పెండ్లాడుతానని పట్టు పట్టింది. ఈమే వద్ద ఓడిపోయిన పండితులు గర్వం అణచడానికి ఉపాయంతో మూర్ఖుడైన కాళిదాసును నిచ్చి వివాహం చేశారు. ఈమెకు తర్వాత అసలు విషయం తెలిసి దుఃఖించి కాళిదాసును ఇంటి నుండి వెళ్ళగోట్టుతుంది. అప్పుడు కాళిదాసు కాళిమాతను ఆరాధించి ఆమె వర ప్రసాదంతో కవితా ప్రతభను సంపాదించుతాడు. కాళిదాసు సంస్కృత పండితుడు, ఇతన్ని చరిత్రకారులు ఇండియన్ షేక్ స్పియర్ అని పేర్కొన్నారు.

అభిజ్ఞాన శాకుంతలం :- అభిజ్ఞాన శాకుంతలంలో నాయకుడు హస్తినపురం రాజు దుష్యంతుడు. వేటాడుతూ పోయి కణ్వాశ్రమాన్ని చేరుతాడు. అప్పుడు ఉన్న శకుంతలను చూచి ప్రేమిస్తాడు. ఆమెను గాంధర్వ వివాహం చేసుకుంటాడు. అతడు తిరిగి తన రాజదానికి పోయి శకుంతలను. సగౌరవంగా

పిలిపించుకుంటానని చెప్పి ఒక ఉంగరాన్ని అభిజ్ఞానంగా (జ్ఞాపకముగా) యిస్తాడు. శకుంతల దుష్యంతుని ధ్యాసలో ఉండి, ఆశ్రమానికి వచ్చిన దుర్వాసున్ని సత్కరించదు. శకుంతల ఎవరి ధ్యాసలో ఉండి తనను నిర్లక్ష్యం చేసినదో వారు ఆమెను మరచి పోతారు అని దుర్వాసుడు శపిస్తాడు. తరువాత కొంత సేపకి శాంతించి, అభిజ్ఞాన దర్శనంతో వారిని శకుంతల గుర్తుకు రాగలదని శాపవిముక్తి ప్రసాదించుతాడు. ఇంతలో శకుంతల గర్భం ధరిస్తుంది. దీనితో శకుంతలను అత్తవారింటికి పంపిస్తాడు. దారిలో ఉన్న నదిలో శకుంతల ఉంగరం పడిపోతుంది. దుష్యంతుడు చేసిన శాపము మూలంగా మరచిపోయి శకుంతలను భార్యగా అంగీకరించాడు. భర్త చేత నిరాకరించబడిన శకుంతలను తల్లి మేనక తనతో తీసుకొని పోతుంది. కొంత కాలానికి శకుంతలకు భరతుడు జన్మిస్తాడు. శకుంతల పారవేసుకున్న ఉంగరం దుష్యంతునికి దోరుకుతంది. దీన్ని చూచిన తర్వాత అతనికి శకుంతల పారవేసుకన్న ఉంగం దుష్యంతునికి దోరుకుతుంది. దీన్ని చూచిన తర్వాత అతనికి శకుంతల గుర్తుకు వస్తుంది. అప్పుడు అతడు పశ్చాతాపముతో చివరికి శకుంతలను కలుసుకోని భార్యగా అంగీకరిస్తాడు. విలియమ్స్ ఈ గ్రంథమును అనువదించాడు.

మాళవికాగ్ని మిత్రం :- కాళిదాసు వ్రాసిన ఈ "మాళ వికాగ్ని మిత్రం" అనే గ్రంథంలో నాయకుడు వుష్యమిత్ర శుంగుని కుమారుడైన శుంగ వంశరాజు అగ్ని మిత్రుడు. అతని భార్యధారణి. రాజు మళావిక చిత్రపటాన్ని చూచి మోహిస్తాడు. మాళవిక మాళవ రాజైన మాధవసేనుని చెల్లెలు. ఈ కధలో చివరికి అగ్ని మిత్రుడు మాళవికను వివాహము చేసుకుంటాడు.

విక్రమోర్వశీయం :- ఈ గ్రంథములో నాయకుడు పురూరవుడు. నాయిక అప్సరస ఊర్వశి. ఈ అప్సరసను కేశి అనే రాక్షసుడు ఎత్తుకోని పోవుచుండగా, ప్రతిష్టానాధిపతి పురూరవుడు ఆమెను రక్షిస్తాడు. ఊర్వశీ, పురూరవులు పరస్పర ప్రేమిపాశ బద్దులవుతారు. ఇంద్రసభలో ఊర్వశి అభినయం చేస్తూ, అన్యమనస్కురాలై 'పురుషోత్తమ' అనుటకు బదులుగా 'పురూరవ' అని అంటుంది. ఆ దోషమునకు భరతముని కొపించి ఆమెను భూలోకంలో ఉండమని శపిస్తాడు. ప్రియుని చేరుకుని పుత్రుడు కలిగినంత వరకూ భూలోకంలో ఉండమని ఇంద్రుని

కోరిక మీద మునిశాపాన్ని మారుస్తాడు. ఆ విధముగా ఊర్వశి పురూరవుణ్ణి చేరుకుంటుంది. ఒక రోజు ప్రణయ కోపంలో నిషేధింపబడిన వనంలో ఊర్వశిని ప్రవేశించి లతగా మారుతుంది. పురూరవుడు ఆమెను వెదుకుతూ వనంలో ప్రవేశించి మణితో లతను తాకగా తిరిగి ఊర్వశిగా మారుతుంది. ఊర్వశిని వివాహమాడి పురూరవుడు రాజధానికి వస్తాడు. వీరికి ఆయువు అనే కుమారుడు జన్మిస్తాడు. శాపం ప్రకారం ఊర్వశి కుమారుని చ్యవన మహర్షి దగ్గర వదలి స్వర్గలోకం చేరుతుంది. ఊర్వశి వియోగ విరహంతో విచారిస్తున్న పురూరవుని దగ్గరకి నారద మహర్షి వచ్చి దేవదానవ యుద్ధం, జరగబోతుందని, దీనలో పురూరవుడు ఇంద్రునికి సహాయం చేసినచో ఊర్వశి పురూరవునికి శాశ్వతంగా లభిస్తుందని చెప్తాడు. ఈ సంతోషం వార్తతో ఈ నాటకము ముగుస్తుంది.

<u>మేఘసందేశం</u> :- కాళిదాసు మేఘసందేశంలో ప్రకృతిని అధ్భుతముగా (భౌగోళిక సమాచారం) వర్ణించాడు. యక్షుడొకడు అలకాధిపతి కుబేరుని కోపానికి గురియై ఒక సంవత్సరకాలం భార్య వియోగంతో రామగిరి ఆశ్రమ ప్రాంతాలలో జీవితాన్ని గడుపుతాడు. వర్షకాలం రావడంతో అతనికి భార్య వియోగం భరించరానిదవుతంది. అప్పుడు మేఘాన్ని తన భార్య దగ్గరికి దూతగా వెళ్ళమని యక్షుడు వినయపూర్వకముగా ప్రార్థించి మొదట తన భార్య ఉండే అలకాపురానికి పోయే దారిని వర్ణించి, తర్వాత అలకానగరంలోని తన ఇంటి గుర్తులను తన భార్య వియోగ స్థితిని వర్ణించి చెప్పాడు. ఈ గ్రంథంలో హిమాలయాలను వర్ణించాడు తర్వాత యక్షిణికి సందేశం చెప్పిపంపుతాడు.

<u>కుమార సంభవము</u> :- ఈ కుమార సంభవములో హిమాలయములను అద్భుతముగా వర్ణించాడు. పార్వతి జననం, విద్యాభ్యాసం, శివుని కోసం ఆమె చేసిన తపస్సు, శివ పార్వతులు వివాహము మొదలైన సన్నివేశాలు ఈ కథలో వర్ణించాడు. తారక రాక్షసుని వధించుట ఇందులో ఉన్నది.

<u>రఘువంశము :-</u> కాళిదాసు శివభక్తుడైనా హరి ద్వేషికాదు. హరి అవతారమైన రాముని వంశ చరిత్రను రఘువంశ కావ్యముగా రచించాడు. దిలీపుని సేన పురాణత, రఘువంశ రాజుల దాన నిరతి, శ్రీరాముని ఆదర్శ జీవితాన్ని కవి ఈ గ్రంథములో చక్కగా చిత్రించాడు.

మృచ్ఛకటికము :- అనే నాటకమును సంస్కృతంలో శూద్రుకుడు వ్రాసినాడు. ఈ నాటకమున వస్తువు వసంతసేనా, చారుదత్తుల ప్రణయాగాథ. ఈ నాటకమున నాయకుడైన చారుదత్తుడు బ్రాహ్మణుడు. ఇతడు తన తండ్రి గడించిన సంపదను దానధర్మాలు చేసి దరిద్రావస్థలో ఉన్నాడు. నాయిక వేశ్య వసంత సేన. రాజు గారి ఉంపుడుగత్తె సోదరుడు శశాంకుడు వసంతసేనను కాంక్షించాడు. వసంతసేన, చారుదత్తులు ఒకరినొకరు ప్రేమించుకున్నారు. చారుదత్తుని కుమారుడు తనకు మట్టి బండి వద్దు, బంగారు బండి కావాలని ఏడుస్తుంటే, బంగారు బండి చేయించుకోమని వసంతసేన తన నగలు తీసి ఆ మట్టి బండిలో పెడుతుంది. వసంతసేన చారుదత్తుని కలుసుకోవడానికి ఉద్యానవనానికి బయలుదేరి శశారునికి చిక్కుతుంది. ఆమెను అతను బలవంతం చేస్తాడు. ఆ సమయంలో శకారుడు వసంతసేన మెడను నొక్కగా ఆమె మూర్ఛపోతుంది. చనిపోయినదనుకుని చారుదత్తుడే ఆమెను చంపినట్లు అభియోగం నడుపుతాడు. న్యాయశాస్త్రానుసారం చారుదాత్తునికి మరణశిక్ష విధించబడుతుంది. అతన్ని వధ్యస్థానానికి తీసుకుపోతారు. ఇంతలో వసంతసేన సంవాహకుడనే బౌద్ధ బిక్షువు చేత రక్షించబడి వధ్యస్థానాకి వస్తుంది. అదే సమయంలో గోపాల వేషంలో ఉన్న ఆర్యకుడు, పాలకుడనే వాణ్ణి తోసివేసి తాను రాజు అవుతాడు. ఆర్యకుడు చారుదత్తుని స్నేహితుడు కాబట్టి అతన్ని క్షమించి వసంతసేనతో అతనికి వివాహం చేయిస్తాడు. చారుదత్తుని మొదటి భార్య దూత కూడ వీరి వివాహమును అంగీకరిస్తుంది.

ఈ నాటకమున నాయిక, నాయకుని ఇరువురి పేరులలో దేనిని నాటకపు పేరుగ కవి ఉపయోగింపలేదు. చారుదత్తుని కొడుకు మట్టితో చేసిన చిన్న బండితో ఆడుకొను ప్రసక్తికి ఈ నాటకమున కథాకల్పమున ఒక విశిష్టత కలిగినది. అందువలన "చిన్న మట్టి బండి" అని అర్థ మొసగు "మృచ్ఛకటిక" అను పేరునే ఆ నాటకమునకు కవి కల్పించెను. తక్కిన ఆకర్షణలను వదిలి, ఇతరులకు అప్రాముఖ్యముగ కనిపించు చిన్న మట్టి బండికి ప్రాముఖ్యతను కల్పించుటలోనే శూద్రకుని కళాసృజనా శక్తి వ్యక్తము కాగల్గినది. ఈ నాటకమున మరియొక్క విశేషము సైతము కలదు. ఇందు దొంగతనము కూడ ఒక కళగ పరిగణింపబడినది. శర్విలకుడను దొంగ చారుదత్తుని ఇంటి గోడకు కన్నము

వేసి సోత్తు దొంగలించును. గోడకు కన్నము వేయుచునే కన్నములు వేయుటలోని కళా కౌశలయమును గురించి శర్వీకుడు వివరించును. తెల్లవారిన తరువాత చారుదత్తుడు తన ఇంటి గోడలోని కన్నమును చూచి దానిని వేయుటలో దొంగ కనబరచిన హస్త కౌశలమునకు ముగ్ధుడై తన సోమ్ము పోయిన విచారమునకు లోబడక ఆ కన్నపు రమ్యతనే, మెచ్చుకొను చుండును. కళ ఉన్నత స్థాయిని అందుకొనుటకు ఇది ఒక ఉదాహరణము కళ లోక వృత్తాను సారి కాదనుటకు ఇది ఒక తార్కాణము. చారుదత్తుని వంటి వారు ప్రపంచమున ఎవరైన అరుదుగ ఉండవచ్చును లేదా ఎవరును లేక పోవచ్చును. అట్టి పాత్ర వాస్తవ జగత్తున అసంభవమైనను, నాటక రచయిత అట్టి దానిని సృష్టించుటలోనే అతని మౌలిక ప్రతిభ విదితమవుచున్నది.

<u>కౌముదీ మహత్సవమ్</u> :- వజ్జీకుని కౌముదీమహోత్సవమ్ అనే నాటకంలో మొదటి చంద్రగుప్తుడు రాజ్యానికి వచ్చిన తీరును, అతడు సాధించిన ఘన విజయాలను వివరించుచున్నది.

<u>తిలస్యపన్నాటి గ్రంధం</u> :- యతి వృషభ రచన అయిన ఈ గ్రంథము వలన గుప్తుల కాలం నాటి బౌద్ధ ప్రచారము విదితమవుచున్నది

<u>కాథా సరిత్సాగరం</u> :- ఉజ్జయిని రాజు మహేంద్రాధిత్యుని కుమారుడు విక్రమాధిత్యుడు హుణులను ఓడించినట్లు వ్రాసినాడు. విక్రమాధిత్య అనే బిరుదు స్కంద గుప్తునిదని నాణేల వలన తెలిసింది.

<u>శాసనాలు</u> :- గుప్త చరిత్ర రచనలో గ్రంథాల తర్వాత పేర్కొన దగ్గవి శాసనాలు. “తొలి గుప్త రాజులు జ వారి వారసులు ” "Corpus Inscriptionum Indicarum" అను గ్రంథంను క్రీ. శ. 1888లో డా. ఫీటు అను అతడు ప్రచురించి చరిత్ర రచనకు ఘననీయమైన సేవ చేశాడు. ఈ గ్రంథము వలన తొలి గుప్తుల మరియు చివరి గుప్తుల చరిత్ర విదితమవుచున్నది.

<u>అలహాబాదు శాసనం</u> :- సముద్ర గుప్తుని సేనాపతి హరిసేనుడు సంస్కృత భాషలో కావ్య శైలిలో అలహాబాదులోని అశోకుని స్థంభము పై వ్రాసిన ప్రసస్తి. ఈ శాసనం వలన సముద్రగుప్తుని ఘనవిజయాలు తెలియజేయుచున్నవి.

ప్రస్తుతము ఈ అశోకుని స్థంబ శాసనము కౌశాంబి నుండి అలహాబాదుకు తరలించబడినది.

ఎరాన్ శిలా శాసనము (క్రీ. శ.510) :- ఈ శాసనము వలన సముద్రగుప్తుని ప్రజ్ఞా విషయాలు తెలియుచున్నవి. సతీసహగమనాన్ని గురించి చెప్పిన మొట్ట మొదటి శాసనము ఇదే. ఈ శాసనము వలన సముద్రగుప్తుడు ఉత్తర దండయాత్రలో నవనాగులను ఓడించినట్లు తెలియుచున్నది. నలందా, గయ రాగి ఫలక శాసనముల వలన అగ్రహారాలను గురించి తెలువుచున్నాయి. అంతేగాక సముద్రగుప్తుని ఘనత తెలుపుచున్నది.

మెహరేలి ఉక్కు (ఇనుప) స్థంభ శాసనము (క్రీ. పూ. 57) :- ఈ శాసములో పేర్కొన్న చంద్రరాజు రెండవ చంద్రగుప్తుడే అని చరిత్రకారుల అభిప్రాయము. కాని శాసనము క్రీ. పూ. 57లో వేయబడినది. కావున ఇది రెండవ చంద్రగుప్తునికి సంబంధిచినది కాదని పెక్కుచరిత్రకారులు భావిస్తున్నారు. ఈ శాసనమలో చంద్ర అనే రాజు సింధు నది ప్రాంతము దాటి (వాహ్లిక బ్యాక్ట్రియా) దేశమును ఆక్రమించినాడని తెలుస్తోంది. అంతేగాక వేంగి రాజ్యకుటమిని ఓడించినట్లు తెలియుచున్నది.......

ఉదయగిరి శాసనము :- ఈ శాసనంలో రెండవ చంద్ర గుప్తుడు విశాల భూభాగాన్ని జయించ సంకల్పించి మాళ్వలో విడిది చేసినట్లు తెలియుచున్నది.

★ మధుర శిలా శాసనం, మధుర స్తంభ శాసనము, సాంచి శిలా శాసనములు ద్వారా రెండవ చంద్రగుప్తుని పరిపాలన తెలియుచున్నది.

దమోదర్ పూర్ తామ్ర శాసనము (క్రీ. శ. 436) :- ఈ శాసనము వలన మొదటి కుమార గుప్తుని పరిపాలన విధానము వెట్టిదో తెలుసుకోనుటకు వీలగును. బెంగాల్ నందు దోరికిన శాసనము ఇది ఒక్కటియే. దీనిని బట్టి బెంగాల్ గుప్త సామ్రాజ్యమున అంతర్భాగమని చెప్పవచ్చును.

మంకువార్ శిలా శాసనము క్రీ. శ. 448 :- గుప్త శాసనాలు మొత్తం 42 కలవు. వాటిలో 23 ప్రత్యేక వ్యక్తుల కోసం చెక్కిన శాసనాలు మిగిలిన 19 శాసనాలలో రాజు తరపున (లేదా) ప్రభుత్వ అధికార సంబందమైనవి. ప్రత్యేక

వ్యక్తులకు సంబంధించిన శాసనాలలో మతపరమైన సంస్థలకు వ్యక్తులు చేసిన దానధర్మాలను తెలుపుచున్నాయి. ఇల్లాంటి శాసనాలు లేదా రికార్డుల్లో అప్పుడప్పుడు రాజును గురించి అతడు సాధించిన విజయాలను గురించిన ప్రస్తావనలు కూడా కనిపిస్తున్నాయి. కాని ఇది అధికార రికార్డులు కాక పోవడం చేత కొన్ని పొరపాట్లు జరిగినాయి. ఉదా:- ఒక సందర్భములో ఒక పౌరుడు గుప్త చక్రవర్తిని కేవలం ఒక 'మహరాజ' అని పేర్కొనడం జరిగింది. 'మంకూర్' బౌద్ధ విగ్రహ స్థాపనకు సంబంధించిన శాసనంలో మొదటి కుమార గుప్తుడిని ఇలా 'మహరాజ' అని పేర్కొనుట జరిగింది. దీని వల్ల పుష్యమిత్రుడు హూణుల కాలంలో కుమార గుప్తుడి స్థాయి మామూలు భూస్వామి స్థాయికి దిగజారినట్లు విదిమవుతున్నదని ఫ్లీట్ అనే చరిత్రకారుని అభిప్రాయం.

అధికార శాసనాలన్ని ప్రసస్తి లేదా భూదానాలను గురించి తెలుసుకొనవచ్చు. తామ్ర శాసనాల వలన వారి వంశావళిని గురించి తెలుసకోవచ్చు. వీరి కాలంలో ధానలు చేసేటప్పుడు రాజులు మత నియమాల ప్రకారం తమ తండ్రుల పేర్లు శాసనల్లో పేర్కొనేడివారు. దీని వల్ల వాని వంశావళిని తెలుసుకొవడం సులభమైనది.

<u>బీల్‌సాద్ మంధసోర్ శాసనము</u> :- ఈ శాసనము వలన ఉత్తర్ ప్రదేశ్‌లోని పైజాబాద్ జిల్లాలో శివాలయము, మందసోర్‌లోని సూర్యదేవాలయము, మంకువార్‌లోని రాతి బుద్ధ విగ్రహం, కార్తికేయ దేవాలయములను మొదటి కుమార గుప్తుడు నిర్మించినట్లు తెలుస్తోంది.

ఇవే గాక గాద్వ శిలాశాసనము, ఉదయగిరి గుహాలయ శాసనములు కూడ మొదటి కుమార గుప్తని గురించి తెలుపుచున్నాయి.

<u>జునాఘడ్ శాసనం (గిర్నార్)</u> :- వామనావతరం గురించి ఈ శాసనము ఉంది. విష్ణు దేవుడు నిరంతరం లక్ష్మి సన్నిధిలో ఉంటారని ఈ శాసనము వర్ణించి యున్నది. స్కంధ గుప్తుడు హూణులను ఓడించినట్లు పేర్కొన్నది. అయితే ఈ శాసనము హూణులను మేచ్ఛులుగా తెలుపుచున్నది. సుదర్శన తటకానికి మరమత్తులను స్కంధ గుప్తుడు చేసినట్లు ఈ శాసనము వలన విధితమవుతున్నది. ఈ శాసనము వల్ల సౌరాష్ట్ర ఇతని ఏలుబడిలో ఉన్నట్లు తెలుస్తోంది.

కాహుమ్ స్తంభ శాసనము :- ఈ శాసనము వలన స్కంధ గుప్తుడు జైనులకు ఐదు జైన విగ్రహములను దానము చేసినట్లు తెలుస్తోంది.

భిటారి శిలా శాసనము :- స్కంధ గుప్తుడు తన తండ్రి మొదటి కుమార గుప్తుని కాలంలో యువరాజుగా పుష్యమిత్రుని, హుణులను ఓడించి విజయంతో రాజధానికి తిరిగిరాగా, తండ్రియైన కుమార గుప్తుడు రాజ్యాధికారమును అతనికి అప్పగించినట్లు ఈ శాసనం వలన తెలుస్తోంది. ఈ బిటారి శాసనంలో పురుగుప్తుని మొదలుకొని రెండవ కుమారగుప్తుని వరకు వరుసగా పేర్లు ఉన్నాయి. అంతేగాక ఈ శాసనంలో గరుడ బోమ్మకలదు దీన్ని బట్టి వీరు వైష్ణవ మతానికి చెందిన వారని తెలుస్తోంది.

బీహరు స్థంభ శాసనం :- స్కంధ గుప్తుడు కుమారస్వామికి దేవాలయము నిర్మించినట్లు తెలుపుచున్నది.

పహర్ పూర్ తామ్ర శాసనం :- ఈ శాసనమును బుద గుప్తుడు వేయించినాడు. రాజ్యంలో భూమి అంత ప్రభుత్వానిదేనని వాదించే చరిత్రకారులకు ఈ శాసనం ప్రధాన ఆధారం. భూమిని సర్వేచేసి సరిహద్దు నిర్ణయించే వారని ఈ శాసనం వల్ల విదితమువుతుంది.

పూనా శాసనం :-ఈ శాసనము ప్రభావతి గుప్తుడు వేయించినాడు. ఈ శాసనం వలన గుప్తుల కాలంలో భూమి సర్వే జరిగినదని తెలియుచున్నది.

సారనాథ్ శాసనం :- ఈ శాసనం వలన రెండవ కుమార గుప్తుడు సింహాసనము అధిష్టించిన విషయము తెలుస్తోంది. ఈ శాసనములో రెండవ కుమార గుప్తుడు ఒక గ్రామము బ్రాహ్మణునికి దానం చేసినట్లు తెలియుచున్నది. అభయమిత్ర అను బౌద్ధ బిక్షువు శిల ప్రతిష్టించి పూజించడం కూడ ఈ శాసనంలో ఉన్నది.

ఇండో రాగి రేకు శాసనాలు :- ఈ శాసనము వలన ఉద్యోగులకు జీతములు చెల్లించే వారని తెలియుచున్నది.

నాణేములు :- ప్రాచీన భారత దేశ చరిత్రలో గుప్త చక్రపర్తుల కాలం నాటి నాణేల ముద్రణకు ఒక ప్రత్యేకమైన స్థానం ఉంది. వీరు ప్రవేశ పెట్టిన నాణేములు కూడ వీరి చరిత్రము తెలియజేస్తున్నాయి. అలాన్ అనే చరిత్ర కారుడు రచించిన

"గుప్త వంశస్థుల పట్టిక" అనే గ్రంథము గుప్తుల చరిత్రను క్రమబద్ధము చేసింది. గుప్తుల కాలము నాటి ప్రజలు స్వదేశీ వ్యాపారంతో పాటు విదేశీ వ్యాపారము కూడ చేసేవారు. ఈ వ్యాపారాభివృద్ధికి మారక ద్రవ్యాలు ఉపయోగము అవసరమైనది. గుప్త చక్రవర్తులు కుషాణ్‌ల నుంచి నాణేములను ముద్రించే విధానము నేర్చారు. తొలి గుప్తులు ప్రవేశ పెట్టిన నాణేములలో ఈ విషయము స్పష్టమవుచున్నది. ఆర్. కె. ముఖర్జీ అనే చరిత్రకారుని అభిప్రాయంలో తొలి గుప్తుల నాణేములు

1. గుప్త చక్రవర్తి కుషాణ్ దుస్తువులలోను,

2. అతని పేరు నిలువుగా వ్రాయడం మొదలైన లక్షణములు చాల వరకు కుషాణుల నాణేములను పోలి ఉన్నాయి. అయితే కాలక్రమేణ గుప్త చక్రవర్తులు తమ నాణేలను భారతీయ పద్ధతిలో ముద్రించడం నేర్చారు.

మొదటి చంద్ర గుప్తుని రాణి కుమారదేవి బొమ్మలు గల నాణేములు మొదటి చంద్రగుప్తుడు ప్రవేశపెట్టినాడ? లేదా సముద్రగుప్తుడే పెట్టినాడ ? అన్నది వివాదగ్రస్థమైన విషయం. మొదటి చంద్ర గుప్తుడు, కుమారదేవి నాణేముల వలన గుప్త సామ్రాజ్య సుస్థిరతలో విస్తరణలో లిచ్ఛవీలు వహించిన పాత్ర విశదమవుతున్నది. ఈ నాణెముల పై దొరికిన స్థలములను బట్టి (కాశీ, మధుర, లక్నో, బయానా) మొదటి చంద్రగుప్తుని సామ్రాజ్య వీస్తీర్ణతము నిర్దేశించవచ్చును. సముద్ర గుప్తుడు సుమారు ఆరు రకాములైన బంగారు నాణేములను ముద్రించినాడు. సముద్రగుప్తుని నాణెములపై అశ్వమేధ యాగం, వీణ బొమ్మ, గరుడ బొమ్మ మొదలగు బొమ్మలను ముద్రించినాడు. అశ్వమేధ యాగం తెలుపు నాణేము సముద్రగుప్తుని పరాక్రమాన్ని తెలుపుచున్నది. అయితే ఈ నాణేములు వివిధ కొలతలల్లో ఉన్నాయి. ఈ నాణేముల వలననే 'కచ' అను గుప్త రాజు కలడని తెలుస్తోంది. అయితే అతడు ఎవ్వరో, ఎప్పుడు పరిపాలించినడో తెలియదు. "కచ" గుప్తుడే సముద్రగుప్తుడని కొందరి అభిప్రాయం.

రెండవ చంద్ర గుప్తుడు తన పాలన కాలములో 14 రకముల బంగారు నాణేములను ముద్రించాడు. ఈ నాణేముల పై పులి, ఖడ్గ మృగం, అశ్వికుడు, గధ, పద్మం, లక్షి బోమ్మ, గజారుఢుడు మొదలైన బొమ్మలను కలవు. ఇతడు

బంగారు నాణేములనే గాక వెండి, రాగి నాణేములను కూడా ముద్రించినాడు. అయితే ఈ నాణేములను సూత్రనముగా జయించిన పశ్చిమ రాష్ట్రాల్లో చలామణిలో ఉంచాడు. ఉదా:- సౌరాష్ట్రలో శకులను నిర్మూలించి వెండి నాణేలను ప్రవేశ పెట్టినాడు. ఇతని నాణెముల పై ఉన్న శంఖ (Conch) ముద్రిక వలన అతనికి గల సారస్వత కళా పోషణ విదితమవుచున్నది. ఇతని నాణేముల పై ఉన్న గుర్రం బోమ్మ తన దిగ్విజయాలను సూచిస్తుంది. ఇతని నాణేముల పై ఉన్న పులి బోమ్మ గుజరాత్ అడవులలో గల వన్య మృగాలను తెలియజేస్తుంది.

మొదటి కుమార గుప్తుడు కూడ అనేక నాణేములను ప్రవేశ పెట్టినాడు. వాటిలో "నెమలికి ఆహరము అందించుచున్న రాజు బోమ్మ కల్గిన నాణేము ముఖ్యమైనది. ఇదీయేగాక ఏనుగు, అశ్వికుడు, సింహం వధించుట, ఖడ్గ మృగం వధించుట వంటి నాణేములు ఇతడు ప్రవేశ పెట్టినాడు. ఇతడు అశ్వమేధయాగం చేసి క్రొత్త నాణేములను విడుదల చేశాడు. ఈ నాణేములపై ఒక వైవు గుఱ్ఱంను మరో వైపు మహేంద్ర అనే బిరుదును వేయించాడు. ఇతని నాణేముల పై ఇతనికి గల వైష్ణవ భక్తి విదితమవుచున్నది. ఇతడు బంగారు నాణేములనే గాక వెండి, రాగి నాణేములను కూడ ప్రవేశ పెట్టినాడు. ఇతడు ముద్రించిన రాగి నాణేములు కధియావార్ యందు లభ్యమైనాయి. ఈ రాగి నాణేములు పై రాజు తల, గరుడ బోమ్మ కలవు. ఇతడు తన తండ్రి వలే గాక పాత నాణేములను పశ్చిమ రాష్ట్రాల్లో ప్రవేశపెట్టి నూతనంగా ముద్రించిన నాణేలను మాత్రము తన సోంత రాష్ట్రలలోనే చాలామణిలో ఉంచినాడు.

స్కంద గుప్తుని ముద్రించిన నాణేములలో విలుకాడు బోమ్మ కలిగిన నాణెం సరికొత్త నాణెము. ఇతని నాణేముల వలన ఇతనికి "విక్రమాధిత్యుడు" అనే బిరుదు ఉందని తెలుయుచున్నది.

<u>పురావస్తు ఆధారములు</u> :- వాస్తు కళా సంపదలో గుప్తులు దేశీయ సాంప్రదాయలను నెలకొల్పిరి. గుప్త పాలకులు అనేక దేవాలయములను నిర్మించి తమ వాస్తు ప్రజ్ఞను చాటిరి. వీరు నిర్మించిన నిర్మాణములలో పెర్కోనదగినవి ఏమనగా దేవఘడ్ యందలి దశావతార దేవాలయం, భూమ్రాలోని శివాలయం, టిగావాలోని విష్ణు దేవాలయం, సాంచి, సారనాథ్ యందలి బౌద్ద దేవాలయములు,

భీతర్గమ్, పహర్ పూర్‌లోని దేవాలయములు పేర్కొనదగినవి. అజంతా గుహలలో 16, 17, 19 సంఖ్య గల గుహాలయాములోని కుడ్య చిత్రాలు, గ్వాలియర్‌లోని చిత్రములు భాగ్ గుహలోని మొదలైనవి పురావస్తు ఆధారములు పేర్కోనవచ్చును.

గుప్త రాజుల పూర్వ చరిత్ర :– గుప్తుల వంశం పుట్టు పూర్వోత్తరములపై, కుల నిర్ణయము పై, జన్మ స్థానము పై చరిత్రకారులలో ఏకభిప్రాయం లేదు.

జన్మస్థలి :– గుప్త రాజులలో మొదటి వాడైన శ్రీ గుప్తుడు 'చిలికిత' మహారాజుగా ప్రస్తావిస్తూ చైనా యాత్రికుడైన ఇత్సింగ్ వ్రాసిన కొన్ని వ్యాఖ్యానాల ఆధారముగా గుప్త రాజుల జన్మస్థానం మగధ అని కొంత మంది చరిత్రకారులు పేర్కొన్నగా, మరికొంత మంది చరిత్రకారులు 'ప్రయాగ' అని పేర్కొన్నగా. 'చిలికిత' మహారాజు మిలికియోసి – కియోపోనో అనే ప్రాంతాన్ని పాలించినట్లు ఇత్సింగ్ పేర్కోన్నాడు. 'చిలికిత' మహారాజు శ్రీ గుప్తుడేనని అంగీకరించిన 'మిలికియోసి–కియో–పోనో' అనే ప్రాంతము ఇంకా గుర్తించలేదు.

పురావస్తు ఆధారాలను దృష్టిలో ఉంచుకొని పరిశీలించిపప్పుడు వీరి జన్మస్థానము ఉత్తర్ ప్రదేశ్‌లోని తూర్పు ప్రాంతమని విశదమవుతున్నది. అదే విధముగా నాణేములు కూడా ఈ ఉత్తర్ ప్రదేశ్‌లోని తూర్పు ప్రాంతంలోనే ఎక్కువగా లభ్యము అయినాయి. అదే విధముగా దాదావు ఎనిమిది శాసనాలు కూడ ఉత్తర్ ప్రదేశ్‌లోనే లభ్యమైనాయి. కావున వీరి జన్మస్థానం ఉత్తర్ ప్రదేశ్‌లోని తూర్పు ప్రాంతములోని ప్రయాగ అని కొంత మంది చరిత్రకారుల అభిప్రాయం, కాని కె. పి. జయస్వాల్ చరిత్రకారుడు, అతడు (శ్రీగుప్తుడు) ప్రయాగ ప్రాంతమున చిన్న రాజ్యమునకు అధిపతి" అయి ఉండవచ్చునని పేర్కోన్నాడు.

తొలి రాజునుని నిర్ణయించుట :– గుప్త వంశపు చరిత్ర నిర్ధిష్టంగా తెలియదు. శాతవాహనుల కాలమందు, శుంగుల కాలమందు గుప్తుల పేర్లు తరచుగా కనబడుచున్నాయి. వీరి కాలంలో ఉద్యోగుల పేర్లు గుప్త పదంతో అంతమవుతాయి. అయితే క్రీ. శ. 4వ శతాబ్దంలో రాజ్యస్థాపన గుప్తవంశీయులకు, వీరికి ఎట్టి సంబంధం ఆపాదించడానికి తగిన ఆధారాలు లేవు.

శ్రీ గుప్తుడు, గుప్తుల లేఖల్లో శ్రీ గుప్తుడు వారి మొట్టమొదటి చక్రవర్తిగా

పేర్కొన్నడం జరిగింది. అయితే ఇతని పేరు గురించి చరిత్రకారుల్లో భిన్నాభిప్రాయలు కలవు. కొందరు ఇతని పేరు శ్రీ గుప్తుడు అని పేర్కొన్నగా మరి కొందరు ఇతని పేరును గుప్తుడని శ్రీ అనేది గౌరవ సూచకంగా అతని పేరుకు ముందు పేర్కొనడం జరిగిందని వాదించారు. వాయు పురాణములో కూడ గుప్త సంతతి వారు అని పేర్కొనడం జరిగింది.

చైనా బౌద్ధ యాత్రికుడైన ఇత్సింగ్ భారతదేశము సందర్శించినప్పుడు ఇక్కడి విషయలను వర్ణించినాడు. అందులో సుమారు 500 సంవత్సరాలకు ముందుకు చిలికిత అను రాజు మృగశిఖవనంలో చైనా బౌద్ధ యాత్రికుల కొరకు ఒక దేవాలయాన్ని నిర్మించినట్లు, దాని పోషణకై 24 గ్రామాలను దానము చేసినట్లు పేర్కొన్నాడు. దీని ప్రకారం చిలికత అంటే శ్రీ గుప్తుడుడని ఇతడే క్రీ. శ 190 ప్రాంతంలో రాజ్యపాలన చేసినట్లు చెప్పవచ్చును. శ్రీ గుప్తుని తర్వాత అతని కుమారుడు ఘటోత్కచుడు రాజ్యపాలన చేశాడు. ఐతే వీరు సామాన్య రాజులే కాని మహరాజులు కారు. ఎందుకంటే కుమార గుప్తుని కాలములో ఉత్తర బెంగాల్లోని గవర్నర్లను కూడ "మహరాజు" అని పిలిచేవారు.

<u>ఘటోత్కచుడు (క్రీ. శ. 280-319)</u> :- ఇతడు శ్రీ గుప్తుని కుమారుడు. కాని ఇదని పేరు చివర గుప్త నామం జతపరచలేదు. కాని వైశాలిలోని ముజఫర్ పూర్‌లో లభ్యమైన ముద్రికల్లో ఇతని పేరు ఘటోత్కచ గుప్తుడుగా వ్రాయడం జరిగింది. ఇతని కాలంలో గుప్తుల ప్రతిష్ట పెరిగి లీచ్ఛవులు తమ రాకుమారియైన కుమారదేవిని ఇతని కుమారుడైన మొదటి చంద్ర గుప్తునికి ఇచ్చి వివాహం చేశాడు.

<u>మొదటిచంద్ర గుప్తుడు (క్రీ. శ 319-335)</u> :- ఘటోత్కచుని తదనంతరము మొదటి చంద్ర గుప్తుడు రాజ్యపాలన చేశాడు. మొదటి చంద్ర గుప్తుడు క్రీ. శ 320 ఫ్రిబవరి 26వ తేదిన మగధ రాజ్య సింహాసనం అధిష్టించి పట్టాభిక్తుడై అనాటి నుంచి గుప్త శకాన్ని ప్రారంభించాడు. ఇతడు లీచ్ఛవీ రాకుమార్తై ఐన కుమార దేవిని వివాహము చేసుకొరి తన అధికారమును, రాజ్యమును విస్తరింపజేశాడు. లీచ్ఛవీ రాకుమార్తె అయిన కుమారదేవి తోటి మొదటి చంద్రగుప్తుని వివాహం బలవంతులైన లిచ్ఛవుల ప్రభావం ఒక వరకట్నం లాంటిదని

అది అతనికి మగధలో ఒక ఉన్నత స్థానాన్ని కల్గించినదని వి. ఎ. స్మిత్ చరిత్రకారుడు పేర్కొన్నాడు. అయితే లీచ్ఛవులతో మొదటి చంద్రగుప్తునికి వివాహసంబంధం ఏ విధముగా ఏర్పడినదో చెప్పుట కష్టము. అలాన్ అనే చరిత్రకారుని అభిప్రాయం ప్రకారం మొదటి చంద్రగుప్తుడు వైశాలి పై దండెత్తి లిచ్ఛవీలను బందించారనీ ప్రతిఫలంగా లిచ్ఛవీలు తమ రాకుమారి ఐన కుమార దేవిని మొదటి చంద్రగుప్తునికిచ్చి వివాహం చేసినట్లు తెలిపినాడు.

వజ్జిక రచించిన కౌముది మహోత్సవము అనే సంస్కృత నాటక గ్రంథం మొదటి చంద్రగుప్తునికి సంబంధించిన విషయములను కొంతవరకు తెలియజేస్తున్నది. ఈ గ్రంథం ప్రకారం మగధను సుందరవర్మ పాలించాడు. చంద్రసేనుడు అతని దత్తపుత్రుడు. అయితే కొంత కాలం తర్వాత సుందవర్మరాజుకు కళ్యాణవర్మ అనే కుమారుడు జన్మించినాడు. సుందరవర్మకు లేక లేక కల్గిన కుమారుడవడంతో అతనికి కళ్యాణవర్మ మీద పుత్ర, వాత్సల్యం, ప్రేమ పెరిగింది. దీనికి ఆసూయ చెందిన చంద్రసేనుడు తన పెంపుడు తండ్రి పైన లిచ్ఛవుల సహాయంతో తిరగుబాటు చేసి సుందరవర్మను వధించి మగధ సింహాసనం అధిష్టించినాడు. కాని ఈ సంఘటనను వ్యతిరేకించిన మగధ ప్రధాన మంత్రియైన మంత్ర గుప్తుడు, సేనానియైన కుంజరుడు ఇద్దరు కళ్యాణ వర్మ పక్షం వహించి అతడిని దూర ప్రాంతాలకు తీసుకొని పోయి రహస్యంగా కాపాడి మగధ పాలకుడైన చంద్రసేనుడు పాటలీపుత్రంలో లేని సమయంలో వీరు తిరుగుబాటు చేసి కళ్యాణ వర్మను చక్రవర్తిగా చేసినట్లు ఈ కౌముది మహోత్సవము అనే గ్రంథము వలన విధితమవుచున్నది. కాని ఈ గ్రంథములోని అంశాలను ధృడపరచుటకు సరియైన చారిత్రక ఆధారాలు లభించలేదు.

మొదటి చంద్రగుప్తుడు సువిశాల సామ్రాజ్యము నిర్మించి 'మహరాజాధిరాజ' 'రారాజు' అనే బిరుదులు వహించాడు. ఇతని తదనంతరము కుమారదేవి కుమారుడైన సముద్ర గుప్తుడు రాజ్యానికి వచ్చినాడు.

<u>సముద్ర గుప్తుడు క్రీ. శ. 335-375</u> :- మొదటి చంద్రగుప్తుడు జేష్ట వారసత్వానికి వ్యతిరేకముగా సముద్రగుప్తుని చక్రవర్తిగా చేసినట్లు మనకు అహలబాదు స్థంభ శాసనములోని ఏడవ పంక్తి ద్వారా విదితమవుతుంది. అంతేగాక కాచ(కాక)

అనే నాణెములను గమనించినట్లయితే 'కాచ' అనేది. మొదటి చంద్రగుప్తుని జేష్ట కుమారుడై ఉండవచ్చు. ఇతడు సముద్రగుప్తుని పై వారసత్వ యుద్ధము చేసి ఓటమి పొంది ఉండవచ్చునని కొంత మంది చరిత్రకారులు కొంత మంది చరిత్రకారుల అభిప్రాయం మరి కొంత మంది 'కాచు' అనేది సముద్రగుప్తుని రెండవ పేరు లేదా బిరుదు అయి ఉండవచ్చునని భావించారు. ఏది ఏటులైనారు మొదటి చంద్రగుప్తుడు రాజ దర్బారు నందు సముద్రగుప్తుని తన వారసునిగా ఏంపిక చేసినది. సుస్పష్టమైన విషయము.

అలహాబాదు ప్రశస్తి ప్రకారం, సముద్రగుప్తుని దండయాత్రలను ఏడు భాగాలుగా విభజించినాడు. అవి ఏమనగా

1. మొదటి ఆర్యావర్తన యుద్దాలు.
2. దక్షిణ దిగ్విజయ యాత్ర
3. రెండవ ఆర్యావర్తన దండయాత్ర
4. ఆటవిక రాజ్యము
5. సరిహద్దు రాజ్యములు
6. గణతంత్ర రాజ్యములు
7. విదేశీ రాజ్యములు

<u>1. మొదటి ఆర్యావర్తన యుద్దములు</u> :- సింహసనాన్ని అధిష్టించిన వెంటనే సముద్ర గుప్తుడు మొదటి ఆర్యావర్త యుద్దాల్లో తన అధికారాన్ని ధిక్కరించిన ఉత్తర భారతదేశంలోని రాజులను జయించి పాటలీపుత్రంలో తన అధికారాన్ని సుస్థిరం చేసుకున్నాడు.

<u>యుద్దము చేయుటకు గల కారణాలు</u> :- క్రీ. శ, 4వ శతాబ్దములో గుప్తులవలే నాగజాతి వారు కూడా ఆర్యావర్తనములో బలీయమైన రాజ్యంగా రూపోందసాగింది. గుప్త సామ్రాజ్య విస్తరణకు వీరు అడ్డుగా ఉన్నందువలన దీనిని అణచి వేయుట తప్పని సరి అయినది. అంతేగాక బౌద్ధ మతస్థులైన లిచ్ఛవులతో సముద్రగుప్తునికి గల సంబంధం వలన నాగజాతివారు గుప్తులను

(సముద్రగుప్తుని) వ్యతిరేకించినారు. పై ఈ నాగజాతి వారు బ్రాహ్మణులు శివ భక్తులు. గుప్తులు విష్ణు భక్తులు. ఈ కారణాల వల్ల సముద్రగుప్తుడు నాగజాతి వారిని పూర్తిగా అణచివేసి తన అధికారాన్ని సుస్థిరం చేయదలచి సముద్రగుప్తుడు ఈ యుద్ధము చేశాడు. ఈ యుద్ధములో సముద్రగుప్తునిచే ఓటమి నోందిన రాజులు వరుసగా

1. అహిచ్ఛత్రాన్ని పాలించు అచ్యుతుడు.

2. గ్వాలియర్ సమీపంలో ఉన్న పద్మావతి పురాన్ని పాలించు గణపతి నాగుని
3. మధుర పాలకుడైన నాగసేనుని.

<u>2. దక్షిణ దిగ్విజయ యాత్ర</u> :- మొదటి ఆర్యావర్తనమున తన అధికారమును సుస్థిరము చేసికొనిన పిమ్మట సముద్రగుప్తుడు తన దృష్టిని దక్కన్ పై సారించి దక్షిణ భారతము పై యుద్ధములు చేశాడు. కాని ఈ యుద్ధములు సముద్రగుప్తుడు రాజ్యకాంక్షతో చేయలేదు. తన రాజ్యాన్ని దక్షిణ భారతదేశమునకు విస్తరింప జేయుట అతని ఆశయముకాదు కేవలం తన శక్తిని వెల్లడి చేయుట కై ఈ యుద్ధం చేశాడు. అందువల్ల ఇతడు దక్షిణ భారతదేశ యందలి రాజులను ఓడించిన తర్వాత వారి రాజ్యలను తన రాజ్యాలలో కలిపి వేయక తన సార్వభౌమత్వాన్ని అంగీకరించిన వెంటనే వారి రాజ్యాలను వారికి తిరిగి ఇచ్చివేశాడు. ఈ విధముగా సముద్రగుప్తుడు దిగ్విజయడేగాక, ధర్మవిజయునిగా కూడ ప్రసిద్ధి గావించినాడు.

దక్షిణ భారతదేశము పై చేసిన యుద్ధములో సముద్రగుప్తుడు పన్నెండు మంది రాజ్యపాలకులను ఓడించి తిరిగి రాజ్యాలను వారికే అప్పగించాడు. సముద్రగుప్తుడు ఓడించిన రాజ్యపాలకులు, రాజ్యాలు

1. కోసల రాజు మహేంద్రుడు, ఇతని రాజ్యం నేటి బిలాస్ పూర్, రాయపూర్, సంబల్‌పూర్ ప్రాంతాలు.

2. మహాకాంతారా రాజు వ్యాఘ్రరాజు; ఇతని రాజ్యం నేటి గోండ్వానాకు తూర్పున ఉన్న ప్రాంతము.

3. ఎరండపల్లి రాజు దామనుడు ఇతని రాజ్యం ఖాందేష్ ప్రాంతానికి,

విజయనగరం జిల్లాలోని ఎండిపల్లని, శ్రీకాకుళం (చికాకోల్) అని చరిత్రకారుల అభిప్రాయం.

4. పిష్టపురము రాజు మహేంద్రుడు; తూర్పుగోదావరి జిల్లాలోని కొత్తూరు.

5. కోట్టూరు రాజు స్వామి దత్తుడు; ఇది నేటి విశాఖ జిల్లాలోని కోత్తూరు.

6. దేవ రాష్ట్ర రాజు కుబేరుడు; ఇతని రాజ్యం విశాఖ పట్టణంలోని వైజాగ్ జిల్లాలోని ఎల్లమంచలి.

7. వేంగి రాజు హస్తివర్మ; ఇతని రాజ్యం నేటి కృష్ణా జిల్లాలోని ఏలూరు ప్రాంతం.

8. పాలక్కడ రాజైన ఉగ్రసేనుడు; ఇతని రాజ్యం నేటి నెల్లూరు జిల్లాలోని పులికాట్ ప్రాంతం.

9. కేరళ (కురాల) మంత్రరాజు, ఇతని రాజ్యం కులాట ప్రాంతం, మధ్యప్రదేశ్‌లోని చాంద్ జిల్లా.

10. కుశస్థలం పురం రాజు ధనంజయుడు; ఇతని రాజ్యం నేటి ఉత్తర ఆర్కాటు జిల్లాలోని కుట్టాలూరు.

11. అవముక్త రాజు నీలరాజు; ఈ రాజ్యం నేటి కంచి, వేంగి రాజ్యాల మధ్య ఉన్న చిన్న రాజ్యం.

12. కంచి రాజు విష్ణ గోపుడు; కాంజీవరము - పల్లవుల రాజధాని.

<u>తిరోమార్గము</u> :- సముద్రగుప్తుడు దక్షిణ భారత దండయాత్రల కోసం వెళ్ళిన మార్గాన్ని గురించి చరిత్ర కారుల్లో భిన్నాబి ప్రాయాలున్నాయి. కొందరు చరిత్రకారులు ముఖ్యముగా 'దు బ్రిల్' మొదలైన వారు ఎరండపల్లిని శ్రీకాకుళము జిల్లాలోని ఎలమంచిలి ప్రాంతముతో గుర్తించి, సముద్ర గుప్తుడు వచ్చిన మార్గముననే అనగా తూర్పుతీరము వెంబడి వెనుదిరిగెనని భావించారు. కాని ఫ్లీట్, వి. ఎ. స్మిత్ మొదలుగు చరిత్రకారులు ఎరండపల్లిని శాందేష్ జిల్లాలోని ఎరండొల్‌తోను దేవరాష్ట్రమును మహరాష్ట్రముగాను గుర్తించి, సముద్రగుప్తుడు పశ్చిమతీరము వెంబడి పాటలీపుత్రం చేరెనని భావించిరి. కాని వీరి అభిప్రాయము అంగీకరించుట కష్టము. ఎందువలననగా మహరాష్ట్ర గుండా వెనుదిరిగిన మహరాష్ట్రను పాలించు వాకాటక రాజులతో యుద్ధము తప్పక జరిగి ఉండవలెను.

కాని అట్టి ప్రసక్తి అలహాబాదు ప్రశస్తియందు కానరాదు. అందువలన సముద్రగుప్తుడు వచ్చిన మార్గముననే (తూర్పు తీరమున), వెనుదిరిగి వెళ్ళినాడని పెక్కు చరిత్రకారుల అభిప్రాయం.

<u>రెండవ ఆర్యావర్త దండయాత్ర</u> :- సముద్ర గుప్తుడు దక్షిణ దిగ్విజయ యాత్రలో మునిగి ఉండగా ఆర్యావర్తనములోని తోమ్మిది మంది రాజులు(మటిల, నాగదత్త, చంద్రవర్మ, గజపతి, నాగ, నాగసేన, అచ్యుత, నంది బలవర్మ) వాకాటక రాజైన రుద్రదేవుని నాయకత్వంతో ఒక కూటమిగా ఏర్పడి సముద్రగుప్తుని ప్రతిఘటించిరి. అప్పుడు సముద్రగుప్తుడు వీరిని కౌశాంబి దగ్గర జరిగిన యుద్ధంలో ఓడించి, రుద్రదేవుని వధించి నాడు. మిగిలిన ఎనిమిది మంది రాజులు సముద్రగుప్తుని సార్వభౌమాధికారాన్ని అంగీకరించిరి. ఈ తోమ్మిది మంది చక్రవర్తులు విష్ణు పురాణము నందు పేర్కోనబడిన నవనాగ చక్రవర్తులని రాప్సన్ అనే చరిత్రకారుని అభిప్రాయం. ఈ విజయంతో సముద్రగుప్తుని రాజ్యాం ఉత్తర భారతంలోని గాంధార వరకు విస్తరించినది. ఈ విజయంతో సముద్రగుప్తుడు అశ్వమేధ యాగాన్ని చేసి సామ్రాటుగా ప్రకటించుకున్నాడు ఈ సందర్భముగా సముద్రగుప్తుడు బంగారు నాణెములను ముద్రించి తన సామ్రాజ్యంలో విడుదల చేశాడు.

<u>అటవిక రాజ్యములు</u> :- సముద్రగుప్తుని ఉత్తర, దక్షిణ దిగ్విజయ యాత్రలను విని ఉత్తర్ ప్రదేశ్‌లోని 18 అటవిక రాజ్యముల అధిపతులు సముద్రగుప్తుని సార్వభౌమాధికారన్ని అంగికరించిరి.

<u>సరిహద్దు రాజ్యములు</u> :- సముద్రగుప్తుని వీరచిత విజయములను విని, సరిహద్దు రాజ్యములు అతని ఆధిపత్యము శిరసావహించి అతన్ని సామంతులుగ ఉండుటకు అంగీకరించిరి. ఇట్లు సముద్రగుప్తుని ఆధిపత్యాన్ని అంగీకరించిన రాజ్యములు ఏవనగా.

1. సమతత - తూర్పు బెంగాల్
2. దావక - అస్సాంలోని ప్రాంతం.
3. కామరూప - అస్సాంలోని గౌహతి

4. నేపాల్

5. కార్తీపురము హిమాలయ రాజ్యం. గర్వాల్, రోహిల్ ఖండ్ ప్రాంతములు.

<u>గణతంత్ర రాజ్యములు</u> :- సముద్రగుప్తుని విజయోత్సాహములకు భీతిల్లిన వాయువ్య భారతమున ఉన్న బలీయమైన గణ రాజ్యపాలకులు.

1. ఆర్జునాయనులు జయపూర్ ;
2. యౌదేయులు బగల్‌పూర్ ;
3. మద్రకులు రావి, చినాబ్ ;
4. మాళవులు తూర్పు రాజస్థాన్ ;
5. కాకలు
6. ఖరిపారికులు మొదలగువారు. సముద్రగుప్తునితో పోరుసల్పక, అతని ఆధిపత్యాన్ని ఆమోదించి, కానుకలు పంపి, అతని స్నేహమును కొరిరి.

<u>విదేశీ రాజ్యములు</u> :- సముద్రగుప్తుని కిర్తి ప్రతిష్టలు విజయపరంపరలు విదేశయులకు కూడ వ్యాపించెను. అంతట.

1. ఆఫ్ఘనిస్థాన్ పాలకులైన కుషాణులు ;
2. సౌరాష్ట్రను (కథియావాడు) పాలించు శకులు ;
3. సింహళ పాలకుడైన మేఘవర్ణుడు.
4. మలయా ;
5. జావా
6. సమిత్ర మొదలగు రాజ్యధిపతులు సముద్రగుప్తునికి కనుకలు పంపి అతని మైత్రిని కొరిరి. ఉదా:- సింహళ రాజైన మేఘవర్ణుడు (351-378) సముద్రగుప్తుని ఆస్థానానికి తన రాయబారులను పంపి సముద్రగుప్తుని అనుమతితో బుద్ధగయలో సింహళ బౌద్ధుల సౌకర్యార్థమై బౌద్ధ విహారం నిర్మించాడు. ఈ బౌద్ధ విహారాన్ని చూచి అందలి కళను చైనా యాత్రికుడైన హుయాన్‌త్సాంగ్ కొనియాడాడు.

<u>వ్యక్తిత్వము</u> :- సముద్రగుప్తుడు గొప్ప కవి, కళాతపస్వి, గాయకుడు, పండిత

...ితా పటిమకు నిదర్శనముగా "కవిరాజు" అనే బిరుదును ...ాక ఇతనికి సంగీతంలో ప్రావీణ్యం ఉండనడానికి నిదర్శనము ...దిన బంగారు నాణేముల పై ఇతడు (సముద్రగుప్తుడు) వీణ ...ొమ్మలు ఉన్నాయి.

...గుప్తుడు వైష్ణవ మాతాభిమాని అయినా ఇతర మతాలను కూడ ...:- బౌద్ధ పండితుడైన వసుబంధువును ఆస్థానములో కవిగా ...సింహళ రాజైన మేఘవర్ణునకు బుద్ధగయలో బౌద్ధ యాత్రికుల ...ామము నిర్మించుటకు అనుమతి నోసంగుట అతని పరమత ...ప్రధాన తార్కాణములు.

...:- ఫాహియన్ రచనల ప్రకారం సముద్రగుప్తుడు పరిపాలనను ...ంద్రీకరించినాడు. రాజ్యాన్ని రాష్ట్రాలుగా, రాష్ట్రాలను భుక్తులుగా, భుక్తులను విషయాలుగా విభజించాడు. రాజ కుటుంబములకు చెందిన వారిని ఇక్కడ పాలకులుగా నియమించాడు. విషయలకు విషయపతి, నగరపాలనను పురపాలకులు చేపట్టారు. గ్రామములు గ్రామాధక్ష్యుని ఆధీనములో ఉండేవి.

<u>సామాన్య వ్యాప్తి</u> :- ఇట్టి దిగ్విజయాత్రల వలన సముద్రగుప్తుని సామ్రాజ్యము ఉత్తరమున హిమాలయముల నుండి దక్షిణము నర్మద నది వరకు, పడమర యమున, సంబల్ నదుల నుండి, తూర్పున బ్రహ్మపుత్ర వరకు విస్తరించెను.

<u>ఘనత</u> :- సముద్ర గుప్తుడు బహుముఖ ప్రజ్ఞాశాలి, సైనిక విజేత, రాజనీతజ్ఞుడు, ఐరోపా ఖండమును నెపోలియన్ (ఫ్రాన్స్ చక్రవర్తి) తన విజయ పరం పరల ద్వారా ఎట్లు గజగజ లాడించాడో సముద్రగుప్తుడు అలాగే విజయాలను సాధించి భారతీయ రాజులకు సముద్రగుప్తుడు సింహస్వప్నమాయ్యాడని వి. ఎ. స్మిత్ పండితుడు తలంచి సముద్రగువ్తుని "ఇండియన్ నెపోలియన్" అని పిలిచెను. కాని ఈ పోలిక సమంజసమైనది కాదు. ఎందుకనగా నెపోలియన్ వాటర్లు యుద్ధములో ఓటమి చెంది శత్రువులకు బంధీగా చిక్కాడు. కాని సముద్రగుప్తుడు ఓటమిని ఎరుంగనిధీరుడు కావున నెపోలియన్‌ను మించిన ఘనుడు అనుట సమంజరము ఆర్. డి. బెనర్జి అనే చరిత్రకారుడు "సముద్ర గుప్తుడు తన వంశ

రాజులలో గొప్పవాడు. తాను చిన్న సామ్రాజ్యమును వారస
వారసులకు విశాల సామ్రాజ్యంను అందించిన ఘనుడు" అ
"తన పాలన కాలమున విజయయాత్రల ద్వారా సువిశాల సా
స్థాపించి, శాంతి భద్రతలను నెలకొల్పి గుప్తుల స్వర్ణయుగానికి నాంది
అని వి. ఎ. స్మిత్ సముద్రగుప్తుని ఘనతను ప్రశంసించాడు.

చంద్రగుప్త విక్రమాదిత్యుడు (లేదా) రెండవ చంద్ర గుప్తుడు (క్రీ.శ. 380-
:- భారత దేశాన్ని పరిపాలించిన ముఖ్య చక్రవర్తుల్లో రెండవ చంద్రగుప్
ఒకడు. ఇతడు సముద్రగుప్తుని రెండవ కుమారుడు. ఇతని తల్లి దత్తదే
ఇతడు తన అన్న రామగుప్తుని వధించి సింహాసనమును అధిష్టించినాడు. వాకాటక శాసనాల్లో దేవగుప్త, దేవశ్రీ, దేవరాజు, అని ఇతన్ని పేర్కొనడం జరిగింది. ఇతనికి (రెండవ చంద్ర గుప్తునికి) శ్రీ విక్రమ, అజిత విక్రమ, సింహ విక్రమశకాది, సాహసాంక, పరమ భాగవత, మహరాజాధిరాజా మొదలగు బిరుదులు కలవు. ఇతనికి ఇద్దరు భార్యలు ధృవదేవి, కుబేరనాగ అనువారు. ధృవదేవికి కుమారులు 1. కుమార గుప్తుడు 2. గోవింద గుప్తుడు అనే వారు. కుబేరనాగకు ఒక కుమార్తె ప్రభావతి గుప్త, ఈమెను వాకాటక రాజైన రెండో రుద్రసేను కిచ్చి వివాహం జరిపించినాడు. ఈ వివాహ సంబంధ ఫలితంగా రాజకీయంగా చంద్రగుప్త విక్రమాదిత్యుని అధికారం బలపడింది.

రాజకీయ పరిస్థితులు :- రెండవ చంద్రగుప్తుడు లేదా చంద్రగుప్త విక్రమాదిత్యుని, తండ్రి సముద్రగుప్తుడు భారత దేశంలోని రాజులందరిని ఓడించి వారి నుంచి కప్పం వసూలు చేసి వారపై తన సార్వభౌమాధికారాన్ని నెలకోల్పినాడు. కాని సముద్రగుప్తుడు మరణించిన వెంటనే ఓడిపోయిన రాజులందరూ తిరిగి స్వతంత్రులు కావుటకు ప్రయత్నించినారు. ఉదా:- 1. రామగుప్తుని కాలములో శకుల రాజు బసనతో యుద్ధము చేయుట. 2. వాహ్లికాలో (బాక్ట్రియా) తిరుగుబాటు చెలరేగగా రెండవ చంద్రగుప్తుడు తన సైన్యాన్ని సింధూ నదిని దాటించి అచ్చట తిరుగుబాటును అణచి వేశాడు. ఇట్టి పరిస్థితులను రెండవ చంద్రగుప్తుడు సమర్థవంతముగా ఎదుర్కొని రాజకీయ సమైక్యతను సాధించాడు.

...ంబంధముల ద్వారా ప్రాబల్యము పొందుట :-

...వ చంద్రగుప్తుడు నాగ కుమార్తెయగు కుబేర నాగను వివాహమాడి ...నమున నాగరాజుల మద్దతును సంపాదించెను.

...ర నాగ వలన కల్గిన ప్రభావతి గుప్తను వాకాటన రాజైన రెండవ ...నికి కిచ్చి వివాహము చేసెను. ఈ విషయం పూనా రాగి రేకు శాసనంలో ...యము స్పష్టముగా ఉంది. ఇతడు బ్రాహ్మణుడు. కాని ఇతడు కాలానికి ...ోవడంతో చిన్న వయస్సులో ఉన్న అతని కుమారుడు దివాకరసేనుడు ...య్యాడు. వాస్తవానికి రాజ్యధికారమంతా ప్రభావతి చేతికి వచ్చింది. ఈ ...ధముగా రెండవ చంద్రగుప్తుడు వాకాటక రాజ్యం మీద పరోక్షముగా అధికారాన్ని సంపాదించాడు. గుజరాత్, సౌరాష్ట్రముల నేలు శకుల నిర్మూలనలో భౌగొళికముగా వాకాటరాజు అతికీలకమైన స్థానము వహించియున్నదని వి.

ఎ. స్మిత్ చరిత్రకారుని అభిప్రాయం.

సి) కదంబులను గుప్తుల సమకాలికులుగా పేర్కొనడం జరిగింది. భోజరాజు గ్రంథమైన "శృంగార ప్రకాష్"లో రెండవ చంద్రగుప్తుడు తన ఆస్థాన కవి అయిన కాళిదాసును కుంతలదేశానికి రాయబారిగా పంపినట్లు పేర్కొన్నాడు. ఇది కుంతల దేశం పైన రెండవ చంద్ర గుప్తునికి గల సత్సంబంధాలను తెలియజేస్తుంది. ఆనాడు కాకుత్సవర్మ తన కుమార్తెను గుప్త చక్రవర్తికిచ్చి వివాహం చేసినట్లు కూడ ఒక శాసనంలో ఉంది. ఈ విషయాన్ని తెలుగు ఇంద్రస్తంభ శాసనము కూడ బలపరుస్తున్నది. ఈ శాసనంలో కుంతల దేశంలోని వైజయంతిని పాలిస్తున్న కదంబరాజు తన కుమార్తెను గుప్త రాజునకిచ్చి వివాహం జరిపించినట్లు వర్ణించడం జరిగింది. ఈ వివాహముతో తన ప్రాబల్యము మైసూరు వరకు విస్తరించినది.

<u>శకులని ఓడించుట</u> :- శకులు విదేశీయులు. వీరు క్రీ. శ. 1వ శతాబ్దములో సౌరాష్ట్ర, మాళ్వలో తమ రాజకీయ అధికారాన్ని నెలకొల్పికొన్నారు. కుషాణుల కాలంలో వారి సామంతులుగాను, క్షాత్రవులుగాను ఉన్నారు. పిమ్మట వీరు స్వతంత్రులై మహక్షాత్రవులుగా ప్రకటించుకొని క్రీ. శ. 4వ శతాబ్దం వరకు రాజ్యపాలన చేశారు.

రెండవ చంద్రగుప్తుడు గొప్ప సైన్యంతో శక రాజ్యముపై దండెత్తి సంవత్సరాలు సాగిన ఈ యుద్ధంలో చివరకు శక రాజైన మూడవ రుద్ర సింహ వధించి మాళ్వా, సౌరాష్ట్ర, గుజరాత్‌లను ఆక్రమించినాడు. శకులతో చే యుద్ధమును "హర్షచరిత్ర" దేవి చంద్రగుప్తం వివరిస్తున్నాయి. ఈ య ఫలితములు ఏవనగా

1. విదేశీ పాలన భారత దేశంలో అంతమయినది.

2. గుప్త సామ్రాజ్యము పశ్చిమమున అరేబియా సముద్రము వరకు విస్తరించుట.

3. ఈ యుద్ధ విజయానంతరము ఉజ్జయిని తన రెండో రాజధానిగా చేసుకొని పరి పాలన సాగించినాడు.

4. ఈ యుద్ధ విజయానంతరము రెండవ చంద్రగుప్తుడు 'శకారి' 'సాహసాంక' "విక్రమాదిత్య" అనే బిరుదులు ధరించినాడు.

5. ఈ యుద్ధ విజయానంతరము ఉజ్జయినిని గొప్ప విద్యాకేంద్రముగా తీర్చిదిద్దినాడు.

6. క్రీ.శ. 378 సంవత్సరములో పారశీక సింహసనాన్ని "అర్దాషీర్" అను రాజు అధిష్టించి ఉండేను.

ఇతడు రెండవ చంద్రగుప్తునికి సమకాలికుడు. రెండవ చంద్రగుప్తుడు శకులను ఓడించడం. తెలిసి ఈ పారశిక చక్రవర్తి రెండవ చంద్రగుప్తునితో స్నేహ సంబంధాలు నెలకొల్పుకొన్నాడు. పిరదొశి వ్రాసిన పాదుషా నామాలో పారశిక చక్రవర్తి "అర్థాపీర్" రెండవ చంద్రగుప్తునితో మైత్రిని కోరుతూ అనేక గుర్రాలను, బంగారు, సిల్కు వస్త్రాలతో ఇతని (చంద్రగుప్త II) ఆస్థానమునకు రాయబారిని పంపినట్లు పేర్కొనడం జరిగింది.

<u>మొహరేలి ఇనుప స్తంభ శాసనము (క్రీ. పూ. 57)</u> :- ఢిల్లీలోని <u>కుతుబ్ మినార్</u> దగ్గర ఉన్న మొహరేలి ఇనుప స్థంబ శాసనము 23 అడుగుల 8 అంగుళములు ఎత్తు కలిగి ఉన్నది. ఈ ఇనుప స్థంబము నేటికి కూడ తుప్పు పట్టలేదు. ఈ స్థంభ శాసనములో పేర్కొనబడిన "<u>చంద్రరాజు</u>" రెండవ చంద్రగుప్తుడే అని కొంత మంది చరిత్రకారుల అభిప్రాయం. ఈ శాసనంలో తిరుగుబాటు సాగించిన

వేంగి రాజకూటమిని చంద్ర అనురాజు అణచివేసినట్లు ఈ స్ధంభ శాసనములో కలదు. ఒక వేళ ఈ చంద్ర రాజే రెండవ చంద్ర గుప్తుడు అయినచో గుప్త సామ్రాజ్యం బెంగాల్ వరకు విస్తరించినట్లు చెప్పవచ్చును.

ఈ శాసనంలో పై పేర్కొన్నదే కాకుండా చంద్ర రాజు వాహ్లికులపై విజయం సాధించినట్లు కూడ కలదు. బాక్ట్రీరియా వాహ్లిక రాజ్యం. ఇది సింధూనది పశ్చిమదిశన ఉన్నది. సముద్రగుప్తుని మరణానంతరం కుషాణులు తిరుగుబాటు చేయగా రెండవ చంద్ర గుప్తుడు సైన్యంను, సిందూనదిని దాటించి అక్కడి తిరుగుబాటును అణచివేసి శాంతి భద్రతలను నెలకొల్పినాడు.

కాని ఈ శాసనంలో పేర్కొన అంశాలు రెండవ చంద్రగుప్తుని సంబంధితమైనవి కావు. ఎందుకంటే రెండవ చంద్రగుప్తుడు క్రీ. శ. 380-413 మధ్య కాలానికి చెందినవాడు. అయితే ఈ శాసనం క్రీ. పూ. 57వ సంవత్సరములో వేయబడినట్లు ఉంది. కాబట్టి ఈ శాసనము రెండో చంద్రగుప్తుడునికి సంబంధించినది కాదు. అని పెక్కు మంది చరిత్రకారుల భావన.

<u>నూతన నాణేముల ముద్రణ</u> :- రెండో చంద్రగుప్తుడు నూతనంగా జయించిన రాజ్యాములలో వెండి నాణెములను ముద్రించి అచ్చటనే ప్రవేశపెట్టినాడు. ఈ నాణేములపై ఒక వైవు గరుడబోమ్మ రెండవవైవు పరమభాగవత, మహారాజాధిరాజా అనే బిరుదులు ముద్రించబడినాయి. ఈ నాణేములే గాక ఇచ్చుటి అడవుల్లో పులులు ఎక్కువగా ఉండటంతో పులిని చంపుతున్నట్లు బోమ్మను ముద్రించిన నాణేములను కూడ ఇతడు ముద్రించి విడుదల చేశాడు.

<u>పరిపాలన</u> :- గుప్తుల కాలం నాటి ముద్రికలు చాల లభించాయి. వైశాలి యందు బయల్పడ్డ ముద్రికలు రెండో చంద్రగువ్తుని పాలన కాలంలోని వివిధ ప్రభుత్వ ఉద్యోగులను గురించి తెలియుజేస్తున్నాయి. ధృవదేవి కూడ చక్రవర్తి అధికారనికి లోబడి ఒక రాష్ట్రాధికారిగా ఉన్నట్లు ముద్రికల ద్వారా విదితమవుతంది.

<u>భాష సేవ</u> :- ఈ రెండవ చంద్రగుప్తుని ఆస్థానమున 'నవరత్నము'లను తొమ్మిది మంది సంస్కృత పండితులున్నారని ప్రతీతి.

1. కాళిదాసు (కుమార సంభవం, అభిజ్ఞాన శాకుంతలం, మేఘసందేశం,

రఘువంశం, మాళవికాగ్ని మిత్ర, విక్రమోర్వశీయం మొదలగు గ్రంధలను ఇతడు రచించినాడు)

2. వరాహమిహిరుడు (బృహత్సంహిత, పంచతంత్రము గ్రంధములు రచించాడు.)

3. అమరసింహుడు (అమర కోశం అనే గ్రంధమును రచించినాడు)

4. ధన్వంతిరి.

5. శంఖు

6. బేతాళభట్టు

7. ఘటకర్పరుడు

8. వరరుచి

9. క్షపణకుడు.

మతము :- రెండవ చంద్రగుప్తుడు వైష్ణవ మతాభిమాని. ఇతడు ధరించిన భాగవత బిరుదు, నాణేములపై ఉన్న గరుడ, లక్ష్మి బోమ్మలు ఇతని మతాన్ని గురించి తెలియజేస్తున్నాయి. కాని ఇతడు పరమత సహనమును ప్రదర్శించి అన్ని మతాలు వారి మెప్పును సంపాదించెను. ఇతని పరమత సహనమునకు తార్కాణములు

1. ఇతని సేనాని యగు అమరకరదేవుడు బౌద్ధమతస్థుడు.

2. ఇతని ఆస్థాన మంత్రియైన శభరవీరసేనుడు శైవడు. ఇట్లు అన్యమతస్థుల వారికి కీలక ఉద్యోగములు నోసంగుట ఇతని ఉదాత్తమత సహనమునకు చిహ్నం.

ఘనత :- ఆర్. డి. బెనర్జీ రెండో చంద్రగుప్తుడు తన తండ్రి సముద్రగుప్తుడు అప్పగించిన రాజ్యమును సామ్రాజ్య స్థాయికి పెంచెను". అని ప్రశంసించెను. వి. ఎ. స్మిత్ బహుళ భారతదేశ ప్రాచ్యరాజ్యవిధముగ రెండవ చంద్రగుప్తుని కాలములో పరిపాలించబడినట్లు మరెప్పుడును పాలింపబడలేదు.

రామగుప్తుడు :- గుప్తుల చరిత్రకు పెక్కు శాసనములు, నాణెములు, వాఙ్మయము ఆధారముల్లున్ననూ, ఇంకనూ కోన్ని క్లిష్టమైన సమస్యలు మాత్రము అపరిష్కృతముగానే నున్నవి. వానిలో అతి ముఖ్యమైనది, చరిత్రకారుల మధ్య

తీవ్ర వాదోపవాదములకు నిలయమైనది. సముద్ర గుప్తుని అనంతరం గుప్త సామ్రాజ్య సింహాసనం అధిష్టించిన చక్రవర్తి ఎవ్వరు ? రామగుప్తుడెవరు ? ఇతడు గుప్త చక్రవర్తియా ? కాదా ? అసలు చారత్రక పురుషుడా ? అనునది జటిల సమస్య.

విశాఖదత్తుని దేవి చంద్రగుప్తం :- ఈదేవి చంద్ర గుప్తం అను సంస్కృత నాటకము రామ గుప్తుని గురించి తెలియజేస్తుంది. ఈ నాటకాని క్రీ. శ. 6వ శాతాబ్దమునకు చెందిన విశాఖదత్తుడు రచించాడు. ఈ నాటకము ప్రకారం రామగుప్తుని భార్య ధృవదేవి. (ఈమెకు దృవస్వామి అనే పేరు కూడ ఉంది) శక వంశస్థుడైన బసనకు రామగుప్తునికి జరిగిన యుద్ధంలో గుప్త రాజైన రామగుప్తుడు ఓటమి పొంది చివరకు శకులతో రాజి చేసికొని తన భార్యయగు ధృవదేవిని శకులకు అప్పగించి తన రాజ్యం నిలుపుకున్నాడు. ఈ పరాభావమును సహించని రెండవ చంద్రగుప్తుడు ధృవదేవి వేశంలో శకపతి బసన వద్దకు చేరి అతడిని వధించి, ధృవదేవిని విడిపించి, మగధ రాజ్యానికి తీసుకొని వచ్చి పిరికివాడైన అసమర్థుడైన తన అన్న రామగుప్తుని వధించి మగధ సింహాసన మధిష్టించి ధృవదేవిని వివాహం చేసుకోనెను. ఈ నాటకము వలన సముద్రగుప్తునికి, రెండో చంద్ర గుప్తునికి మధ్య అతని అన్న రామగుప్తుడని తెలుస్తోంది.

దేవి చంద్రగుప్తంలోని ఇతి వృత్తము బాణుడు వ్రాసిన హర్షచరిత్ర' రాజశేఖరుడు వ్రాసిన కావ్యామీమాంస మరియు శాసనములలో కలదు. కాని వీటి యందు ఒకే రీతి లేదు.

1. బాణుడు వ్రాసిన హర్షచరిత్ర :- దీని యందు రెండో చంద్రగుప్తుడు స్త్రీ వేషంలో పోయి శక రాజును వధించెనని చెప్పినాడు. కాని రామగుప్తుని ధృవదేవి ప్రసక్తి ఇందుకానరాదు.

2. రాజశేఖరుడు వ్రాసిన కావ్యమీమాంస :- ఈ గ్రంథము నందు రామగుప్తుడు తన రాజ్యము కోల్పోయి తన భార్యను ధృవస్వామిని శత్రువునకు అప్పగించినాడని చెప్పబడింది. కాని రెండో చంద్రగుప్తుడు శక రాజైన బసనను వధించినట్లు పేర్కొన్నబడలేదు.

శాసనము :- రాష్ట్రకూట రాజువేయించిన అమోఘవర్షుని సంజన (క్రీ. శ .

795) శాసనంలో గుప్త రాజు తన అన్నను వధించి అతని భార్యను వివాహము చేసుకోనాడని ఉన్నది. కాంచీ (క్రీ. శ. 930), సంగ్లీ రాగి రేకుల శాసనాలను రాష్ట్రకూట రాజైన నాల్గో గోవిందుడు వేయించినాడు. ఈ శాసనంలో సాహసాంక రాజు తన అన్నను వధించి అతని భార్యను వివాహం చేసుకోనట్లు ఉన్నది. ఈ సాహసాంక రాజే రెండో చంద్రగుప్తుడని చరిత్రకారుల భావన.

<u>రామ గుప్తుడు చారిత్రక పురుషుడు</u> :- రామగుప్తుడు చారిత్రక పురుషుడని విశ్వసించు చరిత్రకారులు చెప్పునదేమనగా

ఎ. సామన్యముగా గుప్త శాసనములందు సింహాసనము అధిష్టించిన వారి పేర్లు మాత్రమే ప్రస్తావింపబడెను. కాని, వంశానుగత పట్టికలుగాని, తమ దాయదుల పేర్లుగాని అందులేవు.

బి. రామగుప్తుడు అసమర్థుడు కావున అతని పేరు గుప్త శాసవముల నుండి తొలగింపబడెను. ఉదా:- అక్బరును వీరోచితముగా ఎదుర్కొనలేక పలాయనము చిత్తగించినవాడు గనుకనే మేవాడ్ చరిత్రలో రాణా ఉదయపింగ్ ప్రస్తావన కానరాదు.

సి) అన్న భార్యను తమ్ముడు వివాహమాడుట శాస్త్రీయమైనదని, అధర్వణ వేదము, నారదస్మృతి, బౌద్ధయన ధర్మ సూత్రములు మొదలైనవి దీనిని సమ్మతించెనని అల్టెకరు చరిత్రాకారుడు నుడివెను.

డి) రామగుప్తుడు గుప్త రాజైనచో అతని పేర బంగారువు నాణేములు ఎందుకు లభ్యం కాలేదను వాదమునకు వీరు ఇచ్చు ప్రత్యుత్తరము ఏమవగా ? అతడు స్వల్పకాలమే పాలించెనని, బంగారు నాణెములను ముద్రించినాడిని. అల్టేకరు అనే చరిత్రకారుని అభిప్రాయం. అదే విధముగా ఆచార్య జి. యస్. గాయి మధ్యప్రదేశ్‌లోని <u>"మహరాజాధిరాజ రామగుప్త"</u> అను లేఖనం కలదని, ఈ బిరుదు సాధారణముగా గుప్త చక్రవర్తుల కుండును గనుక ఇతడు గుప్త చక్రవర్తియని భావించిరి. ఇది వాస్తవమైనచో రామగుప్తుడు జైనమతమును ఆదిరించినట్లు కాననగును. ప్రముఖముగా విష్ణు భక్తులైన గుప్త చక్రవర్తులందరు కూడ దాదావు పరమత సాహనము కలిగినవారె కావడం వలన ఈ విగ్రహములోని లేఖనం

ఆధారముగ సముద్రగుప్తుని అనంతరము రామగుప్తుడు పరిపాలించి ఉండవచ్చు.
ఇ) బంగారు నాణెములు ద్వారా వెలుగులోనికి వచ్చిన కచగప్తుడే రామగుప్తుడని దేవి చంద్రగుప్తంలో కచగుప్తుని పోరపాటున రామగుప్తుడుగా పిలువబడెనని డి.ఆర్. భండార్కర్ అభిప్రాయం. కాని మరి కొంత మంది చరిత్రకారులైన వి. ఎ. స్మిత్, అలాన్, ఫ్లీట్ మొదలగు వారి అభిప్రాయం ప్రకారం కచుడు అనే వాడు సముద్రగుప్తుడే అని పేర్కొనిరి. అలాన్ అను చరిత్రకారుడు 'కచుడు' అనునది సముద్రగుప్తునికి మొదటి పేరని, అతడు దిగ్విజయానంతరం సముద్రగుప్తుడు అని పేరు వహించినట్లు పేర్కొన్నాడు. కాని మరి కోంత మంది చరిత్రకారులు కచుడు సముద్రగుప్తుని పేరు కాదని అది సముద్రగుప్తుని అనంతరం వచ్చిన చక్రవర్తి పేరు అని కొంత మంది చరిత్రకారులు ఈ క్రింది అభిప్రాయములను పేర్కొనిరి.

అజంతా 17వ గుహ శాసనంలో గుప్తరాజుల పేర్లు వాటిలో కచుడు ఆరవ రాజు, అతని సోదరుడైన ఉపేంద్ర గుప్తుని అనంతరం క్రీ. శ 375లో రాజ్యానికి వచ్చినట్లు ఉన్నది. రామగుప్తుడు, రెండో చంద్రగుప్తుడు కుషాణు చక్రవర్తితో యుద్ధం చేయుచుండగా, కచుడు మగధలో రాజ్యంలో కొంత భాగాన్ని వశపరచుకొని, చక్రవర్తిగా ప్రకటించుకొని సముద్ర గుప్తుని వాణ్యములను పోలిన బంగారు నాణ్యములను ముద్రించు కొని రాజ్యాధికారన్ని నెలకోల్పినట్లు తెలుస్తోంది. ఈ విధముగా తాత్కాలికంగా అధికరం హస్తగతం చేసుకొని ఉన్న కచుని తోలగించి రెండవ చంద్రగుప్తుడు గుప్త చక్రవర్తి అయినాడు.

<u>రామగుప్తుడు చారిత్రక పురుషుడు కాదు అనుటకు గల ముఖ్య వాదములు లేమనగా</u> :- ఎ) రామగుప్తుడు చరిత్ర పురుషుడైనచో అతని పేర బంగారు నాణెములు గాని, శాసనములు గాని ఎందుకు లభ్యము కాలేదు. కాలవ్యవది లేదనుట కుంటి సాకు. బెస్ నగర్, సింధూ నందు లభ్యమైన రాగి నాణెములలోని రామగుప్తుడు మాళ్వాను నేలు స్థానిక పాలకుడని ఆచార్య జె. యన్. బెనర్జీ మీటి పండితుల అభిప్రాయం. ఒక వేళ ఈ రాగి నాణేములను ముద్రించుటకు సమయము ఉన్న రామగుప్తునికి బంగారు నాణెములను ముద్రించుటకు ఎందుకు సమయం ఉండదు అన్నది కొందరి చరిత్రకారుల ప్రశ్న?

బి) దేవి చంద్రగుప్తం, హర్షచరిత్ర, కావ్యమీమాంస, రాష్ట్రకూట శాసనములందు ఒకే రీతిగా కాకుండా, విభిన్నములుగా చిత్రించబడుట వలన రామగుప్తుని చారిత్రక పురుషుడని చెప్పుట కష్టమని ఆచార్య రాయ్ చౌదరి నుడివెను. అందువలననె ఆచార్య. యస్. వాణి ఇది నాటక కర్త అభూత కల్పనయని, చరిత్రక ఇతి వృత్తం కాదని త్రోసి పుచ్చెను.

సి) వదినను మరిది వివాహము చేసుకోనుట గుప్తకాలం నాటి నైతిక విలువలకు విరుద్ధం. గుప్తుల కాలములో అధర్వణ వేదకాలము కాదు. తమ గౌరవ ప్రతిపత్తులకు ఎట్టి భంగము కల్గినను సామూహికముగా అగ్నికి ఆహుతి అగుట గుప్తుల కాలము నాటి స్త్రీల ఆచారము. ఉదా:- ఎరాన్ శిలా శాసనము వలన వీరి కాలంలో సతి సహగమనము ఉండేనని తెలియుచున్నది.

ముగింపు :- ఇట్టి పరిస్థితులలో రామగుప్తుడు చారిత్రక పురుషుడని అంగీకరించుట కష్టం. అందువలన దేవి చంద్రగుప్తములోని ఐతి హ్యమును పుర్తిగా త్రోసిపుచ్చుటకు వీలు లేదు. రామగుప్తుడు చక్రవర్తి లేదా చారిత్రక వురుషుడని నిర్ధారణ కావలేనన్న ఇతని పేర శాసవములు, బంగారు నాణేములు లభ్యము కావలెను. అంతవరకు ఈ సమస్య పై నిర్ధిష్టమైన అభిప్రాయము వెలిబుచ్చుట సమంజసము కాదు.

మొదటి కుమార గుప్తుడు (క్రీ. శ. 415-455) :- రెండో చంద్రగుప్తుని మరణాంతరము తన జ్యేష్ఠ కుమారుడైన మొదటి కుమార గుప్తుడు మగధ సింహాసనము అధిష్టించినాడు. ఇతని తల్లి ధృవదేవి. ఇతనికి మహేంద్రాదిత్యుడు, చంద్రప్రకాష్, పరమ భాగవత, మొదలగు బిరుదులు కలవు. ఇతడు తన సోదరుడైన గోవింద గుప్తుని ఓడించి సింహాసనం అదిష్టించినాడని కొంత మంది చరిత్రకారులు పేర్కోనగా, మరి కొంత మంది ఇతని కాలంలో గోశిందగుప్తుడు వైశాలిలో ఇతని ప్రతినిధిగా రాజ్యపాలన చేసినట్లు పేర్కొన్నారు. ఈ విషయపై ధృవదేవి, గోవింద గుప్తుడు ప్రవేశపెట్టిన ముద్రలు ఇక్కడ లభ్యమైనాయి. వీటి ద్వారా గోవింద గుప్తుడు కుమార గుప్తుని చిన్న సోదరుడని తెలుస్తోంది.

కుమార గుప్తుని రాజ్యకాలంలో అనేక శాసనాలు లభ్యమైనాయి. దామొదర్ పూర్ తామ్రరేకు శాసనం (క్రీ.శ 436), మంకువార్ శాసనం (క్రీ.శ

448), గాద్వ శాసనం, ఉదయగిరి శాసనములు, భీల్ సాద్, మంధసోర్ మొదలైన శాసనముల వలన కుమారగుప్తుని పాలన కాలంలోని విషయాలు తెలుస్తున్నాయి.

ఇతని పాలనా కాలపు చివరి రోజులలో ఇతని సామ్రాజ్యము పై నర్మదా ప్రాంతములోని "పుష్యమిత్రులు" దాడి చేయగా కుమార గుప్తుని కుమారుడైన స్కంధగుప్తుడు ఓడించి ఈ విజయానికి చిహ్నాముగా మొదటి కుమారగప్తుడు అశ్వమేధ యాగము చేసి ఉండవచ్చునని చరిత్రకారుల అభిప్రాయం. ఈ యాగం అనంతరం నూతన నాణేములను ముద్రించి ఈ నాణేములపై ఒక ప్రక్క గుఱ్ఱంను మరో ప్రక్క అతని బిరుదు 'మహేంద్రదిత్య' అనే బిరుదు ముద్రించినాడు.

ఇతడు శైవ మతాభిమాని. ఇతని నాణేములపై కార్తికేయుని చిహ్నాం ఉండుట వలన కుమార గుప్తుడు కార్తికేయుని పూజించినట్లు తెలియుచున్నది. అంతేగాక బిల్యాద్ శాసనం వల్ల కార్తికేయ దేవాలయము నిర్మించినట్లు తెలుస్తోంది. ఇతడు శైవ మాతాభిమని అయినప్పటికి పరమత సహనం పాటించినాడు. మంకువార్‌లోని రాతి బుద్ధవిగ్రసం, మందసోర్‌లోని సూర్యదేవాలయం, ఉత్తర్ ప్రదేశ్‌లోని పైజాబాద్ జిల్లాలో గల కరందందలోని శిలింగం, మొదలైనవి. ఇతని పరమత సహనాన్ని చాటుతున్నాయి. అంతేగాక ఇతడు మహయన మతానికి కేంద్రమైన నలంద విశ్వవిద్యాలయాని ప్రాంభించి దానికి ధన సహయం చేశాడు.

<u>స్కంధ గుప్తుడు</u> :- మొదటి కుమారగుప్తుని తదనంతరము గుప్త సామ్రాజ్యానికి స్కంధ గుప్తుడు రాజైనాడు. యువరాజుగా ఉన్న కాలంలో స్కంద గుప్తుడు నర్మద ప్రాంతము పాలించు పుష్యమిత్రుల తిరుగుబాటును అణిచి బలాధిక్యతను ప్రదర్శించెను.

కథా సరిత్సాగరంలో ఉజ్జయిని రాజు మహేంద్రాదిత్యుని విక్రమాధిత్యుడు హుణులను ఓడించినాడని వ్రాసినాడు. అంతేగాక విక్రమాధిత్యుడనే బిరుదు స్కంధగుప్తుని నాణేములపై ఉన్నట్లు తెలియుచున్నది. ఇతడు హుణులను క్రీ. శ 456 సంవత్సరములో ఓడించినట్లు విశదమవుచున్నది. ఇతడు శ్వేత హుణులను ఓడించినట్లు జునాఘడ్ శాసనం వల్ల స్పష్టమవుతుంది, అయితే ఈ శాసనం హుణులను మ్లేచ్ఛులుగా పేర్కొన్నది. హుణులతో సాధించిన విజయమునకు చిహ్నాంగా తన రాజధాని యందు ఒక విష్ణువు ప్రతిమను ప్రతిష్ఠించెను. ఇతని

పరిపాలన కాలంలో కూడ హుణులు రెండోసారి కూడ హుణులు దాడి చేశారు. ఇట్లు నిరంతరం హుణులు దండయాత్రల ఫలితముగా స్కంధ గుప్తుని పాలన కాలంలో శాంతి భద్రతలు కొరవడుటయేగాక, నాటి ఆర్థిక వ్యవస్థ కూడ క్షీణించెను. ఇతడు ముద్రించిన బంగారు నాణేములలో కల్తీ ఉండుట వలన గుప్త రాజ్యం ఆర్థికముగా నష్టపోయిందని తెలుస్తోంది. హుణుల దండయాత్రల నుండి గుప్త సామ్రాజ్యం కాపాడుటకు రాజధానిని అయోధ్యకు మార్చెను. ఇతడు వైష్ణవ భక్తుడైనప్పటికి పరమత సహనము ప్రదర్శించెను. కాహుమ్ శిలా శాసనాన్ని బట్టి ఇతడు ఐదు జైన విగ్రహములను జైనులకు దానం చేశాడని తెలియుచున్నది. బీహరు స్థంభ శాసనం ద్వారా ఇతడు కుమారస్వామి దేవాలయాన్ని నిర్మించినట్లు తెలుస్తోంది. జునాఘడ్ శాసనం వలన స్కంధ గుప్తుడు సుదర్శన తటాకానికి మరమమ్మతులు చేయించినట్లు తెలియుచున్నది. ఈ శాసనాన్ని బట్టి సౌరాష్ట్ర స్కందగుప్తుని అధీనములో ఉన్నట్లు స్పష్టమవుచున్నది. కాని ఇతని చివరి రోజులను గురించి తెలుసుకోవడానికి సరియైన చారిత్రక ఆధారాలు లభ్యము కాలేదు. ఆర్.డి. బెనర్జి అనే చరిత్రకారుని అభిప్రాయం ప్రకారం స్కంధగుప్తుడు హుణులతో జరిగిన యుద్ధంలో మరణించి ఉండవచ్చునని పేర్కొన్నాడు. వి.ఎ.స్మిత్ అనే చరిత్రకారుడు కూడ ఇతని అభిప్రాయాన్ని సమర్థించాడు. స్కంధగుప్తుని తదనంతరం ఇతని తమ్ముడు పురుగుప్తుడు రాజైనాడు.

<u>పురు గుప్తుడు (క్రీ.శ 467-469)</u> :- స్కంద గుప్తునికి సంతానము లేక పోవడం వల్ల ఇతని మరణాంతరము ఇతని సొదరుడైన పురుగుప్తుడు రాజ్యానికి వచ్చినాడు. బిటారి శాసవము వలన ఇతని తల్లిదండ్రులను గురించి తెలియుచున్నది. ఇతడు పెద్ద వయస్సువచ్చిన తర్వాతనే రాజ్యాధికారం చేపట్టినాడని తెలియుచున్నది. ఇతనిచే ప్రకటితమైన శాసనములు ఏవి లేవు ఇతని మనుమడైన రెండవ కుమారగుప్తుడు ప్రవేశపెట్టిన బిటారీ శాసనము యందు ఇతని పేరు కలదు. యందు ఇతని పేరు కలదు. ఇతడు చాలా తక్కువ సంఖ్యలో బంగారు నాణేములు ముద్రించాడు. ఈ నాణేములు నాటి గుప్త సామ్రాజ్య క్లిష్ట పరిస్థితులను తెలియజేస్తున్నాయి.

నరసింహ గుప్త (క్రీ. శ. 469-473) :- బితారి శాసనం ప్రకారం పురుగుప్తుని కుమారుడు, నరసింహగుప్తుడు గుప్త సింహాసనమును అధిష్టించినాడు. ఇతనికి బాల్యదిత్య అనే బిరుదు కలదు. ఇతడు ఎటువంటి వెండి నాణేలను ముద్రించలేదు. వి.ఎ.స్మిత్ చరిత్రకారుని అభిప్రయాం ప్రకారం హుణులు పలుసార్లు దండెత్తి గుప్త సామ్రాజ్యమును నాశనం చేశారని పేర్కొన్నాడు. అయితే మంజు శ్రీ మూలకల్ప ప్రకారం ఇతనికి శుత్రువులు లేరని, ఇతడు తన పాలనలో గుప్త సామ్రాజ్య వైభవమునకు ఎంతో కృషి చేశాడని పేర్కొన్నది.

రెండో కుమార గుప్తుడు (క్రీ. శ. 473-476జ) :- నలంద శాసనంలో ఇతడు నరసింహ గుప్తుని కుమారుడని పేర్కొన్నది. సారనాథ్ శాసనంలో ఇతడు క్రీ. శ,. 473 సంవత్సరములో సింహాసనం అధిష్టించినట్లు ఉన్నది. బితారి శాసనంలో పురుగుప్తుని మొదలుకొని రెండో కుమార గుప్తుని వరకు పేర్లు ఉన్నాయి. అంతేగాక ఈ శాసనంలో గరుడబోమ్మ కూడ ఉన్నది. దీని వలన వీరు వైష్ణవ భక్తులని తెలుస్తోంది.

బుద్ధ గుప్తుడు (క్రీ.శ. 476-495) :- హుయ్యాన్ త్సాంగ్ రచనల ప్రకారం ఇతడు మొదటి కుమారగుప్తుని కుమారుడని తెలియుచున్నది. ఇతడు పురుగుప్తునికి, స్కందగుప్తునికి సవతి సోదరుడని తెలియుచున్నది. ఇతడు రెండవ కుమారగుప్తుని తొలగించి రాజ్యపాలన చేసినట్లు తెలియుచున్నది.

నరసింహుగుప్త బాలాదిత్య :- బుద్ధ గుప్తుని మరణానంతరము అతని వారసులకు సంబంధించిన వివరాలు శాసనాల్లో లేవు. మంజుశ్రీ మూలకల్పలో మగధలోను, గౌడ (బెంగాల్) లోను విడివిడిగా గుప్త రాజులు ఉన్నట్లు పేర్కొన్నది. ఉపాధ్యాయ విష్ణు గుప్తుని వారసుడిగా పేర్కొన్నాడు. ఈ విష్ణు గుప్తుడు రెండవ కుమార గుప్తుని కుమారుడని బుద్ధ గువ్తుని కాలంలో పాలెగాంఢ్రుగ ఉండెనని పేర్కొన్నాడు. ఇతడు 'విలుకాని' బోమ్మను నాణేముల పై ముద్రించినాడు. మూడొ కుమార గుప్తుని నలండ శాసనం ప్రకారం బుద్ధ గుప్తుని అనంతరం నరసింహగుప్త బాలాదిత్య రాజైనాడు ఆర్.కె.ముఖర్జీ పేర్కోన్నాడు. ఇతని కాలంలో హుణులు అనేక మార్లు భారతదేశం పై దండెత్తినారు. ఇతని కాలంలో భానుగుప్తుడుమాళవ గవర్నగా ఉన్నాడు. భానుగుప్తుని సేనాని గొప్పరాజు. ఇతడు హుణులను, ఎదిరిస్తూ

మరణించినాడు. భానుగుప్తుడు యశోధర్మని సాహాయంతో తోరమానుని ఎదిరించి ఓటమి పొందినాడు.

గుప్తుల కాలం నాటి పరిస్థితులు

ప్రాచీన భారతదేశ చరిత్రలో గుప్త చక్రవర్తులు 160 సంవత్సరాల కాలం అనగా క్రీ.శ. 320 నుండి క్రీ. శ 480 వరకు ఉన్న కాలాన్ని మొదటి చంద్రగుప్తుడు, సముద్రగుప్తుడు, రెండవ చంద్రగుప్తుడు, మొదటి కుమార గుప్తుడు స్కందగుప్తుల పరిపాలనా కాలాన్ని స్వర్ణయుగముగా చరిత్రకారులు వర్ణిస్తారు. ప్రాచీన గ్రీక్ దేశములోని పెరిక్లిస్ యుగంతోను, రోమ్‌లోని ఆగస్టస్ కాలముతోను ఇంగ్లాండ్ దేశములోని ఎలిజబెత్ యుగంతోను చరిత్రకారులు పోల్చుదురు.

మన దేశ చరిత్రలో గుప్తుల పాలనా కాలము ఒక మహోజ్వలమైన అధ్యాయముగ పరిగణించవచ్చు. వీరి కాలములో గుప్తులు సువిశాల సామ్రాజ్యమును స్థాపించి, తద్వారా రాజకీయ ఐక్యతను సాధించి, సుభిక్షమైన పరిపాలనా వ్యవస్థ ద్వారా ఆర్థిక ప్రగతి సాధించి, సారస్వత కళాపోషణ ద్వారా సాంస్కృతిక అభ్యున్నతిని సాధించిరి. ఇట్లు అన్ని రంగములందు ముందెన్నడు లేని అభ్యుదయమును సాధించుటచే చరిత్రకారులు గుప్తుల పరిపాలనా కాలమును స్వర్ణయుగముగ అభివర్ణించిరి.

ఇట్టి అభ్యుదయమునకు ముఖ్యకారణము "ప్రాక్, పశ్చిమ దేశీయులతో భారతీయులకు ఏర్పడిన సంబంధ బాంధవ్యములని "వి. ఎ. స్మీత్ చరిత్రకారుని అభిప్రాయం. మరి కొంత మంది చరిత్రకారులు ఈ యుగమును హిందూ సాంస్కృతిక పునరుజ్జీవనమనిరి. కాని ఇది సత్య దూరం ఎందుకనగా గుప్తులకు ముందెప్పుడు హిందూ సాంస్కృతి అభ్యుదయము లేదు. పైగా ఈ అభ్యుదయమునకు ఔన్నత్యమునకు వెనుక ఎన్నో శతాబ్దముల కృషి కలదు. గుప్తుల కాలమున కన్పడు ఉత్సాహం చైతన్యములు, అభ్యుదయం హఠాత్తుగా ఉత్పన్నమైనవి కావు. ఈ మహోద్యమ యుగ బీజములు శుంగ, శాతవాహనుల కాలమున నాటబడి తదుపరి విదేశీయుల సంస్కృతి ప్రభావములు జీర్ణించుకొని మొలకెత్తి వినూత్న భావములతో పెరిగి చేతన్యముతో వికసించేను సత్యనాధయ్యర్ చరిత్రకారుడు " ఇది సంస్కృత పునరుజ్జీవనముకాక సాంస్కృతిక పరివర్తనము లేక వికాసవం".

ఇట్టి ప్రశంసలకు ఈ యుగము ఎంత వరకు తగ్గియున్నదో తెలుసుకొనవలెనన్న, ఈ కాలమున వివిధ రంగములందు సాధించిన ప్రగతిని పరిశీలనపవలయును. అవి ఏమనగా 1. పరిపాలన వ్యవస్థ 2. ఆర్థిక పరిస్థితులు 3. సాంఘీక పరిస్థితులు 4. మత పరిస్థితులు 5. సార్వస్వతాభివృద్ది 6. వైజ్ఞానిక శాస్త్రభివృద్ధి 7. కళాభ్యుదయము.

<u>1. పరిపాలన వ్యవస్థ</u> :- వీరి కాలంలో రాజరికము వంశపారం పర్యమైనను రాజులుతమ సంతానములో సమర్థులైన వారినే వారసులుగా నిర్దేశించు ఆచారము కలదు. ఉదా:- మొదటి చంద్రగుప్తుడు సముద్రగుప్తుని రాజుగా చేయుట. రాజు సర్వాధికారియైనను ప్రజాక్షేమమును గమనించి, ధర్మబద్ధుడై వ్యవహరించెవాడు. రాజు దైవాంశ సంభూతుడని ప్రజలు విశ్వసించిరి. ఉదా:- అలహాబాద్ శాసనంలో సముద్రగుప్తుని కుబేర, ఇంద్ర, యదు, వరుణ మొదలగు దేవతలతో పోల్చిరి. గుప్తుల పరిపాలన వ్యవస్థలో కేంద్రీకృతపాలన వ్యవస్థ లేదు. పరిపాలన బాధ్యత ఎక్కువగా సామంత రాజుల చేతిలో ఉండటం చేత గుప్తులకు మౌర్యుల కాలంలో ఉన్నత పెద్ద ఉద్యోగస్వామ్యం ఉండవలసిన అవసరం లేక పోయింది. గుప్త రాజ్యం ఆర్థిక వ్యవహారాలను పెద్దగా నియంత్రిచక పోవడం చేత వారికి పెద్ద సంఖ్యలో ఉద్యోగ స్వామ్యం ఉండవలసిన అవసరం లేకుండా పోయింది.

గుప్తుల కాలము నాటి ముఖ్య ప్రభుత్వ అధికారులు

1. మంత్రి	మంత్రి
2. మహాబాలాధికృత	సైనికాధికారి.
3. బహాత న్వపతి	అశ్విక మరియు పధాతి దళధిపతి.
4. కేతుక	గజాధిపతి
5. రణబండాగారధికారా	యుద్ద కోశాధికారి.
6. సంధి విగ్రాహక	యుద్దం మరియు శాంతి ఒడంబడికల అధికారులు. (విదేశాంగ మంత్రి)

7. మహా సంధి విగ్రాహక

8. దండ పాశాధికరణ — పోలీసు అధికారి.

9. దృవాధికారనిక — భూనర్వే, భూపర్యవేక్షణాధికారి.

10. పుస్తపాల — భూదస్తవేజుల పర్యవేక్షణాధికారి.

11. కంచుకి — చక్రవర్తికి, మంత్రి మండలికి మధ్యవర్తిగా వ్యవహారించుట మరియు రాజాంతఃపుర పర్యవేక్షాణాధికారి.

<u>ముఖ్య సైనికాధికారులు</u> :-

1. సేనాపతి
2. మహాసేనాపతి
3. బాలాధక్ష
4. మహాబాలాధ్యక్ష
5. బలాధికృత
6. మహాబాలధికృత
7. బహతస్వపతి
8. కౌతుక.

<u>రాజ్య విభజన</u> :- రాజు తన పాలన సౌలభ్యము కొరకు సామ్రాజ్యమును నాలుగు రకాలుగా విభజించినారు.

1. భుక్తి - దీన్ని ప్రదేశ, భోగా అని కూడ పిలుస్తారు. దీనికి ఉపరిక లేదా గోస్త్రీ అధికారి.

2. విషయములు - దీనికి విషయపతి అధికారి.

3. వితస్ -

4. గ్రామములు - దీనికి గ్రామికుడు అధికారి.

ఆర్థిక పరిస్థితులు :- గుప్తుల కాలములోని రాజులు, రాజోద్యోగులు, గొప్ప ధనికులు దేవాలయముల అభివృద్ధికి భూదానాలు చేశారు. ఆర్థిక పరిస్థితులను ఆధారముగా చేసుకొని గుప్తులు భూమిని ఈ క్రింది విధముగా విభజించారు.

1. క్షేత్ర	దున్నే భూమి
2. ఖిలా	బంజరు భూమి
3. అప్రాహత	అటవి భూమి
4. వెశ్టి	నివానయోగ్యమైన భూమి
5. గపత సరహ	పచ్చిక భూమి

వెశ్టి :- గుప్తుల కాలంలో భూమి వేసే పన్నుల సంఖ్య తగ్గింది. వీరి కాలంలో చక్రవర్తి సైన్యం గ్రామీణ ప్రాంతాల గుండా పోవునప్పుడు ఆయా గ్రామీణ ప్రజలు వీరికి సౌకర్యాలను చేయాలి. అంతేగాక ఈ గ్రామీణ ప్రజలే ప్రభుత్వ ఉద్యోగులకు కూడ సౌకర్యములను కలుగజేయాలి. గ్రామీణ ప్రజలు చేయు ఈ విధమైన చాకిరినే 'వెశ్టి' అని అంటారు. ఈ విధానము మధ్య భారతదేశంలో, పశ్చిమ భారతదేశంలోను ఉండెను.

భూబడంబడికలు ;- 1. నివిధర్మ

2. నివిధర్మ అక్షయాన

3. అప్రద ధర్మ

4. భూమిచ్ఛిద్రన్యయ.

5. అభ్యాంతౌ హిద్ధి.

వివిధ రకాలైన భూస్వామ్యాలు (ఒడంబడికలు) :- గుప్తుల భూదానాలకు సంబంధించిన శిలా శాసనాలలో భూస్వామ్య పద్దతులను గురించి కొన్ని నిర్ధిష్టమైన పదాలను రూపొందించారు. అవి ఏమనగా.

1. నివి ధర్మ :- శాశ్వత భూదానము

2. నివి అక్షయాన :- ఇది కూడ ఒక శాశ్వత భూదానము అయితే గ్రహితలు

దీని నుండి వచ్చు ఆదాయాన్ని శాశ్వతంగా పొందవచ్చును.

3. అప్రద ధర్మ :- ఇందులో భూగ్రహీతలు భూమి నుండి వచ్చు ఆదాయాన్ని, ఫలసాహయాన్ని అనుభవించువచ్చు, అంతేగాని భూమిని ఇతరులకు దానము చేయడం కాని, పాలనా పరమైన హక్కులు గాని ఉండవు.

4. భూమిచ్ఛి ద్రన్యాయ :- దీని ప్రకారం ఒక వ్యక్తి బీడు భూమిని స్వాధీనపరచుకొని, అందులో తొలిసారిగా పండించిన, అతనికి ఆ భూమి పై పూర్తిగా హక్కు లభిస్తుంది. అతడు దాని నుండి ఏ విధమగు పన్నులు చెల్లింప అవసరం లేదు.

'నివిధర్మ' రకపు ధర్మ కర్తృత్వము ఉత్తర మరియు మధ్య భారతదేశంలో విస్తారముగా వ్యాపించియున్నది. మిగిలిన రకాలైన ధర్మకర్తృత్వాలు బహుశా గుప్త సామ్రాజ్యంలోని తూర్పు ప్రాంతములో అనుసరించబడి ఉంటుంది. కావున ఇవి బెంగాల్ ప్రాంతంలోని శిలాశాసనాలలో తెలుపబడినవి.

భూమి కొలతలు :- పూనాలో లభించిన రేకుల ద్వారా గుప్తుల యొక్క భూమిని కొలిచే పద్ధతులను గురించి తెలియుచున్నది. ఇందులో ప్రభావతి గుప్త అనుసరించిన పద్ధతులు విదితమవుచున్నాయి. పహార్‌పూర్ రాగి రేకుల శాసనం ద్వారా వ్యక్తిగత స్థలము యొక్క ఉనికి మరియు సరిహద్దులు ఆ ప్రాంతములోని పలుకుబడి గల వ్యక్తుల ద్వారా కొలిపించి, వాటిని లిఖిత పూర్వకంగా భద్రపరిచినట్లు తెలుస్తున్నది. 'పుస్తపాల' అనే అధికారి భూ కొలుతలకు సంబంధించిన పత్రాలను జిల్లా స్థాయిలో సమీక్షించేవాడు. గ్రామస్థాయిలో గ్రామ లెక్కల అధికారి ఈ ప్రతాలను పరిరక్షించేవాడు.

భూమి అమ్మకపు వ్యవహరములు :- గుప్తుల కాలంలో భూమి కొనుగోలుకు సంబంధించిన పలు విషయాలు మనము రాగి రేకుల శాసనలలో గమనించ వచ్చు వీరి కాలంలో భూమి కొనుగోలుకు సంబంధించి కొన్ని నిబంధనలు పాటించేవారు. మొదట కొనదలచిన భూమి ఉన్న జిల్లా అధికారికి ఒక విజ్ఞాపన పంపేవారు. అనగా 'పుస్తపాల' అనే అధికారికి వినతి చేసేవారు. విజ్ఞప్తి అందిన తరువాత, ఆ గ్రామ, పరిసర గ్రామాలకు సంబంధించిన ప్రముఖ

వ్యక్తులు, కుటుంబ పెద్దలు మొదలైన వారికి జిల్లా అధికారులు భూమి కొనుగోలు గురించి తెలియజేసేవారు. వారి నుండి ఏవైన అభ్యంతరాలు ఉంటే వాటిని స్వీకరించేడి వారు. ఏ విధమైన అభ్యంతరాలు లేనిచో, జిల్లా భూశాఖ అధికారి పుస్తపాలుకు భూమిని అమ్మేవాడు.

అగ్రహార దానాలు :- ఇవి బ్రాహ్మణులకు మాత్రమే నిర్దేశింపబడినవి. ఈ భూముల పై బ్రాహ్మణులకు వంశపారం పర్యమైన హక్కులు ఉండేవి. అగ్రహార దానాలు పొందిన వ్యక్తులు చక్రవర్తులకు ఏ విధమైన పన్నులు చెల్లించవలసిన అవసరము లేదు. సముద్రగుప్తుడు వేయించిన గయ, నలంద శాసనములందు ఈ అగ్రహారలకు సంబంధించిన ప్రస్తావనలు ఉన్నాయి. రాజుకు అంతకు ముందు నుంచి పన్ను చెల్లిస్తున్న వ్యక్తులను ఈ అగ్రహార గ్రామాల్లోకి అనుమతించరాదన్నది ఈ దానంలో ప్రధానషరతు. దేశ ద్రోహం, దొంగతనం, కల్తీ మొదలైన నేరాలకు ఈ అగ్రహారలోని ప్రధానషరత్తు. పై నియామలలో ఏ మాత్రము తేడా వచ్చిన చక్రవర్తి విశేషాధికారులు కల్గి ఉంటాడు. అగ్రహారాలు బ్రాహ్మణులకు కల్పించబడిన విశేషాధికారదానాలుగా చెప్పవచ్చు. అంతేకాకుండా, ఈ దానాలు పుచ్చుకొన్నవారు ఏ విధమైన పరిపాలనాధికారులు కల్గి ఉండరని స్పష్టము అవుచున్నది.

దేవాగ్రహార దానాలు :- కొన్ని శాసనాలను బట్టి గుప్తులు కొన్ని గ్రామాలను మత సంబంధం లేని లౌకిక సంస్థలకు, వ్యక్తులకు కూడ దానమిచ్చారు. అయితే వారు వీటిని మత ప్రశస్తమైన విషయాలకు వినియోగించారు. గుప్తుల సామంతులైన 'ఉక్కకల్ప వంశస్థులైన (మధ్యభారతం) రాజుల యొక్క పత్రాల ద్వారా వారు ప్రముఖమైన ఒక అగ్రహారాన్ని బ్రాహ్మణులకు, మిగిలినవన్ని సంఘంలోని వివిధ వ్యక్తులకు అంటే కవులు మరియు వర్తకులకు అందజేసినట్లు తెలుస్తుంది. వారు వీటిని (దానాలను) ఆలయాల పూజలకు మరియు నిర్మాణాలకు (మరమ్మత్తులకు) ఉపయోగించిరి.

లౌకిక దానాలు :- 'ఉక్కకల్ప' వంశమున చెందిన రాజులు రెండు గ్రామాలను లౌకిక సంస్థలకు లౌకికదానాలు చేశారు. ఈ గ్రామములపై ఆర్థిక పరిపాలన అధికారాలను 'పుళింద భట్ట' అనే గిరిజన వ్యక్తికి ఇచ్చినట్లు తెలియుచున్నది.

ఇవే కాకుండా ఎన్నో లౌకిక దానాలు వీరి కాలంలో జరిగినాయి. కాకపోతే ఇవి మత సంబంధమైన దానాలు కాక పోవడం వల్ల మనకు వీటిని గురించి రాతి మరియు రాగి రేకుల శాసనలలో కనబడువు.

<u>కౌల్దారీ పద్ధతి ఏర్పాడుట</u> :- బెంగాల్ ప్రాంతంలోని గుప్తుల దానాలు గ్రహితలు ఆ భూమి యొక్క ఆదాయాన్ని ఇతరులకిచ్చే అధికారం లేదు. అయితే మధ్య భారతదేశంలోని 'ఇండోర్' (స్కంధగుప్తుడు దానమిచ్చిన ప్రాంతం) లో మాత్రం స్వీకర్త భూమిని పంపించడానికి, ఇతరులకు ఇచ్చి పండించుటకు హక్కు కలిగి ఉంటాడు. ఈ రకం భూదానం వలన కౌల్దారీ వ్యవస్థకు బీజం పడింది. కౌల్దారీ పద్ధతికి మొదట లభ్యమైన లిఖిత ఆధారం ఇదే.

<u>రైతుల స్థితిగతులు</u> :- 5వ శతాబ్దం తర్వాత, భూగ్రహితలు ముఖ్యముగా మధ్య మరియు పశ్చిమ ప్రాంతంలో భూమి పై అధికారాన్నే కాకుండా దొంగలను శిక్షించే హక్కు మరియు సివిల్ కేసులను విచారించే హక్కులు కూడా చక్రవర్తులు ఇచ్చిరి. ఆర్థిక పరమైన హక్కుతో పాటు, పరిపాలన సంబంధమైన అధికారములు ఈ భూదాన గ్రహితలకు లభించడముతో రైతులను మరియు ఆ గ్రామాల్లో నివసించే ప్రజలను హింసించి, వీరు రూపొందించిన నియమాలను పాటించే విధంగా వారిని మార్చారు.

<u>పన్నులు</u>	<u>అర్థము మరియు స్వభావము</u>
1. భాగ	ఇది రైతులందరు రాజుకు పంట దిగుబడిలో 1/6 వంతు పన్ను చెల్లించేవారు.
2. భోగ	గ్రామ ప్రజలు రాజుకు నిర్ణీత కాలల్లో పండ్లు, వంట చెఱకు అందజేయుట.
3. బలి	ఇది ప్రజలు రాజులకు స్వచ్ఛందంగా సమర్పించేది. అయితే కాలక్రమేణా నిర్బంధమైంది. గుప్తుల కాలంలో ఇది క్రూరమైన అదనపు పన్ను.
4. హిరణ్య	భాషా పరంగా ఇది బంగారు నాణాలు రూపంలో చెల్లించే పన్ను అయితే ఆచరణాత్మకముగా బహుషా

	ఇది కొన్ని పంటల పై చక్రవర్తికి బంగారు రూపంలో చెల్లించేపన్ను.
5. శుల్క	వ్యాపారులపై విధించుపన్ను.
6. హాలివకర	ఇది నాగలి పై విధించే పన్ను నాగలి కల్గిన ప్రతి రైతు ఈ పన్ను కట్టాలి.

<u>సాంఘీక పరిస్థితులు</u> :- వరహమిహిరుడు వ్రాసిన బృహత్ సంహితలో నాలుగు వర్ణములను పేర్కోన్నాడు. వారు ఏ దిక్కులో నివసించిరో కూడ ఈ గ్రంథంలో ఉన్నది.

ఉత్తరాన బ్రాహ్మణులు
దక్షిణాన వైశ్యులు
పశ్చిమాన సూద్రులు
తూర్పున క్షత్రియులు

వారి కాలములో పురోహిత బ్రాహ్మణులకు మరణ శిక్షలు లేవు. కాని శూద్రకుడు వ్రాసిన మృచ్ఛకటికలో చారుదత్తునికి మరణ శిక్ష విధించుట జరిగింది. కారణము ఇతడు పురోహిత బ్రాహ్మణుడు కాకపోవడమే. దీన్ని బట్టి నాడు బ్రాహ్మణులు రెండు రకాలు

1. మతాధికార బ్రాహ్మణులు

2. మతాధికారము లేని బ్రాహ్మణులు వీరి కాలంలో వైశ్యుల యొక్క స్థానము దిగజారినది, సంఘంలో వైశ్యుల మరియు శుద్రుల యొక్క స్థానము ఒకే స్థాయిలో ఉండెను. అయితే వైశ్యులు ధనికులుగా ఉండిరి. వీరి కాలంలో పురాణాలను శూద్రులు వినుటకు అవకాశము ఇవ్వబడినది. బ్రాహ్మణుల స్థానం పునరుద్ధరించబడింది. ఫాహియన్ తన రచనల్లో చండారులను గురించి పేర్కొన్నాడు. వీరు ఊరికి వెలుపల నివసించేడివారని పేర్కొన్నాడు. వీరు ఊరిలోనికి ప్రవేశించునప్పుడు డోలు కోట్టుకుంటూ వచ్చేవారిని దీనికి కారణం

వీరు అంటరానివారిని తెలియుచున్నది. బ్రాహ్మణులు వీరిని చూచుటకు కూడా ఇష్టపడెడి వారు కాదు. సమాజంలో ఒక వర్గము ఇంత దారుణముగా అణచివేసినప్పుడు ఆకాలమును స్వర్ణయుగమనుట ఎంత వరకు సమంజసమని బి. యస్. ఎల్. హనుమంతరావు గారు ప్రశ్నించిరి.

స్త్రీల స్థానము :- వీరి కాలములో స్త్రీల స్థానము దిగజారింది. ఎందువలన అనగా

1. బాల్య వివాహములు ఉండుట.
2. విద్యా లేక పోవడం.
3. వితంతు పునర్ వివాహం లేకపోడవం.
4. దేవదాసి విధానం ఉండెను.
5. నియోగ హీనుకులస్థులలో ఉండెను.

కాళిదాసు ఉజ్జయినిలో నున్న కాళికా దేవాలయం నందు దేవదాసీలు ఉన్నట్లు పేర్కొన్నాడు. వాత్సయన కామసూత్రలో వీరి కాలంలో వితంతుపునర్ వివాహము ఉన్నట్లు పేర్కొన్నాడు. వీరి కాలంలో స్త్రీలకు భగవద్గీత వినడం, వాసుదేవుని పూజించుటకు అనుమతి లభించెను.

మత పరిస్థితులు :- గుప్తుల కాలములో వైష్ణవ మతం ఉత్తర భారతదేశంలోనూ, దక్షిణ భారతదేశంలోను వ్యాప్తి చెందినది. ఆళ్వారులనే తమిళ వైష్ణవ భక్తులు ఈ కాలములోనే దక్షిణ భారతదేశమంతటా వైష్ణవ మత వ్యాప్తికి కృషి విస్తృతం చేశారు.

చక్రవర్తి పేరు	విష్ణుభక్తులని తెలుపు ఆధారములు	పరమత సహనమును తెలుపు ఆధారములు
రెండో చంద్రగుప్తుడు	పరమభాగవత, గరుడ బొమ్మగల నాణాలు	అమరకర దేవుడు అనే బౌద్ధ మతస్థుని సేనానిగా చేయుట, శైవ మతస్థుడైన శభవీర సేనుని ఆస్థాన మంత్రిగా చేయుట.

సముద్రగుప్తుడు	గరుడ బొమ్మ కల్గిన నాణేములు	బౌద్ధ మతస్థుడైన వసుబంధువును, ఆస్థాన కవిగా చేయుట, మేఘవర్ణునికి గయలో బౌద్ధ ఆరామము కట్టించుటకు అనుమతించుట.
మొదటి కుమార గుప్తుడు	గరుడ బొమ్మ కల్గిన నాణేములు, పరమభాగవత అనే బిరుదు.	నలంద విశ్వవిద్యాలయానికి కూడ ధన సహాయం చేయుట.
రెండో కుమార గుప్తుడు	గరుడ బొమ్మ కల్గిన నాణేములు	–
స్కంధ గుప్తుడు	జునాఘడ్ శాసనంలో విష్ణుదేవుని ప్రస్తావన ఉండుట	కాహుమ్ స్థంబ శాసనంలో ఐదు జైన విగ్రహాలను దానం చేయుట.

పైన విషయాలను గమనించినచో గుప్త చక్రవర్తులు వైష్ణవ మతమును స్వీకరించుట వలన వైష్ణవ మతానికి ఎక్కువగా ఆధారణ లభించినదని తెలుస్తోంది. వీరి కాలములో చక్రవర్తులు అశ్వమేధయాగము చేయుట వలన (సముద్రగుప్తుడు, కూమార గుప్తుడు I బ్రాహ్మణులకు మంచి ఆధారణ లభించినది. అంతేగాక బ్రాహ్మణులకు అగ్రహారములను చక్రవర్తులు దానము చేయుట వలన ఆర్థికముగ కూడ బాగుగా స్థిరపడి వీరు సంఘంలో అత్యున్నత స్థానమును సంపాదించిరి.

<u>సారస్వతాభివృద్ధి</u> :– గుప్తుల కాలంలో సంస్కృత భాష అధికార భాషగా ఉండెను. వీరి కాలంలో అనేక మంది కవులు ఉండిరి. వీరు అనేక గ్ర,ంథాలను రచించినారు ఉదా:–

<u>కవి పేరు</u>	<u>వ్రాసిన గ్రంథాలు</u>
కమండనుడు	నీతి శాస్త్రం
కాళిదాసు	మేఘసందేశం, ఋతు సంహారము, రఘువంశం, మాళవికాగ్ని మిత్ర, కుమార సంభవం, విక్రమోర్వశీయం. విశాఖదత్తుడు

	ముద్ర రాక్షసము, దేవి చంద్రగుప్తం.
శుద్రకుని	మృచ్ఛకటకమ్
అమసింహుడు	అమరకోం.
విష్ణుశర్మ	పంచతంత్రం.
వసుబంధు	స్వప్న వాస్తవదత్త

పైన పేర్కొన్న గ్రంథాములే కాకుండా వీరి కాలంలో పురాణములు కూడ రచించబడినాయి. ఉదా:- విష్ణు పురాణము, వాయు పురాణం. అంతేగాక వీరి కాలంలో రామాయణము, మహాభారతము గ్రంధాలతో పాటు న్యాయస్మృతి, బృహస్పతి స్మృతి న్యాయ శాస్త్రములు కూడ వీరి కాలములో నిర్ధుష్ట రూపాన్ని సంతరించుకున్నాయి. వీరి కాలంలో విమలుడు రామాయణాన్ని జైన మతానికి అనుగుణంగా రచించినాడు. న్యాయవర్త అను గ్రంథాలను వ్రాసిన సిద్ధసేనదివాకరుడు వీరి కాలంలోనివాడే. ఇతడు జైనతర్క శాస్త్రానికి పటిష్టమైన పునాదులు వేసినాడు.

వైజ్ఞానిక శాస్త్రభివృద్ధి :-

1. ఆర్య భట్టు :- ఖగోళ శాస్త్రవేత్త ఆర్యభటుడు. ఇతడు క్రీ.శ. 476 సంవత్సరములో కేరళలోని తిరువాన్కూర్ ప్రాంతంలో జన్మించాడు. ఇతడు "ఆర్యభట్టియం" అనే గ్రంథమును రచించినాడు. ఇతడు బుద్ధగుప్తుడు ఇతన్ని నలంద విశ్వవిద్యాలయమునకు కులపతిని చేశాడు. ఇతడు సూర్యసిద్ధాంతము అనే గ్ర,ంథంలో సూర్య, చంద్ర గ్రహణాలు ఏర్పడుటకు గల కారణములు పేర్కొన్నాడు. అంతేగాక ఇతడు తన గ్ర,ంథంలో భూమిని కేంద్రబిందువుగా పేర్కొన్నాడు. ఇతడు ఆర్యభట్టియం అనే గ్రంథంలో వర్గమూలాలు, ఘనములు మొదలగు వాటిని గురించి ప్రస్తావించాడు.

2. వరాహమిహిరుడు :- "బృహత్సంహిత" గ్రంధకర్త ఐన వరాహమిహిరుడు క్రీ. శ. 4 శతాబ్దమునకు చెందినవాడు. ఇతడు తండ్రి (ఆదిత్యదాసుడనే) వద్ద గణిత, జ్యోతిష శాస్త్రములను నేర్చుకొని, సుప్రసిద్ధ గణిత శాస్త్రవేత్త ఆర్యభట్టును కలుసుకొని శాస్త్ర చర్చలు చేశాడు. అనంతరము ఖగోళ, జ్యోతిష శాస్త్రాలను

అధ్యయనము చేయాలని నిర్ణయించుకొని అసాధారణ కృషి చేశాడు. ఇతని శాస్త్ర ప్రతిభనుగమనించిన రెండవ చంద్రగుప్తుడు తన ఆస్థానము నందలి నవరత్నములలోనోకనిగా చేర్చుకొని ఆయనను గౌరవించాడు. దీనికి సంబంధించిన ఒక సంఘటన చెప్తారు. రెండో చంద్రగుప్తుని కుమారుడు వరాహము కారణంగా మరణిస్తాడని మిహిరుడు జ్యోతిషం చేప్పగా రాజు ఎన్ని ప్రయత్నాలు చేసిన శాస్త్ర ప్రకారం చెప్పిన సమయానికి, చెప్పిన కారణముగానే రాకుమారుడు మరణిస్తే రెండవ చంద్రగుప్తుడు తన కుమారుని గతికి విలపించినా మిహిరుని ప్రతిభను శ్లాఘించి మగధ సామ్రాజ్య గౌరవ చిహ్నాము వరహము ముద్రాంకితముతో సత్కరించాడు. నాటి నుండి ఆజ్యోతి శాస్త్రవేత్త వరహమిహిరునిగా పిలువబడ్డాడు. ఇతడు జ్యోతిష్య, గణిత, ఖగోళ, ఆయుర్వేద, మొదలైన శాస్త్రములలో తన ప్రతిభను కనబరిచాడు.

<u>3. బ్రహ్మ గుప్తుడు</u> :- గుప్తుల కాలం నాటి మరో ఖగోళ శాస్త్రవేత్త బ్రహ్మగుప్తుడు. భూమి గుండ్రముగా ఉన్నదని, నీటికి ప్రవాహించడం అనేది ఎంత సహజ గుణమో భూమికి వస్తువులను ఆకర్షించడమేది కూడ సహజ గుణమో భూమికి వస్తువులను ఆకర్షించడమేది కూడ సహజగుణం అని తెలియజేశాడు. అంటే ఇతడు ఆనాడే న్యూటన్ సిద్దాంతాన్ని కనుగోన్నాడన మాట. ఇతడు ఖగోళ శస్త్రవేత్త మాత్రమే కాకుండా గొప్ప గణిత శాస్త్రవేత్త కూడ ఇతడు తన గ్రంధంలో అంకగణితము, బీజగణితము మొదలగు వాటిని కూడ పేర్కోన్నాడు.

<u>సుశ్రుతుడు</u> :- శాస్త్ర చికిత్సకు మూల పురుషుడై సుశ్రుతుడు గుప్తుల కాలములోని వాడు. ఇతడు మహర్షి విశ్వామిత్రుని కుమారుడు. ఈయన శాస్త్ర చికత్సకు సంబంధించి 124 పరికరాలను రూపోందించినాడు. ఇతడు తక్షశిల విశ్వవిద్యాలయమునకు ఆచార్యులుగా పనిచేశారు. ఆచార్య ఆత్రేయను, సుశ్రతాచార్యుని సమకాలికుడుగా భావిస్తున్నారు. ఇందుకు కారణంఒకటే సుశ్రుతుడు తను వ్రాసిన "సుశ్రుతసంహిత" అనే గ్రంథంలో ఆచార్య ఆత్రేయను ప్రస్తావించడమే.

<u>పాలకాప్యుడు</u> :- ఇతడు గుప్తుల కాలమున "హస్త్యాయుర్వేద" అనే పశు వైద్య గ్రంథమును వ్రాసినాడు.

వాగ్భటుడు :- ఇతడు గుప్తుల కాలమున అష్టాంగ మార్గము అనే వైద్య గ్రంథమును వ్రాసినాడు.

★ దశాంశ పద్ధతి, సున్న (0) విలువను ప్రపంచమునకు యిచ్చింది ఈ గుప్తుల కాలంలోని గణిత శాస్త్రవేత్తలే. వీరి కాలంలోని "జంతర్‌మంతర్" (ఉజ్జయినీలోని) అనే నక్షత్ర పరిశోధనశాల ఖగోళ శాస్త్రమునకు ఎంతగానో తోడ్పడెను.

కళాభ్యుదయము

గుప్తుల కాలములో నాటి శిల్ప కళకు భారతదేశం ప్రత్యేక స్థానం సంపాదించినది. నాగర, ద్రవిడ శిల్పరీతులు వీరి కాలంలో సంతరించుకున్నాయి. వీరి కాలములోని వాస్తుకళలను మూడు విధాలుగా పేర్కొన్నవచ్చును.

1. గుహలయాలు 2. దేవాలయములు, 3. స్థూపాలు. వీరి కాలంలో నిర్మితమైన దేవాలయములను ఈ క్రింది ఐదు రీతులుగ విభజించవచ్చును.

1. కొలది పాటి ముఖ మండపమును, చదునగ పై కప్పును కల్గిన చతురస్రపు ఆలయము.

2. కొద్ది పాటి ముఖమండపమును గర్భగృహము చుట్టును, ప్రదక్షిణ పధమును, చదునగు పై కప్పును కల్గిన చతురస్రపు ఆలయము.

3. శిఖరంతో కూడిన చతురస్రాకారపు దేవాలయాలు.

4. వెనుక గజపృష్టాకార (యాప్సి) భాగమును, లోవంపు పై కప్పును కల్గిన దీర్ఘచతుస్రాకారపు ఆలయములు.

5. నాలుగ దశలందను కొలది పాటి ప్రక్షేపకములు కలిగిన వలయరూపపు ఆలయములు.

ఇందులో తోలుతటి మూడింటిని తదనంత రకాలపు హిందూ దేవాలయ వాస్తు రీతికి వరవడిని దిద్దినవానినిగ భావింపదగును. నాలుగవది, బౌద్ధ చైత్యముల లక్షణములలో కొన్నింటిని సంతరించుకొని రూపొందినది; ఐదవది బౌద్ధ స్తూపమును, అందును ముఖ్యముగ ఆంధ్రదేశపు స్థూపములను, అనుకరించుచు అవతరించినది.

మొదటిరీతి :- ఈ కోవకు చెందినదిగ చెప్పదగిన వానిలో చారిత్రకముగ తొలుతటిది సాంచిలోని ఒక పురాతన ఆలయము. (పురావస్తు శాస్త్రవేత్తలు అచ్చటి నిర్మాణములకు ఇచ్చిన సంఖ్యా క్రమమును అనుసరించి ఇది 17వ నిర్మాణముగ పేర్కొన్నడుచున్నది.) ఎట్టి శిల్పాలంకరణయు లేని రీతిలో నిర్మితమగు ఈ చిన్న ఆలయమున ఒక గర్భ గుహమును, దానికి ముందుగా ఒక ముఖ మండపమును కలవు. పరిమాణము అంతగ గణనీయముకాక పోయినను, ఈ ఆలయ నిర్మాణమున నిర్మాణౌచితి, సౌష్టవము, అమరింపు చక్కగ నెలవు కల్పించుకొనినవి.

ఈ రీతికే చెందిన మరికొన్ని ఆలయములు మధ్యప్రదేశ్‌లోని తిగావా, సాంచి, ఏరాన్ దేవాలయములలో ఒక క్రమపరిణామ గతి దృగ్గోచరమగుచున్నది. ఆయాదేవాళయముల ముఖమంటప స్తంభపు ఘంటారూపమకుటముల వ్యాసములకు ఎత్తులతో నుండు నిష్పత్తిని అనుసరించి, ఆయా ఆలయములు నిర్మాణ కాలముల వరుసను ఒక చరిత్రకారుడు నిర్ణయించుటకు ప్రయత్నించెను. ఆ చరిత్రకారుడు అనుసరించిన ఈ విధానము దోషరహితమని అనుటకు వలను పడకున్నను, అయా ఘంటారూపమకటములందు క్రమశః కనవచ్చు అలంకరణలోని ప్రౌఢతారీతిని బట్టి ఆయా ఆలయముల అను పూర్వికను కొంత వరకు ఊహించవచ్చుననుటలో యథార్థము కొంత కలదు. సాంచి దేవాలయపు స్తంభమకుటము ఎట్టి అలంకరణమును ఎరుగనిది. తిగావా ఆలయ స్తంభమకుటమున అలంకరణ తొలుతగ తావు కల్పించుకొని, తదనంతరమున ఏరాన్ దేవాళపు స్తంభమకుటమున ప్రౌఢతను సంతరించుకొనినటుల చూపరులకు సుస్పష్టము. తిగావా దేవాలయమ సముద్రగుప్తుని కాలపుదిగ ఒక చరిత్రకారుడు నిర్ణయించెను. కావున సాంచి నిర్మాణము అంతకు పూర్వముననే రూపుగొనెనని చెప్పవచ్చును.

దేవాలయ వాస్తువునకు బీజరూపపము పై వాస్తురీతియందే కలదనుట యథార్థము. ఆలయమున ముఖ్యాంగములగు గర్భగృహము, ముఖ మంటపము కుదురకొని ఉండుట ప్రప్రథమముగ ఈ రీతియందే కానవచ్చుచున్నది. ఈ నిర్మాణరీతితే, ఆతరవాత, హిందువుల గుహాలయముల యందును

అనుసరించబడినది. ఇందులకు ఒరిస్సాలోని ఉదయగిరి యందు కననగు రెండు గుహాలయములను, నిదర్శనములుగ గ్రహింపదగును.

రెండవరీతి :- ఈ రీతికి చెందిన వానిలో, చారిత్రకరీత్య తొలుతగ పేర్కొనదగినవి.

1. నాచ్నకుతార్‌లోని పార్వతీ మందీరము.

2. భూమారాలోని శివాలయము. ఈ రెండు దేవాలయములు మధ్యప్రదేశ్‌కు చెందినవి.

3. బెంగాల్‌లోని దినాజ్ పూర్ జిల్లాకు చెందిన బైగ్రామ్‌లోని ప్రాచీన దేవాలయము.

ఈ రీతికి చెందిన ఆలయమున గర్భ గృహము, వేరొక మందిరముచే పరివేష్టింపబడి యుండును. ఆ మందిరమునకును పై కప్పులు చదునుగనే అమరియుండును. అందువలన విన్యాసరీతిలో ఒక పెద్ద చతురస్రమధ్యమున చిన్న చతురస్రము నెలకొని నటుల కనబడును. చిన్న చతురస్రము గర్భగృహమునకు చెందినది. దీనిని పరవేష్టించిన మందిర భాగము, ప్రదక్షిణముగ ఉపయోగించుటకు అనువుగ తీర్చియుండును. పెద్ద మందిరమునకు చేర్చుటకు వెలుపల నుండి మెట్లశ్రేణి అమర్చబడి ఉండును. ప్రదక్షిణ పథమునకు వెలుతురు చేరుటకు అనువుగ పరివేష్టక మందిరపు నాలుగు గోడలలో పై భాగమున రాతిలోనే గవాక్షములను అమరించి ఉండుట కననగును నాచ్నకుతార్‌లోని పార్వతీ ఆలయము గర్భగృహపు గోడలలో రెండింట సైతము ఇట్టి గవాక్షములు కలవు. దేవాలయ పురో భాగపు మెట్లకు పొరుతప్పని రీతిలో పరివేష్టక మందిరపు ద్వారమును, గర్భగృహ ద్వారమును తీరియుండును. దాదాపు ఈ రీతికి చెందిన ఆలయములన్నియు, ఆకాలమున, అటులనే నిర్మితములైనను, కొన్నింట మాత్రము కొలది మార్పులుకననగుచున్నవి. అందు ముఖ్యముగ పేర్కొనదగినది. గర్భగృహము పై వేరొక అంతరువు నిర్మించుట. ఇట్టిది నాచ్నకుతారాలోని పార్వతీ మందిరమున కానవచ్చును.

పై పార్వతీ మందిరము తర్వాత భూమారాలోని శివాలయం, నిర్మింపబడి ఉండుట అందలి రమణీయ శిల్పాలంకృతి స్పష్టముచేయుచున్నది. ఈ ఆలయపు నిర్మాణమున పరివారాలయములు నిర్మాణమును ఒక మార్పు ప్రవేశ పెట్టబడినది.

ప్రేక్షక మందిరమునకు చేర్చు సోపానములకు ఇరువైపుల ఒక్కొ పరివారాలయమున కనబడుచున్నది. ఈ రెండును పరిమాణమున చాల చిన్నవియే అయినను ఈ మార్పు ఆలయనిర్మాణరీతికి ఒక క్రొత్త ధనమును చేకుర్చినది.

మూడవ రీతి :- ఈ రీతి ఆలయములు విన్యాసముననను అమరింపునను మొదటిరీతికి సన్నిహితములుగ ఉండినను, అందులకు మార్పులు చేర్పులు పెక్కు ఇందు కననగును. అట్టి చేర్పులలో ముఖ్యముగ పేర్కొనదగినది శిఖరపు అమరిక.

ఈ మూడవరీతికి చెందిన ఆలయములలో నెల్ల, కనబడుచున్నంత వరకు ప్రాచీనతమముగ పేర్కొనదగినది. ఉత్తర్‌ప్రదేశ్‌లోని ఝాన్సీ జిల్లా యందలి దేవఘడ్‌లో ఉన్న దశావతార దేవాలయము. దానికి సమీప కాలముననే రూపొందినదిగ భావింపదగునది. భీతర్‌గావ్‌లోని ఇటుక రాతి ఆలయం.

దశావతార దేవాలయపు భిత్తిమూల పీఠము చాలా విస్తృతము, ఉన్నతము. దిగువ నుండి దీని పైకి చేరుటకు ప్రతి పార్శ్యపు మధ్యభాగమునకు సోపాన శ్రేణులు నిర్మింపబడినవి. ఈ పీఠపు నాలుగు వైపుల శిల్పితమూర్తుల పట్టబంధములు కనబడును. గర్భగృహపు గోడలు అనలంకృతములేయైనను, ద్వారమున్న పార్శ్వనున్న తప్ప తక్కిన మూడింట భిత్తి కుడ్యముల మధ్య రమ్యముగ అమర్చిన గూడుల వలన ఆ కొంత కానరాకున్నది. అందులకు తోడుగు ద్వారము సైతము చక్కని శిల్పములతో అమరియున్నది. గర్భగృహపు గొడలపై భాగమున ఒక పట్ట బంధమును, అందు అల్పప్రమాణమున రమ్యముగ తీర్చిదిద్దబడిన గూడులును కనబడుచున్నవి. ఈ పట్టబంధము పై జమిలిక పోతమును, దానిపై శిఖరమును (ప్రస్తుతమున శిధిలావస్థలో) కనబడుచున్నవి. అంతకంతకు పైకి పోయిన కొలది విస్తృతి తగ్గిన రాతి వరుసలచే ఆశిఖరము రూపొంది, తుది పరిష్కరణ వలన కోణపుటంచులు కల్గిన ఒక పిరమిడువలే కనబడుచున్నాదని ఇప్పటి శిధిలరూపము వలన అర్థమగుచున్నది. శిఖరాగ్రము ఏ తీరున ఉండెదిదో కాని దాని రూపము ఈ శిథిలముల వలన తెలియవచ్చుట లేదు.

భీతర్‌గావ్‌లోని ఇటుక రాతి ఆలయమున ఒక చతురస్రపు గర్భగృహమును,

అట్టి ఆకృతిలోనే ఉండు ఒక ముఖమంటపమును కనిపించుచున్నది. వీని రెండింటిని కలుపు ఒక వడయును కలదు. గర్భగృహమునకు, ముఖమంటపమునకును పై కప్పులు గుంభాజు (గుమ్మటపు) రూపమున నిర్మింపబడగ, నడప పై కప్పు అర్ధచంద్రాకారపు వంపు పై కప్పు అర్ధ చంద్రాకారపు వంపు కప్పును కలిగియున్నది. గర్భగృహమునకు పైన ఒక అంతరువు సైతము కనబడుచున్నది. దాని పై కప్పు ప్రస్తుతము లేకున్నను అదియు గుంబాజు రూపమననే అమరికయుండునని భావించుటకు అవకాశము కలదు.

<u>నాలుగవరీతి</u> :- ఈ రీతి ఆలయములు బౌద్ధుల చైత్యములందలి కొన్ని లక్షణములను సంతరించుకొని రూపొందినటుల వారి రూపరేఖ విన్యాసములు స్పష్టము చేయుచున్నవి. ఆంధ్రప్రదేశ్‌లోని కపోతేశ్వర దేవాలయము, మహారాష్ట్రలోని షోలాపుర్ జిల్లాకు చెందిన తేర్‌లోని ఒక దేవాలయము, అయిహోలు దుర్గాలయము ఈ కొవకు చెందినవానిలో ప్రముఖమైనవి. అయితే ఇవి ప్రమాణమున చిన్నవి. అలంకారహితములు, కాని ఈ నిర్మాణమునందలి యాప్సీలు (గజ వృష్ఠభాగము), రూప విన్యాసములు బౌద్ధుల చెత్యశాలలో వీనికి సంబంధమును రుజువు చేయుచున్నవి.

<u>ఐదవ రీతి</u> :- ఈ రీతి ఆలయము నిర్మాణమున బౌద్ధుల స్తూపవిన్యాసమునకు, అందును ముఖ్యముగ ఆంధ్రప్రదేశ్‌లో క్రీ. శ 3,4 శతాబ్దలలో, వ్యాప్తి యందుండిన స్తుప విన్యాసరీతికి, ఋణపడి ఉండినటుల కన్నట్టుచున్నది. స్థూపమునకు నాలుగ దిక్కులను ప్రక్షేపకములు ఉండి, వానిపై ఆయక స్తంభములను నెలుకొల్పుట పై ఆంధ్రప్రదేశ్ నందలి స్థూపముల విశిష్టత ఇట్టి విన్యాసమును అనుసరించిన ఆలయముల ఏవియు ఆంధ్రప్రదేశ్‌లో నేడు కనిపించుట లేదు; కాని ఉత్తర్ భారతదేశమున పురాతన రాజగృహనగరపు త్రవ్వకములలో వెలువడిన ఒక ఆలయం 'మణియార్ మఠ్' అని నేడు వ్యవహరింపబడుచున్నది. - ఈ లక్షణములు కలిగి, వర్తులా కారమున నిర్మితపై, నాలుగు దిక్కులకు పోడవు సాగిన చిమ్ములను కలిగియున్నది.

పై రీతులలో తోలుతటి మూడు మాత్రమే పలువిధములైన మార్పు, కూర్పులతో, ప్రక్రియయా బేధములతో భారతదేశమున తదనంతర కాలపు ఆలయ

నిర్మాణముల సంప్రదాయములకు బీజభూతములైనవి. ఇటుల రూపొందిన సంప్రదాయములను కొందరు ప్రాచీన వాస్తు శాస్త్రజ్ఞులు నాగర, ద్రావిడుములను రెండు సంప్రదాయములగను, మరికొందరు నాగర, వేసర, ద్రావిడములను మూడు సంప్రదాయములుగను పేర్కొనిరి.

<u>గుప్తుల కాలము నాటి అజంతా గుహలు</u> :-

<u>అజంతాయందలి 16వ గుహ</u> :- అజంతా యందిలి 16వ గుహ మహా ప్రఖ్యాతి పొందిన విహారము. ఇందలి కుడ్యములను ఆశ్రయించి శిల్పములు పెక్కు గలవు. ఈ శిల్పములే 12,21 గుహాలలూ వర్ణ చిత్రముల రూపమున కానవచ్చును. ఈ 16వ గుహలోని వర్ణ చిత్రములలో మరణావస్థ యందున్న రాకుమారి చిత్రము పలువురి ప్రశంసలను పొందినది. దీనిని గురించి గ్రిఫిత్ పండితుడు వ్రాయుచు "కరుణరసపూరితమగు ఈ చిత్రము యావత్ చిత్ర లేఖన చరిత్ర అద్వితీయమని లెక్కింపదగినది. ఫ్రాన్స్‌లోని కళాకారులు సయితము రూప, రేఖారచనలందు ఇంతకు మించిన నిపుణతను కానజాలరు. ఇందలి వర్ణికా భంగిమము వెనిస్ చిత్రకారులు సైతము అధిగమించ లేకపోయినరుక యధార్థము. వారి అందరి చిత్రముల కన్న ఈ చిత్రం రమ్యతరం".

<u>అజంతా యందలి 17వ గుహ</u> :- ఈ గుహ యందు ఒక చిత్ర పద్మము చిత్రంపబడినది. ఇందు 16 భాగములు కలవు. ప్రతి భాగమును ఒక్కొక్క విధపు వర్ణ చిత్రముచే అలంకృతమైయున్నాయి. ఈ గుహాంతర్భాగమున శాల యొక్క వెనుక గోడపై పెక్కువర్ణ చిత్రములు ఖలవు. వీనిలో 'ఆకాశమున పయనించు గంధర్వులు అని వ్యక్తమగు చిత్రములోక ప్రఖ్యాతిని ఆర్జించినది. ఇట్టులే పలువురి ప్రశంసలను పొందినది 'సింహళావదానము' అని వ్యవహరించబడుతున్న ఇందిలి మరో చిత్రములోక ప్రసిద్ధి చెందిన 'వెస్సంతర జాతక' చిత్రము ఈ గుహాకుడ్యము పైననే కనబడుచున్నది.

<u>అజాంతయందలి 19వ గుహ</u> :- ఆచ్ఛాదనపులో తట్టున కల్పలతలు, చిత్ర పుష్పములు చిత్రములు. కాని ఇవి అన్నియు మాసిపోయి వికృతములైనవి.

<u>ఉదయగిరిలోని వరాహ విగ్రహం</u> :- ఉదయగిరి గుహలయంలోని కొండలలో ఉన్న వరాహ విగ్రహం వీరి వైష్ణవ భక్తికి చక్కటి ఉదాహరణగా నిలచినది.

లోహకార కళవిశిష్టత :- లోహములను కరిగించి సరియైన సమపాళ్ళలో మిశ్రమము చేసి పోతపోయుటలో గుప్త కాలము భారతదేశ లోహకార చరిత్రలో అద్వితీయమైనది. ఉదా:- నలందాలోని 8 అడుగుల, 1 అంగుళము ఎత్తు గల బుద్ధుని తామ్ర విగ్రహం, సుల్తాన్‌గంజ్‌లోని 7 అడుగుల, 6 అంగుళముగల బుద్ధుని విగ్రహం. ఢిల్లీలోని మెహరేలి యందుగల 23 అడుగుల 9 అంగుళములు ఎత్తు కల్గిన ఇనుప స్థంభం (ఉక్కు) గుప్తుల లోహకార పనితనానికి తార్కాణము. అంతేగాక గుప్త పాలకులు అనేక రకములైన బంగారు, వెండి, రాగి, నాణేములను ముద్రించినారు.

మౌర్యుల పాలన వ్యవస్థకు, గుప్తుల పాలన వ్యవస్థకు గల బేధములు :-

మౌర్యుల పాలన వ్యవస్థ	గుప్తుల పాలన వ్యవస్థ.
1. వీరి కాలంలో దైవదత్త సిద్ధాంతము లేదు.	1. వీరికాలంలో దైవదత్తసిద్ధాంతము ఉంది.
2. ఉద్యోగ స్వామ్యం ఎక్కువగా ఉండేను.	2. ఉద్యోగ స్వామ్యం తక్కువగా ఉండేను.
3. కేంద్రీకృత పాలన వ్యవస్థ ఉండేను.	3. వికేంద్రికృత పాలన వ్యవస్థ ఉండేను.
4. సిద్ధ సైన్యము ఎక్కువగా ఉండేను.	4. సిద్ధ సైన్యం తక్కువ ఉండేను.
5. గూఢచార వ్యవస్థ ఉండేను.	5. గూఢచారి వ్యవస్థ లేదు.
6. కఠినమైన శిక్షలు ఉండేను.	6. సరళమైన శిక్షలు కలవు.
7. సారస్వతాభివృద్ధి తక్కువగా ఉండేను.	7. సారస్వతాభివృద్ధి ఎక్కువగా ఉండేను.
8. వైజ్ఞానిక శాస్త్రభివృద్ధి లేదు.	8. వైజ్ఞానిక శాస్త్రభివృద్ధి ఎక్కువగా ఉండేను.
9. బౌద్ధ మతమునకు రాజ్యాదారణ లభించినది.	9. వైష్ణవ మతమునకు ఎక్కువగా రాజ్యదారణ లభించినది.
10. పాళి భాష అధికార భాషగా ఉండేను.	10. సంస్కృత భాష అధికార భాషగా ఉండేను.

8. గుప్తుల అనంతరం యుగం - హూణులు

హూణులు చైనా సరిహద్దులలో సంచరించు మంగోలియా ప్రాంతవాసులు. వీరు దేశ దిమ్మరులు, అనాగరీకులు. వీరు అసాధారణమైన దుష్టత్వమునకు, బుద్ధి పూర్వకమగు పాశవికత్వమునకు పేలు మోసిరి. వీరు మొదట చైనాపై దండెత్తి నగరములను కొల్లగొట్టి ధ్వంసము చేయసాగిరి. ఈ దాడులు అరికట్టుటకే చైనా రాజు షిహ్వాంగ్ - తి చైనా దేశము చుట్టూ ఒక ఎత్తైన గోడను నిర్మించెను. (The Great Wall of China) అంతట హూణులు పశ్చిమమునకు మరలి మధ్య ఆసియా మున్నగు ప్రాంతములందు నివసించు ప్రజలను తరిమివేసి రెండు శాఖలుగా చీలిరి. అందు ఒక శాఖ క్రీ.శ. 4వ శతాబ్ది లో "అట్టిలా" నాయకత్వమున ఐరోపా దేశమునకు తరలి చరిత్ర ప్రసిద్ధమైన రోమ్ సామ్రాజ్యమును ధ్వంసము గావించిరి. ఈ హూణులు నల్ల హూణులందురు. అందు మరియొక్క శాఖ ఆక్సస్ నదీ తీరమును ఆక్రమించి స్థిరపిడిరి. వీరినే శ్వేత హూణలందురు. ఈ శ్వేత హూణులే మన దేశముపై దండెత్తిరి.

<u>హూణుల తొలి దండయాత్రలు:-</u> క్రీ.శ. 5వ శతాబ్దిలో క్రీ.శ. 458 సం,లో హూణులు మొట్టమొదటి సారిగా భారతదేశముపై దండెత్తిరి. నాడు ఉత్తరాపథమును గుప్త సామ్రాజ్యము పరిపాలించు చుండెను. అంతట గుప్త రాజు మొదటి కుమార గుప్తుడు వీరి దాడులను అణచి వేయుటకు స్కంధ గుప్తుని పంపెను. యువరాజైన స్కంధగుప్తుడు ఈ శ్వేత హూణులను అణచి వేశాడు. అయినప్పటి హూణులు భారతదేశంపై మూడు సార్లు దాడి చేసి గుప్త సామ్రాజ్యమును అంతం చేసిరి.

<u>తోరమాణుడు:-</u> శ్వేతహూణులలో మొదటి సుప్రసిద్ధ నాయకుడు తోరమాణుడు (500-515 క్రీ.శ.). తోరమాణుడు గాంధార పరిసర ప్రాంతము లందలి బౌద్ధ ఆరామములను సుప్రసిద్ధ తక్షశిల విశ్వవిద్యాలయమును ధ్వంసము చేశాడు. ఇచ్చటి నుండి గుప్త సామ్రాజ్యం పై దాడి చేసి మధ్య భారత దేశంలోని మాల్వా వరకు ఆక్రమించెను. సింధు, దాని ఉపనదుల పరివాహక ప్రాంతము ఉన్న అర్జునాయన, ఔథేయ , మాళవ గణతంత్ర రాజ్యములను కూడ నాశనం చేశాడు. తదుపరి కాశీ , కౌశాంబి పాటలీపుత్రములపై కూడా దాటి చేసినట్లు తెలుస్తోంది.

ఇట్లు తోరమాణుని కాలమున హుణుల అధికారము మధ్య ఆసియా నుండి మధ్య ఇండియా వరకు విస్తరించేను. ఇట్టి విజేత కనుకనే తోరమాణుడు " మహారాజ " అనే బిరుదు వహించినాడు. జైన గ్రంథములను బట్టి ఇతడు జైన మతమును స్వీకరించినట్లు తెలుస్తోంది.

<u>మిహిరకులు</u>:- (క్రీ.శ. 515 - 540) ఇతడు తోరమాణుని కుమారుడు. ఇతని కూరత్వమును గురించి కల్హణుడు "రాజతరంగి" లో గ్రీకు రచయిత కాస్మాన్ వర్ణించిరి. బౌద్ధ మతస్థులను కూౄరముగా హింసించి వారి స్తూపములను, అరామములను సమూలముగా నాశనము చేసినట్లు హుయాన్‌త్సాంగ్ తన సి-యూ-కి గ్రంథంలో పేర్కొన్నాడు. పంజాబులోని "సాకాల" (సియాల్ కోట) రాజధానిగా ఆర్యావర్తనము పై దండెత్తి గ్వాలియార్ వరకు తన రాజ్యమును విస్తరించేను. ఇతని దురాగతములను భారతీయ చక్రవర్తులు ఎక్కువ కాలం కొనసాగనీయ లేదు. మందసోర్‌ను పాలించు యశోధర్ముడు , గుప్త చక్రవర్తియగు బాలాదిత్యుడు అతన్ని తరిమివేసిరి. ఈ యశోదర్ముడు మాళ్వా ప్రాంతాన్ని పాలించు జౌలికర్ వంశస్థుడని అతని మందసోర్ శాసనము వలన విదితమవుచున్నది. యశోధర్ముడు, నరసింహగుప్త బాలాదిత్యుడు కలసి స్థానిక ప్రభువులు ఒక కూటమిగా ఏర్పడి మిహిరకుని ఓడించిరని వి.ఎ. స్మిత్ పేర్కొన్నాడు. అయితే స్థానిక ప్రభువులు ఒక కూటమిగా ఏర్పడి మిహిరకులుని ఓడించిరని వి. ఎ. స్మిత్ పేర్కొన్నాడు. అయితే ఇతడు అన్యాక్రాంతముగ సంపాదించిన రాజ్యల ఇతని మరణానంతమే మయమైనది. ఇతడు మరణించి ˋరేర వనరకమున ప్రవేశించుసనప్పుడు కారుచీకట్లు క్రమ్మెను, భూమి కంపించెను. ఝుంఝూమారుతములు కసరి విసరెను అని హుయాన్‌త్సాంగ్ వర్ణించెను.

<u>హుణుల దండయాత్రల ఫలితములు</u>:-

1. గుప్తుల సామ్రాజ్య పతనానికి హుణుల దండయాత్రలు ప్రధాన కారణం.

2. ఈ దండయాత్ర వలన ప్రాచీన గణతంత్ర రాజ్యాలు అంతమయ్యాయి.

3. బౌద్ధ ఆరామములు ద్వంసమగుటతో బౌద్ధ మతము క్షీణించేను.

4. హుణులు ఇక్కడే స్థిరపడికొండజాతుల వారిని వివాహము చేసుకొని ఈ

సమాజంలోనే కలిసిపోయి ఈ దేశమునే మాతృదేశముగా భావించారు.

5. కాలక్రమేణ హుణులు క్షత్రియులుగా గుర్తింపు పొందుట.

6. వీరు సుప్రసిద్ధ తక్షశిల విశ్వవిద్యాలయమును విధ్వంసము చేయుట వలన భారతీయ వైజ్ఞానిక రంగమునకు తీరని నష్టమును కల్గించిరి

పుష్యభూతి వంశం - హర్షవర్ధనుడు.

గుప్త సామ్రాజ్య పతనం తర్వాత దాని శిధిలాలపై ఉత్తర భారతదేశంలో అనేక చిన్న చిన్న స్వతంత్ర రాజ్యాలు వెలిశాయి. ఈ రాజ్యాలన్ని ఒకప్పుడు గుప్త సామ్రాజ్యానికి సామంత రాజ్యాలుగా ఉన్నటువంటివే. అలాంటి రాజ్యాలలో స్థానేశ్వర రాజ్యం ఒకటి.

ఆధారములు :- 1. హుయాన్ సాంగ్ వ్రాసిన సియూకి గ్రంథం.

2. బాణుని "హర్ష చరిత్ర".

3. రెండవ పులకేసి ఆస్థాన కవి వేసిన "ఐహోల్" శాసనము.

4. హర్షవర్ధనుని శాసనములైన బన్సీశేరా, మధుబన్ మరియు సోనేఫట్ అనే రాగి ముద్ర మొదలుగునవి.

5. శాశాంకుని గంజాం శాసనం.

6. హర్షవర్ధనుడు వేయించిన నాణ్యేములు ఉదా:- గుర్రపు స్వారి చేస్తు ఉన్న రౌతు బోమ్మ, దానిపై "హర్షదేవ" అనే బిరుదు కలదు.

వంశ చరిత్ర :- స్థానేశ్యర రాజ్యస్థాపకుడు పుష్యభూతి. అందుకే ఈ వంశంనకు పుష్యభూతి అనే పేరు వచ్చింది. ఈ వంశంలో మూడవ తరం వాడైన అదిత్యవర్థనుడి కుమారుడు ప్రభాకర వర్ధనుడు. ఇతనికి "పరమభట్టారక" "మహారాజాధిరాజ" అనే బిరుదులు కలవు. ప్రభాకర వర్ధనుని "హుణహరిణ కేసరి" అంటూ "హర్షచరిత్ర" వర్ణించినది. ఇతనికి రాజ్యవర్ధనుడు, హర్ష వర్ధనుడు అనే ఇద్దరు కుమారులు, రాజశ్రీ అనే ఒక కుమార్తె ఉండిరి.

ప్రభాకర వర్ధనుని మరణానంతరము అతని జ్యేష్ఠ కుమారుడైన రాజ్యవర్ధనుడు. రాజ్యపాలన చేశాడు. ఇతడు సింహాసన్ని అదిష్టించినప్పటి నుంచి

అతనికి కష్టాలు ప్రారంభమయ్యాయి. మగధ, మాళ్వాలను పాలిస్తున్న గుప్త రాజైన దేవగుప్తుడు గౌడరాజైన శశాంకుని సహాయముతో కానూజ్ పై దండెత్తి రాజ్యవర్ధనుడి బావగరైన గృహవర్మ వదించినాడు. రాజశ్రీని బందించినాడు. ఈ విశద వార్త వినంతనే రాజ్యవర్ధనుడు దేవగుప్తుని పై దండెత్తి అతని ఓడించి ఖ నుజ్‌ను అక్రమించ బోగా దేవగుప్తుని మిత్రుడైనా శాశంకుడు మయోపపాయంతో రాజ్యవర్ధనుడిని చంపెను. తదుపరి రాజశ్రీ చెర నుండి తప్పించుకొని వింధారణ్యములకు పారిపోయినది. ఇటువంటి క్లిష్ట పరిస్థితులలో 16 సంవత్సరముల ప్రాయము వాడైన హర్షవర్ధనుడు క్రీ. శ. 606 సంవత్సరములో 'రాజపుత్ర' అనే బిరుదుతో స్థానేశ్వరమునకు రాజైనాడు.

హర్షవర్ధనుని తక్షణ కర్తవ్యాలు :- 1. తన సోదరైన రాజశ్రీని రక్షించుకొనుట. 2. సోదరుని (రాజ్యవర్ధనుని) మరణానికి కారకులైన శశాంకుని పై కక్ష్య తీర్చుకొనుట. ఇట్టి ఆశయములను కార్యరూపమున సాధించుటకై హర్షవర్ధనుడు విజ్ఞతను ప్రదర్శించి, గౌడశశాంకుని విరోధి కామరూప రాజైన భాస్కర వర్మతోను, దేవగుప్తుని (మాళ్వా పాలకుడైన) సోదరుడైన మాధవగుప్తునితో స్నేహము చేసికొనెను.

మొదట తన సోదరియైన రాజశ్రీ వింధ్యారణ్యములకు పారిపోయినదని విని ఆత్మహుతి చేసుకొనబోవు సమయమున రక్షించుకొనగలిగెనని బాణుని 'హర్ష చరిత్ర' వలన తెలియుచున్నది. హర్షవర్ధనుని, భాస్కర వర్మ బడంబడికల వలన భీతి చెందిన శశాంకరుడు కనూజ్ నుండి మరలి వెళ్ళెను. అప్పుడు కనూజ్‌లోని మంత్రి పరిషత్తు విన్నపం మేరకు సింహాసను మధిష్టించి స్థానేశ్వర, కనూజ్ లేదా కన్యాకుబ్జములను ఏకము "శీలదిత్య" అనే బిరుదుతో హర్షవర్ధనుడు పరపాలన సాగించెను.

దండయాత్రలు :- హర్షవర్ధనుడ సామ్రాజ్య విస్తరణకై ఆరు సంవత్సరములు(క్రీ. శ. 606-612) పాటు యుద్ధములు చేసినట్లు హుయాన్ సాంగ్ రచనల్లో పేర్కొన్నాడు. కాని వాస్తవంగా హర్షవర్ధనుడు ఏ రాజ్యములను, ఎప్పుడు జయించినాడో, అతడు ఓడించిన రాజులెవరో "హుయాన్ సాంగ్" కాని, అతని ఆస్థాన కవియగు బాణుడి "హర్షచరిత్ర" వలన కాని తెలుయుట లేదు.

అందువలన హర్షవర్ధనుడు సాధించిన విజయములు అతని సామ్రాజ్య విస్తీర్ణత ఇత్యాదులు నిర్ణయించుట క్లిష్టతరమైనది.

1. హర్షవర్ధనుడు మొదట మాళ్వా పాలకుడైన గుప్త రాజైన దేవగుప్తుని పదవీచ్యుతుని గావించి, అతని సోదరుడైన మాధవ వర్మను రాజుగా చేసి అతని తన సామంతుగా చేసుకొనెను.

2. తదుపరి వల్లబి పై దాడి చేసి రెండవ ధ్రువసేనుని ఓడించి అతనికి తన కుమార్తెను ఇచ్చి వివాహము చేసి తన సామంతునిగా చేసుకొనెనని నౌశాశి రాగి ఫలకము ద్వారా విదితమవుతున్నది.

3. హర్షవర్ధనుని గౌడశశాంకుని రాజ్యం పై దండయాత్ర చేసి అతని ఓడించెనని ఆర్.డి. బెనర్జీ వంటి చరిత్రకారుల అభిపాయం. కాని ఇది నిరాధారమైనది. ఎందుకంటే శశాంకుని గంజాం శాసనం (క్రీ. శ. 619) ప్రకారం అతడు ఈశాన్యముగ వంగ (బెంగాల్), మగధ, ఒరిస్సాలను కలిపి "మహారాజాధి రాజా" అనే బిరుదు పొందినట్లు తెలుస్తోంది. శశాంకునితో ప్రత్యక్ష్యంగా యుద్ధము చేసినట్లు మనకు ఎల్లాంటి ఆధారములు లేవు. ఆర్. సి. మజుందార్ మొదలగు చరిత్రకారులు చెప్పిన్నట్లు శశాంకుని మరణానంతరమే అనగా క్రీ. శ. 637 తదుపరియే హర్షవర్ధనుడు మగధను, బెంగాల్(వంగ)లను ఆక్రమించి ఒరిస్సాలోని "కాంగోడా" ప్రాంతము వరకు జయించెను.

4. హర్షవర్ధనుడు సింధు పై దాడి చేసి సింధు రాజు గౌరవ ప్రతిష్టలను నాశనం చేశాడని బాణుడు హర్ష చరిత్రలో పేర్కోన్నాడు. కాని ఇది సత్యదూరము ఎందుకనగా హుయాన్ సాంగ్ సింధూను స్వతంత్ర రాజ్యముగా పేర్కొన్నాడు.

5. అటులనే నేపాల్, కాశ్మీర్‌లను హర్షవర్ధనుడు జయించినాడని చెప్పుటకు ఎలాంటి ఆధారములు లేవు.

6. హర్షవర్ధనుడు అస్సాంను కూడ జయించినట్లు చెప్పుదురు. ఎందుకనగా హర్షవర్ధనుడు జరిపిన కనూజ్ పరిషత్‌ను అస్సాం పాలకుడు హాజరగుటయే.

7. హర్షవర్ధనుడు పల్లవ రాజైన ఒకటవ మహేంద్రవర్మను ఓడించినట్లు కొంత మంది చరిత్రకారుల అభిప్రాయం, మరి కొందరు చరిత్రకారులు దక్షిణాధి

పాలకులను కూడ ఓడించినట్లు పేర్కొన్నారు. అయితే వాటిని నిరూపించుటకు సరియైన ఆధారాలు లేవు. అయితే హర్షవర్ధనుడు కళింగ రాజ్యంను జయించాడు. ఎందుకనగా అతడు అక్కడ హర్షశకాన్ని పాటించిడమే దీనికి ప్రత్యేక సాక్ష్యం.

8. హర్షవర్ధనుడు, బాదామి చాళుక్యుడైన రెండవ పులకేసితో నర్మద నదీ తీరమున యుద్ధము చేయుట:-లత, మాల్వా, ఘూర్జర ప్రాంతాలపై ఆధిపత్యం కొరకు హర్షవర్ధనునికి మరియు బాదామి చాళుక్యుడైన రెండవ పులకేసికి మధ్య యుద్ధము జరిగినట్లు హుయాన్ సాంగ్ రచనల వలన తెలియుచున్నది. ఈ యుద్ధం క్రీ.శ. 630-634 మధ్య యుద్ధము జరిగినట్లు చెప్పవచ్చు. అయితే ఈ యుద్ధం నందు ఎవరు విజేత అయినది పేర్కొనలేదు. అయితే రెండవ పులకేశి ఆస్థాన కవి వ్రాసిన ఐహోల్ శాసనంలో హర్షవర్ధనుని పై రెండవ పులకేశి విజయం సాధించినట్లు పేర్కొన్నది.

పులకేసి తన ఐహోల్ శాసనంలో హర్షవర్ధనుని "సకలోత్తరాపధేశ్వరుని"గ వర్ణించినది. అతని రాజ్యం ఉత్తరాపథమంతయు వ్యాప్తించినా ? లేదా ? అనేది సందేహస్పదమైన విషయం. ఏది ఏమైనను హర్షవర్థనుని సామ్రాజ్యములో తూర్పు పంజాబు, పశ్చిమ బెంగాల్, ఒరిస్సాలోని 'కొంగోడా' (గంజాం) ప్రాంతాములు చేరియున్నవని నిస్సందేహముగ చెప్పవచ్చును. హర్షవర్ధనుని, సముద్ర గుప్తునితో రాధా ముఖర్జీ పోలిచ్చినాడు. కాని ఇతని అభిప్రాయము సమంజసమైనది కాదని చెప్పవ్చుచ్చును.

చైనా దేశంతో హర్షవర్ధనునికి ఉన్న సంబంధం :-

1. హర్షవర్ధనుడు చైనా చక్రవర్తి తైత్సంగ్‌తో స్నేహ సంబంధం ఉన్నది.

2. హర్షవర్థనుని కాలంలో హుయాన్ సాంగ్ అనే బౌద్ధ యాత్రికుడు భారత దేశమునకు వచ్చుట.

హర్షవర్ధనుని దానశీలత :- హర్షవర్థనుడు ప్రతి 5 సంవత్సరముల కొక పర్యాయము ప్రయాగయందు "మహమోక్ష పరిషత్తు"ను ఏర్పాటు చేసి అన్ని మతల వారికి దానధర్మములు చేసేవాడు. హుయాన్ సాంగ్ దానశీలతలో "హర్షవర్థనుడు కర్ణుని అంతటివాడని" వర్ణించెను. ఇటువంటి "మహమోక్ష

పరిషత్‌కు హర్షుని కాలంలో ఆరు మోక్ష పరిషత్‌లు జరిగినట్లు హుయాన్ సాంగ్ ఆరవ మోక్ష పరిషత్‌కు హజరైనట్లు తన సి-యూ-కి గ్రంథంలో పేర్కొన్నాడు. రాజశ్రీ హుయాన్ సాంగ్ ప్రభావంతో బౌద్ధ మతం స్వీకరించెను. ఇతడు మహయాన బౌద్ధమతాన్ని ప్రచారంచేశాడు.

హర్షవర్ధనుడు అశోకుని వలే బౌద్ధమతమునకు చేసిన సేవ గుర్తించి అతడు రెండవ అశోకుడు అని చరిత్రకారులు కీర్తించారు. ఈ అభిప్రాయం కె. యమ్. పణిక్కర్ వంటి చరిత్రకారులు అంగీకరించలేదు.

<u>సాంఘీక వ్యవస్థ</u> :- వీరి కాలంలో సాంఘీక వ్యవస్థ బలపడింది. వీరి కాలంలో అంటరానితనము ఉన్నట్లు హుయాన్ సాంగ్ రచనల ద్వారా తెలియుచున్నది. వీరి కాలంలో స్త్రీ స్థానము దిగజారినది ఉదా:-

1. స్వయంవరం పద్ధతి అంతరించినది.
2. వితంతు వివాహము లేవు.
3. వరకట్నం వచ్చింది.
4. సతీసహగమనం ఉండెను.

<u>భాషా సేవ</u> :-	హర్షవర్ధనుడు	నాగానందము, రత్నావలి, ప్రియదర్శిని గ్రంధములను సంస్కృతంలో వ్రాసినాడు.
	బాణుడు	హర్షచరిత్ర, కాదంబరి.
	భర్తృహరి	సుభాషిత శతక
	మయూరుడు	సూర్యశతకము

పైన పేర్కొన్న కవులే కాక జయసేనుడు, మతంగుడు, దివాకరుడు మొదలుగువారు ఉండిరి.

<u>ముగింపు</u> :- హెచ్. జి. రావెల్‌సన్ చెప్పినట్లు "యోధుడుగా, పరిపాలనాదక్షుడుగా, ప్రజా సంక్షేమము కొరకు నిర్విరామముగా కృషి చేసిన ప్రజాసేవకునిగా, నిష్టాపరుడుగా, దయార్ద్ర హృదయునిగా, దానశీలుడుగా, సాహితి ప్రియునిగా, కవిగా చరిత్ర పుటలలో వెలుగొందు ఆకర్షణీయుమైన ఉజ్జ్వలమూర్తి హర్షవర్ధనుడని" కీర్తించినాడు.